AF748704

INSIGHT PUBLICA

Nadakkavu, Kozhikode, Kerala
www.insightpublica.com
e-mail: insightpublica@gmail.com
Ennum Jeevikkunna Che
(Malayalam Biography)
K.M. Lenin
Index prepared by *Dr. KH Hussain*
First Edition: November 2021
Copyright©Reserved
All rights reserved. No part of this publication may be reproduced,
stored in a retrieval system, or transmitted, in any form,
or by any means, electronic, mechanical, photocopying,
recording or otherwise, without the prior permission of the publisher.
ISBN 978-93-5517-095-8

എന്നും ജീവിക്കുന്ന ചെ

കെ.എം. ലെനിൻ

INSIGHT PUBLICA®

1938 ഫെബ്രുവരി 1 ന് കൊടുങ്ങല്ലൂരിലെ പടിഞ്ഞാറെ വെമ്പല്ലൂരിൽ ജനനം. മലയാളസാഹിത്യത്തിൽ എം.എ ബിരുദം. ഹൈസ്കൂൾ അധ്യാപകൻ, സർവവിജ്ഞാനകോശ ഇൻസ്റ്റിറ്റ്യൂട്ടിൽ പ്രൊഡക്ഷൻ ഓഫീസർ, ഫിലിം സെൻസർ ബോർഡിൽ അംഗം, പ്ലെയ്സ്നെയിം സൊസൈറ്റിയുടെ സെക്രട്ടറി, പ്ലാൻസ് ബുള്ളറ്റിന്റെ എഡിറ്റർ എന്നീ നിലകളിൽ പ്രവർത്തിച്ചു. ആകെ പത്തു പുസ്തകങ്ങൾ.

ബൈസിക്കിൾ തീവ്സ്, നെൽസൺ മണ്ടേല: ഇരുപതാം നൂറ്റാണ്ടിലെ ധീരനായകൻ എന്നീ കൃതികൾ ഗ്രീൻ ബുക്സ് പ്രസിദ്ധീകരിച്ചു.

സാർവദേശീയ പ്രശ്നങ്ങളെപ്പറ്റി ആഴത്തിൽ വിലയിരുത്തുന്ന ലേഖനങ്ങൾ ഏറെ ശ്രദ്ധിക്കപ്പെടുന്നു.

E-mail: km_lenin@rediffmail.com

കെ.എം. ലെനിൻ

ഉള്ളടക്കം

ഒന്ന്

യുഗപുരുഷൻ

"അദ്ദേഹം ഒരു ബുദ്ധിജീവി മാത്രമല്ല,
നമ്മുടെ കാലത്തെ ഏറ്റവും
പരിപൂർണ്ണനായ മനുഷ്യജീവികൂടിയാണ്."
- സാർത്രെ

ചെ ഗുവേര ആകെ ജീവിച്ചത് 39 വർഷവും 3 മാസവും 25 ദിവസവും മാത്രമാണ്. പല പുരുഷായുസ്സുകൊണ്ട് കഴിയാത്ത കാര്യങ്ങൾ നിർവ്വഹിച്ചായിരുന്നു അദ്ദേഹം കടന്നുപോയത്. 'മോട്ടോർസൈക്കിൾ ഡയറി"-യുടെ അവതാരികയിൽ ക്യൂബൻ വിപ്ലവകവി സിന്തോ വിതിയറെഴുതി: "ബൊളിവാറുടേതു മുതൽ നമ്മുടേതുവരെയുള്ള സുദീർഘമായ കാലത്തെ വിമോചനസമരങ്ങളിൽ ലാറ്റിനമേരിക്കയിലും ലോകമെമ്പാടുമുള്ള യുവാക്കളെ ആകർഷിച്ച ഒരു വീരനായകനുണ്ടെങ്കിൽ അതാണ് ഏണസ്റ്റോ ചെ ഗുവേര".

വിദ്യാർത്ഥിജീവതകാലത്തു നടത്തിയ ദീർഘമായ മോട്ടോർ സൈക്കിൾ യാത്രകൾ ചെയെ ഒരു യാഥാർത്ഥ്യം ബോദ്ധ്യപ്പെടുത്തി. ലാറ്റിനമേരിക്കൻ രാജ്യങ്ങളെല്ലാം നഗ്നമായ വിദേശചൂഷണത്തിന് ഇരയാണ്, ജനങ്ങൾ പട്ടിണിയും രോഗവും തൊഴിലില്ലായ്മയും മൂലം ദുരിതത്തിലാണ്. അവരുടെ ഭൂമിയത്രയും യുണൈറ്റഡ് ഫ്രൂട്ട് പോലുള്ള അമേരിക്കൻ കമ്പനികളുടെ കൈവശമാണ്. ആ ചൂഷണത്തിന്നെതിരെ ചെറിയ പ്രതിഷേധംപോലും ഉരുക്കുമുഷ്ടികൊണ്ട് അടിച്ചമർത്തുന്ന

സ്വേച്ഛാധിപതികളെ മാത്രമേ ആ രാജ്യങ്ങളിൽ യുഎസ് വാഴിച്ചിരുന്നുള്ളൂ. സമാധാനപരമായ സമരങ്ങൾപോലും നിഷ്ഠുരമായി അടിച്ചമർത്തപ്പെട്ടു. കാതലായ മാറ്റങ്ങൾ ആ രാജ്യങ്ങളിൽ അസാദ്ധ്യമാണെന്ന് ചെ അനുഭവങ്ങളിലൂടെ മനസ്സിലാക്കി. സാമ്രാജ്യത്വവിരുദ്ധവിപ്ലവങ്ങൾക്കായി ലാറ്റിനമേരിക്കയുടെ ഹൃദയം വിങ്ങുന്നതായി അദ്ദേഹം തിരിച്ചറിഞ്ഞു. ആ ലക്ഷ്യത്തിനായി ആത്മബലിക്കുതന്നെ അദ്ദേഹം തയ്യാറായി. ജീവിതത്തിലെ എല്ലാ ഭൗതികപ്രലോഭനങ്ങളെയും മറികടന്ന് വിപ്ലവത്തിനുവേണ്ടി ചെ ജീവിതം സമർപ്പിച്ചു.

ചെ ഗുവേരയുടെ വിപ്ലവാഭിമുഖ്യമുള്ള രാഷ്ട്രീയവീക്ഷണത്തെ ശക്തമാക്കിയത് ഗ്വാട്ടിമാലയിൽ 1954ൽ അമേരിക്കൻ ചാരസംഘടനയായ സിഐഎ നടത്തിയ അട്ടിമറിയായിരുന്നു. അമേരിക്കൻചൂഷണം അവസാനിപ്പിക്കാൻ നടപടികളെടുത്തതായിരുന്നു തിരഞ്ഞെടുപ്പിലൂടെ അധികാരത്തിലേറിയ ജേകബോ അർബെൻസ് സർക്കാർ ചെയ്ത കുറ്റം. അട്ടിമറിക്കെതിരെ നടന്ന പ്രതിരോധപ്രവർത്തനങ്ങൾ അടിച്ചമർത്തപ്പെട്ടു. അതിൽ പങ്കെടുത്ത ചെ കഷ്ടിച്ച് രക്ഷപ്പെട്ട് മെക്സിക്കോയിലേക്ക് കടന്നു. ഗ്വാട്ടിമാലയിൽവെച്ച് ക്യൂബൻ വിപ്ലവകാരികളുമായി രൂപപ്പെട്ട സൗഹൃദമായിരുന്നു ചെയെ ഫിദെൽ കാസ്ട്രോയുമായി അടുപ്പിച്ചത്. ഒരേ ലക്ഷ്യത്തിനായി സ്വരാജ്യം വിട്ട ഇരുവരും 1955 ജൂലായിൽ ഒന്നിച്ചു. മെക്സിക്കോയിലെ ഗറില്ലാപരിശീലനത്തിനുശേഷം ക്യൂബയുടെ മോചനത്തിനായി കാസ്ട്രോയോടൊപ്പം ഗ്രാന്മയെന്ന ബോട്ടിൽ ചെ 1956 നവമ്പർ 25 ന് പുറപ്പെട്ടു.

ക്യൂബൻ തീരത്തെത്തിയ ഗറില്ലാസംഘം ക്യൂബൻ സൈന്യത്തിന്റെ ആക്രമണങ്ങളിൽ ഛിന്നഭിന്നമായി. സീറാ മെസ്ത്ര മലയിൽ എത്തിയപ്പോൾ മരിക്കാതെ രക്ഷപ്പെട്ട 18 പേരിൽ ഫിദലും അനുജൻ റൗൾ കാസ്ട്രോയും, മുറിവേറ്റ ചെ ഗുവേരയും ഉണ്ടായിരുന്നു. ചെ ഒരേസമയം വിപ്ലവസംഘത്തിലെ ഡോക്ടറും പോരാളിയുമായി പ്രവർത്തിച്ചു. 1957 ജൂലായിൽ കാസ്ട്രോ അദ്ദേഹത്തെ വിപ്ലവസൈന്യത്തിന്റെ ആദ്യ കമാൻഡറായി നിയമിച്ചു. ചെയും കാമിലോ സിയെൻഫ്യൂഗോസും ചേർന്നു വിപ്ലവസൈന്യത്തെ സീറാ മെസ്ത്രയിൽനിന്നു ക്യൂബയുടെ പ്രധാന നഗരങ്ങളിലേക്കു നയിച്ചു. 1958 അവസാനമായപ്പോഴേയ്ക്കും നിർണ്ണായകവിജയങ്ങൾ അവർ നേടി. സാന്താ ക്ലാരയിലെ യുദ്ധത്തെ വിജയത്തിലേക്ക് നയിക്കാൻ കഴിഞ്ഞതായിരുന്നു ക്യൂബൻവിപ്ലവത്തിന്റെ വിധി നിർണ്ണയിച്ചത്. 1959 ജനുവരി 1ന് ക്യൂബൻസ്വേച്ഛാധിപതി ബാത്തിസ്റ്റ രാജ്യംവിട്ടതോടെ വിപ്ലവവിജയം പൂർണമായി. ചെ ഗുവേര അതിന്റെ പ്രമുഖനേതാക്കളിൽ ഒരാളായി. ക്യൂബയിൽ കാസ്ട്രോ

കഴിഞ്ഞാൽ അടുത്ത സ്ഥാനം അർജന്റീനക്കാരനായ ചെ ഗുവേരയ്ക്കായി. ആദ്യം വ്യവസായവകുപ്പിന്റെയും കാർഷികപരിഷ്കരണത്തിനു വേണ്ടിയുള്ള ദേശീയ ഇൻസ്റ്റിറ്റ്യൂട്ടിന്റെയും മേധാവിയായി പ്രവർത്തിച്ച ചെ 1959 നവമ്പറിൽ ദേശീയബാങ്കിന്റെ പ്രസിഡന്റും 1961 ഫെബ്രുവരിയിൽ വ്യവസായവകുപ്പ്മന്ത്രിയുമായി.

വിപ്ലവക്യൂബയുടെ രാഷ്ട്രീയവീക്ഷണത്തെ ശരിയായി നിർണ്ണയിക്കുന്നതിലായിരുന്നു ചെ ഗുവേരയുടെ ധൈഷണികസംഭാവന ഏറെ മികച്ചു നിന്നത്. 1953മുതൽ 1965വരെ 'ജൂലായ് 26' എന്ന പേരിലറിയപ്പെട്ട വിപ്ലവപ്രസ്ഥാനത്തെ കമ്യൂണിസ്റ്റ് പാർട്ടിയായി പ്രഖ്യാപിക്കുന്നതിൽ ചെയുടെ പങ്ക് നിർണ്ണായകമായിരുന്നു. വിപ്ലവക്യൂബയുടെ പ്രതിനിധിയെന്ന നിലയിൽ പ്രധാന ലോകരാജ്യങ്ങളിൽ സഞ്ചരിച്ച് നയതന്ത്രബന്ധം മെച്ചപ്പെടുത്താനും അദ്ദേഹത്തെയായിരുന്നു കാസ്ട്രോ നിയോഗിച്ചത്. യുഎൻ ഉൾപ്പെടെ മിക്ക ലോകവേദികളിലും ക്യൂബയ്ക്കുവേണ്ടി മുഴങ്ങിയത് ചെയുടെ ശബ്ദമായിരുന്നു.

ലോകവിപ്ലവത്തിനായി ദാഹിച്ചിരുന്ന ചെ 1965 ഏപ്രിലിൽ കാസ്ട്രോയുടെ പിന്തുണയോടെ ക്യൂബ വിട്ടു. ലുമുംബയുടെ അനുയായികളെ സഹായിക്കാൻ ഏതാനും മാസം കോംഗോയിൽ ചെലവഴിച്ചശേഷം ഡിസംബറിൽ രഹസ്യമായി ക്യൂബയിൽ തിരിച്ചെത്തി. 1966 നവമ്പറിൽ രഹസ്യമായി ബൊളീവിയയിൽ എത്തി അമേരിക്കയുടെ ചൊൽപ്പടിയിൽ കഴിഞ്ഞ സ്വേച്ഛാധിപത്യഭരണത്തിനെതിരെ ഗറില്ലായുദ്ധം നയിച്ചു. സിഐഎയുടെ സഹായത്തോടെ ബൊളീവിയൻസൈന്യം 1967 ഒക്ടോബർ 8ന് ചെയെ പിടികൂടി. ഒക്ടോബർ 9ന് വെടിവെച്ചുകൊല്ലുകയും ചെയ്തു. ചെ എന്ന പ്രശ്നം എന്നെന്നേക്കുമായി അവസാനിപ്പിച്ചതായി അവർ ആശ്വസിച്ചു. എന്നാൽ ആ കൊലയാളിസംഘത്തിന്റെ പ്രതീക്ഷയ്ക്കു വിരുദ്ധമായി ലോകമെമ്പാടുമുള്ള വിപ്ലവസമരങ്ങളുടെ പ്രേരകശക്തിയും അനശ്വരപ്രതീകവുമായി ചെ മാറി.

സാമ്പത്തിക ശേഷിയുള്ള കുടുംബത്തിലായിരുന്നു ചെ ജനിച്ചത്. നല്ല വിദ്യാഭ്യാസം ലഭിച്ചു. ഡോക്ടറായി. സ്വന്തം സൗകര്യങ്ങൾ മാത്രം നോക്കി ജീവിക്കുന്ന ഒരു മനസ്സായിരുന്നു അദ്ദേഹത്തിനുണ്ടായിരുന്നതെങ്കിൽ അർജന്റീനയിലെ സമ്പന്നവർഗ്ഗത്തിനിടയിൽ ഉന്നതപദവി ലഭിക്കുമായിരുന്നു. പക്ഷേ ചെയക്ക് സഹജീവികളുടെ ദീനരോദനം ശ്രവിക്കാതിരിക്കാനായില്ല. അദ്ദേഹം വിപ്ലവക്കൊടുങ്കാറ്റുകളുടെ തോഴനായി. സ്വേച്ഛാധിപതികളുടെ ഉറക്കം കെടുത്തി. പട്ടിണിയും കഷ്ടപ്പാടും അനുഭവിക്കുന്ന ജനകോടികളുടെ സ്വപ്നങ്ങളുടെ പ്രതീകമായി ചരിത്രത്തിൽ ഇടം നേടി.

ഒരു സ്വേച്ഛാധിപതിയും കൊലയാളിയുമായി ചെയെ കാണുന്നവരുമുണ്ട്. അത് രണ്ട് ലോകവീക്ഷണങ്ങളുടെ പ്രശ്നമാണ്. അമേരിക്കൻ ഐക്യനാടുകൾ ജനാധിപത്യത്തിന്റെയും ലോകസമാധാനത്തിന്റെയും മൊത്തവ്യാപാരികളാണെന്ന് കാണുന്നവരുണ്ട്. നോം ചോംസ്കി, വില്യം ബ്ലൂം തുടങ്ങിയ അമേരിക്കൻ ബുദ്ധിജീവികൾതന്നെ അതൊരു ജനാധിപത്യരാജ്യമല്ല, തെമ്മാടിരാഷ്ട്രമാണെന്ന് വേണ്ടത്ര തെളിവുകളോടെ സമർത്ഥിച്ചിട്ടുണ്ട്. ഇരുപതാം നൂറ്റാണ്ട് ദർശിച്ച മഹാന്മാരായ മനീഷികളിൽ ഒരാളായ ഷാൻ പോൾ സാർത്ര് ചെയെ കണ്ടത് നമ്മുടെ കാലത്തെ ഏറ്റവും പൂർണ്ണനായ മനുഷ്യജീവിയായാണ്. "യുഗത്തിലെ ഏറ്റവും ഉദാത്ത മനുഷ്യൻ" എന്നുകൂടി സാർത്ര് കൂട്ടിച്ചേർക്കുന്നു. യുഎസ് എഴുത്തുകാരിയും ചിന്തകയുമായ സൂസൻ സോണ്ടാഗ് (1934-1974) ആവേശോജ്ജ്വലവും സൗന്ദര്യപൂർണ്ണവുമായ ഇതിഹാസം എന്നു ചെയെ വിശേഷിപ്പിച്ചു. ബൈറൻ, സപാട്ട, ജോസ് മാർട്ടി എന്നിവർക്കു തുല്യനായി അവർ ചെയെ പ്രതിഷ്ഠിച്ചു.

മരിച്ച് അരനൂറ്റാണ്ടു കഴിഞ്ഞിട്ടും ലോകം മുഴുവൻ ചുവരുകളിലും ടിഷർട്ടുകളിലും ചെയുടെ വിഖ്യാതമായ ചിത്രം പ്രത്യക്ഷപ്പെട്ടുകൊണ്ടിരിക്കുന്നു. ഇങ്ങ് കേരളത്തിലെ ഗ്രാമാന്തരങ്ങളിൽപോലും ചെയുടെ ഇനിയും മരിച്ചിട്ടില്ലാത്ത കണ്ണുകളുടെ സാന്നിദ്ധ്യമുണ്ട്. ഇരുപതാം നൂറ്റാണ്ടിനെ സ്വാധീനിച്ച നൂറു വ്യക്തികളിൽ ഒരാളായി ടൈം മാഗസിൽ 2000ൽ ചെയെ തിരഞ്ഞെടുത്തതും ഈ സാർവ്വലൗകിക സ്വാധീനം കണക്കിലെടുത്താണ്. ഗറില്ലാനേതാവ്, മാർക്സിസ്റ്റ് സൈദ്ധാന്തികൻ, ആഗോളവ്യാപകമായി വായിക്കപ്പെടുന്ന ഗ്രന്ഥകാരൻ, ഭരണകർത്താവ്, നയതന്ത്രവിദഗ്ധൻ, സാമ്രാജ്യത്വചൂഷണത്തിനെതിരെ ആത്മാർപ്പണം നടത്തിയ വിപ്ലവനായകൻ... ഇങ്ങനെ നീണ്ടുപോകുന്നു ആ അപൂർവ്വ വ്യക്തിത്വത്തിന്റെ വിശേഷണങ്ങൾ. ആ ത്യാഗോജ്ജ്വലമായ ജീവിതത്തിലെ ഏടുകളോരോന്നും സംഘർഷനിർഭരമായിരുന്നു. ആ യഥാർത്ഥ വിപ്ലവകാരിയുടെ ആത്മത്യാഗത്തിലൂടെ മനുഷ്യരാശിക്ക് ഏറെ മുന്നോട്ടുപോകാനായിട്ടുണ്ടെന്നുള്ളതാണ് വാസ്തവം.

രണ്ട്

അർജന്റീനയിലെ ബാല്യം

ഉത്തര അർജന്റീനയിലെ പരാന നദിയുടെ തീരത്തെ റൊസാരിയോ നഗരത്തിൽ 1928 മേയ് 14ന് ഏണെസ്റ്റോ ഗുവേര ലിഞ്ചിന്റെയും സിലിയ ദെ ല സെർനയുടെയും മകനായി ചെ ഗുവേര ജനിച്ചു. എന്നാൽ എല്ലാ ഔദ്യോഗികരേഖകളിലും ജൂൺ 14 ആണ് ചേയുടെ ജനനത്തീയതി ആയി രേഖപ്പെടുത്തിക്കാണുന്നത്. ചെയ്ക്ക് മുപ്പതു തികഞ്ഞ 1960കളുടെ ആദ്യം അമ്മ ഒരു ജോത്സ്യയെ സമീപിച്ചില്ലായിരുന്നുവെങ്കിൽ യഥാർത്ഥ തീയതി ഒരിക്കലും ആരും അറിയുമായിരുന്നില്ല. ജനനത്തീയതി വെച്ച് ഗണിച്ച ജോത്സ്യ പറഞ്ഞതത്രയും ചെയുടെ സ്വഭാവത്തിനു കടകവിരുദ്ധമായ കാര്യങ്ങൾ! ഉൾവലിഞ്ഞ പ്രകൃതമുള്ളവൻ, അപ്രശസ്തൻ, സ്വന്തംകാര്യം മാത്രം ശ്രദ്ധിക്കുന്നവൻ ഇങ്ങനെപോകുന്ന ജോത്സ്യയുടെ വചനങ്ങൾ കേട്ട അമ്മ ഉറക്കെ ചിരിച്ചുപോയി. അദ്ഭുതത്തോടെ തന്നെ നോക്കിയ ജോത്സ്യയോട് സത്യം അവർ തുറന്നു പറഞ്ഞു - ശരിക്കും ഒരു മാസംമുമ്പ് മേയ് 14ന് താൻ ചെയെ പ്രസവിച്ചുവെന്ന കാര്യം. ചെയുടെ അച്ഛനെ വിവാഹം കഴിക്കുമ്പോൾ താൻ അദ്ദേഹത്തിൽനിന്നു മൂന്നു മാസം ഗർഭിണിയായിരുന്നു. ബ്യൂനോസ് അയേഴ്സിലെ ബന്ധുജനങ്ങളറിയാതിരിക്കാൻ മധുവിധു ആഘോഷിക്കാനെന്ന വ്യാജേന അർജന്റീനയുടെ ഏറെ വടക്ക് പരാഗ്വയുടെയും ബ്രസീലിന്റെയും അതിർത്തിയിലൊരിടത്തേയ്ക്കാണവർ പോയത്. അവിടെ പരിചയക്കാരനായ ഒരു ഡോക്ടറുടെ സഹായത്തോടെ ഒരു മാസം

നേരത്തെ ജനിച്ചതായി ജനനസർട്ടിഫിക്കറ്റും നേടിയെടുത്ത് തിരിച്ചെത്തി, ഏഴാം മാസത്തിൽ അകാലപ്പിറവിയാണെന്നുകൂടി ബന്ധുക്കളോട് പറഞ്ഞപ്പോൾ മൂന്നു മാസത്തെ വ്യത്യാസം ഒട്ടും പ്രശ്നമല്ലാതായി. ഈ അസാധാരണ സംഭവത്തെപ്പറ്റി മുഖ്യ ജീവചരിത്രകാരനായ ജോൺ ലീ ആൻഡേഴ്സൻ എഴുതി: "യൗവ്വനകാലം ഏറെയും രഹസ്യപ്രവർത്തനങ്ങളിൽ ഏർപ്പെട്ടുകയും ഗൂഢാലോചനയിലൂടെ വധിക്കപ്പെട്ടുകയും ചെയ്ത ഒരാൾക്ക് ഇത് ഇണങ്ങുന്നൊരു പിറവിയാണ്."

അച്ഛനമ്മമാർ വിളിച്ച പേര് ലാറ്റിനമേരിക്കൻ രീതിയനുസരിച്ച് ആദ്യ പുത്രന് പിതാവിന്റെ പേര് തന്നെയായിരുന്നു - ഏണെസ്റ്റോ. അദ്ദേഹത്തിന്റെ പൂർണ്ണനാമത്തിൽ പിതാവിന്റെയും മാതാവിന്റെയും കുടുംബപ്പേരുകൾ കൂടിച്ചേർന്ന് ഏണെസ്റ്റോ ഗുവേര ദെ ലാ സെർന എന്നായി. പില്ക്കാലത്ത് വന്നുചേർന്ന ഇരട്ടപ്പേരു മാത്രമാണ് ചെ. മറ്റെല്ലാ പേരുകളെയും മറികടന്ന് ആ പേരുകൊണ്ട് ലോകംമുഴുവനും അറിയപ്പെട്ടുക എന്ന അത്ഭുതവും സംഭവിച്ചു.

ചെ ഗുവേരയുടെ മാതാപിതാക്കൾ സമ്പന്നവർഗ്ഗത്തിൽ പെട്ടവരായിരുന്നു. ജനനം സമ്പന്നവർഗ്ഗത്തിലോ നിസ്വവർഗ്ഗത്തിലോ എന്നത് ഇത്തരം അസാധാരണ വ്യക്തികളുടെ കാര്യത്തിൽ വിഷയമേയല്ല. മനുഷ്യാവസ്ഥയെ സംബന്ധിച്ച ആഴത്തിലുള്ള ചിന്ത, സഹജീവികളോടുള്ള ആർദ്രത ഇവയൊക്കെ ഉണ്ടായാലേ തിരസ്കൃതർക്കുവേണ്ടി ജീവിതം സമർപ്പിക്കാൻ കഴിയൂ. ഏഴകളുടെ തോഴനായി ജീവിച്ച ചെ തെളിയിക്കുന്നത് അതാണ്.

വംശപരമ്പര

ചെയുടെ വംശപരമ്പരയെ സംബന്ധിച്ച അന്വേഷണം അദ്ദേഹത്തിന്റെ പോരാട്ടവീര്യത്തിന്റെ വേരുകൾ കണ്ടെത്താൻ സഹായിച്ചേക്കാം. പിതാവ് ഏണെസ്റ്റോ ലിഞ്ചിന്റെ പൂർവ്വികർ സ്പാനിഷ്-ഐറിഷ് പ്രഭുവർഗ്ഗത്തിൽപെട്ട അതിസമ്പന്നരായിരുന്നു. പിതാവിന്റെ പിതാമഹൻ ജ്വാൻ അന്റോണിയോ ഗുവേര, അമേരിക്കയിലെ കാലിഫോർണിയയിലേക്ക് സ്വർണ്ണം തേടിപ്പോയവരുടെകൂടെ പോവുകയുണ്ടായി. കാലിഫോർണിയ ഗോൾഡ് റഷ് (1848-1855) എന്നപേരിൽ ചരിത്രപ്രസിദ്ധമായ സ്വർണ്ണവേട്ടയിൽ പങ്കെടുക്കാൻ പോയ ആ പൂർവ്വികൻ കോൺസെപ്സൻ കാസ്ട്രോ എന്നു പേരായ ഒരു മെക്സിക്കൻ സുന്ദരിയെ അവിടെവെച്ച് വിവാഹം കഴിച്ചു. അവരുടെ മകൻ റോബെർട്ടോ ഗുവേര കാസ്ട്രോ കാലിഫോർണിയയിലാണ് ജനിച്ചതെങ്കിലും അച്ഛനമ്മമാരുടെ കൂടെ അർജന്റീനയിലേക്ക് തിരിച്ചുപോന്നു. റോബെർട്ടോ ഗുവേര

കാസ്ട്രോയുടെയും അന്ന ഇസബെൽ ലിഞ്ചിന്റെയും എഴ് മക്കളിൽ ആറാമനായിരുന്നു ചെയുടെ പിതാവ് ഏണെസ്റ്റോ ലിഞ്ച്. ആ കുടുംബം സുഖമായി ജീവിച്ചെങ്കിലും പൂർവ്വികരെപ്പോലെ അതിസമ്പന്നരായ ഭൂവുടമവിഭാഗത്തിൽ പെട്ടിരുന്നില്ല. റോബെർട്ടോ ഓവർസീയറായി ജോലിചെയ്യുകയും അന്ന ഇസബെൽ കുട്ടികളെ വളർത്തുകയും ചെയ്തു. പൂർവ്വികരുടെ വരേണ്യത തിരസ്കരിച്ച അദ്ദേഹം മകനെ സർക്കാർസ്കൂളിൽ ചേർത്തി പഠിപ്പിച്ചു. എന്നാൽ അമ്മയുടെ കാലിഫോർണിയൻ കഥകളും അച്ഛന്റെ സാഹസികജീവിതവും ചെലുത്തിയ സ്വാധീനത്തിൽ നിന്നു ഏണെസ്റ്റോ ലിഞ്ച് തീരെ മുക്തനായില്ല. പിതാവ് മരിക്കുമ്പോൾ പത്തൊമ്പതു വയസ്സായിരുന്നു ഏണെസ്റ്റോയ്ക്ക്. കോളേജിൽ ആർക്കിടെക്ചറും എഞ്ചിനീയറിംഗും പഠിച്ചെങ്കിലും ബിരുദമെടുക്കാനായുമില്ല.

അന്ന ഇസബെൽ ആകട്ടെ അന്റോണിയോ ഗുവേരയെപ്പോലെതന്നെ സ്വർണ്ണം തേടിപ്പോയവരുടെ കുടുംബത്തിൽ കാലിഫോർണിയയിലായിരുന്നു 1868ൽ ജനിച്ചത്. കുട്ടിക്കാലത്ത് തന്റെ മുത്തശ്ശിയായ അന്ന ഇസബെലിന്റെ കാലിഫോർണിയൻ കഥകൾ കേട്ടാണ് ചെ വളർന്നത്. ദാനിയൽ ജെയിംസ് എന്ന ജീവചരിത്രകാരൻ എഴുതി: "... ചെ അറിയുന്ന ഏക മുത്തശ്ശിയായ അന്ന ലിഞ്ച് ഒരു ലിബറലും വിഗ്രഹഭഞ്ജകയുമായിരുന്നു. അദ്ദേഹത്തിന്റെ യുവത്വത്തിൽ അവർ ഒരു പ്രധാന വ്യക്തിയായിക്കഴിഞ്ഞിരുന്നു. അദ്ദേഹം എഞ്ചിനീയറിംഗ് എടുക്കാതെ മെഡിസിൻ പഠിക്കാൻ ഒരു കാരണം അവരുടെ അസുഖവും മരണവുമായിരുന്നു."

അങ്ങനെ ഐറിഷ്, സ്പാനിഷ്, മെക്സിക്കൻ രക്തം ചെയുടെ സിരകളിൽ പ്രവഹിച്ചു. ഐ. ലവ്രേത്സ്കി എന്ന റഷ്യൻ ജീവചരിത്രകാരൻ ചെയുടെ പിതാവിനെ നേരിട്ട് ഉദ്ധരിക്കുന്നു: "എന്റെ മകൻ ക്യൂബൻവിപ്ലവത്തിന്റെ നേതാക്കളിലൊരാളായ മേജർ ചെ ആയതെങ്ങനെയാണെന്നും, അവനെ ബൊളീവിയൻ പർവ്വതങ്ങളിലേക്ക് നയിച്ചതെന്താണെന്നും അറിയാൻ നമുക്ക് കഴിഞ്ഞ കാലത്തേക്ക് കണ്ണയക്കുയും ഞങ്ങളുടെ പൂർവ്വികരെപ്പറ്റി കുറച്ചൊക്കെ അറിയുകയും വേണം. എന്റെ മകന്റെ സിരകളിൽക്കൂടി ഐറിഷ് റെബലുകളുടെയും സ്പാനിഷ് ജേതാക്കളുടെയും അർജന്റൈൻ ദേശാഭിമാനികളുടെയും രക്തമാണൊഴുകുന്നതെന്നാണ് ആദ്യമായി അറിയേണ്ടത്. ഞങ്ങളുടെ അസ്വസ്ഥരായ പൂർവകരുടെ ചില സവിശേഷതകൾ അവന് പാരമ്പര്യമായി ലഭിച്ചിട്ടുണ്ട്. അകലങ്ങളിലെ അലച്ചിലുകളിലേക്കും അപായകരമായ സാഹസങ്ങളിലേക്കും നൂതനമായ ആശയങ്ങളിലേക്കും ആകർഷിക്കപ്പെടുന്ന എന്തോ ചിലത് അവന്റെ പ്രകൃതത്തിലുണ്ട്."

ചെയുടെ പിതാമഹന്റെ പേരിനോടു ചേർന്നുള്ള കാസ്ട്രോ നാമവും കൗതുകകരമായൊരു യാദൃച്ഛികതയാണ്. ചെ ഗുവേരയുടെ വിപ്ലവജീവിതത്തിന്റെ മുഖ്യഭാഗമമെല്ലാം സാക്ഷാൽ ഫിദൽ കാസ്ട്രോയുടെ ഒപ്പമായിരുന്നല്ലോ.

അമ്മയുടേത് ഒട്ടും കലർപ്പില്ലാത്ത സ്പാനിഷ് രക്തമായിരുന്നു. അവരുടെ ഒരു പൂർവ്വികൻ സ്പാനിഷ് കോളനിയായിരുന്ന പെറുവിലെ വൈസ്രോയ് ആയിരുന്നു. മറ്റൊരാൾ പ്രസിദ്ധനായ ഒരു അർജന്റൈൻ മിലിറ്ററി ജനറലും. അവരുടെ പിതാമഹൻ വലിയ ഭൂവുടമയും, പിതാവ് നിയമം പഠിപ്പിച്ചിരുന്ന വിഖ്യാതനായ പ്രൊഫസറും പാർലമെന്റംഗവും അംബാസഡറുമായിരുന്നു.

സിലിയ കൊച്ചുകുട്ടിയായിരിക്കേ മാതാപിതാക്കൾ മരിച്ചുപോയതിനാൽ മൂത്ത സഹോദരി കാർമെൻ ദെ ല സെർനയുടെ സംരക്ഷണയിൽ വളർന്നു. കമ്യൂണിസ്റ്റ് കവി കയെതിനോ കോർദോവ ഇതുർബ്വറു 1928ൽ സെർനയെ വിവാഹം കഴിച്ചു. ഇരുവരും അർജന്റൈൻ കമ്യൂണിസ്റ്റ് പാർട്ടിയിലെ അംഗങ്ങളായിരുന്നു. പ്രായപൂർത്തിയായപ്പോൾ സുഖമായി ജീവിക്കാനാവശ്യമായ പാരമ്പര്യസ്വത്ത് സിലിയ ഉൾപ്പെടെ ഏഴു സഹോദരങ്ങൾക്കും കൈവന്നു.അമ്മയുടെ ഈ പാരമ്പര്യസ്വത്തായിരുന്നു ആദ്യകാലത്ത് അല്ലലില്ലാതെ ജീവിക്കാൻ ചെയുടെ കുടുംബത്തെ സഹായിച്ചത്. കാരണം പിതാവ് ഏണെസ്റ്റോ ലിഞ്ച് നല്ലൊരു വ്യവസായസംരംഭകനും ബിൽഡർ-ആർക്കിടെക്ടും ആയിരുന്നുവെങ്കിലും അദ്ദേഹം മാറിമാറി പരീക്ഷിച്ച വ്യവസായസംരംഭങ്ങളെല്ലാം വിജയിക്കാതെ പോയി.

അമ്മയുടെ സ്വാധീനം

അമ്മയുടെ സ്വത്തുകൊണ്ട് ജീവിതത്തിന്റെ ഭൗതികാവശ്യങ്ങൾ നിറവേറിയെന്നതിലുപരി, ചെയുടെ ആശയലോകത്തെ രൂപപ്പെടുത്തുന്നതിൽ അവരുടെ പങ്ക് നിസ്സാരമായിരുന്നില്ല. പിതാവിന് ഉത്പതിഷ്ണുത്വം ഉണ്ടായിരുന്നുവെങ്കിലും, പുരോഗമനപരമായ ഒരു ലോകവീക്ഷണം ചെയ്ക്ക് കുഞ്ഞുനാളിലേ ലഭിച്ചത് അമ്മയിൽനിന്നായിരുന്നു. ജീവചരിത്രകാരനായ ഡെന്നിസ് അബ്രാംസ് അമ്മയെപ്പറ്റി എഴുതി: "അവർക്ക് പാരമ്പര്യമനുസരിച്ചുള്ള കത്തോലിക്ക സ്കൂൾ വിദ്യാഭ്യാസമാണ് ലഭിച്ചത്. എന്നാൽ അവരെ വളർത്തിയ മൂത്ത സഹോദരിയുടെ പുരോഗമനരാഷ്ട്രീയത്തിന്റെ സ്വാധീനം ശക്തമായി അവരിലുണ്ടായിരുന്നു. ഒരു അടിയുറച്ച ഫെമിനിസ്റ്റും സോഷ്യലിസ്റ്റും സ്വതന്ത്രചിന്തകയും ആയി അവർ വളർന്നു. വലുതായപ്പോൾ ഏണസ്റ്റോയിൽ ഏറ്റവും വലിയ സ്വാധീനശക്തി അവരുടേതായി."

അമ്മ ജന്മനാ അപായങ്ങളിലേക്ക് ലക്കുംലഗാനുമില്ലാതെ എടുത്തു ചാടുന്നവളാണെന്നും അതങ്ങനെതന്നെ മകനിലേക്ക് പകർന്നെന്നും പറഞ്ഞ് പിതാവ് അവരെ ശകാരിക്കാറുണ്ടായിരുന്നു. അതേസമയം കുട്ടിയായിരിക്കേ അന്യായങ്ങളോട് കോപാന്ധനായി പ്രതികരിക്കുന്ന ഐറിഷ്ശീലം അച്ഛനിൽനിന്നും ഏണസ്റ്റോയ്ക്ക് ലഭിച്ചിട്ടുണ്ടെന്നാണ് ജീവചരിത്രകാരന്മാർ നിരീക്ഷിച്ചിട്ടുള്ളത്.

1920കളിലും 1930കളിലും അർജന്റീനയിലെ സ്ത്രീകളുടെ അവകാശങ്ങൾ നേടിയെടുക്കാൻ നടന്ന സമരങ്ങളിലെല്ലാം സിലിയ മുന്നണിപ്പോരാളിയായിരുന്നു. മിക്കപ്പോഴും അവരുടെ വീടായിരുന്നു സ്ത്രീസംഘടനകളുടെ യോഗസ്ഥലം. വിവാഹത്തിനുമുമ്പും പിന്നീടും അതു തുടർന്നു. ജോർജെ ജി. കസ്തനെദ എന്ന ജീവചരിത്രകാരൻ പറയുന്നത്, 1955ൽ മെക്സിക്കോയിൽ വെച്ച് ഫിദൽ കാസ്ട്രോയുമായി കണ്ടുമുട്ടുന്നതുവരെ, ധൈഷണികമായി ചെയെ ഏറ്റവുമധികം സ്വാധീനിച്ച ഏക വ്യക്തി അമ്മയായിരുന്നു, പിതാവോ ഭാര്യമാരോ മക്കളോ ആയിരുന്നില്ല എന്നാണ്. കാസ്ട്രോയെ കണ്ടുമുട്ടിയതുമുതൽ ആ സ്ഥാനം അദ്ദേഹത്തിനായി.

അവസാനത്തെ രണ്ടു പതിറ്റാണ്ട് കാൻസർരോഗത്തെ ചെറുത്തും, മരണത്തിനു തൊട്ടുമുമ്പ് ഈ മകന്റെ അമ്മയായതുകൊണ്ടുമാത്രം ജയിലിടയ്ക്കപ്പെട്ടും ജീവിച്ച ധീരയായ അമ്മ 1965ൽ കോംഗോയിൽ വിപ്ലവം സംഘടിപ്പിക്കാൻ ക്യൂബ വിടുന്നതിനുമുമ്പ് മകനെ ഒരുനോക്കു കാണാൻ ആഗ്രഹം അറിയിച്ചിരുന്നു. പക്ഷേ അതിനുമുമ്പേ പരിപാടികളെല്ലാം തയ്യാറായിക്കഴിഞ്ഞിരുന്നതിനാൽ ആ അന്ത്യാഭിലാഷം സാധിച്ചുകൊടുക്കാൻ അദ്ദേഹത്തിനായില്ല. അന്ത്യം അടുത്തെന്നു സ്വയം മനസ്സിലാക്കിയതു കൊണ്ടായിരിക്കാം അവരങ്ങനെ അഭിലഷിച്ചത്. ഏതാനും മാസങ്ങൾക്കുള്ളിൽ അമ്മയുടെ മരണവാർത്ത തേടിയെത്തിയപ്പോൾ സമരത്തിൽ തിരിച്ചടികളുടെ നടുക്കടലിലായിരുന്നു ചെ. ഉള്ളുതുറന്നു കരയാൻപോലും അപ്പോൾ അദ്ദേഹത്തിനു കഴിയുമായിരുന്നില്ല.

ചെ ജനിച്ചയുടനെ കുടുംബം റൊസാരിയോയിൽനിന്ന് സാൻ ഇൻസിദ്രോനഗരത്തിലേക്ക് താമസം മാറ്റി. ജനിച്ച് നാല്പതു ദിവസം കഴിഞ്ഞപ്പോഴേയ്ക്കും ബാധിച്ച ന്യൂമോണിയ കൊച്ചു ഏണെസ്റ്റോയുടെ ജീവൻ അപഹരിക്കുമോ എന്നുപോലും അവർ ഭയപ്പെട്ടു. ജീവിതത്തിലുടനീളം മരണത്തിന്റെ നൂൽപ്പാലത്തിലൂടെ സഞ്ചരിക്കാനിരിക്കുന്ന ആ ജീവിതത്തിന്റെ തുടക്കവും അതുപോലെയായി.

1930ൽ സാൻ ഇൻസിദ്രോയിൽ ചെയുടെ പിതാവ് ഷിപ്പ്യാർഡ് ബിസിനസ്സിൽ പങ്കാളിയായി. ബിസിനസ്സിലെ പ്രശ്നങ്ങൾ കാരണം കുടുംബം ല പ്ലാറ്റ നദിയുടെ തീരത്തെ ഗ്രാമത്തിലേക്ക് താമസം

മാറ്റേണ്ടിവന്നു. അവിടെ അവർ അലം സ്ട്രീറ്റിൽ താമസമാക്കി. മെയ് 2ന് സിലിയ രണ്ടുവയസ്സുകാരനായ കൊച്ചു ഏണെസ്റ്റോയെയും കൊണ്ട് യാച്ച് ക്ലബ്ബിൽ നീന്താൻ പോയി. അമ്മയും മകനും വെള്ളത്തിൽ മലർന്നു കിടന്നു നീന്തി. പെട്ടെന്നായിരുന്നു കാലാവസ്ഥ മാറിയത്. ഭയങ്കരമായ തണുപ്പ് വ്യാപിച്ചു. വിറയ്ക്കാൻ തുടങ്ങിയ കുഞ്ഞിനെ അമ്മ ശരീരത്തോടു ചേർത്തണച്ചുപിടിച്ചായിരുന്നു തിരിച്ചുപോന്നത്. എന്നാൽ വീട്ടിലെത്തിയപ്പോഴേക്കും അവൻ അസുഖത്തിന്റെ ലക്ഷണങ്ങൾ കാണിക്കാൻ തുടങ്ങി. താല്ക്കാലികമാണെന്ന് ആശ്വസിച്ച് അച്ഛനമ്മമാർ കുഞ്ഞിനെ ഡോക്ടറെ കാണിക്കാൻ പോയില്ല. രാത്രിയായിട്ടും ചുമ നിലയ്ക്കാതെ തുടരുന്നതുകണ്ടപ്പോൾ ഡോക്ടറെ കാണിച്ചു. ആസ്ത്മാറ്റിക് ബ്രോങ്കൈറ്റിസ് ആണെന്നും രണ്ടുകൊല്ലംമുമ്പ് വന്ന ന്യുമോണിയയുമായി ഇതിനു ബന്ധമുണ്ടാകാമെന്നും ഡോക്ടർ പറഞ്ഞു. അമ്മയ്ക്ക് കൊച്ചുനാളിലുണ്ടായ ആസ്ത്മ കുഞ്ഞിനു ജന്മനാ ലഭിക്കാനുള്ള സാദ്ധ്യതയും തള്ളിക്കളഞ്ഞില്ല. എന്നാൽ അച്ഛൻ മകനെ ശീതകാലത്ത് സൺബാത്തിനു വിധേയനാക്കുകയും ഐസ് വെള്ളത്തിൽ കുളിപ്പിക്കയും മറ്റും ചെയ്തതും രോഗാക്രമണത്തിനിടയാക്കിയെന്ന് സിലിയ കുറ്റപ്പെടുത്താറുണ്ട്. ഏതായാലും മരണംവരെ നിലനിന്ന ഒന്നാകയാൽ പാരമ്പര്യഘടകത്തെ തള്ളിക്കളയാനാകില്ല. പിന്നെ രണ്ടുവർഷക്കാലം ചെയ്യാത്ത ചികിത്സകളില്ല. ഒടുവിൽ അവർ മനസ്സിലാക്കിയത് കുട്ടിയുടെ ആരോഗ്യം ഭേദപ്പെടണമെങ്കിൽ ആ തണുത്ത കാലാവസ്ഥയിൽനിന്ന് രക്ഷപ്പെടണമെന്നായിരുന്നു. അങ്ങനെയാണവർ മദ്ധ്യ അർജന്റീനയിലെ കോർദോബ പ്രവിശ്യയിലെ ആൽത ഗ്രാസിയ എന്ന ചെറുപട്ടണത്തിലേക്ക് താമസം മാറ്റിയത്.

സിലിയ, അന്ന മറിയ എന്നീ രണ്ടു സഹോദരിമാരോടും റോബെർട്ടോ എന്ന സഹോദരനോടും ഒപ്പം ആൽത ഗ്രാസിയ പട്ടണത്തിലും പിന്നീട് പ്രവിശ്യ ആസ്ഥാനത്തുമായി ഏണെസ്റ്റോ കുട്ടിക്കാലം ചെലവഴിച്ചു. 1943ൽ ആയിരുന്നു ജ്വാൻ മാർട്ടിൻ എന്ന അനുജൻ പിറന്നത്. അപ്പോൾ ഏണസ്റ്റോ പതിനഞ്ച് വയസ്സ് പിന്നിട്ടിരുന്നു. പതിനേഴുകാരനായ ഏണസ്റ്റോ രണ്ടുവയസ്സുകാരനായ അനുജനെ തോളിലേറ്റി നില്ക്കുന്ന ഫോട്ടോ ജ്വാൻ മാർട്ടിൻ ഇപ്പോഴും സൂക്ഷിക്കുന്നു. ഒരു ബ്രിട്ടീഷ് പത്രം ഈയിടെ ഒരു അഭിമുഖത്തോടൊപ്പം അത് പ്രസിദ്ധീകരിച്ചിരുന്നു. അഭിമുഖത്തിൽ അച്ഛനമ്മമാരുടെ പ്രകൃതത്തെയും അത് ജ്യേഷ്ഠനിൽ ചെലുത്തിയ സ്വാധീനത്തെയും പറ്റി മാർട്ടിൻ പറഞ്ഞു: “ഒരിടത്തുമാത്രം തളച്ചിടപ്പെടുന്ന ജീവിതം എന്റെ പിതാവിന് തീരെ ഇഷ്ടമല്ലായിരുന്നു. അദ്ദേഹം കുറച്ചൊക്കെ സ്വതന്ത്രനായിപ്പോയെന്നു വേണമെങ്കിൽ പറയാം. പക്ഷേ അതുകൊണ്ടായിരുന്നു ഞങ്ങൾക്ക് കറങ്ങിയടിച്ച്

ലോകം കാണാമെന്ന തോന്നലുണ്ടായത്. എന്റെ അമ്മയാകട്ടെ നല്ല തത്ത്വദീക്ഷയുള്ളവളായിരുന്നു. അടിയുറച്ച ആശയങ്ങൾ അവർക്കുണ്ടായിരുന്നു. ചെ രണ്ടിന്റെയും ഒരു മിശ്രണമായിരുന്നു.'' (ദി ഗാർഡിയൻ, 17 ഏപ്രിൽ 2017)

ആ ഫോട്ടോ സൂക്ഷിച്ചുനോക്കിയാൽ ചെറുപ്പക്കാരനായ പിതാവ് മകനെ തോളിലേറ്റി നില്ക്കുന്നതായും തോന്നാം. അക്കാര്യം ജ്വാൻ മാർട്ടിൻ 'ചെ, എന്റെ സഹോദരൻ' എന്ന ഗ്രന്ഥത്തിൽ വിവരിക്കുന്നുണ്ട്. "ഞങ്ങൾക്കു തമ്മിൽ പതിനഞ്ചുവയസ്സിന്റെ വ്യത്യാസമുണ്ടായിരുന്നു. സമപ്രായക്കാരായ കൂടപ്പിറപ്പുകൾ പറയുന്നത് കേട്ടിരിക്കുമായിരുന്നതിനേക്കാളേറെ അദ്ദേഹം പറയുന്നത് ഞാൻ ശ്രദ്ധിച്ചിരുന്നു. അദ്ദേഹം അച്ഛനെപ്പോലെ ആയിരുന്നോ? ഒരുപക്ഷേ പകരക്കാരനായൊരാൾ. അതേസമയം എല്ലാം ഞങ്ങൾ ചെയ്തത് കൂടെപ്പിറപ്പുകളെപ്പോലെയായിരുന്നു. ഞങ്ങൾ ഫുട്ബാൾ കളിച്ചു. താമാശകളിലേർപ്പെട്ടു." ജ്വാൻ മാർട്ടിൻ ജനിച്ചയുടനെ അച്ഛനും അമ്മയും അകലാൻ തുടങ്ങിയതും ഏണസ്റ്റോയെ പ്രായത്തിൽ കവിഞ്ഞ ഉത്തരവാദിത്വങ്ങൾ പേറാൻ നിർബ്ബന്ധിതനാക്കി. കൂടപ്പിറപ്പുകൾക്ക്, പ്രത്യേകിച്ചും ഇളയ അനുജന് ജ്യേഷ്ഠൻ അച്ഛന്റെ ഒരു പകരക്കാരനായി തോന്നാൻ കാരണമതാണ്.

ആൽത ഗ്രാസിയയിലെ വരണ്ട കാലാവസ്ഥ ഏണെസ്റ്റോയുടെ ആരോഗ്യത്തിന് നല്ലതായിരുന്നു. അപ്പോഴും ആസ്ത്മയുടെ കൂടെക്കൂടെയുള്ള ആക്രമണം അവനെ ശയ്യാവലംബിയാക്കിയിരുന്നു. ഒരു രോഗിയെന്ന നിലയിൽ മുറിയടച്ചിട്ട് അടങ്ങിയൊതുങ്ങി ജീവിക്കാൻ ഏണെസ്റ്റോ തയ്യാറായില്ല. നല്ല ആരോഗ്യമുള്ളവർ ഏർപ്പെടുന്ന എല്ലാ കളികളിലും അവൻ പങ്കെടുത്തു. മകന്റെ അനാരോഗ്യം അമ്മയും മകനും തമ്മിലുള്ള ബന്ധം ദൃഢതരമാകാൻ കാരണമായി. ശാരീരികമായ ദൗർബല്യം സ്കൂളിൽ പോകാൻപോലും അവനെ അശക്തനാക്കിയപ്പോൾ അമ്മ വീട്ടിലിരുത്തി പഠിപ്പിക്കാനാരംഭിച്ചു. അബ്രാംസ് എഴുതി: "അവരിലൂടെയായിരുന്നു ഏണെസ്റ്റോയിൽ പുസ്തകങ്ങളോടുള്ള ആജീവനാന്ത പ്രണയവും ഒരിക്കലും ശമിക്കാത്ത ധൈഷണികജിജ്ഞാസയും വികസിച്ചത്." അച്ഛനും അമ്മയും ഒരുപോലെ വിജ്ഞാനോപാസകരായിരുന്നു. അവരുടെ ഹോം ലൈബ്രറിയിൽ മൂവായിരത്തോളം ഉന്നത നിലവാരത്തിലുള്ള ഗ്രന്ഥങ്ങൾ ഉണ്ടായിരുന്നു. ചരിത്രം, സാഹസകൃത്യങ്ങൾ എന്നിവ പ്രതിപാദിക്കുന്ന പുസ്തകങ്ങളോടുള്ള താത്പര്യം അച്ഛനിൽനിന്നും, സാഹിത്യം, തത്ത്വചിന്ത, കവിത എന്നിവയിലെ കമ്പം അമ്മയിൽനിന്നും ലഭിച്ചതായി റിച്ചാഡ് ഹാരിസ് രേഖപ്പെടുത്തി, "കൗമാരത്തിലെത്തിയപ്പോഴേക്കും അദ്ദേഹം തന്റെ അച്ഛനമ്മമാരുടെ

താരതമ്യേന വലിയ ഹോം ലൈബ്രറിയിലെ ഏതാണ്ടെല്ലാ പുസ്തകങ്ങളും വായിച്ചുകഴിഞ്ഞിരുന്നു."

അമ്മയോടൊപ്പം നീന്താൻ പോയപ്പോഴായിരുന്നു തന്റെ അസുഖം ആദ്യമായി പ്രത്യക്ഷപ്പെട്ടതെന്നതൊന്നും ആ ബാലൻ കാര്യമാക്കിയില്ല. കൊച്ചുന്നാളിലേ നീന്താൻ പഠിക്കയും ആ വിനോദത്തെ വികാരപരമായി സമീപിക്കയും ചെയ്തു. അമ്മ മകന്റെ താത്പര്യത്തെ അങ്ങേയറ്റം പ്രോത്സാഹിപ്പിച്ചു. അത് അവന്റെ ആരോഗ്യം മെച്ചപ്പെടുത്തുമെന്ന് അവർ പ്രതീക്ഷിച്ചു. കുറച്ചുകൂടി വളർന്നപ്പോൾ കുതിരസവാരിയിലും അവൻ വൈദഗ്ധ്യം നേടിയെടുത്തു. പക്ഷേ ഇതുകൊണ്ടൊന്നും ആസ്ത്മ ഏണെസ്റ്റോയെ വിട്ടുപിരിഞ്ഞില്ല. ജീവാവസാനംവരെ പിരിയാത്ത കൂട്ടുകാരനായി കൂടെക്കൂടി. ഗറില്ലായുദ്ധരംഗത്ത് രോഗംമൂലം താൻ ബോധരഹിതനായി വീണിരുന്നത് ക്യൂബൻവിപ്ലവകാലത്തെ അനുസ്മരണകളിൽ ചെ എഴുതിയിരുന്നു. ഗറില്ലാസംഘത്തിന് ഒരേ സ്ഥലത്ത് അനിശ്ചിതമായി തങ്ങാനാകില്ല, ചെയെ ഉപേക്ഷിച്ച് പോകാനുമാകില്ല. ഓരോരുത്തർക്കും അവരുടെതന്നെ വേണ്ടതിലേറെ വസ്തുക്കൾ ചുമക്കാനുണ്ട്. എല്ലാവരും വിശന്നുവലഞ്ഞു ക്ഷീണിതരുമായിരിക്കും. എന്നിട്ടും ചെയെക്കൂടി ചുമന്ന് അവർ ചിലപ്പോൾ മണിക്കൂറുകളോളം സഞ്ചരിച്ചിട്ടുണ്ട്.

അച്ഛനിൽനിന്ന് അമൂല്യമായ പാഠം ഏണസ്റ്റോയ്ക്ക് ലഭിക്കയുണ്ടായെന്നു അബ്രാംസ് രേഖപ്പെടുത്തി, "പിതാവിൽനിന്നു അത്ലെറ്റിക്സ്, സ്പോർട്ട്സ്, മത്സരം എന്നിവയുടെ മൂല്യം അറിയാനായി. അസുഖംകൊണ്ടുള്ള കഷ്ടപ്പാടുകളും പരിമിതികളും മറികടക്കാൻ ഇച്ഛാശക്തിയിലൂടെമാത്രമേ കഴിയൂ എന്ന ദൃഢവിശ്വാസവും ഏണസ്റ്റോയ്ക്ക് ഉണ്ടായി." ഇത്ര വലിയ രോഗത്തിന്റെ കെടുതികളെ നേരിടാമെങ്കിൽ ജീവിതത്തിലെ ഏതു പ്രതിസന്ധിയെയും വിജയകരമായി അഭിമുഖീകരിക്കാൻ അത് സഹായിക്കുമെന്നും ഏണെസ്റ്റോ തിരിച്ചറിഞ്ഞു.

മകന്റെ കളിക്കൂട്ടുകാരെ തിരഞ്ഞെടുക്കുന്നതിൽ ഏണസ്റ്റോയുടെ മാതാപിതാക്കൾ സാമൂഹികപദവിയിലെ വലിപ്പച്ചെറുപ്പം തീരെ പണിഗണിച്ചില്ല. പിതാവിന്റെ കൺസ്ട്രക്ഷൻകമ്പനിയിലെ ജോലിക്കാരുടെ മക്കൾ മുതൽ കുടിയേറ്റക്കാരായ പാവപ്പെട്ടവരുടെ മക്കൾവരെ അവന്റെ കൂടെ കൂട്ടുകൂടുകയും കളിക്കുകയും ചെയ്തു. ഇക്കാര്യത്തിൽ ഫിദൽ കാസ്ട്രോയുടെ കുട്ടിക്കാലവുമായി അത്ഭുതകരമായ സാമ്യം കാണാം. ഫിദലിന്റെ അച്ഛനമ്മമാരും തിരസ്കൃതരെന്നു കരുതപ്പെട്ടവരുമായി മക്കൾ ഇണങ്ങിപ്പോകണമെന്ന കാര്യത്തിൽ നിർബ്ബന്ധബുദ്ധികളായിരുന്നു. ഇരുവർക്കും തിരസ്കൃതവർഗ്ഗത്തിനുവേണ്ടി പോരാടാൻ പില്ക്കാലത്ത് പ്രചോദനം ലഭിക്കുന്നതിന് ഈ ബാല്യകാലാനുഭവം കാരണമായിട്ടുണ്ടാകണം.

അമ്മയുടെ മേൽനോട്ടത്തിലുള്ള പഠനവും വായനയും കളികളുമായി ഏറെക്കാലം മുന്നോട്ട് പോകാനായില്ല. വിദ്യാഭ്യാസ അധികൃതർ പിടികൂടി അവനെ സ്കൂളിൽ ചേർത്തു. രണ്ടാം ഗ്രേഡിലായിരുന്നു ചേർത്തതെങ്കിലും ഒമ്പതു വയസ്സായതിനാൽ ക്ലാസ്സിൽ മറ്റുകുട്ടികളേക്കാൾ ഒരു വയസ്സിന് മുതിർന്ന കുട്ടി അവനായിരുന്നു. എന്നാൽ വിപുലമായ വായനയുടെയും അറിവിന്റെയും കാര്യത്തിൽ ഏണെസ്റ്റോ എല്ലാവരുടെയും മുന്നിലായിരുന്നു. അവൻ വായിച്ച പുസ്തകങ്ങളുടെ പേരുകൾ അവരാരും കേട്ടിട്ടുപോലുമുണ്ടായിരുന്നില്ല. അമ്മയുടെ പരിശ്രമത്താൽ അവന് ഫ്രഞ്ച് സംസാരിക്കാനും കഴിഞ്ഞിരുന്നു. മറ്റുള്ള കുട്ടികൾക്ക് സ്പാനിഷ് മാത്രമേ അറിയുമായിരുന്നുള്ളൂ. എന്നാൽ പഠിപ്പിൽ എല്ലാവരുടെയും മുന്നിലെത്തണമെന്ന വാശിയൊന്നും അവനുണ്ടായിരുന്നില്ല. ഏണസ്റ്റോയുടെ താത്പര്യങ്ങൾ ബഹുമുഖമായി വികസിച്ചു. സ്പോർട്ട്സിലും അതീവ ശ്രദ്ധ ചെലുത്തി. ഫുട്ബാൾ, റഗ്ബി, ചെസ് തുടങ്ങിയ കളികളിൽ അവൻ എല്ലാവരുടെയും മുന്നിലായിരുന്നു. റിച്ചാർഡ് എൽ. ഹാരിസ് എഴുതി: "ഒരു ചെറുപ്പക്കാരനെന്ന നിലയിൽ ഏണസ്റ്റോ ചെ ഗുവേരയെപ്പറ്റി അറിയുന്നവർ അദ്ദേഹത്തിന്റെ ധൈഷണികതയിലും പുതിയ കാര്യങ്ങൾ പഠിക്കുന്നതിൽ കാണിക്കുന്ന അനായാസതയിലും മതിപ്പുള്ളവരായിരുന്നു. എന്നിരുന്നാലും ഒരു വിദ്യാർത്ഥിയെന്ന നിലയിൽ അനിതരസാധാരണത്വമൊന്നും അദ്ദേഹത്തിനുണ്ടായിരുന്നില്ല. സ്കൂളിനു പുറത്തുള്ള കാര്യങ്ങളിലായിരുന്നു അദ്ദേഹത്തിന് കമ്പം. അതുകൊണ്ടായിരുന്നു സ്കൂളിൽ ഉയർന്ന ഗ്രേഡ് ലഭിക്കുന്നതിലൊന്നും താത്പര്യമുണ്ടാകാതിരുന്നത്. ഹൈക്കിംഗ്, ഫുട്ബാൾ, റഗ്ബി, ചെസ് എന്നിവയിലായിരുന്നു അദ്ദേഹം മുഴുകിയത്. ചെസ്സിൽ അദ്ദേഹം ഒരു മികച്ച കളിക്കാരനായിരുന്നു. അത് അദ്ദേഹത്തിന്റെ പ്രധാന ഹോബിയുമായി." ഒരുപാട് കുസൃതി കാണിച്ചിരുന്നെങ്കിലും നേതൃത്വപാടവം ബാല്യത്തിലേ ഏണസ്റ്റോയിൽ പ്രകടമായിരുന്നുവെന്ന് അദ്ധ്യാപകരെല്ലാം സാക്ഷ്യപ്പെടുത്തിയിട്ടുണ്ട്. ഏണസ്റ്റോ എന്തു കുസൃതി കാണിച്ചാലും ഒരു പറ്റം കുട്ടികൾ അവനുചുറ്റും അനുയായികളെപ്പോലെ കൂടിയിരുന്നു.

ആൽത ഗ്രാസിയയിൽ അവർ താമസിച്ച വീടുകൾ നിരവധിയാണ്. 1935 മുതൽ 1943 വരെ ഇടവിട്ട് ആറ് വർഷക്കാലം ചിലവഴിച്ച വില്ല നൈദിയ എന്ന വീട് ഇപ്പോൾ ചെ ഗുവേര മ്യൂസിയമാണ്. ഗുവേര കുടുംബത്തിന് ആൽത ഗ്രാസിയയിൽ മറക്കാനാവാത്ത വീടും അതുതന്നെ.

മൂന്ന്

ബാല്യത്തെ കീഴടക്കിയ രാഷ്ട്രീയം

രാഷ്ട്രീയവീക്ഷണം രൂപപ്പെട്ട ചരിത്രപശ്ചാത്തലം

കഴിഞ്ഞ നൂറ്റാണ്ടിന്റെ ആരംഭത്തിൽ അർജന്റീനയുടെ സാമ്പത്തികസ്ഥിതി വളരെ ഭദ്രമായിരുന്നു. 1913ൽ ആളോഹരി വരുമാനം ഫ്രാൻസിന്റേതിനേക്കാൾ കൂടുതലായിരുന്നു എന്ന വസ്തുതതന്നെ അതിനു തെളിവാണ്. എന്നാൽ ലോകത്താകമാനം പ്രതിസന്ധി സൃഷ്ടിച്ച വലിയ സാമ്പത്തികമാന്ദ്യം 1929-32 കാലത്ത് രാജ്യത്തെ കയറ്റുമതിവരുമാനം നേർപകുതിയാക്കി. കാർഷികമേഖലയിൽ പെരുകിയ തൊഴിലില്ലായ്മ ദശലക്ഷക്കണക്കിന് തൊലിൽരഹിതരെയാണ് ഗ്രാമങ്ങളിൽനിന്ന് നഗരങ്ങളിലേക്ക് ചേക്കേറാൻ നിർബ്ബന്ധിതരാക്കിയത്. "വരാനിരിക്കുന്ന വർഷങ്ങളിലെ അർജന്റൈൻ രാഷ്ട്രീയത്തെയും സമൂഹത്തെയും പിടിച്ചുകുലുക്കുന്ന രാഷ്ട്രീയപ്രസ്ഥാനത്തിലെ അണികളെ രൂപപ്പെടുത്തുക ഈ തിരസ്കൃതജനതയായിരിക്കും" എന്ന് ഡെന്നിസ് അബ്രാംസ് എഴുതി. ഏണസ്റ്റോയ്ക്ക് 5 വയസ്സായപ്പോഴേക്കും രൂപപ്പെട്ടുവന്ന ഇത്തരമൊരു രാഷ്ട്രീയാന്തരീക്ഷം നന്നെ ചെറുപ്രായത്തിൽത്തന്നെ അവനിൽ രാഷ്ട്രീയ താത്പര്യമുളവാക്കി.

1936 മുതൽ 1939വരെ നടന്ന സ്പാനിഷ് ആഭ്യന്തരസമരത്തെ സംബന്ധിച്ച വാർത്തകൾ താത്പര്യത്തോടെ അവൻ പിന്തുടർന്നത് ഈ സാഹചര്യത്തിലായിരുന്നു. ആ സമരത്തിന്റെ ആന്തരികവിവക്ഷകൾ അറിഞ്ഞുകൊണ്ടുതന്നെയായിരുന്നു അത്. മാതാപിതാക്കളുടെ നിരന്തര

ശിക്ഷണത്തിൽ ഏണസ്റ്റോയെപോലെ അതീവ ബുദ്ധിശാലിയായ ഒരു ബാലന്റെ കാര്യത്തിൽ അത് നടക്കാത്ത കാര്യമല്ല. അവന്റെ എട്ടുമുതൽ പതിനൊന്നു വയസ്സുവരെയായിരുന്ന ലോകംമുഴുവൻ ഉറ്റുനോക്കിയിരുന്ന ആ സംഭവങ്ങൾ.

"ഫ്രാങ്കോയും സ്പാനിഷ് ആഭ്യന്തരയുദ്ധവും" എന്ന ഗ്രന്ഥത്തിൽ ഫിലിപെ റിവൈറോ ദെ മെനെസെസ് എഴുതി: "ഒന്നാം ലോകയുദ്ധത്തിന്റെ ഞെട്ടലിൽനിന്നും പൂർണ്ണമായി മോചിതമായിട്ടില്ലാത്ത യൂറോപ്പിനെ സ്പാനിഷ് ആഭ്യന്തരയുദ്ധത്തിന്റെ ഉഗ്രത സംഭ്രമിപ്പിച്ചുകളഞ്ഞു. ഇറ്റലിയെ ഒഴിച്ചുനിർത്തിയാൽ ഒന്നാം ലോകയുദ്ധത്തിലെ വിജയികൾ അതിനു ശേഷമുണ്ടായ സമാധാനം നിലനിർത്തുന്നതിൽ ഉത്സുകരായിരുന്നു. മുപ്പത്തിമൂന്നു മാസങ്ങളോളം നീണ്ടുനിന്ന സ്പെയിനിലെ യുദ്ധം അഞ്ചു ലക്ഷമാളുകളുടെ മരണത്തിനിടയാക്കുകയും യൂറോപ്യൻ രാഷ്ട്രീയത്തിന്റെ കേന്ദ്രബിന്ദുവാക്കിത്തീർക്കുകയും ചെയ്തു." ജനാധിപത്യപരമായി തിരഞ്ഞെടുക്കപ്പെട്ട റിപ്പബ്ലിക്കൻ സർക്കാരിനെ ജർമ്മനിയുടെയും ഇറ്റലിയുടെയും പോർച്ചുഗലിന്റെയും സഹായത്തോടെ മറിച്ചിട്ട ജനറൽ ഫ്രാങ്കോ പതിറ്റാണ്ടുകൾ നീണ്ടുനിന്ന (1939-1975) സ്വേച്ഛാധിപത്യവാഴ്ച്ക്ക് അന്നേ തുടക്കമിട്ടു.

എല്ലാ ഇടതുപക്ഷപ്രസ്ഥാനങ്ങളുടെയും മുന്നണിയായ പോപ്പുലർ ഫ്രന്റ് സ്പെയിനിൽ 1936ലെ പൊതുതിരഞ്ഞെടുപ്പിൽ ഫാസിസ്റ്റ്ശക്തികളുടെ മുഴുവനും മുന്നണിയായ നാഷണലിസ്റ്റുകളെ പരാജയപ്പെടുത്തി. അപ്പോൾ പ്രസിഡന്റ് മാന്വൽ അസനയുടെ നേതൃത്വത്തിൽ സർക്കാർ രൂപീകരിച്ചതായിരുന്നു സംഭവങ്ങളുടെ തുടക്കം. പോപ്പുലർ ഫ്രന്റിൽ കമ്യൂണിസ്റ്റുകാർ മാത്രമല്ല, അന്ന് സ്പെയിനിൽ നിലനിന്നിരുന്ന കമ്യൂണിസ്റ്റുകാരല്ലാത്ത ഇടതുപക്ഷ കക്ഷികളുമുണ്ടായിരുന്നു. ജനാധിപത്യപരമായി തിരഞ്ഞെടുക്കപ്പെട്ടതായിരുന്നു പോപ്പുലർ ഫ്റന്റ്. അതുകൊണ്ട് അതിനെതിരായ തിരഞ്ഞെടുപ്പിനെ തിരസ്കരിച്ച് നടത്തുന്ന ഏതു നീക്കവും ജനാധിപത്യവിരുദ്ധമാണ്. അങ്ങനെയാണ് സ്പാനിഷ് ആഭ്യന്തരയുദ്ധം ജനാധിപത്യവും ജനാധിപത്യവിരുദ്ധതയും തമ്മിൽ നടന്ന യുദ്ധമായത്.

റിപ്പബ്ലിക്കൻസർക്കാരിനെതിരെ ജൂലായ് 17-18 ദിവസങ്ങളിൽ ഒരു സൈനിക അട്ടിമറി അരങ്ങേറി. അത് ഭാഗികമായി പരാജയപ്പെട്ടു. അതോടെ അട്ടിമറിനേതാവായ ജനറൽ ഫ്രാൻസിസ്കോ ഫ്രാങ്കോ ഒരു ആഭ്യന്തരസമരത്തിന് തിരികൊളുത്തി. അട്ടിമറിയിൽ തലമുതിർന്ന മറ്റു ജനറൽമാരെല്ലാം വധിക്കപ്പെട്ടതിനാൽ നേതൃത്വത്തിലെത്തിയ ഫ്രാങ്കോവിന് നാസി ജർമ്മനിയിൽനിന്നും ഫാസിസ്റ്റ് ഇറ്റലിയിൽനിന്നും

മറ്റും ലഭിച്ച പിന്തുണ മേൽക്കൈനേടാൻ സഹായിച്ചു. റിപ്പബ്ലിക്കൻ പക്ഷത്തിന് സ്പാനിഷ് കമ്യൂണിസ്റ്റ്പാർട്ടിയുടെയും മറ്റ് ഇടതുപക്ഷ ഗ്രൂപ്പുകളുടെയും, സോവിയറ്റ്യൂണിയൻ, മെക്സിക്കോ എന്നീ രാജ്യങ്ങളുടെയും സഹായമുണ്ടായിരുന്നു. ഫ്രാൻസിൽ അപ്പോൾ ലിയോൺ ബ്ലും നയിച്ച ഇടതുപക്ഷ പോപ്പുലർ ഫ്രന്റായിരുന്നു ഭരണത്തിലെങ്കിലും കുറെ ആടിക്കളിച്ചശേഷം ശക്തമായ വലതുപക്ഷത്തിന്റെ സമ്മർദ്ദത്താൽ ഒടുവിൽ ബ്രിട്ടന്റെയും അമേരിക്കയുടെയും പോലെ നിഷ്പക്ഷനയം സ്വീകരിച്ചു. സാമ്രാജ്യത്വശക്തികളുടെ ഈ നിഷ്പക്ഷനയം നാസിസവും ഫാസിസവും ഉച്ഛൃംഖലമായി വളർന്ന് ഒരു ലോകയുദ്ധത്തിലൂടെ അവർക്കുതന്നെ വിനയായതും ചരിത്രം.

53 രാജ്യങ്ങളിൽനിന്നായി നാല്പതിനായിരത്തോളം വളന്റിയർമാർ റിപ്പബ്ലിക്കൻ പക്ഷത്ത് അടരാടാനെത്തിയ ഇന്റർനാഷണൽ ബ്രിഗേഡിൽ ഉണ്ടായിരുന്നു. ഏറ്റവുംകൂടുതൽ പേർ (10,000) എത്തിയത് ഫ്രാൻസിൽനിന്നായിരുന്നു. നാസി ജർമ്മനിയിൽനിന്നും ആസ്ത്രിയയിൽനിന്നും 5,000 വീതവും ഇറ്റലിയിൽനിന്നു 3,350 ഉം എത്തി. ആയിരത്തിലധികംപേർ സോവിയറ്റ്യൂണിയൻ, അമേരിക്ക, ബ്രിട്ടൻ, പോളണ്ട്, യൂഗോസ്ലാവിയ, ഹംഗറി, കാനഡ എന്നീ രാജ്യങ്ങളിൽനിന്ന് ഇന്റർനാഷണൽ ബ്രിഗേഡിൽ ചേർന്നു. ഈ രാജ്യങ്ങളിൽനിന്ന് എത്തിയവരിൽ ജോർജ് ഓർവ്വെല്ലിനെപ്പോലെ സോവിയറ്റ് കമ്യൂണിസത്തിന്റെ വിമർശകരായ ഇടതുപക്ഷബുദ്ധിജീവികളും ഉണ്ടായിരുന്നു.

എട്ടു വയസ്സുകാരനായ ഏണസ്റ്റോ പ്രായത്തിൽ കവിഞ്ഞ ഗൗരവത്തോടെ ഇടതുപക്ഷവും ഫാസിസ്റ്റുകളും തമ്മിൽ നടന്ന ഈ ആഭ്യന്തരയുദ്ധത്തെ വീക്ഷിച്ചു. പ്രസിഡന്റ് അസനയുടെ റിപ്പബ്ലിക്കൻ സർക്കാർ യുദ്ധത്തിൽ വിജയിക്കുമെന്ന പ്രതീക്ഷയോടെ അവൻ 1937ൽ തന്റെ മുറിയുടെ ചുമരിൽ സ്പെയിനിന്റെ ഒരു ഭൂപടം തൂക്കിയിട്ട് റിപ്പബ്ലിക്കൻ-ഫാസിസ്റ്റ് സൈന്യങ്ങളുടെ ഗതി പിന്തുടർന്നുകൊണ്ടിരുന്നു. കൂടാതെ തോട്ടത്തിൽ ട്രെഞ്ചുകളും കുന്നുകളുമുള്ള ഒരു കൊച്ചു പടക്കളംതന്നെ അവൻ നിർമ്മിച്ചു.

ഏണസ്റ്റോയുടെ വലിയമ്മയുടെ ഭർത്താവ് കമ്യൂണിസ്റ്റുകവി ഇതുർബ്വറു സ്പെയിനിൽ 1937ൽ ഒരു യുദ്ധലേഖകനായി പ്രവർത്തിച്ചിരുന്നു. വലിയമ്മ കാർമനെയും രണ്ടുകുട്ടികളെയും ആൽത ഗ്രാസിയയിലെ ഏണസ്റ്റോയുടെ വീട്ടിൽ വിട്ടിട്ടായിരുന്നു അദ്ദേഹം സ്പെയിനിലേക്ക് പോയത്. അതുകൊണ്ട് യുദ്ധമുന്നണിയിലെ അനുഭവങ്ങൾ റിപ്പോർട്ടുകളായും ലേഖനങ്ങളായും അവിടെ എത്തിക്കൊണ്ടിരുന്നത് ഏണസ്റ്റോ ചൂടോടെ വായിച്ചു. ഒപ്പംതന്നെ വലിയച്ഛൻ അവിടെനിന്ന് സ്പാനിഷ്

പുസ്തകങ്ങളും മാഗസിനുകളുംകൂടി അയച്ചുകൊടുത്തു. അവയെല്ലാം ആവേശത്തോടെ വായിച്ചത് അവന്റെ രാഷ്ട്രീയവിദ്യാഭ്യാസത്തെ ത്വരിതഗതിയിലാക്കി.

റിപ്പബ്ലിക്കൻപക്ഷം പരാജയപ്പെട്ടതോടെ ആയിരക്കണക്കിന് അഭയാർത്ഥികൾ സ്പെയിനിൽനിന്ന് അർജന്റീനയിൽ എണസ്റ്റോ താമസിച്ചിരുന്ന ആൽത ഗ്രാസിയയിൽപോലും എത്തി. അതോടെ സ്പാനിഷ് ആഭ്യന്തരയുദ്ധത്തിൽ രണ്ടാം റിപ്പബ്ലിക്കിന്റെ പതനം ഏണസ്റ്റോയെ സംബന്ധിച്ചിടത്തോളം അറിവിന്റെ തലം വിട്ട് ശക്തമായ ഒരു അനുഭവമായി വികസിച്ചു. സ്പെയിനിൽ 5 ലക്ഷത്തോളം ആളുകൾ വധിക്കപ്പെട്ടതും ലക്ഷക്കണക്കിന് ഇടതുപക്ഷക്കാർ രാജ്യഭ്രഷ്ടരായതും അവനെ അസ്വസ്ഥനാക്കി. ആ അറിവും അനുഭവവും അവന്റെ രാഷ്ട്രീയ വീക്ഷണത്തെ അന്നേ രൂപപ്പെടുത്തി.

മുതിർന്നവരുടെ അത്രതന്നെ ഗൗരവത്തോടെയും രാഷ്ട്രീയമായ പക്വതയോടെയും ഏണസ്റ്റോ സ്പാനിഷ് ആഭ്യന്തരയുദ്ധത്തെ സമീപിക്കാൻ കാരണം അച്ഛനമ്മമാരുടെ രാഷ്ട്രീയബോധവും ഇടതുപക്ഷവീക്ഷണവും ആക്ടിവിസവും അവനിൽ ചെലുത്തിയ സ്വാധീനമാണ്. റിച്ചാർഡ് എൽ. ഹാരിസ് എഴുതി: "വളരെ ഉന്നതമായി രാഷ്ട്രീയവത്ക്കരിക്കപ്പെട്ട സാഹചര്യത്തിലായിരുന്നു ഏണസ്റ്റോ വളർന്നത്. സ്പാനിഷ് ആഭ്യന്തര യുദ്ധകാലത്ത് അവന്റെ മാതാപിതാക്കൾക്ക് ഇടതുപക്ഷ റിപബ്ലിക്കൻ ലക്ഷ്യങ്ങളോടായിരുന്നു യോജിപ്പ്. യുദ്ധശേഷം അവർ രണ്ട് സ്പാനിഷ് റിപ്പബ്ലിക്കൻ കുടുംബങ്ങളുമായി വളരെ അടുപ്പത്തിലായി. റിപബ്ലിക്കിന്റെ പതനശേഷം ജനറൽ ഫ്രാൻസിസ്കോ ഫ്രാങ്കോവിന്റെ സ്വേച്ഛാധിപത്യം സ്ഥാപിതമായപ്പോൾ, സ്പെയിനിൽനിന്ന് ഓടിപ്പോരാനും അർജന്റീനയിൽ അഭയം തേടാനും നിർബ്ബന്ധിതരായവരാണവർ." അവന്റെ അച്ഛനമ്മമാരാകട്ടെ ഫാസിസത്തിന്റെ വളർച്ചയ്ക്കെതിരെ പോരാട്ടുമെന്നു പ്രതിജ്ഞയെടുത്തു.

സ്പാനിഷ് ആഭ്യന്തരയുദ്ധം ഫ്രാങ്കോയുടെ വിജയത്തിൽ കലാശിച്ച 1939ൽ ആയിരുന്നു രണ്ടാംലോകയുദ്ധം ആരംഭിച്ചത്. ഫ്രാങ്കോയെ നിഷ്പക്ഷതാനാട്യംകൊണ്ട് വിജയിപ്പിച്ച അതേ ശക്തികളായ ഹിറ്റ്ലറും മുസ്സോളിനിയും അതിന്റെ തുടർച്ചയെന്നു വ്യാഖ്യാനിക്കാവുന്ന ഒരു ലോകയുദ്ധത്തിനു തുടക്കമിട്ടപ്പോൾ നിഷ്പക്ഷതയുടെ മുഖംമൂടികളെല്ലാം വലിച്ചെറിയുകയല്ലാതെ ബ്രിട്ടനും അമേരിക്കയ്ക്കും ഫ്രാൻസിനും വേറെ വഴികളില്ലായിരുന്നു. കാരണം അവർക്കുനേരെയായിരുന്നു ആ യുദ്ധം ആദ്യം തിരിഞ്ഞത്.

കുടുംബത്തിലൂടെ വികസിച്ച രാഷ്ട്രീയ വീക്ഷണം

ആക്ഷൻ അർജന്റീന എന്ന സംഘടന രൂപംകൊണ്ടത് സഖ്യകക്ഷികൾക്ക് ഫാസിസത്തിനെതിരെ അടരാടാൻ സഹായമെത്തിക്കാനായിരുന്നു. ഏണസ്റ്റോ ലിഞ്ച് അതിന്റെ ഒരു ശാഖ തുടങ്ങി പ്രവർത്തിച്ചു. ആ സംഘടനയുടെ മീറ്റിംഗുകളിലെല്ലാം പതിനൊന്നുകാരനായ ഏണസ്റ്റോയും പങ്കെടുത്തു. അന്നത്തെ അർജന്റൈൻ സർക്കാർ സഖ്യകക്ഷികളുടെ സമ്മർദ്ദമുണ്ടായിട്ടും ജർമ്മനിയും ഇറ്റലിയും ഉൾപ്പെട്ട അച്ചുതണ്ടുശക്തികളുമായി നയതന്ത്രബന്ധം നിലനിർത്തി. കൂടാതെ, ഫാസിസ്റ്റ് ഏജൻറുമാരുടെ അഴിഞ്ഞാട്ടം സർക്കാർ കണ്ടില്ലെന്നു ഭാവിച്ചു. ചിലപ്പോഴൊക്കെ സഹായിക്കാൻപോലും മടിച്ചില്ല. ഏണസ്റ്റോ ലിഞ്ചും കൂട്ടരും ചാരന്മാർക്കെതിരെ പ്രവർത്തിച്ചു.

പെറോൺഭരണകാലത്ത് (1946-1955) പിതാവിന്റെ അണ്ടർഗ്രൗണ്ട് പ്രവർത്തനത്തിലും സഹകരിച്ച് ഏണസ്റ്റോ അനുഭവമാർജ്ജിക്കുയുണ്ടായി. പിതാവ് ഏണസ്റ്റോ ലിഞ്ച് അനുസ്മരിച്ചു: “അർജന്റീനയിൽ പെറോൺഭരണകാലത്ത് ഒരുപാട് അണ്ടർഗ്രൗണ്ട് സമരസംഘടനകൾ ഉണ്ടായി. കൊർദോബയിൽ സജീവമായ സംഘടനകളിലൊന്നിൽ ഞാൻ പ്രവർത്തിച്ചിരുന്നു. പ്രകടനങ്ങളിൽ പോലീസിനെതിരെ പ്രതിരോധത്തിനായി പ്രയോഗിച്ചിരുന്ന ബോംബുകളുണ്ടാക്കാൻ ഞങ്ങളുടെ ഭവനമാണ് ഉപയോഗിച്ചിരുന്നത്. ഇതെല്ലാം റ്റെറ്റെ (ചെയുടെ ചെല്ലപ്പേര്)യുടെ കൺമുമ്പിൽവെച്ചായിരുന്നു നടന്നത്. ഒരിക്കൽ അവൻ എന്നോടു പറഞ്ഞു: “പപ്പ, ഒന്നുകിൽ ഞാൻ പപ്പയെ സഹായിക്കാം. അല്ലെങ്കിൽ ഞാൻ സ്വന്തമായി പ്രവർത്തിക്കുയോ മറ്റൊരു പോരാട്ടസംഘടനയിൽ ചേരുകയോ ചെയ്യും.” അവന്റെ പ്രവർത്തനങ്ങൾക്ക് വഴികാണിക്കാൻ വഴങ്ങുകയല്ലാതെ എനിക്കു മറ്റൊന്നും ചെയ്യാനാകുമായിരുന്നില്ല.”

കടുത്ത അനാരോഗ്യം കൊച്ചുന്നാളിലേ ഏണസ്റ്റോയെ പിടികൂടിയിരുന്നതിനാൽ, പിതാവ് ഒരിക്കലും രാഷ്ട്രീയ പ്രവർത്തനത്തിന് പ്രത്യക്ഷമായ പ്രേരണ മകന് നൽകിയിട്ടില്ല. അതേസമയം അവന്റെ ഇഷ്ടാനുസരണം രാഷ്ട്രീയപ്രവർത്തനത്തിന് ഇറങ്ങുന്നതിനെ അദ്ദേഹം ബോധപൂർവ്വം ഒരിക്കലും തടഞ്ഞിട്ടുമില്ല. ഏണസ്റ്റോയുടെ അമ്മ സിലിയ അച്ഛനെപ്പോലെയോ കൂടുതലായോ ഒരു പ്രക്ഷോഭകാരിയായിരുന്നു. ഭാര്യയെപ്പറ്റി ലിഞ്ച് പറഞ്ഞു: “സിലിയയും ഞാനും പെറോണിന്റെ ഊർജ്ജസ്വലരായ എതിരാളികളായിരുന്നു. കൊർദോബയിലെ ഒരു പ്രകടനത്തിൽ സർക്കാർവിരുദ്ധ മുദ്രാവാക്യങ്ങൾ ഉച്ചത്തിൽ മുഴക്കാനാരംഭിച്ചപ്പോൾ സിലിയ അറസ്റ്റുചെയ്യപ്പെട്ടു. 1962ൽ ഒരു

സർക്കാർവിരുദ്ധ പ്രകടനത്തിൽ പങ്കെടുത്തതിന് പോലീസ് അവരെ വീണ്ടും തടവിലാക്കി. ഒരു കൊല്ലത്തിനുശേഷം ക്യൂബയിൽനിന്നു തരിച്ചെത്തിയപ്പോൾ അവരെ മൂന്നാമതും അറസ്റ്റുചെയ്യുകയും നിരവധി ആഴ്ചകളോളം തടവിലിടുകയും ചെയ്തു."

മാതാപിതാക്കളുടെയും അന്നത്തെ അർജന്റൈൻ ഇടതുപക്ഷത്തിന്റെയും രാഷ്ട്രീയ നിലപാടിൽനിന്നു ലഭിച്ച ഏണസ്റ്റോയുടെ പെറോൺ വിരുദ്ധത കാലങ്ങൾക്കുശേഷം ചെ ഗുവേരയായിക്കഴിഞ്ഞപ്പോൾ അയവു വന്നതായി കാണുന്നുണ്ട്. ഹവാനയിലെത്തിയ പെറോണിന്റെ പ്രതിനിധികളോട് കാസ്ട്രോമന്ത്രിസഭയിലെ അംഗമായിരിക്കേ അദ്ദേഹം സൗഹൃദം സ്ഥാപിച്ചിരുന്നു. 1955ൽ ഒരു സൈനികവിപ്ലവം (Liberating Revolution) പെറോണിനെ പുറന്തള്ളി. അപ്പോൾ പെറോൺ അധികാരം ഔപചാരികമായി ജോൺ വില്യം കുക്കിനെ ഏല്പിച്ച് നാടുവിടുകയുണ്ടായി. കുക്ക് അഭയം തേടിയത് ക്യൂബയിലായിരുന്നു. ഇടതുപക്ഷ പെറോണിസ്റ്റായ കുക്കുമായി ചെ വളരെ അടുത്തു. അൾജീരിയയിലെ ബെൻ ബെല്ല വഴി ഈജിപ്തിലെ നാസറിനെ ബന്ധപ്പെടാൻ ചെ പെറോണിനെ സഹായിക്കപോലുമുണ്ടായി.

ഇങ്ങനെയൊക്കെയാണെങ്കിലും 1953ൽ അർജന്റീന വിടുന്നതുവരെ അർജന്റൈൻ കമ്യൂണിസ്റ്റുപാർട്ടിയിൽ ചേർന്നു പ്രവർത്തിക്കാൻ ചെ തയ്യാറായില്ല. ഇക്കാര്യത്തിൽ മിക്കവാറും കാസ്ട്രോയുടെ സ്വതന്ത്രനിലപാടു തന്നെ ചെയും സ്വീകരിച്ചു. എങ്കിലും പ്രത്യയശാസ്ത്രപരമായി ചെ ഗുവേര ഏറെ മുന്നോട്ടുപോവുകയുണ്ടായി. വീട്ടിൽനിന്നു ലഭിച്ച രാഷ്ട്രീയ ശിക്ഷണവും വിപുലമായ വായനയും അതിന് സഹായകമായി.

നാല്

പഠനവും പ്രണയവും യാത്രയും

1943ൽ ഗുവേരക്കുടുംബം ആൽത ഗ്രാസിയയിൽനിന്നു കൊർദോബനഗരത്തിലേക്ക് താമസം മാറ്റി. അതിന് ഒരു കൊല്ലംമുമ്പേ ആ നഗരത്തിലെ ദീൻ ഫൂൻസ് എന്ന സെക്കൻഡറി സ്കൂളിൽ ചേർന്ന ഏണസ്റ്റോയ്ക്ക് അവിടം ചിരപരിചിതമായിക്കഴിഞ്ഞിരുന്നു. ആ സ്കൂൾ മദ്ധ്യവർഗ്ഗക്കാരുടെ മക്കൾക്കുള്ളതായിരുന്നു. വാസ്തവത്തിൽ ഏണസ്റ്റോ ഉൾപ്പെട്ട അഭിജാതവർഗ്ഗത്തിന് അതിലും ഉയർന്ന സ്കൂൾ ആ നഗരത്തിലുണ്ടായിരുന്നു. അതൊഴിവാക്കിയത് കുടുംബം അപ്പോൾ നേരിട്ട സാമ്പത്തിക ബുദ്ധിമുട്ടുകൊണ്ടാകാം. ഏതായാലും 1943 അവസാനം കൊർദോബനഗരത്തിലേക്ക് താമസം മാറ്റിയപ്പോഴേക്കും സാമ്പത്തിക പ്രശ്നം കുടുംബത്തെ ഞെരുക്കി. ദമ്പതികളുടെ മാനസികമായ അകൽച്ചയായിരുന്നു കുടുംബത്തെ കൂടുതൽ ബുദ്ധിമുട്ടിലേക്കു നയിച്ചത്.

അവ്യവസ്ഥയുള്ളിലെ ജീവിതം

കുട്ടികളെ സംബന്ധിച്ചിടത്തോളം ഗുവേരകുടുംബം സർവ്വതന്ത്രസ്വതന്ത്രമായ ഒരു ലോകമായിരുന്നു. അതിഥികൾ എപ്പോഴും അവിടെ സ്വീകരിക്കപ്പെട്ടിരുന്നു. ജോർജെ ജി. കാസ്റ്റനെദ എന്ന ജീവചരിത്രകാരൻ ആ അന്തരീക്ഷം ഇങ്ങനെ വിവരിച്ചു: "വീട് എപ്പോഴും തുറന്നു കിടന്നിരുന്നു. കുട്ടികളുടെയും സന്ദർശകരുടെയും സുഹൃത്തുക്കളുടെയും യാത്രികരുടെയും നിലയ്ക്കാത്ത ഘോഷയാത്രയായിരുന്നു. വലിയൊരു

അവ്യവസ്ഥയ്ക്കുള്ളിൽ എല്ലാറ്റിനും രണ്ടു നിയമങ്ങളേ പാലിക്കേണ്ടതുണ്ടായിരുന്നുള്ളൂ: അതിഥികൾക്ക് ആതിഥ്യമര്യാദയും കുട്ടികൾക്ക് സ്വാതന്ത്ര്യവും." കുട്ടികൾ അത് ശരിക്കും ആഘോഷിച്ചു. അവർ സൈക്കിളുകളിൽ വീട്ടിനുള്ളിലേക്ക് ഒരു വാതിലിലൂടെ കടന്ന് മറ്റൊന്നിലൂടെ പുറത്തേയ്ക്ക് പായുന്നതു ആ വീട്ടിൽ സ്ഥിരം കാഴ്ചയായിരുന്നു. അവിടെ വന്നിരുന്ന എല്ലാ വിഭാഗങ്ങളിലും പ്രായത്തിലും പെട്ട ആളുകൾ ചിലപ്പോൾ മാസങ്ങളോളം അവിടെ താമസമാക്കാറുണ്ട്. ഏണസ്റ്റോയുടെ അമ്മയുടെ അദ്ധ്യക്ഷതയിൽ അവർ നടത്തുന്ന സംവാദങ്ങളുടെ ബഹളത്തിനിടയിൽ അവന് വായിക്കാനോ പഠിക്കാനോ പറ്റാറില്ല. ഏണസ്റ്റോ മണിക്കൂറുകളോളം വായനയിൽ മുഴുകിയത് കുളിമുറിയിൽ കടന്നു വാതിലടച്ചിട്ടായിരുന്നു.

14 വയസ്സുമുതൽ 19 വയസ്സുവരെ 5 വർഷക്കാലം നീണ്ട ആ സ്കൂൾ ജീവിതം പലതുകൊണ്ടും ഏണസ്റ്റോയുടെ ജീവിതത്തിൽ നിർണ്ണായകമായിരുന്നു. സ്പോർട്ട്സുകളിൽ സജീവമായി പങ്കെടുത്തത് അവന്റെ ആസ്ത്മയെ നിയന്ത്രിക്കാൻ സഹായിച്ചു. എന്നാൽ ജീവിതത്തെ മൊത്തത്തിൽ സ്വാധീനച്ചത് രണ്ടു സഹോദരന്മാരുമായി ആ വിദ്യാലയത്തിൽ വെച്ച് രൂപപ്പെട്ട സൗഹൃദമായിരുന്നു. ഏണസ്റ്റോയുടെ സഹപാഠിയായ തൊമസ് ഗ്രനാഡോയും, ഉയർന്ന ക്ലാസ്സിൽ പഠിച്ചിരുന്ന തോമസിന്റെ ജ്യേഷ്ഠൻ ആൽബെർട്ടോ ഗ്രനാഡോയും ആയിരുന്നു അവർ. തോമസ് സഹപാഠിയെന്ന നിലയിൽ വളരെ അടുത്ത ചങ്ങാതിതന്നെ, പ്രത്യേകിച്ചും കൗമാരപ്രായത്തിൽ. എന്നാൽ യുവത്വത്തിലേക്ക് കടന്നപ്പോൾ തന്നെക്കാൾ 6 വയസ്സ് മുതിർന്ന ആൽബെർട്ടോ ആയിരുന്നു അവന്റെ സഞ്ചാരപഥങ്ങളിലെ പിരിയാത്ത കൂട്ടുകാരൻ. അവർ പരിചയപ്പെട്ടുമ്പോൾ ആൽബെർട്ടോ കൊർദോബ സർവ്വകലാശാലയിൽ ബയോകെമിസ്ട്രി, ഫാർമകോളജി എന്നീ വിഷയങ്ങളിൽ ഒന്നാം വർഷ വിദ്യാർത്ഥിയായിരുന്നു. അദ്ദേഹം പ്രാദേശിക റഗ്ബി ടീമിന്റെ കോച്ചുകൂടിയായിരുന്നു. ഡോൺ ഏണസ്റ്റോ ഇത്തരം കഠിനശ്രമം ആവശ്യമായ കളിയിൽനിന്ന് ആസ്ത്മരോഗിയായ മകനെ അകറ്റി നിർത്താൻ ആഗ്രഹിച്ചു. എന്നാൽ ഏണസ്റ്റോയുടെ നിർബന്ധംമൂലം ആൽബെർട്ടോ ടീമിൽ ചേർത്തുകയും പെട്ടെന്ന് അവൻ നല്ലൊരു കളിക്കാരനായി ശോഭിക്കയും ചെയ്തു.

വായനയിലെ ഉന്മാദം

ആൽബെർട്ടോയെ ആശ്ചര്യപ്പെടുത്തുകയും സന്തോഷിപ്പിക്കയും ചെയ്തത് ഏണസ്റ്റോയുടെ അമിതതാത്പര്യത്തോടുകൂടിയ

വായനാശീലമാണ്. ആൽബെർട്ടോ പറഞ്ഞു: "ഗുവേരകുടുംബത്തിൽ ഞാൻ കൂടെക്കൂടെ പോകുന്ന ഒരു അതിഥിയായിരുന്നു. എന്റെ സ്വന്തമെന്നപോലെ ഞാനുപയോഗിച്ച ഒരു അത്ഭുതകരമായ ലൈബ്രറി അവിടെ ഉണ്ടായിരുന്നു. ചെ ഒരടിയുറച്ച താർക്കികനായിരുന്നു. അവിടെ ഒന്നിലധികം രാത്രികൾ ഞാനും ചെയും വിവിധ ഗ്രന്ഥകാരന്മാരെപ്പറ്റി തർക്കിച്ച് ചെലവിട്ടിട്ടുണ്ട്." (ലവ്രേത്സ്കി). ഫ്രോയ്ഡ്, നെരൂദ, കീറ്റ്സ്, ലോർക, സോള, ഫോക്നർ, സ്റ്റീൻബക്, മാർക്സ് എന്നീ വിഖ്യാതഗ്രന്ഥകാരന്മാരുടെ കൃതികൾ അവൻ വായിച്ചവയുടെ കൂട്ടത്തിൽ പെടുമെന്ന് അറിഞ്ഞ ആൽബെർട്ടോയുടെ അത്ഭുതത്തിന് അതിരില്ലായിരുന്നു. പാബ്ലോ നെരൂദ ആയിരുന്നു ഏണസ്റ്റോ ഏറ്റവും ഇഷ്ടപ്പെട്ട കവി. ജവഹർലാൽ നെഹ്റുവിന്റെ 'ഇന്ത്യയെ കണ്ടെത്തൽ' എന്ന ഗ്രന്ഥം ആ കൊച്ചുപ്രായത്തിൽ വായിച്ചതായി ജോൺ ലി ആൻഡേഴ്സൺ രേഖപ്പെടുത്തിയിട്ടുണ്ട്, "ഏണസ്റ്റോയുടെ ലോകവീക്ഷണത്തെ രൂപപ്പെടുത്തിയ മറ്റൊരു രാഷ്ട്രീയനേതാവായിരുന്നു ജവഹർലാൽ നെഹ്റു. നെഹ്റുവിന്റെ 1946ലെ ഗ്രന്ഥമായ 'ഇന്ത്യയെ കണ്ടെത്തൽ' അതീവ താത്പര്യത്തോടെ ഏണസ്റ്റോ വായിച്ചു. ചിന്തോദ്ദീപകമായി തോന്നിയ ഖണ്ഡികകൾക്ക് അടിവരയിടുകയും അവയെപ്പറ്റി കുറിപ്പുകളെഴുതുകയും ചെയ്തു. സുഹൃത്തുക്കളോട് ആ ഗ്രന്ഥത്തെപ്പറ്റി അദ്ദേഹം ആരാധനയോടെ സംസാരിച്ചു".

ഏണസ്റ്റോ പിതാവിന്റെ പുസ്തകശേഖരത്തിലെ ഇരുപത്തഞ്ച് വാല്യങ്ങളുള്ള 'ആധുനികലോകത്തിന്റെ സമകാലികചരിത്രം' ചിട്ടയോടെ വായിക്കുന്നത് കണ്ട് സഹോദരൻ അത്ഭുതസ്തബ്ധനാവുകയുണ്ടായി. അദ്ദേഹത്തിന്റെ ഫിലസോഫിക്കൽ നോട്ടുബുക്കുകൾ നിറയെ വായിച്ച പുസ്തകങ്ങളെക്കുറിച്ചുള്ള പരാമർശങ്ങളാണ്. അതേ രീതിശാസ്ത്രമനുസരിച്ച്, താൻ വായിച്ച ഗ്രന്ഥങ്ങളുടെ ഒരു ഇൻഡെക്സ് അദ്ദേഹം ഉണ്ടാക്കാൻ തുടങ്ങിയിരുന്നു. അക്ഷരക്രമത്തിൽ തയ്യാറാക്കിയ പേജുകളുള്ള ഒരു കറുത്ത ക്ലോത്ത്ബൗണ്ട് നോട്ടുപുസ്തകത്തിൽ താൻ വായിച്ച ഗ്രന്ഥങ്ങളെയും ഗ്രന്ഥകർത്താക്കളെയും സംബന്ധിച്ച് സകല വിവരവും കൊടുത്തിരുന്നു. അക്കൂട്ടത്തിൽ ആധുനിക നോവലുകളും വിവിധ ഭാഷകളിലെ ക്ലാസ്സിക്കുകൾ, മെഡിക്കൽ ബുക്കുകൾ, കവിത, ജീവചരിത്രം തത്ത്വശാസ്ത്രം എന്നിവയും ഉൾപ്പെട്ടിരുന്നു. വിഷയങ്ങളുടെ വൈവിദ്ധ്യം ഏവരെയും അമ്പരപ്പിക്കാൻ പോന്നതായിരുന്നു. ഫ്രോയ്ഡ്, ബർട്രണ്ട് റസ്സൽ എന്നിവരെപ്പറ്റി പഠനം നടത്താനും ആ പ്രായത്തിൽ ചെ ഗുവേരയ്ക്ക് കഴിഞ്ഞു. മാർക്സ്, ലെനിൻ എന്നിവരുടെ കൃതികളും ജീവചരിത്രവും അക്കൂട്ടത്തിലുണ്ടായിരുന്നു.

സെക്കൻഡറി സ്കൂളിലെ ഏണസ്റ്റോയുടെ ഗ്രേഡുകൾ പരിശോധിച്ചാൽ മതി വായനയിൽ അവന്റെ ഇഷ്ടവിഷയങ്ങൾ കണ്ടെത്താൻ. സാഹിത്യം, ചരിത്രം, തത്ത്വശാസ്ത്രം എന്നീ വിഷയങ്ങളിലാണ് ഉയർന്ന ഗ്രേഡ് കരസ്ഥമാക്കിയത്. കണക്കിലും മറ്റും താഴ്ന്ന ഗ്രേഡായിരുന്നു. ഇംഗ്ലീഷിന്റെയും സംഗീതത്തിന്റെയും കാര്യം പറയാതിരിക്കയാണ് ഭേദം. സംഗീതവും നൃത്തവും ഏണസ്റ്റോയ്ക്ക് അപ്രാപ്യമായ കലകളായിരുന്നു.

രണ്ടു ദുഃഖങ്ങൾ

18 വയസ്സിൽ ഏണസ്റ്റോ സെക്കൻഡറി സ്കൂൾ വിദ്യാഭ്യാസം പൂർത്തിയാക്കി. അവനും തോമസ് ആൽബെർട്ടോയും 1947ൽ ബ്യൂനോസ് അയേഴ്സ് സർവ്വകലാശാലയിൽ എഞ്ചിനീയറിംഗിനു ചേർന്നു. പഠിച്ചുകൊണ്ടിരിക്കേ അടുത്തകൊല്ലംതന്നെ ഇരുവർക്കും പബ്ലിക് ഹൈവേ ഡിപ്പാർട്ടുമെന്റിൽ ജോലി ലഭിച്ചു. ഉത്തര അർജന്റീനയിലെ വില്ല മരിയയിൽ മെറ്റീരിയൽസ് അനലിസ്റ്റായി ജോലി ചെയ്തുകൊണ്ടിരിക്കെ ആയിരുന്നു ഏണസ്റ്റോയെ ദുഃഖിപ്പിച്ച രണ്ട് ദുരന്തങ്ങൾ സംഭവിച്ചത്. അതിലൊന്ന് മഹാത്മാഗാന്ധിയുടെ വധവും മറ്റേത് സ്വന്തം മുത്തശ്ശി അന്ന ഇസബെലിന്റെ ചരമവുമായിരുന്നു. കുഞ്ഞുനാളിലേ മുത്തശ്ശിയുടെ ധീരസാഹസിക കഥകൾ കേട്ടു വളർന്ന ഏണസ്റ്റോയെ അവരുടെ ചരമം ആഴത്തിൽ സ്പർശിച്ചത് മനസ്സിലാക്കാൻ പ്രയാസമില്ല. എന്നാൽ അഹിംസയുടെ പ്രവാചകനായ ഗാന്ധിജി എങ്ങനെ ഗറില്ലായുദ്ധതന്ത്രജ്ഞനാകാനിരുന്ന സാക്ഷാൽ ചെ ഗുവേരയുടെ വീരപുരുഷനായി? ഗാന്ധിജി വധിക്കപ്പെട്ടപ്പോൾ ചെയ്ക്ക് 20 വയസ്സായിരുന്നു. പിന്നീടാണ് എല്ലാ വിപ്ലവപരിപാടികളിലും അദ്ദേഹം പങ്കാളിയായത്. എന്നാൽ ക്യൂബൻ വിപ്ലവാനന്തരം ആ രാജ്യത്തിന്റെ പ്രതിനിധിയായി ഇന്ത്യയിലെത്തി ജവഹർലാൽ നെഹ്റുവിനെ സന്ദർശിച്ച ചെ-യ്ക്ക് ഗാന്ധിജി അന്നും വീരപുരുഷൻതന്നെയായിരുന്നു.

1947 മേയിൽ തൊണ്ണൂറ്റാറിലെത്തിയ മുത്തശ്ശി അന്ന ഇസബെൽ മരണശയ്യയിലാണെന്ന് അറിഞ്ഞയുടനെ ഏണസ്റ്റോ ജോലിയുപേക്ഷിച്ച് അവരുടെ അടുത്തെത്തി. അവർ ഭക്ഷണം കഴിക്കുന്നില്ലെന്ന് കണ്ട അവൻ അവരുടെ സമീപമിരുന്നു ക്ഷമാപൂർവ്വം അവരെ ഭക്ഷണം കഴിപ്പിക്കാനും സന്തോഷിപ്പിക്കാനും ശ്രമിച്ചു. അവരുടെ അന്ത്യനിമിഷംവരെ അവിടെത്തന്നെ ഇരുന്നു. 17 ദിവസം അവൻ അവരോടൊപ്പം ഉണ്ടായിരുന്നു. ആൻഡേഴ്സൺ എഴുതി: "മുത്തശ്ശി മരിച്ചപ്പോൾ ഏണസ്റ്റോ തീരാദുഃഖത്തിലാണ്ടു. തന്റെ താൻപോരിമയുള്ള ജ്യേഷ്ഠനെ ഇത്രയും

ദുഃഖാർത്തനായി സഹോദരി സിലിയ ഒരിക്കലും കണ്ടിട്ടില്ല. അദ്ദേഹം വളരെ വ്യസനാക്രാന്തനായിരുന്നു, അവൾ അനുസ്മരിച്ചു. അദ്ദേഹത്തിന്റെ ജീവിതത്തിലെ ഏറ്റവും വലിയ വ്യസനങ്ങളിലൊന്നായിരിക്കണം അത്."

മുത്തശ്ശി മരിച്ചയുടനെ തന്റെ വിദ്യാഭ്യാസജീവിതത്തിലെ ഏറ്റവും നിർണ്ണായകമായ തീരുമാനം ഏണസ്റ്റോ എടുത്തു. എഞ്ചിനീയറിംഗിനു പകരം മെഡിസിൻ പഠിക്കാൻ പോകുന്നതായി അവൻ മാതാപിതാക്കളോട് പറഞ്ഞു. ആ തീരുമാനത്തിനു കാരണം മുത്തശ്ശിയുടെ മരണം സൃഷ്ടിച്ച നടുക്കമായിരുന്നു. അമ്മയെ ബാധിച്ച ബ്രെസ്റ്റ് കാൻസറും മറ്റൊരു കാരണമായി പറയപ്പെടുന്നു. എന്നാൽ അപ്പോഴൊന്നും ഏണസ്റ്റോ ആ തീരുമാനത്തിന്റെ കാരണം വിശദീകരിച്ചില്ല. തന്റെ സ്വപ്നം വൈദ്യശാസ്ത്രത്തിൽ ഒരു വിഖ്യാത ഗവേഷകനാകണമെന്നായിരുന്നു എന്ന് ഏണസ്റ്റോ പിൽക്കാലത്ത് വെളിപ്പെടുത്തുകയുണ്ടായി. തന്റെ വിട്ടുമാറാത്ത രോഗം മാറ്റിയെടുക്കാൻ ഈ ഗവേഷണത്തിനാകുമെങ്കിൽ സമൂഹത്തിൽ അതുപോലെ വലയുന്നവർക്കെല്ലാം അതുപകരിക്കുമെന്ന് ഏണസ്റ്റോ പ്രതീക്ഷിച്ചിരിക്കണം.

എഞ്ചിനീയറിംഗിൽനിന്ന് മെഡിസിനിലേക്ക്

ബ്യൂനോസ് അയേഴ്സ് സർവ്വകലാശാലയിൽ മെഡിസിൻ വിഭാഗത്തിൽ പ്രവേശനം നേടി ഏണസ്റ്റോ പഠനമാരംഭിച്ചു. ആൻഡേഴ്സൺ എഴുതി: "ശാസ്ത്രവിഷയങ്ങളിൽ അദ്ദേഹം പ്രാവീണ്യം പ്രകടിപ്പിച്ചു. എഞ്ജിനീയറിംഗിൽ ഒരു ജോലി നേടുക എളുപ്പമായിരുന്നു. എന്നാൽ എഞ്ജിനീയറിംഗിൽ ഉൽക്കടമായ താത്പര്യമൊന്നും അദ്ദേഹത്തിനുണ്ടായിരുന്നില്ല. മെഡിസിനിൽ ചുരുങ്ങിയപക്ഷം സാദ്ധ്യമായ എന്തെങ്കിലുമൊക്കെ ചെയ്യാൻ അദ്ദേഹത്തിനു കഴിഞ്ഞു."

പഠിപ്പിനൊപ്പം ഏണസ്റ്റോ ഒരുപാട് പാർട്ടൈം ജോലികളിലും ഏർപ്പെട്ടു. കുടുംബത്തിന്റെ അപ്പോഴത്തെ പരിതാപകരമായ സാമ്പത്തികാവസ്ഥയായിരുന്നു കാരണം. മാതാപിതാക്കൾ വേർപിരിയാൻ എടുത്ത തീരുമാനം കുടുംബം എന്ന നിലയിൽ ആരെയും ആശ്രയിക്കാനില്ലാത്ത അവസ്ഥ സംജാതമാക്കിയിരിക്കണം. തല്ക്കാലത്തേക്ക് അന്തരിച്ച മുത്തശ്ശി അന്ന ഇസബെലിന്റെ അപ്പാർട്ടുമെന്റിൽ ആ കുടുംബം താമസമാക്കി. പിരിയാൻ തീരുമാനിച്ചിട്ടും ഒരേ മേൽക്കൂരയ്ക്ക് കീഴിൽത്തന്നെ ദമ്പതികൾ താമസിച്ചു.

പല പാർട്ടൈം ജോലികളിലേർപ്പെട്ടെങ്കിലും പിസാനി ക്ലിനിക് എന്ന അല്ലർജി ക്ലിനിക്കിലെ ജോലി ഏറെ ആകർഷണീയമെന്നപോലെ

ഏറ്റവുമധികം കാലം നീണ്ടുനിന്നതുമായിരുന്നു. ഡോ. സാൽവദോർ പിസാനിയെ ഒരു രോഗിയായിട്ടാണ് ആദ്യം ഏണസ്റ്റോ ചെന്നുകണ്ടത്. അദ്ദേഹത്തിന്റെ ബുദ്ധിശക്തിയിലും ജിജ്ഞാസയിലും ആകൃഷ്ടനായ പിസാനി ഏണസ്റ്റോയെ ശമ്പളമില്ലാത്ത ഗവേഷണസഹായി ആയി എടുത്തു. പിസാനിയുടെ ചില ഗവേഷണഫലങ്ങൾ തന്റെ രോഗത്തെ സംബന്ധിച്ചിടത്തോളം ഗുണഫലം കണ്ടപ്പോൾ ഏണസ്റ്റോ അലർജിയിൽതന്നെ സ്പെഷലൈസ് ചെയ്ത് മെഡിക്കൽ ബിരുദം എടുക്കാൻ തീരുമാനിച്ചു.

പിസാനി ക്ലിനിക് ഏണസ്റ്റോയ്ക്ക് ഒരു താല്ക്കാലിക ഭവനമായി. ഡോ. പിസാനിയും സഹോദരിയും അമ്മയും ഏണസ്റ്റോയോട് അമിതമായ വാത്സല്യത്തോടെ പെരുമാറി. സ്ത്രീകൾ ഇരുവരും അദ്ദേഹത്തിനുവേണ്ടി കാരറ്റ് ജ്യൂസും കോൺ ബ്രെഡ്ഡും ഓട്ട്സ് കേക്കും ചേർത്തു ഒരു പ്രത്യേക ഭക്ഷണംതന്നെ ഉണ്ടാക്കി. ആസ്ത്മയുടെ ആക്രമണവേളയിൽ കിടത്തി ശുശ്രൂഷിക്കാൻപോലും അവർ മടിച്ചില്ല. എന്നാൽ ഡോ. പിസാനി ഏണസ്റ്റോയെ എന്നെങ്കിലും തിരിച്ചുപോകേണ്ട ഒരു ശിഷ്യനായി മാത്രം കണ്ടു.

പ്രണയവും യാത്രയും

സ്കൂളിലായാലും സർവ്വകലാശാലയിലായാലും ഏണസ്റ്റോ സഹപാഠികളിൽനിന്നു വ്യത്യസ്തനായിരുന്നുവെന്നു ആൽബെർട്ടോ അനുസ്മരിക്കുന്നു. സ്വന്തം വേഷത്തിൽ അദ്ദേഹം തീരെ ശ്രദ്ധിച്ചിരുന്നില്ല. ചുളിഞ്ഞ ജാക്കറ്റും പഴകിദ്രവിച്ച ഷൂസുകളും ചീകിയൊതുക്കാത്തമുടിയുമായി പ്രത്യക്ഷപ്പെടുന്നതിൽ യാതൊരു സങ്കോചവും ഏണസ്റ്റോ കാണിച്ചിരുന്നില്ല. എന്നാൽ പരിഷ്കൃതവേഷധാരികളായ യുവാക്കൾ അദ്ദേഹത്തിലേക്ക് ആകർഷിക്കപ്പെട്ടിരുന്നു. ഏണസ്റ്റോ ഗുവേരയുടെ ആന്തരികവൈശിഷ്ട്യങ്ങൾകൊണ്ടാകാം എല്ലാവർക്കും അദ്ദേഹം പ്രിയങ്കരനായത്. അതേസമയം അദ്ദേഹത്തെയും സുഹൃത്തുക്കളെയും വേർതിരിക്കുന്ന ഒരു അദൃശ്യമായ വിഭജനരേഖ നിലനിന്നിരുന്നു. അത് മറികടക്കാൻ അവർക്കാർക്കും എളുപ്പമായിരുന്നില്ല. രണ്ടുപേർക്കേ അതിനു കഴിഞ്ഞുള്ളു. ഏണസ്റ്റോയുടെ ആദ്യകാമുകി ചിൻചിനയും ആദ്യകാലസുഹൃത്ത് ആൽബെർട്ടോ ഗ്രാനഡോയും. പതിനാറുകാരി കാമുകിയുടെ മുഴുവൻ പേര് മറിയ ദെൽ കാർമൻ ചിൻചിന ഫെറെയ്റ എന്നായിരുന്നു. അപ്പോൾ ഏണസ്റ്റോ ഇരുപത്തിരണ്ടിൽ എത്തിക്കഴിഞ്ഞിരുന്നു.

ഈ പ്രണയം നാമ്പിടുന്നതിനു തൊട്ടുമുമ്പേ 1950 ജനുവരി 1 മുതൽ ഒരു മോട്ടോർബൈക്കിൽ ഏണസ്റ്റോ തന്റെ ആദ്യത്തെ ദീർഘയാത്ര

നടത്തിയിരുന്നു. യാത്രയ്ക്കിടയിൽ കൊർദോബയിൽ വെച്ച് പഴയ ചങ്ങാതി ആൽബെർട്ടോ ഗ്രനാഡോയെ കണ്ടു. മെഡിസിൻ പഠിച്ച ആൽബെർട്ടോ കുഷ്ഠരോഗചികിത്സയിലായിരുന്നു സ്പെഷലൈസ് ചെയ്തത്. അവിടെ അദ്ദേഹം ജോലിനോക്കിയിരുന്ന കുഷ്ഠരോഗാശുപത്രിയിൽ കുറെ ദിവസം തങ്ങിയിട്ടേ ഏണസ്റ്റോ യാത്ര തുടർന്നുള്ളൂ. ഡെന്നിസ് അബ്രാംസ് എഴുതി: "അത് ജീവിതത്തെ മാറ്റിമറിച്ച യാത്രയായിരുന്നു. താൻ വളർന്ന മദ്ധ്യവർഗ്ഗനഗരങ്ങളുടെ പുറത്തേയ്ക്ക് ഏണസ്റ്റോ ഗുവേര ജീവതത്തിലാദ്യമായെത്തി. ഗ്രാമീണദാരിദ്ര്യം അദ്ദേഹത്തിനു നേർക്കാഴ്ചയായി. തന്റെ രാജ്യം രണ്ടായി പകുക്കപ്പെട്ടുന്നത് അദ്ദേഹം കാണുകമാത്രമല്ല, അനുഭവിക്കുകൂടിചെയ്തു. ലാറ്റിനമേരിക്കൻ രാജ്യങ്ങളിൽ ഏറെയും ഇതായിരുന്നു അവസ്ഥ." കുടിയേറ്റക്കാരായ യൂറോപ്യന്മാർ കൈയടക്കിയ നഗരങ്ങളും, തന്നാട്ടുകാരായ അമേരിന്ത്യക്കാരും സങ്കരജാതികളായ മെസ്റ്റിസോകളും പാർത്തുപോന്ന ദാരിദ്ര്യഗ്രസ്തമായ ഗ്രാമങ്ങളും എന്നിങ്ങനെയായിരുന്നു ആ വിഭജനം. ഗ്രാമങ്ങളിലെ ഈ പാവങ്ങളുടെ അദ്ധ്വാനമായിരുന്നു നഗരങ്ങളിലെ പണക്കാരെ കൂടുതൽ പണക്കാരാക്കിയത്! അതിലെ അനീതി ഏണസ്റ്റോയെ രോഷംകൊള്ളിച്ചു. തന്റെ ജീവിതം ഈ അസമത്വത്തിനെതിരായ പോരാട്ടത്തിനുവേണ്ടി സമർപ്പിക്കണമെന്ന വിചാരത്തിലേക്ക് ഏണസ്റ്റോയയുടെ മനസ്സ് നീങ്ങിക്കൊണ്ടിരുന്നു.

ഈ തിക്താനുഭവത്തിനുശേഷമായിരുന്നു ഏണസ്റ്റോയുടെ ആദ്യപ്രണയം. കൊർദോബയിലെ ഒരു വിവാഹാഘോഷത്തിൽവെച്ചായിരുന്നു 1950 ഒക്ടോബറിൽ ഇരുവരും കണ്ടുമുട്ടിയത്. ആൻഡേഴ്സൺ എഴുതി: "കൊർദോബയിൽവെച്ച് ഏണസ്റ്റോ അറിഞ്ഞിരുന്ന ഒരു പെൺകുട്ടി അതിഥികൾക്കിടയിൽ ഉണ്ടായിരുന്നു. അന്ന് അവൾ ഒരു കുട്ടിയായിരുന്നു. എന്നാൽ ഇപ്പോൾ അവൾ സുന്ദരിയായ പതിറുകാരിയായിക്കഴിഞ്ഞു." ചിൻചിന കൊർദോബയിലെ പുരാതനവും അതിസമ്പന്നവുമായ ഫെറെയ്റ കുടുംബത്തിലെ അംഗമായിരുന്നു. ഗുവേര ലിഞ്ചിന്റെ മൂത്ത പുത്രൻ തങ്ങളുടെ മകളോട് വിവാഹാഭ്യർത്ഥന നടത്തിയതിൽ ആ കുടുംബക്കാർ തുടക്കത്തിൽ പന്തികേടൊന്നും കണ്ടില്ല. വേഷത്തിലും ഭാവത്തിലും അശ്രദ്ധയോടെ അവരുടെ പാർട്ടികളിൽ പങ്കെടുത്തിരുന്ന ഏണസ്റ്റോ ഗുവേരയുടെ പ്രത്യേകതകളോട് ഇഷ്ടവും തമാശയുമായിരുന്നു അവർക്ക്. മാത്രമല്ല, ഏണസ്റ്റോ സാഹിത്യം, ചരിത്രം, തത്ത്വശാസ്ത്രം എന്നിവയെയും തന്റെ യാത്രാനുഭവത്തെയും സംബന്ധിച്ച് പറയുമ്പോൾ അവർ വളരെ ശുഷ്കാന്തിയോടെ കേട്ടിരുന്നു. എന്നാൽ എല്ലാം ഉപേക്ഷിച്ച് ചിൻചിന തന്റെ കൂടെ പോരണമെന്നു ഏണസ്റ്റോ ആവശ്യപ്പെട്ടതോടെ

വീട്ടുകാരുടെ നിലപാട് മാറി. ലവ്രേത്സ്കി എഴുതി: "പിതാവിന്റെ വീട് ഉപേക്ഷിക്കുകയും സ്വന്തം സമ്പത്തിനെപ്പറ്റി വിസ്മരിക്കുകയും തന്റെകൂടെ വിദേശത്ത് വെനസ്വേലയിലേക്ക് പോരുകയും വേണണമന്നായിരുന്നു അദ്ദേഹത്തിന്റെ നിർദ്ദേശം. ലാറ്റിനമേരിക്കയിലൂടെ അദ്ദേഹത്തിന്റെ ആദ്യയാത്ര കഴിഞ്ഞയുടനെ ആയിരുന്നു ഇത്. അവിടെ തന്റെ സുഹൃത്ത് ആൽബെർട്ടോ ഗ്രനേഡയോടൊപ്പം, ചെ ആരാധിച്ചിരുന്ന ആൽബർട്ട് ഷ്വെയ്റ്റ്സറെപ്പോലെ, കുഷ്ഠരോഗികളുടെ കോളണിയിൽ ജോലിചെയ്യണമെന്നായിരുന്നു അദ്ദേഹത്തിന്റെ ലക്ഷ്യം."

ഒരു സാധാരണ പെൺകുട്ടിയായ ചിൻചിനയുടെ മനസ്സ് ഇത്തരം സാഹസങ്ങൾക്കൊന്നും പാകമായിരുന്നില്ല. ഏണസ്റ്റോയെ തീർച്ചയായും അവൾ ആത്മാർത്ഥമായി പ്രണയിച്ചിരുന്നു. എന്നാൽ അദ്ദേഹത്തെ തന്നോടൊപ്പം തന്റെ വരുതിയിൽ ലഭിക്കണം. കുഷ്ഠരോഗികളെ ചികിത്സിക്കാൻ വെനസ്വേലയിലേക്ക് പോകുന്നതൊക്കെ ആദർശസുരഭിലമായ കാര്യങ്ങളാണ്. അതിനോട് ബഹുമാനക്കുറവുമില്ല. പക്ഷേ പ്രായോഗികതലത്തിൽ തലതിരിഞ്ഞ ചിന്തകളായേ അവൾക്കു തോന്നിയുള്ളൂ. ചിൻചിനയുടെ നിലപാടിനുപിന്നിൽ വീട്ടുകാരുടെ, പ്രത്യേകിച്ച് അവളുടെ അമ്മയുടെ ഇടപെടലുണ്ടായിരുന്നു. തുടക്കത്തിൽ ഏണസ്റ്റോയുടെ പ്രത്യേകതകളോട് തമാശയോടെ പ്രതികരിച്ച അവർ മകളെയുംകൊണ്ട് ലാറ്റിനമേരിക്ക ചുറ്റാനാണ് ഭാവമെന്നറിഞ്ഞപ്പോൾ ശക്തിയായി എതിർത്തു. കൂടെക്കൂടെ കാമുകീകാമുകന്മാർ രഹസ്യമായി സന്ധിക്കുന്നത് വിലക്കുകയും ചെയ്തു. അമ്മയുടെ നിർബ്ബന്ധമുണ്ടായിട്ടും ചിൻചിനയ്ക്ക് പിന്നെയും ഏറെക്കാലം പണിപ്പെട്ടിട്ടേ ഗുവേരയിൽനിന്നു മനസ്സിനെ മോചിപ്പിക്കാനായുള്ളൂ.

അഞ്ച്

യാത്രകളുടെ രാഷ്ട്രീയവും ദർശനവും

ഏണസ്റ്റോ ഗുവേരയുടെ രാഷ്ട്രീയവും ദർശനവും അദ്ദേഹം കാൽനടയായും മോട്ടോർബൈക്കിലും കപ്പലിലും ബോട്ടിലും നടത്തിയ ദീർഘയാത്രകളിലൂടെ രൂപപ്പെട്ടെന്നു പറയാം. സ്വന്തം തീരുമാനപ്രകാരം ഏകനായി അദ്ദേഹം നടത്തിയ പ്രധാനപ്പെട്ട യാത്ര 1950 ആദ്യമായിരുന്നു. ജന്മദേശമായ അർജന്റീനയുടെ അതിരുകളെ അതിലംഘിക്കാതെയാണെങ്കിലും അതിന്റെ മദ്ധ്യ-ഉത്തര ഭാഗങ്ങളിലായി 6,400 കി.മീറ്റർ ഒരു മോട്ടോർബൈക്കിൽ താണ്ടുകയെന്നത് അസാധാരണം തന്നെ. അത് 21 വയസ്സുള്ള മെഡിക്കൽ വിദ്യാർത്ഥിയുടെ കൂടുതൽ അസാധാരണമായ യാത്രകൾക്കുള്ള തയ്യാറെടുപ്പുമായിരുന്നു.

യാത്രകളിലൂടെ ഒരു ജീവിതം

ആ ജീവിതത്തിന്റെ അവസാനത്തെ 18 വർഷം തുടർച്ചയായ യാത്രകളായിരുന്നു. പ്രവാസത്തിന്റെ വിഹ്വലതകളില്ലാത്ത പ്രവാസ ജീവിതം നയിച്ച ഒരു അനന്യവ്യക്തിത്വം ചെയിൽ ദർശിക്കാം. ആദ്യം സ്വന്തം ദേശത്തിൽത്തന്നെ സഞ്ചരിച്ചശേഷം സ്വദേശം ഉൾപ്പെട്ട ഭൂഖണ്ഡത്തിലെ പ്രമുഖ രാജ്യങ്ങളിലേക്ക് യാത്രയെ വ്യാപിപ്പിച്ചു. പിന്നീട് ഗ്വാട്ടിമാല എന്ന അയൽരാജ്യത്തെ ജനാധിപത്യഭരണം അട്ടിമറിച്ച സാമ്രാജ്യത്വ ഇടപെടലിനെതിരെ പോരാടാൻ അങ്ങോട്ട് പോയി.

അവിടെനിന്ന മെക്സിക്കോ എന്ന മറ്റൊരു ലാറ്റിനമേരിക്കൻ രാജ്യത്തിലെത്തി ക്യൂബൻവിപ്ലവകാരികളോടൊപ്പം ചേർന്ന അവരുടെ വിമോചനപ്പോരാട്ടത്തിൽ വീരോചിതമായി പങ്കെടുത്തു. ക്യൂബൻ പൗരത്വം സ്വീകരിച്ച് അവിടത്തെ വിപ്ലവസർക്കാരിനെ സാമ്രാജ്യത്വകഴുകന്മാരിൽനിന്ന രക്ഷിക്കാൻ അഹോരാത്രം പ്രയത്നിച്ചു. അതിന്റെ പ്രതിപുരുഷനായി പ്രധാന ലോകരാഷ്ട്രങ്ങളിൽ പലപ്രാവശ്യം സഞ്ചരിച്ചു. എന്നിട്ടും തൃപ്തി വരാതെ ലോകവിപ്ലവമെന്ന തന്റെ സ്വപ്നസാക്ഷാൽക്കാരം ലക്ഷ്യമിട്ട് ആഫ്രിക്കയെന്ന മറ്റൊരു ഭൂഖണ്ഡത്തിലേക്കു സഞ്ചരിച്ചു. ഒടുവിൽ ലാറ്റിനമേരിക്കൻ രാജ്യമായ ബൊളീവിയയിൽ വിമോചനപ്പോരാട്ടം നയിക്കുന്നതിനിടയിൽ രക്തസാക്ഷിയായി. അനശ്വരരക്തസാക്ഷിത്വത്തിലേക്കുള്ള ദീർഘയാത്രയായി ആ ജീവിതത്തെ മൊത്തത്തിൽ വിലയിരുത്താം.

ആദ്യ ദീർഘയാത്രയ്ക്കുശേഷം രണ്ടുകൊല്ലം കഴിഞ്ഞായിരുന്ന രണ്ടാമത്തേത്. ഇടക്കാലത്തെ രണ്ടുവർഷവും യാത്രകളില്ലാതെയല്ല കടന്നുപോയത്. 1951 ആദ്യം അർജന്റീനയുടെ കച്ചവടക്കപ്പലുകളിലും ഓയിൽ ടാങ്കറുകളിലും ഷിപ്പ് നെഴ്സായി ജോലിചെയ്യാൻ ചെ കരാറിലേർപ്പെട്ടു. അങ്ങനെ പല പ്രാവശ്യം അർജന്റീനയിൽനിന്ന ബ്രസീലിലേക്കും വെനസ്വേലയിലേക്കും കരീബിയൻ ദ്വീപുകളിലേക്കും തിരിച്ചും യാത്രചെയ്ത് അനുഭവസമ്പത്ത് നേടി. കൂടാതെ മെഡിക്കൽ പരീക്ഷയ്ക്ക് പഠിക്കാനും ഒരുപാട് സമയം കിട്ടി. ആറുമാസത്തിനുള്ളിൽ വീണ്ടും മെഡിക്കൽ കോളെജിൽ പോകാനും കഴിഞ്ഞു.

മോട്ടോർസൈക്കിൾ ഡയറി

ഏണസ്റ്റോയ്ക്ക് മെഡിക്കൽ കോളെജിലെ പഠനത്തിലും ഗ്രനാഡോയ്ക്ക് കുഷ്ഠരോഗാസ്പത്രിയിലെ ജോലിയിലും താല്ക്കാലികമായി മടുപ്പുതോന്നിയ സന്ദർഭമായിരുന്ന അത്. ഇരുവർക്കും യാത്ര ഹരമായിക്കഴിഞ്ഞിരുന്നു. ഒരു കൊല്ലത്തിനുശേഷം മെഡിക്കൽവിദ്യാഭ്യാസം പൂർത്തിയാക്കുമെന്ന അമ്മയ്ക്ക് വാക്കുകൊടുത്തിട്ടായിരുന്ന യാത്രയാരംഭിച്ചത്. എട്ടുമാസംകൊണ്ട് ലാറ്റിനമേരിക്കയിലെ അഞ്ചു രാജ്യങ്ങളിൽ അവർ സഞ്ചരിച്ചു-അർജന്റീന ഉൾപ്പെടെ, ചിലി, പെറു, കൊളംബിയ, വെനസ്വേല എന്നീ രാജ്യങ്ങൾ.

1952 ജനുവരി 4ന് ആൽബെർട്ടോ ഗ്രനാഡോയും ഏണസ്റ്റോ ഗുവേരയും ഒരു മോട്ടോർസൈക്കിളിൽ ലാറ്റിനമേരിക്കൻ യാത്ര ആരംഭിച്ചു. 'മോട്ടോർ സൈക്കിൾ ഡയറി' എന്ന ഗ്രന്ഥത്തിലൂടെ ഏണസ്റ്റോ ആ യാത്ര അനശ്വരമാക്കി. ശക്തിമാൻ എന്ന പേരിട്ട ഒരു

നോർട്ടൻ മോട്ടോർസൈക്കിളിൽ യാത്ര തുടങ്ങിയപ്പോൾ ഏണസ്റ്റോ ആഗ്രഹിച്ചത് ആ യാത്ര മുഴുവൻ അതിൽ നടത്തണമെന്നായിരുന്നു. എന്നാൽ ആൻഡിസ് പർവ്വതനിരകൾ താണ്ടി ചിലിയുടെ തലസ്ഥാനനഗരിയായ സാന്റിയാഗോയിൽ എത്തിയപ്പോഴേക്കും നോർട്ടൻ പണിമുടക്കി. കസ്റ്റാനെദ എഴുതി: "മോട്ടോർ സൈക്കിൾ ഡയറിയിൽ അനശ്വരമാക്കപ്പെട്ട മോട്ടോർബൈക്കിലെ യാത്ര സത്യത്തിൽ നടന്നിട്ടില്ല. യാത്രയുടെ ചെറിയൊരംശമേ നോർട്ടനിൽ സഞ്ചരിച്ചിട്ടുള്ളൂ." ആൽബെർട്ടോ ഗ്രനാഡോയും പില്ക്കാലത്ത് പറഞ്ഞത് ആ വാഹനം ഉപേക്ഷിക്കേണ്ടിവന്നത് അനുഗ്രഹമായെന്നാണ്. ബൈക്ക് ഉപേക്ഷിച്ചതോടെ കടന്നുപോയ രാജ്യങ്ങളിലെ ജനങ്ങളുമായി ഇടപെടുന്നതിന് പരിധികളില്ലാതായി.

ബ്യൂനോസ് അയേഴ്സിൽനിന്ന് പുറപ്പെട്ട അവർ വിശ്രമത്തിനായി ആദ്യം തങ്ങിയത് മിരാമറിലെ അർജന്റൈൻ ബീച്ച് റിസോർട്ടിലായിരുന്നു. യാദൃച്ഛികമെങ്കിലും ചിൻചിനയും ഒഴിവുകാലം ചെലവഴിക്കാൻ അവിടെയെത്തിയിരുന്നു. കാമുകീകാമുകന്മാർ എന്ന നിലയിൽ അവർ അവസാനം കണ്ടുമുട്ടിയതും അവിടെവെച്ചുതന്നെ. രണ്ടുദിവസം മിരാമറിൽ തങ്ങിയശേഷം യാത്ര തുടരാനായിരുന്നു ആൽബെർട്ടോയും ഏണസ്റ്റോയും തീരുമാനിച്ചിരുന്നത്. എന്നാൽ ചിൻചിനയെ കണ്ടതോടെ ഏണസ്റ്റോ എല്ലാം മറന്നപോലെ 8 ദിവസം കടന്നുപോയതറിയാതെ അവിടെ തങ്ങുന്നതുകണ്ടപ്പോൾ ആൽബെർട്ടോയ്ക്ക് അങ്കലാപ്പായി. യാത്രതന്നെ അദ്ദേഹം ഉപേക്ഷിച്ചേയ്ക്കുമോ എന്ന് ആൽബെർട്ടോ ആശങ്കപ്പെടാതിരുന്നില്ല.

എന്തുവന്നാലും താൻ മടങ്ങിവരുന്നതുവരെ കാത്തിരിക്കുമെന്ന ഉറപ്പ് ഏണസ്റ്റോയ്ക്ക് നൽകാൻ ചിൻചിന തയ്യാറായില്ല. യാത്രകഴിഞ്ഞുവരുമ്പോൾ അമേരിക്കയിൽനിന്നു തനിക്ക് ഒരു സ്കാർഫ് വാങ്ങിക്കൊണ്ടുവരണമെന്നു പറഞ്ഞു 15 ഡോളർ അവൾ ഏണസ്റ്റോയെയും ഏല്പിച്ചു. അങ്ങനെ അനിശ്ചിതമായി കാത്തിരിക്കാൻ തയ്യാറില്ലെങ്കിലും ഏണെസ്റ്റോ തിരിച്ചുവരുമെന്നും അദ്ദേഹത്തെതന്നെ താൻ വിവാഹം കഴിക്കുമെന്നും ഉള്ള പ്രതീക്ഷ അവൾ കൈവിട്ടിരുന്നില്ല. അത്തരമൊരു ശുഭപ്രതീക്ഷ യാത്ര തുടരുമ്പോൾ ഏണസ്റ്റോയുടെ മനസ്സിലും അവശേഷിക്കാതിരുന്നില്ല.

സാഹസിക യാത്ര

യാത്ര തീർത്തും സാഹസികമായിരുന്നു. ഏതാനും ആഴ്ചകൾക്കുള്ളിൽ പണമെല്ലാം തീർന്നു. ഭക്ഷണത്തിനും താമസത്തിനും അപരിചിതരെ ആശ്രയിക്കേണ്ടിവന്നു. ചില്ലറ ജോലികൾ ചെയ്തുകൊടുത്തായിരുന്നു അത്യാവശ്യങ്ങൾക്ക് പണം കണ്ടെത്തിയത്. ഏണസ്റ്റോ ആഗ്രഹിച്ചതും ഇതുതന്നെയായിരുന്നു. ലാറ്റിനമേരിക്കയിലെ ജനജീവിതം പഠിക്കാൻ ഇതുപോലൊരു അവസരം ലഭിക്കാൻ പോകുന്നില്ല. യാത്രക്കിടയിലെ ഇല്ലായ്മയിലും കഷ്ടപ്പാടുകളിലും അദ്ദേഹം ആനന്ദം കണ്ടെത്തി. പക്ഷേ അത് ഏറെ ദിവസം നീണ്ടുനിന്നില്ല. ആൻഡിയൻ പർവ്വതപ്രദേശത്തെ ബരിരോച്ചെയിലെ റിസോർട്ട് പോസ്റ്റാഫീസിൽ ചിൻചിനയുടെ ഒരു കത്ത് ഏണസ്റ്റോയെയും കാത്തുകിടന്നിരുന്നു. അത് കിട്ടിയതോടെ ഏണസ്റ്റോ ദുഃഖത്തിലാണ്ടു. മറ്റൊരാളെ വിവാഹം കഴിക്കാൻ എടുത്ത തീരുമാനമായിരുന്നു അവൾ അറിയിച്ചത്. അപ്പോഴത്തെ തന്റെ വിക്ഷുബ്ധചിന്തകൾ അദ്ദേഹം ഇങ്ങനെ പകർത്തി: "അവിശ്വസനീയമായ ആ എഴുത്ത് ഞാൻ വീണ്ടുംവീണ്ടും വായിച്ചു. കുടുംബത്തെ സംബന്ധിച്ച എന്റെ സ്വപ്നങ്ങളെല്ലാം തകർന്നടിഞ്ഞു. എന്നെപ്പറ്റിത്തന്നെ എനിക്ക് പേടിതോന്നാൻ തുടങ്ങി. കണ്ണീരിൽ കുതിർന്ന ഒരെഴുത്ത് ഞാൻ തുടങ്ങിവെച്ചു. എന്നാൽ എനിക്കത് എഴുതാൻ കഴിഞ്ഞില്ല. ശ്രമിച്ചുനോക്കുന്നതുകൊണ്ട് പ്രയോജനമുണ്ടായിരുന്നുമില്ല. ഈ നിമിഷംവരെ അവളെ പ്രേമിച്ചിരുന്നുവെന്ന് ഞാൻ ഇപ്പോഴും വിശ്വസിക്കുന്നു. കാര്യങ്ങൾ തിരിച്ചറിഞ്ഞപ്പോൾ ഞാൻ നിശ്ചിന്തനായി." (The Motorcycle Diaries)

തന്റെ ദൗത്യം മറ്റൊന്നാകയാൽ ആദ്യപ്രണയത്തിന്റെ തകർച്ച സമ്മാനിച്ച വ്യസനത്തിൽ മുഴുകിയിരിക്കാൻ ഏണസ്റ്റോയ്ക്ക് കഴിഞ്ഞില്ല. അവർ യാത്ര തുടർന്നു. ഏണസ്റ്റോയും ഗ്രനാഡോയും ചിലിയിലേക്ക് കടന്നു. ഫെറി ബോട്ടിൽവെച്ച് ഏതാനും ചിലിക്കാരായ ഡോക്ടർമാരുമായി അവർ പരിചയപ്പെട്ടു. ഈസ്റ്റർ ഐലൻറിൽ കുഷ്ഠരോഗികളുടെ കോളണിയുണ്ടെന്ന് അവർ പറഞ്ഞു. ചിലിയിൽ ഉൾപ്പെട്ട ദ്വീപാണെങ്കിലും 2,000 കി.മീ. അകലെ തെക്കുകിഴക്കൻ ശാന്തസമുദ്രത്തിലാണത്. പോളിനേഷ്യൻ ട്രയാങ്കിളിന്റെ തെക്കുകിഴക്കേ അറ്റത്തുമാണ് ആ ദ്വീപ്. നൂറുകണക്കിന് സ്മാരകപ്രതിമകൾ ദ്വീപിലെ വിസ്മയകരമായ കാഴ്ചയായിരുന്നു. ഈസ്റ്റർ ഐലന്റിനെപ്പറ്റി കൂടുതൽ അറിഞ്ഞപ്പോൾ അവിടെ തീർച്ചയായും പോകണമെന്ന് ഏണസ്റ്റോയ്ക്ക് തോന്നി. ഡോക്ടർമാരിലൊരാൾ ഫ്രൻറ്സ് ഓഫ് ഈസ്റ്റർ ഐലന്റ് എന്ന സംഘടനയുടെ പ്രസിഡന്റിന് ഇരുവരെയും പരിചയപ്പെടുത്തുന്ന ഒരെഴുത്തും കൊടുത്തു.

ചിലിയിലെ ദക്ഷിണതുറമുഖനഗരമായ വാൽദിവിയയിലെ ഒരു പത്രത്തിന്റെ ഓഫീസ് ചെയും ആൽബെർട്ടോയും സന്ദർശിച്ചു. സുദീർഘമായ ആ യാത്രയെസംബന്ധിച്ച് ഒരു ലേഖനം പ്രസിദ്ധീകരിക്കാൻ പത്രക്കാർ അവരുമായി അഭിമുഖം നടത്തി. ആ നഗരം സ്ഥാപിതമായതിന്റെ നാലാം ശതവാർഷികാഘോഷം നടക്കുന്ന സമയമായതിനാൽ തങ്ങളുടെ യാത്ര ആ നഗരത്തിനായി അവർ സമർപ്പിച്ചു. പിന്നെ അവർ തങ്ങിയത് മദ്ധ്യചിലിയിലെ തെമുകൊ എന്ന മനോഹരമായ നഗരത്തിലായിരുന്നു. അവിടെയും ഒരു പ്രാദേശികപത്രം അവരെ സ്വീകരിച്ചു. "രണ്ട് അർജന്റൈൻ കുഷ്ഠരോഗവിദഗ്ദ്ധർ മോട്ടോർബൈക്കിൽ ദക്ഷിണ അമേരിക്കയിൽ പര്യടനം നടത്തുന്നു" എന്ന കൗതുകകരമായ തലക്കെട്ടോടുകൂടിയായിരുന്നു അവരുടെ അഭിമുഖം പത്രം പ്രസിദ്ധികരിച്ചത്.

ആ വാർത്ത പ്രാദേശികസമൂഹത്തിൽ അവരെ പ്രശസ്തരാക്കി. പിന്നെ ഏറെ യാത്രചെയ്യുന്നതിനുമുന്നേ അവരുടെ ബൈക്കിന്റെ പിൻചക്രം പഞ്ചറായി. അതു ശരിയാക്കാൻ കഴിയാഞ്ഞതിനാൽ രാത്രി വെളിയിൽ കിടക്കേണ്ടിവരുമെന്നായിരുന്നു അവർ കരുതിയത്. എന്നാൽ സംഭവിച്ചത് മറിച്ചായിരുന്നു. ചെ ഡയറിയിൽ കുറിച്ചു: "എന്നാൽ ഇപ്പോൾ ഞങ്ങൾ വല്ലവരൊന്നുമായിരുന്നില്ല. വിദഗ്ദ്ധരായിരുന്നു. ഉടനെ ഞങ്ങൾ കണ്ട ഒരു റെയിൽവെതൊഴിലാളി ഞങ്ങളെ അയാളുടെ വീട്ടിലേക്ക് ക്ഷണിച്ചുകൊണ്ടുപോയി. അവിടെ ഞങ്ങൾ രാജാക്കന്മാരെപ്പോലെ പരിഗണിക്കപ്പെട്ടു." പിറ്റേന്നു ഒരു ഗ്യാരേജിൽ പോയി ബൈക്കിന്റെ ടയർ ഉറപ്പിച്ചു. പക്ഷേ അവിടം വിടുന്നതിനുമുമ്പ് ലക്ഷണമൊത്ത ഒരു ചിലിയൻ സദ്യ ആസ്വദിച്ചേ അവർക്കു പോകാനൊത്തുള്ളു.

അവർ ബൈക്കിൽത്തന്നെ യാത്ര പുനരാരംഭിച്ചു. പക്ഷേ അതുകൊണ്ടൊന്നും കഷ്ടകാലം അവസാനിച്ചെന്നു പറയാനാകില്ല. യാത്രചെയ്തുകൊണ്ടിരിക്കെ ബൈക്ക് തെന്നിമറിഞ്ഞു അവർ തെറിച്ചുവീഴുകയും ചെയ്തു. അപകടമൊന്നു സംഭവിച്ചില്ലെങ്കിലും ബൈക്കിന്റെ സ്റ്റീറിംഗ് കോളം ഒടിയുകയും ഗീയർബോക്സ് തകരുകയും ചെയ്തു. ഒരു ഗ്യാരേജിൽ കൊണ്ടുപോയി സ്റ്റീറിംഗ് കോളം വിളക്കിച്ചേർപ്പിക്കുയും ഗിയർബോക്സ് ഉറപ്പിച്ചെടുക്കയും ചെയ്തു. ഈ സമയമെല്ലാം പ്രാദേശികമായി പ്രശസ്തരായിക്കഴിഞ്ഞ അർജന്റൈൻ സഞ്ചാരികളെ കാണാൻ ഉത്സുകരായ നാട്ടുകാർ തടിച്ചുകൂടി. പ്രാദേശികപത്രം അവരുടെ ഫോട്ടോസഹിതം അഭിമുഖം പ്രസിദ്ധീകരിച്ചതാണ് കാരണം. നാട്ടുകാരുടെ അതിരുകടന്ന ആരാധന അന്നുരാത്രി കുറച്ച് കുഴപ്പങ്ങൾക്ക് കാരണമായി. മെക്കാനിക്കിന്റെ വീട്ടിലെ ഗ്രാമീണ നൃത്തത്തിലേക്കും

പ്രാദേശികമദ്യപാനവിരുന്നിലേക്കും അവർ ക്ഷണിക്കപ്പെട്ടുന്നതുവരെ കാര്യങ്ങൾ എത്തി. അവിടെ വിളമ്പിയ ചിലിയൻ വൈൻ കഴിച്ച പൂസായ ഏണസ്റ്റോയെ ആതിഥേയൻ അയാളുടെ ഭാര്യയുമായി നൃത്തത്തിനു നിർബ്ബന്ധിക്കുവരെയുണ്ടായി. നൃത്തം അതിരുകടന്നപ്പോൾ ഉണ്ടായ കശപിശയിൽനിന്നു അവർ കഷ്ടിച്ച് രക്ഷപ്പെട്ടെന്നു പറഞ്ഞാൽ മതിയല്ലോ. അങ്ങനെ ഗാരേജുകാരുടെ അതിരുകടന്ന ആതിഥ്യത്തിൽ മടുപ്പുതോന്നിയ അവർ പിറ്റേന്നു രാവിലെതന്നെ സ്ഥലംവിടാൻ ഒരുങ്ങി. എന്നാൽ ഗാരേജിന്റെ തൊട്ടടുത്ത കുടുംബം ഉച്ചയൂണുകഴിപ്പിച്ചേ അവരെ വിട്ടുള്ളു.

സാന്റിയാഗോയിലേക്കുള്ള യാത്രാമദ്ധ്യേ വീണ്ടും അവരുടെ ബൈക്ക് പണിമുടക്കി. ഒരിക്കൽക്കൂടി അത് റിപ്പയർചെയ്യിച്ചെടുത്തു. പിന്നെയതിന്റെ ആയുസ്സ് അധികം നീണ്ടുനിന്നില്ല. ചെങ്കുത്തായ ഒരു കുന്നുകയറവേ അത് അന്ത്യശ്വാസം വലിച്ചു. ലോസ് അഞ്ജെലസ് പട്ടണത്തിലേക്കുപോകുന്ന ട്രക്കിലെ ലിഫ്റ്റിൽ വല്ലപാടും അത് കൊളുത്തിയിട്ടു. ലോസ് ആഞ്ജെലസിലെ ഒരു വളന്റിയർ ഫയർ സ്റ്റേഷനിലായിരുന്നു അവർ താമസം തരപ്പെടുത്തിയത്. കുറച്ചു ദിവസത്തിനുള്ളിൽ ഒരു ട്രക്കിൽ സാന്റിയാഗോയിലെത്തിയ അവർ ബൈക്ക് അവിടെ ഒരു ഗ്യാരേജിൽ ഉപേക്ഷിച്ചു. അതോടെ അവർ സ്വതന്ത്രരായി.

കാഴ്ചപ്പാടിനെ മാറ്റിമറിച്ച കാഴ്ചകൾ

ഈസ്റ്റർ ഐലന്റിലേക്കാണല്ലോ ചെയ്ക്കും ഗ്രനാഡോയ്ക്കും പോകേണ്ടത്. അതിനവർ സാന്റിയാഗോയിൽനിന്നു തുറമുഖനഗരമായ വാൽപറൈസോയിൽ എത്തി. എന്നാൽ അവിടേക്ക് കപ്പൽ പുറപ്പെടാൻ ഒരുപാട് മാസങ്ങൾ എടുക്കുമെന്നറിഞ്ഞ് അവർ നിരാശരായി. അവിടെ അവർക്ക് ഒരു ബാറുടമ ഭക്ഷണവും താസമസൗകര്യവും നല്കി. അയാളുടെ പണിക്കാരിയായിരുന്ന വൃദ്ധ ആസ്ത്മയും ഹൃദ്രോഗവും ബാധിച്ച് കിടപ്പിലാണ്. അവരെ ഡോക്ടറെന്നനിലയിൽ പരിശോധിക്കാൻ അയാൾ ഗുവേരയെ കൊണ്ടുപോയി. അവർ രോഗമൂർച്ഛയിൽ മരിച്ചുകൊണ്ടിരിക്കയാണെന്ന് അദ്ദേഹം മനസ്സിലാക്കി. ദാരിദ്ര്യം ചവച്ചുതുപ്പിയ അവരുടെ ജീവിതസാഹചര്യം ഗുവേരയെ വ്യവസ്ഥിതിക്കെതിരെ രോഷാകുലനാക്കി.

ഇത്തരം അനുഭവങ്ങളാണ് ഗുവേരയിലെ ഭാവിവിപ്ലവകാരിയെ രൂപപ്പെടുത്തിയത്. ആ സ്ത്രീ കിടന്നിരുന്ന മുറിയിലെ പരിതാപകരവും വൃത്തിഹീനവുമായ അവസ്ഥയിൽ ഒരു ഡോക്ടർക്ക് കാര്യമായൊന്നും ചെയ്യാനില്ലെന്ന് അദ്ദേഹം ഡയറിയിൽ രേഖപ്പെടുത്തി. “ഇടയ്ക്കിടെ

ഇതുപോലെയാണ്. ഒരു ഡോക്ടർ തന്റെ പൂർണ്ണമായ അശക്തിയെപ്പറ്റി ബോധവനാകുമ്പോൾ അയാൾ ഒരു മാറ്റത്തിനുവേണ്ടി ദാഹിക്കുന്നു. വ്യവസ്ഥിതിയിൽ അനീതിയെ തടയുന്ന മാറ്റം. വെറും ഒരുമാസംമുമ്പ് ഈ പാവപ്പെട്ട സ്ത്രീ ഒരു പണിക്കാരി എന്ന നിലയിൽ പണിയെടുത്തു ജീവിച്ചുപോന്ന വ്യവസ്ഥിതി. വീർപ്പുമുട്ടലോടെയും കിതപ്പോടെയുമാണെങ്കിലും അവർ അഭിമാനത്തോടെ ജീവിതത്തെ നേരിട്ടിരുന്നു. തങ്ങളുടെ വിദൂരചക്രവാളം എപ്പോഴും നാളെ നാളെ എന്നു കരുതുന്ന ആളുകളുടെ അന്ത്യനിമിഷങ്ങളിൽ ലോകമെമ്പാടുമുള്ള തൊഴിലാളിവർഗ്ഗത്തിന്റെ ജീവിതത്തെ ഗ്രസിക്കുന്ന ദുരന്തം കാണാം."

ഈസ്റ്റർ ഐലന്റിലേക്കുള്ള പരിപാടി അവർ ഉപേക്ഷിച്ചു. വടക്കൻ ചിലിയിലെ ആന്റോഫഗസ്റ്റ തുറമുഖം ലക്ഷ്യമാക്കി യാത്രയാരംഭിച്ച ഒരു കപ്പലിൽ അവർ ഒളിച്ചുകടന്നു. കക്കൂസ് മുറിയിലായിരുന്നു ആരും കാണാതിരിക്കാൻ അവർ കയറിപ്പറ്റിയത്. നാറ്റം സഹിക്കാതെ ഓക്കാനിക്കാൻ തുടങ്ങി. വിശപ്പും അസഹനീയമായിരുന്നു. ഒടുവിൽ ക്യാപ്റ്റൻ ഇരുവരെയും പിടികൂടി കണക്കിനു ശകാരിച്ചു. ശിക്ഷയായി ജോലിയും കൊടുത്തു. നാറ്റം വമിക്കുന്ന കക്കൂസ് വൃത്തിയാക്കലായിരുന്നു ഗുവേര ചെയ്യേണ്ടിവന്നത്, ആൽബെർട്ടോ ഉള്ളി തൊലികളയലും. ജോലികൾ അന്യോന്യം വെച്ചുമാറാൻ ഗുവേര ശ്രമിക്കാതിരുന്നില്ല. എന്നാൽ ആൽബെർട്ടോ വഴങ്ങിയില്ല. ജോലിയെല്ലാം കഴിഞ്ഞപ്പോഴാകട്ടെ ക്യാപ്റ്റൻ അവരോട് ബഹുമാന്യരായ അതിഥികളോടെന്നപോലെ പെരുമാറി. ആന്റോഫഗസ്റ്റയിൽ ഇറങ്ങിയ അവർ മറ്റൊരു കപ്പലിൽ കയറിക്കൂടാൻ നടത്തിയ ശ്രമം വിജയിക്കാതെപോയി. കടൽയാത്രാമോഹം തൽക്കാലം മാറ്റിവെച്ചു.

ഖനിത്തൊഴിലാളികളും വിദേശചൂഷണവും

അവർ പോയത് ചൂക്വികമറ്റ ചെമ്പുഖനിലേക്കായിരുന്നു. ലോകത്തിലെ ഏറ്റവും വലിയ ആ ഖനി ചിലിയുടെ വരുമാനത്തിന്റെ പ്രധാന സ്രോതസ്സായിരുന്നു. ഖനി ചിലിയിലാണെങ്കിലും ഉടമസ്ഥാവകാശം ചിലിക്കില്ല എന്ന വിചിത്രമായ അവസ്ഥ ചെ ശ്രദ്ധിച്ചു. അനാകൊണ്ട, കെന്നെകൊട്ട് പോലുള്ള യുഎസ് കമ്പനികളുടെ ഉടമസ്ഥതയിലായിരുന്നു അത് പ്രവർത്തിച്ചിരുന്നത്. അവർ കൊടുത്തുപോന്നിരുന്ന തുട്ടുകൾക്കുവേണ്ടി കാത്തിരിക്കയല്ലാതെ ശരിയായ വരുമാനം ഖനികളിൽനിന്നു ചിലിക്കാർക്ക് ലഭിച്ചില്ല. സാധാരണക്കാർ പട്ടിണിയിലേക്ക് വലിച്ചെറിയപ്പെട്ടുമ്പോൾ വിരലിലെണ്ണാവുന്നവർ പണക്കാരാകുന്ന വ്യവസ്ഥിതി. ഇതു മാറ്റാൻ ആഗ്രഹിച്ച ഇടതുപക്ഷവീക്ഷണമുള്ള

തൊഴിലാളിയൂണിയനുകൾ ചെമ്പുഖനികളുടെ ദേശസാൽക്കരണത്തിനു വേണ്ടി ശബ്ദമുയർത്തി. തങ്ങളുടെ ആജ്ഞാനുവർത്തികളായ ചിലിയൻ ഭരണവർഗ്ഗത്തോട് കമ്യൂണിസ്റ്റുപാർട്ടിയെ നിയമവിരുദ്ധമാക്കാനും അടിച്ചമർത്താനും കമ്പനികൾ സമ്മർദ്ദം ചെലുത്തി. വൃദ്ധയുടെ ദുരന്ത ജീവിതമെന്നപോലെ ഖനികളിലെ വിദേശചൂഷണം തൊഴിലാളികളുടെ ജീവിതത്തിൽ ദുരിതം നിറച്ചതും ഏണസ്റ്റോയുടെ വീക്ഷണത്തെ മാറ്റി മറിച്ചുകൊണ്ടിരുന്നു.

ഏണസ്റ്റോയും ഗ്രനാഡോയും ഒരു സൗജന്യയാത്രയ്ക്കുവേണ്ടിയുള്ള തത്രപ്പാടിലായിരിക്കേ അതേ ലക്ഷ്യത്തോടെ അവിടെ കറങ്ങുന്ന ഭാര്യാഭർത്താക്കന്മാരെ കണ്ടു. ഇരുവരും ഖനിത്തൊഴിലാളികളും നിരോധിക്കപ്പെട്ട ചിലയൻ കമ്യൂണിസ്റ്റ് പാർട്ടി അംഗങ്ങളുമായിരുന്നു. ഭർത്താവാകട്ടെ ജയിലിൽനിന്നു ഇറങ്ങിയേയുള്ളൂ. ഖനിത്തൊഴിലാളികളുടെ അവകാശങ്ങൾക്കുവേണ്ടി നടന്ന പണിമുടക്കിലാണ് അദ്ദേഹം ജയിലിലടയ്ക്കപ്പെട്ടത്. ഒപ്പം അറസ്റ്റുചെയ്യപ്പെട്ട സഖാക്കളോ? അറസ്റ്റുചെയ്യപ്പെട്ടശേഷം അവരെ പിന്നെ ആരും കണ്ടിട്ടില്ല. മിക്കവാറും അവർ കൊലചെയ്യപ്പെട്ടുകാണും. നിരോധിക്കപ്പെട്ട പാർട്ടിയംഗങ്ങളായ ആ ദമ്പതികൾക്ക് ഇനി അവിടെ തൊഴിൽ ലഭിക്കില്ല. അതുകൊണ്ട് ഭയാനകമായ തൊഴിൽ സാഹചര്യങ്ങളോട്ടുകൂടിയതാണെങ്കിലും ഗന്ധകഖനി സ്ഥിതിചെയ്യുന്ന പർവ്വതപ്രാന്തത്തെ ലക്ഷ്യമാക്കിയായിരുന്നു അവരുടെ യാത്ര. സ്വന്തം കുഞ്ഞുങ്ങളെ മറ്റാരെയോ ഏല്പിക്കാനും അവർ നിർബ്ബന്ധിതരായി. ഏണസ്റ്റോയെ സംബന്ധിച്ചിടത്തോളം ഖനിയിലെ വിദേശചൂഷണമെന്ന അനുഭവത്തിന്റെ തുടർച്ചയായിരുന്നു അത്. ലാറ്റിനമേരിക്കയിലെ തൊഴിലാളിവർഗ്ഗജീവിതം അദ്ദേഹം അങ്ങനെ നേരിട്ടനുഭവിച്ചു. ആ ഭയാനകമായ അനുഭവത്തെപ്പറ്റി ഏണസ്റ്റോ എഴുതി: "മരുഭൂമിയിലെ രാത്രിയിൽ മരംകോച്ചുന്ന തണുപ്പിൽ അന്യോന്യം ചുരുണ്ടുകൂടിയ ആ ദമ്പതികൾ ലോകത്തിന്റെ ഏതു ഭാഗത്തെയും തൊഴിലാളിവർഗ്ഗത്തിന്റെ ജീവിക്കുന്ന പ്രതിനിധികളാണ്. അവർക്ക് പുതയ്ക്കാൻ മോശമായൊരു പുതപ്പുപോലും ഉണ്ടായിരുന്നില്ല. അതുകൊണ്ട് ഞങ്ങളുടെ ഒരെണ്ണം അവർക്കു കൊടുത്തു. ആൽബെർട്ടോയും ഞാനും മറ്റൊന്നുകൊണ്ട് കഴിയുന്നത്ര ഞങ്ങളെ മൂടിപ്പൊതിഞ്ഞു."

ചെയും ആൽബെർട്ടോയും ചെമ്പുഖനിയിലെ തൊഴിലാളിജീവിതം നേരിട്ടുമനസ്സിലാക്കാൻ തീരുമാനിച്ചു. ചിക്വികമറ്റയിലെ ഖനി സന്ദർശിച്ച അവരെ ഞെട്ടിപ്പിക്കുന്നതായിരുന്നു അനുഭവങ്ങൾ. അമേരിക്കൻ മാനേജർമാരുടെ ഔദ്ധത്യമാണ് അവരെ രോഷാകുലരാക്കിയത്. ഖനിത്തൊഴിലാളികളുടെ അപായകരമായ തൊഴിൽസാഹചര്യവും

കുറഞ്ഞവേതനവും ആരെയും സ്തബ്ധരാക്കും. അവരുടെ സാന്നിദ്ധ്യത്തിൽ അസ്വസ്ഥരായ മാനേജർമാർ ധിക്കാരപൂർവ്വം അവരെ കഴിയുന്നത്ര പെട്ടെന്ന് അവിടെനിന്നു ഒഴിവാക്കാൻ ശ്രമിച്ചതായി ഏണസ്റ്റോ ഡയറിയിൽ രേഖപ്പെടുത്തി. അതൊരു ടൂറിസ്റ്റ് ടൗൺ അല്ലെന്നും, ഗൈഡിന്റെ ഒപ്പം അരമണിക്കൂറുകൊണ്ട് എല്ലാം കണ്ടു സ്ഥലംവിടണമെന്നും യാതൊരു മയവുമില്ലാതെതന്നെ അവർ പറഞ്ഞു. ഗൈഡാകട്ടെ അപ്പോൾ അവിടെ നടക്കാൻ പോകുന്ന ഒരു തൊഴിൽസമരത്തെപ്പറ്റി പറഞ്ഞത്, ഈ അമേരിക്കക്കാർ പണിമുടക്കുകൊണ്ട് എത്ര വമ്പിച്ച നഷ്ടമുണ്ടായാലും പാവപ്പെട്ട തൊഴിലാളികൾക്ക് നാലുതുട്ട് കൂട്ടിക്കൊടുക്കില്ലെന്നാണ്. ആൻഡേഴ്സൻ എഴുതി: "ഏണസ്റ്റോ തന്റെ ഡയറിയിൽ ഒരു പ്രത്യേക അദ്ധ്യായം ഖനിക്കുവേണ്ടി സമർപ്പിച്ചു. അതിന്റെ ഉൽപാദനപ്രക്രിയയും ചിലിയിൽ അതിന്റെ രാഷ്ട്രീയപ്രാധാന്യവും സൂക്ഷ്മമായി വിശദീകരിച്ചുകൊണ്ടാണതു ചെയ്തത്."

ചിലിയിൽനിന്നു പെറുവിലേക്ക് കടക്കുന്നതിനുമുമ്പ് അവിടത്തെ തൊഴിലാളിവർഗ്ഗജീവിതത്തിന്റെ ദാരുണമായ അവസ്ഥയും സാമ്രാജ്യത്വചൂഷണത്തിന്റെ ഭയാനകതയും സൂക്ഷ്മമായി അവലോകനം ചെയ്ത ഏണസ്റ്റോ ഗവേര എഴുതി: "ചിലിയെ ഒരു ശക്തമായ വ്യാവസായിക രാജ്യമാക്കാൻ ആവശ്യമായ ഇരുമ്പ്, ചെമ്പ്, ടിൻ, സ്വർണ്ണം, വെള്ളി, മാംഗനീസ്, നൈട്രേറ്റ്സ് എന്നീ പ്രകൃതിവിഭവങ്ങൾ അവിടെയുണ്ട്. ചിലി ചെയ്യേണ്ട ഏറ്റവുംവലിയ യത്നം അതിന്റെ പുറത്ത് കയറിക്കൂടിയ അസ്വസ്ഥതയുളവാക്കുന്ന യാങ്കീസുഹൃത്തിനെ കുടഞ്ഞുകളയലാണ്. ആ യത്നമാകട്ടെ, യുഎസ് മുടക്കിയിട്ടുള്ള ഡോളറിന്റെ തോതും അതിന്റെ ശക്തിപ്രകടനപരതയും കണക്കിലേടുത്താൽ തൽക്കാലത്തേക്ക് അതീവദുഷ്കരമാണ്." ചെയുടെ ഈ നിരീക്ഷണം പ്രവചനസ്വഭാവമുള്ളതാണ്. രണ്ടു പതിറ്റാണ്ടിനുശേഷം ചിലിയിൽ അലൻഡെസർക്കാർ ഈ ദിശയിൽ പ്രവർത്തിച്ചതിനാണല്ലോ ജനാധിപത്യപരമായി തിരഞ്ഞെടുക്കപ്പെട്ട ആ സർക്കാരിനെ സിഐഎ 1973 സെപ്തംബർ 11ന് അട്ടിമറിക്കുയും അലൻഡെയെ വധിക്കുയും പിനോഷെ എന്ന പട്ടാളസ്വേച്ഛാധിപതിയെ വാഴിക്കയും ചെയ്തത്.

തദ്ദേശീയസംസ്കാരത്തിന്റെ അവശിഷ്ടങ്ങൾ

ചിക്വികമറ്റയിൽനിന്ന് ചെയും ഗ്രനാഡോയും പെറുവിലേക്ക് കടന്നു. സ്വദേശീയരായ കുറെയേറെ ആളുകൾ അധിവസിക്കുന്ന ഒരു ലാറ്റിനമേരിക്കൻ രാജ്യം ആദ്യമായി ഇരുവരും കാണുകയാണ്. കൊളംബസ് പതിനഞ്ചാം നൂറ്റാണ്ടിന്റെ അവസാനം ഇന്ത്യക്കാർ എന്നു വിളിച്ച അക്കൂട്ടർ പല നാടുകളിൽനിന്നും അപ്രത്യക്ഷരായിക്കഴിഞ്ഞിരുന്നു.

യൂറോപ്യന്മാർ വെടിവെച്ചുകൊന്നും, അവരിൽനിന്നു കിട്ടിയ രോഗങ്ങൾ പിടിപെട്ടും ഇക്കൂട്ടർ കൂട്ടത്തോടെ അപ്രത്യക്ഷരായത് ചരിത്രത്തിലെ ദുരന്തങ്ങളിലൊന്നാണ്. അന്നാരംഭിച്ച ക്രൂരത ഇപ്പോഴും തുടരുന്ന തായി അവർ ശ്രദ്ധിച്ചു. തിരക്കേറിയ ഒരു ട്രക്കിൽ കയറിയാൽ ചെയും ഗ്രനാഡോയും ഡ്രൈവറുടെ സീറ്റിന്റെ അടുത്ത് മുന്നിലേക്ക് ക്ഷണി ക്കപ്പെട്ടിരുന്നു. എന്നാൽ സ്വദേശികളായ ഇന്ത്യക്കാർക്ക് പിന്നിൽ തിരക്കേറിയ ഭാഗത്ത് ഇരിക്കാനേ അവകാശമുള്ളൂ.

പെറുവിലെ പുനോ റിജിയണിൽ പെട്ട ഇലാവയിലേക്ക് ഒരു ട്രക്കിൽ നടത്തിയ യാത്ര രക്തം കട്ടിയാക്കുന്ന തണുപ്പ നേരിട്ടായിരുന്നു. ഉയർന്ന മലനിരകളിലൂടെ സഞ്ചരിച്ച ട്രക്കിൽ നേരം പുലരുവോളം കൊടുംതണു പ്പിൽ മരവിച്ച ശരീരവുമായി അവർ ഇരുന്നു. പകൽനേരത്ത് വെയിൽ അവരുടെ ശരീരത്തെ ഊഷ്മളമാക്കാൻ തുടങ്ങിയപ്പോൾ ട്രക്കിലെ യാത്ര പെറുവിലെ പ്രാചീന തദ്ദേശീയ ഇന്ത്യൻ സംസ്കൃതിയുടെ ശേഷി പ്പുകൾ ആസ്വദിച്ചുകൊണ്ടായിരുന്നു. ട്രക്ക് യാത്രയിൽ പരിചയപ്പെട്ട പലതരക്കാരായ നാട്ടുകാരുമായി നടന്ന സംഭാഷണങ്ങൾ തദ്ദേശീയ രും സങ്കരവർഗ്ഗക്കാരും സ്പാനീഷ് വംശജരും തമ്മിൽ ഉയർന്നുവന്ന താത്പര്യവൈരുദ്ധ്യങ്ങൾ ഗുവാരയ്ക്ക് നിരീക്ഷിക്കാൻ അവസരമേകി.

അവർ സന്ദർശിച്ച കുസ്കോ പട്ടണം ഇൻക സാമ്രാജ്യത്തിന്റെ തലസ്ഥാനമായിരുന്നു. സ്പാനിഷ് ആക്രമണത്തിനുമുമ്പ് ഏറെക്കാലം നിലനിന്ന തദ്ദേശീയസംസ്കാരത്തിന്റെ അവശിഷ്ടങ്ങൾ ആ പട്ടണത്തെ ചരിത്രകുതുകികൾക്ക് പ്രിയങ്കരമാക്കുന്നു. ചെ ഡയറിയിൽ കുറിച്ചത്, രണ്ടോ മൂന്നോ കുസ്കോകളുണ്ടെന്നാണ്. ഇൻകാകൾ സാമ്രാജ്യത്തെ സുരക്ഷിതമാക്കാൻ നിരവധി കോട്ടകൾ പടുത്തുയർത്തി. ഒരു നൂറ്റാ ണ്ടോളം നിലനിർത്തിയ ഇൻകാസംസ്കൃതിയുടെ കുസ്കോ ഒരു വശത്ത്; അതിന്റെ വൈശിഷ്ട്യം മനസ്സിലാക്കാൻ കഴിയാത്ത സ്പാനിഷ് ആക്ര മണകാരികളുടെ കുസ്കോ മറുവശത്ത്.

ചെ ഗുവാരയും ഗ്രനാഡോയും രണ്ടു ദിവസം ചെലവിട്ട മാച്ചുപിച്ചു അഞ്ചുനൂറ്റാണ്ടുമുമ്പ് ഇൻക സമ്രാട്ട് പാചകുടി (1438-1472) നിർമ്മിച്ച ഒരു എസ്റ്റേറ്റ് ആയിരുന്നുവെന്ന് പുരാവസ്തുശാസ്ത്രജ്ഞരിൽ ഏറെപേരും വിശ്വസിക്കുന്നു. പ്രാദേശികഭാഷയിൽ മാച്ചുപിച്ചു എന്നാൽ പഴയ പർവ്വതം എന്നാണ്. അടുപ്പിച്ച് ഇൻകാകൾ കെട്ടിപ്പടുത്ത ഈ എസ്റ്റേറ്റ് ഒരു നൂറ്റാണ്ടിനുശേഷം ഉണ്ടായ സ്പാനിഷ് ആക്രണത്തോടെ ഉപേക്ഷിക്കപ്പെട്ടു. സ്പാനിഷ് ആക്രമണകാരികൾ നൂറ്റാണ്ടുകളോളം കോളനിഭരണം ആഘോഷിച്ചിട്ടും ഇങ്ങനെയൊരു ചരിത്രാവശിഷ്ടം ഉള്ളതായി അറിഞ്ഞുപോലുമില്ല. എന്നാൽ യുഎസ് സെനറ്റും

പണ്ഡിതനുമായ ഹിരാം ബിൻഘം (1875-1956) 1911ൽ ഇൻക നാഗരികതയുടെ അവശിഷ്ടമായ മാച്ചുപിച്ചുവിനെ പ്രാദേശികവാസികളുടെ സഹായത്തോടെ കണ്ടെത്തി ലോകശ്രദ്ധയിൽ കൊണ്ടുവന്നു. ചെയും ഗ്രനാഡോയും ഇൻക നാഗരികതയുടെ അവശിഷ്ടങ്ങൾക്കിടയിൽ പര്യവേക്ഷണം നടത്തുകയും സ്വദേശികളുമായി ഫുട്ബാൾ കളിക്കയും ചെയ്തു.

കുസ്കോയിലേക്ക് അവർ തിരിച്ചുപോയത് തീവണ്ടിയിൽ അവിടത്തുകാരായ ഇന്ത്യക്കാർക്ക് യാത്രചെയ്യാൻ മാറ്റിവെച്ചിരുന്ന മൂന്നാം ക്ലാസ് കമ്പാർട്ടുമെന്റിലായിരുന്നു. തദ്ദേശീയർ അനുഭവിക്കേണ്ടിവന്ന യാത്രാക്ലേശങ്ങളെപ്പറ്റി ചെ രോഷത്തോടെ തന്റെ ഡയറിയിൽ പ്രതികരിച്ചു. അവിടെ വന്നുംപോയുമിരുന്ന നൂറുകണക്കിനു അമേരിക്കക്കാർ യഥാർത്ഥ പെറു എന്താണെന്നറിയാതെ തിരിച്ചുപോകുന്നുവെന്നു ചെ കുറ്റപ്പെടുത്തി. പെറുവിലെ ജനങ്ങൾ തങ്ങൾക്ക് ചൂഷണംചെയ്യാൻ സൃഷ്ടിക്കപ്പെട്ടവർ മാത്രമാണെന്നായിരുന്നു അവരുടെ ഭാവം. അതിനിടയിൽ അവർ അനുഭവിക്കേണ്ടിവന്നിരുന്ന ദാരിദ്ര്യവും പീഡനവും തങ്ങളുടെ പരിഗണനാവിഷയങ്ങളേയല്ല എന്നായിരുന്നു ഓരോ അമേരിക്കക്കാരന്റെയും ചിന്താഗതി. ഇതിനെതിരെയായിരുന്നു ചെയുടെ മനസ്സ് കലാപം കൂട്ടിയത്.

ദക്ഷിണ മദ്ധ്യപെറുവിലെ ഒരു പട്ടണമായ അബാൻകെയിലെ കുഷ്ഠരോഗാസ്പത്രിയിൽ ആസ്ത്മയെയും കുഷ്ഠരോഗത്തെയും പറ്റി അവർ നടത്തിയ പ്രഭാഷണങ്ങൾക്കു പ്രതിഫലമായി ഭക്ഷണവും താമസസൗകര്യവും ലഭിച്ചു. ഇനി അകലെയുള്ള ഹ്വാമ്പോ കുഷ്ഠരോഗാശുപത്രി അവർക്ക് സന്ദർശിക്കണം. അതിനുള്ള അനുവാദം ലഭിക്കാൻ ഗ്രനാഡോയുടെ ഡോക്ടർസുഹൃത്തിന്റെ ശുപാർശക്കത്ത് സഹായിച്ചു. എന്നാൽ ക്ലേശകരമായ ആ യാത്രയുടെ കാഠിന്യത്താൽ ഗ്രനാഡോയുടെ ആസ്ത്മ മൂർച്ഛിക്കയും എഴുന്നേറ്റുനില്ക്കാൻപോലും പ്രയാസമാകയും ചെയ്തു. അവിടെനിന്നു പെറുവിയൻ തലസ്ഥാനമായ ലിമയിലേക്കു അവർ നടത്തിയ യാത്ര പത്തു ദിവസത്തോളമെടുത്തു. ഇതുവരെ അവർ നടത്തിയ യാത്രകളിൽ ഏറ്റവും കഠിനം. പട്ടിണികിടന്നുവലഞ്ഞ് വല്ലപ്പോഴും ആരെങ്കിലും ദയവു തോന്നി കൊടുക്കുന്നതു ഭക്ഷിച്ചു അവർ ലിമയിലെത്തി.

കുഷ്ഠരോഗികളുടെകൂടെ

ഒരു കുഷ്ഠരോഗവിദഗ്ദ്ധനും സർവ്വകലാശാല പ്രൊഫസറുമായ ഡോ. ഹ്യൂഗോ പെസെയെ പരിചയപ്പെടാനായിരുന്നു അവർ ലിമ

സന്ദർശിച്ചത്. അവരെ സ്നേഹപൂർവ്വം സ്വാഗതംചെയ്ത അദ്ദേഹം ദെ ഗ്രയിയ എന്ന കുഷ്ഠരോഗാശുപത്രിയിൽ അവർക്കു താമസവും ഭക്ഷണവും ഏർപ്പാടാക്കിക്കൊടുത്തു. കൂടാതെ, ഓരോദിവസവും അത്താഴത്തിനു തന്റെ വീട്ടിലേക്ക് അവരെ ക്ഷണിക്കുകയും ചെയ്തു. ലിമ വിടുന്നതുവരെ എല്ലാ ദിവസവും അവർ രാത്രി അദ്ദേഹത്തിന്റെ ഒപ്പം ചെലവഴിച്ചു. ഗുവേര ഡോ. പെസെയുമായി ദിവസവും നീണ്ട സംവാദത്തിലേർപ്പെട്ടു. തത്ത്വചിന്ത, രാഷ്ട്രീയം, ലാറ്റിനമേരിക്കയിലെ ആരോഗ്യപ്രശ്നങ്ങൾ എന്നീ വിഷയങ്ങളിൽ അവരുടെ ചർച്ച കേന്ദ്രീകരിച്ചു. ഡോ. പെസെ പെറുവിയൻ മാർക്സിസ്റ്റ് ചിന്തകൻ ജോസ് കാർലോസ് മരിതെഗ്വിയുടെ ശിഷ്യനായിരുന്നു. പെറുവിയൻ കമ്യൂണിസ്റ്റ് പാർട്ടിയിലെ ഒരു പ്രമുഖ അംഗവുമായിരുന്നു. 1948ൽ ജനറൽ മാന്വൽ അർതുറൊ ഓർഡ്രിയ (1896-1974) പ്രസിഡന്റായപ്പോൾ കുറച്ചുകാലം രാജ്യഭ്രഷ്ടനായി. സമൂഹത്തിന്റെ നന്മക്കായി ജീവിതം സമർപ്പിച്ച ഒരു ഡോക്ടറെ ഗുവേര ആദ്യമായി കാണുകയായിരുന്നു. കമ്യൂണിസം പറയുകമാത്രമല്ല, അത് ജീവിതത്തിൽ അക്ഷരാർത്ഥത്തിൽ പകർത്തുന്ന ഒരാൾ! ഗുവേര അക്കാലത്ത് അത്തരത്തിൽ പ്രതിജ്ഞാബദ്ധനായ ഒരു കമ്യൂണിസ്റ്റായിക്കഴിഞ്ഞിരുന്നില്ല. എങ്കിലും തനിക്കും ജീവിതംകൊണ്ട് അദ്ദേഹത്തെപ്പോലെ സമൂഹനന്മക്കായി എന്തെങ്കിലും ചെയ്യണമെന്ന് ഗുവേര മനസ്സിൽ കരുതി.

സാധാരണ മനുഷ്യരെപ്പോലെ കൊള്ളാവുന്ന ഭക്ഷണം കഴിച്ചും വൃത്തിയായ വസ്ത്രം ധരിച്ചും മൂന്ന് ആഴ്ചയോളം അവർ ലിമായിൽ താമസിച്ചു. നഗരത്തിന്റെ പല ഭാഗങ്ങളിൽ സഞ്ചരിച്ചും സുഹൃത്തുക്കളും ബന്ധുക്കളുമായി അന്യോന്യം കത്തുകളയച്ചും അവർ സാധാരണ ജീവിതം നയിച്ചു. വീട്ടിൽനിന്നു പണം അയച്ചുകിട്ടാനുള്ള സാവകാശം പോലും അവിടെ ലഭിച്ചു.

ഏണസ്റ്റോയും ആൽബെർട്ടോയും യുഎസിലേക്ക് യാത്രചെയ്യുകയെന്ന തങ്ങളുടെ ആദ്യ പരിപാടി ലിമയിൽവെച്ച് ഉപേക്ഷിച്ചു. പെറുവിലെ ആമസോൺ മേഖലയിൽ ഡോ. പെസെയുടെ കുഷ്ഠരോഗികൾക്കായുള്ള ഏറ്റവും വലിയ ട്രീറ്റ്മെന്റ് സെന്റർ സന്ദർശിച്ചശേഷം വെനസ്വേലയിലേക്ക് പോകാൻ അവർ തീരുമാനിച്ചു. ലിമയിലെ കുഷ്ഠരോഗാശുപത്രിയിലെ രോഗികൾ അവർക്കു വികാരനിർഭരമായ ഒരു യാത്രയയപ്പ് നല്കി. ഒപ്പം തങ്ങളുടെ ഇടയിൽനിന്നു പിരിവെടുത്തു സംഭരിച്ച ഒരു ചെറിയ തുകയും രോഗികൾ അവരുടെ യാത്രാവശ്യങ്ങൾക്ക് സംഭാവനയായി കൊടുത്തു. രോഗികളുടെ നിഷ്കളങ്ക സ്നേഹപ്രകടനം അവരെ ആഴത്തിൽ സ്പർശിച്ചു. കയ്യുറയൊന്നുമില്ലാതെ രോഗികളുടെ കൈകൾ പിടിച്ചുകുലുക്കാൻ

ഗ്വേരയോ ഗ്രനാഡോയോ യാതൊരു പ്രയാസവും കാണിക്കാതിരുന്നതും അവരുടെ തൊട്ടടുത്തിരുന്ന സംസാരിച്ചതും അവരോടൊപ്പം ഫുട്ബാൾ കളിച്ചതും രോഗികളെ മനുഷ്യരായി കണക്കാക്കി പെരുമാറിയതും അവരുടെ ഹൃദയം കവരാൻ കാരണമായെന്ന ഗ്വേര സ്വന്തം പിതാവിനെഴുതിയ ഒരു കത്തിൽ രേഖപ്പെടുത്തിയിട്ടുണ്ട്.

പെറുവിന്റെ ആമസോണിയ പ്രദേശത്ത് കുറെ ഉള്ളിലേക്ക് കടന്നായിരുന്ന സാൻ പാബ്ലോ ലെപർ കോളനി. ഒരാഴ്ചത്തെ ദുഷ്കരമായ ബസ് യാത്രയ്ക്കുശേഷം വീണ്ടും ഒരാഴ്ചത്തെ ബോട്ടുയാത്രയും കഴിഞ്ഞായിരുന്ന അവർ അവിടെ എത്തിപ്പെട്ടത്. ലെപർ കോളനിയിൽ രണ്ടാഴ്ചയോളം താമസിച്ച് യാത്രയിൽ നഷ്ടപ്പെട്ട ആരോഗ്യം അവർ വീണ്ടെടുത്തു. ലെപ്രസോറിയത്തിലെ ലബോറട്ടറിയിൽ പ്രവർത്തിച്ച അവർ സ്റ്റാഫിനും രോഗികൾക്കും പ്രിയങ്കരരായി. അവിടെവെച്ച് ഗ്വേരയുടെ ഇരുപത്തിനാലാം ജന്മദിനം ജീവനക്കാർ സമുചിതമായി ആഘോഷിച്ചു. ആ സന്ദർഭത്തിൽ ഡയറക്ടർ ചെയ്ത ഉപചാരപ്രസംഗത്തിന്ന മറുപടിയായി ഗ്വേര പറഞ്ഞ വാക്കുകൾ എല്ലാ ലാറ്റിനമേരിക്കൻ രാജ്യങ്ങളിലെ ജനങ്ങളെ ഒറ്റ വംശത്തിൽ പെട്ടവരായി കാണാൻ ആഹ്വാനം ചെയ്യുന്നതായിരുന്നു. ലാറ്റിനമേരിക്കയുടെ രാഷ്ട്രീയ ഏകീകരണം അനിവാര്യമാണെന്ന വിചാരം ഗ്വേരയെ ഈ യാത്ര ബോദ്ധ്യപ്പെടുത്തി. യാത്രയിലെ അനുഭവങ്ങൾ രൂപപ്പെടുത്തിയ ഗ്വേരയുടെ രാഷ്ട്രീയദർശനത്തിന്റെ ആദ്യപ്രഖ്യാപനമെന്ന നിലയിൽ ആ പ്രസംഗം പ്രാധാന്യമർഹിക്കുന്നു.

അവിടെ ഏണസ്റ്റോയുടെ കണ്ണു തുറപ്പിച്ചത് ചുറ്റുമുണ്ടായിരുന്ന സങ്കടങ്ങളാണ്. അവരുടെ നിഷ്കളങ്കമായ സ്നേഹം മുഴുവനും ചൊരിഞ്ഞു കൊണ്ടായിരുന്ന രോഗികൾ ചെയെയും ഗ്രനാഡോയെയും യാത്രയാക്കിയത്. അവരിലൊരാൾ നിർമ്മിച്ച ചങ്ങാടമായിരുന്ന ഇരുവരെയും കൊളംബിയ, പെറു, ബ്രസീൽ എന്നീ രാജ്യങ്ങളുടെ അതിർത്തികൾ ഒന്നിക്കുന്ന കൊളംബിയയിലെ ലതിസിയയിൽ എത്തിച്ചത്.

ബൊഗോട്ടോയിലൂടെ

അവിടെനിന്നു കൊളംബിയൻ തലസ്ഥാനനഗരിയായ ബെഗോട്ടയിലേക്ക് വിമാനക്കൂലി പകുതിയേ വന്നുള്ളൂ. എന്നാൽ ഗ്വേരയുടെ കൈവശമുണ്ടായിരുന്ന അനുജൻ ആൽബെർട്ടോ കൊടുത്ത ഒരു കത്തിയെച്ചൊല്ലി കൊളംബിയൻ പോലീസുമായി നടന്ന കശപിശ അവരിൽ മടുപ്പുളവാക്കി. അതിനാൽ എത്രയുംവേഗം വെനസ്വേലയിലേക്ക് പോകാൻ തീരുമാനിച്ചു. ഈ സംഭവത്തെപ്പറ്റി അദ്ദേഹം അമ്മയ്ക്ക് എഴുതി: "ഞങ്ങൾ പോയ മറ്റേതു രാജ്യത്തേക്കാളുമേറെ

ഇവിടെ വ്യക്തിസ്വാതന്ത്ര്യം അടിച്ചമർത്തപ്പെടുന്നു. റൈഫിളുകളുമായി പോലീസ് തെരുവുകളിൽ റോന്തുചുറ്റുന്നു. സെക്കന്റുകൾതോറും അവർ നമ്മുടെ യാത്രാരേഖകൾ ആവശ്യപ്പെടുന്നു. ചില പോലീസുകാർ അത് വായിക്കുന്നതാകട്ടെ തല കീഴായി പിടിച്ചും. അന്തരീക്ഷം പ്രക്ഷുബ്ധമാണ്. ഒരു വിപ്ലവം ആസന്നമായതായി തോന്നി. നാട്ടിൻപുറങ്ങൾ കലാപ ബാധിതമാണ്. യാഥാസ്ഥിതികരുടെ ഇടയിൽ കലഹവും യോജിപ്പി ല്ലായ്മയുമുണ്ട്. 1948 ഏപ്രിൽ 9ന്റെ ഓർമ്മ ഓരോരുത്തരുടെ മനസ്സിലും കനംതൂങ്ങുന്നുണ്ട്. ചുരുക്കത്തിൽ ഇവിടെ ശ്വാസംമുട്ടലനുഭവപ്പെടുന്നു. കൊളംബിയക്കാർ ഇതു സഹിക്കയാണെങ്കിൽ അവർക്കു കൊള്ളാം. എന്നാൽ കഴിയുന്നത്രവേഗത്തിൽ ഞങ്ങളിവിടം വിടുകയാണ്." ചെ ഈ കത്തെഴുതുമ്പോഴും കലാപത്തിന്റെ വക്കിലായിരുന്നു ബൊഗോട്ട. ഏതാനും ദിവസത്തിനുശേഷം അവർ വെനുസ്വേലയിലേക്കുള്ള ഒരു ബസ്സിൽ കയറിക്കൂടി.

ഏണസ്റ്റോയുടെ അമ്മാവൻ മാർസെല്ലോ പന്തയക്കുതിരകളെ വളർത്തിയിരുന്നു. അദ്ദേഹത്തിന്റെ കാരക്കാസിലുള്ള ബിസിനസ് പങ്കാളിയെ കണ്ടാൽ കുതിരകളെ കടത്താനുപയോഗിക്കുന്ന വിമാന ത്തിൽ ചെ-യ്ക്ക് അർജന്റീനയിലെത്തി മെഡിക്കൽ കോളെജിലെ പഠനം പൂർത്തിയാക്കാൻ കഴിയും. ബ്യൂനോസ് അയേഴ്സിൽനിന്ന് മിയാമിയിലേ ക്ക് കുതിരകളെ കൊണ്ടുപോയിരുന്ന അമ്മാവന്റെ വിമാനം കാരക്കാ സിൽ ഇന്ധനം നിറയ്ക്കാൻ ഇറങ്ങിയപ്പോൾ അതിൽ കയറിക്കൂടാൻ അദ്ദേഹത്തിനു കഴിഞ്ഞു. മെഡിക്കൽവിദ്യാഭ്യാസം പൂർത്തിയാക്കിയ ശേഷം വന്നുകണ്ടുകൊള്ളാമെന്ന വ്യവസ്ഥയിൽ ഗ്രനാഡോയോട് ചെ 1952 ജൂലായിൽ യാത്ര പറഞ്ഞു. വിമാനം മിയാമിയിലെത്തിയപ്പോൾ അതിന്റെ എഞ്ചിൻ പ്രവർത്തനരഹിതവുമായി. റിപ്പയർചെയ്യിച്ചെ ടുക്കാൻ വേണ്ടിവന്ന കാലയളവിൽ അവിടെ പിടിച്ചുനില്ക്കാൻ കുറെ കഷ്ടതകൾ അനുഭവിക്കേണ്ടിവന്നു.

ഇതിനിടയിൽ മിയാമിയിൽ ആർകിടെക്ചർ വിദ്യാർത്ഥിയായിരു ന്ന സുഹൃത്തിനെ പോയി കണ്ടു. ചിൻചിനയുടെ കസിൻ ആയിരുന്ന അയാൾ കഷ്ടപ്പാടുകളിൽ ഏണസ്റ്റോയെ സഹായിച്ചു. ഈ യാത്രയ്ക്കി ടയിൽ ദിവസങ്ങളോളം പട്ടിണി കിടക്കേണ്ടിവന്നെങ്കിലും ചിൻചിന സ്കാർഫ് വാങ്ങാൻ കൊടുത്ത 15 ഡോളർ ഏണസ്റ്റോ തൊട്ടിരുന്നില്ല. ആഴ്ചകൾ ഏറെ കഴിഞ്ഞിട്ടും വിമാനം റിപ്പയർ ചെയ്തെടുക്കാനാകാതെ വന്നപ്പോൾ ചങ്ങാതിക്ക് ചെയെ സഹായിക്കാൻ കഴിയാതായി. അപ്പോൾ ആ 15 ഡോളർ സ്വന്തം ആവശ്യത്തിന് ചെലവിടാൻ സുഹൃത്ത് ഉപദേശിച്ചെങ്കിലും ചെ അതുകൊണ്ട് സ്കാർഫ് തന്നെ വാങ്ങി.

ഭക്ഷണത്തിനും താമസത്തിനും മറ്റും വേണ്ടിവന്ന ചെലവിനായി റസ്റ്റോറണ്ടുകളിൽ പാത്രം കഴുകുന്ന ജോലിയിലേർപ്പെട്ടു. ചിൻചിന മറ്റൊരാളെ വിവാഹം കഴിച്ചെങ്കിലും അവളോട് പറഞ്ഞ വാക്ക് അങ്ങനെ ഏണസ്റ്റോ പാലിച്ചു. വിമാനത്തിന്റെ റിപ്പയർ കഴിഞ്ഞപ്പോൾ 1952 സെപ്തംബറിൽ ബ്യൂനോസ് അയേഴ്സിലേക്ക് അദ്ദേഹം മടങ്ങി.

പ്രേക്ഷകഹൃദയങ്ങളെ ആകർഷിച്ച സിനിമ

ചെ ഗുവേര മാതൃഭാഷയായ സ്പാനിഷിൽ നല്ലൊരു എഴുത്തുകാരനായിരുന്നു. കൊച്ചുന്നാളിലേ അദ്ദേഹം കവിതകളെഴുതിയിരുന്നു. ആ ഹ്രസ്വജീവിതത്തിനിടയിൽ എഴുതിക്കൂട്ടിയ കൃതികളുടെ എണ്ണം നോക്കിയാൽ ചെ ഇരുകൈകൾകൊണ്ടും എഴുതുകയായിരുന്നോ എന്നു വിസ്മയിച്ചുപോകും. അല്ലെങ്കിൽ ഒരു കൈയിൽ തോക്കും മറുകൈയിൽ പേനയുമായിട്ടായിരുന്നോ അദ്ദേഹം ഗറില്ലാസമരങ്ങൾ നയിച്ചിരുന്നത്! എല്ലാ യാത്രകളെയും സമരങ്ങളെയും സംബന്ധിച്ച് ചെയുടെ ഡയറിക്കുറിപ്പുകളും ഗ്രന്ഥങ്ങളും പ്രസിദ്ധീകരിക്കപ്പെട്ടിട്ടുണ്ട്. കൂടാതെ താത്വികഗ്രന്ഥങ്ങളും.

സമൂഹത്തിൽ ഒരു സോഷ്യലിസ്റ്റ് വിപ്ലവത്തിന്റെ അനിവാര്യത മറ്റേത് അറിവിനേക്കാളും ഏണസ്റ്റോയെ ബോദ്ധ്യപ്പെടുത്തിയത് എട്ടുമാസം നീണ്ടുനിന്ന ഈ യാത്രയിലെ അനുഭവങ്ങളായിരുന്നു. മാത്രമല്ല, ഗറില്ലാ പോരാളിയായപ്പോൾ ഭക്ഷണമോ, വെള്ളമോ, കുളിയോ മാറ്റിയുടുക്കാൻ വസ്ത്രമോ ഇല്ലാതെ കഴിയാനുള്ള പരിശീലനംപോലും ഈ യാത്രയിൽ അദ്ദേഹത്തിനു ലഭിച്ചു. ലാറ്റിനമേരിക്കൻ രാജ്യങ്ങളിൽ മൊത്തത്തിൽ നിലനിന്നിരുന്ന വിദേശചൂഷണവും സാമൂഹികമായ അനീതികളും ജനങ്ങളുടെ നിത്യദാരിദ്ര്യവുമായിരുന്നു ഏണസ്റ്റോയുടെ മനസ്സിനെ ഇളക്കിമറിച്ചത്. ഈ യാത്രയിലുടനീളം സമൂഹം തിരസ്കരിച്ച കുഷ്ഠരോഗികളുടെ ആസ്പത്രികൾ സന്ദർശിക്കുകയും അവരെ ശുശ്രൂഷിക്കയും അവരിലൊരാളായി ജീവിക്കുകയും അവരുടെ ഹൃദയങ്ങൾ കവരുകയും ചെയ്ത ഏണസ്റ്റോ ഗുവേര ഭാവിജീവിതത്തിൽ തിരസ്കൃതജനതക്കുവേണ്ടി ആത്മബലിക്കുപോലും തയ്യാറായതിൽ അത്ഭുതമില്ല. ഏണസ്റ്റോയുടെ വിപ്ലവകാരിയിലേക്കുള്ള പടിപടിയായ വളർച്ചയുടെ രേഖയെന്ന നിലയിൽ ഒരുപാട് വായനക്കാരെ മോട്ടോർസൈക്കിൾ ഡയറീസ് ആകർഷിക്കുകയുണ്ടായി.

അതിന്റെ ജനകീയമായ ഒരു ഫിലിം ഭാഷ്യവും ഉണ്ടായി. വിഖ്യാത ആക്ടർ-പ്രൊഡ്യൂസർ റോബർട്ട് റെഡ്ഫോഡ് നിർമിച്ച സിനിമ സംവിധാനം ചെയ്തത് പ്രസിദ്ധ ബ്രസീലിയൻ ഫിലിം ഡയറക്ടർ വാൾട്ടർ

സാലെസ്ആയിരുന്നു. 2004-05 വർഷങ്ങളിൽ ലോകമൊട്ടാകെ പ്രേക്ഷകഹൃദയങ്ങളെ ആകർഷിച്ച ആ സിനിമയിൽ ഏണസ്റ്റോ ആയി വേഷമിട്ടത് മെക്സിക്കൻ നടൻ ഗയെൽ ഗാർസിയ ബെർണാളും ആൽബെർട്ടോ ഗ്രനാഡോ ആയത് റൊഡ്രിഗൊ ദെ ല സെർനയും ആയിരുന്നു. റൊഡ്രിഗൊ താവഴിയിൽ ചെയുടെ ബന്ധുവായിരുന്നത് യാദൃച്ഛികം. ഏണസ്റ്റോ ആയി അഭിനയിച്ച അനുഭവം ഗാർസിയ ബെർനാൾ പ്രേക്ഷകരുമായി ഇങ്ങനെ പങ്കുവെച്ചു: “അദ്ദേഹം ലോകത്തെ മാറ്റിമറിച്ച വ്യക്തിയാണ്. എന്റെ ഉണ്മയുടെ നിയമങ്ങളെയും മാറ്റിമറിക്കാൻ ഞാൻ യഥാർത്ഥത്തിൽ നിർബന്ധിതനായി.”

ചെയുടെ വിധവ അലൈഡ മാർച്ച് അദ്ദേഹത്തെ സംബന്ധിച്ച എല്ലാ രേഖകളും ഉൾപ്പെട്ട ഒരു ആർക്കൈവ് നിലനിർത്തിയിരുന്നു. അലൈഡയെ സമീപിച്ചായിരുന്നു റെഡ്ഫോഡ് സിനിമാനിർമ്മാണത്തിനാവശ്യമായ വിവരങ്ങൾ ശേഖരിച്ചത്. സിനിമ പൂർത്തിയായപ്പോൾ അദ്ദേഹം അതുമായി ഹവാന സന്ദർശിച്ച് ഒരു പ്രദർശനം സംഘടിപ്പിച്ചു. ചെയുടെ ഭാര്യ, കുട്ടികൾ, സഖാക്കൾ എന്നിവർക്കു പുറമെ അന്ന് 84 കാരനായിക്കഴിഞ്ഞ ആൽബെർട്ടോ ഗ്രനാഡോയും സിനിമ കാണാൻ എത്തിയത് ആ പ്രദർശനത്തെ അവിസ്മരണീയമാക്കി. സീറാമെസ്ത്രയിലും മറ്റും ചെയോടൊപ്പം ഗറില്ലാ പോരാട്ടങ്ങളിൽ പങ്കെടുത്ത സഖാക്കളുടെ പ്രതികരണങ്ങൾ വിവരണാതീതമായിരുന്നുവെന്നു റെഡ്ഫോഡ് രേഖപ്പെടുത്തി. ലോകമെമ്പാടും കാണികളും സിനിമാനിരൂപകരും ആ സിനിമയെ ആവേശത്തോടെ സ്വീകരിച്ചപ്പോൾ അമേരിക്കയിൽ അതിന്, ഭരണവർഗ്ഗത്തിന്റെ ഇടപെടൽകൊണ്ടായിരിക്കണം, തണുപ്പൻ പ്രതികരണമായിരുന്നു ലഭിച്ചത്. എന്നിട്ടും ഓസ്കാർ ഉൾപ്പെടെ ധാരാളം അവാർഡുകൾ അത് വാരിക്കൂട്ടി.

ആറ്

യാത്ര ലക്ഷ്യത്തിലേക്ക്

ഏണസ്റ്റോ ഗുവേര 1952 ജൂലായിൽ കാരക്കാസിൽവെച്ച് ഗ്രനാഡോയെ പിരിഞ്ഞത് മെഡിക്കൽ പഠനം പൂർത്തിയാക്കിയ ഉടനെ വീണ്ടും യാത്ര ആരംഭിക്കാനായിരുന്നല്ലോ. 1953 ഏപ്രിലിൽ അദ്ദേഹം മെഡിക്കൽ ഡിഗ്രിയെടുത്ത് ഡോക്ടരായിക്കഴിഞ്ഞിരുന്നു. സുഹൃത്തിനോട് പറഞ്ഞ വാക്കു പാലിക്കാൻ ഗുവേര തീരുമാനിച്ചു. എന്നാൽ ആ യാത്ര ഒരു തിരിച്ചുപോക്ക് തീർത്തും അസാദ്ധ്യമാക്കുന്ന തരത്തിൽ മറ്റൊരു ലക്ഷ്യത്തിലേക്ക് ദ്രുതമായി നീങ്ങിക്കൊണ്ടിരുന്നു. 1953 ജൂലായിൽ രണ്ടാം ലാറ്റിനമേരിക്കൻ യാത്ര ആരംഭിച്ച ഏണസ്റ്റോയെപ്പറ്റി അച്ഛനമ്മമാർക്ക് ആറു വർഷത്തോളം യാതൊരു വിവരവും ലഭിച്ചില്ല. വിവരം അറിഞ്ഞപ്പോഴാകട്ടെ ഫിദൽ കാസ്ട്രോയോടൊപ്പം സീറാമെസ്ത്രയിൽനിന്നു ഗറില്ലായുദ്ധതന്ത്രത്തിലൂടെ ക്യൂബയെ മോചിപ്പിച്ച ലോകപ്രശസ്തനായ ചെ ഗുവേരയായി മാറിക്കഴിഞ്ഞിരുന്നു. അർജന്റീനക്കാർ ഏണസ്റ്റോയെ വീണ്ടും കാണുന്നതാകട്ടെ എട്ടു വർഷം കഴിഞ്ഞ് 1961ൽ ക്യൂബൻ വിപ്ലവസർക്കാരിന്റെ പ്രതിനിധിയെന്ന നിലയിൽ സ്വദേശം സന്ദർശിച്ചപ്പോൾ മാത്രവും. അവർ ഒരു അർജന്റീനക്കാരൻ ലോകപ്രശസ്തനായതിൽ അഭിമാനം കൊണ്ടിട്ടുണ്ടാകാം. എന്നാൽ ചെ ഗുവേര മാനസികമായി ഒരു ലോകവിപ്ലവകാരിയായി വളർന്നുകഴിഞ്ഞിരുന്നു. അർജന്റീനക്കാരൻ മാത്രമല്ലാതായി മാറിക്കഴിഞ്ഞിരുന്നു.

ണ്ടാം ലാറ്റിനമേരിക്കൻ യാത്ര

മെഡിക്കൽ പരീക്ഷയിൽ പാസ്സായ വിവരം പിതാവിനെ ചെ നാടകീയമായി ഫോണിൽ അറിയിച്ചു: "ഡോക്ടർ ഏണസ്റ്റോ ഗ്വേര ദെ ല സെർന സ്പീക്കിംഗ്." "ഡോക്ടർ" എന്ന വാക്കിന് ചെ ഊന്നൽ കൊടുത്തിരുന്നു. അപ്പോൾ ആ പിതാവിന് തോന്നിയ സന്തോഷത്തിന് അതിരുകളില്ലായിരുന്നു. ഒരു ഡോക്ടറെന്ന നിലയിൽ പണിയെടുത്ത് അർജന്റീനയിൽത്തന്നെ മകൻ സമ്പന്ന ജീവിതം നയിക്കുമെന്നു തല്ക്കാലത്തേയ്ക്കെങ്കിലും ആ പിതൃഹൃദയത്തിൽ ഒരാഗ്രഹം നാമ്പിട്ടിരിക്കണം. അതിന് ഏറെ ആയുസ്സുണ്ടായിരുന്നില്ല. ചെ മറ്റൊരു ബാല്യകാല സുഹൃത്ത് കലിക ഫെറ്റിനോടൊപ്പം രണ്ടാം ലാറ്റിനമേരിക്കൻ യാത്രയ്ക്ക് തയ്യാറെടുത്തു കഴിഞ്ഞിരുന്നു. ഒരു കാര്യം നിശ്ചയിച്ചുറപ്പിച്ചാൽ പിന്നെ ആർക്കും അതിൽനിന്നു ഏണസ്റ്റോയെ തടയാനാകില്ലെന്ന് കുടുംബാംഗങ്ങൾക്ക് അറിയാമായിരുന്നു. അതേസമയം ഡോ. പിസാനി അദ്ദേഹത്തിന്റെ ക്ലിനിക്കിൽ ജോലി വാഗ്ദാനം ചെയ്തുകൊണ്ട് ഏണസ്റ്റോ വിദേശയാത്ര നടത്തരുതെന്നു യാചിച്ചു. അലർജി ഗവേഷണത്തിൽ അദ്ദേഹത്തിന്റെ സഹായി ആകുക ചെയെ സംബന്ധിച്ചിടത്തോളം തിരസ്കരിക്കാൻ ഏറെ പ്രയാസകരമായിരുന്നു. എന്നാൽ ചെയുടെ തീരുമാനത്തെ ഇളക്കാൻ ഒന്നിനും കഴിഞ്ഞില്ല.

ഇരുവരുടെയും മാതാപിതാക്കൾ, ബന്ധുക്കൾ, സുഹൃത്തുക്കൾ എന്നിവരിൽനിന്നു യാത്രയ്ക്കുള്ള പണം ശേഖരിച്ചു. ആകെ 300 യുഎസ് ഡോളറിനു തുല്യമായ സംഖ്യ ഓരോരുത്തർക്കും ലഭിച്ചു. എണ്ണസമ്പന്നമായ ലാറ്റിനമേരിക്കൻ രാജ്യമെന്നനിലയിൽ തൊഴിലന്വേഷകരുടെ തള്ളിക്കയറ്റം തടയാൻ വിസാനിയമങ്ങൾ വെനുസ്വേല കർക്കശമാക്കിയിരുന്നു. അവിടേക്കുള്ള വിസ ലഭിക്കാൻ ആ രാജ്യത്തിന്റെ എംബസിയെ സമീപിച്ചെങ്കിലും അവരുടെ കൈവശം മടക്കയാത്രാടിക്കറ്റില്ലായിരുന്നതിനാൽ വിസ ലഭിച്ചില്ല. അതുകൊണ്ട് വെനുസ്വേലയിലേക്കുള്ള യാത്ര വിസയില്ലാതെ തുടങ്ങേണ്ടിവന്നു. മറ്റെല്ലാ രാജ്യങ്ങളിലേക്കും നിഷ്പ്രയാസം വിസ ലഭിച്ചു. വെനുസ്വേലയിലേക്ക് മറ്റേതെങ്കിലും രാജ്യത്തുനിന്നു വിസ സംഘടിപ്പിക്കാമെന്ന ഉറച്ചവിശ്വാസം ഗ്വേരയ്ക്ക് ഉണ്ടായിരുന്നു. ആ വിശ്വാസത്തിന്റെ ബലത്തിൽ ഇരുവരും 1953 ജൂലായ് 7ന് ബ്യൂനോസ് അയേഴ്സിൽനിന്നു ബൊളീവിയൻ തലസ്ഥാനനഗരിയായ ലാ പാസിലേക്ക് പുറപ്പെട്ടു. അവരെ യാത്രയാക്കാൻ റെയിൽവേ സ്റ്റേഷനിൽ ഒരുപാടുപേർ എത്തിയിരുന്നു. ഏണസ്റ്റോയുടെ അമ്മ സിലിയ, ഇനി മകനെ ഒരിക്കലും കാണാനാകില്ലാ എന്ന ആർത്തനാദം മുഴക്കിക്കൊണ്ടിരുന്നു. മകൻ എന്നെന്നേക്കുമായി

നഷ്ടപ്പെടുകയാണെന്ന ആന്തരികമായ ഭയം അവരെ ബാധിച്ചുകഴിഞ്ഞിരുന്നു. ട്രെയിൻ പതുക്കെ നീങ്ങുന്നതിനൊപ്പം ഏണസ്റ്റോയുടെ കമ്പാർട്ട്മെന്റിന്റെ സമീപം ഒരു ടവൽ വീശി ആ അമ്മ ഏറെ ദൂരം ഓടി, ട്രെയിൻ കണ്ണിൽനിന്നു മറയുന്നതുവരെ.

പൊള്ളയായ ബൊളീവിയൻവിപ്ലവം

വെനസ്വേലയിലേക്കുള്ള 1,600കി.മീ. നീണ്ട ആ യാത്ര ബൊളീവിയയിലൂടെ ആക്കാൻ ചെ നിശ്ചയിച്ചത് അവിടെ ഒരു ഇടതുപക്ഷവിപ്ലവം നടന്നുകഴിഞ്ഞതിനാലായിരുന്നു. ആദ്യ ലാറ്റിനമേരിക്കൻ യാത്രയിൽ അദ്ദേഹം സന്ദർശിച്ച എല്ലാ രാജ്യങ്ങളും ഒരു സമൂലമാറ്റം അനിവാര്യമാണെന്ന തോന്നൽ ഉണ്ടാക്കിയിരുന്നു. ബോളീവിയയിൽ സംഭവിച്ചത് താൻ പ്രതീക്ഷിച്ച മാറ്റങ്ങൾ തന്നെയാണോ എന്നു പരിശോധിച്ചറിയാൻ ചെ ആഗ്രഹിച്ചു. അങ്ങനെയായിരുന്നു അദ്ദേഹം ബൊളീവിയയിലെ ല ക്വിയാകയിൽ ആദ്യം എത്തിച്ചേർന്നത്. ഈ സ്ഥലത്തിന് ഒരു പ്രാധാന്യംകൂടി ഉണ്ട്. ചെ 13 വർഷത്തിനുശേഷം ബൊളീവിയയിൽ അന്തിമ പോരാട്ടത്തിനു തിരഞ്ഞെടുത്ത ഇടം അവിടെനിന്ന് ഏറെ അകലെയായിരുന്നില്ല. അവിടെനിന്ന് അവർ ട്രെയിനിൽ ആയിരുന്നു ല പാസിൽ എത്തിച്ചേർന്നത്. ബൊളീവിയൻ ചരിത്രത്തിൽ ഉടനീളം സൈനിക അട്ടിമറികളും ഭരണമാറ്റങ്ങളും നടക്കാറുണ്ടെങ്കിലും ആദ്യ ഇടതുപക്ഷവിപ്ലവം എന്നു പറയാവുന്ന ഒന്ന് അപ്പോഴായിരുന്നു സംഭവിച്ചത്. എംഎൻആർ എന്ന ചുരുക്കപ്പേരിൽ അറിയപ്പെട്ട റവല്യൂഷണറി നാഷണലിസ്റ്റ് മൂവ്മെന്റ് അധികാരം പിടിച്ചെടുക്കുകമാത്രമല്ല, 1952 മുതൽ 1964വരെ അധികാരത്തിലിരുന്ന് യുഎസിന് അലോസരമുണ്ടാക്കിയ പരിപാടികൾ നടപ്പാക്കിക്കൊണ്ടുമിരുന്നു. ടിൻ ഖനികളുടെ ദേശസാൽക്കരണം, വിപുലമായ കാർഷികപരിഷ്കാരം എന്നിവ നടപ്പാക്കി വിദേശികളും സ്വദേശികളുമായ ചൂഷകരെ നിലയ്ക്കുനിർത്താൻ ശ്രമമാരംഭിച്ചു. അതേസമയം ഭരണകക്ഷിയായ എംഎൻആറിലെ ഇടതു-വലതുപക്ഷങ്ങൾ പരസ്പരവിരുദ്ധമായ അജൻഡകൾ മുന്നോട്ടുവച്ചു. 1964നുശേഷം രാജ്യം പൂർണ്ണമായും സാമ്രാജ്യത്വദാസ്യത്തിലേക്കുതന്നെ വഴുതിവീണു. ഈ പ്രത്യേക ചരിത്രസന്ധിയിലായിരുന്നു ചെയും സംഘവും വർഷങ്ങൾക്കുശേഷം അന്തിമസമരത്തിനു ബൊളീവിയയിൽ എത്തിയതും.

ഗുവേരയുടെ പുരാവസ്തുശാസ്ത്രത്തിലുള്ള അമിതതാത്പര്യം ബൊളീവിയയിലെ പൗരാണികസ്മാരകങ്ങളെ അവഗണിക്കാൻ പറ്റാത്തത്ര ശക്തമായിരുന്നു. ബിസി 300നും എഡി 300നും ഇടയിൽ ആറുനൂറ്റാണ്ടോളം പശ്ചിമ ബൊളീവിയിൽ ആർഭാടപൂർവ്വം നിലനിന്ന

തിവനാക്കു (തിയഹ്ഹവനാക) സാമ്രാജ്യത്തിന്റെ അവശിഷ്ടങ്ങളായിരുന്നു ചെയെ ആകർഷിച്ചത്. അവ സന്ദർശിച്ച് നിരവധി ചിത്രങ്ങൾ അദ്ദേഹം എടുത്തു. ലാറ്റിനമേരിക്കയിലെ ഏതു രാജ്യം സന്ദർശിച്ചാലും പുരാവസ്തുക്കൾ ഗുവാരയെ സംബന്ധിച്ചിടത്തോളം വെറും അചേതന വസ്തുക്കളായിരുന്നില്ല.. അവയുടെ ചരിത്രം ആ മനസ്സിൽ എപ്പോഴും പുനഃരാവിഷ്കരിക്കപ്പെട്ടിരുന്നു. ഒരു കാലത്ത് ത്രസിച്ചുനിന്ന ആ സംസ്കൃതിയുടെ പിന്മുറക്കാരുടെ ഇപ്പോഴത്തെ അവസ്ഥ അദ്ദേഹത്തെ രോഷംകൊള്ളിച്ചു. ബൊളീവിയയിലെ ഭൂരിപക്ഷജനതയായ തദ്ദേശീയർ പ്രാന്തവൽക്കരിക്കപ്പെടുകയും അവഗണിക്കപ്പെടുകയും മൃഗസമാനമായ ജീവിതം നയിക്കാൻ നിർബ്ബന്ധിക്കപ്പെടുകയും ചെയ്യുന്നത് അദ്ദേഹം കണ്ടു. അവിടെ നടന്ന വിപ്ലവത്തിന് അതിൽ ഒരു മാറ്റവും ഉണ്ടാക്കാൻ കഴിഞ്ഞില്ലെന്ന കണ്ടെത്തൽ അദ്ദേഹത്തിന് സഹിക്കാനായില്ല. ലവ്രേത്സ്കി എഴുതി: "ഈ വിപ്ലവത്തിന്റെ നേതാക്കൾ അദ്ദേഹത്തിൽ അവിശ്വാസവും ശത്രുതയും ഇളക്കിവിട്ടു. ബൂർഷകളായ അവർ വിപ്ലവപ്രക്രിയയെ അഗാധമാക്കുന്നതിനു പകരം അതിനെ മന്ദീഭവിപ്പിക്കാൻ ശ്രമിക്കുകയായിരുന്നു. വാഷിങ്ടനെ അവർ താണുവണങ്ങി. അവരിൽ ഏറെപ്പേരും സാമ്പത്തികക്രമക്കേടുകളിലും ലാഭമാർജിക്കുന്നതിലുമായിരുന്നു ഏർപ്പെട്ടത്."

നഗരത്തിൽ ചുറ്റിയടിക്കുന്നതിനിടയിൽ ഗുവേരയും ഫെറ്റും ട്രെയിനിൽ വെച്ചു പരിചയപ്പെട്ട അർജന്റൈൻ യുവാവിനെ യാദൃച്ഛികമായി വീണ്ടും കണ്ടു. അയാളുടെ പിതാവ് നോഗ്യസ് അവിടുത്തെ രാഷ്ട്രീയത്തിൽ അതികായനായി മാറിക്കഴിഞ്ഞിരുന്ന ഒരു അർജന്റൈൻ പ്രവാസിയായിരുന്നു. അദ്ദേഹം പെറോൺഭരണത്തോടു കലഹിച്ചു രാജ്യംവിട്ട് ലാ പാസിലെത്തി കുറെ നാൾക്കകം സമ്പന്നമായൊരു ജീവിതം കെട്ടിപ്പടുത്തു. ഏണസ്റ്റോയുടെയും കലികയുടെയും കുടുംബങ്ങളുമായി നല്ല പരിചയമുണ്ടായിരുന്ന നോഗ്യസ് അവരെ വീട്ടിലേക്ക് ഡിന്നറിനു ക്ഷണിച്ചു. അവിടെവെച്ച് ഒട്ടേറെ അർജന്റൈൻ പ്രവാസികളുമായി പരിചയപ്പെട്ടു. അങ്ങനെ അവരുടെ പരിചയവലയം വികസിച്ചുവന്നു. ഒടുവിൽ അവിടത്തെ വെനസ്വേലൻ എംബസിയിലെ അറ്റാഷെ ജനറൽ റമിറെസിനെയും പരിചയപ്പെട്ടു. അദ്ദേഹവുമായി കൂടുതൽ അടുത്തതും ആ പരിചയംവഴി ഇരുവർക്കും വെനസ്വേലയിലേക്ക് വിസ തരപ്പെടുത്തിയതും കലിക ഫെറർ ആയിരുന്നു.

ഗുവേരയും ഫെറ്റും ലാ പാസിൽ ഒരാഴ്ച തങ്ങാനായിരുന്നു നിശ്ചയിച്ചിരുന്നത്. എന്നാൽ വിപ്ലവത്തിന്റെ സ്വഭാവം ശരിക്കും മനസ്സിലാക്കാനായിരിക്കണം ചെ ബോധപൂർവ്വം യാത്ര മന്ദീഭവിപ്പിച്ചു.. അപ്പോഴും

നോഗ്യസിന്റെ വീട്ടിലെ ഡിന്നറിലേക്ക് അവർ നിരന്തരം ക്ഷണിക്കപ്പെട്ടിരുന്നു. ഗുവേര ഭക്ഷണം വെട്ടിവിഴുങ്ങുന്നതിനെപ്പറ്റി ആശ്ചര്യഭരിതനായി ഫെറർ അമ്മയ്ക്ക് അയച്ച കത്തിൽ എഴുതി. നോഗ്യസിന്റെ വീട്ടിലെ ഇത്തരം ഒരു സായാന്ഹത്തിലായിരുന്നു അർജന്റീനക്കാരൻ റികാർദൊ റോജോയെ അവർ പരിചയപ്പെട്ടത്. വയസ്സ് ഇരുപത്തൊമ്പതേ ആയിരുന്നുള്ളുവെങ്കിലും കഷണ്ടി ബാധിച്ചുതുടങ്ങിയ, അമിതമായ പൊക്കവും തടിയുമുള്ള ആളായിരുന്നു റോജോ. അപ്പോഴേ അദ്ദേഹം അനുഭവസമ്പന്നനായ ഒരു രാഷ്ട്രീയക്കാരനായിക്കഴിഞ്ഞിരുന്നു. പെറോൺഭരണത്തോടു ഏറ്റുമുട്ടിയതിനാൽ ഭീകരവാദമാരോപിക്കപ്പെട്ട് പോലീസ് കസ്റ്റഡിയിലായിരുന്നെങ്കിലും രക്ഷപ്പെട്ട് ഗോട്ടിമാലൻ എംബസിയിൽ അഭയം തേടി. ഗോട്ടിമാലയിൽ അപ്പോൾ ജേകബോ അർബെൻസ് ഗുസ്മാന്റെ ഇടതുപക്ഷ സർക്കാർ ആയിരുന്നതിനാൽ റോജോയെ അവിടെനിന്നു രക്ഷപ്പെടുത്തി ചിലിയിലെത്തിച്ചു. അവിടെനിന്നു ലാ പാസിലെത്തി. അവിടെ എത്തുന്ന അർജന്റീനക്കാർക്കെല്ലാം നോഗ്യസിന്റെ ഡിന്നറിൽ ഇടമുണ്ടല്ലോ. ആൻഡേഴ്സൻ എഴുതി: “നോഗ്യസിന്റെ വീട്ടിൽവെച്ച് റോജോയും ഗുവേരയുടെ വന്യമായ ഭക്ഷണരീതി ശ്രദ്ധിച്ചു. ഗുവേര ഒരു മെഡിക്കൽ ഡോക്ടർ ആണെന്നറിഞ്ഞ് അത്ഭുതപ്പെട്ടു. കാരണം, പുരാവസ്തുശാസ്ത്രത്തെപ്പറ്റിയായിരുന്നു ഏറെയും അദ്ദേഹം സംസാരിച്ചത്. “ആദ്യം കണ്ടപ്പോൾ ഗുവേര എന്നിൽ പ്രത്യേകിച്ച് മതിപ്പൊന്നും ഉളവാക്കിയില്ല,” അദ്ദേഹം പില്ക്കാലത്ത് പറഞ്ഞു. “മറ്റുള്ളവരുടെ സംഭാഷണം ശ്രദ്ധിക്കുന്നതിന് പ്രാധാന്യം കൊടുത്തതിനാൽ അദ്ദേഹം കുറച്ചേ സംസാരിച്ചുള്ളൂ. എന്നാൽ പെട്ടെന്ന് അദ്ദേഹം സംസാരിക്കുന്നവനെ നിരായുധനാക്കുന്ന ഒരു പുഞ്ചിരിയോടെയും തീക്ഷ്ണവിമർശനത്തോടെയും അയാളുടെ സംസാരത്തെ നിശ്ചലമാക്കും.” അത് ഇരുവരും പങ്കുവെച്ച ഒരു സവിശേഷതയായിരുന്നു. റോജോയ്ക്കും തീക്ഷ്ണമായ ബുദ്ധിശക്തിയും മൂർച്ചയേറിയ സംഭാഷണചതുരതയും ഉണ്ടായിരുന്നു. ഏണസ്റ്റോയുടെ അത്രതന്നെ അദ്ദേഹവും വാദപ്രതിവാദം ഇഷ്ടപ്പെട്ടിരുന്നു.” ഏതായാലും ഇരുവരും അവിടെവെച്ചുതന്നെ സുഹൃത്തുക്കളായി.

അവിടെനിന്നു ഗോട്ടിമാലയിലേക്ക് പുറപ്പെട്ട റോജോ കൂടെക്കൂടാൻ ഗുവാരയെയും ഫെററെയും ക്ഷണിച്ചു. ബൊളീവിയയിൽ കുറച്ചു ദിവസംകൂടി തങ്ങാൻ ഇഷ്ടപ്പെട്ടതുകൊണ്ടാകാം ചെ ക്ഷണം സ്വീകരിച്ചില്ല. ജേകബോ അർബെൻസ് ഗുസ്മാൻ യുണൈറ്റഡ് ഫ്രൂട്ട് കമ്പനി ദേശസാൽക്കരിച്ചതും മറ്റും ചൂണ്ടിക്കാട്ടി സാമ്രാജ്യത്വത്തിനെതിരെ ധീരമായ നിലപാടെടുത്തതിനെപ്പറ്റി റോജോ വാചാലനായെങ്കിലും ചെ

സംശയാലുവായിരുന്നു. ബൊളീയൻ വിപ്ലവം തദ്ദേശീയരായ ഇന്ത്യക്കാരോട് നീതിചെയ്തില്ല എന്നു കണ്ടെത്തിയ ഗ്വേര ഗോട്ടിമാലൻ സംഭവവികാസത്തെയും പൂർണ്ണമായി വിശ്വസിക്കാൻ അപ്പോൾ വിസമ്മതിച്ചു. അവർ അവിടെവെച്ചു വേർപിരിഞ്ഞു.

നോഗ്യസിന്റെ വീട്ടിലെ ഡിന്നറും ആർഭാടങ്ങളും പരിചയപ്പെടലുകളും ഒക്കെ കൊള്ളാം. എന്നാൽ ആ വീട്ടിൽ ഒത്തുകൂടിയ വരേണ്യവർഗ്ഗത്തിൽ പെട്ടവരെല്ലാം ബൊളീയയിൽ നടന്നിരുന്ന മാറ്റങ്ങൾക്ക് എതിരായിരുന്നു. അവരിൽ ഒരാളുടെ മിച്ചഭൂമി കാർഷികപരിഷ്കാരംമൂലം നഷ്ടപ്പെടാൻ പോകുയാണ്. തദ്ദേശവാസികളായ ഖനിത്തൊഴിലാളികൾക്കും കർഷകർക്കും ലഭിക്കാൻ പോകുന്ന ആനുകൂല്യങ്ങളെപ്പറ്റി അവർ സന്തുഷ്ടരല്ല. അവർ എന്നും അടിമകളായി ജീവിച്ചുകൊള്ളണം എന്ന വംശീയവികാരമായിരുന്നു അവരിൽ ഏറെപ്പേരെയും ഭരിച്ചത്. ഫെററ്ക്ക് ആ വീട്ടിൽ ഒത്തുകൂടിയ വെള്ളക്കാരായ വംശീയവാദികളുടെ നിലപാടിനോട് വിഷമമൊന്നും തോന്നിയില്ല.

ആഗസ്റ്റ് രണ്ടിന് ആ നിയമം നടപ്പാക്കുമ്പോൾ രാജ്യമൊട്ടാകെ ഉണ്ടാകാൻ പോകുന്ന ഭൂകമ്പം നേരിൽ കണ്ടു വിലയിരുത്താൻ ആയിരുന്നു ചെ അവിടെ തങ്ങിയത്. പക്ഷേ അപ്പോൾ അദ്ദേഹത്തിന്റെ മനസ്സിനെ കീഴടക്കിയത് മറ്റൊരു വികാരമായിരുന്നു. ബൊളീവിയയിലെ ഖനികളിൽ പണിയെടുക്കുന്ന തൊഴിലാളികളുടെ ജീവിതം നേരിൽ കാണണം. ഖനികൾ പട്ടണത്തിൽനിന്ന് അകലെയാകയാൽ രണ്ടും ഒരേസമയം കണാനാകില്ല. ഏതായാലും അന്നേദിവസം കലികയും ചെയും ബൊൽസ നെഗ്ര വൊൾഫ്രമൈറ്റ് ഖനിയിലെ മനുഷ്യജീവിതം നേരിൽ കാണാൻ പോയി. വിപ്ലവത്തിനു മുമ്പ് പണിമുടക്കിയ തൊഴിലാളികളെയും കുടുംബാംഗങ്ങളെയും മെഷിൻഗൺകൊണ്ടു കൂട്ടക്കൊലചെയ്ത സ്ഥലം അവർ കണ്ടു. ചുക്വികാമറ്റ ഖനി മുമ്പ് കണ്ടപ്പോഴെന്നപോലെ ചെയെ ആ കാഴ്ച ഇളക്കിമറിച്ചു. ഈ സന്ദർശനം ചെയെ അസന്ദിഗ്ദ്ധമായി ബോദ്ധ്യപ്പെടുത്തിയത്, കയറ്റുമതിവിപണി യുഎസ് നിയന്ത്രിക്കുന്ന കാലത്തോളം ബൊളീവിയക്കാർക്ക് യഥാർത്ഥ സ്വാതന്ത്ര്യം അസാദ്ധ്യമാണെന്നായിരുന്നു. വിപ്ലവം നടന്നിട്ടും ബൊളീവിയയിലെ ധാതുദ്രവ്യങ്ങൾ വാങ്ങുന്ന രാജ്യമെന്ന നിലയിൽ ബൊളീവിയ പൂർണ്ണമായും യുഎസിനെ ആശ്രയിക്കേണ്ടിവന്നിരിക്കയാണ്.

വിപ്ലവബൊളീവിയയുടെ കാർഷികപരിഷ്കാരങ്ങൾ പൊള്ളയാണെന്ന് ഏണസ്റ്റോയും കലികയും കൃഷിവകുപ്പ് മന്ത്രി നുഫ്ലോ ഷാവേസിനെ സന്ദർശിച്ചപ്പോൾ കൂടുതൽ വ്യക്തമായി. കാർഷികപരിഷ്കരണം നടപ്പാക്കലായിരുന്നു അദ്ദേഹത്തിന്റെ പണി. പക്ഷേ നിരക്ഷരരും

നിരാശ്രയരുമായ തദ്ദേശവാസികൾ മണിക്കൂറുകളോളം തങ്ങളുടെ ഊഴത്തിനുവേണ്ടി കാത്തുകെട്ടിക്കിടക്കയായിരുന്നു. ഓരോരുത്തരെയായി ഒരാൾ മന്ത്രിയുടെ അടുത്തേക്ക് കടത്തിവിട്ടിരുന്നത് തലയിലും ശരീരത്തിലും ഡിഡിടി എന്ന കീടനാശിനി വിതറിയശേഷമായിരുന്നു. ആൻഡേഴ്സൻ എഴുതി: "ഈ കാഴ്ച ഏണസ്റ്റോയെ രോഷാകുലനാക്കി. അത് വിരൽ ചൂണ്ടിയത് വിപ്ലവനേതാക്കളും അവർ പ്രതിനിധാനം ചെയ്യുന്നുവെന്നു കരുതപ്പെടുന്ന സാധാരണക്കാരും തമ്മിൽ ഉണ്ടായിരുന്ന സാംസ്കാരികമായ വിടവിലേക്കായിരുന്നു. കലികയ്ക്കാവട്ടെ, ഡിഡിടി വിതറിയത് തീർത്തും ന്യായമായി തോന്നി. ഇന്ത്യക്കാർ "വൃത്തികെട്ടവരും പേൻ നുഴയ്ക്കുന്നവരും ആയതിനാൽ മന്ത്രാലയത്തിലെ കാർപ്പെറ്റുകളും കർട്ടനുകളും അത്തരം കീടങ്ങളിൽനിന്നു സംരക്ഷിക്കപ്പെടേണ്ടതുണ്ട്." തെരുവിൽ ഒരു ഇന്ത്യക്കാരനെ മുടിയിൽ വെള്ള പൂശി കണ്ടാൽ അദ്ദേഹവും ഏണസ്റ്റോയും അന്യോന്യം നോക്കിയിട്ട് പറയും, "നോക്കൂ, അയാൾ നുഫ്ളോ ഷാവേസിനെ കണ്ടു വരികയാണ്."

ബൊളീവിയയിലെ അപ്പോൾ നടന്ന വിപ്ലവത്തിന്റെ ഇടതുപക്ഷസ്വഭാവം ഉപരിതലസ്പർശിയായിരുന്നെന്നു ചെ തിരിച്ചറിഞ്ഞു. അദ്ദേഹം ഡയറിയിൽ എഴുതി: "ഈ വിപ്ലവത്തിന്റെ ഭാവി എന്തായിരിക്കുമെന്നു ഞാൻ ആശ്ചര്യപ്പെട്ടു. അധികാരത്തിലുള്ളവർ ഇന്ത്യക്കാരുടെ ശരീരത്തിലുള്ള കീടങ്ങളെ താത്ക്കാലികമായി അകറ്റാൻ ഡിഡിറ്റി വിതറി. എന്നാൽ കീടങ്ങൾ പെരുകുകയെന്ന അടിസ്ഥാനപരമായ പ്രശ്നം പരിഹരിച്ചേയില്ല." തൊഴിലാളികളുടെയും കർഷകരുടെയും യാതനാനിർഭരമായ ജീവിതാവസ്ഥയുടെ മൂലകാരണം കണ്ടെത്തുന്നതിനുപകരം താല്ക്കാലികമായ ആനുകൂല്യങ്ങൾ നല്കി അവരെ സമാശ്വസിപ്പിക്കാൻ മാത്രമായിരുന്നു വിപ്ലവകാരികൾ എന്ന് അവകാശപ്പെട്ടവർ ചെയ്തത്. റിച്ചാർഡ് എൽ. ഹാരിസ് എഴുതി: "... പുതിയ സർക്കാരിലെ നേതാക്കൾ ബൊളീവിയയുടെ പ്രശ്നങ്ങളുടെ മൂലകാരണങ്ങൾ പരിഹരിച്ചില്ല. ഈ പ്രശ്നങ്ങളുടെ ഫലങ്ങളെ മെച്ചപ്പെടുത്താനുള്ള ശ്രമം മാത്രമാണ് അവർ നടത്തിയത്. അങ്ങനെ രാജ്യത്തിലെ അതൃപ്തരായ ജനസഞ്ചയത്തെ സ്വാന്തനപ്പെടുത്താനും അവർ ശ്രമിച്ചു. കർഷകരുടെ ദാരിദ്ര്യത്തിന്റെയും ശുചിത്വമില്ലായ്മയുടെയും കാരണമായ സാമൂഹികവും സാമ്പത്തികവും ആയ അവസ്ഥയെ ആത്മാർത്ഥമായി മെച്ചപ്പെടുത്താനുള്ള നയങ്ങൾ പിന്തുടരുന്നതിനേക്കാൾ കർഷകരുടെ പേനിനെ സ്പ്രേ അടിച്ചു തുരത്തുന്നതിൽ വ്യാപൃതമായിരുന്നു സർക്കാർ."

ഏണസ്റ്റോ ഗ്വേരയുടെയും കലിക ഫെറ്ററുടെയും ലാ പാസ് വാസം ഒരു മാസത്തോളം നീണ്ടുപോയി. ലാ പാസിൽനിന്നു ഗ്വേരയും ഫെറ്ററും

പെറുവിലെ പ്രമുഖ നഗരമായ കുസ്കോയിലേക്ക് പോയി. പെറുവിന്റെ അതിർത്തിയിൽ വെച്ച് ചെയുടെ കൈവശമുണ്ടായിരുന്ന വിപ്ലവാശയങ്ങളോട് ബന്ധപ്പെട്ട ചില പുസ്തകങ്ങൾ പ്രശ്നമായി. "മാൻ ഇൻ ദ സോവിയറ്റ് യൂണിയൻ" എന്ന ഗ്രന്ഥവും ബൊളീവിയയിലെ കാർഷിക പരിഷ്കാരങ്ങളെ സംബന്ധിച്ച ലഘുലേഖകളും ചൂണ്ടിക്കാട്ടി കസ്റ്റംസുകാർ ശകലം ബഹളംവെച്ചെങ്കിലും, പോലീസ് മേധാവി അവരെ പോകാൻ അനുവദിച്ചു. പുസ്തകങ്ങൾ ലിമയിലേക്ക് അയച്ചുകൊടുക്കാമെന്നും ധാരണയായി.

ഏണസ്റ്റോയെ സംബന്ധിച്ചിടത്തോളം പെറുവിലെ കുസ്കോയിലും മാച്ചുപിച്ചുവിലും രണ്ടാംവട്ടസന്ദർശനമായിരുന്നു. കുസ്കോയിലെ കുഷ്ഠരോഗാസ്പത്രി സന്ദർശിച്ച അവരെ ഡോ. പെസെയും അന്തേവാസികളും അതീവ ഹൃദ്യമായി സ്വീകരിച്ചു. വീണ്ടും ഒരു യാത്രകൂടി തരപ്പെട്ടതിൽ ഏണസ്റ്റോ സന്തുഷ്ടനായിരുന്നു. ആദ്യമിവിടെ വന്നപ്പോൾ കൂടെയുണ്ടായിരുന്നത് ഗ്രനാഡോ ആയിരുന്നു. ആൽബെർട്ടോ ഗ്രനാഡോ കാരക്കാസിൽ തന്നെയും പ്രതീക്ഷിച്ച് കുഷ്ഠരോഗികളുടെ കോളണിയിൽ കഴിയുകയായിരിക്കുമെന്ന് ഏണസ്റ്റോ ഓർത്തു. യാത്രയിലെ എല്ലാ കഷ്ടപ്പാടുകളിലും തന്നോടൊപ്പം നിന്ന അദ്ദേഹത്തെ മാച്ചുപിച്ചുവിൽ വെച്ച് പലപ്പോഴും ഏണസ്റ്റോ ഓർത്തു.

കുസ്കോവിലെ തെരുവുകളിലെ വൃത്തിഹീനത കലിക ഫെറ്റെ നിരാശനാക്കി. അദ്ദേഹം അമ്മയ്ക്ക് എഴുതിയത്, നഗരം രസകരമാണെങ്കിലും അവിടത്തെ വൃത്തികേടുകൾ വിഭാവനംചെയ്യാൻ കഴിയുന്നതിനേക്കാൾ വൃത്തിഹീനമാണെന്നായിരുന്നു. പക്ഷേ കലികയുടെ വൃത്തിഭ്രാന്തിനെ സഹാനുഭൂതി വിടാതെ കളിയാക്കിക്കൊണ്ടായിരുന്നു അമ്മ സിലിയയ്ക്ക് ഏണസ്റ്റോഈ വിഷയത്തെപ്പറ്റിഎഴുതിയത്. "കുസ്കോയുടെ ആകാശത്തിലേക്കും അവിടത്തെ അംബരചുംബികളായ പള്ളികളിലേക്കും നോക്കാതെ അദ്ദേഹം വൃത്തികേടായ ഷൂകളിലേക്കാണ് നോക്കിയത്."

ഗ്വാട്ടിമാലയിലേക്ക്

അതിർത്തിയിൽ വെച്ച പുസ്തകം പിടിച്ചെടുത്തതിന്റെ തുടർച്ചയായി താമസിക്കുന്ന ഹോസ്റ്റലിൽ പോലീസ് പരിശോധന ആരംഭിച്ചപ്പോൾ ഭാഗ്യപരീക്ഷണത്തിനു നില്ക്കാതെ ഗുവേര 1953 സെപ്തംബർ 26ന് ഇക്വഡോറിലേക്ക് കടന്നു. ഇക്വഡോറിലെ ഏറ്റവും വലുതും ജനസാന്ദ്രതയുള്ളതുമായ ഗ്വയാക്വിൽ നഗരത്തിലെത്തിയ ഏണസ്റ്റോയും ഫെറ്റും ക്ഷീണച്ച് അവശരായിരുന്നു. അതിനാൽ മൂന്നാഴ്ചയോളം അവിടെ തങ്ങി. ഇതിനിടയിൽ അവിടെവെച്ച് റോജോയെ മൂന്നു അർജന്റീനക്കാരായ വിദ്യാർത്ഥിസുഹൃത്തുക്കളോടൊപ്പം കണ്ടുമുട്ടി. അക്കൂട്ടത്തിൽ

എഡ്വാർഡോ ഗ്വാലോ ഗാർസിയ എന്ന വിദ്യാർത്ഥി ഗോട്ടിമാലൻ വിപ്ലവത്തെപ്പറ്റി ആവേശത്തോടെ വാഴ്ത്തി. ഗ്വാട്ടിമാലയിലേക്കു പോകുക എന്ന തന്റെ മനസ്സിൽ ഉണ്ടായിരുന്ന ആശയത്തിന് ചെറിയൊരു തള്ളലേ ആവശ്യമായിരുന്നുള്ളു. അതായിരുന്നു ഗാർസിയ നല്കിയതെന്ന് ചെ ഡയറിയിൽ കുറിച്ചു. പാനമ വഴിയായിരുന്നു അവർക്ക് ഗ്വാട്ടിമാലയിലെത്തേണ്ടത്. എന്നാൽ അവർക്ക് കപ്പലിൽ പാനമയിലേക്ക് പോകാൻ വിസ ഇല്ലാതിരുന്നതിനാൽ കലിക ഫേറർ ഇക്വഡോറിന്റെ തലസ്ഥാനനഗരിയായ ക്വിറ്റയിലേക്കുപോയി. സമയമാകുമ്പോൾ അവിടെവെച്ച് ഏണസ്റ്റോയുമായി ചേരാമെന്നും കരുതി.

ഏണസ്റ്റോയ്ക്കും കൂട്ടർക്കും പാനമയിലേക്കുപോകുന്ന ഒരു കപ്പലിൽ കയറിക്കൂടാനും അവരുടെ എംബസിയിൽനിന്നു വിസ തരപ്പെടുത്താനും കഴിഞ്ഞു. ചെയും ഗ്വാലോയും ഒരുപാട് ആഴ്ചകളോളം പാനമയിലും കോസ്റ്ററിക്കയിലും കറങ്ങിനടന്നു. പല വിഖ്യാതരായ ഇടതുപക്ഷ നേതാക്കളെയും പരിചയപ്പെട്ടു. കോസ്റ്ററിക്കയിൽവെച്ച് പരിചയപ്പെട്ട ഡോമിനിക്കൻ റിപബ്ലിക്കിലെ പ്രമുഖ വിപ്ലവദേശീയനേതാവ് ജുവാൻ ബോസ്ക്, കോസ്റ്ററിക്കൻ കമ്യൂണിസ്റ്റ് നേതാവ് മാമ്വൽ മോറ വൽവെർദെ എന്നിവർ അക്കൂട്ടത്തിൽ പെടും. മോറ വൽവെർദെയുമായി കോസ്റ്ററിക്കയിലെ രാഷ്ട്രീയസംഭവങ്ങൾ ചർച്ചചെയ്തശേഷം യുണൈറ്റഡ് ഫ്രൂട്ടും അമേരിക്കയും അവിടെ നടത്തിപ്പോരുന്ന സാമ്പത്തികചൂഷണത്തെപ്പറ്റി ചെ ഡയറിയിൽ രേഖപ്പെടുത്തുകയുണ്ടായി. അദ്ദേഹത്തെ നടുക്കിയത് അ വിടത്തെ പോലീസ് മേധാവിയെ സംബന്ധിച്ച വിവരങ്ങളായിരുന്നു. ഒരു ക്യൂബൻകേണലായ അദ്ദേഹത്തെ ആ പദവിയിൽ യുഎസ് അടിച്ചേൽപ്പിച്ചുവെന്നു മാത്രമല്ല, അദ്ദേഹം അമേരിക്കയുടെ ആഭ്യന്തര രഹസ്യാന്വേഷണ ഏജൻസിയായ എഫ്ബിഐ (ഫെഡറൽ ബ്യൂറോ ഓഫ് ഇൻവെസ്റ്റിഗേഷൻ) യുടെ ഏജന്റുമായിരുന്നു.

ചെയും സുഹൃത്തും കിട്ടുന്ന വാഹനങ്ങളിലൊക്കെ കയറിക്കൂടി ഗ്വാട്ടിമാലയിലേക്ക് സഞ്ചരിക്കവേ, പെട്ടെന്ന് അവരുടെ മുമ്പിൽ നാടകീയമായി ഒരു കാർ വന്നുനിന്നു. നോക്കിയപ്പോൾ റോജോയും രണ്ട് അർജന്റീനക്കാരായ സുഹൃത്തുക്കളുമായിരുന്നു. അവർ കാറിൽ ഗ്വാട്ടിമാലയിലേക്ക് നടത്തിക്കൊണ്ടിരുന്ന സാഹസികയാത്രാമദ്ധ്യേ ആയിരുന്നു ഈ കണ്ടുമുട്ടൽ. ഏണസ്റ്റോയെയും ഗ്വാലോയെയും കൂടെക്കൂട്ടി അവർ യാത്ര തുടർന്നു. അതൊരു വല്ലാത്ത യാത്രതന്നെ. പലവട്ടം ടയർ പഞ്ചറായി. പണം തീർന്നുപോയതിനാൽ ഭക്ഷണക്കുറവും വെളിയിൽ കിടന്നുള്ള ഉറക്കവും ഒക്കെയായി ക്രിസ്തുമസ്ദിനത്തിനുമുമ്പേ എങ്ങനെയോ ഗ്വാട്ടിമാലയിൽ അവരെത്തിപ്പെട്ടു.

ഏഴ്

ചെയെ വിപ്ലവകാരിയാക്കിയ ഗ്വാട്ടിമാല

സ്പാനിഷ് വംശജനായ ചെ ഗുവേരയ്ക്ക് വംശീയമായ ആനുകൂല്യം ജീവിതത്തിലെ ഓരോ കാൽവെപ്പിലും ലഭിച്ചു. രണ്ടാം ലാറ്റിനമേരിക്കൻ യാത്രയിൽ കൂടെയുണ്ടായിരുന്ന കലിക ഫെററർ ഉൾപ്പെടെ ഭൂരിഭാഗംപേരും ആ ആനുകൂല്യത്തിൽ അഭിരമിച്ചവരായിരുന്നു. അത് തങ്ങളുടെ ജന്മാവകാശമാണെന്നു കരുതിയവരായിരുന്നു. എന്നാൽ ഏണസ്റ്റോയും ഗ്രനാഡോയും അക്കൂട്ടത്തിൽ പെടില്ല. അവരെപോലെ ചുരുക്കം യുവാക്കൾ, ആ ജന്മാവകാശത്തോട് മനസ്സിന്റെ അടിത്തട്ടിൽ നിരന്തരം കലഹിച്ചു. ചിലി, ബൊളീവിയ, പെറു, ഇക്വഡോർ, പാനമ, കോസ്റ്റാ റിക്ക തുടങ്ങിയ ഓരോ രാജ്യത്തിലും തദ്ദേശീയർ ഓരങ്ങളിലേക്ക് തള്ളപ്പെടുകയും മൃഗീയമായ ചൂഷണത്തിനു വിധേയരാവുകയും ചെയ്യുന്നത് നേരിൽ അനുഭവവേദ്യമായപ്പോൾ ചെയുടെ ആന്തരികമായ അസ്വസ്ഥത പെരുകിവരുകയും, ഗ്വാട്ടിമാലയിലെ അനുഭവങ്ങൾകൂടി ആയപ്പോൾ യഥാർത്ഥ വിപ്ലവപാതയിലൂടെ സഞ്ചാരമാരംഭിക്കയും ചെയ്തു.

ഏണസ്റ്റോ ചെ ഗുവേര 1953 ഡിസംബർ 24ന് പുലർച്ചെ ഗ്വാട്ടിമാല നഗരത്തിലെത്തി. എട്ടുമാസക്കാലം ഗ്വാട്ടിമാലയിൽ അദ്ദേഹം കടന്നുപോയ അനുഭവങ്ങളായിരുന്നു ലോകം പില്ക്കാലത്ത് അറിഞ്ഞ

ഏണസ്റ്റോ ചെ ഗുവേര എന്ന വിപ്ലവകാരിയെ സൃഷ്ടിച്ചത്. ജീവിതം നിലനിർത്തൽ തദ്ദേശീയർക്കൊരു നിലക്കാത്ത സമരമായിരുന്ന അക്കാലത്ത്. കാപ്പി, ഏത്തവാഴ, പരുത്തി എന്നിവയുടെ കൃഷിയിലേർപ്പെട്ട അവരുടെ ജീവിതം അത്രമേൽ ദുരിതം നിറഞ്ഞതാകാൻ കാരണം യുണൈറ്റഡ് ഫ്രൂട്ട് എന്ന അമേരിക്കൻ കമ്പനിയുടെ ചൂഷണമായിരുന്നു. രാജ്യത്തിന്റെ ഭൂമിയും ഭരണവും അവരുടെ നിയന്ത്രണത്തിലായിരുന്നു. ഇത്തരം കമ്പനി ഉടമകളും യുഎസ് ഭരണവർഗ്ഗവും വ്യത്യസ്തരല്ലായ്കയാൽ യുഎസ് സർക്കാരിന്റെ നിയന്ത്രണത്തിലായിരുന്നു ആ രാജ്യത്തിലെ സാമ്പത്തികവും രാഷ്ട്രീയവുമായ ഭരണസംവിധാനം. 1951 മാർച്ച് 15ന് ജേകബോ അർബെൻസ് ഗുസ്മാൻ (1913-1971) തിരഞ്ഞെടുപ്പിലൂടെ അധികാരത്തിലെത്തിയതോടെ ഗ്വാട്ടിമാലയുടെ ചരിത്രത്തിൽ തദ്ദേശവാസികളായ നിസ്വവർഗ്ഗത്തിന്റെ ജീവിതത്തിൽ പ്രതീക്ഷകൾ ഉണർന്നു. ജനാധിപത്യനിയമങ്ങൾ അനുവദിക്കുന്ന മാർഗ്ഗത്തിലൂടെ സമൂഹത്തിലെ അനീതി തുടച്ചുനീക്കാൻ ദൃഢപ്രതിജ്ഞയെടുത്ത ആളായിരുന്നു അർബെൻസ്. 1944 മുതൽ അദ്ദേഹം ഇതിനുവേണ്ടിയുള്ള മുന്നൊരുക്കങ്ങൾ നടത്തുന്നുണ്ടായിരുന്നു.

ജോർജെ ഉബികോയുടെ ഒരു വ്യാഴവട്ടത്തിലേറെ (1931-1944) നീണ്ടുനിന്ന, ജനങ്ങളുടെ താത്പര്യങ്ങൾ ചവിട്ടിമെതിച്ച സ്വേച്ഛാധിപത്യഭരണത്തെ തുത്തെറിഞ്ഞ ഗ്വാട്ടിമാലൻ വിപ്ലവം ഒരു പുതുയുഗപ്പിറവിയെ അടയാളപ്പെടുത്തി. സർവ്വകലാശാലാ വിദ്യാർത്ഥികളും തൊഴിലാളികളും സംഘടിച്ച് 1944 ജൂണിൽ ആയിരുന്നു യുണൈറ്റഡ് ഫ്രൂട്ട് കമ്പനിക്കുവേണ്ടി ഭരിച്ച ഉബികോയെ രാജിവെപ്പിച്ചത്. പകരം ഒരു സൈനികജണ്ടയെ ഭരണമേല്പിച്ച് ഉബികോ അധികാരം ഒഴിഞ്ഞു. ഉബികോയുടെ തുടർച്ചയാകാൻ ശ്രമിച്ച സൈനികജണ്ടയെയും പുറന്തള്ളി 1944 ഒക്ടോബറിൽ കേണൽ ജേകബോ അർബെൻസ് ജനങ്ങൾക്കുവേണ്ടി ഭരണം പിടിച്ചെടുത്തു. അർബെൻസും കൂട്ടരും പെട്ടെന്നുതന്നെ പ്രഖ്യാപിച്ച തിരഞ്ഞെടുപ്പിൽ ജ്വാൻ ജോസ് അരെവലോ എന്ന പുരോഗമനവാദിയായ ഫിലോസഫി പ്രൊഫസർ പ്രസിഡന്റായി തിരഞ്ഞെടുക്കപ്പെട്ടു. ചില്ലറ സാമൂഹിക പരിഷ്കാരങ്ങളേ അദ്ദേഹം നടപ്പാക്കിയുള്ളുവെങ്കിലും തിരഞ്ഞെടുപ്പുപ്രക്രിയയെ സ്വതന്ത്രവും നീതിപൂർവ്വകവുമാക്കിയത് ഗ്വാട്ടിമാലൻ ജനാധിപത്യത്തിന് അദ്ദേഹം നല്കിയ മുഖ്യസംഭാവനയായിത്തീർന്നു. ഒപ്പംതന്നെ തൊഴിലാളികളുടെ കുറഞ്ഞകൂലി നിജപ്പെടുത്തി. അരെവലോയുടെ ഭരണകാലം അവസാനിച്ച 1951ൽ നടന്ന തിരിഞ്ഞെടുപ്പിൽ ബഹുഭൂരിപക്ഷത്തോടെ ജേകബോ

അർബെൻസ് പ്രസിഡന്റായി തിരഞ്ഞെടുക്കപ്പെട്ടു. 1944മുതൽ ഗ്വാട്ടി മാലൻ വിപ്ലവത്തെ കാത്തുസൂക്ഷിക്കുന്നതിൽ പുലർത്തിയ ജാഗ്രത എത്രമാത്രം ജനസമ്മതി അർബെൻസിനു നേടിക്കൊടുത്തു എന്നുകൂടി ഈ തിരഞ്ഞെടുപ്പുഫലം തെളിയിച്ചു.

ഹിൽദയുടെ കൂട്ടായ്മകളിൽ

ഹിൽദ ഗാദിയ അകോസ്റ്റ (1923-1974) എന്ന പെറുവിയൻ സാമ്പത്തികശാസ്ത്രജ്ഞയെ ഗ്വാട്ടിമാലയിലെത്തിയ ഉടനെ ചെ പരിചയപ്പെട്ടത് അദ്ദേഹത്തിന്റെ ജീവിതത്തിലെ മുഖ്യസംഭവമായി. പിന്നീട് ഹിൽദ അദ്ദേഹത്തിന്റെ ജീവിതസഖി ആയതുമാത്രമല്ല ചെയെ ഒരു വിപ്ലവകാരിയാക്കി മാറ്റുന്നതിലും അവരുടെ സ്ഥാനം ചെറുതല്ലായിരുന്നു. "മൈ ലൈഫ് വിത്ത് ചെ" എന്ന ആത്മകഥാപരമായ കൃതിയിൽ ഹിൽദ ചെയെ ആദ്യം കണ്ട അനുഭവം വിവരിക്കുന്നുണ്ട്. ചെയുടെയും കൂട്ടുകാരന്റെയും അശ്രദ്ധമായ വസ്ത്രധാരണവും, കാഴ്ചയിൽ പ്രൊഫഷണലുകളേക്കാൾ വിദ്യാർത്ഥികളാണെന്നു തോന്നിച്ചിരുന്നതും ഹിൽദ ശ്രദ്ധിച്ചു. എന്നാൽ സംസാരിക്കാൻ തുടങ്ങിയപ്പോൾ അവർ വിദ്യാസമ്പന്നരാണെന്നു മനസ്സിലായെങ്കിലും ഹിൽദയ്ക്ക് ചെയെപ്പറ്റി ആദ്യം വലിയ മതിപ്പ് തോന്നിയില്ല. അദ്ദേഹം ഒരു ഉപരിപ്ലവബുദ്ധിയും അഹംഭാവിയും പൊങ്ങച്ചക്കാരനും ആണെന്നു തോന്നി. പക്ഷേ കൂടുതൽ അടുത്തപ്പോൾ അഭിപ്രായം പാടെ മാറി. ആരോടെങ്കിലും സഹായം ചോദിക്കാനിഷ്ടപ്പെടാത്തവനും കഠിനമായ ആസ്ത്മയുടെ ആക്രമണത്താൽ പീഡിതനുമാണെന്ന് അറിഞ്ഞപ്പോൾ മതിപ്പില്ലായ്മയുടെ സ്ഥാനത്ത് സഹാനുഭൂതിയായി. പിന്നീട് ചെയുടെ കാര്യത്തിൽ ഒരു പ്രത്യേക ശ്രദ്ധതന്നെ അവർ പുലർത്തി. ആൻഡേഴ്സൻ എഴുതി: "അയല്ക്കാരുടെയിടയിൽ പൊങ്ങച്ചത്തിനും അഹങ്കാരത്തിനും പേരുകേട്ട അർജന്റീനക്കാരെപ്പറ്റിയുള്ള സഹജമായ അവിശ്വാസം ആദ്യം തോന്നിയ പുച്ഛം ഇരട്ടിപ്പിച്ചുവെന്ന് അവർ സമ്മതിക്കുന്നുണ്ടെങ്കിലും ഹിൽദ പെട്ടെന്ന് ഏണസ്റ്റോയിൽ മോഹിതയായി. എന്നാലും തല്ക്കാലത്തേയ്ക്ക് അദ്ദേഹത്തിന്റെ മനസ്സ് മറ്റെവിടെയോ ആയിരുന്നു. ഒരു ജോലി തരപ്പെടുത്താൻവേണ്ടി ആളുകളെ കാണുന്ന തിരക്കിലായിരുന്ന അദ്ദേഹം ഹിൽദയെ ശ്രദ്ധിച്ചതേയില്ല."

പെറുവിലെ നിരോധിക്കപ്പെട്ട അപ്ര (അമേരിക്കൻ പോപ്പുലർ റവല്യൂഷണറി അലയൻസ്-APRA) എന്ന ഇടതുപക്ഷ പാർട്ടിയുടെ സജീവ പ്രവർത്തകയായിരുന്നു അവർ. സർക്കാർ പാർട്ടിപ്രവർത്തകരെ വ്യാപകമായി അറസ്റ്റുചെയ്യുകയും തുറുങ്കിലടയ്ക്കുകയും ചെയ്യാൻ തുടങ്ങിയപ്പോൾ 1948ൽ അവർ നാടുവിട്ടു. 1951ൽ അർബെൻസ് അധികാരത്തിൽ

വന്നപ്പോൾ അവർക്ക് ഗ്വാട്ടിമാലയിൽ രാഷ്ട്രീയാഭയവും സാമ്പത്തികശാസ്ത്രജ്ഞയായി ജോലിയും ലഭിച്ചു. അർബൻസ് ഭരിച്ച നാല് വർഷക്കാലം ലാറ്റിനമേരിക്കൻ രാജ്യങ്ങളിൽനിന്നു പുറന്തള്ളപ്പെട്ട മൊത്തം ഇടതുപക്ഷവിപ്ലവകാരികൾക്ക് ഗ്വാട്ടിമാല ഒരു അഭയസങ്കേതമായി. അവരിൽ പലരുമായി പരിചയപ്പെടാനും അടുക്കാനും ഹിൽദയ്ക്കു കഴിഞ്ഞു. ഉറ്റ സുഹൃത്തുക്കളായി മാറിയതോടെ ഹിൽദയിലൂടെ ഗ്വാട്ടിമാലക്കാരും അല്ലാത്തവരുമായ പ്രമുഖ വ്യക്തികളുമായി ചെ അടുത്തു.

ആത്മസുഹൃത്തെന്ന നിലയിൽ ചെ എല്ലാ കാര്യങ്ങളും ഹിൽദയോടു തുറന്നു സംസാരിച്ചു. കാമുകിയായിരുന്ന ചിൻചിനയെപ്പറ്റിയും ഒന്നും മറച്ചുവെച്ചില്ല. ഹിൽദയെ ആകർഷിച്ചത്, കുടുംബാംഗങ്ങളെപ്പറ്റി സംസാരിച്ചപ്പോൾ ഏണസ്റ്റോ പ്രദർശിപ്പിച്ച ഊഷ്മളതയും മമതയുമായിരുന്നു. ഏണസ്റ്റോയും അമ്മയും തമ്മിൽ ഉണ്ടായിരുന്ന ബന്ധത്തിന്റെ ആഴം അവരെ ഏറെ സ്പർശിച്ചു. ചെ എപ്പോഴും ആരാധനയോടെയും അഗാധമായ സ്നേഹത്തോടെയും മാത്രമേ അമ്മയെപ്പറ്റി സംസാരിച്ചിരുന്നുള്ളൂവെന്നു ഹിൽദ രേഖപ്പെടുത്തി. ചെയ്ക്ക് മനുഷ്യസമൂഹത്തെ സ്നേഹിക്കാനും അവർക്കുവേണ്ടി പ്രവർത്തിക്കാനും കഴിഞ്ഞത് അതുകൊണ്ടാണെന്നു ഹിൽദയ്ക്കു തോന്നി.

ക്യൂബൻവിപ്ലവകാരികൾ

ഗ്വാട്ടിമാലയിലെ ചില ക്യൂബൻ പ്രവാസികളെയും ഹിൽദ ചെയ്ക്ക് പരിചയപ്പെടുത്തി. 1953 ജൂലായ് 26ന് ഫിദൽ കാസ്ട്രോയുടെ നേതൃത്വത്തിൽ നടന്ന ക്യൂബയിലെ മൊങ്കാദ സൈനികത്താവളാക്രമണം പരാജയപ്പെട്ടപ്പോൾ രാജ്യം വിട്ട വിപ്ലവകാരികൾ അക്കൂട്ടത്തിലുണ്ടായിരുന്നു. അവരുടെ ലാളിത്യവും വിശ്വാസദാർഢ്യവുമായിരുന്നു ഹിൽദയെയും ചെയെയും ആകർഷിച്ചത്. നിക്വരാഗ്വയിൽനിന്നു രാഷ്ട്രീയകാരണങ്ങളാൽ രാജ്യഭ്രഷ്ടനായ പ്രൊഫ. എദെൽബെർതോ തോറെസിനെ ഹിൽദ പരിചയപ്പെടുത്തിയതായിരുന്നു ചെ ഗുവേരയ്ക്ക് ക്യൂബക്കാരെ ബന്ധപ്പെടാൻ അവസരമൊരുക്കിയത്. തോറെസിന്റെ മകൾ മിർന കാലിഫോർണിയയിൽനിന്നു ഉന്നതവിദ്യാഭ്യാസം കഴിഞ്ഞു തിരിച്ചെത്തിയിരുന്നു. അർബെൻസ് സർക്കാരിൽ ഉദ്യോഗം ലഭിച്ചപ്പോഴായിരുന്നു മിർന ഹിൽദയുടെ സഹപ്രവർത്തകയായത്. തോറെസിന്റെ മകൻ എദെൽബെർതോ ജൂനിയർ ഗ്വാട്ടിമാലയിലെ കമ്യൂണിസ്റ്റുയുവജനസംഘടനയുടെ സെക്രട്ടറി ജനറലുമായിരുന്നു. എല്ലാംകൊണ്ടും രാജ്യഭ്രഷ്ടരായ വിപ്ലവകാരികൾക്കെല്ലാം ഒത്തുകൂടാനുള്ള സൗഹൃദാന്തരീക്ഷം തോറെസ് കുടുംബത്തിൽ നിലനിന്നിരുന്നു. ചെയും ഗ്വാലോയും അവിടെ എപ്പോഴും സ്വാഗതം ചെയ്യപ്പെട്ടു. അവിടെവെച്ചു അന്റോണിയോ നിക്കോ

ലോപെസ്, അരമാൻഡോ അരെൻസിബിയ തുടങ്ങിയ ക്യൂബൻ വിപ്ലവകാരികളെ ചെ പരിചയപ്പെട്ടു.

ബാത്തിസ്റ്റയുടെ സ്വേച്ഛാധിപത്യത്തിനെതിരെ ആയുധമെടുത്തവരെന്ന നിലയിൽ രാജ്യഭ്രഷ്ടരുടെ ഇടയിൽ ക്യൂബക്കാർ ആദരിക്കപ്പെട്ടു. പരാജയപ്പെട്ടതെങ്കിലും ഒരു സായുധകലാപത്തിൽ പങ്കെടുത്തവർ അവർ മാത്രമാകയാൽ ആയിരുന്നു ഈ ആരാധന. മൊങ്കാദ, ബയാമോ എന്നീ സൈനികത്താവളങ്ങൾ ആക്രമിച്ചവരിൽ ഏറെപ്പേരും വധിക്കപ്പെട്ടു. കഷ്ടിച്ച് രക്ഷപ്പെട്ട നികോയും സഖാക്കളും ഹവാനയിലെ ഗ്വാട്ടിമാലൻ എംബസിയിൽ രാഷ്ട്രീയാഭയം നേടി. അങ്ങനെ അവർ ഗ്വാട്ടിമാലയിലെത്തി. സർക്കാർ അതിഥികളായി കഴിയുന്ന അവർ ഡിന്നർ പാർട്ടികളിലും സെലിബ്രിറ്റികളായി ആദരിക്കപ്പെട്ടു. പക്ഷേ അന്തിമസമരത്തിൽ പങ്കെടുക്കാൻ എപ്പോൾവേണമെങ്കിലും അവരെ തിരിച്ചുവിളിച്ചേക്കാം. വിപ്ലവം നടത്തുന്നതിനെപ്പറ്റി പൂർണ്ണമായ അക്ഷോഭ്യതയോടെ അവർ സംസാരിക്കുന്നത് കേട്ടപ്പോൾ താൻ ചെറുതായിപ്പോയതായി ഏണസ്റ്റോ ഡയറിയിൽ കുറിച്ചു. ചെയും നികോയും ഉറ്റ ചങ്ങാതികളായി. ഇരുവർക്കും ഗ്വാട്ടിമാലയിൽ ജോലിയൊന്നുമില്ലാതിരുന്നതിനാൽ വരുമാനത്തിന് ഒരുമിച്ച് ചില്ലറ ജോലികൾ ചെയ്തു.

യുഎസ് മാർക്സിസ്റ്റ് ഹരോൾഡ് വൈറ്റ്

ഏണസ്റ്റോ അർജന്റീനയിൽനിന്നു മെഡിക്കൽ ബിരുദമെടുത്തതിനാൽ ഗ്വാട്ടിമാലയിൽ ഡോക്ടറാകണമെങ്കിൽ തിരിച്ചുപോയി ഒരു കൊല്ലത്തെ പഠനംകൂടി പൂർത്തിയാക്കണമായിരുന്നു. അപ്പോഴായിരുന്നു ഹിൽദയുടെ പരിചയവൃത്തത്തിൽപെട്ട ഹരോൾഡ് വൈറ്റ് എന്ന ഉത്തര അമേരിക്കക്കാരനെ ചെ പരിചയപ്പെട്ടത്. അദ്ദേഹം മാർക്സിസത്തെ സംബന്ധിച്ച് ഇംഗ്ലീൽ എഴുതിയ പുസ്തകം സ്പാനിഷിലേക്ക് പരിഭാഷപ്പെടുത്താൻ ആളെ അന്വേഷിച്ചുകൊണ്ടിരിക്കയായിരുന്നു. ഏണസ്റ്റോ പറ്റിയ ആളാണെന്നു ഹിൽദ പറഞ്ഞു. യഥാർത്ഥത്തിൽ ഹിൽദയുമൊത്തു ചേർന്നായിരുന്നു വിവർത്തനം പൂർത്തിയാക്കിയത്. ഏണസ്റ്റോയ്ക്ക് ഹിൽദയുടെ അത്ര ഇംഗ്ലീഷോ, ഹിൽദയ്ക്ക് ഏണസ്റ്റോയുടെ അത്ര മാർക്സിസമോ വശമില്ലായിരുന്നു.

തുടക്കത്തിൽ ഉത്തര അമേരിക്കക്കാരൻ എന്ന നിലയിൽ ഹരോൾഡ് വൈറ്റിനോട് ചെയ്ക്ക് അകൽച്ച തോന്നിയെങ്കിലും വേഗത്തിൽതന്നെ അവർ വളരെ അടുത്തു. ഹിൽദ രേഖപ്പെടുത്തിയത്, ഏണസ്റ്റോയുടെ ചിന്തയെ വലിയതോതിൽ സ്വാധീനിക്കാൻ വൈറ്റിനു കഴിഞ്ഞുവെന്നായിരുന്നു. അവർ തമ്മിൽ മാർക്സിസത്തെയും അനുബന്ധ

വിജ്ഞാനശാഖകളെയും സംബന്ധിച്ച് ആഴത്തിലുള്ള ചർച്ചകൾ നടന്നതായും ഹിൽദ സാക്ഷ്യപ്പെടുത്തി. പൊതുവെ യുഎസുകാരെ ചെ ഇഷ്ടപ്പെട്ടിരുന്നില്ലെങ്കിലും അക്കാരണത്താൽ അദ്ദേഹം ആരെയും അകറ്റിനിർത്തിയില്ല. കുറെ വർഷങ്ങൾക്കുശേഷം ക്യൂബൻസർക്കാരിൽ പ്രമുഖപദവി വഹിച്ചിരുന്നപ്പോൾ ക്യൂബയിൽ വന്നു താമസിക്കാനുള്ള ചെയുടെ ക്ഷണം വൈറ്റ് സ്വീകരിക്കുയുണ്ടായി. 1968ൽ മരിക്കുന്നതുവരെ അദ്ദേഹം ക്യൂബക്കാരനായി ജീവിച്ചു.

ഹിൽദയെ കാണാൻ അവരുടെ ഓഫീസിൽ പോയിരുന്ന ചെയും ഗ്വാലോയും മിർന തോറെസിനെ കാണുകയും സംസാരിക്കുയും ചെയ്യുക പതിവായിരുന്നു. മിർനയും കൂട്ടുകാരികളും സുന്ദരന്മാരായ ഈ അർജന്റൈൻ യുവാക്കളെപ്പറ്റി പ്രേമസങ്കല്പങ്ങൾ നെയ്തെടുത്തു. ഒരു ദിവസം മിർനയും കൂട്ടുകാരിയും, തമാശയായി നാണയമെറിഞ്ഞ് ആർക്കാണ് ഏണസ്റ്റോയെ ലഭിക്കുകയെന്നു പരീക്ഷിക്കപോലുമുണ്ടായി. ജയിച്ചതു കൂട്ടുകാരിയായിരുന്നു. ഈ സുന്ദരികളുടെ ഭാഗ്യപരീക്ഷണമൊന്നും ചെ അറഞ്ഞതേയില്ല. അദ്ദേഹത്തെ ആകർഷിച്ചത് പ്രായമേറിയ, യൗവനത്തിന്റെ ആർഭാടങ്ങളില്ലാത്ത ഹിൽദയാണെന്ന് മിർന പെട്ടെന്നു തിരിച്ചറിഞ്ഞു. മിർന ചെയെയും ഗ്വാലോയെയും പറ്റി ഡയറിയിൽ കുറിച്ചു: “യഥാർത്ഥത്തിൽ അവർ വേണ്ടുവോളം മനുഷ്യപ്പറ്റുള്ളവരായിരുന്നു. എന്നാൽ അവർ ഇഷ്ടപ്പെട്ടത് രാഷ്ട്രീയബന്ധങ്ങൾ മാത്രമായിരുന്നു.” ഈ നിരീക്ഷണം വളരെ ശരിയാണ്. ഹിൽദ കൃത്യമായ അർത്ഥത്തിൽ ഒരു ധിഷണശാലിയായിരുന്നു. ചെയും ഹിൽദയും തങ്ങളുടെ അറിവിന്റെ അതിരുകളെ വികസിപ്പിച്ചെടുത്തത് ദീർഘമായ സംവാദങ്ങളിലൂടെയായിരുന്നു. ഇരുവരും മാർക്സിസ്റ്റു രീതിശാസ്ത്രത്തെ അംഗീകരിച്ചിരുന്നെങ്കിലും നിലപാടുകളുടെ സൂക്ഷ്മാംശങ്ങളിൽ അവർ ആശയസംഘട്ടനങ്ങളിൽ ഏർപ്പെട്ടിരുന്നു. ഈ സംവാദങ്ങൾ ഉത്പാദിപ്പിച്ച ലഹരിയായിരുന്നു ഇരുവരെയും പ്രേമബദ്ധരാക്കിയതെന്ന് പറഞ്ഞാലും തെറ്റില്ല.

1954 ഫെബ്രുവരി ആവസാനം റികാർദൊ റോജോയും ഗ്വാലോ ഗാർസിയയും ഗ്വാട്ടിമാല വിട്ടെങ്കിലും ഹിൽദയിലും ഗ്വാട്ടിമാലൻ വിപ്ലവത്തിലും തോന്നിയ താത്പര്യമൂലം ചെ അവരോടൊപ്പം പോയില്ല. ജോലിയില്ലാതെ വിഷമിച്ചിരുന്ന ആ നാളുകളിൽ ഗ്വാട്ടിമാലൻ സർക്കാരിൽ ഒരു ജോലിവാഗ്ദാനം ഏണസ്റ്റോയ്ക്ക് ലഭിക്കുയുണ്ടായി. എന്നാൽ കമ്യൂണിസ്റ്റ് പാർട്ടിയിൽ ചേരുകയാണെങ്കിൽ ജോലി ലഭിക്കുമെന്ന നിർദ്ദേശത്തെ ചെ നിരാകരിച്ചെന്നും അത് തന്നിൽ അദ്ദേഹത്തെപ്പറ്റി മതിപ്പ് വർദ്ധിപ്പിച്ചെന്നും ഹിൽദ രേഖപ്പെടുത്തി. പിന്നീട് ചെ പറഞ്ഞു:

“കമ്യൂണിസ്റ്റ് പ്രത്യയശാസ്ത്രത്തോട് എനിക്ക് വിയോജിപ്പ് ഉള്ളതുകൊണ്ടായിരുന്നില്ല അത്. ആ രീതിയാണെനിക്ക് ഇഷ്ടപ്പെടാഞ്ഞത്. അവർക്ക് അംഗങ്ങളെ ലഭിക്കേണ്ടത് അപ്രകാരമല്ല. അത് പൂർണ്ണമായും തെറ്റായിരുന്നു.”

1954 മാർച്ചിൽ വിവാഹാഭ്യർത്ഥന നടത്തിക്കൊണ്ട് ചെ ഒരു പ്രണയകവിത ഹിൽദയ്ക്ക് കൈമാറി. തനിക്ക് ചെയോട് പ്രണയമുണ്ടെങ്കിലും ഗ്വാട്ടിമാലയോടും തന്റെ രാജ്യത്തോടുമുള്ള കടമ നിർവ്വഹിക്കാൻ സ്വതന്ത്രയായിരിക്കാൻ ആഗ്രഹിക്കുന്നുവെന്ന മറുപടിയായിരുന്നു ഹിൽദ നൽകിയത്. രാഷ്ട്രീയ ആക്ടിവിസ്റ്റുകൾക്ക് വിവാഹം പാടില്ലെന്ന നിലപാടിനോട് താൻ യോജിക്കുന്നില്ലെന്നായിരുന്നു ചെയുടെ നിലപാട്. എങ്കിലും ഹിൽദയുടെ നിർബ്ബന്ധത്തിനു വഴങ്ങി അവർ പ്രണയികൾ മാത്രമായി തുടർന്നു.

ചെ രാഷ്ട്രീയ അഭയാർത്ഥിയായല്ല ഗ്വാട്ടിമാലയിൽ എത്തിയത്. അതിനാൽ അഭയാർത്ഥികൾക്ക് സർക്കാർ നല്കിവരുന്ന ആനുകൂല്യങ്ങളും അദ്ദേഹത്തിനു ലഭിച്ചില്ല. ഹിൽദ മറ്റൊരു സുഹൃത്തായ ഹെലനയുടെ ഭവനത്തിൽ ചെയ്ക്കുവേണ്ടി താമസസൗകര്യം ഏർപ്പാടാക്കി. ഒരു ജർമൻ ബിസിനസ്സുകാരന്റെ ഭാര്യയായ അവർ മാർക്സിസത്തിൽ ഒരു പണ്ഡിതയും സോവിയറ്റ്യൂണിയൻ, ചൈന എന്നിവിടങ്ങളിൽ സഞ്ചരിച്ച പരിചയസമ്പന്നയുമായിരുന്നു. അവർ ചെയെ ഒരു മകനെപ്പോലെയായിരുന്നു പരിഗണിച്ചത്. പക്ഷേ ചെ ആ നിർദ്ദേശം നിരസിക്കയും അടുത്തുള്ള ക്ലബ്ബിന്റെ തിണ്ണയിൽ തന്റെ സ്ലീപ്പിങ് ബാഗിൽ കിടന്നുറങ്ങുകയും ചെയ്തു.

ഇതിനിടയിലായിരുന്നു വിദ്യാഭ്യാസവകുപ്പിൽ ചെയ്ക്ക് ജോലി ലഭിച്ചത്. ജോലിയിൽ പ്രവേശിക്കുന്നതിനുമുമ്പ് വിസ പുതുക്കേണ്ടിയിരുന്നതിനാൽ 1954 ഏപ്രിലിൽ അയൽരാജ്യമായ എൽ സാൽവദോറിൽ ചെന്നു വിസ ലഭ്യമാക്കുകയുണ്ടായി. എൽ സാൽവദോറിലും ചെയുടെ കണ്ണ് പൗരാണിക അവശിഷ്ടങ്ങളിലായിരുന്നു. അമ്മയ്ക്ക് അയച്ച കത്തിൽ അവയെ മായൻ-ഇൻകൻ സംസ്കാരികാവശിഷ്ടങ്ങളോട് തുലനം ചെയ്യുകയുണ്ടായി. ഇതേ അവസരത്തിലായിരുന്നു ഹിൽദയുമായി വളർന്നുവന്ന ഹൃദയബന്ധത്തെപ്പറ്റി ആദ്യമായി ഏണസ്റ്റോ അമ്മയ്ക്കുള്ള കത്തിൽ സൂചിപ്പിച്ചതും. രസകരമായ കാര്യം, അമ്മയ്ക്ക് കാമുകിയെപ്പറ്റി ആദ്യമായി എഴുതുമ്പോഴും അവർതമ്മിലുള്ള രാഷ്ട്രീയ ഭിന്നതയെപ്പറ്റി വിശദീകരിക്കാൻ ഏണസ്റ്റോ മറന്നില്ല എന്നതാണ്. ഹിൽദ അംഗമായ പെറുവിലെ അപ്ര (APRA) എന്ന ഇടതുപക്ഷകക്ഷി ചെയുടെ ദൃഷ്ടിയിൽ പിന്തിരിപ്പനാണ്. ആൻഡേഴ്സൻ അതിങ്ങനെ

വിശദീകരിച്ചു: "ഹിൽദയുടെ സ്വന്തമായ തത്ത്വചിന്തയിൽ അല്പം മാർക്സിസ്റ്റ് സ്വാധീനമുണ്ട്. എന്നാൽ സോഷ്യൽ ഡെമോക്രാറ്റിക് വീക്ഷണത്തിൽ നിലയുറപ്പിക്കുകയും ചെയ്തു. അവരുടെ തർക്കവിഷയങ്ങളിലൊന്ന് അതായിരുന്നു." അതിൽനിന്നു അവരെ പിന്തിരിപ്പിക്കാൻ മാന്യമായ രീതിയിൽ ശ്രമിച്ചുകൊണ്ടിരിക്കുയാണെന്നുകൂടി സൂചിപ്പിച്ചശേഷം ചെ അമ്മയ്ക്കുള്ള കത്തിൽ എഴുതി: "അവളുടെ ഹൃദയം ചുരുങ്ങിയപക്ഷം പ്ലാറ്റിനംപോലെ വിലപ്പെട്ടതാണ്. എന്റെ ദൈനംദിന ജീവിതത്തോടു ബന്ധപ്പെട്ട എല്ലാറ്റിലും അവളുടെ സഹായം അനുഭവപ്പെടുന്നു."

ബനാന റിപ്പബ്ലിക്കുകളും യുണൈറ്റഡ് ഫ്രൂട്ടും

പഴക്കച്ചവടത്തിൽ, മുഖ്യമായും ഏത്തപ്പഴക്കച്ചവടത്തിൽ ഏർപ്പെട്ടിരുന്ന ഒരു അമേരിക്കൻ കോർപറേഷനായിരുന്നു യുണൈറ്റഡ് ഫ്രൂട്ട്. മദ്ധ്യ-ദക്ഷിണ അമേരിക്കൻ രാജ്യങ്ങളിൽനിന്നു പഴം വാങ്ങി യുഎസ്, യൂറോപ്യൻ രാജ്യങ്ങളിൽ കമ്പനി വില്പന നടത്തിപ്പോന്നു. ഇതേ കച്ചവടത്തിലേർപ്പെട്ടിരുന്ന ഇടത്തരം കമ്പനികളെ വിലയ്ക്കെടുത്തു ലയിപ്പിച്ചായിരുന്നു 1899ൽ യുണൈറ്റഡ് ഫ്രൂട്ട് രൂപീകരിക്കപ്പെട്ടത്. കഴിഞ്ഞ നൂറ്റാണ്ടിന്റെ ആദ്യ പകുതിയിൽ അസൂയാവഹമായ വളർച്ച കമ്പനി നേടി. ബനാന റിപ്പബ്ലിക്കുകൾ എന്ന് അറിയപ്പെട്ട ഗ്വാട്ടിമാല, ഹോണ്ടുറാസ്, കോസ്റ്റാ റിക തുടങ്ങിയ ലാറ്റിനമേരിക്കൻ രാജ്യങ്ങളിലെ ഒരുപാട് ഭൂമിയും ഗതാഗതശൃംഖലകളും അവരുടെ നിയന്ത്രണത്തിലായി. 1901ൽ അമേരിക്കൻ സാഹിത്യകാരനായ ഒ. ഹെൻറി ആയിരുന്നു, യുണൈറ്റഡ് ഫ്രൂട്ട് പോലുള്ള യുഎസ് ബഹുരാഷ്ട്ര കമ്പനികളുടെ സാമ്പത്തിക ചൂഷണത്തെ സൂചിപ്പിക്കാൻ ഹോണ്ടുറാസിനെയും അയൽരാജ്യങ്ങളെയും ബനാന റിപ്പബ്ലിക്കുകൾ എന്ന് ആദ്യമായി വിളിച്ചത്.

യുണൈറ്റഡിന്റെ മേധാവി സാമുവെൽ സെമുറായ്(1877-1961) പഴയ റഷ്യൻ സാമ്രാജ്യത്തിന്റെ ഭാഗമായ ഇപ്പോഴത്തെ മാൾഡോവയിൽ ഒരു ദരിദ്ര യഹൂദകുടുംബത്തിൽ ജനിച്ചു. പതിനാലാം വയസ്സിൽ അമേരിക്കയിൽ കുടിയേറിപ്പാർത്ത ദരിദ്രനും വിദ്യാവിഹീനനുമായ ആ യഹൂദബാലൻ ഏതാനും പതിറ്റാണ്ടിനുള്ളിൽ എല്ലാവരും ഭയപ്പെടുകയും ആദരിക്കുകയും ചെയ്യുന്ന ഒരു വൻവ്യവസായിയായി വളർന്നു. വ്യവസായരംഗത്ത് എളിയനിലയിൽനിന്ന് പടിപടിയായി നേടിയ വളർച്ച 1899ൽ ഇരുപത്തിമൂന്നാം വയസ്സിൽ കുമായെൽ ഫ്രൂട്ട് കമ്പനിയുടെ പ്രസിഡന്റാകാൻ അദ്ദേഹത്തെ പ്രാപ്തനാക്കി. പിന്നീട് മൂന്നു പതിറ്റാണ്ടിനിടയിൽ അദ്ദേഹം കലാപങ്ങൾ കുത്തിപ്പൊക്കുകയും ഹോണ്ടുറാസും ഗ്വാട്ടിമാലയും തമ്മിൽ ഒരു യുദ്ധം തന്നെ ഇളക്കിവിടുകയും ചെയ്തു.

സെമുറായിയെ നിശ്ശബ്ദനാക്കാനായിരിക്കണം, 1929ൽ കുമായെൽ കമ്പനിയെ യുണൈറ്റഡ് ഫ്രൂട്ട് വിലയ്ക്കെടുത്ത് ലയിപ്പിച്ചു. പക്ഷേ 1933ൽ യുണൈറ്റഡ് ഫ്രൂട്ട് ഒട്ടാകെ സെമുറായ് വിലയ്ക്കെടുത്തു. 1933 മുതൽ 1951ൽ കമ്പനിയുടെ മേധാവിസ്ഥാനത്തുനിന്നു ഒഴിയുന്നതുവരെ ബനാന റിപ്പബ്ലിക്കുകളിൽ ഒരു ഈച്ച പറക്കുന്നതുപോലും തന്റെ അറിവോടെയായിരിക്കണം എന്ന നിർബ്ബന്ധം സെമുറായിക്കുണ്ടായിരുന്നു. വിഖ്യാത യുഎസ് എഴുത്തുകാരനായ വില്യം ബ്ലം എഴുതി: “യുണൈറ്റഡ് ഫ്രൂട്ട് ഗ്വാട്ടിമാലയിൽ പ്രവർത്തിച്ചത് ഒരു രാഷ്ട്രത്തിലെ മറ്റൊരു സ്വതന്ത്രരാഷ്ട്രമെന്നപോലെ ആയിരുന്നു. രാജ്യത്തിലെ ടെലഫോണും ടെലഗ്രാഫും കമ്പനി സ്വന്തമാക്കി. ഏക പ്രധാന തുറമുഖമായ അറ്റ്ലാന്റിക് തുറമുഖത്തിന്റെ ഭരണം ഏറ്റെടുക്കയും രാജ്യത്തിലെ ഏത്തപ്പഴത്തിന്റെ കയറ്റുമതിയുടെ കുത്തക കൈവശപ്പെടുത്തുകയുമുണ്ടായി. ... വാഷിങ്ടണിലെ അധികാരകേന്ദ്രത്തിനിടയിൽ ഫ്രൂട്ടുകമ്പനിയുടെ സ്വാധീനം ഹൃദയഹാരിയാണ്.” (U.S. Military and CIA Interventions Since World War II)

യുണൈറ്റഡ് ഫ്രൂട്ടിന്റെ അധീശത്വത്തെപ്പറ്റി ആ കമ്പനിയുടെ ചരിത്രം വസ്തുനിഷ്ഠമായി എഴുതിയ പോൾ ജെ. ദോസൽ എഴുതി: “ ... യുണൈറ്റഡ് ഫ്രൂട്ട് ഗ്വാട്ടിമാലയിൽ സമ്പത്തും അധികാരവും ആർജ്ജിച്ചത് നിയമവിരുദ്ധപ്രവർത്തനങ്ങളിലൂടെ ആയിരുന്നു. വൻതോതിൽ ആനുകൂല്യങ്ങൾ തട്ടിയെടുക്കാൻ യുണൈറ്റഡ് ഫ്രൂട്ട് രാഷ്ട്രീയക്കാർക്ക് കൈക്കൂലി കൊടുക്കയും സർക്കാരുകളിൽ സമ്മർദ്ദം ചെലുത്തുകയും എതിരാളികളെ പേടിപ്പിക്കയും ചെയ്തിട്ടുള്ളതായി അമേരിക്കൻ സംരംഭങ്ങളോട് മൊത്തത്തിൽ അനുഭാവമുള്ള രാഷ്ട്രമീമാംസകൻ റൊണാൾഡ് ഷ്ലെയ്ഡർ സമ്മതിച്ചിട്ടുണ്ട്.” (Doing Business with the Dictators)

സിഐഎ അട്ടിമറിക്കു കളമൊരുങ്ങുന്നു

1953 മുതൽ യുഎസ് ചാരസംഘടനയായ സിഐഎ നിരവധി രാജ്യങ്ങളിലെ ജനാധിപത്യപരമായി തിരഞ്ഞെടുക്കപ്പെട്ട സർക്കാരുകളെ അട്ടിമറിച്ച് സ്വേച്ഛാധിപതികളെ വാഴിച്ചിട്ടുണ്ട്. യുഎസിലെ ബഹുരാഷ്ട്ര കുത്തക കമ്പനികളുടെ താത്പര്യം സംരക്ഷിക്കാനാണ് എപ്പോഴും ഈ ഹീനകൃത്യത്തിന് അവർ ഒരുങ്ങുക. അതിനു മുഖ്യകാരണം യുഎസ് ഭരണവർഗ്ഗവും ഈ കുത്തക കമ്പനികളും തമ്മിലുള്ള അഭേദ്യബന്ധമാണ്. ഗ്വാട്ടിമാലയിലും സംഭവം മറിച്ചല്ല. അധികാരത്തിൽവന്നയുടനെ അർബെൻസ് കൈവെച്ചത് വെറും രണ്ടുശതമാനം ആളുകൾ കൈവശംവെച്ച 70 ശതമാനം ഭൂമിയിലായിരുന്നു. ഇക്കൂട്ടത്തിൽ ഏറ്റവും വലിയ ഭൂവുടമ 5,66,000 ഏക്കർ ഭൂമി സ്വന്തമാക്കിയ യുണൈറ്റഡ് ഫ്രൂട്ട്

തന്നെയായിരുന്നു. പതിനായിരക്കണക്കിനേക്കർ ഭൂമി കൈവശംവെച്ച വെള്ളക്കാരായ ഭൂവുടമകളും ഒരുപാട് സ്ഥലം കൃഷിക്കുപയോഗിക്കാതെ പാഴാക്കിയിരുന്നു. അതുകൊണ്ട് 1952 ജൂൺ 17ന് അർബെൻസ് ഒപ്പുവെച്ച കാർഷികപരിഷ്കാരനിയമം (Agrarian Reform Law) അനുസരിച്ച് കൃഷിചെയ്യാതെ ഇട്ടിരുന്ന ഭൂമിയെല്ലാം പിടിച്ചെടുത്തു. വെറുതെയല്ല, ഭൂമിയുടെ പ്രഖ്യാപിത വിലയനുസരിച്ച് നഷ്ടപരിഹാരത്തുക ഗവണ്മെന്റ് ബോണ്ടുകളായി കൊടുത്തുകൊണ്ടുതന്നെ.

ഇങ്ങനെ പിടിച്ചെടുത്ത ഭൂമി ഭൂരഹിതരായ കൃഷിക്കാർക്ക് അർബൻസ് സർക്കാർ വിതരണം ചെയ്തു. ഒപ്പംതന്നെ തൊഴിലാളികൾക്ക് മിനിമംകൂലി നിശ്ചയിച്ചു. അവർക്ക് കൂട്ടായി വിലപേശാനും പണിമുടക്കാനും ഉള്ള അവകാശം ഉറപ്പുവരുത്തിയത് കമ്പനിക്ക് സഹിക്കാവുന്നതിലപ്പുറമായിരുന്നു. കാരണം ഈ അവകാശങ്ങൾ ചൂഷണങ്ങൾക്കെതിരെ പൊരുതുന്ന വിപ്ലവബോധമുള്ള വർഗ്ഗമായി തൊഴിലാളികളെ ഉയർത്തും. നിസ്വവർഗ്ഗത്തിന്റെ കൂട്ടായ പിന്തുണ ഈ നടപടികൾ നേടിയപ്പോൾ ഗ്വാട്ടിമാലയിലെ വൻകിട ജന്മിമാരെയും, ഭൂമി സ്വകാര്യസ്വത്തുപോലെ ഉപയോഗിച്ച് തൊഴിലാളികളെ നഗ്നമായി ചൂഷണവിധേയരാക്കുകയും ചെയ്ത യുണൈറ്റഡ് ഫ്രൂട്ട് കമ്പനിയെയും ഭ്രാന്തമായി പ്രകോപിപ്പിച്ചു.

എട്ട്

പഴക്കമ്പനിക്കുവേണ്ടി സിഐഎ അട്ടിമറി

1954ൽ ഗ്വാട്ടിമാലയിൽ യുഎസ് ചാരസംഘടനയായ സിഐഎയുടെ സൈനികഅട്ടിമറി അരങ്ങേറി. ജനാധിപത്യപരമായി തിരഞ്ഞെടുക്കപ്പെട്ട അർബെൻസ് സർക്കാരിനെ പുറന്തള്ളി പകരം ഒരു സൈനികസ്വേച്ഛാധിപത്യ ഭരണകൂടത്തെ അവരോധിച്ചു. അർബൻസിനെ അട്ടിമറിക്കാനുള്ള ആദ്യ സിഐഎ പദ്ധതി 1952ൽ പ്രസിഡന്റ് ട്രൂമാൻ അംഗീകരിച്ചതായിരുന്നു. എന്നാൽ അവസാനനിമിഷം അന്നത്തെ യുഎസ് സ്റ്റേറ്റ് സെക്രട്ടറി അട്ടിമറി ഉപേക്ഷിക്കാൻ പ്രസിഡന്റിനെ ഉപദേശിച്ചതുമൂലം അർബൻസ് സർക്കാരിന്റെ ആയുസ്സ് രണ്ടു വർഷംകൂടി നീട്ടിക്കിട്ടി. 1953 ജനുവരിയിൽ ഐസൻഹോവർ പ്രസിഡന്റായപ്പോൾ പരിപാടിക്ക് വീണ്ടും ജീവൻ ലഭിച്ചു. ഓപറേഷനൽ സക്സസ് എന്ന ഗൂഢനാമവും ഈ സൈനികഅട്ടമറിക്ക് സിഐഎ കൊടുത്തു.

ഓപറേഷൻ സക്സസിനെകുറിച്ച് പല പരിപ്രേക്ഷ്യങ്ങളിൽ വിശകലനം ചെയ്യപ്പെട്ട നിരവധി ഗ്രന്ഥങ്ങൾ പല ഭാഷകളിലായി രചിക്കപ്പെട്ടിട്ടുണ്ട്. എന്നാൽ വിഖ്യാത യുഎസ് പത്രപ്രവർത്തകരും ഗ്രന്ഥകാരന്മാരുമായ സ്റ്റീഫൻ സ്‌ക്ലെസിംഗർ, സ്റ്റീഫൻ കിൻസർ എന്നിവർ ചേർന്നെഴുതിയ ബിറ്റർ ഫ്രൂട്ട് (BITTER FRUIT) എന്ന

ചരിത്രഗ്രന്ഥത്തോട്ട കിടപിടിക്കാവുന്ന മറ്റൊരു വിശകലനമില്ല. മദ്ധ്യഅമേരിക്കയിലെ യുഎസ് വിദേശനയത്തിലെ ധാർഷ്ട്യവും പൊള്ളത്തരവും സത്യസന്ധമായി തുറന്നുകാട്ടുന്നതിൽ അവർ മറ്റെല്ലാവരെയും ബഹുദൂരം പിന്നിലാക്കി. സിഐഎയും യുഎസ് സ്റ്റേറ്റ്ഡിപാർട്ടുമെന്റും യുണൈറ്റഡ് ഫ്രൂട്ട് എന്ന സ്വകാര്യകമ്പനിക്കുവേണ്ടി ഗ്വാട്ടിമാലസർക്കാരിനെ മറിച്ചിടാൻ ജനാധിപത്യവിരുദ്ധമായി കളിച്ച കളികളോരോന്നും വസ്തുനിഷ്ഠമായ തെളിവുകൾസഹിതം ഉദ്വേഗജനകമായി അവരതിൽ അവതരിപ്പിക്കുന്നു. ഫ്രീഡം ഓഫ് ഇൻഫർമേഷൻ ആക്ടിന്റെ പിൻബലത്തോടെ സിഐഎയുടെയും സ്റ്റേറ്റ്ഡിപാർട്ടുമെന്റിന്റെയും ഔദ്യോഗിക ഫയലുകളിൽനിന്ന് ലഭിച്ച രേഖകളാണ് അവർ തെളിവായി ഉദ്ധരിച്ചതെന്നതിനാൽ ഒട്ടും അവിശ്വസിക്കേണ്ട കാര്യമില്ല. ഈ ഗ്രന്ഥത്തിന്റെ അവതാരികയിൽ ഹാരിസൻ സാലിസ്ബറി എഴുതി: "ബിറ്റർ ഫ്രൂട്ടിന്റെ ഗുണപാഠം ഓപറേഷൻ സക്സസിനെ ഓപറേഷൻ ഡിസാസ്റ്റർ (വിനാശം) എന്ന് വിളിക്കണമെന്നാണ്. ഗ്വാട്ടിമാലയിൽ എന്താണ് സംഭവിക്കുന്നതെന്ന് നിശ്ചയമില്ലാത്തവരാണ് അതാവിഷ്കരിച്ചത്. അവർക്ക് ലാറ്റിനമേരിക്കയുടെ പ്രകൃതവും പ്രശ്നങ്ങളുമറിയില്ല. അവർതന്നെ ചലിപ്പിച്ചുവിട്ട സംഭവങ്ങളുടെ പ്രത്യാഘാതങ്ങളെപ്പറ്റി ഒരു ധാരണയും അവർക്കില്ല."

1953 ഡിസംബർ ആവസാനത്തോടെ ഗ്വാട്ടിമാലയിൽ എത്തിയ ഏണസ്റ്റോ ഗുവേരയ്ക്ക് ആറുമാസത്തോളം ആ സാമ്രാജ്യത്വ ഇടപെടലിന്റെ ഭീകരത അടുത്തറിയാൻ കഴിഞ്ഞു. റിപബ്ലിക്കൻ പാർട്ടിക്കാരനായ ജനറൽ ഐസൻഹോവർ പ്രസിഡന്റായപ്പോൾ നടന്ന സിഐഎ അട്ടിമറിയായിരുന്നു അർബെൻസിനെ പുറന്തള്ളിയതെന്ന് അദ്ദേഹം ശ്രദ്ധിച്ചു. ജോൺ ഫോസ്റ്റർ ഡല്ലസ് യുഎസ് സ്റ്റേറ്റ് സെക്രട്ടറിയും അദ്ദേഹത്തിന്റെ സഹോദരൻ അലൻ ഡല്ലസ് സിഐഎ ഡയരക്ടറും ആയിരുന്നത് ഗ്വാട്ടിമാലയിലെ ജനാധിപത്യഹത്യയ്ക്ക് എളുപ്പമായി. ഡല്ലസ് സഹോദരന്മാരുമായി അടുപ്പമുള്ള കമ്പനിയായിരുന്നു യുണൈറ്റഡ് ഫ്രൂട്ട്. ഡല്ലസ് സഹോദരന്മാർ മാത്രമല്ല, അസിസ്റ്റന്റ് സ്റ്റേറ്റ് സെക്രട്ടറി ജോൺ മൂർസ് കബോട്ടിന്റെ കുടുംബവും യുണൈറ്റഡ് ഫ്രൂട്ടുമായി ബന്ധമുള്ളവരായിരുന്നു. പ്രസിഡന്റ് ഐസൻഹോവറുടെ പേഴ്സണൽ സെക്രട്ടറിപോലും കമ്പനിയുടെ പബ്ലിക് റിലേഷൻസ് ഡയറക്ടറുടെ ഭാര്യയായിരുന്നു. ഇതൊന്നും പോരാഞ്ഞ്, മുൻ പ്രസിഡന്റ് ഹാരി ട്രൂമാന്റെ ലാറ്റിനമേരിക്കൻ ദൂതനായിരുന്ന ബ്രാഡനെ (Spruille Braden) ഒരു വിദഗ്ധോപദേശകനായി വാടകയ്ക്കെടുക്കാനും കമ്പനി മടിച്ചില്ല. ഓരോ യുഎസ് ബഹുരാഷ്ട്ര കമ്പനിയും ഇതുപോലെ ഭരണവർഗ്ഗവുമായി അഭേദ്യബന്ധം നിലനിർത്തിയിരുന്നു. അതുകൊണ്ട്

അർബെൻസിനെ പുറത്താക്കാൻ യുഎസ് ഭരണവർഗ്ഗത്തിനിടയിൽ നടത്തിപ്പോന്ന ലോബിയിംഗ് പെട്ടെന്നു വിജയം കണ്ടു.

1953 മാർച്ചിൽ ഗ്വാട്ടിമാലൻ സൈന്യത്തിലെ അതൃപ്തരായ ഓഫീസർമാരെ സമീപിച്ച് അർബൻസിനെ അട്ടിമറിക്കാൻ അവർക്ക് സിഐഎ ആയുധങ്ങൾ എത്തിച്ചുകൊടുത്തു. യൂണൈറ്റഡ് ഫ്രൂട്ട്കമ്പനി ഈ സൈനികർക്ക് അട്ടിമറി നടപ്പാക്കാൻ 64,000 ഡോളർ സംഭാവന നൽകി. തുടർന്നു പലയിടങ്ങളിലും ചില്ലറ കലാപങ്ങൾ ഉണ്ടായത് അടിച്ചമർത്തപ്പെട്ടു. സിഐഎ അട്ടിമറിക്ക് തയ്യാറായതോടെ ആയിരുന്നു ഒരു പ്രവിശ്യാ ആസ്ഥാനമായ സലമയിൽ അർബെൻസ് സർക്കാരിനെതിരെ കമ്പനി കലാപം സംഘടിപ്പിച്ചത്. കലാപകാരികളെ പിടികൂടി വിചാരണയ്ക്ക് വിധേയരാക്കിയപ്പോൾ ഗ്വാട്ടിമാലൻ സർക്കാരിന് കമ്പനിയായിരുന്നു കലാപം സംഘടിപ്പിച്ചതെന്നു വ്യക്തമായി. അപ്പോഴും കമ്പനിക്കു ലഭിച്ച സിഐഎ പിന്തുണയെപ്പറ്റി സർക്കാരിനു അറിയാൻ കഴിഞ്ഞില്ല. അയൽരാജ്യമായ നിക്വരാഗ്വയിലെ സൊമോസയെപ്പോലുള്ള യുഎസ് സേവകരായ സ്വേച്ഛാധിപതികൾ അട്ടിമറിക്ക് പിന്തുണ പ്രഖ്യാപിച്ചു.

അമേരിക്കയിൽ മക്കാർത്തിസം അരങ്ങുതകർത്തിരുന്ന അക്കാലത്ത് ആ ഭൂഖണ്ഡത്തിൽ ഒരു കമ്യൂണിസ്റ്റ് അനുകൂലസർക്കാരിനും നിലനില്ക്കാൻ അവകാശമുണ്ടായിരുന്നില്ല. ജനാധിപത്യപരമായി തിരഞ്ഞെടുക്കപ്പെട്ടതായാലും തങ്ങളുടെ സാമ്പത്തികതാത്പര്യം മറച്ചുവെച്ച് കമ്യൂണിസ്റ്റുവേട്ടയുടെ ഭാഗമായി സിഐഎ ഇടപെടുക അക്കാലത്ത് സാധാരണമായിരുന്നു. അർബെൻസിനാണെങ്കിൽ ഗ്വാട്ടിമാലൻ കമ്യൂണിസ്റ്റുകാരുടെ പിജിടി (Guatemalan Labor Party-PGT) എന്ന കൊച്ചു പാർട്ടിയുടെ പിന്തുണയും ഉണ്ടായിരുന്നു. റെവല്യൂഷണറി ആക്ഷൻ പാർട്ടി എന്ന ഇടതുപക്ഷപ്രസ്ഥാനത്തിന്റെ നേതാവെന്ന നിലയിലായിരുന്നു അദ്ദേഹം തിരഞ്ഞെടുപ്പിൽ ഭൂരിപക്ഷംനേടി അധികാരത്തിൽ വന്നത്. ആ പാർട്ടിയാകട്ടെ ഒരു മദ്ധ്യ ഇടത് (സെന്റർ ലെഫ്റ്റ്) പാർട്ടിയായിരുന്നു. എന്നാൽ കമ്യൂണിസ്റ്റു മുദ്ര ചാർത്തിയായിരുന്നു സിഐഎ അട്ടിമറി നടത്തിയത്.

1954 ജൂൺ 18ന് ഗ്വാട്ടിമാലയുടെ തെക്കൻപർവ്വതനിരകളുടെ മുകളിലൂടെ പറന്നുവന്ന ഒരു ട്രാൻസ്പോർട്ട് വിമാനം അപ്പോഴും മുഴുവനായി ഉണരാത്ത നഗരത്തിൽ നാഷണൽ പാലസിനുനേരെ പാഞ്ഞുചെന്ന് പെട്ടെന്നു വെട്ടിത്തിരിഞ്ഞു മേലോട്ടുയരുന്നതിനിടയിൽ ആയിരക്കണക്കിന് ലഘുലേഖകൾ വിതറി അപ്രത്യക്ഷമായി. അന്തരീക്ഷത്തിൽ ചിതറിപ്പറന്നശേഷം വിവിധ ഇടങ്ങളിൽ പതിച്ച

അതിലെ മുഖ്യ ആവശ്യം, പ്രസിഡന്റ് ജേകബോ അർബൻസ് ഉടൻ രാജിവെയ്ക്കണം എന്നായിരുന്നു. വൈകീട്ട് വിമാനം തിരിച്ചുവരുമ്പോഴേക്കും അർബെൻസ് രാജിവെച്ചില്ലെങ്കിൽ പാലസ് ബോംബിട്ടു തകർക്കുമെന്നു ഭീഷണിപ്പെടുത്തിയ ആ സർക്കുലർ ഒപ്പിട്ടത് ദേശീയവിമോചനസൈന്യമായിരുന്നു. ഈ വിമാനഭീഷണി ഇത് മൂന്നാം തവണയായിരുന്നു. അതിനുമുമ്പ് വിതറിയ സർക്കുലർ അർബെൻസിനെതിരെ കലാപത്തിന് സൈന്യത്തെ ആഹ്വാനം ചെയ്യുന്നതായിരുന്നു. മേയ് ദിനത്തിൽ പ്രക്ഷേപണം ആരംഭിച്ച "വിമോചനശബ്ദം" എന്ന രഹസ്യറേഡിയോ ജനങ്ങളോട് ആവശ്യപ്പെട്ടതും അർബെൻസിനെ അട്ടിമറിക്കാനായിരുന്നു. ഇതിന്റെയെല്ലാം പിന്നിൽ ഹോണ്ടുറാസിൽ ഇരുന്ന അർബെൻസിനെ സ്ഥാനഭ്രഷ്ടനാക്കാൻ പ്രവർത്തിച്ചിരുന്നത് മുൻ ആർമികേണൽ കാസ്റ്റില്ലോ അർമാസ് ആയിരുന്നു. സിഐഎ കൊടുത്ത പണം ഉപയോഗിച്ച് ഇയാൾ രൂപീകരിച്ച വിമോചനസൈന്യത്തിന് സിഐഎ നിക്വരാഗ്വയിലും ഹോണ്ടുറാസിലും ട്രെയിനിംഗ് ക്യാമ്പുകൾ സ്ഥാപിച്ച് പരിശീലനവും ആയുധങ്ങളും ബോംബറുകളും നല്കി.

കഴിഞ്ഞ ഒമ്പതു വർഷത്തിനിടെ വിപ്ലവഗ്വാട്ടിമാലൻ സർക്കാരിനെ മറിച്ചിടാൻ മുപ്പതിലേറെ സായുധ അട്ടിമറിശ്രമങ്ങൾ നടന്നിരുന്നു. ഗ്വാട്ടിമാലയുടെ പസിഫിക് തീരത്ത് സോവിയറ്റ് മാർക്കിംഗ് ഉള്ള ആയുധങ്ങൾ പാരച്യൂട്ടിൽ ഇറക്കിയെന്ന വ്യാജവാർത്ത പരത്തി ഗ്വാട്ടിമാലയിലെ സൈനിക അട്ടിമറിയെ കമ്യൂണിസ്റ്റ് വേട്ടയുടെ ഭാഗമാക്കുകയായിരുന്നു സിഐഎ.

സംഘർഷം മുറ്റിയ സാഹചര്യത്തിൽ ജൂൺ 18ന് പ്രസിഡന്റ് അർബെൻസ് നാഷണൽ പാലസിന്റെ രണ്ടാം നിലയിൽ പ്രസിഡന്റിന്റെ ഓഫീസിൽ എത്തി. ഉടനെ സഹായികൾ അർബെൻസിനെ അറിയിച്ചത് സാൻജോസിലെ പസിഫിക് പോർട്ടിൽ വ്യോമാക്രമണം ആരംഭിച്ചെന്ന അസുഖകരമായ വാർത്തയായിരുന്നു. ഏതാനും ശത്രുസൈനികർ അതിർത്തി കടന്നെത്തി ചില പോസ്റ്റുകൾ പിടിച്ചെടുക്കപോലുമുണ്ടായി. പ്രസിഡന്റ് അർബെൻസ് ഒരു മുൻ സൈനിക കമാണ്ടർക്ക് യോജിച്ചവിധം തന്റെ സൈനിക കമാണ്ടർമാർക്ക് സൈനികരെയും പോലീസുകാരെയും ഉചിതമായി വിന്യസിക്കാൻ കല്പന കൊടുത്തു.

അദ്ദേഹത്തിന്റെ വിദേശകാര്യമന്ത്രി ഗ്വിൽ-ലെർമോ തോറ്യെല്ലോ പരിചയസമ്പന്നനും സമർത്ഥനുമായ ഒരു നയതന്ത്രജ്ഞൻകൂടിയായിരുന്നു. അദ്ദേഹം ഐക്യരാഷ്ട്ര സുരക്ഷാസമിതിയിൽ ഉടനെ ഒരു

അപ്പീൽ സമർപ്പിച്ചു. കൂടാതെ, ഒഎഎസിന്റെ ഇന്റർ-അമേരിക്കൻ പീസ് കമ്മിറ്റിയിലേക്ക് തല്ക്കാല യുദ്ധവിരാമം ഏർപ്പെടുത്താൻ ഒരു വസ്തുതാന്വേഷണ കമ്മീഷനെ അയയ്ക്കാനും അഭ്യർത്ഥിച്ചു. ഈ ആക്രമണകാരികളെ തിരിച്ചാക്രമിക്കാൻ തോറ്യേല്ലോ ഗ്വാട്ടിമാലൻ സൈന്യത്തോട് ആവശ്യപ്പെടാതിരുന്നതിന്റെ കാരണം സ്ക്ലെസിംഗറും കിൻസറും ഇങ്ങനെ വിശദീകരിച്ചു: "ഗ്വാട്ടിമാല സർക്കാർ ആക്രമണത്തിന്റെ കാരണമല്ല, ഇരയാണെന്നു വ്യക്തമാക്കാൻ അദ്ദേഹം ആഗ്രഹിച്ചു. വാഷിങ്ടണിലെ കുശാഗ്രബുദ്ധിയായ മുൻ അംബാസഡറായിരുന്ന തോറ്യേല്ലോ ഹോണ്ടുറാസിനെതിരെ ഗ്വാട്ടിമാല ആക്രമണം നടത്തിയെന്ന കുറ്റമാരോപിക്കാൻ ഒരവസരം യുഎസിന് കൊടുക്കാൻ ആഗ്രഹിച്ചില്ല." (BITTER FRUIT) മാത്രമല്ല നിക്വരാഗ്വയെയും ഹോണ്ടുറാസിനെയും ആക്രമണകാരികളായി കുറ്റപ്പെടുത്തി ഐക്യരാഷ്ട്രസഭയ്ക്ക് പ്രതിഷേധക്കുറിപ്പ് അയയ്ക്കുന്നതുൾപ്പെടെ വിവിധ നയതന്ത്രപ്രവർത്തനങ്ങൾ അതിസമർത്ഥമായി തോറ്യേല്ലോ നടത്തി. എന്നാൽ ഗ്വാട്ടിമാല ആവശ്യപ്പെട്ടതനുസരിച്ച യുഎൻ ഇൻവെസ്റ്റിഗേറ്റീവ് ടീമിനെ അയയ്ക്കുന്നത് അംഗങ്ങൾക്കിടയിലെ ലോബിയിംഗിലൂടെ യുഎസ് തടഞ്ഞു. ബ്രിട്ടനെയും ഫ്രാൻസിനെയും വോട്ടിംഗിൽനിന്നു വിട്ടുനിർത്താൻ കഴിഞ്ഞത് സൈപ്രസ്, ഇൻഡോചൈന, സൂയസ് എന്നീ പ്രശ്നങ്ങളിൽ യുഎസ് സഹായം ഉണ്ടാകില്ലെന്ന ഭീഷണിപ്പെടുത്തിയായിരുന്നു. അങ്ങനെ ജൂൺ 25ന് യുഎൻ സുരക്ഷാസമിതിയിൽ ഗ്വാട്ടിമാലാപ്രശ്നം വോട്ടിനിട്ടപ്പോൾ 4നെതിരെ 5 വോട്ട് നേടി കഷ്ടിച്ച് യുഎസ് വിജയിച്ചു. അർബെൻസും തോറ്യേല്ലോയും എടുത്ത നയതന്ത്രനടപടികൾക്കൊന്നും സിഐഎ അട്ടിമറിയെ തടുക്കാനായില്ല.

അർബെൻസ് യുദ്ധമെന്ന യാഥാർത്ഥ്യം അംഗീകരിച്ച രാത്രി തലസ്ഥാനനഗരിയിൽ ബ്ലാക്കൗട്ട് പ്രഖ്യാപിച്ചു. ബോംബിംഗ് നടന്നെങ്കിലും കൂരിരുട്ടിൽ ലക്ഷ്യം കാണാതെപോയി. അപ്പോഴും ഹോണ്ടുറാസിന്റെ അതിർത്തിയിൽ ഒറ്റപ്പെട്ട ഏറ്റുമുട്ടലുകൾ രാത്രിമുഴുവൻ തുടർന്നു. പിറ്റേന്നു (ജൂൺ 19) നടന്ന ബോംബിംഗിൽ ഒമ്പതു പേർക്ക് മുറിവേല്ക്കുകയും ഒരു മൂന്നു വയസ്സുകാരി മരിക്കയുംചെയ്തു. ചില സ്ഥാപനങ്ങൾ ബോംബിംഗിൽ തകർന്നു. വിമതസൈന്യത്തിന്റെ ഏതാനും യുദ്ധവിമാനങ്ങൾ ഗ്വാട്ടിമാലൻ സൈന്യം വെടിവെച്ചുവീഴ്ത്തി. വാസ്തവത്തിൽ അർമാസിന്റെ ചെറിയ സൈന്യത്തിനു സിഐഎ കൊടുത്ത ആയുധംകൊണ്ട് ഗ്വാട്ടിമാലയുടെ ചെറിയ സൈന്യത്തെപ്പോലും തോല്പിക്കാനാകില്ലായിരുന്നു. വ്യാപകമായ പ്രചാരണവും നാവിക ഉപരോധവും, സർവ്വോപരി വേണ്ടിവന്നാൽ യുഎസ് നേരിട്ട് സൈനികമായി ഇടപെടുമെന്ന

ഗ്വാട്ടിമാലൻസൈനികരിലുളവായ ഭീതിയും എല്ലാംചേർന്ന മനഃശാസ്ത്ര പരമായ യുദ്ധമായിരുന്നു അർബെൻസിനെ രാജിവെപ്പിച്ചത്.

ഗ്വാട്ടിമാലയിലെ പാവപ്പെട്ടവർ അർബെൻസ് നടപ്പാക്കിയ നിയമംമൂലം ലഭിച്ച കൃഷിഭൂമിയിലും മറ്റും സംതൃപ്തരായിരുന്നു. അതുകൊണ്ട് അവർ പൂർണ്ണമായും അദ്ദേഹത്തിനു പിന്നിൽ അണിനിരന്നു. എന്നാൽ സൈന്യത്തിലെ ഒരു വിഭാഗത്തിന്റെ പിന്തുണ എതിരാളികൾക്കു ലഭിച്ചു. സിഐഎയുടെ പിന്തുണയോടെ വിമതസൈന്യം 1954 ജൂണിൽ അയൽരാജ്യമായ ഹോണ്ടുറാസിൽനിന്നു കേണൽ കാർലോസ് കാസ്റ്റില്ലോ അർമാസിന്റെ നേതൃത്വത്തിൽ ഗ്വാട്ടിമാലയിൽ പ്രവേശിച്ചു. ജൂൺ 27ന് അർബെൻസിനെ രാജിവെപ്പിച്ച് കാസ്റ്റില്ലോ അർമാസ് പ്രസിഡന്റുമായി.

പോലീസ് ഒരു സാധാരണക്കാരനെ ആക്രമിച്ചാൽ ആരോട് പരാതിപ്പെടും? ഒരു പാവം ബനാന റിപബ്ലിക്കിനെ സിഐഎ ആക്രമിച്ചാൽ ആരുടെ സഹായം തേടും? യുഎസ് ഗ്രന്ഥകാരനായ വില്യം ബ്ലമിന്റേതാണ് ചോദ്യങ്ങൾ. ഐക്യരാഷ്ട്രസഭയെയും അമേരിക്കൻ രാഷ്ട്രങ്ങളുടെ സംഘടന ഒഎഎസ്-യെയും ഒരു സംഘടനയിലും പെടാത്ത മറ്റു രാജ്യങ്ങളെയും ലോകമാദ്ധ്യമങ്ങളെയും, ഗതികെട്ടപ്പോൾ യുഎസിനെപ്പോലും ഗ്വാട്ടിമാലാ നേതാക്കൾ സമീപിച്ച് സങ്കടം ബോധിപ്പിച്ചു. ബ്ലം എഴുതി: “ഒന്നും പ്രയോജനപ്പെട്ടില്ല. ഡ്വിറ്റ് ഐസൻഹോവറും ജോൺ ഫോസ്റ്റർ ഡല്ലസും അല്ലൻ ഡല്ലസും തീരുമാനിച്ചത് ജേകബോ അർബൻസിന്റെ നിയമാനുസൃതമായി തിരഞ്ഞെടുക്കപ്പെട്ട സർക്കാർ കമ്യൂണിസ്റ്റാണ്, അതുകൊണ്ട് അത് ഇല്ലാതാകണം എന്നായിരുന്നു. 1954 ജൂണിൽ അതിനെ ഇല്ലാതാക്കുകയും ചെയ്തു.”

എന്തിനെയൊക്കെയാണ് കമ്യൂണിസം എന്നു യുഎസ് വിളിച്ചത് എന്നൊരു അന്വേഷണം നല്ലതാണ്. ഗോട്ടിമാലൻ വിദേശകാര്യമന്ത്രി ഗ്വിൽ-ലെർമോ തോറ്യെല്ലോ അതു ഭംഗിയായി വിശദീകരിച്ചിട്ടുണ്ട്: ഒരു ജനത എങ്ങനെയൊക്കെ ദേശീയത പ്രകടിപ്പിച്ചാലും അവർക്ക് കമ്യൂണിസമാണ്. സാമ്പത്തിക സ്വാതന്ത്ര്യത്തിനും സാമൂഹിക പുരോഗതിക്കും വേണ്ടിയുള്ള അഭിലാഷം, അല്പമെങ്കിലും ധൈഷണിക ജിജ്ഞാസ, പുരോഗമനപരമായ ഉദാരപരിഷ്കരണങ്ങളിൽ അല്പമെങ്കിലും താത്പര്യം ഇവയൊക്കെ അവർ കമ്യൂണിസം എന്ന വിഭാഗത്തിൽ പെടുത്തി. ആരുടെയും അടിമത്തവും ചൂഷണവും അംഗീകരിക്കാതെ തലയുയർത്തിപ്പിടിച്ച് നില്ക്കാൻ ആഗ്രഹിക്കുന്നവരെ കമ്യൂണിസ്റ്റെന്നു വിളിച്ചു. തങ്ങൾക്കുകൂടി പങ്കാളിത്തമുള്ള കമ്പനികൾക്കുവേണ്ടി അവർ സർക്കാരുകളെ അട്ടിമറിച്ചു.

ഹൃദയഭേദകമായ അനുഭവം

ഗുവേരയെ അടിമുടി ഉലച്ച സംഭവമായിരുന്നു അർബെൻസ് ഭരണത്തെ ജനാധിപത്യവിരുദ്ധമാർഗ്ഗത്തിലൂടെ യുഎസ് നേരിട്ടിടപെട്ട് അട്ടിമറിച്ചത്. ഈ സംഭവത്തോടെ ലാറ്റിനമേരിക്കയുടെ മോചനത്തിന് യാങ്കിസാമ്രാജ്യത്തിനെതിരെ സായുധവിപ്ലവമല്ലാതെ മറ്റുമാർഗ്ഗമൊന്നുമില്ലെന്ന് അദ്ദേഹത്തിനു തീർത്തും ബോദ്ധ്യമായി. ഗ്വാട്ടിമാലയിൽ സംഭവിച്ചത് ഇനി മറ്റൊരു ലാറ്റിനമേരിക്കൻ രാജ്യത്തിലും ആവർത്തിക്കാൻ പാടില്ല എന്ന് അദ്ദേഹം ദൃഢപ്രതിജ്ഞയെടുത്തു. അത്തരം പോരാട്ടങ്ങൾക്കായി അദ്ദേഹം ജീവിതം സമർപ്പിച്ചു. ആ സമർപ്പണം ഏണസ്റ്റോ ഗുവേര എന്ന അർജന്റൈൻ ഡോക്ടറെ ചെ ഗുവേര എന്ന വിശ്വപൗരനാക്കി.

സിഐഎ അട്ടിമറിയുടെ ഹൃദയഭേദകമായ അനുഭവങ്ങളെപ്പറ്റി 1954 ജൂൺ 20ന് അമ്മയ്ക്കുള്ള കത്തിൽ ചെ എഴുതി: "അഞ്ചാറു ദിവസംമുമ്പ് ഒരു വാണിജ്യവിമാനം ഹോണ്ടുറാസിൽനിന്നു ഗ്വാട്ടിമാലയുടെ മുകളിൽ പറന്നു. അന്ന് ഒരാക്രമണം നടത്തുകയുണ്ടായില്ല. അടുത്ത ദിവസവും തുടർന്നുള്ള ദിവസങ്ങളിലും ഗ്വാട്ടിമാലയിലെ സൈനികസ്ഥാപനങ്ങളിൽ ബോംബിട്ടു. രണ്ടു ദിവസംമുമ്പ് നഗരത്തിന്റെ താഴ്ന്ന പ്രദേശങ്ങളിൽ യുദ്ധവിമാനങ്ങൾ മെഷിൻ ഗൺ പ്രയോഗിക്കയും മൂന്നു വയസ്സായൊരു കുട്ടിയെ കൊല്ലുകയുമുണ്ടായി. ഈ സംഭവം എല്ലാ ഗ്വാട്ടിമാലക്കാരെയും, ഗ്വാട്ടിമാലയോടു പ്രിയംതോന്നി ഇവിടെയെത്തിയ എന്നെപ്പോലുള്ള എല്ലാവരെയും സർക്കാരിനുപിന്നിൽ അണിനിരത്തി. റൂസ്‌വെൽറ്റിന്റെ മര്യാദരാമന്റെ മുഖംമൂടി അവസാനം യാങ്കികൾ വലിച്ചെറിയുകയും ഈ ഭാഗങ്ങളിലിപ്പോൾ അത്യാചാരങ്ങൾ നടത്തുകയുമാണ്. യഥാർത്ഥ പോരാട്ടത്തിന്റെ കാലാവസ്ഥയാണ് നിലവിലുള്ളത്. അടിയന്തര വൈദ്യശുശ്രൂഷാ സേവനത്തിന് ഞാൻ എന്നെത്തന്നെ നിയോഗിച്ചു. കൂടാതെ, ഏത് പ്രത്യാഘാതത്തെയും നേരിടാനുള്ള സൈനിക പരിശീലനം നല്കുന്ന യൂത്ത് ബ്രിഗേഡിൽ ഞാൻ അംഗമായി." സമാനമായ ആശയങ്ങൾ അക്കാലത്ത് അദ്ദേഹം എഴുതിയ ഡയറിക്കുറിപ്പുകളിലും വായിക്കാം.

ഒരാഴ്ചകൂടി കടന്നുപോയതേയുള്ളു. ജൂൺ 27ന് അർബൻസ് രാജിവെച്ചെന്ന പ്രഖ്യാപനമായിരുന്നു ഏണസ്റ്റോ ഗുവേരയുടെ കാതുകളിൽ വന്നു പതിച്ചത്. ചുറ്റുമുള്ള യുഎസ് അനുകൂല ബനാന റിപബ്ലിക്കുകൾ നടത്തിയ കടന്നാക്രമണങ്ങളേയും വേണ്ടിവന്നാൽ യുഎസ് നേരിട്ട് ആക്രമിക്കാൻ മടിച്ചേക്കില്ല എന്ന കിംവദന്തിയേയും ഒറ്റയ്ക്ക് നേരിടാൻ അർബൻസിന് ആകുമായിരുന്നില്ല. ബോംബിംഗ് നടത്തി സാധാരണജനങ്ങളെ

കൂട്ടക്കൊല ചെയ്തതിന്റെ പിന്നിൽ പ്രവർത്തിച്ചത് യുണൈറ്റഡ് ഫ്രൂട്ടായിരുന്നു എന്ന് രാജിപ്രഖ്യാപനത്തോടൊപ്പം അർബൻസ് പരസ്യമായി പ്രസ്താവിച്ചു.

ജനപിന്തുണ ആർക്ക്?

ഗുവേര ഡയറിയിൽ സംഭവങ്ങളെപ്പറ്റി ഇപ്രകാരം കുറിച്ചു: "വിമാനങ്ങൾ കടന്നുപോയശേഷം ഹോണ്ടുറാസിലെ ഒരു ഗ്വാട്ടിമാലൻ പ്രവാസിയായ കേണൽ കാസ്റ്റില്ലോ അർമാസ് നയിച്ച സൈന്യം ധാരാളം സ്ഥലങ്ങളിൽ അതിർത്തി മുറിച്ചുകടക്കുകയും ചിക്വിമൂല പട്ടണത്തിലേക്ക് മുന്നേറുകയും ചെയ്തു. ആക്രമണകാരികൾ വിചാരിച്ചത്, അവരൊന്നു കൂക്കിവിളിച്ചാൽ മുഴുവനാളുകളും പുറത്തിറങ്ങി അവരെ പിന്തുടരുമെന്നായിരുന്നു. ഈ ആവശ്യത്തിലേക്ക് അവർ ആയുധങ്ങൾ പാരച്യൂട്ടിൽ ഇറക്കയും ചെയ്തു. എന്നാൽ യഥാർത്ഥത്തിൽ ജനങ്ങൾ അണിനിരന്നത് പ്രസിഡന്റ് അർബൻസിന്റെ നേതൃത്വത്തിലായിരുന്നു. ആക്രമണകാരികൾ എല്ലാ മുന്നണികളിലും പരാജയപ്പെടുകയും ചിക്വിമൂലയക്ക് അപ്പുറത്ത് ഹോണ്ടുറൻ അതിർത്തിയിലേക്ക് അടിച്ചോടിക്കപ്പെടുകയും ചെയ്തു. എന്നാൽ ഹോണ്ടുറാസിൽനിന്നും നിക്വരാഗ്വയിൽനിന്നും പറന്ന കവർച്ചാവിമാനങ്ങൾ മുന്നണികളിലേക്കും പട്ടണങ്ങളിലേക്കും മെഷിൻ ഗൺപ്രയോഗം തുടർന്നു." ചുറ്റുമുള്ള യുഎസ് അനുകൂല ബനാനറിപബ്ലിക്കുകൾ നടത്തിയ ഈ കടന്നാക്രമണങ്ങൾക്കു പിന്നിൽ യുഎസ് കരങ്ങൾ വ്യക്തമായിരുന്നു. അവ ഒറ്റയ്ക്ക് നേരിടാൻ കഴിയുകയില്ലെന്നു തോന്നിയപ്പോൾ അർബൻസ് രാജിവെച്ചു. എന്നാൽ ആക്രമണത്തെ നേരിടാൻ അർബൻസ് സ്വീകരിച്ച സമീപനത്തെ ഗുവേര വിമർശിച്ചു. 1954 ജൂലായ് 4ന് അമ്മയ്ക്കുള്ള കത്തിൽ അദ്ദേഹം എഴുതിയത്, അവസരത്തിനൊത്തുയരാൻ അർബസിനായില്ല എന്നായിരുന്നു. "വിമാനങ്ങളോ വിമാനവേധതോക്കുകളോ അഭയസങ്കേതങ്ങളോ ഇല്ലാതിരുന്നതിനാൽ ഞങ്ങൾ തീർത്തും നിരായുധരായിരുന്നു." അതിനാൽ ജനങ്ങളെ, പ്രത്യേകിച്ചും ഗ്വാട്ടിമാലയിലെ ധീരരും വിശ്വസ്തരുമായ സൈനികരെ സംഭ്രാന്തി പിടികൂടി. ആയുധമണിഞ്ഞ ജനങ്ങൾ ഒരു അജയ്യശക്തിയാണെന്നു അർബൻസ് വിചാരിച്ചില്ലെന്നു ഏണസ്റ്റോ കുറ്റപ്പെടുത്തി. ജനങ്ങൾക്ക് ആയുധം കൊടുക്കാൻ കഴിയുമായിരുന്നിട്ടും അർബൻസ് അത് ചെയ്തില്ല.

ജോൺ ലീ അൻഡേഴ്സൻ ഹിൽദയും ചെയും തമ്മിൽ നിലനിന്ന പ്രത്യയശാസ്ത്രപരമായ ഭിന്നതയെപ്പറ്റി വിവരിക്കുമ്പോൾ എഴുതിയതിന് ഇവിടെയും പ്രസക്തിയുണ്ട്. നോക്കു: "ലാറ്റിനമേരിക്കയിലെ സമകാലിക സാഹചര്യങ്ങൾ കണക്കിലെടുത്താൽ, തിരഞ്ഞെടുപ്പിൽ പങ്കെടുക്കുന്ന

ഒരു പാർട്ടിക്കും വിപ്ലവവാത്മകമായി നിലനില്ക്കാനാകില്ല എന്ന് ഏണസ്റ്റോ പ്രതിവാദമുന്നയിച്ചു. അപ്രകാരമുള്ള എല്ലാ പാർട്ടികൾക്കും വലതുപക്ഷവുമായി ഒത്തുതീർപ്പ് അനിവാര്യമാകും. പിന്നെ യുഎസുമായി യോജിച്ചുപോകാനാഗ്രഹിക്കും. ഒരു വിപ്ലവം വിജയിക്കാൻ യാങ്കിസാമ്രാജ്യത്വവുമായി നേരിട്ടുള്ളൊരേറ്റുമുട്ടൽ ഒഴിവാക്കുക അസാദ്ധ്യമാണ്. അതേസമയം അദ്ദേഹം കമ്യൂണിസ്റ്റുപാർട്ടികളെയും വിമർശിക്കാതിരിക്കുന്നില്ല. വലതുപക്ഷവുമായി തന്ത്രപരമായ സഖ്യത്തിലേർപ്പെട്ട് അവ തൊഴിലാളിസമൂഹത്തിൽനിന്ന് അകന്നുപോകുന്നതായി തോന്നുന്നു." (Che Guevara: A Revolutionary Life) ഇനിയൊരു ഗ്വാട്ടിമാല മറ്റൊരു ലാറ്റിനമേരിക്കൻ രാജ്യത്തിലും ഉണ്ടാവാൻ പാടില്ല എന്ന ഗുവേരയുടെ ദൃഢപ്രതിജ്ഞ ആവർത്തിക്കപ്പെട്ടു.

ഗുവേര എവിടെ?

അർബൻസ് സർക്കാർ വീണതോടെ അതിനു പിന്തുണ നല്കിക്കൊണ്ടു നിന്നവർക്കാർക്കും ഗ്വാട്ടിമാലയിൽ നില്ക്കക്കള്ളിയില്ലാതായി. ജൂൺ 27 ന് ഗുവേര ഡയറിയിൽ കുറിച്ചു: "ഹിൽദ തന്റെ അഡ്രസ് മാറ്റി. ഗ്വാട്ടിമാലൻ കമ്യൂണിസ്റ്റുപാർട്ടിയിലെ ഉന്നതന്മാരെല്ലാം അഭയം തേടി. കാസ്റ്റിലോ നാളെ നഗരത്തിൽ പ്രവേശിക്കും." ജൂൺ 28 മുതൽതന്നെ ഗുവേരയും ഹിൽദയും ഉൾപ്പെടെ അർബൻസ് അനുകൂലികളെല്ലാം ഇരുമ്പഴിക്കുള്ളിലാവുകയോ വധിക്കപ്പെടുകയോ ചെയ്യുമായിരുന്നു. ഗ്വാട്ടിമാലയിൽ തുടർന്നാൽ ഈ സാദ്ധ്യതയേ അവരുടെ മുമ്പിൽ ഉണ്ടായിരുന്നുള്ളൂ. ഏണസ്റ്റോ അതിനുമുമ്പേ അർജന്റീനയുടെ ഗ്വാട്ടിമാലയിലെ എംബസിയിൽ അഭയം തേടിക്കഴിഞ്ഞിരുന്നു. താൻ പാവസർക്കാരിന്റെ പ്രധാന നോട്ടപ്പുള്ളിയാകാനുള്ള സാദ്ധ്യതയെപ്പറ്റി അദ്ദേഹം ബോധവാനായിരുന്നു.

ഇത് തീർത്തും ശരിയായിരുന്നുവെന്നു ഹിൽദ തന്റെ പുസ്തകത്തിൽ വെളിപ്പെടുത്തുകയുണ്ടായി. ഏതാനും ദിവസങ്ങൾക്കുള്ളിൽ ഹിൽദയും വീട്ടുടമസ്ഥയും അറസ്റ്റുചെയ്യപ്പെട്ടപ്പോൾ ചോദ്യംചെയ്യൽ ഗുവേരയെപ്പറ്റി അറിയാനായിരുന്നു. ഹിൽദ അർബൻസ് സർക്കാരിൽ ഉദ്യോഗസ്ഥയായിരുന്നതൊന്നും അവർക്കു വിഷയമായില്ല. ഗുവേര എവിടെ? അവർ ആവർത്തിച്ചു ചോദിച്ചു. അർജന്റീനയുടെ എംബസിയിൽ അന്വേഷിച്ചാലറിയാം എന്നു മറുപടിയും പറഞ്ഞു. പിന്നെ അദ്ദേഹത്തെ തിരിച്ചറിയാൻ സഹായകമായ ഒന്നും എത്ര നിർബ്ബന്ധിച്ചിട്ടും അവർ പറയാൻ കൂട്ടാക്കിയില്ല. അവരുടേതായി ഉണ്ടായിരുന്ന എല്ലാ വസ്തുക്കളും വാടകവീട്ടിൽനിന്നും കണ്ടുകെട്ടി. അവരെ ക്രിമിനലുകളായ സ്ത്രീകളുടെകൂടെ ജയിലിലടച്ചു.

തന്നെപ്രതി ഹിൽദ ജയിലിലടയ്ക്കപ്പെട്ടെന്ന വാർത്ത ഗ്വേരയെ അങ്ങേയറ്റം അസ്വസ്ഥനാക്കി. ഒന്നേ ചെയ്യാനുള്ളൂ. പാവസർക്കാരിനു പിടികൊടുക്കുക. അവർക്ക് താൻ യുദ്ധക്കുറ്റവാളിയാണ്. വധശിക്ഷ തന്നെ നൽകിയേക്കാം. നിരപരാധിയായ ഹിൽദ രക്ഷപ്പെടുമെങ്കിൽ അതിനും തയ്യാറാണ്. അർജന്റീനയുടെ ഉപസ്ഥാനപതി ഇതുകേട്ടു പൊട്ടിച്ചിരിച്ചു. പിടികൊടുത്താൽ ഏണസ്റ്റോയെ അവർ കൈകാര്യംചെയ്യുമെന്നതിൽ സംശയമില്ല. അത്രതന്നെ സംശയമില്ലാത്ത കാര്യമാണ് ഹിൽദയെ ജയിലിൽമോചിതയാക്കില്ല എന്നതും. ഒടുവിൽ ചെ സ്വന്തം നിസ്സഹായതയിൽ മനംനൊന്ത് എംബസിയിൽതന്നെ കഴിഞ്ഞു.

ഹിൽദ ജയിലിൽ നിരാഹാരസമരം പ്രഖ്യാപിച്ചു. തനിക്കെതിരെ ഒരാരോപണവും നിലവിലില്ലാതെ തന്നെ ക്രിമിനലായി മുദ്രകുത്തി ജയിലിടച്ചത് നിയമവിരുദ്ധമാണ്. തനിക്ക് ഗ്വാട്ടിമാല സർക്കാർ രാഷ്ട്രീയാഭയം നൽകിക്കഴിഞ്ഞതാണ്. പത്രങ്ങൾ ഈ പ്രശ്നം ഏറ്റെടുത്തു. ജന്മനാടായ പെറുവിലെ ഒഴികെ മറ്റെല്ലാ ലാറ്റിനമേരിക്കൻ രാജ്യങ്ങളിലെയും അംബാസഡർമാർ ജയിലിൽ ഹിൽദയെ സന്ദർശിച്ചു പിന്തുണ അറിയിച്ചു. പൊല്ലാപ്പ് ഒഴിവാക്കാൻ പുതിയ അറ്റോർണി ജനറലിന്റെ മുമ്പിൽ ഹാജരാകണമെന്ന നിബന്ധനയോടെ പാവസർക്കാർ അവരെ മോചിപ്പിച്ചു. താൻ കമ്യൂണിസ്റ്റാണെന്ന അറ്റോർണി ജനറലിന്റെ ആരോപണത്തെ ഹിൽദ ശക്തിയായി നിഷേധിച്ചു. പുതിയ പ്രസിഡന്റിനെ ചെന്നുകാണണമെന്ന നിർദ്ദേശത്തോടെ അവർ ജയിൽമോചിതയായി. കാസ്റ്റിലോ അർമാസ് അവർ ജയിലിലടയ്ക്കപ്പെട്ടതിന് മാപ്പു പറയുകയും സുരക്ഷിതമായി രാജ്യംവിടാൻ അവസരം നല്കാമെന്നു ഉറപ്പുകൊടുക്കയും ചെയ്തു. പക്ഷേ അട്ടിമറിക്കുശേഷം ജയിലിലടയ്ക്കപ്പെട്ട എല്ലാവരുടെയും അനുഭവം അതായിരുന്നില്ല. അതിഭീകരമായ മർദ്ദനവും കൂട്ടക്കൊലയുമായിരുന്നു അർമാസ്ഭരണത്തെ ചോദ്യംചെയ്തവരെ കാത്തിരുന്നത്.

ജനാധിപത്യഭരണകൂടങ്ങളെ സിഐഎ അട്ടിമറിച്ച എല്ലാ രാജ്യങ്ങളിലും സംഭവിച്ചപോലെ ഗ്വാട്ടിമാലയിലും കാസ്റ്റിലോ അർമാസ് ഒരു സ്വേച്ഛാധിപത്യഭരണമായിരുന്നു കാഴ്ചവെച്ചത്. സാധാരണ ജനങ്ങൾക്കു ഭൂമിയും തൊഴിലും പൗരാവകാശങ്ങളും നല്കിയ ഒരു ഭരണകൂടത്തെ അട്ടിമറിച്ചെന്നുമാത്രമല്ല, ആ ആനുകൂല്യങ്ങളെല്ലാം ഒറ്റയടിക്ക് ഇല്ലാതാക്കിയ അർമാസിനെതിരെ ജനങ്ങൾ കലാപം നടത്തുക സ്വാഭാവികം മാത്രം. അർമാസ് അത് നിഷ്ഠുരമായി അടിച്ചമർത്തി. സഹസ്രാബ്ദങ്ങളായി ഗ്വാട്ടിമാലയിൽ ജീവിച്ചുപോന്ന മായൻജനതയെ ആയിരുന്നു നിർദ്ദയമായ കൂട്ടക്കൊലകൾക്കിരയാക്കിയത്. തുടർച്ചയായി നാലുപതിറ്റാണ്ട് നീണ്ടുനിന്ന ആഭ്യന്തരയുദ്ധത്തെയായിരുന്നു ഈ സ്വേച്ഛാധിപതി തുടക്കം കുറിച്ചത്.

ഒമ്പത്

‘ചെ’യും ഗറില്ലയുമായി മാറിയ ഏണസ്റ്റോ

ഗ്വാട്ടിമാലയിൽനിന്നു ഗുവേരയും ഹിൽദയും എത്തിയത് മെക്സിക്കോയിലായിരുന്നു. 1954 സെപ്റ്റംബറിൽ ഏണസ്റ്റോയും ഒക്ടോബറിൽ ഹിൽദയും. അവിടെവെച്ച് ഗുവേര എല്ലാ അർത്ഥത്തിലും ലോകം കണ്ട ഏറ്റവും വലിയ ഗറില്ലാപോരാളികളിലൊരാളായിമാറി. ഈ പരിണാമം അനുക്രമമായിരുന്നു. ഗ്വാട്ടിമാലയിൽ ഗുവേര ആകെ എട്ടു മാസമേ ഉണ്ടായിരുന്നുള്ളൂ. മെക്സിക്കോയിലാകട്ടെ രണ്ടു വർഷത്തിലേറെക്കാലം ക്യൂബൻ വിപ്ലവകാരികളോടൊപ്പം അവരിലൊരാളായി ജീവിച്ചു. ആ സംഭവബഹുലമായ ജീവിതത്തിൽ ഫിദൽ കാസ്ട്രോയുമായുണ്ടായ സൗഹൃദവും ഗറില്ലായുദ്ധപരിശീലനവുമായിരുന്നു ചെ ഗുവേര എന്ന ലജൻഡിന്റെ സൃഷ്ടിയിലെത്തിയത്. ഏണസ്റ്റോ ഗുവേര എന്ന പേരിന്റെ നടുവിലെ “ചെ” മെക്സിക്കോയിൽവെച്ച് സംഭവിച്ച കൂട്ടിച്ചേർക്കലായിരുന്നു. പിൽക്കാലത്ത് അത് യഥാർത്ഥ പേരിനേക്കാൾ വിഖ്യാതമാകുക എന്ന അദ്ഭുതം സംഭവിച്ചു. ഗറില്ലപരിശീലനത്തിനിടയിൽ 81 ക്യൂബക്കാരോടൊപ്പം അർജന്റീനക്കാരനായ ഏണസ്റ്റോ ഇടയ്ക്കിടെ ഉപയോഗിച്ചിരുന്ന അർജന്റൈൻ വ്യാക്ഷേപകശബ്ദം മാത്രമായിരുന്നു അത്. “ചെ” എന്നു എപ്പോഴും ആവർത്തിച്ചിരുന്ന അദ്ദേഹത്തിന് ക്യൂബൻ സഖാക്കൾ കൊടുത്ത ഇരട്ടപ്പേരായിരുന്നു “ചെ”.

ചെ മെക്സിക്കോവിലെത്തിയപ്പോഴേയ്ക്കും 1954 സെപ്തംബർ പകുതി കഴിഞ്ഞിരുന്നു. അർബൻസ് ഭരണകാലത്തെ ഗ്വാട്ടിമാലയിലെപ്പോലെ ഒരു സ്വച്ഛത അദ്ദേഹത്തിന് അവിടെയും അനുഭവപ്പെട്ടു. രാഷ്ട്രീയ അഭയാർത്ഥികൾ മെക്സിക്കോയിൽ പൊതുവെ സ്വാഗതം ചെയ്യപ്പെട്ടു. എല്ലാ ലാറ്റിനമേരിക്കൻ രാജ്യങ്ങളിൽനിന്നും എത്തിയവരെ അവിടെ കാണാമായിരുന്നു. അഭയാർത്ഥികളുടെ താമസസ്ഥലങ്ങൾ അടുത്തടുത്താകയാൽ അവരുടെ ഇടയിൽ വലിയ സൗഹൃദം വളർന്നു. രാജ്യാതിർത്തികൾ അതിനു തടസ്സമായില്ല. അർജന്റീന, പെറു, ഗ്വാട്ടിമാല, ക്യൂബ, വെനസ്വേല എന്നിങ്ങനെ വിവിധ ലാറ്റിനമേരിക്കൻ രാജ്യങ്ങളിലുള്ളവരുടെ ഇടയിൽ പൊതുവായൊരു ലാറ്റിനമേരിക്കൻബോധം വളർന്നുവന്നു. ഏണസ്റ്റോയ്ക്ക് തന്റെ സുദീർഘമായ യാത്രക്കിടയിൽ സംഭവിച്ച ആ മാനസികപരിണാമം മറ്റുള്ളവരിൽ സംജാതമാകുന്നത് മെക്സിക്കോയിലെ പ്രവാസജീവിതത്തിൽ നിന്നായിരുന്നു.

പുരാവസ്തുപഠനത്തിൽ തത്പരനായ ഏണസ്റ്റോയ്ക്ക് കാണാനും പഠിക്കാനും മെക്സിക്കോയിൽ വേണ്ടുവോളമുണ്ടായിരുന്നു. 5,000 മുതൽ 10,000 വരെ പഴക്കമുള്ള ഏഴ് പ്രാചീനസംസ്കാരകേന്ദ്രങ്ങളിൽ ഒന്നായിരുന്നു മെക്സിക്കോ. മായ, ആസ്റ്റെക്, സപോടെക് തുടങ്ങിയ മെസോ അമേരിക്കൻ സംസ്കൃതികൾ അവിടെയായിരുന്നു പുഷ്ടിപ്രാപിച്ചത്. 1492 ൽ കൊളംബസ് അമേരിക്കൻ ഭൂഖണ്ഡത്തിൽ കാലുകുത്തിയതോടെ അവയെല്ലാം ചരിത്രാവശിഷ്ടങ്ങളായി ചവിട്ടിത്താഴ്ത്തപ്പെട്ടു. ആ രാജ്യം സ്പാനിഷ്സാമ്രാജ്യത്തിന്റെ ഭാഗവുമായി. 1810 മുതൽ പൊട്ടിപ്പുറപ്പെട്ട സ്വാതന്ത്ര്യസമരവും (Mexican War of Independence) ഒടുവിൽ വിൻസെന്റ് ഗ്വറേറോയുടെ നേതൃത്വത്തിലുണ്ടായ ഗറില്ലായുദ്ധവും മൂന്നു നൂറ്റാണ്ടുകാലത്തെ വിദേശഭരണം അവസാനിപ്പിച്ച് 1821 ൽ സ്വതന്ത്ര രാഷ്ട്രമായി. തിരിച്ചുപിടിക്കാൻ സ്പെയിൻ നടത്തിയ ഇടപെടലുകളെ തിരിച്ചോടിക്കാൻ കഴിഞ്ഞെങ്കിലും തൊട്ടുകിടന്ന യുഎസ് നടത്തിയ യുദ്ധം (Mexican–American War 1846–1848) മെക്സിക്കോയുടെ മൂന്നിലൊന്നു (ടെക്സാസ്) മുറിച്ചെടുത്തേ അടങ്ങിയുള്ളൂ. പിന്നീടുണ്ടായ ഫ്രഞ്ച് ആക്രമണത്തെയും ആഭ്യന്തരയുദ്ധത്തെയും മെക്സിക്കോ അതിജീവിച്ചു. 1910-ൽ ആരംഭിച്ച മെക്സിക്കൻവിപ്ലവം 1917-ൽ ഭരണഘടന പ്രഖ്യാപിക്കപ്പെട്ടതോടെ ഇപ്പോഴും നിലനില്ക്കുന്ന ജനാധിപത്യവ്യവസ്ഥിതിയിൽ എത്തിച്ചേർന്നു.

ചെയും ഹിൽദയും മെക്സിക്കോയിലെത്തിയ നാളുകളിൽ അഡോൽഫൊ വിസ് കൊർടിനെസ് ആയിരുന്നു പ്രസിഡന്റ്. ഇൻസ്റ്റിസ്റ്റ്യൂഷണൽ റെവല്യൂഷണറി പാർട്ടി (പിആർഐ) യുടെ

പ്രതിനിധിയെന്ന നിലയിൽ 1952 മുതൽ 1958 വരെ പ്രസിഡന്റായിരുന്ന അദ്ദേഹം ഓർമ്മിക്കപ്പെടുന്നത് സ്ത്രീകൾക്ക് വോട്ടവകാശം നല്കിയതിന്റെ പേരിലാണ്. അദ്ദേഹത്തിന്റെ പാർട്ടിയായ പിആർഐ 1929 മുതൽ 2000 വരെ മെക്സിക്കോയുടെ ഭരണം കയ്യാളി. ഗ്വാട്ടിമാലയിൽ 1952-ൽ അർബെൻസ് വരുത്തിയ കാർഷികപരിഷ്കാരങ്ങളും മറ്റും അതിനുമുമ്പേ ഇടതുപക്ഷത്തു നിലയുറപ്പിച്ചിരുന്ന ഈ പാർട്ടിയുടെ ഭരണകാലത്ത് 1930 കളിൽ തന്നെ നടപ്പാക്കി മെക്സിക്കോ അമേരിക്കയുടെ കടുത്ത എതിർപ്പിനു പാത്രമായി. മെക്സികോ എല്ലാ ലാറ്റിനമേരിക്കൻ രാജ്യങ്ങളിലെയും ഇടതുപക്ഷവിപ്ലവകാരികൾക്ക് അഭയസ്ഥാനമായിരുന്നു. എന്നാൽ അവരുടെ സുരക്ഷ എപ്പോഴും ഉറപ്പുവരുത്താൻ സർക്കാരിനു കഴിഞ്ഞിരുന്നില്ല. 1927 ൽ ക്യൂബൻ കമ്യൂണിസ്റ്റുനേതാവ് ജൂലിയോ അന്റോണിയോ മെല്ലയും 1940 ൽ ട്രോട്സ്കിയും രാഷ്ട്രീയ എതിരാളികളാൽ വധിക്കപ്പെട്ടതും മെക്സിക്കോനഗരത്തിൽ വെച്ചായിരുന്നു.

ഒക്ടോബറിൽ മെക്സിക്കോയിലെത്തിയ ഹിൽദ ഏണസ്റ്റോയുമായി ബന്ധപ്പെട്ടു. എത്തിയ ഉടനെ ജോലിയൊന്നും ലഭിച്ചില്ല. ഹിൽദ എഴുതി: "വിവാഹം കഴിക്കുന്നതിനുള്ള സാദ്ധ്യതയെപ്പറ്റിയായിരുന്നു വീണ്ടും ഏണസ്റ്റോ സംസാരിച്ചത്. നാം കാത്തിരിക്കണമെന്നു ഞാൻ പറഞ്ഞു. ഞാൻ മെക്സിക്കോയിൽ എത്തിയതേയുള്ളൂ. പുതിയ ചുറ്റുപാടുകളുമായി ഇണങ്ങിച്ചേരുകയും ഒരു ജോലി തേടുകയും വേണം. വാസ്തവത്തിൽ എനിക്കൊരു ഉറപ്പുമില്ല. അദ്ദേഹത്തിനു കാര്യം മനസ്സിലായെങ്കിലും കുറെയൊക്കെ അലോസരമുണ്ടായതായി എനിക്കു തോന്നി. എന്റെ സന്നിഗ്ധമായ മറുപടി കുറച്ചൊരു സംഘർഷം സൃഷ്ടിച്ചെന്ന തോന്നൽ എന്നിലുമുണ്ടായി. കാരണം അപ്പോൾ അദ്ദേഹം പറഞ്ഞത്, നമുക്ക് സുഹൃത്തുക്കൾ മാത്രമാകാം എന്നായിരുന്നു. ഞാൻ തെല്ല് അദ്ഭുതപ്പെട്ടു: അദ്ദേഹത്തോടു കാത്തിരിക്കാൻ ആവശ്യപ്പെടുകമാത്രമാണ് ഞാൻ ചെയ്തത്. എന്നാൽ ഞാൻ അദ്ദേഹത്തിന്റെ തീരുമാനം അംഗീകരിച്ചു. ഞാൻ എത്തിയതേയുള്ളൂ. ഞങ്ങൾ വഴക്കടിച്ചുംകഴിഞ്ഞു." (My Life With Che: The Making of a Revolutionary)

ചെയുടെ ജീവിതത്തിലെ വഴിത്തിരിവ്

കൈവശമുള്ള പണം തീരുന്നമുറയ്ക്ക് എന്തെങ്കിലും വരുമാനമുണ്ടാക്കാൻ ഏണസ്റ്റോ പിതാവിന്റെ ഒരു സുഹൃത്തും അർജന്റൈൻ കവിയും തിരക്കഥാകൃത്തുമായ യൂലിസസ് പെറ്റിറ്റ് ദെ മുറത്തിനെ സമീപിച്ച കാര്യം ഹിൽദയോടു പറഞ്ഞു. നിരവധി അന്തർദ്ദേശീയ പുരസ്കാരങ്ങൾ നേടിയ അദ്ദേഹം രാഷ്ട്രീയകാരണങ്ങളാൽ നാടുകടത്തപ്പെട്ട് 1951

മുതൽ 1958 വരെ മെക്സിക്കോയിൽ ഉണ്ടായിരുന്നു. ഈ കാലയളവിനുള്ളിൽ നാല്പതിലേറെ തിരക്കഥകൾ രചിച്ച പെറ്റിറ്റ് ഒരു എക്സ്ട്രാ നടന്റെ റോൾ ചെ ഗുവേരയ്ക്ക് വാങ്ങിക്കൊടുക്കാമെന്നേറ്റു. ബാലിശമായ ഇത്തരം പരിപാടികളിലേർപ്പെട്ട് കഴിവുകൾ പാഴാക്കരുതേ എന്നു ഹിൽദ കേണപേക്ഷിക്കതന്നെചെയ്തു. അഭിനയമോഹം ഉപേക്ഷിച്ചെങ്കിലും മെക്സിക്കോയിൽ ഏണസ്റ്റോയ്ക്ക് ഉണ്ടായിരുന്ന ചുരുക്കം പരിചയക്കാരിൽ ഒരാളായിരുന്നു പെറ്റിറ്റ്. ചെ ഡയറിയിൽ എഴുതി: “ചുറ്റുമുള്ള സ്ഥലങ്ങൾ കാണിക്കാൻ അദ്ദേഹം എന്നെ പുറത്തേക്ക് കൊണ്ടുപോയി.” പെറ്റിറ്റും അദ്ദേഹത്തിന്റെ മകൾ മാർത്തയും നഗരപരിസരത്തെ ആസ്റ്റെക് പിരമിഡുകൾ കാണാൻ ചെയുടെ ഒപ്പം സഞ്ചരിച്ചു.

ഹിൽദ ഗ്വാട്ടിമാലയിലെന്നപോലെ മെക്സിക്കോയിലും നേടിയെടുത്തത് രാഷ്ട്രീയ അഭയാർത്ഥി എന്ന പദവിയായിരുന്നു. വിദ്യാഭ്യാസയോഗ്യതയ്ക്ക് അനുസരിച്ച ഉദ്യോഗം മെക്സിക്കൻ സർക്കാരിൽ ലഭിക്കാൻ അഭയാർത്ഥിപദവി അവരെ അർഹയാക്കി. പിന്നേയും മാസങ്ങൾക്കുശേഷമായിരുന്നു ഒരു ജോലി ലഭിച്ചത്. ഏണസ്റ്റോയ്ക്കാകട്ടെ സന്ദർശകവിസയിൽ വന്നതിനാൽ ഗ്വാട്ടിമാലയിൽ ജോലി നേടുന്നതിൽ നേരിട്ട അതേ പ്രയാസങ്ങൾ ഇവിടെയും ഉണ്ടായി. ഡോക്ടരായ അദ്ദേഹം തെരുവ് ഫോട്ടോഗ്രാഫറുടെ പണിയെടുത്തായിരുന്നു ആദ്യം പിടിച്ചുനിന്നത്. രാത്രികാവൽക്കാരനായും ഒരു അർജന്റൈൻ വാർത്താഏജൻസിയുടെ ഫോട്ടോഗ്രാഫറായും ജോലിചെയ്തു. ഒടുവിൽ മെക്സിക്കോനഗരത്തിലെ ജനറൽ ആസ്പത്രിയിലും കുട്ടികളുടെ ആസ്പത്രിയിലും അല്ലെർജിസ്റ്റും ഗവേഷകനുമായി. ഇതൊക്കെയായിട്ടും ദൈനംദിനാവശ്യങ്ങൾക്ക് മതിയായ വരുമാനമുണ്ടായില്ല.

ചെ സന്നദ്ധസേവനം ചെയ്തിരുന്ന ആസ്പത്രിയിൽ ഒരുദിവസം പെട്ടെന്ന് ക്യൂബൻവിപ്ലവകാരി നികോ ലോപസ് കടന്നുവന്നു. അല്ലർജികൊണ്ട് വിഷമിച്ച ഒരു സഖാവിനു ചികിത്സ തേടിയായിരുന്നു തനിക്ക് പ്രിയങ്കരനായ നികോ എത്തിയത്. പെട്ടെന്നുതന്നെ ഇരുവരും പഴയ സൗഹൃദം പുനഃസ്ഥാപിച്ചു. അപ്പോഴായിരുന്നു ഏണസ്റ്റോയെ കോരിത്തരിപ്പിച്ച ആ വാർത്ത നികോയിൽനിന്ന് അറിഞ്ഞത്. ഫിദൽ കാസ്ട്രോയും അനുജൻ റൗൾ കാസ്ട്രോയും താമസിയാതെ ജയിൽമോചിതരാകും. ഉടനെ ഫിദലും സഖാക്കളും മെക്സിക്കോയിലേക്ക് രഹസ്യമായി കടക്കും. കാരണം, ജയിൽമോചിതരായ അവരെ ഒരു വ്യാജഏറ്റുമുട്ടലിലൂടെ വധിക്കാൻ ബാത്തിസ്റ്റ പരിപാടിയിട്ട വിവരം ഫിദൽ രഹസ്യമായി അറിഞ്ഞിരുന്നു. ഇനി ക്യൂബയിൽ നിന്നാൽ അപകടമാണെന്നു മനസ്സിലാക്കിയ അദ്ദേഹം മെക്സിക്കോയിലേക്ക് കടന്നു അനുയായികളെ

പരിശീലിപ്പിച്ച് ക്യൂബൻവിപ്ലവം സംഘടിപ്പിക്കാനായിരുന്നു പരിപാടി. വിവിധ ലാറ്റിനമേരിക്കൻ രാജ്യങ്ങളിൽ ചേക്കേറിയ ക്യൂബൻവിപ്ലവകാരികൾ 1954 ആദ്യംമുതൽ മെക്സിക്കോയിൽ എത്തിച്ചേരാൻ തുടങ്ങിയിരുന്നു. മറിയ അന്റോണിയോ ഗോൺസാലസ് എന്ന ക്യൂബക്കാരിയുടെ അപ്പാർട്ടുമെന്റായിരുന്നു അവരുടെ ആസ്ഥാനം. മൊങ്കാദ സൈനികത്താവളം ആക്രമിച്ച ദിവസത്തെ അനുസ്മരിച്ച് കാസ്ട്രോ 'ജൂലൈ 26 പ്രസ്ഥാനം' എന്നപേരിലായിരുന്നു അനുയായികളെ സംഘടിപ്പിച്ച് പരിശീലിപ്പിക്കാൻ പരിപാടിയിട്ടത്.

ഏണസ്റ്റോയുടെയും ഹിൽദയുടെയും പ്രണയം വീണ്ടും പൂവണിഞ്ഞു. അവർ വിവാഹിതരാകാൻ തീരുമാനിച്ചു. പക്ഷേ മെക്സിക്കൻ സർക്കാരിന്റെ നിയമപ്രകാരം ആ രാജ്യത്തിലെ പൗരന്മാരല്ലാത്തവർക്ക് അവിടെവെച്ച് വിവാഹിതരാകാൻ കഴിയില്ലായിരുന്നു. വിവാഹം പിന്നേക്ക് നീട്ടിവെച്ച് ഒന്നിച്ചു ജീവിക്കാൻ അവർ തീരുമാനിച്ചു. ലാറ്റിനമേരിക്കൻ രാഷ്ട്രീയ അഭയാർത്ഥികൾ അധിവസിച്ചിരുന്ന നഗരപ്രദേശത്ത് ഒരു ചെറിയ ഫ്ലാറ്റ് വാടകയ്ക്കെടുത്ത് അവർ താമസമാരംഭിച്ചു.

റൗൾ കാസ്ട്രോ

ഒരു രാത്രിയിൽ ചെ വന്നപ്പോൾ കൂടെ റൗൾ കാസ്ട്രോയും ഉണ്ടായിരുന്നു. ജയിൽമോചിതനായ ഉടനെ അദ്ദേഹത്തെ ബാത്തിസ്റ്റസർക്കാർ ഒരു കള്ളക്കേസിൽ കുടുക്കി അറസ്റ്റുവാറന്റ് പുറപ്പെടുവിച്ചു. ഫിദലിന്റെ നിർദ്ദേശപ്രകാരം റൗൾ ക്യൂബയിലെ മെക്സിക്കോ എംബസിയിൽ അഭയം തേടി. ജൂൺ 24ന് ആയിരുന്നു അദ്ദേഹം മെക്സിക്കോയിൽ വിമാനമിറങ്ങിയത്. നേരെ അദ്ദേഹം പോയത് മറിയ അന്റോണിയയുടെ വീട്ടിലേക്കായിരുന്നു. അവിടെ അദ്ദേഹത്തെ കാത്തുനിന്ന അന്റോണിയോ ലോപസിന്റെ കൂടെ ഏണസ്റ്റോ ഗുവേരയും ഉണ്ടായിരുന്നു. പരിചയപ്പെട്ടു സംസാരിച്ചപ്പോൾ ഇരുവർക്കും പ്രത്യയശാസ്ത്രപരമായി തങ്ങൾ ഒരേ രീതിയിൽ ചിന്തിക്കുന്നതായി അനുഭവപ്പെട്ടു. ഹവാനസർവ്വകലാശാലയിൽ വിദ്യാർത്ഥിയായിരുന്നപ്പോൾ റൗൾ അവിടെ പ്രവർത്തിച്ചിരുന്ന കമ്യൂണിസ്റ്റ് പാർട്ടിയുടെ യുവജനവിഭാഗത്തിൽ അംഗമായിരുന്നു. 1953 മേയിൽ റോമാനിയായിലെ ബുഡാപെസ്റ്റിൽ സംഘടിപ്പിക്കപ്പെട്ട ലോകയുവജനോത്സവത്തിൽ അദ്ദേഹം പങ്കെടുത്തിരുന്നു. ഫിദലും റൗളും ഏണസ്റ്റോയെപ്പറ്റി ഇതിനിടയിൽ ഹവാനയിൽ പോയിരുന്ന നിയോ ലോപസിൽനിന്നു അറിഞ്ഞിരുന്നു. മെക്സിക്കോയിൽ എത്തിയ ഉടനെ ഏണസ്റ്റോയുടെ ക്ഷണപ്രകാരമായിരുന്നു റൗൾ അവരുടെ താമസസ്ഥലത്തെത്തിയത്.

അന്ന് ഇരുപത്തിമൂന്നോ ഇരുപത്തിനാലോ വയസ്സുണ്ടായിരുന്ന റൗളിന് കാഴ്ചയിൽ അത്രപോലും തോന്നുമായിരുന്നില്ല എന്ന് ഹിൽദ രേഖപ്പെടുത്തി. ഒരു സർവ്വകലാശാലാ വിദ്യാർത്ഥിയാണെന്നേ തോന്നുമായിരുന്നുള്ളൂ. എന്നാൽ സംസാരിച്ചുകഴിഞ്ഞപ്പോൾ പ്രായത്തിൽക്കവിഞ്ഞ ലക്ഷ്യബോധം ഉള്ളതായി തോന്നി. "വിപ്ലവം എങ്ങനെ നടത്തണമെന്നും, അതിലും പ്രധാനം, എന്തുദ്ദേശ്യത്തിനുവേണ്ടി, ആർക്കുവേണ്ടി എന്നതിനെപ്പറ്റിയെല്ലാം അദ്ദേഹത്തിന്റെ ആശയങ്ങൾ വളരെ വ്യക്തമായിരുന്നു. അദ്ദേഹത്തിനു ഫിദലിൽ വലിയ വിശ്വാസമുണ്ടായിരുന്നു. സ്വന്തം സഹോദരനായതുകൊണ്ടല്ല, രാഷ്ട്രീയമായ നേതൃപാടവം അദ്ദേഹത്തിനുള്ളതിനാലായിരുന്നു. ഈ വിശ്വാസമായിരുന്നു മൊങ്കാദസൈനികത്താവളം ആക്രമിക്കുന്നതിൽ പങ്കെടുക്കുന്നതിലേക്ക് അദ്ദേഹത്തെ നയിച്ചത്." റൗളിനെ സംബന്ധിച്ച ഹിൽദയുടെ ഈ നിരീക്ഷണം തീർത്തും ശരിയായിരുന്നു. മാസങ്ങളോളം സോവിയറ്റ്യൂണിയനും കിഴക്കൻ യൂറോപ്യൻ രാജ്യങ്ങളും സന്ദർശിച്ച തിരിച്ചെത്തിയ ദിവസമായിരുന്നു സൈനികത്താവളം ആക്രമിക്കുന്നതിൽ പങ്കെടുക്കാനുള്ള ക്ഷണം റൗളിന് ലഭിച്ചത്. മറ്റുള്ളവർക്ക് അത്യാവശ്യം ആയുധപരിശീലനത്തിനും കുറെ ദിവസത്തെ തയ്യാറെടുപ്പിനും അവസരം ലഭിച്ചിരുന്നു. ഇതൊന്നുമറിയാതെ വിദേശത്തുനിന്നു തിരിച്ചെത്തിയ ഉടനെയായിരുന്നു സുസജ്ജമായ ഒരു സൈനികത്താവളം ആക്രമിക്കാൻ കൂടെച്ചെല്ലണമെന്നു ഫിദൽ പറയുന്നത്. രണ്ടാമതൊന്നു ആലോചിക്കാതെ ജ്യേഷ്ഠൻ ഏല്പിച്ച ഉത്തരവാദിത്വം അനുജൻ ഏറ്റെടുക്കുകയായി.

പിന്നെ റൗൾ പറഞ്ഞതെല്ലാം ഏണസ്റ്റോ പൂർണ്ണമായും, ഹിൽദ ഭാഗികമായും മുമ്പേ അംഗീകരിച്ച വസ്തുതകളായിരുന്നു. ഒരു സായുധ വിപ്ലവത്തിലൂടെയല്ലാതെ ക്യൂബയിലോ ലാറ്റിനമേരിക്കൻ രാജ്യങ്ങളിലോ ഒരു ഭരണമാറ്റം അസാദ്ധ്യമാണെന്നായിരുന്നു റൗൾ തറപ്പിച്ചുപറഞ്ഞത്. ഗ്വാട്ടിമാലയിൽ തിരഞ്ഞെടുക്കപ്പെട്ട സർക്കാരിനെ ജനാധിപത്യവിരുദ്ധമായി യുഎസ് അട്ടിമറിച്ച അനുഭവത്തിലൂടെ ഇതേ നിഗമനത്തിൽത്തന്നെ ഏണസ്റ്റോയും എത്തിക്കഴിഞ്ഞിരുന്നു. ക്യൂബൻജനതയുടെ പിന്തുണയോടെ ആയിരിക്കണം ആ സായുധവിപ്ലവം എന്ന യാഥാർത്ഥ്യബോധവും റൗൾ പ്രകടിപ്പിച്ചതായി ഹിൽദ രേഖപ്പെടുത്തി. അധികാരം ലഭിച്ചാൽ മുതലാളിത്തരാജ്യമായ ക്യൂബയെ സോഷ്യലിസ്റ്റ് രാജ്യമാക്കിമാറ്റാൻ സാധിക്കുമെന്നും അദ്ദേഹം പറഞ്ഞു. ഈ സമരം യുഎസ് സാമ്രാജ്യത്വത്തിന് എതിരായിരിക്കണം എന്നും അദ്ദേഹത്തിന് അഭിപ്രായമുണ്ടായിരുന്നു. ഹിൽദ ശ്രദ്ധിച്ച ഒരു കാര്യം

ഏണസ്റ്റോ എന്നും റൗളുമായി കാണുകയും സംസാരിക്കയും ചെയ്തിരുന്ന തായിരുന്നു. റൗൾ എപ്പോഴും സന്തോഷവാനായിരുന്നു. മാത്രമല്ല കാര്യ ങ്ങൾ തുറന്നമനസ്സോടെയും ലക്ഷ്യബോധത്തോടെയും സംസാരിച്ചു. അതിനാൽ അദ്ദേഹത്തിന്റെ വാക്കുകൾ ആവേശഭരിതമായിരുന്നു. അങ്ങനെ ഏണസ്റ്റോയും ഹിൽദയും അദ്ദേഹവുമായി ഏറെ അടുത്തു. എങ്ങനെയായിരുന്നു അവർ ക്യൂബയിൽ ജൂലായ് 26 പ്രസ്ഥാനം കെട്ടി പ്പടുത്തതെന്നും റൗൾ അവരോട് വിശദീകരിച്ചു.

ചരിത്രമുഹൂർത്തം

ഏണസ്റ്റോയുടെ മെക്സിക്കൻ ജീവിതത്തിന്റെ പ്രാധാന്യം ഫിദൽ കാസ്ട്രോയുമായി ഒന്നിച്ചതായിരുന്നു. നാളതുവരെയുള്ള ആ ജീവിതം അതിനുവേണ്ടിയുള്ള തയ്യാറെടുപ്പായിരുന്നോ? മറിച്ച് കാസ്ട്രോയെപ്പ റ്റിയും അപ്രകാരംതന്നെ ചിന്തിക്കാവുന്നതാണ്. അത്രമേൽ പരസ്പര പൂരകമായിരുന്നു ഇരുജീവിതങ്ങളും. വിപ്ലവപ്രവർത്തനത്തിൽ ഫിദൽ ബഹുദൂരം മുന്നിലായിരുന്നു. പ്രത്യയശാസ്ത്രദാർഢ്യത്തിൽ ഗുവേരയും. വിപ്ലവനായകനെന്ന നിലയിൽ ഫിദൽ കാസ്ട്രോ 26 വയസ്സിൽ മൊങ്കാദ സൈനികത്താവളാക്രമണം സംഘടിപ്പിച്ചതിലും പിന്നീട് കോടതിനടപടികളെ നേരിട്ടതിൽ പ്രകടിപ്പിച്ച ധീരതയും ധിഷണയും ഏണസ്റ്റോ ഉൾപ്പെടെ ലാറ്റിനമേരിക്കൻ യുവാക്കളുടെ ആരാധന നേടിക്കഴിഞ്ഞിരുന്നു. ഫിദലിന്റെ നേതൃത്വത്തിൽ ഒരു വിപ്ലവത്തിൽ പങ്കെടുക്കുന്നതുപോലും അഭിമാനമായി ഗുവേര കരുതി.

1955 മേയ് 15ന് ഫിദൽ കാസ്ട്രോ ജയിൽമോചിതനായി. 15 വർഷത്തേയ്ക്കായിരുന്നു ശിക്ഷിക്കപ്പെട്ടതെങ്കിലും ക്യൂബൻജനതയുടെ വ്യാപകമായ പ്രതിഷേധവും ചില പ്രമുഖവ്യക്തികളുടെ ഇടപെടലും ശക്തമായപ്പോൾ രണ്ടുകൊല്ലത്തിനുള്ളിൽ അദ്ദേഹത്തെ മോചി പ്പിക്കാൻ ബാത്തിസ്റ്റ നിർബ്ബന്ധിതനായി. 1955 ജൂൺ 12ന് ജൂലായ് 26 പ്രസ്ഥാനം (എം-26-7) എന്ന പേരിൽ ഒരു രഹസ്യസംഘടനയ്ക്ക് അദ്ദേഹം രൂപംകൊടുത്തു. ഒരു വ്യാജ ഏറ്റുമുട്ടലിലൂടെ തന്നെയും സഖാ ക്കളെയും വകവരുത്തി പ്രശ്നം അവസാനിപ്പിക്കാനായിരുന്നു തങ്ങളെ മോചിപ്പിക്കാൻ നിർബന്ധിതനായപ്പോൾ ബാത്തിസ്റ്റ തീരുമാനിച്ചുറ ച്ചതെന്ന് ഫിദൽ വിശ്വാസയോഗ്യമായി അറിഞ്ഞു. അതിന്റെ മുന്നോ ടിയായിട്ടായിരുന്നല്ലോ ഒരു വ്യാജ ബോംബുസ്ഫോടനത്തിന്റെ പേരിൽ റൗൾ കാസ്ട്രോയ്ക്കെതിരെ അറസ്റ്റുവാറന്റ് പുറപ്പെടുവിച്ചതും, ഫിദലിന്റെ നിർദ്ദേശാനുസരണം പിടികൊടുക്കാതെ അദ്ദേഹം മെക്സിക്കോയിലേക്കു രക്ഷപ്പെട്ടതും.

ജൂലായ് ആദ്യം ഫിദൽ കാസ്ട്രോ മെക്സിക്കോയിലെത്തി. അടുത്ത ദിവസംതന്നെ മറിയ അന്റോണിയോയുടെ അപ്പാർട്ടുമെന്റിൽവെച്ച് ഫിദലും ഏണസ്റ്റോയും ആദ്യമായി കണ്ടുമുട്ടി. ആ ചരിത്രമുഹൂർത്തം ആരെങ്കിലും രേഖപ്പെടുത്തിയോ? ഉവ്വ്. ഏണസ്റ്റോ ഡയറിയിൽ കുറിച്ചു: "ഫിദൽ കാസ്ട്രോയെ ഞാൻ കണ്ടത് ഒരു രാഷ്ട്രീയ സംഭവമാണ്. അദ്ദേഹം ബുദ്ധിമാനായ യുവാവും ഏറെ ആത്മസ്ഥൈര്യവും അസാധാരണമായ ധീരതയും ഉള്ള ക്യൂബൻവിപ്ലവകാരിയുമാണ്. ഞങ്ങൾ പരസ്പരം ഇഷ്ടപ്പെട്ടതായി തോന്നുന്നു." ഏണസ്റ്റോയെപ്പറ്റി ഫിദലിന്റെ അഭിപ്രായവും സമാനമായിരുന്നു. "എന്നെക്കാൾ ഉയർന്ന വിപ്ലവകാരി" എന്നായിരുന്നു കാസ്ട്രോ പില്ക്കാലത്ത് പറഞ്ഞത്. അദ്ദേഹം ആത്മകഥയിൽ ഇങ്ങനെ വിശദീകരിച്ചു: "ഞങ്ങൾക്ക് അന്യോന്യം തൽക്ഷണം ഉണ്ടായ താത്പര്യത്തെപ്പറ്റി ആശ്ചര്യമില്ല. അദ്ദേഹം ലാറ്റിനമേരിക്കയിൽ ഉടനീളം സഞ്ചരിച്ചിരുന്നു. ഗ്വാട്ടിമാല സന്ദർശിച്ചു. അവിടെ അമേരിക്കൻ ഇടപെടലിന് ദൃക്സാക്ഷിയായി. ഞങ്ങൾ ഒരു സൈനികകേന്ദ്രം ആക്രമിച്ച വിവരം അദ്ദേഹം അറിഞ്ഞിരുന്നു. ക്യൂബയിലെ ഞങ്ങളുടെ സമരത്തെപ്പറ്റി അദ്ദേത്തിനറിയാമായിരുന്നു. ഞങ്ങളുടെ ചിന്താഗതി മനസ്സിലാക്കിയിരുന്നു. ഞാൻ വന്ന് ഞങ്ങൾ തമ്മിൽ സംസാരിച്ചപ്പോൾത്തന്നെ അദ്ദേഹം ഞങ്ങളുടെകൂടെ ചേർന്നു" (My Life). പരസ്പരവിശ്വാസത്തിന്റെയും തിരിച്ചറിവിന്റെയും സൗഹൃദത്തിന്റെയും ഒരു അദൃശ്യവലയത്തിൽ ഇരുവരും അകപ്പെട്ടപോലെയായിരുന്നു അവരുടെ വാക്കുകൾ സൂചിപ്പിച്ചത്. ഈ കൂടിക്കാഴ്ചയെപ്പറ്റി കാസ്ട്രോ മറ്റൊരു സന്ദർഭത്തിൽ പറഞ്ഞു: "ഒറ്റ രാത്രിയിൽ അദ്ദേഹം ഭാവിയിലെ ഗ്രാന്മ യാത്രയിലെ അംഗമായി" (Che: A Memoir)

ആദ്യകൂടിക്കാഴ്ചയിൽത്തന്നെ തുടർച്ചയായി ഒമ്പതു മണിക്കൂർ സംവാദത്തിലേർപ്പെട്ടു അവർ നേരംവെളുപ്പിച്ചു. ആ രാത്രിയിലെ അനുഭവത്തെപ്പറ്റി ചെ എഴുതി: "ഒരു അസാധാരണ മനുഷ്യൻ എന്നനിലയിൽ ഫിദൽ എന്നെ ആകർഷിച്ചു. ഏറ്റവും അസാദ്ധ്യമായ കാര്യങ്ങൾ അദ്ദേഹം പരിഹരിക്കുയും നേരിടുകയും ചെയ്തു. ഞാൻ അദ്ദേഹത്തിന്റെ ശുഭാപ്തിവിശ്വാസത്തിൽ പങ്കാളിയായി." മറ്റേതെങ്കിലും വ്യക്തിയെ ചെയുടെ ജീവിതത്തിൽ ഇതുപോലെ പെട്ടെന്നൊരു വഴിത്തിരിവിനും ലക്ഷ്യബോധത്തിനും കാരണക്കാരനായി ചൂണ്ടിക്കാണിക്കാനില്ല. അദ്ദേഹം പണമുണ്ടാക്കി യൂറോപ്പിലേക്കും അമേരിക്കയിലേക്കും സഞ്ചരിക്കുന്നതിനെപറ്റിപ്പോലും ആലോചിച്ചിരിക്കേ ആയിരുന്നു ഫിദലിനെ കണ്ടുമുട്ടിയത്. അതോടെ അത്തരം ചിന്തകൾക്കെന്നല്ല, ആ മനസ്സിൽ മറ്റൊന്നിനും സ്ഥാനമില്ലാതായി. എല്ലാം വിപ്ലവം എന്ന ചിന്തയ്ക്ക്

താഴെമാത്രം. ഈ അസാധാരണമായ അനുഭവത്തെപ്പറ്റി ഹിൽദയോടു ചെ ഇങ്ങനെ പറഞ്ഞു : "മാർട്ടിയുടെ കാലം മുതൽ ക്യൂബ നല്ലതെന്തെങ്കിലും സൃഷ്ടിച്ചിട്ടുണ്ടെങ്കിൽ, അത് ഫിദൽ കാസ്ട്രോ ആണെന്ന് നിക്കോ ഞങ്ങളോട് ഗ്വാട്ടിമാലയിൽവെച്ച് പറഞ്ഞത് ശരിയായിരുന്നു. അദ്ദേഹം വിപ്ലവം യാഥാർത്ഥ്യമാക്കും." ഈ വിശ്വാസമായിരുന്നു ഏണസ്റ്റോയുടെ പിൽക്കാലജീവിതത്തെ രൂപപ്പെടുത്തിയത്.

ആദ്യ കൂടിക്കാഴ്ചയ്ക്കുശേഷം ഫിദലും ഏണസ്റ്റോയും ആഴ്ചയിൽ മൂന്നോ നാലോ പ്രാവശ്യം കണ്ടുമുട്ടി. അവരുടെ കൂടിക്കാഴ്ചകളെല്ലാം അതീവ രഹസ്യമായിട്ടായിരുന്നു. മെക്സിക്കോയിലും അവർ ജയിലിൽ അടയ്ക്കപ്പെടാനുള്ള സാദ്ധ്യത നിലനിന്നിരുന്നു. ബാത്തിസ്റ്റയുടെ രഹസ്യപ്പോലീസ് ക്യൂബൻ പ്രവാസികളെ പിന്തുടർന്നു. അമേരിക്കയിലെ ആഭ്യന്തരരഹസ്യാന്വേഷണ സംഘടനയായ എഫ്ബിഐയും ഒപ്പം അവരെ പിടികൂടാൻ ശ്രമം നടത്തിവരുന്നതായി ഫിദലിന് രഹസ്യവിവരം ലഭിച്ചു.

ഏറെദിവസം കഴിയുന്നതിനുമുമ്പേ ഹിൽദയ്ക്കും ഫിദലിനെ കാണാൻ അവസരം ലഭിച്ചു. ഒരു ദിവസം അദ്ദേഹത്തെ അവർ വീട്ടിലേക്ക് ഡിന്നറിന് ക്ഷണിച്ചുകൊണ്ടുവന്നപ്പോഴായിരുന്നു അത്. ഫിദൽ കാസ്ട്രോയെ ആദ്യം കണ്ട അനുഭവത്തെപ്പറ്റി ഹിൽദ ഇങ്ങനെ കുറിച്ചു: "അദ്ദേഹത്തെ കണ്ടാൽ ഒരു നേതാവാണെന്ന് തോന്നുമായിരുന്നില്ല. സുന്ദരനായ ഒരു ബൂർഷ്വാ വിനോദസഞ്ചാരിയെപ്പോലെ തോന്നിച്ചിരുന്നു. എന്നാലും അദ്ദേഹം സംസാരിക്കുമ്പോൾ അത്യുത്സാഹംകൊണ്ടും വിപ്ലവാവേശംകൊണ്ടും കണ്ണുകൾ തിളങ്ങി. ശ്രോതാക്കളുടെ ശ്രദ്ധ എങ്ങനെ അദ്ദേഹം പിടിച്ചെടുക്കുന്നുവെന്നും കാണാനാകും. ഒരു മഹാനായ നേതാവിന്റെ വശ്യശക്തിയും വ്യക്തിത്വവും അദ്ദേഹത്തിനുണ്ടായിരുന്നു; അതേസമയം ആദരണീയമായ ലാളിത്യവും സ്വാഭാവികതയും." ഭയംകലർന്ന ബഹുമാനമായിരുന്നു ഹിൽദയ്ക്ക് അദ്ദേഹത്തോട് അപ്പോൾ തോന്നിയതെങ്കിലും, ക്യൂബയെ മോചിപ്പിക്കാൻ അവിടെ പ്രവർത്തിക്കാതെ മെക്സിക്കോയിൽ വന്നതെന്തിനെന്ന് അവർ ചോദിക്കാതിരുന്നില്ല. ചോദ്യം അലോസരമുണ്ടാക്കുന്നതാണെങ്കിലും നല്ല ചോദ്യമാണെന്നു പറഞ്ഞുകൊണ്ടായിരുന്നു ഫിദൽ സ്വതസിദ്ധമായ ശൈലിയിൽ അതിനെ നേരിട്ടത്. നാലു മണിക്കൂർ എടുത്ത മറുപടി ചോദ്യകർത്താവിന്റെ മനസ്സിൽ മറ്റൊരു ചോദ്യത്തിനും പഴുത് അവശേഷിപ്പിക്കാത്തതായിരുന്നു. യുഎസ് പിന്തുണയുള്ള ബാത്തിസ്റ്റയുടെ സൈനിക സ്വേച്ഛാധിപത്യഭരണത്തെ മറിച്ചിടാൻ പറ്റിയ പോരാളികളെ സംഘടിപ്പിക്കാനും പരിശീലിപ്പിക്കാനും അവിടെനിന്നുകൊണ്ട് അസാദ്ധ്യമാണ്. അതുകൊണ്ടാണ് അതിനുപറ്റിയ ഇടമെന്ന

നിലയിൽ മെക്സിക്കോയിൽ എത്തിയത്. ക്യൂബയിലും വിദേശത്തും രഹസ്യ സംഘടനകൾ ഉണ്ടാക്കി ബാത്തിസ്റ്റയുടെ അഴിമതിയിൽ കുളിച്ച മർദ്ദനഭരണത്തിന്റെ അന്ത്യം കുറിക്കാൻ തങ്ങളെ സഹായിക്കാൻ ക്യൂബൻജനതയോട് അഭ്യർത്ഥിക്കുമെന്നും അദ്ദേഹം പറഞ്ഞു. ഫിദൽ ഇങ്ങനെ ഉപസംഹരിച്ചു: “ക്യൂബയിലെ സമരം യാങ്കികൾക്കെതിരെ ഒരു ഭൂഖണ്ഡമാകെ നടത്തിവരുന്ന സമരത്തിന്റെ ഭാഗമാണ്. ബൊളിവാറും മാർട്ടിയും ദീർഘദർശനം ചെയ്ത സമരം!” ഫിദൽ അവസാനിപ്പിച്ചപ്പോൾ പിന്നെ യാതൊരു സംശയവും ബാക്കിയായില്ലെന്നു ഹിൽദയ്ക്ക് ബോദ്ധ്യപ്പെട്ടു. മാത്രമല്ല ആ മഹത്തായ സമരത്തിന്റെ ഭാഗമാകാൻ ആഗ്രഹിക്കുന്നുവെന്നും തോന്നി. പിന്നീട് ഏണസ്റ്റോയോടു സ്ത്രീകളെ അവരുടെ ക്യൂബൻആക്രമണത്തിൽ പങ്കെടുപ്പിക്കുമോ എന്ന് ഹിൽദ ആരാഞ്ഞു. ഹിൽദയെപ്പോലൊരുവളെ കൂട്ടിയേക്കാം, എങ്കിലും അത് വിഷമമാണെന്നായിരുന്നു അദ്ദേഹത്തിന്റെ മറുപടി. നിമിഷംപ്രതി അപായങ്ങളുടെയും ഉത്കണ്ഠകളുടെയും കനം പെരുകിക്കൊണ്ടിരുന്ന ‘ഗ്രാന്മാ’യാത്ര നടന്നുകഴിഞ്ഞപ്പോൾ ഹിൽദയോടു പറഞ്ഞത് യാഥാർത്ഥ്യമായിരുന്നെന്ന് വ്യക്തമായി.

വിവാഹവും കുടുംബജീവിതവും

1955 ജൂൺ തുടക്കത്തിൽത്തന്നെ താൻ ഗർഭിണയായെന്ന് ഹിൽദ അറിഞ്ഞു. പിതാവാകാൻ പോകുന്നുവെന്നറിഞ്ഞ് ഗുവേരയും ഏറെ സന്തോഷിച്ചു. ഇവരുവരുടെയും കുടുംബത്തെ ഈ സന്തോഷവാർത്ത അറിയിക്കാൻ അവർ ആഗ്രഹിച്ചു. തങ്ങൾ ഇനിയും വിവാഹിതരായിട്ടില്ലല്ലോ. മെക്സിക്കോയിലെ നിയമമല്ലേ അതിനു തടസ്സം? അതുകൊണ്ട് അർജന്റൈൻ എംബസിയിൽ തങ്ങളുടെ വിവാഹം നടത്താൻ നിശ്ചയിച്ചു. എന്നാൽ അതു വേണ്ടിവന്നില്ല. ഏണസ്റ്റോ ജോലിചെയ്തിരുന്ന ആസ്പത്രിയിലെ ഒരു ഡോക്ടർ മെക്സിക്കോനഗരത്തിനു പുറത്ത് തെപോസൊട്ലാൻ നഗരത്തിലെ മേയർക്കുടിയായിരുന്നു. മെക്സിക്കോനഗരത്തിലെ നിയമം ബാധകമല്ലാത്ത അവിടെവെച്ചു തങ്ങളുടെ വിവാഹം നടത്തിത്തരാൻ അദ്ദേഹത്തോട് ഏണസ്റ്റോ അഭ്യർത്ഥിച്ചു. അങ്ങനെ തെപോസൊട്ലാനിലെ സിവിൽ രജിസ്ട്രാറുടെ ഓഫീസിൽ വെച്ച് ആഗസ്റ്റ് 18ന് അവർ വിവാഹിതരായി.

ഹിൽദ കേബിൾവഴി പെറുവിലുള്ള മാതാപിതാക്കളെ ആ സന്തോഷവിവരം അറിയിച്ചു. ഹിൽദയുടെ അച്ഛനമ്മമാർ അയച്ച മറുപടിയിൽ മകൾ വിവാഹിതയായതിൽ ആഹ്ലാദം പ്രകടിപ്പിച്ചു. വിവാഹത്തിനു ക്ഷണിക്കാതിരുന്നതിന് കണക്കിനു ശകാരിക്കയും ചെയ്തു. ഒപ്പംതന്നെ

500 യുഎസ്ഡോളറിന്റെ ഒരു ബാങ്ക് ഡ്രാഫ്റ്റും നവദമ്പതികൾക്ക് സമ്മാനമായി അയച്ചു. വിവാഹസമയത്ത് എടുത്ത ഫോട്ടോകൾ അയയ്ക്കാനും പള്ളിയിൽവെച്ച് മറ്റൊരു വിവാഹകർമ്മം നടത്താനും അമ്മ പ്രത്യേകം ഹിൽദയോടാവശ്യപ്പെട്ടു. അങ്ങനെയെങ്കിലും മകളുടെ വിവാഹത്തിൽ പങ്കെടുക്കാൻ ആ അമ്മ മോഹിച്ചു. ഹിൽദയുടെ അച്ഛനമ്മമാർക്ക് പുതിയ മരുമകന്റെ സുദീർഘമായ ഒരു മറുപടിയും ലഭിച്ചു. അതിൽ ഗുവേര എഴുതി: “ഒരു ബോംബ്ഷെൽ പോലെ ഞങ്ങളുടെ വാർത്ത ലഭിക്കുമ്പോൾ നിങ്ങൾക്കുണ്ടാകുന്ന ആശ്ചര്യം എനിക്കു സങ്കല്പിക്കാനാകും. അതുയർത്തിവിടുന്ന ചോദ്യപ്രവാഹം മനസ്സിലാക്കാനുമാകും. ഞങ്ങളുടെ വിവാഹത്തെപ്പറ്റി നിങ്ങളെ അറിയിക്കാഞ്ഞതിനുള്ള ശകാരം തീർത്തും ശരിയാണ്. ഇത്രപെട്ടെന്ന് ഞങ്ങൾക്കൊരു കുഞ്ഞുണ്ടാകുമെന്നു മുൻകൂട്ടിക്കാണാതെ, നേരിട്ട ഒട്ടേറെ പ്രയാസങ്ങൾ കണക്കിലെടുത്തുകൊണ്ട് ഇങ്ങനെ ചെയ്യുന്നതാണ് വിവേകമെന്നു ഞങ്ങൾ വിചാരിച്ചു. ... നിങ്ങൾ നല്കിയ സ്നേഹത്തിന് ഞങ്ങൾ ഏറെ നന്ദിയുള്ളവരാണ്. അതെല്ലാം ആത്മാർത്ഥമാണെന്നും എനിക്കറിയാം. ഹിൽദയെ എത്രയോകാലമായി അടുത്തറിയുന്നതിനാൽ അവളുടെ കുടുംബത്തെക്കുറിച്ചും എനിക്കറിയാം. അവൾക്ക് ഞാൻ എല്ലായ്പ്പോഴും അർഹനാണെന്നു തെളിയിക്കാൻ ഞാൻ ശ്രമിക്കും. ആ ‘ചെറിയ ഉപഹാര’ത്തിനും ഞാൻ കൃതജ്ഞനാണ്. ചെയ്യേണ്ടതിലധികം നിങ്ങൾ ചെയ്തുകഴിഞ്ഞു. ഞങ്ങളെപ്പറ്റി വേവലാതിപ്പെടേണ്ട. ഞങ്ങൾ സമ്പന്നരല്ലെന്നത് ശരിയാണ്, എന്നാൽ ഒരു കുടുംബം പുലർത്തുന്നതിന് വേണ്ടത്ര സമ്പാദ്യം ഹിൽദയ്ക്കും എനിക്കുംകൂടിയുണ്ട്.” ഇനിയും വേണ്ടതിലേറെ നീണ്ടുപോകുന്ന കത്തിൽ തന്റെ ഭാവി പരിപാടി അദ്ദേഹം സൂചിപ്പിക്കുന്നുണ്ട്. “ക്യൂബയിലും ഫ്രാൻസിലും അലഞ്ഞശേഷമായിരിക്കും താനേറെ ആരാധിക്കുന്ന പെറുവിലോ അർജന്റീനയിലോ വന്നുതാമസമാക്കുക. പിന്നെ ഇന്ത്യയും തന്റെ രാഷ്ട്രീയമായ ആദർശങ്ങൾക്കനുയോജ്യമായ ചൈനയും സന്ദർശിക്കും. ഞങ്ങളുടെ വിവാഹജീവിതം മിക്കവാറും നിങ്ങളുടേതുപോലെ ആയിരിക്കില്ല. ആ വ്യത്യാസം പ്രധാനമായും രണ്ടു തുല്യരായ വ്യക്തികളുടെ സ്വതന്ത്രമായ കൂട്ടുകെട്ട് എന്നതായിരിക്കും. എണസ്റ്റോയും ഹിൽദയും പന്ത്രണ്ടും എട്ടും മണിക്കൂർ ദിവസേന ജോലി ചെയ്യുന്നു.”

വിവാഹവാർത്തയും പിതാവാകാൻ പോകുന്ന വിവരവും സ്വന്തം വീട്ടുകാരെ ഏറെ വൈകി സെപ്റ്റംബർ 24ന് അമ്മയ്ക്ക് അയച്ച രാഷ്ട്രീയവിശകലനപ്രധാനമായ ഒരു കത്തിൽ അവസാനത്തെ ഏതാനും വരിയിൽ ഏണസ്റ്റോ ഒതുക്കി. 1956 ഫെബ്രുവരി 15ന് ഹിൽദ ഒരു

പെൺകുഞ്ഞിനെ പ്രസവിച്ചു. കുട്ടിയുടെ പേരിടലിനെപ്പറ്റി അവർ നേരത്തേ ഒരു തീരുമാനത്തിലെത്തിയിരുന്നു. ആൺകുഞ്ഞാണെങ്കിൽ ഹിൽദ ഒരു പേര് തിരഞ്ഞെടുക്കും. അല്ല, പെൺകുഞ്ഞാണെങ്കിൽ പേര് തിരഞ്ഞെടുക്കുക ഏണസ്റ്റോ ആയിരിക്കും. അങ്ങനെ എണസ്റ്റോ കുഞ്ഞിനെ ഹിൽദ ബിയാട്രിസ് എന്നു വിളിച്ചു. ആദ്യത്തെ പേര് 'ഹിൽദ' കുഞ്ഞിന്റെ അമ്മയുടെയും രണ്ടാമത്തേത് ഏണസ്റ്റോ ഏറെ ഇഷ്ടപ്പെട്ട പിതൃസഹോദരിയുടേതുമായിരുന്നു. ആസ്പത്രിയിൽ കുഞ്ഞിനെ കാണാൻ ആദ്യം എത്തിയത് ഫിദൽതന്നെ. സന്തോഷത്തോടെ കുഞ്ഞിനെ കയ്യിലെടുത്ത് താലോലിച്ചു. "ഇവളുടെ വിദ്യാഭ്യാസം ക്യൂബയിൽ വെച്ചായിരിക്കും." എന്ന ഫിദൽ പറയുന്നതുകേട്ടാൽ തോന്നുക ക്യൂബ പിടിച്ചെടുത്തുകഴിഞ്ഞു എന്ന പോലെയായിരുന്നു.

അടിമുടി വിപ്ലവകാരിയായ ഗ്വേര സ്നേഹസമ്പന്നനായ ഒരു പിതാവുമായിരുന്നുവെന്നു ഹിൽദ രേഖപ്പെടുത്തി. ഗറില്ലായുദ്ധപരിശീലിനത്തിലും മറ്റും മുഴുകിയിരുന്ന അക്കാലത്ത് എല്ലാ ദിവസവും വീട്ടിലെത്തി മകളുമായി കളികളിൽ മുഴുകാൻ സമയം കണ്ടെത്തി. കുട്ടിക്ക് ഏതാനും മാസം മാത്രം പ്രായമായ സമയത്ത് ഹിൽദയ്ക്ക് ശക്തിയായ പനി ബാധിച്ചു കിടപ്പിലായി. അപ്പോൾ അമ്മയെയും കുഞ്ഞിനെയും എല്ലാനിലയിലും ശുശ്രൂഷിക്കയും പരിപാലിക്കയും ചെയ്തത് അദ്ദേഹമായിരുന്നു. ഒന്നിലും ഒരു വീഴ്ചയും വരുത്തിയില്ല. ഇരുവർക്കും അങ്ങേയറ്റത്തെ സ്നേഹവും പരിചരണവും നല്കി.

അക്കാലത്ത് അവർ ഒന്നിച്ച് നിരവധി പുസ്തകങ്ങൾ വായിച്ച് ചർച്ച ചെയ്തു. വിമോചനസമരങ്ങളെയും ചൈനീസ് വിപ്ലവത്തെയും സംബന്ധിച്ച പുസ്തകങ്ങളും, രണ്ടാം ലോകയുദ്ധകാലത്ത് നാസികൾക്കെതിരെ റഷ്യയിലെയും കിഴക്കൻ യൂറോപ്പിലെയും ജനങ്ങളുടെ ഐതിഹാസികമായ ചെറുത്തുനില്പിനെപ്പറ്റിയുള്ള നോവലുകളും അക്കൂട്ടത്തിൽ പെടും. മൂലധനം (മാർക്സ്), എന്തുചെയ്യണം (വി.ഐ.ലെനിൻ) എന്നീ മാർക്സിസ്റ്റ് ഗ്രന്ഥങ്ങൾ അക്കൂട്ടത്തിൽ പെടുമെന്നു അലൈദ രേഖപ്പെടുത്തി. മാവോയുടെ കൃതികളിലൂടെ ചൈനീസ് വിപ്ലവത്തെയും ആഴത്തിൽ മനസ്സിലാക്കാൻ ചെയെ ഹിൽദ സഹായിച്ചു. സാർത്ര്, ജോൺറീഡ്, ജോൺ മെയ്നാഡ് കെയ്ൻസ് എന്നിവരുടെ കൃതികളും ചെ അക്കാലത്ത് പഠനവിധേയമാക്കി. പത്തൊമ്പതാം നൂറ്റാണ്ടിലേയും ഇരുപതാം നൂറ്റാണ്ടിലേയും സ്പാനിഷ് ക്ലാസിക്കുകളും ഇരുവരുംചേർന്നു വായിച്ചു. അന്നത്തെ വായനയും ചർച്ചകളും അവരെ വീണ്ടുംവീണ്ടും ബോദ്ധ്യപ്പെടുത്തിയതു് ലാറ്റിനമേരിക്കൻജനതയുടെ വിമോചനത്തിനു ഏറ്റവും പ്രായോഗികമായ മാർഗ്ഗം ഗറില്ലാസമരമാണെന്നായിരുന്നു. വായന

കൂടുതൽ അന്വേഷണങ്ങളിലേക്ക് ഇരുവരെയും പ്രേരിപ്പിച്ചതായും ഹിൽദ രേഖപ്പെടുത്തി. വായിച്ച കാര്യങ്ങൾ അവരിരുവരും ഗൗരവമായി ചർച്ച ചെയ്യുന്നു മാത്രമല്ല, സമാനമനസ്കരുടെ കൂട്ടായ്മകളിൽ വിപുലമായ ചർച്ചയ്ക്ക് വിധേയമാക്കാനും ശ്രദ്ധിച്ചു. ഒരു സാമ്രാജ്യത്വശക്തിയെന്ന നിലയിൽ യുഎസ് ലോകരാഷ്ട്രീയത്തിൽ വഹിച്ചിരുന്ന സ്ഥാനം ഈ സംവാദങ്ങളുടെ മുഖ്യ പ്രമേയമായിരുന്നു. അതിനെ നേരിടാതെ മാറ്റങ്ങൾ അസാദ്ധ്യമാണ്. അതെങ്ങനെ? തിരഞ്ഞെടുപ്പുകൾകൊണ്ട് സാമ്രാജ്യത്വചൂഷണം അവസാനിപ്പിക്കാനാവില്ല. ജനങ്ങളുടെ പിന്തുണയുള്ള ഒരു ചെറിയ ഗ്രൂപ്പ് നയിക്കുന്ന സായുധവിപ്ലവിപ്ലവമാണ് ഏകമാർഗ്ഗം എന്ന് ചെ ശക്തിയായി വാദിച്ചിരുന്നു.

ലാറ്റിനമേരിക്കയിലെ സാമ്രാജ്യത്വദാസന്മാരായ സ്വേച്ഛാധിപതികളെ അധികാരഭ്രഷ്ടരാക്കാൻ പറ്റിയ സമരമാർഗ്ഗം ഗറില്ലായുദ്ധമാണെന്ന് ഇങ്ങനെ ധൈഷണികതലത്തിൽ തീരുമാനിക്കുമ്പോൾത്തന്നെ, ഗറില്ലാസമരപരിശീലനത്തിന്റേതായ ഒരു സമാന്തരജീവിതം മെക്സിക്കോ ഏണസ്റ്റോ ഗുവേരയ്ക്ക് നല്കുന്നുണ്ടായിരുന്നു. അദ്ദേഹത്തിന്റെ യഥാർത്ഥ വ്യക്തിത്വം ആ ദിശയിൽ വികസ്വരമാകുന്നത് എങ്ങനെ എന്നാണ് ഇനി നമുക്ക് പിന്തുടരേണ്ടത്.

പത്ത്

ആൽബെർട്ടോ ബായോയുടെ ഏറ്റവും നല്ല ശിഷ്യൻ

ഫിദലുമായി കണ്ടുമുട്ടിയപ്പോൾ പ്രാരംഭം കുറിച്ച ഏണസ്റ്റോയുടെ ജീവിതദൗത്യം പൂർത്തിയായത് ആൽബെർട്ടോ ബായോ ജിരൗദിന്റെ (1892-1965) ശിഷ്യനായതോടെ ആയിരുന്നു. ഗറില്ലായുദ്ധപരിശീലനത്തിന് അന്ന് കിട്ടാവുന്നതിൽ ഏറ്റവും നല്ല അദ്ധ്യാപകനായിരുന്നു ബായോ. ബാത്തിസ്റ്റയുടെ സ്വേച്ഛാധിപത്യത്തിൽനിന്നു ക്യൂബയെ മോചിപ്പിക്കാനുള്ള ഗറില്ലാസംഘത്തെ പരിശീലിപ്പിക്കാൻ ഫിദൽ കാസ്ട്രോ കണ്ടെത്തിയ പരിശീലകനായിരുന്നു ആൽബെർട്ടോ ബായോ. ചൈനയിൽ മാവൊ, വിയറ്റ്നാമിൽ ജനറൽ ഗ്യാപ്, ഹോച്മിൻ എന്നിവരുടെ പ്രശസ്തി തിളങ്ങിനിന്ന അക്കാലത്തുപോലും ലാറ്റിനമേരിക്കയുടെ വിമോചനപ്പോരാട്ടങ്ങൾക്ക് ബായോയുടെ സംഭാവന കുറച്ചുകാണാനാകില്ല.

ക്യൂബക്കാരനായ ബായൊ സ്പാനിഷ് മിലിറ്ററി അക്കാദമിയിൽനിന്നു ഗറില്ലായുദ്ധമുറ പഠിച്ചു. കവിയും ഗ്രന്ഥകാരനും കൂടിയായിരുന്നു അദ്ദേഹം. സ്പാനിഷ് ആഭ്യന്തരയുദ്ധ(1936-1939)ത്തിൽ ഇടതുപക്ഷക്കാരായ റിപ്പബ്ലിക്കൻ സൈന്യത്തിനൊപ്പം യുദ്ധംചെയ്തു. അവിടെവെച്ചായിരുന്നു ഗറില്ലായുദ്ധത്തിന്റെ അനുഭവപാഠങ്ങൾ ആർജ്ജിക്കാൻ കഴിഞ്ഞത്. സ്പാനിഷ് ആർമിയിലെ സൈനിക ഓഫീസർ എന്നനിലയിൽ സ്പാനിഷ് കോളണിയായിരുന്ന മൊറോക്കോയിൽ ഒരു ഗറില്ലാ നേതാവിനെ

നേരിട്ട പരിചയവും അദ്ദേഹത്തിനുണ്ടായിരുന്നു. മാവോ, ഹോച്മിൻ, ചെ എന്നിവർക്കെല്ലാം മാർഗ്ഗദർശിയായിരുന്ന മൊറോക്കൻ ഗറില്ലനേതാവ് അബ്ദുൽ ക്രിം (Abd-El-Krim) 1921 ജൂണിൽ ബായോ ഉൾപ്പെട്ട സ്പാനിഷ് സൈന്യത്തെ ഗറില്ലാ ആക്രമണത്തിൽ പരാജയപ്പെടുത്തുകയുണ്ടായി. ഒരുപക്ഷേ ബായോയുടെ ശ്രദ്ധ ഗറില്ലായുദ്ധതന്ത്രത്തിലേക്ക് തിരിയാൻ കാരണം ഈ അനുഭവമായിരിക്കാം.

കരീബിയൻ രാജ്യങ്ങളിലും നിക്വരാഗ്വ പോലുള്ള മദ്ധ്യഅമേരിക്കൻ രാജ്യങ്ങളിലും സാമ്രാജ്യത്വചൂഷണം അവസാനിപ്പിക്കാൻ പൊരുതുന്നവർക്ക് ആവശ്യമായ ഉപദേശങ്ങളും പരിശീലനവും ബായോ പില്ക്കാലത്ത് നല്കുകയുണ്ടായി. നിക്വരാഗ്വയിൽ സൊമോസയ്ക്കെതിരെ ഇടതുപക്ഷവിപ്ലവകാരികളോടൊപ്പം അദ്ദേഹം യുദ്ധംചെയ്തു. സ്പെയിനിലെ പരാജയത്തിനുശേഷം ബായോ മെക്സിക്കോയിലെത്തി ഒരു ഫർണിച്ചർ ഫാക്ടറി തുടങ്ങുകയും ഗ്വാദാലജറയിലെ മിലിറ്ററി അക്കാദമിയിൽ അദ്ധ്യാപകനാവുകയും ചെയ്തു. അപ്പോഴായിരുന്നു അദ്ദേഹം ലാറ്റിനമേരിക്കൻ വിപ്ലവകാരികളുമായി ബന്ധപ്പെട്ടത്.

ക്യൂബയെ മോചിപ്പിക്കാനുള്ള തന്റെ സൈനികർക്ക് പരിശീലനം കൊടുക്കണമെന്നു ബായോയോട് ഫിദൽ അഭ്യർത്ഥിക്കുമ്പോൾ അദ്ദേഹത്തിന് അങ്ങനെ ഒരു സൈന്യമോ, ഒരു സൈന്യത്തെ നിലനിർത്താൻ ആവശ്യമായ സാമ്പത്തികശേഷിയോ ഉണ്ടായിരുന്നില്ല. അതിനെ ഒരു സൈന്യമെന്നു വിളിക്കാമെങ്കിൽ അതിൽ ആകെ നാലുപേരെ ഉണ്ടായിരുന്നുള്ളു. ഫിദൽ, അനുജൻ റൗൾ, നിക്കൊ, ഏണസ്റ്റോ. 23മുതൽ 28വരെ പ്രായക്കാരായ അവരെ പ്രായംകൊണ്ടുപോലും ഗൗരവത്തിൽ എടുക്കാൻ ആകുമായിരുന്നില്ല. പക്ഷേ ഇതൊന്നും കണക്കിലെടുത്തു പിന്മാറുന്ന ആളല്ല ഫിദൽ കാസ്ട്രോ. സ്പാനിഷിൽ നല്ലൊരു എഴുത്തുകാരൻകൂടിയായ ബായോ പില്ക്കാലത്ത് ആ രസകരമായ അനുഭവത്തെപ്പറ്റി ഇങ്ങനെ അനുസ്മരിച്ചു: "അത് രസകരമായിരുന്നില്ലേ? ഭാവിസൈനികരെ റിക്രൂട്ടുചെയ്യുമ്പോൾ, അവരെ സജ്ജരാക്കാനും വസ്ത്രമണിയിക്കാനും തീറ്റാനും, ക്യൂബയിലേക്ക് കൊണ്ടുപോകാനായി കപ്പൽ വാങ്ങാനും പണം അദ്ദേഹം സ്വരൂപിക്കുമ്പോൾ, ഗറില്ലാമുറകൾ പഠിപ്പിക്കാൻ ഞാൻ പ്രതിജ്ഞാബദ്ധനാകില്ലേ എന്നായിരുന്നു അദ്ദേഹത്തിന്റെ ചോദ്യം. ഈ യുവാവ് ഒരു കൈകൊണ്ടു പർവ്വതങ്ങളെ നീക്കാൻ ആഗ്രഹിക്കുന്നു എന്ന് ഞാൻ ചിന്തിച്ചു." ഇത്രയേറെ പ്രതികൂലതകളുടെ നടുവിൽ പതറാത്ത ആത്മവിശ്വാസത്തിനു മുന്നിൽ ബായോ കീഴടങ്ങി. കാസ്ട്രോ സംഘടിപ്പിച്ചു കൊണ്ടുവരാൻ പോകുന്നവരെ പരിശീലിപ്പിക്കാമെന്ന് അദ്ദേഹം ഏറ്റു.

പിന്നീട് ഫിദൽ ഒരു ഫണ്ട്ശേഖരണയാത്ര നടത്തി. ഫ്ലോറിഡ, ന്യൂയോർക്ക്, ഫിലാഡെൽഫിയ, ന്യൂ ജെഴ്സി എന്നീ യുഎസ് നഗരങ്ങളിലായിരുന്നു അത്. അവിടങ്ങളിലെ ബാത്തിസ്റ്റവിരുദ്ധ ക്യൂബൻകുടിയേറ്റക്കാരുടെ ഇടയിൽനിന്നു കിട്ടാവുന്നിടത്തോളം ഫണ്ടു ശേഖരിക്കാനും പ്രസംഗങ്ങളിലൂടെ തന്റെ വിമോചനസ്വപ്നങ്ങൾ അവരെ ബോദ്ധ്യപ്പെടുത്താനും അദ്ദേഹം ശ്രമിച്ചു. യുഎസിൽ നല്ല ബന്ധങ്ങളുള്ള ജ്വാൻ മാനുവൽ മാർക്വെസ് എന്ന ഒരു സുഹൃത്തിനെയും അദ്ദേഹം കൂടെക്കൂട്ടിയിരുന്നു. ഫിദലിന്റെ ജീവചരിത്രകാരനായ സ്കീർക ഈ യുഎസ് യാത്രയെപ്പറ്റി എഴുതി: “ഒരോ ഇടത്തും ഫണ്ട് ശേഖരണ റാലികളെ അദ്ദേഹം അഭിസംബോധനചെയ്തു. പ്രസ്ഥാനത്തെ പിന്തുണയ്ക്കാൻ ആവശ്യമായ “ദേശാഭിമാനിക്ലബ്ബ്”കളുടെ ഒരുശൃംഖലയും “എം-26-7” ക്ലബ്ബുകളും അദ്ദേഹം സ്ഥാപിച്ചു. അദ്ദേഹത്തിന്റെ ഏറ്റവും ഗംഭീരമായ പ്രകടനങ്ങൾ ഒക്ടോബർ 30ന് ന്യൂയോർക്കിലെ പാം ഗാർഡൻ ഹാളിൽ 800 ആളുകളുടെ മുമ്പിലും നവമ്പർ 20ന് മിയാമിയിലെ ഫ്ളാഗ്ലർ തിയേറ്ററിൽ 1,000 ക്ഷണിക്കപ്പെട്ട അതിഥികളുടെ മുമ്പിലും ആയിരുന്നു.” ജൂലായ് 26 പ്രസ്ഥാനത്തിന്റെ ക്യൂബയിലെ ദേശീയ ഡയറക്ടറേറ്റിലേക്കും ഫിദൽ നിരന്തരം സന്ദേശങ്ങൾ അയച്ചുകൊണ്ടിരുന്നു. പണമില്ലായ്കയാൽ വിപ്ലവസ്വപ്നങ്ങൾക്കു മങ്ങലേല്ക്കുന്നുവെന്നും അതുകൊണ്ടു പരമാവധി ഫണ്ടു പിരിക്കണമെന്നും അവരെ അറിയിച്ചു. വിദേശയാത്രയിൽ 9,000 യുഎസ്ഡോളർ തൽക്ഷണം പിരിഞ്ഞുകിട്ടി. വെനസ്വേല, കോസ്റ്ററിക്ക തുടങ്ങിയ രാജ്യങ്ങളിൽനിന്നു തുടർച്ചയായി ഫണ്ടും ആയുധങ്ങളും ലഭിച്ചുകൊണ്ടിരുന്നതും ഫിദലിന്റെ ഈ യാത്രയുടെ വിജയമായി കണക്കാക്കാം.

ഡിസംബർ 10ന് ഫിദൽ മെക്സിക്കോയിൽ തിരിച്ചെത്തി. 1955 ജനുവരി, ഫെബ്രുവരി മാസങ്ങളിലായി ഫിദലിന്റെ ഭാവി പോരാളികൾ ക്യൂബയിൽനിന്ന് മെക്സിക്കോയിൽ എത്തിത്തുടങ്ങി. നഗരപരിസരത്തു തന്നെ കണ്ടെത്തിയ ഏതാനും സുരക്ഷിതമായ ഭവനങ്ങളിൽ അവരെ പാർപ്പിച്ചു. ഫെബ്രുവരി മദ്ധ്യത്തോടെ ഇരുപതോളം യുവാക്കൾ ഫിദലിന്റെ സൈന്യത്തിൽ ചേരാനും കർക്കശമായ പരിശീലനത്തിനു വിധേയരാകാനും എത്തിച്ചേർന്നു. പിന്നെ ഏറെ വൈകാതെ രണ്ടു വിദേശികളുൾപ്പെടെ 80 പേരെ സംഘടിപ്പിക്കാൻ അദ്ദേഹത്തിനു കഴിഞ്ഞു. അങ്ങനെ പണവും ആളും ആയപ്പോൾ തന്റെ സൈനികർക്ക് ഗറില്ലാ പരിശീലനം നല്കാൻ ബായോയോട് ഫിദൽ ആവശ്യപ്പെട്ടു. വാസ്തവത്തിൽ അത് ഒരു അപേക്ഷയുടെ പരിധിവിട്ട് കല്പനയുടെ തലത്തിലേക്ക് പ്രവേശിച്ചിരുന്നു. ദിവസവും മൂന്നു മണിക്കൂറെ ഫിദലിന്റെ ആളുകളെ പഠിപ്പിക്കാനാകൂ, ബാക്കിസമയം ബിസിനസ് നടത്താനും ക്ലാസ്സെടുക്കാനും

വേണ്ടിവരുമെന്നു ബായോ സവിനയം പറഞ്ഞു. പക്ഷേ ഫിദൽ ശാഠ്യം പിടിക്കതന്നെചെയ്തു. എല്ലാം അടച്ചുപൂട്ടി തന്റെ ആളുകളെ പഠിപ്പിച്ചേ പറ്റൂ. ഒരു ക്യൂബക്കാരനായ ബായോ അതിനു ബാദ്ധ്യസ്ഥനാണ്. അങ്ങനെപോയി ഫിദലിന്റെ വാദങ്ങൾ. അതും രസകരമായി പില്ക്കാലത്ത് ബായോ ഓർമ്മിച്ചെടുത്തു: "എന്റെ വീട്ടിൽ എന്റെ മുന്നിലിരുന്ന് ഒരു വലിയ കലഹത്തിന്റെ മദ്ധ്യത്തിലെന്നപോലെ തീക്ഷ്ണമായി അംഗവിക്ഷേപങ്ങൾ കാണിച്ചുകൊണ്ട് എന്റെ നേരെ ഫിദൽ കാസ്ട്രോ ഒച്ചയിട്ടു: "താങ്കൾ ഒരു ക്യൂബക്കാരനാണ്. ഞങ്ങളെ സഹായിക്കാൻ പൂർണ്ണമായ ബാദ്ധ്യത താങ്കൾക്കുണ്ട്." കാസ്ട്രോ തന്റെ ലക്ഷ്യം നേടി. അദ്ദേഹത്തിന്റെ അത്യുത്സാഹം എന്നെ ബാധിച്ചു. അദ്ദേഹത്തിന്റെ ശുഭാപ്തിവിശ്വാസത്തിൽ ഞാൻ പെട്ടുപോയി. എന്റെ ക്ലാസിൽനിന്ന് രാജിവെയ്ക്കാനും എന്റെ ബിസിനസ്സുകൾ വില്ക്കാനും തയ്യാറാണെന്നു ഫിദലിന് അപ്പോൾ അവിടെവെച്ച് ഞാൻ വാക്കുകൊടുത്തു." 300 ഡോളർ മാസവരുമാനം ഉണ്ടായിരുന്ന ബായോ ഫിദൽ കൊടുത്ത 65 ഡോളർകൊണ്ട് കുടുംബം പുലർത്താനാകാതെ വന്നപ്പോൾ, അദ്ദേഹത്തിന്റെ ഭാര്യ ജോലിക്കുപോയും, എഴുത്തുകാരനായ അദ്ദേഹം ഗ്രന്ഥരചന നടത്തിയും വരുമാനമാർജ്ജിക്കേണ്ടിവന്നു. അങ്ങനെ കൂടുതൽ വരുമാനമുണ്ടായപ്പോൾ ഫിദൽ അതുവരെ ആകെ കൊടുത്ത 195 ഡോളറും അദ്ദേഹം തിരിച്ചുകൊടുത്തു പ്രസ്ഥാനത്തെ സഹായിച്ചു.

ബായോ കണ്ടെത്തിയ ഏറ്റവുംനല്ല ശിഷ്യൻ

മെക്സിക്കോ നഗരത്തിനു പുറത്ത് ചാൽക്കോ ജില്ലയിലെ പർവ്വതപ്രദേശത്തെ വിശാലമായ മേച്ചിൽസ്ഥലത്ത് ഫിദലിന്റെ ആളുകൾക്ക് ബായോ ക്ലാസെടുക്കാൻ തുടങ്ങി. പോരാളികളുടെ ശാരീരിക മികവിനെപ്പറ്റി ഫിദലും ബായോയും കർക്കശ നിലപാടെടുത്തതിനാൽ ഗറില്ലായുദ്ധ പരിശീലനം വളരെ കഠിനമായി. ഏറ്റവും മോശമായ കാലാവസ്ഥയിൽ ഏറ്റവും മോശമായ ഭൂപ്രദേശത്ത് രാപകൽ മാർച്ചു നടത്തണം. കുറച്ചു ഭക്ഷണം കഴിച്ചോ ഭക്ഷണമോ വെള്ളമോ ഇല്ലാതെയോ പോലും നിലനില്ക്കാൻ കഴിയണം. ക്ഷീണത്തെ ശക്തമായി ചെറുത്ത് ഇരുട്ടിൽപ്പോലും പരിശീലനം നടത്തണം. പരിശീലനത്തിനുശേഷം അവർ മാർക്സിസം പഠിക്കാനും ലാറ്റിനമേരിക്കൻ സാഹചര്യത്തിൽ അതെങ്ങനെ പ്രായോഗികമാക്കാമെന്ന് ചർച്ചചെയ്യാനും സമയം കണ്ടെത്തി.

ഈ കഠിന പരിശീലനത്തിനിടയിൽ കേണൽ ബായോ തന്റെ ഏറ്റവും നല്ല വിദ്യാർത്ഥിയെ തിരഞ്ഞെടുത്തു. അത് ചെ ആയിരുന്നു. ഇതേ ട്രെയിനിംഗ് ക്യാമ്പിൽ വെച്ചായിരുന്നു ഏണസ്റ്റോയ്ക്ക് 'ചെ'

എന്ന ഇരട്ടപ്പേരു ലഭിച്ചതും. 'ഹെ ചങ്ങാതി' എന്നേ അതിനർത്ഥമു ള്ളു. ഇടയ്ക്കിടെ 'ചെ' എന്ന പ്രയോഗം ശ്രദ്ധ പിടിച്ചെടുക്കാനുള്ള ഒരു അർജന്റീൻ രീതിയാണ്. ഇരട്ടപ്പേരിടുമ്പോൾ സാധാരണ ആളുകൾക്ക് അലോസരം തോന്നാറുണ്ടെങ്കിലും, ചെ സന്തോഷത്തോടെ ക്യൂബൻ സഖാക്കൾ നല്കിയ ഇരട്ടപ്പേര് സ്വീകരിക്ക മാത്രമല്ല, അത് പേരിന്റെ പ്രധാന ഭാഗമാക്കി മാറ്റുകയുമുണ്ടായി.

ചെയുടെ ചില വ്യക്തിസ്വഭാവങ്ങളും സ്വന്തം ശരിയിലുള്ള അഭിമാനബോധത്തോടെയുള്ള പെരുമാറ്റവും മറ്റും ആദ്യമൊക്കെ ക്യൂബക്കാരെ അലോസരപ്പെടുത്തിയിരുന്നു. ചെ മെൽബ ഫെർണാണ്ടസിനെ പരിചയപ്പെട്ട സന്ദർഭം ആൻഡേഴ്സൻ ഉദാഹരണമായി ഉദ്ധരിച്ചു. ഫിദലിനോടൊപ്പം മൊങ്കാദ സൈനികത്താവളാക്രമണത്തിൽ പങ്കെടുത്തു ജയിലിലടയ്ക്കപ്പെട്ട രണ്ടു സ്ത്രീകളിൽ ഒരാളായ ആ ധീരവനിത വിപ്ലവപ്രവർത്തനത്തിന്റെ ഭാഗമായി ഹവാനയിൽനിന്ന് മെക്സിക്കോയിൽ വന്നതായിരുന്നു. ഒരുപാട് ആഭരണങ്ങളണിഞ്ഞ അവരെ പരിചയപ്പെട്ട നിമിഷത്തിൽ ഒട്ടും മയമില്ലാതെ ചെ പറഞ്ഞു: “യഥാർത്ഥ വിപ്ലവകാരികൾ സ്വയം അലങ്കരിക്ക ആന്തരികമായിട്ടായിരിക്കും, അല്ലാതെ ബാഹ്യമായിട്ടല്ല.” ഇത് ആ വിപ്ലവനായികയെ ഞെട്ടിക്കുകയും ചെയെപ്പറ്റി അവരിൽ തെറ്റിദ്ധാരണ ജനിപ്പിക്കുകയും ചെയ്തു. എന്നാൽ കൂടുതൽ അനുഭവങ്ങളിലൂടെ കടന്നുപോയപ്പോൾ അവർ ചെയുടെ ആരാധികയാവുകയും ആഭരണഭ്രമം ഉപേക്ഷിക്കയും ചെയ്തു. ഇതുപോലെ ഒട്ടേറെ സംഭവങ്ങൾ ജീവചരിത്രകാരന്മാർ ചെ ഗുവേരയുടെ ജീവിതത്തിൽനിന്നു ഉദ്ധരിച്ചിട്ടുണ്ട്.

പരിശീലനകാലത്ത് എല്ലാ ആഴ്ചയും അവസാന ദിവസം ചെ വീട്ടിലെത്തി ഹിൽദയോടും കുഞ്ഞിനോടും ഒപ്പം സമയം ചെലവഴിക്കുന്നതിൽ വീഴ്ച വരുത്താറുണ്ടായിരുന്നില്ല. പക്ഷേ മേയ് അവസാനം അതിനു മാറ്റമുണ്ടായി. ഒരു രഹസ്യകേന്ദ്രത്തിൽ ഫീൽഡ് വർക്കിനും അവിടെനിന്നു നേരെ ക്യൂബൻ ആക്രമണത്തിനും പോകയാണെന്ന് അദ്ദേഹം ഭാര്യയോടു പറഞ്ഞു. ഭർത്താവ് എന്നെന്നേയ്ക്കുമായി നഷ്ടപ്പെടാൻ പോകയാണെന്ന യാഥാർത്ഥ്യത്തോട് മനസ്സിനെ പൊരുത്തപ്പെടുത്താൻ ഹിൽദ ശ്രമിച്ചു.

ഫിദലും ചെയും ജയിലിൽ

ഒരാഴ്ചയ്ക്കുശേഷം ജൂൺ 24ന് കണ്ട പത്രവാർത്തയിൽ ഫിദലും നാല് ക്യൂബക്കാരും അറസ്റ്റുചെയ്യപ്പെട്ടെന്ന് ഹിൽദ വായിച്ചു. ഇത്തരം സംഭവങ്ങളെപ്പറ്റി മുൻപരിചയമുള്ള ഹിൽദ ഉടനെ എല്ലാ രേഖകളും

പുസ്തകങ്ങളും ഒരു സുഹൃത്തിന്റെ ഭവനത്തിലേക്കു മാറ്റി. അല്പം കഴിഞ്ഞപ്പോഴേക്കും രണ്ടുപേർ വന്നു ചോദ്യംചെയ്യലിനു തങ്ങളുടെ കൂടെ ചെല്ലേണ്ടിവരുമെന്നു പറഞ്ഞു സ്ഥലം വിട്ടു. ഉടനെ താൻ പോലീസ് നിരീക്ഷണത്തിൽ ആണെന്ന വിവരം എല്ലാ ക്യൂബക്കാരെയും അറിയിക്കാനുള്ള ഏർപ്പാടുകൾ ചെയ്തു. ചോദ്യം ചെയ്യലിലാകട്ടെ, താൻ മെക്സിക്കൻ സർക്കാരിന്റെ രാഷ്ട്രീയ അഭയാർത്ഥിയാണെന്നും തന്റെ അവകാശങ്ങൾ ലംഘിക്കപ്പെട്ടിരിക്കയാണെന്നും തന്റെ കുഞ്ഞിന്റെ ആരോഗ്യം ചോദ്യം ചെയ്യലിനിടയിൽ അപായത്തിലാണെന്നും ആവർത്തിക്കയല്ലാതെ ഒരു രഹസ്യവും ഹിൽദയെക്കൊണ്ട് പറയിപ്പിക്കാൻ പോലീസിന് കഴിഞ്ഞില്ല. രാഷ്ട്രീയ അഭയാർത്ഥിയായ തനിക്ക് ഒരു വക്കീലിനെ ഏർപ്പാടുചെയ്തുതരണമെന്നും അവർ ആവർത്തിച്ചു. കുറെ കഴിഞ്ഞപ്പോൾ പോലീസ് മേധാവിയുടെ മുറിയിലേക്ക് ഹിൽദയെ കൊണ്ടുപോയി. അവിടെയുണ്ടായിരുന്ന ഫിദൽ സ്നേഹപൂർവ്വം അഭിവാദ്യം ചെയ്തത് ഹിൽദയെ തെല്ല് ആശ്ചര്യപ്പെടുത്തി. തനിക്ക് സ്ഥിരം വിലാസം ഇല്ലായ്കയാൽ ഹിൽദയുടെ വിലാസം കൊടുത്തിരിക്കയാണെന്നും ആ വിലാസത്തിൽ വരുന്നതെല്ലാം സ്വീകരിക്കാറുണ്ടെന്ന് എഴുതി ഒപ്പിട്ടുകൊടുത്തോളു എന്നും ഫിദൽ പറഞ്ഞു. ഹിൽദയെയും കുഞ്ഞിനെയും എന്തുവന്നാലും ഇത്തരം ചുറ്റുപാടിൽ നിർത്തി ബുദ്ധിമുട്ടിക്കാൻ അനുവദിക്കില്ലെന്നും അദ്ദേഹം വ്യക്തമാക്കി. ഒന്നു ശങ്കിച്ചെങ്കിലും ഫിദലിന്റെ നിർബ്ബന്ധത്തിനു വഴങ്ങി ആ സ്റ്റേറ്റുമെന്റിൽ ഹിൽദ ഒപ്പിട്ടുകൊടുത്തു മോചിതയായി.

ക്യൂബയിൽനിന്നു മെക്സിക്കോയിൽ എത്തിയതുകൊണ്ടുമാത്രം ഫിദലും സഖാക്കളും സുരക്ഷിതരായില്ല. യുഎസിന്റെയും ബാത്തിസ്റ്റയുടെയും രഹസ്യപ്പോലീസുകാർ അവരെ നിരന്തരം നിരീക്ഷിച്ചുപോന്നിരുന്നു. അതേസമയം രാഷ്ട്രീയ അഭയാർത്ഥികളുടെ സുരക്ഷിതസ്ഥാനം എന്ന പ്രതിച്ഛായ തകർക്കപ്പെടുന്ന ഒന്നും ചെയ്യാൻ മെക്സിക്കോ സർക്കാർ തയ്യാറുമല്ലായിരുന്നു. അതുകൊണ്ട് ഫിദലും സംഘവും ക്യൂബയെ ആക്രമിക്കാൻ സൈനികപരിശീനം നടത്താൻ ആ രാജ്യത്തിന്റെ മണ്ണ് ദുർവിനിയോഗം ചെയ്യുന്നുവെന്ന ആരോപണമായിരുന്നു യുഎസ്-ക്യൂബ സർക്കാരുകൾ നിരന്തരം ഉന്നയിച്ചത്.

അയൽപക്കത്തെ വൻശക്തി ഗുരുതരമായ ഒരു ആരോപണം കൊണ്ടുവരുമ്പോൾ മെക്സിക്കോസർക്കാരിന് ക്യൂബൻ വിപ്ലവകാരികളുടെ മേൽ നടപടികൾ എടുക്കാതിരിക്കാനാവില്ല. ഈ പ്രശ്നത്തിൽ ബുദ്ധിപൂർവ്വമായ ഒരു നിലപാടെടുത്തു ശത്രുക്കളുടെ തന്ത്രങ്ങളെ ഫിദൽ നിർവീര്യമാക്കി. മെക്സിക്കൻ സർക്കാരുമായി തങ്ങൾക്ക് ഒരു പ്രശ്നവുമില്ല. ക്യൂബൻആക്രമണത്തിനു തയ്യാറെടുക്കുന്നുവെന്ന ആരോപണം മാത്രമാണ്

പ്രശ്നം. അതിന്റെ മുനയൊടിക്കാൻ അദ്ദേഹം മുന്നോട്ടുവന്നതിന്റെ ഭാഗമായിട്ടായിരുന്നു ഈ അറസ്റ്റും ചോദ്യംചെയ്യലും. ആയുധങ്ങളെല്ലാം മാറ്റുകയും പരിശീലനകേന്ദ്രങ്ങൾ പരിശോധിക്കാൻ മെക്സിക്കൻപോലീസിനെ ക്ഷണിക്കുകയും ചെയ്തശേഷം ഏതാനും സഖാക്കളോടൊപ്പം ഫിദൽ അവർക്കു കീഴടങ്ങി. പോലീസ് ഫിദലിനെയും സഖാക്കളെയും മെക്സിക്കോനഗരത്തിൽ കൊണ്ടുവന്നു ചോദ്യം ചെയ്തശേഷം തടവുകാരാക്കി.

ക്യൂബൻ ദേശാഭിമാനികളെ അകാരണമായി തടവുകാരാക്കിയതിനെ വ്യാപകമായി എതിർത്തുകൊണ്ട് മെക്സിക്കോയിൽ ഉടനീളം വമ്പിച്ച പ്രക്ഷോഭങ്ങൾ അരങ്ങേറി. അതിന് നേതൃത്വം കൊടുത്തവരാരും ചില്ലറക്കാരായിരുന്നില്ല. മെക്സിക്കോയിലെ മുൻപ്രസിഡന്റുപോലും അക്കൂട്ടത്തിൽ ഉണ്ടായിരുന്നു. കൂടാതെ ജൂലായ് 26 പ്രസ്ഥാനത്തിന്റെ അനുഭാവികൾ, മനുഷ്യാവകാശപ്രവർത്തകർ, അഭിഭാഷകർ തുടങ്ങിയവരും ഈ അന്യായമായ തടവിനെതിരെ മെക്സിക്കോ സർക്കാരിൽ സമ്മർദ്ദം ചെലുത്താൻ തുടങ്ങി. പുറത്ത് ഇത്തരം ബഹളങ്ങൾ പൊടിപൊടിക്കുമ്പോൾ ഫിദലും കൂട്ടരും ജയിലിൽ തങ്ങളുടെ മനുഷ്യാവകാശങ്ങൾ ലംഘിക്കപ്പെട്ടതിന്റെ പേരിൽ നിരാഹാര സമരം പ്രഖ്യാപിച്ചു. എല്ലാംചേർന്നു സ്വൈരം നഷ്ടപ്പെട്ടപ്പോൾ മെക്സിക്കോ സർക്കാർ ഫിദലിനെയും മറ്റും ജൂലായ് 24ന് മോചിപ്പിച്ചു. എന്നാൽ ജൂൺ 24 ന് അറസ്റ്റുചെയ്യപ്പെട്ട ചെ ഗുവേരയെയും ഒരു ക്യൂബക്കാരനെയും അവർക്കൊപ്പം വിട്ടയച്ചില്ല. അവരുടെ കുടിയേറ്റ രേഖകളിൽ ചില പിശകുകൾ കണ്ടെത്തിയതായിരുന്നു കാരണം. അതു ശരിയാക്കിയെടുക്കാൻ ഫിദൽ ഒരു വൻതുക ഒടുക്കേണ്ടിവന്നു.

ചെ പിന്നെയും 57 ദിവസം ജയിലിൽ കഴിഞ്ഞു. ആഗസ്റ്റ് മദ്ധ്യത്തിലേ അദ്ദേഹത്തിനു സ്വതന്ത്രനാകാനായുള്ളൂ. അക്കാലയളവിൽ അദ്ദേഹത്തിന് ഏക ആശ്വാസമായിരുന്നത് ഹിൽദയും കൊച്ചുമോളും നിരന്തരം ജയിൽ സന്ദർശനം നടത്തിയതായിരുന്നു. ഹിൽദ എഴുതി: "ഞങ്ങൾ കണ്ടിരുന്നത് തടവുകാർ ആരോഗ്യം നിലനിർത്താൻ ഫുട്ബാൾ കളിച്ചിരുന്ന ഒരു വലിയ നടുമുറ്റത്തായിരുന്നു. അവിടെ ഒരു ബ്ലാങ്കറ്റ് വിരിച്ച് ഹിൽദിതയെ നിവർത്തിവെച്ച ഒരു കുടയുടെ ചുവടെ കിടത്തി. അവൾ ഉറങ്ങുന്നതുവരെ ഒരുപാടുനേരം ഹിൽദിതയുമായി ചെ കളിയിലേർപ്പെട്ടു. പിന്നെ അദ്ദേഹം അവളെ നോക്കിക്കൊണ്ടിരിക്കും. കുഞ്ഞുമോൾ ഉറക്കത്തിൽ കാണിക്കുന്ന ഓരോ ഭാവവും നിരീക്ഷിക്കും. അല്ലാത്തപ്പോൾ സാഭിമാനം അവളെയെടുത്ത് നടുമുറ്റത്തിനുചുറ്റും ഓടും." അങ്ങനെ തടവിലിരുന്നും പിതൃവാത്സല്യം മകളിലേക്ക് ചൊരിയാൻ അവസരം ലഭിച്ചത് വലിയ ആശ്വാസമായി.

മകളെ ജീവിനുതുല്യം സ്നേഹിച്ച പിതാവ്

ജയിൽമോചിതനായി വന്ന ചെ ഗുവേര മകളുമായി കൂടുതൽ അടുത്തു. അവളുമായി ചെലവിടാൻ കിട്ടിയ ഒരു നിമിഷംപോലും പാഴാക്കിയില്ല. ഒരു ദിവസം അവളെ കൈകളിലേന്തി അരുമയോടെ പറഞ്ഞ വാക്കുകൾ ഹിൽദ പകർത്തി: "എന്റെ പൊന്നുമോളെ, എന്റെ കുഞ്ഞു മാവോ, നീ ജീവിക്കാൻ പോകുന്നത് എത്ര വിഷമംപിടിച്ച ലോകത്തിലാണെന്ന് നിനക്കറിയില്ല. നീ വലുതാകുമ്പോൾ, മുഴുവൻ ഭൂഖണ്ഡവും, ഒരുപക്ഷേ ലോകം മുഴുവൻ, യാങ്കിസാമ്രാജ്യമെന്ന വലിയ ശത്രുവിനെതിരെ സമരം ചെയ്യുകയായിരിക്കും. നിനക്കും സമരം ചെയ്യാൻ പോകേണ്ടിവരും. ഞാനേറെയൊന്നും ഇവിടെ ഉണ്ടായിക്കൊള്ളണമെന്നില്ല. എന്നാൽ സമരം വൻകരയെ കത്തിജ്ജ്വലിപ്പിക്കും." ഇതുകേട്ട് വികാരാധീനയായ ഹിൽദ ഏണസ്റ്റോയെ ആലിംഗനം ചെയ്തു.

ഫിദലിനും സംഘത്തിനും ക്യൂബയിലേക്ക് പോകാൻ സമയമായി. അല്ല, പെട്ടെന്നുതന്നെ മെക്സിക്കോ വിടേണ്ടിവന്നു. ചെയെ സംബന്ധിച്ചിടത്തോളം ക്യൂബൻസംഘത്തിൽ ചേരണമെങ്കിൽ കുടുംബത്തെ ഉപേക്ഷിച്ചുപോകുകതന്നെ വേണം. ഭാര്യയെ വിട്ടുപോകാൻ അദ്ദേഹത്തിനു വലിയ പ്രയാസമില്ലായിരുന്നു. എന്നാൽ മകൾ! അവൾ കുറഞ്ഞ നാളുകൾക്കുള്ളിൽ അദ്ദേഹത്തെ പൂർണ്ണമായും കീഴടക്കിക്കഴിഞ്ഞിരുന്നു. അവൾക്കുവേണ്ടി തന്റെ ജീവനുൾപ്പെടെ എന്തും അദ്ദേഹത്തിനു ഉപേക്ഷിക്കാൻ കഴിഞ്ഞേക്കും, വിപ്ലവമൊഴികെ. അതെ, തന്റെ ജീവനേക്കാൾ സ്നേഹിച്ച മകളേക്കാൾ എന്തെങ്കിലും ഈ ലോകത്തിലുണ്ടെങ്കിൽ ചെ ഗുവേരയ്ക്ക് അത് വിപ്ലവം മാത്രം. അങ്ങനെ ഹൃദയഭേദകമായ ഒരന്തസ്സംഘർഷത്തിന് ഒടുവിലായിരുന്നു ക്യൂബൻ വിപ്ലവത്തിനുവേണ്ടി മകളെ പിരിയാൻ അദ്ദേഹം തീരുമാനിച്ചത്. ഫിദൽ അദ്ദേഹത്തെ തന്റെ പോരാളികളുടെ കൂട്ടത്തിലെ ഡോക്ടർ ആയിട്ടായിരുന്നു കൂട്ടിയത്.

പുറപ്പെടുന്നതിനുമുമ്പ് കഴിയുന്നതും ഏറെ സമയം കുടുംബത്തോടൊപ്പം ചിലവഴിക്കാൻ ചെ ആഗ്രഹിച്ചു. ഒരു ദിവസം ഹിൽദയെയും മകളെയും കൂട്ടി പുറത്തുപോയി ഒരു സായാഹ്നം ചെലവിടാൻ അദ്ദേഹം തീരുമാനിച്ചു. എന്നാൽ അന്നേദിവസം രാവിലെ ഒരു സന്ദേശവുമായി ഒരാളെത്തി. എത്ര നിർബന്ധിച്ചിട്ടും അതെന്താണെന്നു അദ്ദേഹം പറയുകയുണ്ടായില്ല. വിശേഷാൽ ഒന്നും സംഭവിച്ചിട്ടില്ലെന്നു ഭാവിക്കാൻ നടത്തിയ ശ്രമങ്ങളൊന്നും വിജയിച്ചുമില്ല. അന്നു പുറത്തുപോയ ഗുവേര പിന്നെയൊരിക്കലും ഭാര്യയുടെയും മകളുടെയും അടുത്തേക്ക് തിരിച്ചെത്തിയില്ല.

പതിനൊന്ന്

ഗ്രാന്മയിലൂടെ സീറാ മെസ്ത്രയിലേക്ക്

1956 നവമ്പർ 25ന് മെക്സിക്കോയിലെ പോസ റിക പോർട്ടിൽനിന്നു ഗ്രാന്മ എന്ന ഉല്ലാസബോട്ട് പുലർച്ചെ 1.30ന് ക്യൂബൻ തീരത്തെ ലക്ഷ്യമാക്കി 1,235 മൈൽ ദൈർഘ്യം വരുന്ന യാത്ര ആരംഭിച്ചു. ഫിദൽ കാസ്ട്രോയുടെ നേതൃത്വത്തിൽ ജൂലായ് 26 പ്രസ്ഥാനത്തിലെ 82 പോരാളികളായിരുന്നു അതിലെ യാത്രക്കാർ. അക്കൂട്ടത്തിലെ പ്രധാനികളായിരുന്നു ഏണസ്റ്റോ ചെ ഗുവേരയും റൗൾ കാസ്ട്രോയും. 60 അടി നീളമുള്ള കാബിൻ ക്രൂയ്സർ-ടൈപ്പ് ഉല്ലാസബോട്ടിൽ സൗകര്യപൂർവ്വം 25 പേർക്കേ ഇടമുണ്ടായിരുന്നുള്ളൂ. അതിലാണ് 82 ആളുകളും അവരുടെ ഭാരമേറിയ ആയുധങ്ങളും ഭക്ഷണപദാർത്ഥങ്ങളും കയറ്റിയത്. സ്ഥലപരിമിതി പരിഗണിച്ച് ആയുധപരിശീലനം കൊടുത്തിരുന്ന ഏതാനും പേരെ ഉപേക്ഷിച്ചുപോരേണ്ടിവന്നു. അല്ലെങ്കിൽ യാത്രികരുടെ സംഖ്യ ഇതിലും ഏറുമായിരുന്നു. എന്നാൽപ്പോലും മീനടുക്കിവെച്ചപോലെ ആയിരുന്നു 25 ആളുകളുടെ സ്ഥാനത്ത് 82 ആളുകൾ അതിൽ ഇരുന്നത്.

എല്ലാ വിലക്കുകളെയും ലംഘിച്ച യാത്ര

ഫിദൽ ഏറെ പാടുപെട്ടു പിരിച്ചുണ്ടാക്കിയ പണം കൊടുത്തു വാങ്ങിയ ഈ ബോട്ടിനെപ്പറ്റി സ്കീർക എഴുതി: "അതായിരുന്നു ഗ്രാന്മ (മുത്തശ്ശി).

അപ്പോൾ അത് തുക്സ്പാന് അടുത്തുള്ള ഒരു ഹാർബറിൽ കിടക്കുകയായിരുന്നു. അതിന്റെ ബാഹ്യരൂപമാകട്ടെ, അതിന്റെ പേരിന് പൂർണമായും ഇണങ്ങുന്നതായിരുന്നു. മരംകൊണ്ടുതീർത്ത ജീർണ്ണിച്ച ഉല്ലാസബോട്ടിന് 17,000 യുഎസ്ഡോളർ നല്കേണ്ടിവന്നു. ആ ബോട്ടിന് 2,000 ഗാലനിൽ താഴെ കൊള്ളുന്ന ഇന്ധനടാങ്കുകളോട്ടുകൂടിയ രണ്ടു ഡീസൽ എഞ്ചിനുകളുണ്ട്. ഒരിക്കൽ അതു മുങ്ങി കുറച്ചുകാലം വെള്ളത്തിനടിയിൽ കിടന്നതുമൂലം ഓടിക്കണമെങ്കിൽ അല്പം റിപ്പയർ ജോലികൾ അത്യാവശ്യമായി."

സർക്കാർ ഫിദലിനും സംഘത്തിനും മെക്സിക്കോ വിടാൻ മൂന്നു ദിവസം അനുവദിച്ചിരുന്നെങ്കിലും പല കാരണങ്ങളാൽ ഒരു ദിവസത്തിനുള്ളിൽ അവർ പുറപ്പെടാൻ നിർബ്ബന്ധിതരായി. ഈ ബദ്ധപ്പാട് അസൗകര്യങ്ങൾക്കു കാരണമായെങ്കിലും മറ്റു വഴികളില്ലായിരുന്നു. മാത്രമല്ല, ക്യൂബൻ തീരത്ത് അവർ വന്നിറങ്ങേണ്ട സ്ഥലം കൃത്യമായി നിർണ്ണയിച്ച് ഗ്രാന്മ പുറപ്പെടുന്നതിനു ഒരു മാസംമുമ്പ് (ഒക്ടോബർ 24ന്) ഫ്രാങ്ക് പയസ് (1934-1957) എന്ന ക്യൂബയിലെ സംഘാടകൻ മെക്സിക്കോയിലെത്തി ഫിദലിനെ കാണുകയുണ്ടായി. 5 ദിവസം നീണ്ട ചർച്ചക്കൊടുവിൽ പയസ് കൊടുത്ത ശക്തമായ മുന്നറിയിപ്പ് ഉടനെ സംഘം ക്യൂബയിൽ എത്തരുത് എന്നായിരുന്നു. കാരണം അവിടെ തയ്യാറെടുപ്പുകൾ പൂർണ്ണമായിരുന്നില്ല. എന്നാൽ പിന്നീടു നടന്ന സംഭവങ്ങൾ ആ മുന്നറിയിപ്പ് അവഗണിക്കാൻ കാസ്ട്രോയെ നിർബന്ധിതനാക്കി. കൂടാതെ കാലാവസ്ഥാപ്രവചനംപോലും ഫിദലിന് ഗൗനിക്കാനായില്ല. നവമ്പർ 25 കടൽയാത്ര ഒഴിവേക്കേണ്ട ദിവസമാണെന്നായിരുന്നു ആ മുന്നറിയിപ്പ്. പക്ഷേ ഇനി ഇവിടെ തുടർന്നാൽ മെക്സിക്കോ സർക്കാരിന് എപ്പോൾ വേണമെങ്കിലും അവരെ ജയിലിലടയ്ക്കാം. കൂടാതെ 1956ൽ തങ്ങൾ ക്യൂബയിലെത്തുമെന്ന തന്റെ വാക്കുപാലിച്ചില്ലെങ്കിൽ ജൂലായ് 26 പ്രസ്ഥാനത്തിന്റെ വിശ്വാസ്യത ക്യൂബൻജനതയുടെ മനസ്സിൽ നഷ്ടപ്പെടും. ഇതെല്ലാം കണക്കിലെടുത്തായിരുന്നു പ്രത്യാഘാതങ്ങളെ അവഗണിച്ച് ഉടനെ പുറപ്പെടാൻ ഫിദൽ കല്പന പുറപ്പെടുവിച്ചത്.

ഗ്രാന്മ പുറപ്പെടുന്നതിനുമുമ്പേ ഫ്രാങ്ക് പയസ്സിന് ഫിദൽ അയച്ച ഗൂഢസന്ദേശത്തിൽ അറിയിച്ചത് തങ്ങൾ പ്ലായ ലാസ് കലോറാദാസിൽ നവമ്പർ 30ന് എത്തുമെന്നായിരുന്നു. ദാദ് സുൽക് എന്ന ജീവചരിത്രകാരൻ എഴുതി: "മെക്സിക്കൻ ഉൾക്കടൽ തീരത്തെ തുക്സ്പാനിൽനിന്ന് ക്യൂബയിലെ ഓറിയന്തെ പ്രവിശ്യാ തീരത്തേക്ക് ഗ്രാന്മ കടന്നത് ശ്രദ്ധപേക്കിനാവായിരുന്നു. ഫിദൽ കാസ്ട്രോ ആസൂത്രണം ചെയ്തപോലെ അഞ്ച് പകലിനും രാത്രിക്കും പകരം ഏഴുദിവസവും നാലു മണിക്കൂറും ആ യാത്ര നീണ്ടുപോയി"

യാത്രയ്ക്കിടയിലെ യാതനകൾ

നേരം പുലർന്നപ്പോഴേക്കും ഗ്രാന്മ മെക്സിക്കോ ഉൾക്കടലിൽ എത്തി. കാലാവസ്ഥാ മുന്നറിയിപ്പ് തീർത്തും ശരിയാണെന്നു തെളിഞ്ഞു. കടൽ പ്രക്ഷുബ്ധമായി. ചെ അനുസ്മരണങ്ങളിൽ എഴുതി: "ബോട്ട് ഒരു ട്രാജി-കോമഡിയോടു സദൃശമാകാൻ തുടങ്ങി. ചുറ്റുമുള്ളതെല്ലാം ദയനീയമായ മുഖങ്ങൾ. വയറ്റത്ത് മുറുകെ പിടിച്ച കൈകൾ. ചിലർ ബക്കറ്റിൽ തല പൂഴ്ത്തി ഓക്കാനിക്കുന്നു. മറ്റുള്ളവർ വിചിത്രമായ അവസ്ഥയിൽ വളഞ്ഞു പുളഞ്ഞുകിടന്നു. 82 പേരുള്ളതിൽ രണ്ടോ മൂന്നോ പണിക്കാരും നാലോ അഞ്ചോ യാത്രികരും മാത്രമേ കടൽച്ചൊരുക്കിൽനിന്നു രക്ഷപ്പെട്ടുള്ളൂ." ഫിദലും ചെയും കടൽച്ചൊരുക്കു ബാധിക്കാത്ത നാലഞ്ചാളുകളിൽ പെടും. ബാക്കിയെല്ലാവരും ഛർദ്ദിച്ച് അവശരായി. അവരെ ശുശ്രൂഷിക്കാൻ കൂട്ടത്തിൽ ഡോക്ടറായ ചെ Antihistamines എന്ന അലർജി മരുന്നിനുവേണ്ടി എല്ലായിടത്തും പരതി. പെട്ടെന്നു പുറപ്പെടേണ്ടിവന്ന അങ്കലാപ്പിൽ അതെടുത്തുവെയ്ക്കാൻ മറന്നുപോയതായിരുന്നു. ചെയ്ക്ക് കടൽച്ചൊരുക്ക് ബാധിച്ചില്ലെങ്കിലും എന്നുമൊരു ഭീഷണിയായിരുന്ന ആസ്ത്മയുടെ ആക്രമണം അപ്പോഴും ഉണ്ടായി. എന്നാൽ തന്റെ യാതനകൾ മറച്ചുവെച്ച് മറ്റുള്ളവരെ നർമ്മോക്തികൊണ്ടും മറ്റും സന്തോഷിപ്പാക്കാൻ അദ്ദേഹം യാത്രയിലുടനീളം ശ്രമിച്ചിരുന്നു.

ബോട്ടിൽ വെള്ളം കയറാനും തുടങ്ങി. ബോട്ടിന്റെ ഭാരം കുറക്കാൻ അവർ കണ്ടുപിടിച്ച മാർഗ്ഗം ക്യൂബൻതീരത്ത് എത്തുന്നതുവരെ എല്ലാവർക്കുമായി കരുതിവെച്ച ഭക്ഷണപദാർത്ഥങ്ങളിൽ കുറെ കടലിൽ എറിയലായിരുന്നു. ബിൽജ് പമ്പ് കേടായതിനാൽ വെള്ളം ബക്കറ്റുകൊണ്ട് തേകിക്കളയേണ്ടിവന്നു. ഒപ്പം എഞ്ചിൻ നിശ്ചലമായത് എല്ലാവരെയും അങ്കലാപ്പിലാക്കി. പിന്നീടാണറിയുന്നത് തുറന്നുകിടന്ന ഒരു ടാപ്പായിരുന്നു വെള്ളം നിറയാൻ കാരണമെന്ന്. അവർ ഒരുവിധം എഞ്ചിൻ സ്റ്റാർട്ടാക്കി യാത്ര തുടർന്നു. ആയുധങ്ങൾ കയറ്റാൻ പ്രാധാന്യം കൊടുത്തതിനാൽ കരുതിയ ഭക്ഷണം കുറവായിരുന്നു. ഭാരം കുറയ്ക്കാൻ കുറെ കടലിലും എറിഞ്ഞു. ആദ്യത്തെ മൂന്നു ദിവസം ഓരോരുത്തർക്കും അര ടിൻ പാൽക്കട്ടിയായിരുന്നു കിട്ടിയത്. നാലാം ദിവസം ഓരോ കഷണം ചീസും സോസേജും കിട്ടി. അഞ്ചാം ദിവസം അവശേഷിച്ചത് ചീഞ്ഞ ഓറഞ്ചുകളായിരുന്നു. പിന്നെ അവശേഷിച്ച രണ്ടു ദിവസം കൊടും പട്ടിണിയും.

വൈകിയെത്തിയതിനാലുണ്ടായ ദുരിതങ്ങൾ

വെറും രണ്ടു ദിവസമായിരുന്നു ഗ്രാന്മ ക്യൂബയിലെത്താൻ വൈകിയതെങ്കിലും അത് വലിയ ദുരന്തങ്ങൾക്ക് കാരണമായി. യാത്ര രണ്ടു ദിവസം

നീണ്ടുപോയെന്ന പയസ്സിനെ അറിയിക്കാൻ യാതൊരു മാർഗ്ഗവും ഉണ്ടായിരുന്നില്ല. അതിനാൽ നവമ്പർ 30ന് വിപ്ലവസംഘത്തിന് സ്വാഗതമേകുന്നത് കലാപം കുത്തിപ്പൊക്കി ഒരു പോലീസ് സ്റ്റേഷനും നേവൽ സ്റ്റേഷനും പിടിച്ചെടുത്താകാം എന്ന പയസ് തീരുമാനിച്ചു. ഗ്രാന്മ തീരത്തെത്തുമ്പോൾ സൈന്യത്തിന്റെ ശ്രദ്ധ കലാപങ്ങളിലേക്ക് തിരിച്ചുവിട്ടു ഫിദലിനും സംഘത്തിനും അപായസാദ്ധ്യതകൾ ഒഴിവാക്കാനും പയസ് ലക്ഷ്യമിട്ടിരുന്നു. ഗ്രാന്മ അന്നെത്താതിരുന്നതിനാൽ ഒരു ധീരവിപ്ലവകാരിയുടെ ജീവൻ സൈന്യത്തിന്റെ തിരിച്ചടിയിൽ നഷ്ടപ്പെട്ടതല്ലാതെ കലാപംകൊണ്ട് മറ്റൊന്നും നേടിയില്ല.

അന്നേ ദിവസംതന്നെ സീലിയ സാഞ്ചെസ് (1920-1980) എന്ന വനിതാവിപ്ലവകാരിയും ഗ്രാന്മയാത്രികരെ കാത്തുനിന്നിരുന്നു. ഫിദലിന്റെ സംഘത്തോടു ചേർന്നു ആക്രമണത്തിൽ പങ്കെടുക്കാൻ സന്നദ്ധരായ 50 പോരാളികളും ആയുധങ്ങളും വാഹനങ്ങളും ഭക്ഷണവും അവരുടെ ഒപ്പം ഉണ്ടായിരുന്നു. 1952 മുതലേ ബാത്തിസ്തയ്ക്കെതിരെ പ്രവർത്തിച്ചുപോന്ന സീലിയ വിപ്ലവകാലത്തും ശേഷവും ഫിദലിന്റെ വലംകൈയായി പ്രവർത്തിച്ചിരുന്നു. എന്നാൽ ഗ്രാന്മ രണ്ടുദിവസം വൈകിയതിനാൽ അന്നത്തെ അവരുടെ സന്നാഹങ്ങളെല്ലാം പാഴിലായി. ഗ്രാന്മ എത്തിയപ്പോഴാകട്ടെ ജൂലായ് 26 പ്രസ്ഥാനത്തിലെ ആരുംതന്നെ അവരെ സ്വീകരിക്കാനോ സഹായിക്കാനോ ഉണ്ടായില്ല.

കരുതിവെച്ച ഭക്ഷണവും കുടിവെള്ളവുമെല്ലാം മുമ്പേ തീർന്നുപോയതിനാൽ കടുത്ത പട്ടിണി കരയ്ക്കടുക്കാറായപ്പോഴേക്കും ഗ്രാന്മയിലുണ്ടായിരുന്നവരെ തീർത്തും അവശരാക്കിയിരുന്നു. പോരാത്തതിന് ഇന്ധനവും അവസാനിച്ചു. തീരത്തിന് 60 വാരയും നിശ്ചിതസ്ഥലത്തിന് 2 കി.മീറ്ററോളവും അകലെവച്ച് ഗ്രാന്മ ചലനരഹിതമായി. അവർക്ക് കരയിലെത്താൻ മുട്ടുവരെയോ ചിലേടത്ത് കഴുത്തുവരെയോ ചളിവെള്ളം നീന്തിവേണമായിരുന്നു. തങ്ങളുടേതായ എല്ലാം ഉപേക്ഷിച്ച് ആയുധങ്ങൾമാത്രം എടുത്ത് അവർ വല്ലപാടും കരയിലെത്താൻ പാടുപെട്ടു. വിലപ്പെട്ട എന്തെങ്കിലും രക്ഷപ്പേടുത്താൻ കഴിയുമോ എന്ന ശ്രമിച്ചുനോക്കി ഏറ്റവുമൊടുവിൽ ചളിയിൽ പുതഞ്ഞും നനഞ്ഞും രണ്ടുമണിക്കൂറെടുത്ത് കരയ്ക്കണഞ്ഞത് ചെ ഗുവേരയും റൗൾ കാസ്ട്രോയും ആയിരുന്നു. ഈ സന്ദർഭത്തിൽ ചെ ഗുവേരയിലെ ഡോക്ടറും പോരാളിയും തമ്മിൽ നടന്ന ആന്തരികമായ സംഘർഷത്തെ അദ്ദേഹം തന്റെ ഓർമ്മക്കുറിപ്പുകളിൽ ഇങ്ങനെ വിവരിച്ചു: "വൈദ്യശാസ്ത്രത്തോടുള്ള എന്റെ ഉപാസനയും ഒരു വിപ്ലസൈനികൻ എന്ന നിലയിൽ എന്റെ കർത്തവ്യവും തമ്മിലുള്ള തിരഞ്ഞെടുപ്പിന്റേതായ ധർമ്മസങ്കടത്തെ ശരിക്കും ഞാൻ

അഭിമുഖീകരിക്കുന്നത് ഇതാദ്യമായിരിക്കാം. എന്റെ കാൽക്കീഴിൽ ഒരു സഞ്ചിനിറയെ ഔഷധങ്ങളും ഒരു പെട്ടി നിറയെ വെടിക്കോപ്പുകളും കിടക്കുന്നു. രണ്ടുമെടുത്താൽ ഭാരം കൂടിപ്പോകും. ഞാൻ പടക്കോപ്പുകളെടുത്തു, ഔഷധം ഉപേക്ഷിച്ചു." (Reminiscences of the Cuban Revolutionary War)

മുൻകൂട്ടി അറിയിച്ച് ശത്രുവിന്റെ വായിലേക്ക്

ഫിദലിന്റെയും കൂട്ടരുടെയും വരവ് മുൻകൂട്ടി പ്രഖ്യാപിച്ചതാകയാൽ അവർ കരയിലെത്തിയതോടെ ബാത്തിസ്റ്റയുടെ ചാരവിമാനങ്ങൾ അവരുടെ തലയ്ക്കുമീതെ പറക്കാൻ തുടങ്ങി. ഇങ്ങനെ മുൻകൂട്ടി അറിയിച്ച് ശത്രുവിന്റെ വായിലേക്ക് എടുത്തുചാടുന്നതിനെ ഭ്രാന്താണെന്നു ബാത്തിസ്റ്റാവിരുദ്ധർപോലും അഭിപ്രായപ്പെട്ടു. താദ് സുൽക് എഴുതി: "എന്നിട്ടും, ഫിദൽ കാസ്ട്രോ തന്റെ വാഗ്ദത്തം പാലിച്ചു. 1956 അവസാനിക്കുന്നതിനുമുമ്പ് അദ്ദേഹം ക്യൂബയിൽ തിരിച്ചെത്തി. ഇപ്പോൾ അദ്ദേഹം ബാത്തിസ്റ്റയ്ക്കെതിരെ യുദ്ധമാരംഭിക്കാൻ തയ്യാറായിരുന്നു. അറുപത് കൊല്ലം മുമ്പ് ഒരുപിടി സഹചാരികളോടൊപ്പം പ്ലെയിത്താസിൽ രാത്രിയിൽ വന്നിറങ്ങിയ ജോസ് മാർട്ടിയെപ്പോലെ, ഫിദൽ കാസ്ട്രോ ക്യൂബയെ ആഭ്യന്തരശത്രുക്കളിൽനിന്ന് മോചിപ്പിക്കാൻ ചിന്താഭാരത്തോടെ ഈ ഡിസംബർ 2ന് ഓറിയന്തെ തീരത്തു നിന്നു." ബാത്തിസ്റ്റയുടെ സൈന്യം തങ്ങളെ വളഞ്ഞുകഴിഞ്ഞെന്ന് ഫിദലും അനുയായികളും മനസ്സിലാക്കി. സീറാ മെസ്ത്രയുടെ 90 മൈൽ നീളവും 30 മൈൽ വീതിയുമുള്ള ഘോരവനം തങ്ങൾക്ക് സുരക്ഷയേകും. പക്ഷേ അതുവരെ എന്തും സംഭവിക്കാം.

ബാത്തിസ്റ്റസൈന്യത്തിന്റെ മിന്നലാക്രമണം

സീറാ മെസ്ത്രയിലേക്കു കരയിലൂടെ നടത്തിയ യാത്രയിൽ രണ്ടു ദിവസം ആക്രമണമുണ്ടായില്ല. എന്നാൽ ഡിസംബർ 5ന് പെട്ടെന്ന് ആ സംഘത്തെ തേടി വെടിയുണ്ടകൾ പാഞ്ഞെത്തി. അലെഗ്രിയ ദെ പിയോ എന്ന സ്ഥലത്ത് ഒരു കരിമ്പുവയലിനരികെ അവർ വിശ്രമിച്ചുകൊണ്ടിരിക്കേ ഒരു വലിയ സൈന്യം വളഞ്ഞുകഴിഞ്ഞിരുന്നു. മെക്സിക്കോ വിട്ടപ്പോൾ കരുതിവെച്ച ഭക്ഷണവും വെള്ളവും തീർന്നതിനുശേഷം ദിവസങ്ങളോളം അവർ കൊടും പട്ടിണിയിലായിരുന്നല്ലോ. ഭക്ഷണവും വെള്ളവും കിട്ടിയപ്പോൾ അവ വേണ്ടുവോളം കഴിച്ചതിന്റെ ക്ഷീണത്തിൽ അനിവാര്യമായ വിശ്രമത്തിന്റെ സുഖസുഷുപ്തിയിലായിരുന്നു ഏവരും. അങ്ങനെ അപ്രതീക്ഷിതമായ ആക്രമണമായതിനാൽ ചെറുത്തുനില്പിനു പകരം രക്ഷപ്പെടാൻ വഴി കണ്ടെത്താനുള്ള തത്രപ്പാടിലായിരുന്നു എല്ലാവരും. അവർ എല്ലാ ഭാഗത്തേയ്ക്കും രക്ഷാമാർഗ്ഗം തേടി ഓടിപ്പോയി.

ഒറ്റയാളെപ്പോലും ബാക്കിവെയ്ക്കാതെ വളഞ്ഞിട്ട കൂട്ടക്കൊലയായിരുന്ന ആക്രമണത്തിന്റെ ലക്ഷ്യം. ഇവർ മെക്സിക്കോയിൽനിന്ന പുറപ്പെട്ടമ്പോൾ മുതൽ എല്ലാ രഹസ്യവിവരവും ചോർത്തിയെടുത്തായിരുന്ന ബാത്തിസ്റ്റ ആക്രമണം സംഘടിപ്പിച്ചത്. അത് മിക്കവാറും സഫലവുമായി. ഫിദൽ തന്റെ വിപ്ലവജീവതത്തിലെ മാരകപ്രഹരത്തെപ്പറ്റി എഴുതി: "ഒരു ഭയാനകമായ തിരിച്ചടി, മൊത്തമായ ചിതറിപ്പോകൽ; ചിതറിയോടിയ ആളുകളെ നിർബ്ബന്ധബുദ്ധിയോടെ തിരഞ്ഞുപിടിച്ച ഹിംസിക്കൽ; പോരാളികളുടെ ജീവിതങ്ങൾക്ക് അതിഭീമമായ നഷ്ടം; ബഹുഭൂരിഭാഗം പേരും പിടിക്കപ്പെട്ടശേഷമായിരുന്ന കൊലചെയ്യപ്പെട്ടത്. ആയുധങ്ങൾ മിക്കവാറും ഒട്ടാകെ നഷ്ടപ്പെട്ടു." ഇക്കാലമത്രയും ആറ്റുനോറ്റു പരിശീലിപ്പിച്ചെടുത്ത 82 പോരാളികളിൽ ആകെ രക്ഷപ്പെട്ടത് 12 പേരായിരുന്ന. അത്രയും ആളുകൾ രക്ഷപ്പെട്ടതുപോലും വലിയൊരു അദ്ഭുതമായിരുന്നു. അത്രമേൽ പഴുതടച്ച മിന്നലാക്രമണമായിരുന്ന ബാത്തിസ്റ്റ സംഘടിപ്പിച്ചത്. എല്ലാവരും മരിച്ചപോയെന്നുതന്നെ അവർ വിശ്വസിക്കയും ചെയ്തു. എന്നാൽ പ്രസ്ഥാനത്തിന് ആശ്വാസമേകിയത്, 12 പോരാളികൾ രക്ഷപ്പെട്ടതുകൂടാതെ, ഫിദലും ചെയും റൗളും രക്ഷപ്പെട്ടിരുന്നതാണ്.

ചെ ഗുവേരയ്ക്ക് മുറിവേറ്റിരുന്നുവെങ്കിലും അത് മാരകമായിരുന്നില്ല. ഒരു ബുള്ളറ്റ് നെഞ്ചിലെ കീശയിലിട്ടിരുന്ന കാർട്രിഡ്ജ് കെയ്സിൽ തട്ടിത്തെറിച്ച് കഴുത്തിൽ തട്ടിയുണ്ടായ ചെറിയ മുറിവായിരുന്നു. എന്നാൽ മെഡിക്കൽ ഭാണ്ഡം ആയുധസഞ്ചിക്കു പകരമായി ഉപേക്ഷിച്ചതിനാൽ വളരെ പ്രാഥമികമായ ചികിത്സകൊണ്ടായിരുന്ന ചെയുടെ ജീവൻ നിലനിർത്തിയത്. മാത്രമല്ല, വിശദമായി പരിശോധിക്കുന്നതുവരെ തനിക്കേറ്റ മുറിവ് മാരകമായിരുന്ന എന്നുതന്നെ ചെ കരുതി. അങ്ങനെ മരണം കാത്തു കിടന്നപ്പോൾ ഗ്രാന്മസംഘത്തിലെ ജ്വാൻ അൽമെയ്ദ അടുത്ത കരിമ്പിൻതോട്ടത്തിൽ തന്നോടൊപ്പം വന്നു രക്ഷപ്പെടാൻ ക്ഷണിച്ചു. വേദനകടിച്ചിറക്കി ഒരുവിധം ഇഴഞ്ഞുനീങ്ങി ചെ കരിമ്പിൻ ചെടികൾക്കിടയിലെത്തി. മറ്റു രണ്ടു സഖാക്കളെക്കൂടി അവിടെ കണ്ടു. ഒരു യുദ്ധവിമാനം താഴ്ന്നുപറന്നു വയലിനെ ലക്ഷ്യമാക്കി വെടിയുതിർക്കുന്നത് ചെയുടെ ദൃഷ്ടിയിൽപ്പെട്ടത് അവ്യക്തമായി ആയിരുന്നു. അൽമെയ്ദയുടെ നേതൃത്വത്തിൽ അവർ ചെടികൾക്കിടയിലൂടെ നൂണ്ട് മരങ്ങളുടെ രക്ഷാകവചത്തിലെത്തി. അപ്പോൾ വയലിൽ 'ഫയർ' എന്ന അലർച്ചയും, തീനാളങ്ങളുടെയും പുകയുടെയും ഉയർച്ചയും ഒരുമിച്ചായിരുന്നു. ചെ എഴുതി: "മുന്നോട്ട് നീങ്ങാൻ പറ്റാത്തവിധം ഇരുട്ടാകുന്നതുവരെ ഞങ്ങൾ നടന്നു. പിന്നെ എല്ലാവരുംകൂടി ചുരുണ്ടുകൂടി ഒരു കുമ്പാരമായി

കിടന്നുറങ്ങാൻ തീരുമാനിച്ചു. ഞങ്ങൾക്ക് കഠിനമായ വിശപ്പും ദാഹവുമുണ്ടായിരുന്നു. കൊതുകുകൾ ഞങ്ങളുടെ യാതനയെ പെരുപ്പിച്ചു. നിക്വേറോയുടെ പരിസരത്ത് 1956 ഡിസംബർ 5ന് ഇത് ഞങ്ങളുടെ ആദ്യാനുഭവമായിരുന്നു. ഇപ്രകാരമായിരുന്നു വിപ്ലവസൈന്യത്തിന്റെ തുടക്കം."

ഹിൽദയെ ഞെട്ടിച്ച വാർത്തകൾ

ഇതിനിടയിൽ മെക്സിക്കോയിൽ ചെയുടെ ഭാര്യ ഹിൽദയുടെയും മകൾ ഹിൽദിതയുടെ സ്ഥിതി എന്തായിരുന്നുവെന്നു നോക്കാം. അതുവരെ താമസിച്ചിരുന്ന അപാർട്ടുമെന്റിൽനിന്നും അവർ ഹിൽദയുടെ ഒരു സുഹൃത്തിന്റെ അപാർട്ടുമെന്റിലേക്ക് മാറി. നേരത്തെ ചെ ഗുവേരയുമായി ആലോചിച്ചുറപ്പിച്ചപോലെ ആയിരുന്നു ഹിൽദ അങ്ങനെ ചെയ്തത്. ക്യൂബൻ ആക്രമണത്തിന്റെ വാർത്ത മെക്സിക്കോയിലെത്തിയാൽ ചെ താമസിച്ചിരുന്ന സ്ഥലം റെയ്ഡു ചെയ്യപ്പെടുമെന്നു അവർ മുൻകൂട്ടി കണ്ടിരുന്നു. അതുകൊണ്ട് ആ വാർത്ത വന്ന ഉടനെ പെറുവിലേക്ക് രക്ഷപ്പെടുന്നതിനു മുന്നോടിയായിട്ടായിരുന്നു അപാർട്ടുമെന്റ് മാറൽ. പെറുവിൽ ഹിൽദയുടെ അച്ഛനമ്മമാരോടൊപ്പം താമസിച്ച് ക്യൂബൻ വിപ്ലവത്തിന്റെ ഗതി നിരീക്ഷിക്കാനും അതു വിജയമാണെങ്കിൽ അമ്മയും മകളും ക്യൂബയിലേക്ക് കടക്കാനും ആയിരുന്നു പ്ലാൻ. കുറച്ചു നാൾ ക്യൂബയിൽ താമസിച്ചശേഷം ചെയുടെ രാജ്യമായ അർജന്റീനയിലേക്കോ സ്വന്തം നാടായ പെറുവിലേക്കോ ഹിൽദ മകളെയും കൂട്ടി പോകാമെന്നും തീരുമാനിച്ചിരുന്നു. ചെ ഏതായാലും ലാറ്റിനമേരിക്കയുടെ മൊത്തം മോചനം ജീവിതലക്ഷ്യമായി സ്വീകരിച്ചതിനാൽ ക്യൂബ വിടുമെന്ന് അന്നേ തീരുമാനിച്ചിരുന്നുവെന്നാണ് ഹിൽദ തന്റെ പുസ്തകത്തിൽ സൂചിപ്പിച്ചത്.

ക്യൂബൻതീരത്ത് ഗ്രാന്മ അടുത്ത ദിവസം മെക്സിക്കോ പത്രങ്ങൾ പ്രസിദ്ധീകരിച്ച വാർത്ത ഹിൽദയെ ഞെട്ടിക്കയും ഹതാശയാക്കുകയും ചെയ്തു. "ഫിദൽ കാസ്ട്രോയും ഏണസ്റ്റോ ചെ ഗുവേരയും റൗൽ കാസ്ട്രോയും സംഘത്തിലെ മറ്റുള്ളവരും മരിച്ചു" എന്നായിരുന്നു എല്ലാ മെക്സിക്കോ പത്രങ്ങളുടെയും തലക്കെട്ടുകൾ. ഹിൽദയെ സംബന്ധിച്ചിടത്തോളം ഇതിലേറെ ദുഃഖകരമായ മറ്റൊരു വാർത്തയില്ല. പക്ഷേ അവളുടെ കൂട്ടുകാരിൽ ഏറെപ്പേരും ഇത് ഇരു സർക്കാരുകളും ഒത്തുകളിച്ചു പരത്തിയ വ്യാജവാർത്തയാകാനാണ് സാദ്ധ്യതയെന്നു പറഞ്ഞു ഹിൽദയെ സമാധാനിപ്പിച്ചു. അവൾക്ക് ഏറെ ആശ്വാസദായകമായത് കേണൽ ബായോയുടെ വാക്കുകളായിരുന്നു. ഹിൽദയെ സന്ദർശിച്ച അദ്ദേഹം പറഞ്ഞു: "ഏറ്റവും ബുദ്ധിമാനും സമർത്ഥനുമായ അദ്ദേഹം (ചെ ഗുവേര)

ആയിരുന്ന എന്റെ പരിശീലനത്തിൽനിന്ന് ഏറ്റവും നേട്ടമുണ്ടാക്കിയത്. അദ്ദേഹത്തിന് ഒന്നും സംഭവിച്ചിട്ടുണ്ടാകില്ലെന്ന എനിക്കുറപ്പുണ്ട്."

അർജന്റീനയിൽനിന്ന ചെയുടെ പിതാവ് വിളിച്ച സംസാരിച്ച വാക്കുകളായിരുന്ന ഹിൽദയെ ഏറ്റവുമധികം ആശ്വസിപ്പിച്ചത്. അദ്ദേഹത്തിന്റെ കസിൻ ക്യൂബയിലെ അർജന്റൈൻ അംബസഡറായിരുന്ന. അദ്ദേഹവുമായി ബന്ധപ്പെട്ടപ്പോൾ ചെയുടെ പിതാവിന കിട്ടിയ വിവരം, വിപ്ലവകാരികളിൽ മരിച്ചവരുടെയോ മുറിവേറ്റവരുടെയോ തടവുകാരായി പിടിക്കപ്പെട്ടവരുടെയോ കൂട്ടത്തിൽ ചെ ഉണ്ടായിരുന്നില്ല എന്നായിരുന്ന. അദ്ദേഹം മരിച്ചോ ജീവിച്ചിരിപ്പുണ്ടോ എന്ന സ്ഥിരീകരിക്കാനും അംബസഡർക്ക് ആവില്ലായിരുന്ന. ഏതായാലും ഹിൽദ മകളോടൊപ്പം മുൻകൂട്ടി തീരുമാനിച്ചപോലെ പെറുവിന്റെ തലസ്ഥാനനഗരിയായ ലിമയിൽ താമസിച്ചിരുന്ന മാതാപിതാക്കളുടെ അടുത്തേക്ക് പോയി. ഏതാനും ആഴ്ചകൾ ലിമയിൽ താമസിച്ചശേഷം ഹിൽദ ചെയുടെ കുടുംബത്തിന്റെ ക്ഷണപ്രകാരം അർജന്റീനയിൽ എത്തി. അതിനുമുമ്പേ ചെയുടെ പിതാവിൽനിന്ന് ചെ ജീവിച്ചിരിക്കുന്ന എന്നതിന് സ്ഥിരീകരണം ലഭിച്ചിരുന്ന.

ഗ്വേര ക്യൂബയിൽനിന്ന് 1957 ജനുവരി 28ന് ഹിൽദയ്ക്ക് ആദ്യത്തെ കത്തയച്ചിരുന്ന. ഗ്രാന്മ മെക്സിക്കോയിൽനിന്ന പുറപ്പെട്ടതിനുശേഷം ഉണ്ടായ സംഭവങ്ങളെല്ലാം അദ്ദേഹം സംക്ഷിപ്തമായി അതിൽ രേഖപ്പെടുത്തിയിരുന്ന. തനിക്ക് വെടിയേറ്റതുൾപ്പെടെ എല്ലാ തീക്ഷ്ണാനുഭവങ്ങളും അക്ഷരങ്ങളിലൂടെ പ്രിയതമയിലേക്ക് പകരാൻ ചെ ശ്രമിച്ച. എന്നാൽ വാചാലമായ ആ കത്തിൽ 82 പോരാളികൾ ഉൾപ്പെട്ട അവരുടെ സംഘത്തിലെ ഏതാനും പേരൊഴികെ മറ്റെല്ലാവരും ക്യൂബൻസൈന്യത്തിന്റെ തോക്കുകൾക്ക് ഇരയായിക്കഴിഞ്ഞ ദുരന്തവാർത്തയെപ്പറ്റി ഒരു പരാമർശവും ഉണ്ടായിരുന്നില്ല. ആ അനുഭവം ഫിദലിനും ചെയ്ക്കും ഞെട്ടിപ്പിക്കുന്നതായിരുന്ന. സംശയമില്ല. എന്നാൽ ഒരു സാധാരണ വ്യക്തിയുടെ മനോവ്യാപാരം പോലെയല്ല ഫിദലിന്റേത്. താനൊഴികെ എല്ലാവരും മരിച്ചിരുന്നെങ്കിൽ പോലും അദ്ദേഹത്തിന്റെ ആത്മവിശ്വാസം തകരില്ലായിരുന്ന. അപ്പോഴും ജനങ്ങളെ സംഘടിപ്പിച്ച് സ്വേച്ഛാധിപതിയെ താഴെ ഇറക്കും എന്ന തീരുമാനത്തിൽത്തന്നെ ഉറച്ച നില്ക്കും. നിശ്ചയദാർഢ്യത്തോടെ വിപ്ലവം ആദ്യം മുതൽ ആരംഭിക്കയും ചെയ്യും. ഇതൊന്നും ഒരെഴുത്തിലൂടെ ആരെയും ബോദ്ധ്യപ്പെടുത്താനാകില്ല. അതു കൊണ്ടായിരിക്കണം ചെ കത്തിൽ ആ ഭാഗം ഉപേക്ഷിച്ചത്. എന്നാൽ ഗ്വാട്ടിമാലയിൽ വെച്ച ഹിൽദ തനിക്ക് പരിചയപ്പെടുത്തിത്തന്ന നികൊ ലോപസിന്റെ മരണം ചെ മറച്ചുവെച്ചില്ല. ആ ശോകം ഇരുവരും ഒരേപോലെ പങ്കിടേണ്ടതായിരുന്നല്ലോ.

സീറാ മെസ്ത്രയിലെ പോരാളികൾ

1957 ജനുവരിയിൽ ചെ ഫിദലിനും സംഘത്തിനുമൊപ്പം സീറാമെസ്ത്ര മലകളിലെ കൊടുംകാട്ടിൽ യാതാനഭരിതമായ ചുറ്റുപാടിൽ എത്തി. അപ്പോൾ ആ സംഘത്തിൽ ആകെ 15 പേരേ അവശേഷിച്ചിരുന്നുള്ളൂ. ബാക്കിയെല്ലാവരും സൈന്യവുമായി നടന്ന ഏറ്റുമുട്ടലിൽ വധിക്കപ്പെടുകയോ, പിടിക്കപ്പെട്ടശേഷം കൊലചെയ്യപ്പെടുകയോ ചെയ്തു. അക്കൂട്ടത്തിൽ ഏറ്റവും പ്രധാനികളായ ഫിദലും ചെയും റൗളും ജീവനോടെ ഉണ്ടായിരുന്നു എന്നത് വരാനിരിക്കുന്ന പോരാട്ടത്തിന് തയ്യാറെടുക്കാൻ സംഘത്തിന് ഉൾക്കരുത്ത് നല്കി. ആദ്യമായി അവർക്ക് ആത്മവിശ്വാസം വർദ്ധിച്ചത് ആറ് കർഷകർ അവരോടൊപ്പം ചേർന്നതോടെയായിരുന്നു. അവിടത്തെ പ്രതികൂലസാഹചര്യങ്ങളെ മുഴുവനും കീഴടക്കി ചെറുതെങ്കിലും ശക്തമായ ഒരു ഗറില്ലാ ഗ്രൂപ്പായി അവർ പരിശീലനം തുടങ്ങി. പിന്നെ തങ്ങളുടെ സാന്നിദ്ധ്യം ബാത്തിസ്തയെ അറിയിക്കാൻതന്നെ അവർ തീരുമാനിച്ചു.

സീറാ മെസ്ത്ര മലകളിൽനിന്ന് സമുദ്രത്തിലേക്ക് ഒഴുകുന്ന ലാ പ്ലാത നദിയുടെ തീരത്ത് ഒരു ചെറിയ സൈനികപോസ്റ്റ് അതിനായി അവർ കണ്ടെത്തി. പക്ഷേ ആ ഓപറേഷൻ വളരെ സൂക്ഷിച്ചു കൈകാര്യം ചെയ്യേണ്ട ഒന്നായിരുന്നു. വിപ്ലവകാരികളുടെ കൈവശം വെടിക്കോപ്പുകൾ വളരെ കുറച്ചേ ഉണ്ടായിരുന്നുള്ളൂ. ഈയൊറ്റ ആക്രമണത്തോടെ അവ മുഴുവൻ ചെലവായിപ്പോകാം. അതുകൊണ്ട് പരാജയപ്പെട്ട് പിൻവാങ്ങിയാൽ പ്രതിരോധശേഷി ഒട്ടുമില്ലാത്ത ഒരു സംഘമായി അവർ മാറും. അത് ആത്മഹത്യാപരമായതിനാൽ വിജയം നൂറുശതമാനം ഉറപ്പാക്കി ആവർ ആക്രമണം നടത്തുകതന്നെചെയ്തു.

1957 ജനുവരി 16ന് ആയിരുന്നു കോട്ട പിടിച്ചെടുക്കൽ നടന്നത്. അവിടെ അപ്പോൾ 15 സൈനികരേ ഉണ്ടായിരുന്നുള്ളൂ എന്ന് പരിസരവാസികളായ കർഷകരിൽനിന്നു മനസ്സിലാക്കി. മാത്രമല്ല, പ്രദേശത്തെ പ്രധാന ജന്മിക്ക് ഭൂമി തട്ടിയെടുക്കാൻ സഹായിച്ചുകൊണ്ടിരുന്ന ബാത്തിസ്തസൈന്യത്തിന്റെ സഹായിയായ ചിക്കോ ഒസാറിയോവിനെ പിടികൂടിയാൽ മതിയെന്നും അവർ പറഞ്ഞു. അല്പം കഴിഞ്ഞപ്പോൾ കുടിച്ചു പൂസായി ഒസാറിയോ ഒരു കഴുതപ്പുറത്ത് അവിടെ എത്തിപ്പെട്ടു. തങ്ങൾ വിപ്ലവകാരികളെ തേടിപ്പുറപ്പെട്ട ക്യൂബൻസൈനികരാണെന്നു ഭാവിച്ചു സംഭാഷണമാരംഭിച്ച ഫിദലിനോട് അയാൾ ഞെട്ടിപ്പിക്കുന്ന വസ്തുതകളായിരുന്നു വെളിപ്പെടുത്തിയത്. ഡിസംബർ 5ന് സൈന്യം ആക്രമിച്ചപ്പോൾ ചിതറിയോടിയ വിപ്ലവകാരികളെ പിന്തുടർന്നുചെന്നു താൻ വധിച്ചു. അതിൽ ഒരാളുടെ ഷൂസുകളാണ് അപ്പോൾ ധരിച്ചിരുന്നതെന്നും

അയാൾ പറഞ്ഞു. ഈ വെളിപ്പെടുത്തലിലൂടെ "ചിക്കോ ഒസാറിയോ സ്വന്തം മരണശിക്ഷാവിധിയിൽ ഒപ്പുവെച്ചു" എന്ന് ചെ രേഖപ്പെടുത്തി.

ഒസാറിയോയിൽനിന്നു ചോർത്തിയെടുത്ത രഹസ്യവിവരങ്ങളുടെ സഹായത്തോടെ അന്നു അർദ്ധരാത്രി സൈനികപോസ്റ്റ് ആക്രമിച്ചു. ഇടത്ത്, നടുക്ക്, വലത്ത് എന്നീ ദിശകളിൽനിന്നു ആരംഭിച്ച ആക്രമണത്തിൽ ചെ നയിച്ചത് നടുക്കുനിന്നായിരുന്നു. ശക്തമായ വെടിവെപ്പിനെ കൂസാതെ മുന്നേറി ആ കോട്ടയിലെ മൂന്നു കെട്ടിടങ്ങളിൽ ഒന്നിന് തീക്കൊടുക്കുന്നതിൽ ചെ വിജയിച്ചു. തീപ്പിടുത്തത്തിൽ അന്ധാളിച്ച സൈനികർ ഉടൻ കീഴടങ്ങി. വിപ്ലവകാരികളിൽ ആർക്കും പോറൽപോലും ഏറ്റില്ല. ശത്രുസൈനികരാകട്ടെ വധിക്കപ്പെട്ടവർ രണ്ടും മുറിവേറ്റവർ അഞ്ചും തടവുകാരാക്കപ്പെട്ടവർ മൂന്നുമായിരുന്നു. അഞ്ചു സൈനികർ ഓടിരക്ഷപ്പെട്ടു. ഫിദലിന്റെ കല്പനപ്രകാരം ചെ മുറിവേറ്റവർക്ക് ആവശ്യമായ പരിചരണം നല്കി. എല്ലാവരെയും സ്വതന്ത്രരാക്കി. ബാത്തിസ്റ്റയുടെ സൈന്യം ഗറില്ലകളെ പിടികൂടിയാൽ അതിക്രൂരമായി പീഡിപ്പിച്ചശേഷം വെടിവെച്ചു കൊല്ലുകയായിരുന്നു. ചെ എഴുതി: "മുറിവേറ്റവരോടുള്ള ഞങ്ങളുടെ നിലപാട് ബാത്തിസ്റ്റയുടെ സൈന്യത്തിന്റേതിൽനിന്ന് തീർത്തും വ്യത്യസ്തമായിരുന്നു. മുറിവേറ്റ ഞങ്ങളുടെ ആളുകളെ അവർ കൊന്നിരുന്നുവെന്നു മാത്രമല്ല, അവരുടെതന്നെ മുറിവേറ്റവരെ ഉപേക്ഷിച്ചു പോകയും ചെയ്തിരുന്നു. കാലക്രമത്തിൽ ഈ വ്യത്യാസം ശത്രുവിൽ സ്വാധീനം ചെലുത്തി. അത് ഞങ്ങളുടെ വിജയത്തിലെ മുഖ്യഘടകവുമായി." അന്ന് വിപ്ലവകാരികൾ വെറുതെ വിട്ട സൈികത്തടവുകാരിലൊരാൾ പിന്നീട് വിപ്ലവസൈനികനായത് അതിന് തെളിവാണ്.

ലാ പ്ലാതയിലെ വിജയം ഗറില്ലാ സംഘത്തിന് നല്കിയ ധാർമ്മിക ശക്തി അളവറ്റതായിരുന്നു. ചെ എഴുതി: "ഞങ്ങളുടെ വിജയത്തിന്റെ പ്രഭാവം കോരിത്തരിപ്പിക്കുന്നതും ആ കിഴക്കാംതൂക്കായ പാറയോട്ടുകൂടിയ പ്രദേശത്തിനപ്പുറത്തേക്ക് ബഹുദൂരം സഞ്ചരിക്കുന്നതുമായിരുന്നു. വിപ്ലവസൈന്യം യഥാർത്ഥത്തിൽ നിലനില്ക്കുന്നുവെന്നും അത് യുദ്ധസന്നദ്ധമാണെന്നും തെളിയിക്കുന്ന കാഹളധ്വനിപോലെ ആയിരുന്നു അത്" അവരുടെ വിജയം ആ സൈനികത്താവളത്തിലെ പടക്കോപ്പുകൾകൂടി കൈവശപ്പെടുത്താൻ സഹായിച്ചതിനാൽ ആയുധക്ഷാമം ഒട്ടൊക്കെ പരിഹരിക്കപ്പെട്ടു. അതും ഈ വിജയത്തെ ശ്രദ്ധേയമാക്കി.

ഏറിവന്ന ജനപിന്തുണ

ഫിദൽ, ചെ, റൗൾ എന്നിവരുൾപ്പെടെ എല്ലാ വിപ്ലവകാരികളും മരിച്ചെന്നു ബാത്തിസ്റ്റയും കൂട്ടരും പ്രചരിപ്പിച്ച വ്യാജവാർത്ത അവർതന്നെ

വിശ്വസിച്ചിരുന്ന ഘട്ടത്തിലായിരുന്നു ലാ പ്ലാത സംഭവം! അത് ബാത്തിസ്റ്റയെ നടുക്കുകമാത്രമല്ല, അദ്ദേഹത്തിന്റെ സമനില തെറ്റിക്കപോലുമുണ്ടായി. കാരണം മറ്റു ചെറിയ സൈനിക ഔട്ട്പോസ്റ്റുകളും ഓരോന്നായി ഗറില്ലകൾ ആക്രമിച്ച് നശിപ്പിച്ച് ആയുധങ്ങളും മരുന്നും ഭക്ഷണപദാർത്ഥങ്ങളും ശേഖരിച്ചു. അതു തടയാൻ സർക്കാർ സൈന്യത്തിനായില്ല. ഗറില്ലകളെ സഹായിക്കുന്നുവെന്നു സംശയിക്കുന്ന കർഷകരെ സൈന്യം ഒറ്റപ്പെടുത്തുകയും പീഡിപ്പിക്കുകയും ചെയ്തത് കൂടുതൽക്കൂടുതൽ കർഷകർ സർക്കാരിനെതിരെ അണിനിരക്കാൻ ഇടയാക്കി. സർക്കാരിനെതിരായതുകൊണ്ടുമാത്രം അവർ ഗറില്ലകൾക്ക് ഒപ്പമാവണമെന്നില്ല. എന്നാൽ ഫിദലും ചെയും മറ്റും അവരോടൊപ്പം ജീവിച്ച് അവരിലൊരാളെപ്പോലെ അവരുടെ പ്രശ്നങ്ങളെ അഭിസംബോധനചെയ്യാൻ തുടങ്ങിയപ്പോൾ കാര്യങ്ങൾ മാറിമറിഞ്ഞു. സീറാസ്റ്റ്ക്ക് ചുറ്റും അതിശക്തമായ ജനകീയ പിന്തുണ ജൂലായ് 26 പ്രസ്ഥാനത്തിനു കൈവന്നു.

ഫിദലും കൂട്ടരും മെക്സിക്കോയിൽ ഗറില്ലാപരിശീലനം നടത്തിക്കൊണ്ടിരുന്നപ്പോൾ ക്യൂബയിൽ ജൂലായ് 26 പ്രസ്ഥാനം രഹസ്യപ്രവർത്തനത്തിലൂടെ ശക്തിപ്രാപിച്ചുവരുകയുണ്ടായി. ഫ്രാങ്ക് പയസും സീലിയ സാഞ്ചെസുമായിരുന്നു സാന്റിയാഗോ ദെ ക്യൂബയിൽ ജൂലായ് 26 പ്രസ്ഥാനത്തിന്റെ അനുഭാവികളുടെ പ്രവർത്തനം സജീവമാക്കിയത്. അവർ ആളുകളും ആയുധവും വെടിക്കോപ്പുകളും ഭക്ഷണവും സീറായിൽ തമ്പടിച്ച വിപ്ലവസൈന്യത്തിന് എത്തിച്ചുകൊടുത്തു. നഗരത്തിലെ ഈ രഹസ്യ ശൃംഖലയും സീറാ മെസ്ത്രയിലെ ഗറില്ലകളും തമ്മിൽ ബന്ധപ്പെടാൻ കാസ്ട്രോ ഏല്പിച്ചത് ചെ ഗുവേരയെ ആയിരുന്നു.

1957 ഫെബ്രുവരി 16ന് ഫിദൽ വിളിച്ചുചേർത്ത ജൂലായ് 26 പ്രസ്ഥാനത്തിന്റെ 11 ദേശീയ ഡയറക്ടറേറ്റ് അംഗങ്ങളുടെ യോഗം, സീറായുടെ ചുറ്റുവട്ടത്ത് ഒതുങ്ങിനിന്ന വിപ്ലവപ്രവർത്തനം ക്യൂബയിലൊട്ടാകെ വ്യാപിപ്പിക്കുക എന്ന നിർണ്ണായകതീരുമാനം എടുത്തു. ആ യോഗത്തിൽ ഫ്രാങ്ക് പയസ്, ഫൗസ്റ്റിനോ പെരെസ്, അർമാന്ദോ ഹാർത്, ഹായ്ദീ സാന്തമാരിയ, വിൽമ എസ്പിൻ തുടങ്ങിയ ജൂലായ് 26 പ്രസ്ഥാനവുമായി ബന്ധപ്പെട്ട എല്ലാ പ്രമുഖ വ്യക്തികളും പങ്കെടുത്തു. ഉയർന്ന മദ്ധ്യവർഗ്ഗത്തിൽ ഉൾപ്പെട്ട നഗവരവാസികളായ ഈ യുവാക്കളായിരുന്നു പുതിയ അംഗങ്ങളെ റിക്രൂട്ട് ചെയ്യുകയും ആയുധസാമഗ്രികളും പണവും ശേഖരിക്കയും മറ്റും ചെയ്ത് രാഷ്ട്രീയ അടിത്തറ ഉറപ്പിക്കുക എന്ന ഗൗരവമേറിയ ഉത്തരവാദിത്വങ്ങൾ ഏറ്റെടുത്തിരുന്നത്. ചെ ദേശീയ ഡയറക്ടറേറ്റിലെ അംഗമല്ലായിരുന്നതിനാൽ ഈ യോഗത്തിൽ പങ്കെടുത്തിരുന്നില്ല. “സീറാ മെസ്ത്രയിൽനിന്ന് ആദ്യ മാനിഫെസ്റ്റോ” ഫെബ്രുവരി 20ന്

പുറത്തുവിട്ടത് ഈ യോഗത്തിലെ ചർച്ചയുടെ ഫലമായിരുന്നുവെന്നത് അതിന്റെ പ്രസക്തി ക്യൂബൻവിപ്ലവചരിത്രത്തിൽ പിന്നെയും വർദ്ധിപ്പിച്ചു.

ഇതിനിടയിൽത്തന്നെ ഫെബ്രുവരി 17ന് ന്യൂയോർക്ക് ടൈംസ് എന്ന യുഎസ് പത്രത്തിന്റെ പ്രതിനിധി ഹെർബർട്ട് മാത്യൂസ് ഒരുപാട് കഷ്ടനഷ്ടങ്ങൾ സഹിച്ച് സീറാ മെസ്ത്രയിലെ ചെങ്കുത്തായ മലനിരകൾ താണ്ടിവന്ന് ഫിദലുമായി അഭിമുഖം നടത്തി. തൊട്ടടുത്ത മൂന്നു ദിവസത്തെ ലക്കങ്ങളിൽ ഈ അഭിമുഖം ടൈംസിൽ പ്രസിദ്ധീകരിച്ചുവന്നത് ബാത്തിസ്റ്റയെ കൂടുതൽ വിറളിപിടിപ്പിച്ചു. അങ്ങനെയൊരു അഭിമുഖമേ ഉണ്ടായിട്ടില്ലെന്നും ഉണ്ടായെങ്കിൽ ഫിദലും മാത്യൂസും ഒരുമിച്ചുള്ള ഫോട്ടോ പ്രസിദ്ധീകരിക്കണമെന്നും സർക്കാർപക്ഷത്തുനിന്നുണ്ടായ വെല്ലുവിളി അവർക്കു കൂടുതൽ വിനയായി. പിറ്റേന്നുതന്നെ ടൈംസ് ഇരുവരും സീറായിലെ ഒളിസങ്കേതത്തിൽ ഇരുന്നു സംഭാഷണം നടത്തുന്ന ഫോട്ടോയൊടൊപ്പം കാസ്ട്രോസ്തുതിയോടുകൂടിയ മാത്യൂസിന്റെ ലേഖനവും പ്രസിദ്ധീകരിച്ചു. “ബാത്തിസ്റ്റയ്ക്ക് കാസ്ട്രോക്കലാപം അടിച്ചമർത്താനാവില്ല” എന്നു പ്രവചിക്കാനും മാത്യൂസ് മടിച്ചില്ല. അഭിമുഖവേളയിൽ ചെ ഇല്ലായിരുന്നതിനാൽ ഫിദൽ പറഞ്ഞുകേട്ട അറിവേ ആ അഭിമുഖത്തെപ്പറ്റി ഗുവേരയ്ക്കുള്ളു. എന്നാൽ മാത്യൂസിന്റെ ചോദ്യങ്ങൾ സ്പഷ്ടമായിരുന്നുവെന്നും, ഒരെണ്ണം പോലും കൗശലപ്രയോഗമായിരുന്നില്ലെന്നും, അദ്ദേഹത്തിന് വിപ്ലവത്തോട് അനുഭാവമുള്ളതായി തോന്നിയെന്നും ഫിദൽ ചെയെ അറിയിച്ചു. ചെ ഗുവേര അനുസ്മരണക്കുറിപ്പിൽ എഴുതി: “സാമ്രാജ്യത്വവിരുദ്ധനാണോ എന്ന മാത്യൂസിന്റെ ചോദ്യത്തിന് ആണെന്ന് താൻ മറുപടി കൊടുത്തതായി ഫിദൽ പറഞ്ഞു. ബാത്തിസ്റ്റയ്ക്ക് (യുഎസ്) നല്കുന്ന ആയുധങ്ങൾ ഭൂഖണ്ഡത്തെ സംരക്ഷിക്കാനല്ല, ജനങ്ങളെ അടിച്ചമർത്താനായിരിക്കും ഉപയോഗിക്കപ്പെടുക എന്ന് ഫിദൽ ഊന്നിപ്പറഞ്ഞു.” (Reminiscences of the Cuban Revolutionary War)

പന്ത്രണ്ട്

ചെ മുഖ്യദൗത്യങ്ങൾ ഏറ്റെടുക്കുന്നു

1957 മാർച്ചിൽ ഗ്വേര 50 പോരാളികളെ സീറാ മെസ്ത്രയിൽ കൊണ്ടുവന്നു ഗറില്ലാസംഘത്തോടു ചേർത്തു. ഫ്രാങ്ക് പയസ് റിക്രൂട്ടുചെയ്തവരായിരുന്നു അവർ. അപ്പോൾ ഗറില്ലാസംഘത്തിൽ 71 പേരായി. എന്നാൽ കഷ്ടിച്ച് ഒരു മാസത്തിനുള്ളിൽ അത് 80 പേരുടെ സംഘമായി ഉയർന്നു. മെക്സിക്കോയിൽനിന്നു പുറപ്പെട്ട വിപ്ലവകാരികളുടെ സംഖ്യയ്ക്കു തുല്യം. അതോടെ ഫിദലിന്റെയും ചെയുടെയും സന്തോഷത്തിന് അതിരില്ലാതായി. എതിർപക്ഷത്ത് 30,000 സുസജ്ജമായ സ്ഥിരം സൈന്യവും 10,000 അർദ്ധസൈനികരും മറ്റും വേറെയും ഉണ്ടായിരുന്നതൊന്നും അവരെ തെല്ലും ആശങ്കാകുലരാക്കിയില്ല. ജനഹൃദയങ്ങളിൽ തങ്ങൾ നേടിക്കൊണ്ടിരിക്കുന്ന സ്ഥാനത്തെപ്പറ്റി അവർ ബോധവാന്മാരായിരുന്നു. അവരുടെ പ്രവർത്തനങ്ങൾ ഇതിനിടയിൽത്തന്നെ പ്രാദേശിക കർഷകരെ ആകർഷിച്ചുകഴിഞ്ഞു. ബാത്തിസ്റ്റയ്ക്ക് എതിരായ മറ്റു രാഷ്ട്രീയകക്ഷികളിലെ പ്രവർത്തകരും ആ ആകർഷണവലയത്തിൽനിന്നു മുക്തരായില്ല. പിന്നീട് ഈ എൺതംഗസംഘം നേടിയ വളർച്ച അദ്ഭുതാവഹമായിരുന്നു. സാന്റിയാഗോ, ബയാമോ, ഗ്വാണ്ടനാമോ, മൻസാനില്ലോ തുടങ്ങിയ നഗരങ്ങൾ ഗറില്ലാസംഘത്തിന്റെ റിക്രൂമെന്റ്മെന്റ്കേന്ദ്രങ്ങളായി.

മെഡിക്കൽ ഓഫീസറിൽനിന്നു ഗറില്ലാനേതാവിലേക്ക്

ഗറില്ലാസൈന്യത്തിലെ മെഡിക്കൽ ഓഫീസറായിട്ടായിരുന്നല്ലോ ഗുവേരയെ കാസ്ട്രോ നിയമിച്ചത്. എന്നാൽ ഒരു ഗറില്ലാ നേതാവ് എന്ന നിലയിൽ പെട്ടെന്നുതന്നെ അദ്ദേഹം ശ്രദ്ധേയനായി. മേയ് 28 ന് സർക്കാർസൈന്യവുമായി എൽ ഉവേരോ എന്ന കൊച്ചുഗ്രാമത്തിൽ വെച്ച് ഗറില്ലകൾക്ക് ഏറ്റുമുട്ടേണ്ടിവന്നു. ഗറില്ലകളുടെ ധീരതയും പോരാട്ടത്തിലെ നൈപുണിയും ശത്രുവിനെ പൂർണ്ണമായും അമ്പരപ്പിച്ചതായിരുന്നു ഈ യുദ്ധത്തിന്റെ പ്രത്യേകത. എൽ ഉവേരോയിൽ ചെ പ്രകടിപ്പിച്ച സാഹസികതയും ധീരതയും ഫിദൽ ഉൾപ്പെടെ എല്ലാ ക്യൂബൻസഖാക്കളുടെയും ആദരവ് പിടിച്ചുപറ്റി. ഫിദൽ ആത്മകഥയിൽ എഴുതി: "ഞാൻ ഏല്പിച്ച ദൗത്യം ചെ പൂർത്തിയാക്കി. ഉവേരോയിലെ യുദ്ധം മൂന്നുമണിക്കൂറോളം നീണ്ടുനിന്നു. മരിച്ചശത്രുക്കൾ 11ഉം മുറിവേറ്റവർ 19ഉം ഉണ്ടായിരുന്നവരിൽ ബാരക്ക്സ് കമാൻഡുചെയ്ത ലെഫ്റ്റനന്റും പെടും. ഞങ്ങളുടെ ഏഴ് പോരാളികൾ നഷ്ടപ്പെടുകയും എട്ടുപേർക്ക് മുറിവേല്ക്കുയും ചെയ്തു. മിക്കവരുടെയും മുറിവ് ഗൗരവമേറിയതായിരുന്നു. വിജയം നേടിക്കഴിഞ്ഞാൽ ആവശ്യമായവർക്ക് സഹായം ചെയ്യൽ ഞങ്ങളുടെ പതിവായിരുന്നു. ചെയും ഗാറിസൺഡോക്ടറും മുറിവേറ്റ ശത്രുസൈനികരെ ശുശ്രൂഷിച്ചു. ഞങ്ങളുടെ ആളുകളേക്കാൾ മുറിവേറ്റവർ കൂടുതൽ അവരായിരുന്നു. എന്നിട്ടേ ഞങ്ങളുടെ ആളുകളെ ശുശ്രൂഷിച്ചിരുന്നുള്ളു. ചെ എല്ലാവരെയും ശുശ്രൂഷിച്ചു. അദ്ദേഹത്തിന്റെ ലോലമായ മനസ്സ് നമുക്കു സങ്കല്പിക്കാനാവില്ല."

ചെ ഗുവേര ഈ സംഭവത്തെ വിപ്ലവയുദ്ധത്തിലെ ഏറ്റവും പ്രധാനപ്പെട്ട ഒന്ന് എന്ന് വിലയിരുത്തി. വിപ്ലവസ്മരണകളിൽ അദ്ദേഹം എഴുതി: "ഞങ്ങളെസംബന്ധിച്ചിടത്തോളം ഈ വിജയം ഞങ്ങൾ പൂർണ്ണപക്വത ആർജ്ജിച്ചതിനെ അടയാളപ്പെടുത്തി. ഈ നിമിഷംമുതൽ ഞങ്ങളുടെ ധാർമ്മികനിലവാരം അത്യധികമായി ഉയർന്നു. ഞങ്ങളുടെ ദൃഢനിശ്ചയവും വിജയപ്രതീക്ഷയും വർദ്ധിച്ചു. തുടർന്നുവന്ന മാസങ്ങൾ പ്രയാസകരമായിരുന്നെങ്കിലും വിജയരഹസ്യം അപ്പോഴേയ്ക്കും ഞങ്ങൾ സ്വന്തമാക്കി. ശത്രുസൈന്യത്തിന്റെ മുഖ്യഭാഗങ്ങളിൽനിന്ന് അകലെയുള്ള ചെറു ബാരക്കുകളുടെയെല്ലാം വിധി എൽ ഉവേരോ ആക്ഷൻ തീരുമാനിച്ചുകഴിഞ്ഞിരുന്നു. പിന്നീട് പെട്ടെന്ന് അവയെല്ലാം പൊളിച്ചുനീക്കി." ആ യുദ്ധത്തിൽ പങ്കെടുത്ത ഒരു ഗറില്ല പില്ക്കാലത്ത് ചെ ഗുവേരയെ ഇങ്ങനെ അനുസ്മരിച്ചു: "യുദ്ധം നയിക്കൽ ഒരു നല്ല മാതൃകയാക്കാൻ ഇഷ്ടപ്പെട്ടിരുന്ന ആളായിരുന്നു അദ്ദേഹം. പോയി യുദ്ധംചെയ്യൂ എന്ന് അദ്ദേഹം ഒരിക്കലും പറയാറില്ല. യുദ്ധം ചെയ്യാൻ എന്റെ പിന്നാലെ വരൂ എന്നേ അദ്ദേഹം പറയൂ."

യുദ്ധം കഴിഞ്ഞാലാകട്ടെ പെട്ടെന്നു ചെയുടെ ഭാവമാകെ മാറുകയായി. അതുവരെ ശത്രുവിനെ നിഷ്കരുണം വെടിവെച്ചു കൊല്ലുകയും മുറിവേല്പിക്കയും ചെയ്തിരുന്ന ആൾ പൊടുന്നനെ മുറവേറ്റവരെ കാരുണ്യത്തോടെ ശുശ്രൂഷിക്കുന്ന ഡോക്ടരായി മാറുകയായി. വിപ്ലവസ്മരണകളിൽ ചെ എഴുതി: "മെഡിക്കൽ പ്രഫഷനിലേക്കുള്ള എന്റെ തിരിച്ചുവരവ് തീർത്തും വികാരപരമായിരുന്നു. ഞാൻ ആദ്യം പരിചരിച്ച രോഗി അതികഠിനമായി മുറിവേറ്റ സഖാവ് സില്ലെരോസ് ആയിരുന്നു. ഒരു ബുള്ളറ്റ് അദ്ദേഹത്തിന്റെ വലതുകരം കീറിപ്പൊളിച്ചിട്ടുണ്ടായിരുന്നു. ശ്വാസകോശത്തിൽ തുളച്ചുകയറിയശേഷം അദ്ദേഹത്തിന്റെ നട്ടെല്ലിൽവന്നു തറച്ച അത് ഇരുകാലുകളെയും മരവിപ്പിച്ചുകളഞ്ഞു. അദ്ദേഹത്തിന്റെ നില ഗുരുതരമായിരുന്നു. വേദനസംഹാരി കൊടുപ്പാനും, വളരെ എളുപ്പത്തിൽ ശ്വസിക്കാൻ കഴിയത്തക്കവിധം അദ്ദേഹത്തിന്റെ മാറിടം മുറുകെ കെട്ടുവാനും മാത്രമേ എനിക്കുകഴിഞ്ഞുള്ളു." ഒരു ഡോക്ടറെന്ന നിലയിൽ തന്നെ നിസ്സഹായനാക്കിയ പലസംഭവങ്ങളും ചെ വിവരിക്കുന്നുണ്ട്.

എൽ ഉവേരോയിലെ പരാജയത്തോടെ ശ്രദ്ധേയമായ വലിയൊരു മാറ്റം ശത്രുസൈന്യനിരയിൽ ഉണ്ടായി. ഇതുപോലുള്ള ചെറിയ ഔട്ട്പോസ്റ്റുകൾ ഗറില്ലകൾ വളഞ്ഞാൽ സംഭവിക്കാനിടയുള്ള സമ്പൂർണ്ണവിനാശത്തെ സൈനികർ ഭയന്നിരുന്നു. അതിനാൽ അവർ ഓടി രക്ഷപ്പെടുകയോ, അതിനു കഴിയാത്തവർ കീഴടങ്ങുകയോ ചെയ്തുപോന്നത് ബാത്തിസ്റ്റയുടെ അങ്കലാപ്പ് ഒന്നുകൂടി വർദ്ധിപ്പിച്ചു. അദ്ദേഹം രാജ്യത്തുടനീളം നിലനിർത്തിയിരുന്ന ചെറിയ ഔട്ട്പോസ്റ്റുകൾ പിൻവലിക്കാൻ നിർബന്ധിതനായി. ജനങ്ങളെ അടിച്ചമർത്തിമാത്രം ശീലിച്ച ബാത്തിസ്റ്റ ഈ പരാജയത്തിന്റെ അങ്കലാപ്പിൽ ചെയ്തതെല്ലാം വിപ്ലവസൈന്യത്തിന്റെ എണ്ണം വർദ്ധിപ്പിച്ചു. കോപാകുലനായ ബാത്തിസ്റ്റ സീറാ മെസ്ത്ര പർവ്വതത്തിന്റെ ചരിവിൽ പാർത്തിരുന്ന ഗ്വാജിറോകളെ (കർഷകർ) ആട്ടിയോടിക്കാൻ കല്പനയിട്ടു. കലാപകാരികൾക്ക് തദ്ദേശവാസികളുടെ പിന്തുണ ലഭിക്കുന്നത് ഒഴിവാക്കാനായിരുന്നു സ്വേച്ഛാധിപതി അങ്ങനെ ചെയ്തതെങ്കിലും അത് വിപരീതഫലം ഉളവാക്കി. ഗ്വാജിറോകളിൽ ഏറെപ്പേരും ക്ഷുഭിതരായി വിപ്ലവസൈന്യത്തിൽ ചേർന്നു. മറ്റുള്ളവരെല്ലാം ഒഴിപ്പിക്കലിനെ ശക്തിയായി പ്രതിരോധിക്കയും ബാത്തിസ്താവിരുദ്ധരാകയും ചെയ്തു. ഇതെല്ലാം ചേർന്നായിരുന്നു കർഷകരെയും മറ്റു പാർട്ടികളിലെ ബാത്തിസ്താവിരുദ്ധരെയും ജൂലായ് 26 പ്രസ്ഥാനത്തിലേക്ക് ആകർഷിച്ചത്.

ഗ്വാജിറോകൾ നിരക്ഷരരും കടുത്ത അന്ധവിശ്വാസികളുമായിരുന്നു. അവരുടെ അന്ധവിശ്വാസം നിരക്ഷരതയുമായി ഇഴചേർന്നതാകയാൽ അവരെ ആദ്യം സാക്ഷരാക്കാനായിരുന്നു ചെ ഗുവേര പ്രയത്നിച്ചത്. ബാലനായിരിക്കേ ഈ അന്ധവിശ്വാസികളുടെ ഇടയിൽനിന്ന് വിപ്ലവ പ്രസ്ഥാനത്തിൽ ചേർന്ന ജോയൽ ഇഗ്ലെസിയോസ് വിപ്ലവസൈന്യത്തിലെ ലെഫ്റ്റനന്റും കമാൻഡറും അവസാനം യുവവിപ്ലവകാരികളുടെ അസോസിയേഷന്റെ പ്രസിഡന്റുമായതിനു പിന്നിൽ ചെയുടെ തുടർച്ചയായ പരിശ്രമമുണ്ടായിരുന്നു. പതിനാലാം വയസ്സിൽ ജൂലായ് 26 പ്രസ്ഥാനത്തിൽ അംഗമാകുമ്പോൾ ജോയൽ നിരക്ഷരനായിരുന്നു. ഗുവേരയെപ്പറ്റി ജോയൽ എഴുതി: “എനിക്ക് 14 വയസ്സുള്ളപ്പോൾ സീറാ മെസ്ത്രയിലെ പെലദെറോ നദിയുടെ പോഷകനദിയായ അരോയോ ദെൽ ഇന്തിയോയിൽ വെച്ച് 1957 മേയ് 19ന് ചെയെ ഞാൻ കണ്ടു. ഫിദലിന്റെ ഒപ്പമുള്ള ഒരു അർജന്റൈൻ ഡോക്ടറാണെന്ന സൂചനയാണ് അന്നെനിക്കു അദ്ദേഹത്തെപ്പറ്റി ലഭിച്ചത്.” ചെ നയിച്ച സീറാ മെസ്ത്രയിലെ ഗറില്ലാ സംഘത്തിൽ ജോയൽ 1957 ആദ്യത്തിൽ ചേർന്നു. ചെ അദ്ദേഹത്തെ എഴുത്തും വായനയും പഠിപ്പിച്ചു. പല പ്രധാനപ്പെട്ട ഗറില്ലായുദ്ധങ്ങളിലും ചെയുടെ നേതൃത്വത്തിൽ പങ്കെടുത്ത അദ്ദേഹത്തിന് രണ്ടോ മൂന്നോ പ്രാവശ്യം ഗുരുതരമായി പരിക്കേൽക്കുകയുണ്ടായി. ഡോക്ടറെന്ന നിലയിൽ ചെയുടെ പരിചരണവും പരിഗണനയും മാത്രമായിരുന്നു ജോയലിനെ ജീവിതത്തിലേക്ക് തിരിച്ചുകൊണ്ടുവന്നത്.

മക്കാർത്തിസത്തിനെതിരെ

1950 ഫെബ്രുവരിയിൽ യുഎസ് സെനറ്റിൽ ജോസഫ് മക്കാർത്തി എന്ന സെനറ്റർ സ്റ്റേറ്റ് ഡിപാർട്ട്മെന്റിലും പ്രസിഡന്റിന്റെ ഓഫീസിലും യുഎസ് സൈന്യത്തിൽപ്പോലും കമ്യൂണിസ്റ്റുകാർ നുഴഞ്ഞുകയറിയിട്ടുണ്ടെന്നും സർക്കാരിന്റെ അകത്തും പുറത്തും നിരവധി പ്രമുഖവ്യക്തികൾ കമ്യൂണിസ്റ്റ് ഗൂഢാലോചനയിൽ കുറ്റവാളികളാണെന്നും ആരോപിച്ച് ലോകശ്രദ്ധ പിടിച്ചുപറ്റുകയുണ്ടായി. ലാറ്റിനമേരിക്കയിലും മറ്റും നഗ്നമായ ചൂഷണം നടത്തുന്ന യുഎസ് കമ്പനികൾക്കും അവരെ സംരക്ഷിക്കുന്ന ബാത്തിസ്തയെപ്പോലുള്ള സ്വേച്ഛാധിപതികൾക്കും മക്കാർത്തിസം നല്ലൊരായുധമായിരുന്നു. പള്ളികളും റേഡിയോകളും കമ്യൂണിസത്തിനെതിരായ പ്രചാരണത്തിന് ഫലപ്രദമായ ഉപാധികളായതിനാൽ കമ്യൂണിസ്റ്റ് എന്നു മുദ്രകുത്തിയായിരുന്നു ബാത്തിസ്തയെപ്പോലുള്ളവർ വിമോചനപ്പോരാട്ടങ്ങളെ അടിച്ചമർത്തിയത്. ഈ പ്രചാരണത്തിന്റെ ഫലമായി പൊതുവെ പാവപ്പെട്ട കർഷകരും മറ്റും ആ പേര് കേട്ടാൽ കണ്ണടച്ച് എതിർത്തിരുന്ന കാലത്തായിരുന്നു ചെ ഗുവേര ക്യൂബയിൽ

എത്തിയത്. അക്കാലത്ത് ഗറില്ലാസംഘത്തിൽ ചേർന്നവരിൽത്തന്നെ കമ്യൂണിസ്റ്റവിരോധികൾ ഉണ്ടായിരുന്നു.

ലവ്രേത്സ്കി ചെയെപ്പറ്റിയുള്ള ഗ്രന്ഥത്തിൽ രസകരമായ ഒരു സംഭവം വിവരിച്ചിട്ടുണ്ട്. "18 വയസ്സ് മാത്രമുള്ളപ്പോൾ ചെയുടെ ഗറില്ലായൂണിറ്റിൽ ചേർന്ന ആ യൂണിറ്റിലെ ആദ്യത്തെ വനിത ഇനിരിയ ഗുട്ടിരെസ് ഒരു സംഭവകഥ വാക്ചാതുര്യത്തോടെ പറയുന്നു: 'ഒരിക്കൽ ചെ എന്നോട് എന്റെ മതപരമായ വീക്ഷണങ്ങളെപ്പറ്റി ചോദിച്ചു. അദ്ദേഹം ദൈവത്തിൽ വിശ്വസിക്കുന്നുണ്ടോ എന്നു ചോദിക്കാൻ ഇതു എന്നെയും പ്രേരിപ്പിച്ചു. ഇല്ല, അദ്ദേഹം മറുപടിപറഞ്ഞു, 'ഞാൻ വിശ്വസിക്കുന്നില്ല. കാരണം, ഞാനൊരു കമ്യൂണിസ്റ്റാണ്.' ഞാൻ സ്തബ്ധയായിപ്പോയി. ഞാനപ്പോൾ നന്നേ ചെറുപ്പമായിരുന്നു. രാഷ്ട്രീയത്തെപ്പറ്റി വിവരമൊന്നും അന്നെനിക്കില്ലായിരുന്നു. കമ്യൂണിസ്റ്റുകാരെപ്പറ്റി പറഞ്ഞുകേട്ടിരുന്നത് പേടിപ്പെടുത്തുന്ന കാര്യങ്ങളായിരുന്നു. ഞാൻ ചാടിയെഴുന്നേറ്റ് വിളിച്ചുപറഞ്ഞു. 'ഇല്ല, നിങ്ങൾക്ക് കമ്യൂണിസ്റ്റാകാൻ കഴിയില്ല. നിങ്ങൾ അത്ര നല്ല മനുഷ്യനാണ്.' ചെ ഇതുകേട്ട് ഏറെനേരം പൊട്ടിച്ചിരിച്ചു. പിന്നെ എനിക്ക് തീരെ നിശ്ചയമില്ലാതിരുന്ന കാര്യങ്ങൾ വിവരിച്ചുതന്നു."

ചെ എല്ലാവർക്കും പ്രിയങ്കരൻ

പലപ്പോഴും ആസ്ത്മാരോഗാക്രമണത്താൽ തളർന്നുവീണിരുന്ന ചെയെ ചുമലിലേറ്റി യാത്രചെയ്യേണ്ടിവന്ന ക്യൂബൻസഖാക്കൾ വലിയ സഹനത്തിലൂടെയായിരുന്നു അത് നിർവ്വഹിച്ചിരുന്നത്. യുദ്ധംചെയ്തും പട്ടിണികിടന്നും ക്ഷീണിതരായിരുന്ന അവർക്ക് സ്വന്തം ഭാരംതന്നെ താങ്ങാവുന്നതിലേറെ ആയിരുന്നു. എന്നിട്ടും ആ യാതനയെ സന്തോഷത്തോടെ അവർ സ്വീകരിച്ചു. കാരണം ആയിരക്കണക്കിന് മൈൽ അകലെയുള്ള ഒരു രാജ്യത്തിൽനിന്നു വന്ന ഗുവേര സ്വന്തം ജീവനെ തൃണവൽഗണിച്ചായിരുന്നു ക്യൂബയുടെ മോചനത്തിനായി ഈ പോരാട്ടങ്ങളെ നയിച്ചത്. ഏറ്റവും അടുത്ത അനുയായികളോടുപോലും ക്ഷുബ്ധനായി പൊട്ടിത്തെറിക്കാറുള്ള ഫിദൽ തന്റെ അർജന്റൈൻ സഖാവിനോട് അങ്ങനെ ഒരിക്കലും പെരുമാറിയിട്ടില്ല. ഏറ്റവും അപായകരവും യാതനാനിർഭരവുമായ ദൗത്യങ്ങൾ ഏറ്റെടുക്കുന്നതിൽ യാതൊരു മടിയും കാണിക്കാത്ത നിസ്വാർത്ഥനായൊരു വിപ്ലവകാരിയാണ് ചെ ഗുവേര എന്ന് ഫിദൽ കാസ്ട്രോ ആവർത്തിച്ചു രേഖപ്പെടുത്തിയിട്ടുണ്ട്. അതുകൊണ്ട് എല്ലാ സഖാക്കളും ജീവനുതുല്യം അദ്ദേഹത്തെ ആരാധിക്കയും സ്നേഹിക്കയും ചെയ്തു. അതുകൊണ്ട് ഫിദൽ അദ്ദേഹത്തിന് കൂടുതൽ വലിയ സൈനികമായ ഉത്തരവാദിത്വങ്ങൾ

നല്കിയിരുന്നു. 1957 മാർച്ചിൽ ഫിദൽ അദ്ദേഹത്തെ വിപ്ലവസൈന്യത്തിലെ ക്യാപ്റ്റന്റെ റാങ്കിലേക്ക് ഉയർത്തി. അത്തവണ കാമിലോ സിയൻഫ്യൂഗോസ് തുടങ്ങി മറ്റു മൂന്നുപേർക്കുകൂടി ഈ സ്ഥാനക്കയറ്റം നല്കുകയുണ്ടായി.

ഏതാനും മാസങ്ങൾക്കുശേഷം ജൂലായിൽ അദ്ദേഹത്തിന്റെ മാനസികമായ ഔന്നത്യത്തിലും പോരാട്ടവീര്യത്തിലും അതീവസന്തുഷ്ടനായ ഫിദൽ ചെയെ കമാൻഡർ ആയും ഉയർത്തി. ആ സമയത്ത് അത് ഗറില്ലാസൈന്യത്തിലെ ഏറ്റവും ഉന്നതപദവി ആയിരുന്നു. അപ്പോൾ ആ പദവിയിൽ ഉണ്ടായിരുന്ന മറ്റൊരാൾ ഫിദൽ മാത്രമായിരുന്നു. കൂടാതെ, മൂന്നു പ്ലാറ്റൂൺ ഉൾപ്പെട്ട ഒരു ഗറില്ലാസേനാവിഭാഗത്തിന്റെ സ്വതന്ത്രചുമതലയും അദ്ദേഹം ഗുവേരയെ ഏല്പിച്ചു. തനിക്ക് സമശീർഷനായിക്കഴിഞ്ഞു ചെ ഗുവേര എന്ന ഫിദലിന്റെ അംഗീകാരംകൂടിയായിരുന്നു അത്.

ഇത്തരം നടപടികളിലെ ഔപചാരികതയെ തിരസ്കരിച്ചായിരുന്നു ഫിദൽ അത് ചെയ്തത്. ഫ്രാങ്ക് പയസ് എന്ന ധീരവിപ്ലവകാരിക്ക് വിമോചനയുദ്ധത്തിൽ കൈവരിച്ച നേട്ടങ്ങളെ കണക്കിലെടുത്ത് ഒരു അഭിനന്ദനസന്ദേശം സീറാ മെസ്ത്രയിൽനിന്ന് ഫിദലിന്റെ നേതൃത്വത്തിൽ തയ്യാറാക്കി അയയ്ക്കുകയുണ്ടായി. സന്ദേശത്തിൽ പേരെഴുതുന്നേടത്തെ രണ്ടാം കോളത്തിൽ ഗറില്ലാ സൈന്യത്തിലെ ഓരോരുത്തരുടെയും റാങ്കായിരുന്നു ചേർക്കേണ്ടത്. ചെയുടെ ഊഴം വന്നപ്പോൾ രണ്ടാം കോളത്തിൽ ക്യാപ്റ്റൻ എന്നെഴുതിയത് കമാൻഡർ എന്നാക്കു എന്ന് ഫിദൽ പറഞ്ഞു. അപ്പോഴായിരുന്നു ചെ ഉൾപ്പെടെ എല്ലാവരും അദ്ദേഹം കമാൻഡർ ആയി പ്രൊമോട്ടുചെയ്യപ്പെട്ട വിവരം അറിഞ്ഞത്. ചെ വിപ്ലവസ്മരണകളിൽ കുറിച്ചു: "പൊങ്ങച്ചത്തിന്റെ ചെറിയൊരംശം ഞങ്ങൾ ഓരോരുത്തരുടെ ഉള്ളിലും ഒളിച്ചിരുപ്പുണ്ടായിരുന്നു. അന്നേദിവസം ഭൂമിയിലെ ഏറ്റവും അഭിമാനമുള്ളവനാണ് ഞാനെന്ന തോന്നൽ അതുളവാക്കി." അന്ന് പദവിമുദ്രയായി ചെയ്ക്ക് നല്കപ്പെട്ട നക്ഷത്രചിഹ്നമായിരുന്നു ആൽബെർട്ടോ കോർദോ 1960 മാർച്ച് 5ന് എടുത്ത കൊലചെയ്യപ്പെട്ട ചെയുടെ വിശ്വവിഖ്യാതമായ, ഇതിഹാസമാനമാർജ്ജിച്ച ചിത്രത്തിലെ തൊപ്പിയിൽ പതിച്ചിരുന്നത്. ആ ചിത്രത്തോടൊപ്പം ആ നക്ഷത്രചിഹ്നവും ക്യൂബൻവിപ്ലവത്തിന്റെ പ്രതീകമായി ലോകമാകെ പ്രചരിക്കപ്പെട്ടു.

ഇതിനിടയിൽ ജൂലായ് 30ന് ധീരവിപ്ലവകാരി ഫ്രാങ്ക് പയസ് ബാത്തിസ്തയുടെ പോലീസിന്റെ വെടിയേറ്റ് മരിച്ചത് ചെയും കൂട്ടരും ബ്യൂയ്സിതോയിലെ വിജയത്തിനുശേഷം സീറായിൽ തിരിച്ചെത്തിയപ്പോഴേ

അറിഞ്ഞുള്ളൂ. ഒരു ഒളിസങ്കേതത്തിൽനിന്നു അദ്ദേഹവും മറ്റൊരു സഖാവും ഇറങ്ങിയപ്പോഴായിരുന്നു പെട്ടെന്നുള്ള ആക്രമണത്തിൽ അന്ത്യം സംഭവിച്ചത്. ക്യൂബൻ വിപ്ലവത്തിന്റെ ഏറ്റവും പരിശുദ്ധിയും ധിഷണയും ഉള്ളവരിൽ ഉൾപ്പെട്ട പയസിന്റെ വിയോഗം വിപ്ലവത്തിന് വൻനഷ്ടമായിരുന്നെന്നും ചെ കുറിച്ചു. ഫ്രാങ്ക് പയസ് തങ്ങൾക്ക് ഏറ്റവും പ്രിയങ്കരനായിരുന്നെന്ന് തെളിയിക്കുന്നതായിരുന്നു ക്യൂബൻജനത പ്രവഹിപ്പിച്ച കണ്ണീരും രോഷവും. സർക്കാരിന്റെ വിലക്കുകളെ ലംഘിച്ച് അവർ സാന്റിയാഗോയിലും ഹവാനയിലും ക്യൂബയിലെമ്പാടും വൻപ്രതിഷേധപ്രകടനങ്ങൾ നടത്തി. സർക്കാർ അതിനെ നേരിട്ടത് കൂട്ടക്കൊലകളും സെൻസർഷിപ്പും നടത്തിയായിരുന്നു.

ആഗസ്റ്റ് 29ന് 180 സൈനികരുടെ ഒരു സാമാന്യം വലിയ യൂണിറ്റിനെ ഒളിഞ്ഞിരുന്നു ആക്രമിച്ചു പരാജയപ്പെടുത്താൻ ചെ ഗുവേര നയിച്ച ചെറിയ ഗറില്ലാ ഗ്രൂപ്പിനു കഴിഞ്ഞു. അപ്പോൾ ഒരു പ്രധാന കാര്യം അദ്ദേഹത്തിനു ബോദ്ധ്യമായി. മാർച്ചുചെയ്തുകൊണ്ടിരിക്കുന്ന ഒരു വലിയ ശത്രുസൈന്യത്തെപ്പോലും ഗറില്ലകൾക്ക് പതിയിരുന്നാക്രമിക്കുക എളുപ്പമാണെന്നും, ആ ആക്രമണത്തിൽ അതിന്റെ തലവനെ വീഴ്ത്തിയാൽ സൈന്യം മുഴുവൻ നിശ്ശേഷമാകുമെന്നും അദ്ദേഹം വിപ്ലവസ്മരണകളിൽ രേഖപ്പെടുത്തി. ചെ എഴുതി: "ഒരു അംഗീകൃത സമ്പ്രദായമാകുന്നതുവരെ ഞങ്ങൾ ഈ പ്രയോഗം തുടർന്നു. അത് അത്രമാത്രം കാര്യക്ഷമമാണ്. സൈനികർ സീറാ മെസ്ത്രയിലേക്ക് വരവ് നിർത്തി. അഡ്വാൻസ് ഗാർഡിന്റെ ഭാഗമാകാൻ ആരും കൂട്ടാക്കാതെയുമായി."

സ്വതന്ത്രക്യൂബനും വിപ്ലവറേഡിയോവും

1957 നവമ്പർ 4ന് സീറാ മെസ്ത്രയിൽനിന്ന് ചെ ഗുവേരയുടെ പത്രാധിപത്യത്തിൽ "സ്വതന്ത്ര ക്യൂബൻ" (El Cubano Libre) എന്ന പേരിൽ വിപ്ലവസേനയുടെ മുഖപത്രം പുറത്തുവന്നു. ഏതാനും മാസങ്ങൾക്കു ശേഷം വിപ്ലവറേഡിയോ 1958 ഫെബ്രുവരിയിൽ പ്രക്ഷേപണം ആരംഭിച്ചതിനും ചെ തന്നെ ചുക്കാൻ പിടിച്ചു. സിഐഎ ഗ്വാട്ടിമാലയിലെ അർബൻസ് സർക്കാരിനെ അട്ടിമറിക്കാൻ "വിമോചനശബ്ദം" എന്ന റേഡിയോ പ്രവർത്തിച്ചിരുന്നത് ഗുവേരയെ അന്ന് ആകർഷിക്കയുണ്ടായി. ക്യൂബയിൽ സിഐഎ പിന്തുണച്ച ബാത്തിസ്റ്റസർക്കാരിനെതിരെ അതേ മാതൃകയിലായിരുന്നു ചെ "വിപ്ലവറേഡിയോ" സ്ഥാപിച്ചു പ്രവർത്തിപ്പിച്ചതും. വിപ്ലവസൈന്യത്തിന്റ പ്രവർത്തനങ്ങൾ, കാസ്ട്രോയുടെ പ്രസംഗങ്ങൾ, ജൂലായ് 26 പ്രസ്ഥാനത്തിന്റെ പ്രഖ്യാപനങ്ങൾ, വിപ്ലവകാരികൾ അവർക്കുവേണ്ടപ്പെട്ടവർക്ക് അയയ്ക്കുന്ന ഗൂഢഭാഷയിലെ സന്ദേശങ്ങൾ എന്നിവ പതിവായി പ്രക്ഷേപണം ചെയ്യപ്പെട്ടു.

സ്വതന്ത്രക്യൂബൻ മാസികയുടെ പ്രഥമ ലക്കത്തിൽ വന്ന ചെയുടെ ലേഖനം ഇങ്ങനെ തുടങ്ങുന്നു: "വിദൂരരാജ്യങ്ങളിലെ സംഭവങ്ങളെ സംബന്ധിച്ച വാർത്തകൾ പത്രങ്ങളിലൂടെയും റേഡിയോവിലൂടെയും ഞങ്ങളുടെ സീറാ മെസ്ത്ര കൊടുമുടികളിൽ എത്തുന്നു. അവിടെ നടക്കുന്ന കാര്യങ്ങൾ അവ മനസ്സുതുറന്ന് റിപ്പോർട്ടുചെയ്യുന്നു. കാരണം അവയ്ക്കൊന്നിനും ദിനംപ്രതി ഇവിടെ നടക്കുന്ന കുറ്റകൃത്യങ്ങളെ സംബന്ധിച്ച് ഒന്നും പറയാൻ കഴിയില്ലല്ലോ." തുടർന്ന് ചെ സൈപ്രസ്, അൾജീരിയ, മലയേഷ്യ തുടങ്ങിയ രാജ്യങ്ങളിലെ കലാപങ്ങളെയും കൊലകളെയും വിവരിച്ചശേഷം അവയുടെ പൊതുസ്വഭാവം വിശകലനം ചെയ്യുന്നു. അടിച്ചമർത്തലുകൾക്ക് ക്യൂബയിൽ നടക്കുന്നതുമായി അദ്ഭുതകരമായ സാദൃശ്യം കണ്ടെത്തിയ ഗുവേര എഴുതി: "സർക്കാർ സൈന്യത്തിന് ആൾനാശം സംഭവിക്കുന്നില്ല. അതു ചിലപ്പോൾ യാഥാർത്ഥ്യവുമാകാം. കാരണം, നിരായുധരായ ജനങ്ങളെ കൊന്നൊടുക്കുന്നതിൽ ഏറെ അപകടമില്ലല്ലോ. എന്നാൽ ആൾനാശമില്ലെന്നത് മിക്കപ്പോഴും ഒരു കല്പിതകഥ മാത്രമാണ്. അവരുടെ നഷ്ടങ്ങൾക്കുള്ള അനിഷേദ്ധ്യമായ തെളിവ് സീറാ മെസ്ത്രതന്നെ നല്കുന്നു. ഒടുവിലായി, കമ്യൂണിസത്തെ സംബന്ധിച്ച പഴകിയ, ജീർണ്ണിച്ച ആരോപണത്തെപ്പറ്റി എന്തു പറയാൻ! എവിടെയായാലും ദാരിദ്ര്യത്താൽ വീർപ്പുമുട്ടി ആയുധമെടുക്കുന്നവരെ കമ്യൂണിസ്റ്റെന്നും, സ്ത്രീകളെന്നോ കുഞ്ഞുങ്ങളെന്നോ ഉള്ള വ്യത്യാസമില്ലാതെ ആബാലവൃദ്ധം ജനങ്ങളെ കൊന്നൊടുക്കുന്നവരെ ജനാധിപത്യവാദികളെന്നും വിളിക്കുന്നു. ഇതൊക്കെത്തന്നെ ക്യൂബയിലും നടക്കുന്നു." ലേഖനം ഉപസംഹരിച്ചുകൊണ്ട് ചെ എഴുതി: "എന്നാൽ ക്യൂബയിലും മറ്റെവിടെയും അനീതിക്കും തിന്മയ്ക്കും എതിരെ അവസാന വാക്ക് ജനങ്ങളുടേതായിരിക്കും. ജനങ്ങൾതന്നെ വിജയിക്കും."

മക്കാർത്തിസത്തിന്റെ ചുവടുപിടിച്ച് കമ്യൂണിസ്റ്റ് വേട്ട ആരംഭിച്ച അമേരിക്കൻ ഭരണവർഗ്ഗത്തെ സുഖിപ്പിച്ച് പിടിച്ചു നില്ക്കാൻ നടത്തിയ തന്ത്രപ്പാടിൽ ബാത്തിസ്ത "സീറാ മെസ്ത്രയിൽ പ്രവർത്തിക്കുന്ന കൊള്ളസംഘത്തലവനായ അർജന്റീനക്കാരൻ" എന്ന ശക്തമായ പ്രചാരണം ഗുവേരയ്ക്കെതിരെ അഴിച്ചുവിട്ടു. ലോകത്തെവിടെയുമുള്ള സ്വേച്ഛാധിപതികൾക്ക് ജനങ്ങളെ അടിച്ചമർത്താൻ ഈയോരു പ്രചാരണംകൊണ്ടുമാത്രം അമേരിക്ക കൈയയച്ചു സഹായമെത്തിച്ചു. അമേരിക്കൻ സാഹയമുണ്ടെങ്കിൽ പ്രത്യേകിച്ചു ക്യൂബയെയും പൊതുവെ ലാറ്റിനമേരിക്കയെയും കമ്യൂണിസത്തിൽനിന്നു രക്ഷിക്കാമെന്നു ബാത്തിസ്ത പ്രചരിപ്പിച്ചു. പക്ഷേ ക്യൂബൻജനത ബാത്തിസ്തയുടെ അഴിമതിയിൽ കുളിച്ച സ്വേച്ഛാധിപത്യഭരണത്തെ വെറുത്തിരുന്നതിനാൽ

കമ്യൂണിസ്റ്റുവിരുദ്ധ പ്രചാരണംകൊണ്ടുമാത്രം വിപ്ലവത്തെ തടുത്തു നിർത്താനായില്ല. 1958 ഏപ്രിൽ-മേയ് മാസങ്ങളിൽ ഒട്ടേറെപ്പേർ വിപ്ലവസൈന്യത്തിൽ ചേരാൻ മുന്നോട്ടുവന്നത് അതിന് തെളിവാണ്. പുതിയ റിക്രൂട്ടുകൾക്ക് പരിശീലനം നല്കാൻ ഫിദൽ ഏല്പിച്ചത് ചെയെ ആയിരുന്നു. അത് ചെയെതന്നെ ഏല്പിക്കാൻ കാരണം പുതുതായി ചേരുന്നവരിൽനിന്നു ഏതു പ്രതികൂലസാഹചര്യങ്ങളെയും നേരിടാൻ കരുത്തും ഇച്ഛാശക്തിയും ഉള്ളവരെ മാത്രം തിരഞ്ഞെടുക്കാനാണ്. അതുകൊണ്ട് ആൽബെർട്ടോ ബായോ മെക്സിക്കോയിൽ ചെ ഉൾപ്പെടെയുള്ള വിപ്ലവകാരികൾക്ക് കൊടുത്ത അതേ രീതിയിലുള്ള ഏറ്റവും കഠിനപരിശീലനത്തിനു ഇവരെയും വിധേയരാക്കാനായിരുന്നു പ്ലാൻ. പറ്റാത്തവരെ ആ ഘട്ടത്തിൽത്തന്നെ ഒഴിവാക്കാമല്ലോ.

പടക്കളങ്ങളിലെ ചെ

1958 ജനുവരിയിൽ വിപ്ലവകാരികൾക്ക് സീറാ മെസ്ത്രയോട് ചേർന്ന 2,000 ച.കി.മീറ്ററോളം സ്ഥലം വിമോചിതമേഖലയായി പ്രഖ്യാപിക്കാൻ കഴിഞ്ഞു. അപ്പോഴും ഗറില്ലാസൈന്യത്തിലെ അംഗസംഖ്യ 300ൽ താഴെമാത്രം. അവിടെ ആസ്പത്രികൾ, ക്ലിനിക്കുകൾ, സ്കൂളുകൾ, വർക്ക്ഷോപ്പുകൾ തുടങ്ങിയ അടിസ്ഥാനസൗകര്യങ്ങൾ ഒരുക്കിക്കഴിഞ്ഞതിനാൽ വെറും ഒളിപ്പോർസംഘം എന്നതിലുപരി വിമോചനശക്തി എന്നനിലയിൽ പ്രശസ്തിയാർജ്ജിക്കാൻ അവർക്കു കഴിഞ്ഞു. അവിടെ സമ്പന്നരിൽനിന്നു 10,000 ആടുമാടുകളെയും മറ്റും പിടിച്ചെടുത്ത് പാവപ്പെട്ടവർക്ക് വിതരണംചെയ്ത് അവരുടെ അനുഭാവം കാസ്ട്രോ നേടിയെടുത്തു. ബാത്തിസ്റ്റയാകട്ടെ 1958 മാർച്ചിൽ ജനങ്ങളുടെ മൗലികാവകാശങ്ങളിൽ പലതും റദ്ദുചെയ്തു ശത്രുക്കളാക്കി. ഇങ്ങനെ ഭാവി ക്യൂബൻഭരണത്തിന്റെ മാതൃകയെന്ന പ്രതിച്ഛായ വിപ്ലവകാരികൾ നേടിക്കഴിഞ്ഞപ്പോൾ ബാത്തിസ്റ്റ അവരെ ഗൗരവമായി എടുക്കാൻ നിർബന്ധിതനായി. അതുവരെ കൊച്ചു മിന്നലാക്രമണങ്ങൾ നടത്തി പിൻവാങ്ങിക്കൊണ്ടിരുന്ന ജൂലായ് 26 പ്രസ്ഥാനത്തെ അദ്ദേഹം നിസ്സാരമായാണ് കണക്കാക്കിയിരുന്നത്. ഇനി അത് സാദ്ധ്യമല്ല. ആ പ്രദേശം തിരിച്ചുപിടിക്കുക ബാത്തിസ്റ്റയുടെ നിലനില്പിന്റെ പ്രശ്നമായി മാറി. അവ തന്റെ അടിത്തറ ഇളക്കുമെന്ന് ഒരു ഞെട്ടലോടെ അയാൾ തിരിച്ചറിഞ്ഞു. അങ്ങനെയായിരുന്നു ഗ്രീഷ്മകാല ആക്രമണം (Operation Verano) ഗറില്ലകൾക്കെതിരെ ആരംഭിക്കാൻ ബാത്തിസ്റ്റ കല്പന പുറപ്പെടുവിച്ചത്.

ഗ്രീഷ്മകാലയുദ്ധം മുഖ്യമായും ലാ പ്ലാത്തയിലും (Battle of La Plata) ലാ മെർസിദേസിലും (Battle of Las Mercedes) ആയിരുന്നു നടന്നത്.

അന്തിമഫലം സർക്കാർസൈന്യത്തിന്റെ പരാജയവും വിപ്ലവസൈന്യത്തിന്റെ വിജയവുമായിരുന്നു. 1958 മേയിൽ ബാത്തിസ്ത ജനറൽ കാന്റിലോയെ കാസ്ട്രോയുടെ കൊച്ചുസൈന്യത്തെ എന്തുചെയ്തും നശിപ്പിക്കേണ്ട ദൗത്യം ഏല്പിച്ചു. 20,000 അംഗസംഖ്യ വരുന്ന ക്യൂബൻ റഗുലർ ആർമിയെ മുഴുവൻ അണിനിരത്തി സീറാ മെസ്ത്രയെ വളഞ്ഞ് രക്ഷപ്പെടാനുള്ള പഴുതെല്ലാം അടച്ച് ശത്രുസംഹാരം നടത്താനായിരുന്നു കാന്റിലോയുടെ പ്ലാൻ. എന്നാൽ ബാത്തിസ്ത 12,000 പേരടങ്ങിയ 14 ബറ്റാലിനയനുകളെ മാത്രമേ അനുവദിച്ചുള്ളൂ. അതിൽ 7,000 പേർ ശരിയായ പരിശീലനമില്ലാത്ത പുതിയ റിക്രൂട്ടുകളായിരുന്നു. ബാത്തിസ്ത എടുത്ത ഇതിലും മോശമായ തീരുമാനമായിരുന്നു ഈ ബറ്റാലിയനുകളെ രണ്ടായി പകുത്തു അന്യോന്യം വെറുക്കുന്ന രണ്ടു ജനറൽമാരെ അവ നയിക്കാനുള്ള അധികാരമേല്പിച്ചത്. രണ്ടാമനായ ജനറൽ ചാവിയാനോ സഹായകരമായതൊന്നും ചെയ്തില്ലെന്നു മാത്രമല്ല, പരാജയകാരണം കാന്റില്ലോയുടെ തലയിൽ കെട്ടിവെയ്ക്കുകയുംചെയ്തു.

യുദ്ധവിമാനങ്ങളുടെയും ടാങ്കുകളുടെയും അകമ്പടിയോടെ ഗറില്ലാ സൈന്യത്തെ ആക്രമിച്ച സൈനികരെ നേരിടാൻ ഫിദൽ ഏല്പിച്ചത് ചെ ഗുവേരയെ ആയിരുന്നു. മൂന്ന് ഭാഗമായി തിരിഞ്ഞു മൂന്നു വ്യത്യസ്ത ദിശകളിൽനിന്നു ആക്രമിച്ചു മുന്നേറിയ ശത്രുക്കളെ നേരിടാനാകാതെ പ്രതിരോധത്തിലായ ഗറില്ലകളെ ചെ സീറാ മെസ്ത്രയിലെ സുരക്ഷിത സ്ഥാനങ്ങളിലേക്ക് പിൻവലിച്ചു. എന്നിട്ട് മുന്നേറാൻ ശ്രമിച്ചുകൊണ്ടിരുന്ന ശത്രുസൈന്യത്തെ പതിയിരുന്നാക്രമിച്ചു. സർക്കാർസൈന്യത്തിന് കുറെ സ്ഥലങ്ങൾ തിരിച്ചുപിടിക്കാൻ കഴിഞ്ഞെങ്കിലും വിപ്ലവകാരികളെ പരാജയപ്പെടുത്താനായില്ല.

1958 ജൂൺ 28ന് എസ്റ്റോദ പാൽമ ഷുഗർ മില്ലിൽനിന്നു പുറപ്പെട്ട സർക്കാർസൈന്യം ആക്രമണം സീറാ മെസ്ത്ര പർവ്വതത്തിലേക്കു വ്യാപിപ്പിച്ചു. അവിടേക്ക് ഏക പാതയിലൂടെ ഏതാനും കിലോമീറ്റർ മുന്നേറിക്കഴിഞ്ഞപ്പോൾ ചെ ഗുവേര കമാൻഡുചെയ്ത ഗറില്ലാ യൂണിറ്റ് അവരെ പതിയിരുന്നാക്രമിച്ചു. അവർക്കകമ്പടിയായി സഞ്ചരിച്ചിരുന്ന കവചിതവാഹനങ്ങൾ ഗറില്ലകൾ പാകിയിരുന്ന മൈനുകളിൽ തട്ടിയുണ്ടായ സ്ഫോടനത്തിൽ മിക്കതും നശിച്ചു. പരിഭ്രാന്തരായ സൈനികർ പിൻവാങ്ങാൻ തുടങ്ങിയപ്പോൾ അവരിലേറെപ്പേരെയും ഒളിഞ്ഞിരുന്നു വെടിവെച്ചുവീഴ്ത്തി. ഇതിനായി ചെ നിയോഗിച്ചത് ഒരിക്കലും ഉന്നം പിഴക്കാതെ വെടിവെയ്ക്കാൻ പരിശീലിപ്പിച്ചെടുത്ത പോരാളികളെ ആയിരുന്നു. പതിയിരുന്നാക്രമണത്തിലൂടെ ശത്രുവിന്റെ രണ്ടു ബറ്റാലിയനുകളെ ഒന്നിക്കാൻ അനുവദിക്കാതെ തിരിച്ചോടിച്ചായിരുന്നു ചെ

ആ വിജയം നേടിയത്. ശത്രുപക്ഷത്ത് 86 ആൾനാശമുണ്ടായപ്പോൾ ഗറില്ലകൾക്ക് ആകെ നഷ്ടപ്പെട്ടത് 3 പേരെ ആയിരുന്നു. ഒരു പാട് ആയുധങ്ങളും വെടിക്കോപ്പുകളും പിടിച്ചെടുത്തതും വിപ്ലവസൈന്യത്തിന്റെ പ്രഹരശേഷി വർദ്ധിപ്പിച്ചു.

കാസ്ട്രോയുടെ സീറാ മെസ്റ്റ താവളത്തിനു നേരെ ജനറൽ കാന്റിലോ ആരംഭിച്ചതായിരുന്നു ലാ പ്ലാത്താ യുദ്ധം. ലാ പ്ലാത്ത നദീമുഖത്ത് കരയിൽനിന്നും വെള്ളത്തിൽനിന്നും ഒരേസമയം ക്യൂബൻ ആർമിയുടെ പതിനെട്ടാം ബറ്റാലിയൻ 1958 ജൂലായ് 11ന് ആക്രമണം ആരംഭിച്ചു. തുടക്കത്തിൽ സർക്കാർസൈന്യം സീറാ മെസ്ത പർവ്വതത്തിലേക്ക് വിജയകരമായി ഇരച്ചുകയറി. അവർ പാഞ്ഞുവന്ന വഴിയുടെ ഇരുവശത്തും നിലയുറപ്പിച്ചിരുന്ന വിപ്ലവകാരികൾ അവരുടെ നേരെ മിന്നലാക്രമണം നടത്തി. ഒന്നര മണിക്കൂറിനുള്ളിൽ തീർത്തും വളയപ്പെട്ട സർക്കാർസൈന്യം എല്ലാവശത്തുനിന്നും ആക്രമണവിധേയമായി. അവർ ട്രഞ്ചുകുഴിച്ചു പോഷകസൈന്യത്തിന്റെ വരവിനായി കാത്തു. ജനറൽ കാന്റിലോ 200 റിസർവ്വ് സൈനികരെ സഹായത്തിനയച്ചെങ്കിലും മെഷിൻഗണ്ണിൽനിന്നു വെടിവെപ്പ് നേരിട്ട അവർക്ക് കാര്യമായൊന്നും ചെയ്യാൻ കഴിഞ്ഞില്ല. അപ്പോൾ ഇറക്കിയ പതിനേഴാം ബറ്റാലിയനെയും റോഡിൽ തടസ്സങ്ങൾ ഉണ്ടാക്കിയും മൈനുകൾ പാകിയും ഒളിഞ്ഞിരുന്നുവെടിവെച്ചും നിഷ്ക്രിയരാക്കി. ഈ സന്ദർഭമുപയോഗിച്ചു കാസ്ട്രോ പതിനെട്ടാം ബറ്റാലിയന്റെ കമാൻഡർ മേജർ ജോസ് ഫെർണാന്റോ ക്വെവേദയോട് കീഴടങ്ങാൻ തന്ത്രപരമായി ആവശ്യപ്പെട്ടു. ഫിദലിന്റെ സഹപാഠിയായിരുന്ന ക്വെവേദ ആദ്യം വിസമ്മതിച്ചെങ്കിലും ഒടുവിൽ കീഴടങ്ങി. (ക്വെവേദോ പിന്നാട് വിപ്ലവസൈന്യത്തിൽ ചേരുകയും ചെയ്തു.) 1 ദിവസത്തെ ലാ പ്ലാത്തയുദ്ധത്തിൽ സർക്കാർ സൈന്യം നേരിട്ടത് ദയനീയപരാജയമായിരുന്നു. യുദ്ധാവസാനമാകട്ടെ ബാത്തിസ്റ്റയുടെ 1,000 സൈനികർ വധിക്കപ്പെടുകയോ മുറിവേല്ക്കുയോ തടവുകാരാവുകയോ ചെയ്തു. തടവുകാരായി പിടിച്ച 450 സൈനികരെ റെഡ് ക്രോസിനെ ഏല്പിക്കാൻ കഴിഞ്ഞതോടെ വിപ്ലവസൈന്യത്തിന്റെ ശക്തിയെയും ജനപിന്തുണയെയും സംബന്ധിച്ച് വിജയകരമായ ഒരു പ്രചാരണയുദ്ധം നടന്നു. ചെ ഗുവേരയുടെ ഭാഷയിൽ പറഞ്ഞാൽ, സീറാ മെസ്ത്രയിലെ യുദ്ധം സർക്കാർസൈന്യത്തിന്റെ നട്ടെല്ലൊടിച്ചു.

ലാ പ്ലാത്തായുദ്ധത്തിലെ പരാജയത്തെ വിജയമാക്കാൻ ജനറൽ കാന്റില്ലോ നടത്തിയ ശ്രമമായിരുന്നു ജൂലായ് 29-ആഗസ്റ്റ് 8-ലെ ലാ മെർസിദേസ് യുദ്ധത്തിലെത്തിച്ചത്. ലാ പ്ലാത്താ യുദ്ധത്തിൽ ക്യൂബൻസൈന്യത്തിലെ പതിനെട്ടാം ബറ്റാലിയനെ വിപ്ലവസൈന്യം

പരാജയപ്പെടുത്തുകയുണ്ടായല്ലോ. 1958 ജൂലായ് 29ന് പിൻവാങ്ങിക്കൊണ്ടിരുന്ന പതിനേഴാം ബറ്റാലിയനെ റെനെ ലാത്തോറിന്റെ നേതൃത്വത്തിലുള്ള വിപ്ലവസൈന്യം ആക്രമിച്ച 30 സൈനികരെ വധിച്ചു. വാസ്തവത്തിൽ കാസ്ട്രോ ഒരുക്കിയ ഒരു കെണിയായിരുന്നു അത്. അവിടെ ഒളിച്ചിരുന്ന സർക്കാർ സൈന്യം വിപ്ലവസൈന്യത്തെ വളഞ്ഞു. എങ്ങനെയെങ്കിലും രക്ഷപ്പെടാൻ നടത്തിയ യുദ്ധം മൂർദ്ധന്യത്തിലെത്തിയപ്പോൾ 1,500 സൈനികർ ഉൾപ്പെട്ട ഒരു പോഷകസേനയെ ക്യൂബൻ ജനറൽ അങ്ങോട്ടയച്ചു. അതുകൂടി എത്തിച്ചേർന്നാൽ കാസ്ട്രോ അടക്കം എല്ലാ വിപ്ലവസൈനികരും ഉന്മൂലനം ചെയ്യപ്പെടുമെന്ന് ഉറപ്പായി.

ഫിദലിന്റെ ജീവൻ രക്ഷിച്ച ചെ

അപകടം മനസ്സിലാക്കിയ ഫിദൽ കാസ്ട്രോ പോഷകസൈന്യത്തെ യുദ്ധരംഗത്തെത്തുന്നതിൽനിന്നു തടയാൻ ചെ ഗുവാരയോട് ആവശ്യപ്പെട്ടു. ഇത്തരം അപായകരമായ സന്ദർഭങ്ങളിൽ ചെയുടെ മിലിറ്ററി ജീനയസ് ഉണർന്നു പ്രവർത്തിക്കാറുണ്ട്. സൈനികനീക്കങ്ങളുടെ സമസ്തസാദ്ധ്യതകളും ആ മനസ്സിൽ പൊടുന്നനെ തെളിഞ്ഞുവരും. കാസ്ട്രോയുടെയും മറ്റു വിപ്ലവകാരികളുടെയും ജീവൻ രക്ഷിക്കാനുള്ള ഏക മാർഗ്ഗം എന്തു ത്യാഗമനുഷ്ഠിച്ചും പോഷകസൈന്യത്തെ യുദ്ധരംഗത്തെത്തുന്നതിൽനിന്നും തടയുകയാണ്. ചെ ഉടനെ തന്റെ പോരാളികളോട് പോഷകസൈന്യത്തെ പതിയിരുന്നാക്രമിക്കാൻ ആവശ്യപ്പെട്ടു. അവർ വിദഗ്ദ്ധമായി കമാൻഡറുടെ കല്പന നടപ്പിലാക്കി. പോഷകസൈന്യത്തിന് ഒരിഞ്ചുപോലും മുന്നേറാനായില്ലെന്നു മാത്രമല്ല, കനത്ത നാശം നേരിടുകയും ചെയ്തു. ഇതിനിടയിൽ കമാൻഡർ റെനെ ലാതൗർ ഉൾപ്പെടെ 70 വിപ്ലവസൈനികർ കൂട്ടക്കൊലയ്ക്ക് ഇരയായി. ചെ ഗുവേരയുടെ അവസരോചിതമായ ഇടപെടൽ ഇല്ലായിരുന്നുവെങ്കിൽ അന്ന് ഫിദലിന്റെ ജീവൻ നഷ്ടപ്പെടുമായിരുന്നുവെന്ന് യുഎസ് മറൈൻ കോർപ്സ് കമാൻഡിലെ മേജർ ലാറി ബുക്ക്മാൻ ഉൾപ്പെടെ പല വിദഗ്ദ്ധരും പില്ക്കാലത്ത് രേഖപ്പെടുത്തിയിട്ടുണ്ട്.

ബാത്തിസ്റ്റ സമസ്തശക്തികളെയും കാസ്ട്രോക്കെതിരെ തിരിച്ചുവിട്ട ഗ്രീഷ്മകാലയുദ്ധം പരാജയപ്പെട്ടതോടെ സ്വേച്ഛാധിപത്യഭരണത്തിന്റെ നാളുകൾ എണ്ണപ്പെട്ടുകഴിഞ്ഞെന്നു പറയാം. തന്ത്രപരമായ പിഴവുകൾക്കുപരി ജനഹിതത്തെ പരിഹസിച്ചും അടിച്ചൊതുക്കിയും അഴിമതിയിൽ കുളിച്ച ഭരണം നിലനിർത്താൻ യുഎസ് സഹായമുണ്ടെങ്കിൽ കഴിയും എന്ന വിശ്വാസമായിരുന്നു ബാത്തിസ്റ്റയുടെ നില തെറ്റിച്ചത്. കാസ്ട്രോയുടെ ജീവചരിത്രകാരനായ കോൾട്ട്മാൻ എഴുതി: “ഗ്രീഷ്മകാല ആക്രമണം പരാജയപ്പെട്ടശേഷം ആത്മവീര്യം തകർന്ന

ബാത്തിസ്റ്റസൈന്യം ശിഥിലമാകാൻ തുടങ്ങി. ചില സൈനികർ കൂറുമാറി. മറ്റുള്ളവർ യുദ്ധം ചെയ്യാൻ വിസമ്മതിച്ചു. കാസ്ട്രോ പ്രതിരോധത്തിൽനിന്ന് ആക്രമണത്തിലേക്ക് മാറി"

മിയാമി-കാരക്കാസ് ഉടമ്പടികൾ

താൻ ക്യൂബയുടെ ഭരണത്തിലെത്തിയാൽ ജനജീവിതം സ്വതന്ത്രവും ഐശ്വര്യപൂർണവും നീതിനിഷ്ഠവും ആക്കാൻ എന്തൊക്കെ ചെയ്യുമെന്ന് പ്രഖ്യാപിച്ച ഒരു മാനിഫെസ്റ്റോ 1957 ജൂലായ് 28ന് ഫിദൽ പ്രസിദ്ധീകരിച്ചിരുന്നു. ഒക്ടോബറിൽ മിയാമിയിൽ യോഗംചേർന്ന ഏഴ് ബാത്തിസ്റ്റവിരുദ്ധ പാർട്ടികൾ ആ മാനിഫെസ്റ്റോ ചർച്ചചെയ്തു. എന്നാൽ ചർച്ചയ്ക്കുശേഷം അവർ സ്വീകരിച്ച മിയാമിഉടമ്പടി ഫിദൽ കാസ്ട്രോ രോഷത്തോടെ നിരാകരിച്ചു. കാരണം 1952ൽ ബാത്തിസ്റ്റ അടിച്ചോടിച്ച അന്നത്തെ ക്യൂബൻ പ്രസിഡന്റ് പ്രിയോയെ ബാത്തിസ്റ്റയ്ക്കു പകരം വീണ്ടും പ്രസിഡന്റാക്കാനുള്ള സിഐഎ ഗൂഢാലോചനയായിരുന്നു അതെന്നു മനസ്സിലാക്കാൻ ഫിദലിനു പ്രയാസമുണ്ടായില്ല. പ്രിയോയിൽനിന്ന് കാശുവാങ്ങി ബാത്തിസ്റ്റയ്ക്കെതിരെ പ്രവർത്തിക്കുന്ന ആ ഏഴ് പാർട്ടികൾക്കും ക്യൂബൻവിമോചനവുമായി പുലബന്ധംപോലുമില്ലെന്നു കാസ്ട്രോ തുറന്നുകാട്ടി.

1957 ജൂലായിലെ മിയാമിഉടമ്പടിക്കും 1958 ജലായ് 28ലെ കാരക്കാസ്ഉടമ്പടിക്കും ഇടയിൽ ഒരു വർഷമേ കടന്നുപോയുള്ളുവെങ്കിലും ലാ പ്ലാത്താനദിയിലൂടെ ആ കാലയളവിൽ ഒരുപാട് വെള്ളം ഒഴുകിപ്പോയി. ക്യൂബൻജനമനസ്സിൽ അപ്പോൾ ഉരുവംകൊണ്ടത് ബാത്തിസ്റ്റാ-സിഐഎ കൂട്ടുകെട്ടിന്റെ പ്രതീക്ഷകളെ പാടെ തകർത്ത വിപ്ലവമുന്നേറ്റങ്ങളെ സംബന്ധിച്ച പ്രതീക്ഷകളായിരുന്നു. ആ മാറ്റത്തിന് അനുസൃതമായി "ഫിദൽ കാസ്ട്രോ ഏക വിപ്ലവനേതാവ്" എന്ന കാരക്കാസ് പ്രഖ്യാപനത്തിലൂടെ യഥാർത്ഥ ബാത്തിസ്റ്റവിരുദ്ധ പാർട്ടികൾക്ക് ക്യൂബൻ വിപ്ലവചരിത്രത്തിൽ പുതിയ അദ്ധ്യായം എഴുതിച്ചേർക്കാൻ കഴിഞ്ഞു. മിതവാദികളും യാഥാസ്ഥിതികരുമായ എട്ട് ക്യൂബൻ രാഷ്ട്രീയ പാർട്ടികളുടെ പിന്തുണ ജൂലായ് 26 പ്രസ്ഥാനത്തിനു ലഭിച്ചു. ഈ പാർട്ടികളുടെ പ്രവർത്തകരും അനുഭാവികളും ചേർന്നാൽ ക്യൂബൻ ജനസാമാന്യത്തിന്റെ 90 ശതമാനമായെന്നു പറയാം.

പതിമൂന്ന്

ചെ ചരിത്രനിർമ്മിതിയുടെ നാളുകളിൽ

വിപ്ലവസൈന്യം ആക്രമണാത്മകയുദ്ധത്തിന്റെ ഘട്ടത്തിലേക്ക് പ്രവേശിച്ചുകഴിഞ്ഞു. 1958 ആഗസ്റ്റ് 21ന് കമാൻഡർ-ഇൻ-ചീഫ് ഫിദൽ കാസ്ട്രോ സീറാ മെസ്ത്രയിൽനിന്നു ലാ വില്ലയിലേക്ക് വിപ്ലവസേനയെ നയിക്കുക എന്ന കർത്തവ്യം വിശ്വാസപൂർവ്വം ഏല്പിച്ചത് മേജർ ഏണസ്റ്റോ ചെ ഗുവേരയെ ആയിരുന്നു. പ്ലാനനുസരിച്ച് ഫിദലിന്റെയും റൗളിന്റെയും കീഴിലുള്ള കോളം (സേനാവിഭാഗം) സാന്റിയാഗോനഗരം വളഞ്ഞു പിടിച്ചെടുക്കണം. കാമിലോ സിയൻഫ്യൂഗോസിന്റെ കീഴിലെ രണ്ടാം കോളം പടിഞ്ഞാറുഭാഗത്തെ പിനാർ ദെൽ റിയോ പ്രവിശ്യയിൽ സൈനികപ്രവർത്തനം നടത്തണം. ചെ ഗുവേരയുടെ നിയന്ത്രണത്തിൽ എട്ടാം കോളം ചരിത്രനിർമ്മിതിക്കുള്ളതാണെന്ന് ഫിദൽ മുൻകൂട്ടി അറിഞ്ഞപോലെ ക്യൂബയുടെ മദ്ധ്യത്തിലെ ലാ വില്ല പ്രവിശ്യയിലെത്തണമെന്നും അതിന്റെ ആസ്ഥാനമായ സാന്താ ക്ലാര പിടിച്ചെടുത്തശേഷം നേരെ സാക്ഷാൽ ഹവാനയിലേക്ക് മുന്നേറണമെന്നും നിശ്ചയിക്കപ്പെട്ടിരുന്നു. കാമിലോ ഹവാനയിലേക്ക് നീങ്ങേണ്ടത് പടിഞ്ഞാറുനിന്നായിരുന്നു. ഒരു ത്രിമുഖ ആക്രമണമാണ് അവർ ആവിഷ്കരിച്ചത്. രാജ്യത്തിന്റെ കിഴക്കുഭാഗത്തെ സാന്റിയാഗോ ദെ ക്യൂബയുടെയും, മദ്ധ്യഭാഗത്തെ ലാ വില്ല പ്രവിശ്യയിലെ നഗരങ്ങളുടെയും, പടിഞ്ഞാറെ അറ്റത്തെ പിനാർ

ദെൽ റിയോ പ്രവിശ്യയുടെയും നേരെ ഒരേസമയം നിർണ്ണായകമായ യുദ്ധം നടത്താൻ പ്ലാനിട്ടു.

മറ്റെല്ലാ സൈനിക നീക്കങ്ങളേക്കാൾ ചെയുടേത് ഏറെ പ്രയാസകരമാകാൻ കാരണം, അദ്ദേഹം പ്രവർത്തിക്കേണ്ടിവന്ന സാന്തക്ലാരയിലും മറ്റും സ്വന്തം ആധിപത്യം അടിച്ചേല്പിക്കാൻ മത്സരിച്ചുകൊണ്ടിരുന്ന ബാത്തിസ്തവിരുദ്ധരെ അനുനയിപ്പിക്കേണ്ടതുണ്ടായിരുന്നതാണ്. അവർ നടത്തിയിരുന്ന തമ്മിലടിയും അവർക്ക് പൊതുവായുണ്ടായിരുന്ന കമ്യൂണിസ്റ്റ് വിരോധവും ചേർന്ന് രൂപംകൊണ്ട അതിസങ്കീർണ്ണമായ അവ്യവസ്ഥയെ തന്ത്രപൂർവ്വം കൈകാര്യംചെയ്ത് ക്യൂബൻവിപ്ലവത്തിന്റെ കൊടിക്കീഴിൽ എല്ലാവരെയും അണിനിരത്താൻ കഴിഞ്ഞതിന് സമാനതകൾ ഏറെയില്ല. എന്നാൽ മറ്റെല്ലാവരെയും അനുനയിപ്പിച്ചപ്പോഴും സെക്കൻഡ് ഫ്രന്റിന്റെ നേതാവായ ഗുത്തീറെ മെനോയൊയുടെ കാര്യത്തിൽ അതു കഴിയാതെപോയി. ലവ്രേത്സ്കി എഴുതി: "അയാൾ പർവ്വതനിരയിലേക്കു ചെ പ്രവേശിക്കുന്നതിനെപ്പോലും തടയുകയുണ്ടായി. അത് തന്റെ മേഖലയാണെന്നായിരുന്നു അയാളുടെ പ്രഖ്യാപനം. ചെ മുന്നോട്ടുവെച്ച കാർഷികപരിഷ്കാരം എന്ന ആശയം അയാൾ കഠിനമായി വെറുത്തു." നിസ്വവർഗ്ഗത്തിനുവേണ്ടി വിപ്ലവകാരികൾ പ്രഖ്യാപിച്ച എല്ലാ നിയമങ്ങളെയും പിന്തിരിപ്പൻ രാഷ്ട്രീയക്കാർ എതിർത്തെങ്കിലും കാർഷികപരിഷ്കാരത്തിനു നേരെയാണവർ പല്ലും നഖവും ഉപോയോഗിച്ചത്. ആ വികാരം പങ്കുവെച്ച മെനോയൊയുടെ താവളം ഏതാണെന്ന് വ്യക്തം. ഇത്തരക്കാരെ ജൂലായ് 26 പ്രസ്ഥാനത്തിൽ വെച്ചുപൊറുപ്പിച്ചാൽ വിപ്ലവം എങ്ങുമെത്താതെപോകുമെന്ന് ചെ പെട്ടെന്നു തിരിച്ചറിഞ്ഞു. അവരിൽ പലരും വലിയ ഭൂവുടമകളോ മുതലാളിമാരോ ആയിരുന്നു. ഇക്കൂട്ടരായിരുന്നു വിപ്ലവശേഷം പ്രസ്ഥാനം വിട്ട് അമേരിക്കയിലെ മിയാമിയിൽ ചേക്കേറി മാതൃരാജ്യത്തെ സിഐഎയുടെ സഹായത്തോടെ ആക്രമിച്ചത്.

ലാ വില്ല പ്രവിശ്യയുടെ മുക്കിലും മൂലയിലും പ്രവർത്തിച്ചിരുന്ന വിപ്ലവസൈന്യങ്ങളുടെ മൊത്തം കമാൻഡർ ആയി ചെയെ നിശ്ചയിച്ച് ഒരു ഉത്തരവ് ഫിദൽ പുറപ്പെടുവിച്ചു. ചെയുടെ യുദ്ധതന്ത്രജ്ഞതയ്ക്കും ഭരണനിപുണതയ്ക്കും കിട്ടിയ വലിയൊരു അംഗീകാരമായിരുന്നു അത്. അവിടങ്ങളിൽനിന്നു നികുതി പിരിച്ചെടുത്തു ആയുധങ്ങൾ വാങ്ങി വിപ്ലവസൈന്യത്തിന്റെ പ്രഹരശേഷി വർദ്ധിപ്പിക്കുക ചെയുടെ പ്രധാന കർത്തവ്യമായി. കൂടാതെ ക്രിമിനൽ കോഡിലെ ചട്ടങ്ങൾക്ക് യോജിച്ചവിധം നീതിന്യായവ്യവസ്ഥ ഉറപ്പാക്കുക, കാർഷികപരിഷ്കാരം നടപ്പാക്കുക, വിപ്ലവത്തിന്റെ സർവ്വതോമുഖമായ മുന്നേറ്റം സാധിതമാകാൻ

സൈനികപ്രവർത്തനം ശക്തമാക്കുക ഇങ്ങനെ ചെയുടെ ഉത്തരവാദിത്വങ്ങൾ ഏറെയായിരുന്നു. ഇതിനിടയിൽ ചെ സ്ഥാപിച്ച മേൽനോട്ടം വഹിച്ച ഗെറില്ലാ സ്കൂളിൽ പഠിപ്പുപൂർത്തിയാക്കിയവരെ ചേർത്തായിരുന്നു സൈന്യം വികസിപ്പിച്ചത്. അവർക്ക് ഏറ്റവും നല്ല ആയുധങ്ങളും നല്കി.

ട്രക്കിൽ പോയാൽ 4 ദിവസംകൊണ്ട് ചെയുടെ സൈന്യത്തിന് ലാവില്ല പ്രവിശ്യയിൽ എത്താമായിരുന്നു. ആഗസ്റ്റ് 30ന് എട്ടാം കോളം മൻസാനില്ലോ ഭാഗത്തേക്ക് നീങ്ങി. അവിടെ അവരെ കാത്ത് കുറെ ലോറികളും, വിദേശത്തുനിന്ന് ആയുധങ്ങളുമായി ഒരു വിമാനവും എത്തിയിരുന്നു. എന്നാൽ അപ്രതീക്ഷിതമായി ശത്രുവിന്റെ പീരങ്കിവെടി രാത്രിമുഴുവൻ തുടർന്നതിനാൽ അവരുടെ കൈയിൽ പെടാതിരിക്കാൻ ലോറികളും വിമാനവും നശിപ്പിക്കേണ്ടതായിവന്നു. ശത്രുവിന്റെ പ്രഹരത്തിൽ പതറാതെ മൻസാനില്ലോയ്ക്കും ബയാമോയ്ക്കും ഇടയിലെ സെൻട്രൽ ഹൈവെയിലേക്ക് തന്റെ യൂണിറ്റിനെ ചെ നയിച്ചു.

അതുല്യമായ സഹനം

അപ്രതീക്ഷിതമായ പ്രകൃതിദുരന്തം ചെ ഗുവേരയെയും വിപ്ലവസൈന്യത്തെയും സഹനത്തിന്റെ പാതയിലേക്ക് നയിച്ചു. പെട്ടെന്നു വീശിയടിച്ച ചുഴലിക്കൊടുങ്കാറ്റുമൂലം പടയോട്ടത്തിന്റെ താളം പൂർണ്ണമായും തെറ്റി. വളരെ പരുക്കനായ ഭൂപ്രദേശത്തിലൂടെ ആദ്യം കാൽനടയായും പിന്നീട് കുതിരപ്പുറത്തും ഓറിയന്തെ പ്രവിശ്യയിലെ സീറാ മെസ്ത്രയിൽനിന്നു മുന്നേറിക്കൊണ്ടിരുന്നു. ചുഴലിക്കൊടുങ്കാറ്റുമൂലം വെള്ളപ്പൊക്കം ബാധിച്ച പുഴകളും നീർച്ചാലുകളും അവർക്ക് കടന്നുപോകേണ്ടതുണ്ടായിരുന്നു. ചെ എഴുതി: “വെള്ളവും ചെളിയും നിറഞ്ഞ വിജനപ്രദേശത്തിലൂടെ പരിക്ഷീണമായ യാത്രയുടെ ദിവസങ്ങൾ! ഞങ്ങൾക്ക് വിശപ്പും ദാഹവുമുണ്ടായിരുന്നു. ഇരുമ്പുക്കട്ടിപോലെ കനമേറിയ ഞങ്ങളുടെ കാലുകൾ മുന്നോട്ട് ചലിച്ചില്ല. ആയുധങ്ങൾക്കും അത്യധികമായ കനമുണ്ടായിരുന്നു.” ഗുവേരയുടെ നേതൃത്വത്തിൽ വിപ്ലവസൈന്യം ലാവില്ലയിലേക്ക് മുന്നേറുന്നതിനിടയിൽ ബാത്തിസ്റ്റയുടെ പട്ടാളത്തിന്റെയും വ്യോമസേനയുടെയും നിരന്തരമായ ആക്രമണത്തിന് ഇരയാവുകയുണ്ടായി. എന്നാൽ തദ്ദേശീയരായ കർഷകരുടെ പിന്തുണ പൂർണ്ണമായും വിപ്ലവസേനയ്ക്കാകയാൽ എണ്ണത്തിൽ കുറവായിരുന്നിട്ടുപോലും ഈ ആക്രമണങ്ങളെ നേരിടാനായി. അവർ വിപ്ലവകാരികൾക്ക് വഴി കാണിച്ചുകൊടുക്കയും ഭക്ഷണം നല്കുയും ചെയ്തു. ആ സഹായമില്ലായിരുന്നുവെങ്കിൽ തങ്ങൾക്ക് മുന്നേറാൻ ആകുമായിരുന്നില്ലെന്ന് ചെ രേഖപ്പെടുത്തി. സർക്കാർസൈന്യത്തിന്റെ പതിയിരുന്നാക്രമണങ്ങളും

വ്യോമാക്രമണങ്ങളും അവരെ ഏശിയില്ല. കാരണം കർഷകർ അത് മുൻകൂട്ടി അവരെ അറിയിച്ചിരുന്നതുതന്നെ. അങ്ങനെയായിരുന്നു വിപ്ല വസൈന്യം തുടരെത്തുടരെ യുദ്ധവിജയങ്ങൾ നേടിക്കൊണ്ടിരുന്നത്.

സെപ്റ്റംബർ 9ന് ബാത്തിസ്റ്റസൈന്യത്തിന്റെ ഒരു പതിയിരുന്നാ ക്രമണസംഘം ചെയെയും സഖാക്കളെയും ആക്രമിച്ചു. അവരെ ഒതു ക്കാനായെങ്കിലും ഗറില്ലകളുടെ സാന്നിദ്ധ്യം മനസ്സിലാക്കിയ ശത്രുക്കൾ അവരെ പിന്തുടരാൻ തുടങ്ങി. ഉടനെതന്നെ സിയൻഫ്യൂഗോസിന്റെ യൂണിറ്റും ചെയുടേതുമായി ഒന്നിച്ചതിനാൽ ഇരുകൂട്ടരും ഒന്നിച്ച് ശത്രു ക്കളെ പിന്നോട്ടടിച്ചു. ഇതിനിടയിൽ വിപ്ലവകാരികളെ രസിപ്പിച്ച ഒരു സംഭവവും ഉണ്ടായി. ബാത്തിസ്റ്റയുടെ സൈനികത്തലവന്റെ ഒരു റേഡിയോ പ്രഭാഷണത്തിൽ ചെയെയും കൂട്ടരെയും തകർത്തുകഴിഞ്ഞെ ന്ന അവകാശവാദം കേട്ടായിരുന്നു അവർ ചിരിച്ചുപോയത്. എങ്കിലും അവരുടെ അപ്പോഴത്തെ വിഷമാവസ്ഥയ്ക്ക് കുറവൊന്നുമുണ്ടായില്ല.

ക്യൂബൻവിപ്ലവത്തെസംബന്ധിച്ച അനുസ്മരണങ്ങളിലും ഡയറി ക്കുറിപ്പുകളിലുമായി താനും സംഘവും തുടർച്ചയായി അനുഭവിച്ച വിവരണാതീതമായ യാതനകളെ ചെ വാക്കുകൾകൊണ്ട് അനശ്വര മാക്കി. ഓരോ ദിവസം കഴിയുന്തോറും രോഗത്താലും ക്ഷീണത്താലും ഇനിയൊന്നിനും ആവില്ലെന്ന നൈരാശ്യം അവരെ ബാധിച്ചു. ചെ അതിങ്ങനെ വിവരിച്ചു: "ബരാഗ്വ പഞ്ചസാര സംസ്കരണശാലയുടെ സമീപംവെച്ച് വളയപ്പെട്ടപ്പോഴായിരുന്നു ഞങ്ങളുടെ ഏറ്റവും വിഷമക രമായ ദിനങ്ങൾ വന്നുചേർന്നത്. കുടിക്കാൻ ഒരു തുള്ളി വെള്ളമില്ലാതെ നാറുന്ന ചളിപ്രദേശത്തേക്ക് ഞങ്ങൾ പിന്തള്ളപ്പെട്ടു. ആകാശത്തുനിന്നു നിരന്തരം ആക്രമണമുണ്ടായി. ഞങ്ങളുടെ പരിക്ഷീണരായ സഖാക്കളെ തടസ്സങ്ങൾനിറഞ്ഞ മലമുകളിലേക്ക് കയറ്റിക്കൊണ്ടുപോകാൻ ഒരു കുതിരയെപ്പോലും കിട്ടാനില്ലായിരുന്നു. ചളിനിറഞ്ഞ ഉപ്പുവെള്ളത്തിൽ ഞങ്ങളുടെ ബൂട്ടുകൾ ദ്രവിച്ചുപോയി. മുൾച്ചെടികൾ ഞങ്ങളുടെ നഗ്ന പാദങ്ങൾ കുത്തിക്കീറി. അതിശക്തമായ പ്രയത്നത്താൽ ശത്രുവലയം ഭേദിച്ച് ജൂകാറോയിൽനിന്നു ചരിത്രപ്രസിദ്ധമായ മൊറോണിലേക്കു ള്ള വിഖ്യാതമായ പാതയിൽ എത്തുന്നതുവരെ ഞങ്ങളുടെ അവസ്ഥ സത്യത്തിൽ വിനാശകരമായിരുന്നു. സ്വാതന്ത്ര്യസമരകാലത്ത് ഈ സ്ഥലത്തുവെച്ചായിരുന്നു കഴിഞ്ഞ നൂറ്റാണ്ടിൽ സ്പാനിഷ് സൈന്യവും ക്യൂബൻ ദേശാഭിമാനികളും തമ്മിൽ രക്തരൂക്ഷിതമായ സമരം നടന്നത്. കനത്ത മഴ ഞങ്ങളെ കുതിർത്തപ്പോഴായിരുന്നു ഞങ്ങൾ ക്ക് ബോധോദയമുണ്ടായത്. കാര്യങ്ങൾ കൂടുതൽ വഷളാക്കിയത്, ഞങ്ങൾക്ക് നീങ്ങുകയല്ലാതെ മറ്റൊരു നിവൃത്തിയില്ലാത്തവിധം ശത്രു ഞങ്ങളെ പിന്തുടർന്നതാണ്. ക്ഷീണം പോരാളികളെ കീഴടക്കുകയും

അവരുടെ ഉന്മേഷം കുറഞ്ഞുകുറഞ്ഞുവരുകയും ചെയ്തു. നിരാശാഭരിതമായ അവസ്ഥയിൽ അധിക്ഷേപമോ അനുനയമോ അട്ടഹാസങ്ങളോ മാത്രം പരിക്ഷീണരായവരെ മുന്നോട്ട് നീങ്ങാൻ നിർബന്ധിതരാക്കുമ്പോൾ, ഗറില്ലകളിൽ പുതിയ ജീവനും കരുത്തും കടത്തിവിടുന്ന എന്തോ ഒന്ന് അകലെ ഞങ്ങൾ കണ്ടു: പടിഞ്ഞാറ് ലാ വില്ല മലനിരകളുടെ മഞ്ഞുമൂടിയ ശിഖരങ്ങൾ തിളങ്ങി."

ഗറില്ലകളുടെ എല്ലാ കഷ്ടപ്പാടുകളും ചെ ഗുവേരയും അതേ അളവിൽ സഹിക്കേണ്ടിവന്നെങ്കിലും കമാൻഡർ എന്ന നിലയിൽ അതൊരിക്കലും അദ്ദേഹം പുറത്തറിയിച്ചിരുന്നില്ല. മാത്രമല്ല, ഈ യാതനകളെപ്പറ്റി വിവരിക്കുന്ന സ്വന്തം കൃതികളിലും ചെ സ്വയം അനുഭവിച്ച കഷ്ടതകളെപ്പറ്റി പ്രത്യേകിച്ച് എടുത്തുപറഞ്ഞിട്ടുമില്ല. പുറമേക്ക് ഉന്മേഷം ഭാവിച്ച് അനുയായികൾക്ക് ആത്മവിശ്വാസം നല്കിക്കൊണ്ട് ഉത്തരവുകൾ പുറപ്പെടുവിച്ചുകൊണ്ടിരുന്ന ചെ പെട്ടെന്ന് മരിച്ചാലെന്നപോലെ കുഴഞ്ഞുവീണു. ദാഹവും വിശപ്പും ക്ഷീണവും പാരമ്യത്തിലെത്തിയശേഷം ആസ്ത്മയുടെ ആക്രമണം കൂടിയായപ്പോഴാണങ്ങനെ സംഭവിച്ചത്. കമാൻഡറുടെ സഹനത്തെപ്പറ്റി അപ്പോൾ അനുയായികൾ ബോധവാന്മാരായി. നേതാവിന്റെ ധീരസാഹസങ്ങൾ മാത്രം ശ്രദ്ധിച്ച് ആദരമർപ്പിച്ചിരുന്ന അവർ ആ അതുല്യമായ സഹനത്തിന്റെ മുന്നിലും അറിയാതെ കൈ കൂപ്പിപ്പോയി.

ചെയുടെ പതിനെട്ടാം കൊളത്തെ നശിപ്പിക്കാൻ 1958 ഒക്ടോബർ 6ന് ബാത്തിസ്റ്റ ഏർപ്പെടുത്തിയ സൈന്യത്തിന്റെ കമാൻഡറുടെ ഗതികേടിനെ ചെയുടെ അനുയായികളുടെ ഈ അനന്യമായ ആദരവുമായി താരതമ്യം ചെയ്തുനോക്കുക രസാവഹമായിരിക്കും. താൻ 24 മണിക്കൂറും ഊണും ഉറക്കവും ഉപേക്ഷിച്ച് ചെയെ നേരിടാൻ തയ്യാറാണ്; അനുയായികളും തന്നെപ്പോലെ ഉയർന്ന പെരുമാറിയാൽ പ്രാകൃതമായ ആയുധങ്ങളുമായി നടക്കുന്ന ആ നിരക്ഷരരെ ശിശുക്കളെ എന്നപോലെ നേരിടാവുന്നതേയുള്ളൂ... . അയാൾ അയാൾ വീമ്പിളക്കി. എന്നാൽ ചെ ഗുവേരയുടെയും അനുയായികളുടെയും ആയുധങ്ങളുടെ രുചിയറിഞ്ഞപ്പോൾ പരിപൂർണ്ണമായ മലക്കംമറിച്ചിലിന് അയാൾക്ക് ഒരു ഉളുപ്പും ഉണ്ടായില്ല. അണുപ്രസരത്തോട് എന്നപോലെ അവരോട് പേടി തോന്നുന്നു എന്നായിരുന്നു ഒടുവിൽ ബാത്തിസ്റ്റയുടെ കമാൻഡർ പറഞ്ഞത്!

1958 ഒക്ടോബർ 16ന് ചെ ഗുവേര നയിച്ച വിപ്ലവസൈന്യത്തിന് എണ്ണത്തിൽ അനേകമിരട്ടിവരുന്ന സർക്കാർസൈന്യം സൃഷ്ടിച്ച വലയം ഭേദിക്കാൻ മാർഗ്ഗമൊന്നും കണ്ടില്ല. ചെ കണ്ടെത്തിയ തന്ത്രം

കമഗ്വയെയും ലാ വില്ലയെയും വേർതിരിക്കുന്ന ജൂകാരോനദി നീന്തിക്കടക്കലായിരുന്നു. പിന്നെ സമയം ഒട്ടും പാഴാക്കിയില്ല. ചെയും അനുയായികളും നദിയിലേക്ക് ചാടി. ആയുധങ്ങൾ നഷ്ടപ്പെടുത്താതെയുള്ള നീന്തൽ ശ്രമകരമായിരുന്നെങ്കിലും ആ പരീക്ഷണത്തിലും അദ്ദേഹവും അനുയായികളും വിജയിച്ചു. അങ്ങനെ ശത്രു ഒരുക്കിയ കെണിയിൽനിന്ന് അദ്ഭുതകരമായി രക്ഷപ്പെട്ട് സുരക്ഷിതമായി സീറായിൽനിന്ന് 600 കിലോമീറ്റർ അകലെ എസ്കാംബ്രേ പർവ്വതത്തിലെത്തി. ഇത് ചെ നേടിയെടുത്ത തന്ത്രപരമായ വിജയമായിരുന്നു. അതിലും വലിയ വിജയമായിരുന്നു അവിടെ സ്വതന്ത്രമായി പ്രവർത്തിച്ചിരുന്ന അഞ്ച് ഗറില്ലസംഘങ്ങളെ അനുനയിപ്പിച്ച് തന്റെ കൊളത്തോടൊപ്പം ചേർക്കാൻ കഴിഞ്ഞത്. ഈ സംയുക്ത വിപ്ലവമുന്നണിക്ക് ബാത്തിസ്റ്റയുടെ സൈന്യത്തെ ഫലപ്രദമായി നേരിടാനായി.

യുദ്ധഭൂമിയിലെ പ്രണയം

എസ്കാംബ്രെ പർവ്വതനിരകളിലെ യുദ്ധഭൂമിയിൽ വെച്ചായിരുന്നു ചെ ഗുവേര ആദ്യമായി അലൈഡ മാർച്ച് എന്ന യുവസുന്ദരിയെ കണ്ടുമുട്ടിയത്. 'ചെയുമായുള്ള എന്റെ ജീവിതം' എന്ന പുസ്തകത്തിൽ അലൈഡ ആ കണ്ടുമുട്ടലിനെപ്പറ്റി വിശദമായി പ്രതിപാദിച്ചിട്ടുണ്ട്. ആ പർവ്വതനിരകളുടെ കാല്പനികഭംഗി കണ്ടിട്ടാവാം പത്രപ്രവർത്തകരും മറ്റും ആ ആദ്യസമാഗമത്തെപ്പറ്റി അതിശയോക്തിപരമായി ചമച്ച കല്പനകൾക്ക് യാഥാർത്ഥ്യവുമായി യാതൊരു ബന്ധവുമില്ലാതെ പോയത്. വാസ്തവത്തിൽ അവിടെ ഉണ്ടായിരുന്നവരിൽ ആരുംതന്നെ അന്ന് പ്രകൃതിസൗന്ദര്യം ആസ്വദിക്കാവുന്ന മാനസികാവസ്ഥയിലായിരുന്നില്ല. വർഷങ്ങൾക്കുശേഷം കൊംഗോയിൽനിന്നു അലൈദയ്ക്കയച്ച കത്തിൽ ചെ ആ സംഭവത്തെപ്പറ്റി പ്രതിപാദിച്ചിരുന്നു. ചെയുടെ ആ കത്തിനെപ്പറ്റി അലൈഡ എഴുതി: "1965ൽ കോംഗോയിൽനിന്നു അയച്ച ഗൃഹാതുരത മുറ്റിനിന്ന കത്തിൽ എന്നെ ആദ്യം കണ്ടപ്പോഴും അതിനുശേഷവും ഉണ്ടായ ചിന്തകൾ അദ്ദേഹം വെളിപ്പെടുത്തി. കടുത്ത അച്ചടക്കത്തിനുവിധേയനായ വിപ്ലവകാരിക്കും വൈകാരികാവശ്യങ്ങളോടുകൂടിയ പച്ച മനുഷ്യനും ഇടയിൽ താൻ പിച്ചിച്ചീന്തപ്പെട്ട അനുഭവമുണ്ടായെന്ന് അദ്ദേഹം വിശദീകരിച്ചിരുന്നു. 'ശകലം കൊഴുത്തുരണ്ട ഒരു കൊച്ചുസുന്ദരി' ആയിരുന്നു ഞാൻ അന്ന് അദ്ദേഹത്തിന്റെ ഓർമ്മയിൽ."

അലൈഡ മാർച്ച് സാന്താ ക്ലാരയിലെ ഒരു സ്കൂൾ അദ്ധ്യാപികയായിരുന്നു. 1956 മുതൽ അവൾ ജൂലായ് 26 പ്രസ്ഥാനത്തിന്റെ പ്രാദേശിക ശാഖയിൽ ചേർന്നു പ്രവർത്തിക്കാൻ തുടങ്ങി. ചെയെ കണ്ടുമുട്ടുന്ന സമയമായപ്പോഴേക്കും അവൾ വിപ്ലവകാരികൾക്ക് രഹസ്യമായി

ആയുധം എത്തിച്ചുകൊടുക്കുന്ന പ്രവർത്തനത്തിൽ വ്യാപൃതയായിക്കഴിഞ്ഞിരുന്നു. ലാ വില്ല പ്രവിശ്യയിലൊട്ടാകെ പ്രസ്ഥാനത്തിന്റെ സന്ദേശവാഹകയായും പ്രവർത്തിച്ചു. വിപ്ലവത്തിന്റെ ഭാഗമായി നടന്ന ചില അട്ടിമറികളിൽപ്പോലും ആ ധീരവനിത പങ്കാളിയായി. 1958 ഒക്ടോബർ അവസാനത്തോടെ എസ്കാംബ്രെയിൽ ചെ ഗുവാരയുടെ ഗറില്ലാസൈന്യത്തിന് ആവശ്യമായ പണം എത്തിച്ചുകൊടുക്കുന്ന വളരെ ദുഷ്കരമായ പണിയും അവളുടെ തലയിൽ വന്നുവീണു.

അതേറ്റെടുത്തപ്പോൾ താൻ അനുഭവിക്കാൻ പോകുന്ന വൈഷമ്യങ്ങളെപ്പറ്റി അവൾക്കൊരു പിടിയുമില്ലായിരുന്നു. എങ്കിലും നാളതുവരെ ഏറ്റെടുത്ത ഉത്തരവാദിത്വങ്ങൾ നല്കിയ സഹനശക്തി എസ്കാംബ്രെ മലനിരകളിലെ ഒളിസങ്കേതത്തിൽ എത്തിപ്പെടാൻ അവളെ സഹായിച്ചു. കുതിരപ്പുറത്തും മറ്റും സഞ്ചരിച്ച് കീറിയ ട്രൗസറുമായാണ് കമാൻഡർ ചെ ഗുവേരയുടെ സങ്കേതത്തിൽ അവളെത്തിയത്. അവൾക്ക് ഏറെ വിനയായത് അരക്കെട്ടിൽ ടേപ്പുകൊണ്ട് ഒട്ടിച്ചുവെച്ച പെസോനോട്ടുകൾ നിറച്ച സഞ്ചിയായിരുന്നു. മല കയറുമ്പോഴെല്ലാം മറ്റുള്ളവരേക്കാൾ കൂടുതലായി അവൾ അനുഭവിക്കേണ്ടിവന്നത് ആ ഭാരംമൂലമുള്ള അസഹനീയ വേദനയായിരുന്നു. അലൈദ എഴുതി: "രാത്രിയോടെ ഞങ്ങൾ ഗറില്ല കമാൻഡറുടെ ക്യാമ്പിലേത്തി. വിപ്ലവസൈന്യത്തിലെ ഏറ്റവും ആരാദ്ധ്യരായ സൈനികരെ ഏറ്റവും അടുത്തുനിന്നു ഞാൻ കാണുന്നത് ആദ്യമായിട്ടായിരുന്നു. സീറ മെസ്ത്രയിൽനിന്നു ചെയുടെ ഒപ്പം എത്തിയ ഗറില്ല യൂണിറ്റിലെ ഡോക്ടറായ ഓസ്കാർ ഫെർണാണ്ടസ് മെല്ല, ആൽബെർട്ടോ കാസ്റ്റെല്ലാനോസ്, ഹാരി വില്ലെഗാസ് എന്നിവരെല്ലാവരും ഞങ്ങളെ അഭിവാദ്യം ചെയ്തു. ഓരോരുത്തരും പുതുമുഖങ്ങളെ ഒരു നോക്ക് കാണാൻ ശ്രമിക്കയായിരുന്നു. ഞാനൊരു ചെറുപ്പക്കാരിയായ സ്ത്രീ ആയതിനാലും സന്ദർശിക്കുന്ന ചുരുക്കം സ്ത്രീകളിൽ ഒരുവളാകയാലും പ്രത്യേകിച്ച് എന്റെ നേരെയായിരുന്നു നോട്ടങ്ങൾ. ഗറില്ല ക്യാമ്പുകളിൽ സ്ത്രീസാന്നിദ്ധ്യം ദുർല്ലഭമാണല്ലോ. പുതുതായി വന്നുചേർന്ന ഗറില്ലകളിൽ ആരുടെയെങ്കിലും കാമുകിയാണോ ഞാൻ എന്നു ചോദിക്കാൻ ചിലർ ധൈര്യപ്പെട്ടു."

ആദ്യം ഏർപ്പെട്ടിരുന്ന ജോലിയിൽ ഇനിയും അലൈദയ്ക്ക് തുടരാനാകില്ല. കാരണം പോലീസ് അവളെ തിരിച്ചറിഞ്ഞുകഴിഞ്ഞു. അവളെ പോലീസ് പിടികൂടിയാൽ പ്രസ്ഥാനത്തിന്റെ ഒട്ടേറെ രഹസ്യങ്ങൾ ചോർന്നുപോകാനിടയുണ്ട്. അതുകൊണ്ട് അപായങ്ങളിൽനിന്ന് അവളെയും പ്രസ്ഥാനത്തെയും രക്ഷിക്കാൻ നേതൃത്വം കണ്ടെത്തിയ വഴിയായിരുന്നു ഗറില്ലാ സൈന്യത്തെ സഹായിക്കാൻ അലൈദയെ വിടുകയെന്നത്. ഇനി അവൾ അവരോടൊപ്പം പാർക്കുകയേ നിവൃത്തിയുള്ളൂ.

ഗുവാരയെ ആദ്യം കണ്ടപ്പോൾ തന്റെ ശരീരത്തിൽ സ്ട്രാപ്പിട്ടു മുറിക്കിയിരുന്ന 50,000 പെസോ പുറത്തെടുത്ത സംഭവത്തെപ്പറ്റി അവൾ എഴുതി: "എന്റെ അരക്കെട്ടിൽ ടേപ്പുകൊണ്ട് പറ്റിച്ചുവെച്ച പാക്കറ്റ് വിടർത്തിമാറ്റാൻ സഹായിക്കാനുള്ള എന്റെ അഭ്യർത്ഥനയോട് ചെ പ്രതികരിച്ചത്, അനുയായികളിൽ ചിലരോട് എന്നെ സഹായിക്കാൻ ആവശ്യപ്പെട്ടുകൊണ്ടായിരുന്നു. എന്നെ സഹായിക്കാൻ ആകാംക്ഷയുള്ള ഏതാനും വളണ്ടിയർമാർ അവിടെ ഉണ്ടെന്ന് ഞാൻ ശ്രദ്ധിച്ചു. തീർച്ചയായും, കൊണ്ടുവന്ന 50,000-ലേറെ പെസോ ഉടനെ ഞാനവർക്ക് കൈമാറി." ഡോക്ടർകൂടിയായ ഓസ്കാർ അവളുടെ ശരീരത്തിലെ മുറിവ് പരിശോധിക്കാൻ തയ്യാറായപ്പോൾ കുതിരപ്പുറത്തെ സഞ്ചാരം സമ്മാനിച്ച ട്രൗസറിലെ കീറൽ തുന്നി കമാൻഡറുടെ മുന്നിൽ മാന്യമായി പ്രത്യക്ഷപ്പെടാനായിരുന്നു അവൾ വ്യഗ്രത കാട്ടിയത്. അതിനുള്ള സൂചിയും നൂലുമായിരുന്നു അവൾ അമ്പരപ്പോടെ ആവശ്യപ്പെട്ടത്.

അലൈദ പിന്നീട് ഏറെക്കഴിയുന്നതിനുമുമ്പ് ചെയുടെ ജീവിതസഖിയും അദ്ദേഹത്തിന്റെ നാലു കുഞ്ഞുങ്ങളുടെ അമ്മയും ആയതുകൊണ്ടാണ് ഈ കൂടിക്കാഴ്ചയ്ക്ക് ഇവിടെ പ്രാധാന്യമുണ്ടാകാൻ കാരണം. പേടി കലർന്ന ആദരവോടെ ഒരു ഐതിഹാസിക വ്യക്തിത്വത്തിന്റെ മുന്നിൽ പ്രത്യക്ഷപ്പെടുന്ന ത്രില്ലിന് അപ്പുറം അന്ന് മറ്റൊരു പ്രതീക്ഷയ്ക്കും സ്ഥാനമുണ്ടായിരുന്നില്ലെന്നായിരുന്നു അവൾ തന്റെ ഓർമ്മക്കുറിപ്പിൽ രേഖപ്പെടുത്തിയത്. "എന്നെ ഏല്പിച്ച കർത്തവ്യം പൂർത്തിയാക്കുകയായിരുന്നു എന്റെ ഏക പ്രേരണയെന്ന് ഊന്നിപ്പറയേണ്ട ആവശ്യമില്ലല്ലോ. കല്പനകളെ പിന്തുടരുകയായിരുന്നു മറ്റേതു പോരാളിയേപ്പോലെ ഞാനും. അതിനുപരിയായ പ്രതീക്ഷകളൊന്നും ഉണ്ടായിരുന്നില്ല."

ആ ഗറില്ലാ ക്യാമ്പിലെ മറ്റു അംഗങ്ങളെപ്പോലെ ഒരു പോരാളിയാകാൻ അലൈദ ആഗ്രഹിച്ചു. എന്നാൽ ഒരു നഴ്സായി ജോലിചെയ്യാനായിരുന്നു ചെ നിർദ്ദേശിച്ചത്. രണ്ടുകൊല്ലത്തെ വിപ്ലവപ്രവർത്തന പരിചയമുള്ള തനിക്ക് അതിനർഹതയുണ്ടെന്ന് അവൾ പറഞ്ഞുനോക്കിയെങ്കിലും ചെ അവളെ അടുത്ത പട്ടണത്തിലേക്ക് നികുതിപിരിവിന് അയച്ചു. എന്നാൽ അവൾക്ക് അറസ്റ്റുവാറന്റ് ഉള്ളതിനാൽ തിരിച്ച് വീണ്ടും ഗറില്ലായൂണിറ്റിൽ എത്തേണ്ടിവന്നു. പോരാളിയാവണമെന്ന അലൈദയുടെ ആഗ്രഹം യൂണിറ്റിലെ മറ്റെല്ലാ അംഗങ്ങളും അനുകൂലിച്ചിട്ടും ചെ മാത്രം വഴങ്ങിയില്ല. വർഷങ്ങൾക്കുശേഷമാണ് ഈ കർക്കശ നിലപാടിന്റെ കാരണം ചെ അവളോട് തുറന്നു പറഞ്ഞത്. ലാ വില്ല പ്രവിശ്യയിലെ ജൂലായ് 26 പ്രസ്ഥാനത്തിൽ ഉള്ള വലതുപക്ഷക്കാർ, കമ്യൂണിസ്റ്റെന്ന് വിഖ്യാതനായ തന്നെ നിരീക്ഷിക്കാനായിരുന്നു

അലൈദയെ അയച്ചതെന്ന തെറ്റിദ്ധാരണ അദ്ദേഹത്തിനുണ്ടായിരുന്നു. അതായിരുന്നു ഗറില്ലാസംഘത്തിൽ ചേരണമെന്ന അലൈദയുടെ ആഗ്രഹത്തോട് കാണിച്ച തണുപ്പൻപ്രതികരണത്തിന്റെ അടിസ്ഥാനം. മാത്രമല്ല, അവൾക്കെതിരെ അറസ്റ്റുവാറന്റുള്ള വിവരവും അപ്പോൾ അദ്ദേഹത്തിന് അറിയില്ലായിരുന്നു.

തന്നെ എൽ പെഡ്രെറൊയിലേക്ക് കൊണ്ടുപോകാനുള്ള ചെയുടെ നിർദ്ദേശത്തോടുള്ള പ്രതിഷേധം അലൈദ മറച്ചുവെച്ചില്ല. എന്നാൽ ഫോമെന്റോയിൽ ഒരു താല്ക്കാലിക സർക്കാർ രൂപീകരിക്കാനുള്ള പ്രസ്ഥാനത്തിന്റെ പ്രഖ്യാപനത്തെ തുടർന്നു എൽ പെഡ്രോയിൽ ഒരു കൊച്ചുവെളുപ്പാൻകാലത്ത് ചെ ഗുവേര എത്തിയതോടെ സംഗതികളാകെ മാറിമറിഞ്ഞു. അവിടെ തെരുവിലിരിക്കയായിരുന്ന അവളെ കണ്ടപ്പോൾ ജീപ്പുനിർത്തി കൂടെവരുന്നോ എന്ന ചെയുടെ ക്ഷണം അലൈദ സ്വീകരിച്ചതോടെ അവളുടെ ജീവതഗതി നിർണയിക്കപ്പെട്ടു. ആ അനുഭവം അവൾ ഇങ്ങനെ വിവരിച്ചു: "വണ്ടിയോടിച്ചിരുന്നത് ചെ ആയിരുന്നു. ഞാൻ ചാടിക്കയറി സഹജപ്രേരണയാൽ സംരക്ഷണം തേടുന്നപോലെ അദ്ദേഹത്തോട് ചേർന്നിരുന്നു. മറ്റുസഖാക്കളുടെ പ്രേമാഭ്യർത്ഥനകളിൽനിന്ന് എന്നെ സംരക്ഷിക്കുന്ന, എന്നെക്കാൾ വളരെ പ്രായക്കൂടതലുള്ള ഒരാളായിട്ടായിരുന്നു ഞാൻ അദ്ദേഹത്തെ കണ്ടത്."

ദിവസങ്ങൾ കഴിയുന്തോറും അലൈദയ്ക്ക് ചെയുടെ കീർത്തിയിലുണ്ടായിരുന്ന അമ്പരപ്പിന്റെ സ്ഥാനത്ത് അത്യധികമായ ആദരവ് കടന്നുവന്നു. അവൾ എഴുതി: "അദ്ദേഹം വലിയ ബുദ്ധിശാലിയും മറ്റുള്ളവരെ നയിക്കാൻ കഴിവുള്ളവനുമായിരുന്നു. അദ്ദേഹം എപ്പോഴും ഒരു സുരക്ഷാബോധവും ആത്മവിശ്വാസവും പ്രസരിപ്പിച്ചു. അത് താൻ നയിക്കുന്ന പടയാളികൾക്ക് വിഷമകരമായ പരിതഃസ്ഥിതികളിൽപ്പോലും ഒരു താങ്ങുണ്ടെന്ന തോന്നലുളവാക്കി. ശക്തനായ ശത്രുവിനെ നേരിടുന്നതിൽ അദ്ദേഹത്തിന് വൈമനസ്യം ഉണ്ടാകാറില്ല. അദ്ദേഹത്തിന്റെ അവിശ്വസനീയമായ ധീരതയ്ക്കുപുറമെ, ഗറില്ലകൾക്ക് ആശ്രയിക്കാൻ കഴിഞ്ഞത് അടവുകളെയും തന്ത്രങ്ങളെയും സംബന്ധിച്ച അസാധാരണമായ അവബോധമുള്ള ഒരു നേതാവിനെ ആയിരുന്നു." കൊടുങ്കാറ്റിന്റെ വേഗത്തിൽ രൂപപ്പെടുന്ന പോരാട്ടത്തിൽ അലൈദയും സഖാക്കളും വ്യാപൃതരായപ്പോഴും എന്തു സംശയവും ദൂരീകരിക്കുന്ന ഒരു അസാമാന്യ വ്യക്തിയാൽ നയിക്കപ്പെടുന്നതിന്റെ സുരക്ഷാബോധവും ആത്മവിശ്വാസവും എല്ലാവർക്കുമുണ്ടായി. "ചെയോടുള്ള എന്റെ ആരാധന അദ്ദേഹത്തോട് വളർന്നുവന്ന പ്രേമബന്ധത്തെയും മറികടന്നു."

ചെയുടെ യുദ്ധതന്ത്രങ്ങൾ

ചെയുടെ യുദ്ധതന്ത്രങ്ങളെ പരാജയപ്പെടുത്താൻ ബാത്തിസ്റ്റ തന്റെ ആവനാഴിയിലെ എല്ലാ അമ്പുകളും എടുത്തു പ്രയോഗിച്ചു. തലങ്ങും വിലങ്ങും വ്യോമാക്രമണങ്ങൾ നടത്തിയായിരുന്നു ഗറില്ലകളുടെ മുന്നേറ്റത്തെ തടയാൻ സർക്കാർ സൈന്യം ശ്രമിച്ചത്. എണ്ണത്തിൽ അനേകമിരട്ടി സൈനികരെ ടാങ്കുകളും സാങ്കേതികമികവുള്ള ആയുധങ്ങളുമായി അണിനിരത്തി. അങ്ങനെ ശക്തമായ പ്രതിരോധം വിപ്ലവസൈന്യത്തിനു നേരിടേണ്ടിവന്നു. എന്നാൽ ഒരോ ഏറ്റുമുട്ടലിലും ചെയുടെ യുദ്ധതന്ത്രങ്ങൾതന്നെ വിജയിച്ചു. മിക്ക പട്ടണങ്ങളും തന്ത്രപ്രധാനമായ സ്ഥലങ്ങളും വിപ്ലവസൈന്യം പിടിച്ചെടുത്തു. ഏതാനും ആഴ്ചകളുടെ യുദ്ധത്തിൽ 3,000 ച. മൈൽ സ്ഥലം അവർ നിയന്ത്രണത്തിൽ കൊണ്ടുവന്നു. കരമാർഗ്ഗം ഓറിയന്തെ പ്രവിശ്യയിലേക്കുള്ള സൈനികനീക്കത്തിന് ബാത്തിസ്റ്റയ്ക്ക് കഴിയാതെവന്നു.

മിന്നലാക്രമണങ്ങൾ ഒരു തന്ത്രമായിത്തന്നെ ചെ സ്വീകരിച്ചു. ലാ വില്ല പ്രവിശ്യയിലെ സൈനികരുടെ താവളങ്ങളും റൂറൽ ഗാർഡ് യൂണിറ്റുകളും ആയിരുന്നു മിന്നലാക്രമണങ്ങൾക്കായി തിരഞ്ഞെടുത്തത്. ഒരു സൈനിക താവളത്തെയോ കോട്ടയെയോ വിപ്ലവകാരികൾ വളഞ്ഞുകഴിഞ്ഞാൽ അതിലുള്ള സൈനികരോട് കീഴടങ്ങാനായിരിക്കും ആദ്യം ആവശ്യപ്പെടുക. അനുകൂല പ്രതികരണം ലഭിച്ചില്ലെങ്കിൽ ബാരക്കിനോ കോട്ടയ്ക്കോ തീക്കൊടുക്കുമെന്ന ഭീഷണി മുഴക്കും. എന്നിട്ടും കീഴടങ്ങിയില്ലെങ്കിലായിരിക്കും ശരിക്കും തീക്കൊടുക്കുക. ഒടുവിലൊടുവിലായപ്പോൾ ഭീഷണിയുടെ ആദ്യഘട്ടത്തിൽത്തന്നെ ശത്രുസൈന്യം കീഴടങ്ങിയതായി പ്രഖ്യാപിക്കലായിരുന്നു പതിവ്. കീഴടങ്ങിയാൽ അവരെ സ്വതന്ത്രരാക്കാമെന്നു വാക്കുകൊടുക്കയും ആ വാക്ക് കൃത്യമായി പാലിക്കുകയും ചെയ്തു. അവരുടെ ആയുധങ്ങളെല്ലാം പിടിച്ചെടുക്കും. അതിനുമുമ്പ് വിപ്ലവത്തിന്റെ മഹത്തായ ലക്ഷ്യത്തെപ്പറ്റി ഒരു പ്രസംഗം ശ്രദ്ധാപൂർവ്വം കേട്ടിരിക്കണമെന്ന് നിർബ്ബന്ധമാണ്. അവർ ലാ വില്ല പ്രവിശ്യ വിട്ടുപോകണം എന്നായിരുന്നു മറ്റൊരു നിബന്ധന. ചിലപ്പോൾ അവരെ റെഡ് ക്രോസിനു കൈമാറുകയും ചെയ്യുമായിരുന്നു. അവരെ സ്വീകരിച്ചശേഷം റെഡ് ക്രോസ് അവരെ പ്രവിശ്യയുടെ അതിർത്തി കടത്തിവിടും. ഈ കീഴടങ്ങൽ വാർത്ത പൊതുജനങ്ങളിൽ വിപ്ലവത്തിന് അനുകൂലമായ തരംഗം സൃഷ്ടിച്ചു. അങ്ങനെ വിപ്ലവം ജനങ്ങളുടെ ഉത്സവമായി മാറി. വിപ്ലവകാരികളെ സ്വീകരിക്കുന്നതിൽ ജനങ്ങൾ പ്രദർശിപ്പിച്ച ഉത്സവപ്രതീതിയായിരുന്നു വിപ്ലവകാരികൾക്ക് എണ്ണമറ്റ ത്യാഗങ്ങൾ സഹിക്കാൻ ശക്തി പകർന്നത്.

അലൈദ ഒരു പോരാളിയെന്നതിനേക്കാൾ ഒരു പേഴ്സണൽ അസിസ്റ്റന്റ് എന്ന നിലയിൽ ചെയോടൊപ്പം യാത്രചെയ്തു. അവൾ എഴുതി: “മനികരാഗ്വയിലെ സിനെസിയോ തോറെസിന് അയയ്ക്കാനുള്ള പാസ് വേഡ്സ് പകർത്താൻ അദ്ദേഹം എന്നോട് നിർദ്ദേശിച്ചു. അപ്പോൾമുതൽ ഞാൻ ചെയുടെ പേഴ്സണൽ അസിസ്റ്റന്റ് ആയി പ്രവർത്തിച്ചു. ഞാൻ പോരാട്ടത്തിൽ പങ്കെടുത്തില്ല. എന്നാൽ എപ്പോഴും ഞാൻ അദ്ദേഹത്തിന്റെ അരികിലുണ്ടായിരുന്നു.” ചെയുടെ സൈന്യം പലതരം കഷ്ടപ്പാടുകളിലൂടെ വിജയത്തിൽനിന്ന് വിജയത്തിലേക്ക് മുന്നേറിക്കൊണ്ടിരുന്നു. അക്കാലത്തെ സഹനത്തെപ്പറ്റി അലൈദ അനുസ്മരിക്കുന്നത് നോക്കൂ: “ഡിസംബർ 26ന് ചെയും ഞാനും തീർത്തും ക്ഷീണിതരായി കബയ്ഗ്വാനിൽനിന്നു മടങ്ങുകയായിരുന്നു. ഭക്ഷണമോ ഉറക്കമോ ഇല്ലാതെ മിക്കവാറും എട്ടു ദിവസം ഞങ്ങൾ കഴിച്ചുകൂട്ടി.” ചെ മെക്സിക്കോയിൽ വെച്ച് പരിശീലനകാലത്തും ഗ്രാന്മയാത്രയിലും പിന്നീടും നിരവധി സന്ദർഭങ്ങളിൽ ഇത്തരം സഹനങ്ങളിലൂടെ കടന്നുപോയിട്ടുണ്ടായിരുന്നു. ചെയോടൊപ്പം അലൈദയും ദിവസങ്ങളോളം ഊണും ഉറക്കവുമില്ലാതെ പിടിച്ചുനിന്നപ്പോഴായിരിക്കണം അവൾ മറ്റുള്ളവരെപ്പോലെ ഒരു ഗറില്ലയാകാൻ യോഗ്യയാണെന്ന് ചെയ്ക്ക് ഉറപ്പായത്.

പോരാളിയും കാമുകിയുമായി അലൈദ

ക്യൂബൻ വിപ്ലവത്തിലെ നിർണ്ണായകയുദ്ധം ലാ വില്ല പ്രവിശ്യയിലെ ഏറ്റവും വലിയ നഗരമായ സാന്ത ക്ലാരയിൽ 1958 ഡിസംബർ അവസാനത്തോടെ ചെ നയിച്ചതായിരുന്നു. ഗറില്ലാസൈന്യം പ്രവിശ്യാതലസ്ഥാനമായ സാന്താ ക്ലാരയിലേക്ക് ഡിസംബർ 28ന് പ്രവേശിക്കുകയും ആദ്യ കമാൻഡ് പോസ്റ്റ് സെൻട്രൽ യൂണിവേഴ്സിറ്റിയിൽ സ്ഥാപിക്കുകയും ചെയ്തു. അപ്പോഴായിരുന്നു ചെ ഗുവേര ഒരു എം-1 റൈഫിൾ അലൈദയ്ക്കു നല്കിയത്. അദ്ദേഹം അവളെ ഒരു യഥാർത്ഥ ഗറില്ലയായി അംഗീകരിച്ചതിന്റെ സൂചനയായിരുന്നു അത്. മറക്കാനാവാത്ത ആ സംഭവം അലൈദയുടെ വാക്കുകളിൽ: “ആ രാവിലെ ഒട്ടും പ്രതീക്ഷിക്കാതിരിക്കേ ഒരു എം-1 റൈഫിൾ എടുത്തു അത് എന്റേതന്നെ നേട്ടമാണെന്ന് പറഞ്ഞുകൊണ്ടു ചെ നൽകിയപ്പോൾ അമ്പരപ്പാണുണ്ടായത്. ഒരു പോരാളിയെന്ന നിലയിൽ ഇത് എന്റെ ആദ്യത്തെ പ്രധാന വിജയമായിരുന്നു. ആർക്കാണ് ആയുധം നല്കേണ്ടതെന്നതിനെ സംബന്ധിച്ച ചെയുടെ അളവുകോൽ എത്രമാത്രം കർക്കശമാണെന്ന് ഞാൻ കൗതുകത്തോടെ ശ്രദ്ധിച്ചു. എനിക്ക് ഏറെ സംതൃപ്തിയും അങ്ങേയറ്റം അഭിമാനവും തോന്നി.” പല പോരാട്ടവേളകളിലും അലൈദയെ

കൂടെക്കൂട്ടിയിരുന്നെങ്കിലും ഒരു പോരാളിയായി അവളെ ചെ അപ്പോൾ മാത്രമായിരുന്നു അംഗീകരിച്ചത്.

സാന്താ ക്ലാരയിലെ പോരാട്ടത്തിൽ വിപ്ലവസൈന്യത്തെ വലിയൊരളവോളം സഹായിച്ചത് ആ നഗരത്തിന്റെ മുക്കും മൂലയും പരിചയമുള്ള അലൈഡ കൂടെയുണ്ടായിരുന്നതായിരുന്നു. പൊരിഞ്ഞ യുദ്ധത്തിനിടയിൽ ശത്രുവിന്റെ വെടിയുതിർത്തുകൊണ്ടിരുന്ന ടാങ്കിനുമുന്നിൽ അവൾ പെട്ടപ്പോൾ എന്തെങ്കിലും സംഭവിക്കുമോ എന്ന ചിന്ത ചെയ്ക്ക് സഹിക്കാൻ കഴിയാത്തതായി. അപ്പോഴായിരുന്നു ചെ തന്റെ പ്രണയം സ്വയം മനസ്സിലാക്കിയത്. ഈ സംഭവത്തെപ്പറ്റി അലൈഡ എഴുതി: "... പാർക്കിൽനിന്നു കുറച്ചു ബ്ലോക്ക് അകലെ ഒരു ടാങ്ക് വെടിയുതിർക്കുന്നത് ഞങ്ങൾ കേട്ടു. അപായമുണ്ടായിട്ടും ചെ ഒരു ആയുധവൽക്കരിക്കപ്പെട്ട കാറിനു മുന്നിലൂടെ റോഡ് മുറിച്ചുകടന്നു. അദ്ദേഹത്തിന്റെ തൊപ്പി തലയിൽനിന്നു പറന്നുപോയി. ... ആയുധവൽക്കരിക്കപ്പെട്ട കാറ് കണ്ടപ്പോൾ ഞാൻ അവിടെത്തന്നെ ഉറഞ്ഞുനിന്നുപോയി. എന്റെ വീടിന് അടുത്താണ് ഞങ്ങളെന്നു എനിക്കു മനസ്സിലായി. എന്നാൽ അതിൽനിന്നു മോചിതയാകാൻ എനിക്ക് എതാനും സെക്കന്റുകൾ വേണ്ടിവന്നു. എന്റെ പട്ടണത്തിന്റെ ചുറ്റുപാടുകൾ അദ്ദേഹത്തിന് അറിയില്ലെന്ന് എനിക്ക് അറിയാവുന്നതിനാൽ അദ്ദേഹത്തെ തനിയെ വിടാൻ പാടില്ലെന്ന് ചിന്തിച്ചുകൊണ്ട് ഞാൻ റോഡ് മുറിച്ചുകടന്ന് ചെയുടെ അടുത്തേക്കു ചെന്നു. തന്റെ തൊപ്പിയെടുക്കാൻ ചെ മടങ്ങിച്ചെല്ലുന്നതായികണ്ടു ഞാൻ ഞെട്ടിപ്പോയി. ആയുധവൽക്കരിക്കപ്പെട്ട കാർ പിൻവാങ്ങിയത് ഞങ്ങളെ അദ്ഭുതപ്പെടുത്തി. ... അത്തരമൊരു അപായത്തിൽ എന്നെ കണ്ടപ്പോൾ ഞാൻ അദ്ദേഹത്തിന് എത്രമാത്രം വിലപ്പെട്ടവളാണെന്ന് താൻ തിരിച്ചറിഞ്ഞുവെന്ന് പിന്നീട് ചുരുക്കമായി ലഭിച്ച സ്വകാര്യനിമിഷങ്ങളിലൊന്നിൽ അദ്ദേഹം തുറന്നുപറയുകയുണ്ടായി."

ഈ സ്വകാര്യനിമിഷം വന്നുചേർന്നതാകട്ടെ വിപ്ലവം വിജയിപ്പിച്ച ശേഷം 1959 ജനുവരി 2നു ഹവാനയിലേക്കു നടത്തിയ ജൈത്രയാത്രയ്ക്കിടയിലായിരുന്നു. ഒരിക്കലും അത്തരം കാര്യങ്ങൾ പറയാൻ പറ്റാത്ത സാഹചര്യത്തിൽ അല്പസമയം വീണുകിട്ടിയപ്പോഴായിരുന്നു ചെ ഹൃദയം തുറന്നത്. അലൈഡ എഴുതി: "ഇന്ധനം നിറയ്ക്കാനുള്ള ഞങ്ങളുടെ ആദ്യ സ്റ്റോപ് സന്ധ്യാവേളയിലായിരുന്നു. അത് ലോസ് അരബോസിലായിരുന്നുവെന്നു തോന്നുന്നു. എന്നാൽ അത് കാലിസിയോയും ആകാം. ഒളിവിലിരുന്നു ഞാൻ നടത്തിയ സമരകാലത്ത് കടന്നുപോന്ന ഇടമാകയാൽ എനിക്ക് അറിയാവുന്ന സ്ഥലമാണത്. എന്നാൽ ശേഷിച്ച എന്റെ ജീവിതത്തിൽ ഈ സ്ഥലത്തിന് സവിശേഷ പ്രാധാന്യമുണ്ടാകുമെന്ന്

ഞാൻ ഭാവനയിൽപോലും കരുതിയതല്ല. ഈ ചെറിയ, തീരെ അപ്ര ധാനമായ പട്ടണത്തിൽ വെച്ചായിരുന്നു ചെ എന്നോടുള്ള പ്രണയം ആദ്യമായി തുറന്നു പറഞ്ഞത്." പാതി ഉറക്കത്തിലാകയാലും ചെയെ പ്രായത്തിലും പക്വതയിലും വളരെ സമുന്നതപദവിയിൽ കണ്ടിരുന്നതി നാലും അദ്ദേഹം പറഞ്ഞതൊന്നും അപ്പോൾ അവളുടെ ഉള്ളിലേക്കെ ത്തിയില്ല. അത്തരം കാര്യങ്ങൾ പറയാൻ പറ്റിയ സമയമോ സന്ദർഭമോ അല്ലാത്തതിനാലായിരുന്നു അങ്ങനെ സംഭവിച്ചതെങ്കിലും പില്ക്കാലത്ത് അതോർത്ത് അവൾ വിഷമിക്കയുണ്ടായി. തീയുണ്ടകൾ പാറിപ്പറക്കു ന്നതിനിടയിൽ വീണുകിട്ടുന്ന അപൂർവ്വനിമിഷമാകയാൽ അതിനൊരു അനിവാര്യതയുണ്ടായിരിക്കാം.

മുൻഭാര്യ ഹിൽദ ഗാദിയയെയും മകൾ ഹിൽദിത്തയെയും പറ്റി അദ്ദേഹം തുറന്നു സംസാരിച്ചു. മെക്സിക്കോ വിട്ടശേഷം അവർ തമ്മിൽ യാതൊരു ആശയവിനിമയവും നടന്നിട്ടില്ല. അങ്ങനെ സ്വാഭാവികമായി അവർ അകന്നു. വിപ്ലവകാരികൾ അധികാരം പിടിച്ചെടുത്ത ഉടനെ 1959 ജനുവരി 9ന് ചെയുടെ അമ്മ സീലിയ ഹവാനയിൽ എത്തിയ പ്പോൾ അലൈദയെ അദ്ദേഹം അമ്മയ്ക്ക് പരിചയപ്പെടുത്തുകയുണ്ടായി. അപ്പോൾ അമ്മയും മകനും തമ്മിൽ നടന്ന സംഭാഷണം ലവ്രേത്സ്കി ഉദ്ധരിച്ചിരുന്നു. ചെ അമ്മയോടു ചോദിച്ചു:

"അവളെ ഇഷ്ടപ്പെട്ടോ?"

"വളരെ വളരെ. അവൾ വളരെ ചെറുപ്പമാണ്. സുന്ദരിയും ധീരയുമാണ്."

"ഞങ്ങൾ ഉടനെതന്നെ വിവാഹിതരാകാൻ പോകയാണ്."

"പക്ഷേ ഹിൽദയും ഹിൽദിതയുമോ?"

"ഞാൻ അവളോട് പറയുകയും അവൾ അത് അംഗീകരിക്കയും ചെയ്തു. അവൾ എന്നെ മനസ്സിലാക്കുകയും ഹിൽദിതയെ ഞങ്ങൾക്ക് വിട്ടുതരാൻ സമ്മതിക്കയും ചെയ്തു." ഹിൽദിതയോട് ഉണ്ടായിരുന്ന ചെയുടെ പിതൃവാത്സല്യം ഊഷ്മളതയോടെ എന്നും നിലനിന്നു.

പതിനാല്

വിജയപാതയിൽ

ഡിസംബർ അവസാനമായപ്പോഴേക്കും വിപ്ലവം ഒരു കൊടുങ്കാറ്റുപോലെ അധികാരത്തിന്റെ കോട്ടകളിൽ ആഞ്ഞടിച്ചു. അവ ഒന്നൊന്നായി നിലംപതിച്ചു. സ്വേച്ഛാധിപത്യത്തിന്റെ പതനം ജനങ്ങൾ ഉത്സവമാക്കി. 1956 ഡിസംബർ 2ന് ക്യൂബൻമണ്ണിൽ കാലുകുത്തിയ ചെ ഗുവേരയെപ്പറ്റി അന്ന് ക്യൂബൻ പത്രങ്ങൾ കാസ്ട്രോസംഘത്തോടൊപ്പമുള്ള ഏതോ ഒരു അർജന്റീനിയൻ ഡോക്ടർ എന്ന് ഉദാസീനമായി പരാമർശിക്കയുണ്ടായി. എന്നാൽ വെറും രണ്ടുവർഷത്തിനുശേഷം അവരുടെ മനോഭാവത്തിൽ സംഭവിച്ച രാസമാറ്റം ആശ്ചര്യകരമാണ്. ഫിദലിനെയെന്നപോലെ അദ്ദേഹത്തെയും അവർ നെഞ്ചേറ്റി. ചെയെ ഒരു നോക്കു കാണാൻ ക്യൂബൻ ജനത ഇരച്ചുകയറി. ഇതിനെല്ലാം കാരണം അവരുടെ മോചനത്തിനായി അദ്ദേഹം കൈവരിച്ച ഐതിഹാസികമായ, അവിശ്വസനീയമായ വിജയങ്ങളായിരുന്നു.

സാന്ത ക്ലാരയിലേക്ക്

സാന്ത ക്ലാരയിൽ ചെയുടെ കീഴിൽ പൊരുതാൻ ആകെ 214 ഗറില്ലകളേ ഉണ്ടായിരുന്നുള്ളൂ. അപ്പുറത്ത് സർക്കാർസൈന്യം 3,200. പതിനഞ്ച് ഇരട്ടിയോളം വരുന്ന സൈനികരെ നേരിടാൻ തന്റെ ഗറില്ലകളെ ചെ 7 പ്ലാറ്റൂണുകളായി തിരിച്ചു. എണ്ണക്കൂടുതലിനുപുറമെ ബാത്തിസ്റ്റയുടെ പട്ടാളക്കാർ ഏറ്റവും ശക്തവും ആധുനികവുമായ

ആയുധങ്ങളാൽ സമ്പന്നമായിരുന്നു. ടാങ്കുകൾ, കവചിതവാഹനങ്ങൾ മോർട്ടാറുകൾ, ആയുധവൽക്കരിക്കപ്പെട്ട ട്രെയിൻ തുടങ്ങിയവ അവരുടെ സൈനികനിരയ്ക്ക് അജയ്യതയുടെ പരിവേഷം നല്കി. ചെയുടേതിന് എണ്ണക്കുറവിനുപുറമെ ആയുധങ്ങളുടെ കാര്യത്തിലും വലിയ അന്തരം ഉണ്ടായിരുന്നു. കഴിഞ്ഞ പത്തു ദിവസമായി നിരന്തരം യുദ്ധത്തിലായിരുന്നതിനാൽ വെടിക്കോപ്പുകൾ ഏറെയും ഉപയോഗിച്ചുകഴിഞ്ഞിരുന്നു. സർക്കാർസൈനികരെ അപേക്ഷിച്ച് അവർ ക്ഷീണിതരുമായിരുന്നു.

ഡിസംബർ 16ന് ഫോമെന്റോ പട്ടണം മോചിപ്പിച്ച വിപ്ലവകാരികൾ 21ന് കബെയ്ഗ്വാൻ പട്ടണത്തിനുനേരെ ആക്രമണം ആരംഭിച്ചു. ഇവിടെ ശത്രുവുമായി നേർക്കുനേർ അങ്കംവെട്ടേണ്ടിവന്നു. ഒരു ബാരക്ക് പിടിച്ചെടുക്കാനുള്ള ശ്രമത്തിനിടയിൽ ഒരു കെട്ടിടത്തിന്റെ മേൽക്കൂരയിൽനിന്നു സാഹസികമായി ചാടിയതിനാൽ ചെയുടെ ഇടതുകൈ ഒടിഞ്ഞു. നെറ്റിയിൽ കഠിനമായ മുറിവുമേറ്റു. സാധാരണ ഒരു പടയാളിക്ക് ആസ്പത്രിയിൽ കിടന്നുചികിത്സിക്കാൻ ഇത് ധാരാളം മതിയായിരുന്നു. എന്നാൽ ചെ ആസ്പത്രിയിൽ പോയത് കൈയ്ക്ക് പ്ലാസ്റ്ററിട്ട് വീണ്ടും രണാങ്കണത്തിലേക്ക് കുതിക്കാനായിരുന്നു. ശത്രുവിന്റെ സൈനികത്താവളം പിടിച്ചെടുത്തേ അദ്ദേഹം യുദ്ധം അവസാനിപ്പിച്ചുള്ളൂ. വിപ്ലവകാരികൾ സർക്കാർസൈനികരെ നിരായുധരാക്കിയശേഷം പതിവുപോലെ മോചിപ്പിച്ചു. പരാജിതരെ ഉപദ്രവിക്കയോ അപമാനിക്കയോ ചെയ്യാതെ സ്വതന്ത്രരാക്കുന്ന വിപ്ലവസൈന്യത്തിന്റെ മനുഷ്യത്വരമായ പെരുമാറ്റം മറ്റു സൈനികർക്കും കീഴടങ്ങാൻ പ്രേരണയായി. അവരുടെ ആയുധങ്ങളും വെടിക്കോപ്പുകളും ഗറില്ലകൾ സ്വന്തമാക്കി.

സാന്താ ക്ലാരയിൽനിന്നു 35 കി.മീ. മാത്രം അകലെയുള്ള പ്ലാസെറ്റാസ് പട്ടണത്തിനുവേണ്ടിയുള്ള യുദ്ധം ചെയുടെ നേതൃത്വത്തിലുള്ള ഗറില്ലകൾ ഡിസംബർ 22 രാവിലെ ആരംഭിച്ചു. അത് കൈവശപ്പെടുത്താൻ വൈകുന്നേരമായപ്പോഴേക്കും അവർക്കു കഴിഞ്ഞു. എന്നാൽ അവിടെ നിന്ന് തോറ്റോടിയ ബാത്തിസ്റ്റാസൈന്യം പോർവിമാനങ്ങളിൽനിന്നു ബോംബുകൾ വർഷിച്ച് നിരപരാധികളായ സാധാരണജനങ്ങളെ കൊന്നൊടുക്കി. ഗറില്ലകൾ വ്യോമാക്രമണങ്ങളിൽനിന്നു രക്ഷനേടാൻ പരിശീലനം സിദ്ധിച്ചവരായിരുന്നു.

ലാ വില്ല പ്രവിശ്യയിലെ രണ്ടാമത്തെ വലിയ നഗരമാണ് സാൻക്ടി സ്പിരിറ്റസ്. ഈ നഗരം വളഞ്ഞ വിപ്ലവകാരികൾക്ക് രണ്ടു ദിവസത്തെ ഉഗ്രമായ പോരാട്ടത്തിനൊടുവിലായിരുന്നു വിജയം കണ്ടെത്താനായത്. ഡിസംബർ 25ന് ചെയും സൈന്യവും സാന്താ ക്ലാരയിലേക്കുള്ള റോഡിൽ സ്ഥിതിചെയ്യുന്ന റെമെഡിയോസ് നഗരത്തിലേക്ക് കുതിച്ചു.

അവിടെ സ്പാനിഷ് ഭരണകാലത്തെ വലിയ കെട്ടിടങ്ങളിൽ കയറിപ്പറ്റി ബാരിക്കേഡുകൾ ഉയർത്തുകയായിരുന്നു സർക്കാർസൈന്യം ചെയ്തത്. വിപ്ലവകാരികൾ ആ കെട്ടിടങ്ങളെ വളഞ്ഞു വെടിവെപ്പാരംഭിച്ചു. രക്ഷപ്പെടാൻ മാർഗ്ഗമൊന്നുമില്ലെന്നു കണ്ട് ആദ്യം ആയുധം വെച്ചു കീഴടങ്ങിയത് പോലീസുകാരായിരുന്നു. കാരണം അവർ തങ്ങിയ കെട്ടിടം തീപ്പിടിച്ചിരുന്നു. ചെയുടെ നേതൃത്വത്തിൽ മറ്റു കെട്ടിടങ്ങളിലേക്ക് കടന്ന വിപ്ലവകാരികൾ നൂറോളം ശത്രുസൈനികരെ തടവുകാരാക്കി. അലൈദയും ക്യാപ്റ്റൻ റോബെർട്ടോ റോഡ്രിഗ്വേസും ഈ പോരാട്ടത്തിൽ ചെയോടൊപ്പം പങ്കെടുത്തിരുന്നു. കൊച്ചു ആട്ടിടയൻ എന്ന ഇരട്ടപ്പേരിൽ അറിയപ്പെടുന്ന റോഡ്രിഗ്വെസിന്റെ പ്ലാറ്റൂണിലെ ഗറില്ലകളുടെ അസാധാരണമായ ധീരതയെ കണക്കിലെടുത്ത് ഡെത്ത് പ്ലാറ്റൂൺ എന്നായിരുന്നു മറ്റുള്ളവർ അതിനെ വിളിച്ചത്. അന്നുതന്നെ വിപ്ലവകാരികൾ കയാബാരിയൻ തുറമുഖത്തേക്ക് കുതിച്ചു. അവിടെ ഉണ്ടായിരുന്ന സൈനികരെയും നാവികരെയും നിരായുധരാക്കാൻ മണിക്കൂറുകളേ ചെയുടെ സൈന്യത്തിനു വേണ്ടിവന്നുള്ളൂ.

ഡിസംബർ 26ന് വിപ്ലവകാരികൾ കമാജ്വനിപട്ടണം വിമോചിപ്പിച്ചപ്പോൾ അവിടെ പ്രതിരോധിച്ചിരുന്ന സൈന്യം സാന്താ ക്ലാരയിലേക്ക് ഓടിരക്ഷപ്പെട്ടു. തുടർന്ന് പരിസരപ്രദേശങ്ങളിലെ ചെറുപട്ടണങ്ങളിൽ നിന്നെല്ലാം സൈന്യം പിൻവാങ്ങി. സാന്താ ക്ലാരയിൽനിന്നു 70 കി.മീ. അകലെ സാന്തോ ഡോമിങ്കോയുടെ പടിഞ്ഞാറുഭാഗത്ത് തമ്പടിക്കുക എന്ന തന്ത്രം സർക്കാർസൈന്യം സ്വീകരിച്ചു. സാന്താ ക്ലാരയുടെ 16 കി.മീ. കിഴക്ക് എസ്പരാൻസായിൽ അവർ കേന്ദ്രീകരിച്ചു. അങ്ങനെ പ്രവിശ്യാതലസ്ഥാനത്തേക്കുള്ള വിപ്ലവകാരികളുടെ മുന്നേറ്റം തടയാമെന്നു അവർ വ്യാമോഹിച്ചു.

അന്റോണിയോ നുനെസ് ജിമെനെസ്

ലാ വില്ല പ്രവിശ്യയിലെ വിപ്ലവസമരങ്ങളിൽ ചെയുടെ വലംകൈയായി പ്രവർത്തിച്ച അന്റോണിയോ നുനെസ് ജിമെനെസ് (1923-1998) അക്കാദമിക്കുകൂടിയായ വിപ്ലവകാരിയായിരുന്നു. ഹവാന യൂണിവേഴ്സിറ്റിയിൽനിന്നും 1950ലും മോസ്കോ യൂണിവേഴ്സിറ്റിയിൽനിന്നു 1954ലും ഡോക്ടറേറ്റ് നേടിയ, സർവ്വകലാശാലാപ്രൊഫസർകൂടിയായ അദ്ദേഹം 1954ൽ പ്രസിദ്ധീകരിച്ച ക്യൂബയുടെ ഭൂമിശാസ്ത്രം എന്ന ഗ്രന്ഥത്തിൽ ആ രാജ്യത്തിനു മേൽ സാമ്രാജ്യത്വ ആധിപത്യം ഉണ്ടാക്കിയ വിനാശങ്ങൾ തുറന്നുകാട്ടിയിട്ടുണ്ട്. അതിനുമുമ്പേ ബാത്തിസ്റ്റാവിരുദ്ധ സമരങ്ങളിൽ പങ്കെടുത്തിട്ടുള്ള നുനെസ് ഈ പുസ്തകം നിരോധിക്കപ്പെട്ടതോടെ ഒളിവിൽ പോകുകയും ജൂലായ് 26 പ്രസ്ഥാനത്തിൽ ചേർന്നു

പ്രവർത്തിക്കയും ചെയ്തു. ചെയുടെ നേതൃത്വത്തിൽ ലാ വില്ല പ്രവിശ്യയിൽ നടന്ന സമരങ്ങളിലെല്ലാം അദ്ദേഹം വിരോചിതമായി പങ്കെടുത്തു. സാന്താ ക്ലാരയ്ക്കുവേണ്ടിയുള്ള നിർണ്ണായക യുദ്ധത്തിൽ എട്ടാം കോള ത്തിന്റെ നേതൃത്വം ചെ നുനെസിനെ ആയിരുന്നു ഏല്പിച്ചത്. അലൈദ എഴുതി: “അവിടെ ഞങ്ങൾ ആദ്യമായി ഭൂമിശാസ്ത്രജ്ഞനും സർവ്വക ലാശാലാ പ്രൊഫസറുമായ അന്റോണിയോ നുനെസ് ജിമനെസിനെ കണ്ടു. ജൂലായ് 26 പ്രസ്ഥാനവുമായി സഹകരിച്ച പിഎസ്പിയുടെ അംഗമായിരുന്നു അദ്ദേഹം. സാന്താ ക്ലാര പിടിച്ചെടുക്കുന്നതിനുള്ള തയ്യാറെടുപ്പിന് ഒരു ഭൂപടവിദഗ്ധന്റെ സഹായം ആവശ്യമായതിനാൽ ചെ ക്ഷണിച്ചിട്ടായിരുന്നു അദ്ദേഹം വന്നത്.”

ചെയുടെ പ്ലാൻ അനുസരിച്ചുതന്നെ നുനെസ് ജിമെനെസ് ഗറില്ലാ സൈന്യത്തെ സാന്താ ക്ലാരയ്ക്ക് തൊട്ടടുത്തുള്ള മാർത്താ അബ്രൂവിലെ സർവ്വകലാശാലാ ക്യാമ്പസിൽ ഡിസംബർ 27 പുലർച്ചെ 2 മണിക്ക് എത്തിച്ചു. 6.30ന് ചെ ഗുവേര അവിടെ എത്തുകയും 8 മണിക്ക് സാന്താ ക്ലാരയിലേക്ക് നീങ്ങാനുള്ള കല്പന കൊടുക്കുകയും ചെയ്തു. അപ്പോഴേ ക്കും സീറാ മെസ്ത്രയിൽനിന്നു ചെ പരിശീലിപ്പിച്ചെടുത്ത അനുഭവസ മ്പന്നരായ ഗറില്ലകൾ സർക്കാർസൈന്യത്തിൽനിന്നും പിടിച്ചെടുത്ത ജീപ്പുകളിൽ അവിടെ എത്തിച്ചേർന്നു. ആ ഗറില്ലാസംഘം വിപ്ലവഡയറ ക്ടറേറ്റ് എന്നായിരുന്നു അറിയപ്പെട്ടത്. കൂടാതെ പർവ്വതനിരകളിൽ ചെ സ്ഥാപിച്ച ബേസ് ക്യാമ്പിൽ പരിശീലിപ്പിക്കപ്പെട്ട പുതിയ റിക്രൂട്ടുകളായ കർഷകരും വിദ്യാർത്ഥികളും അവിടെ വന്നുചേർന്നു. ആ സൈനികനിര അധികമാരും ഉപയോഗിക്കാത്ത റോഡിലൂടെ നഗരത്തിന്റെ അന്ത്യ ത്തിലുള്ള സർവ്വകലാശാലാ ക്യാമ്പസിലെത്തി.

തന്റെ സൈന്യത്തെ സെൻട്രൽ ഹൈവേയിലൂടെ നയിച്ച ചെ ഉച്ചയോടെ കാപിറോ പർവ്വതത്തിലെത്തി. അവിടെ അവരെ നേരിട്ടത് നിറയെ ആയുധങ്ങളും നാന്നൂറോളം പട്ടാളക്കാരുമുള്ള ഒരു ട്രെയിനും രണ്ടു ടാങ്കുകളുമായിരുന്നു. എണ്ണത്തിലും ആയുധബലത്തി ലും കുറഞ്ഞ ചെയുടെ സൈന്യത്തെ സർവ്വസന്നാഹങ്ങളോടുകൂടിയ സർക്കാർസൈന്യം നിഷ്പ്രയാസം ക്യൂബൻ മണ്ണിൽനിന്നു തുടച്ചുനീക്കും എന്നായിരിക്കും സ്വാഭാവികമായും നാം പ്രതീക്ഷിക്കുക. ക്യൂബൻ വിപ്ല വത്തിന്റെ അന്തിമഘട്ടത്തിൽ ഇത്തരം സാമാന്യ യുക്തിക്ക് യാതൊരു പ്രസക്തിയും ഇല്ലായിരുന്നു. ലവ്രേത്സ്കി എഴുതി: “ഈ കോട്ടകെട്ടി ഉറപ്പിച്ച സ്ഥാനത്തുനിന്നു കലാപകാരികളുടെ ആക്രമണത്തെ തടഞ്ഞു നിർത്താനാകുമെന്നു ആർക്കും തോന്നിപ്പോകും. എന്നാൽ ശക്തിയിൽ മുൻതൂക്കമുണ്ടായിരുന്ന ബാത്തിസ്തയുടെ സൈന്യത്തിനു, ആത്മവീര്യം

കെട്ടപോകയും ആശയക്കുഴപ്പത്തിലാവുകയും ചെയ്തതിനാൽ, ചെ എന്നു കേട്ടാൽപ്പോലും പരിഭ്രാന്തിയായിരുന്നു."

സാന്താ ക്ലാരയിൽ പ്രവേശിച്ച വിപ്ലവകാരികൾക്ക് ആദ്യമായി ശത്രുവുമായി ഏറ്റുമുട്ടേണ്ടിവന്നത് ഡിസംബർ 28 രാവിലെയായിരുന്നു. കമജ്വനിയിൽനിന്നുള്ള റോഡിന്റെ പരിസരത്തിൽ ഒളിപ്പിച്ചുവെച്ചിരുന്ന ബാത്തിസ്റ്റയുടെ ടാങ്കുകളുടെ പെട്ടെന്നുള്ള ആക്രമണത്തിൽ ചില്ലറ നഷ്ടങ്ങൾ വിപ്ലവസേനയ്ക്ക് സംഭവിച്ചു. ഈ പടയോട്ടവേളകളിലെല്ലാം അലൈദ ചെയുടെ അരികെത്തന്നെ ഉണ്ടായിരുന്നത് വലിയ സഹായമായി. നഗരത്തിന്റെ മുക്കും മൂലയും നന്നായി മനസ്സിലാക്കിയ അവൾക്ക് ചെയെയും ഗറില്ലകളെയും ഓരോ ആക്രമണത്തെ തുടർന്നും നഗരത്തിലൂടെ കൃത്യമായി വഴി തെറ്റാതെ നയിക്കാൻ കഴിഞ്ഞു. നഗരവാസികളുമായി വ്യക്തിബന്ധം പുലർത്തിയിരുന്ന അവളുടെ സാന്നിദ്ധ്യം അവരുടെ പിന്തുണ ആർജ്ജിക്കാനും എളുപ്പമായി.

ഫിദൽ കാസ്ട്രോയും റൗൾ കാസ്ട്രോയും രാജ്യത്തിന്റെ കിഴക്കുഭാഗമായ സാന്റിയാഗോ ദെ ക്യൂബയിൽ യുദ്ധവിജയങ്ങൾ നേടിക്കൊണ്ടിരിക്കേ ആയിരുന്നു ചെയും കാമിലോ സിയൻഫ്യൂഗോസും മദ്ധ്യഭാഗത്ത് മുന്നേറിക്കൊണ്ടിരുന്നത്. കോൾട്ട്മാൻ എഴുതി: "എന്നാൽ യഥാർത്ഥ വഴിത്തിരിവുണ്ടായത്, 1958 ഡിസംബർ 29നും 31നും ഇടയിൽ ചെ ഗുവേരയും 300 വിപ്ലവകാരികളും ഒന്നര ലക്ഷം താമസക്കാരുള്ള തന്ത്രപ്രധാനനഗരമായ സാന്ത ക്ലാര ഉപരോധിക്കയും അവസാനം പിടിച്ചെടുക്കയും ചെയ്തപ്പോഴായിരുന്നു." ക്യൂബയിലൊട്ടാകെ വിപ്ലവസൈന്യവും സർക്കാർസൈന്യവും തമ്മിൽ മുപ്പതിലേറെ സംഘട്ടനങ്ങളും ആറ് സാമാന്യം വലിയ യുദ്ധങ്ങളും നടന്നുകഴിഞ്ഞു. വിപ്ലവസൈന്യം ആർക്കും തടുക്കാനാവാത്തവിധം മുന്നേറാൻ തുടങ്ങി.

ബാത്തിസ്റ്റയുടെ ഒളിച്ചോട്ടം

ചെ ഗുവേരയ്ക്ക് നേരിടാനുണ്ടായിരുന്നത് എൽ കാപിറോ എന്ന കുന്നിൻപുറത്ത് തമ്പടിച്ചിരുന്ന സർക്കാർ സൈന്യത്തെയും, 400 പടയാളികളെയും, പടക്കോപ്പുകൾ കുത്തിനിറച്ച് എത്തിയ തീവണ്ടിയെയും ആയിരുന്നു. തൊട്ടടുത്ത കൃഷിശാസ്ത്ര സ്കൂളിൽനിന്ന് ഒരു ബുൾഡോസർ എടുപ്പിച്ച് റെയിൽവേ ലൈനിൽനിന്നു 30 അടിയോളം റെയിലുകൾ നീക്കം ചെയ്യുകയായിരുന്നു ചെ തീവണ്ടിയെ നേരിടാൻ ആദ്യം ചെയ്തത്. പിന്നീട് അദ്ദേഹം തന്റെ കീഴിലുള്ള ആത്മഹത്യാസ്ക്വാഡിന് കുന്ന് പിടിച്ചെടുക്കാൻ കല്പന പുറപ്പെടുവിച്ചു. ആത്മഹത്യാസ്ക്വാഡിലെ പോരാളികൾ ഞൊടിയിടയിൽ കുന്നിലുണ്ടായിരുന്ന പട്ടാളക്കാരെ ആട്ടിയോടിച്ച്

കുന്നു പിടിച്ചെടുത്തു. പിന്നെ അവർ ആക്രമണം തീവണ്ടിയുടെ നേരെ തിരിച്ചുവിട്ടു. ആക്രമണത്തിൽനിന്നു രക്ഷപ്പെടാൻ ട്രെയിനിന് നീങ്ങാൻ റെയിൽ നീക്കംചെയ്യപ്പെട്ട ഭാഗത്തേയ്ക്കല്ലാതെ മറ്റു മാർഗ്ഗമില്ലായിരുന്നു. അങ്ങനെ ചെ തന്ത്രപരമായി 400 പട്ടാളക്കാരും ഒരുപാട് അത്യാധുനിക ആയുധങ്ങളും അടങ്ങിയ ട്രെയിൻ പിടിച്ചെടുത്തു.

വാസ്തവത്തിൽ ഈ തീവണ്ടിയിലെ സന്നാഹങ്ങളുടെ പകുതിപോലും ആവശ്യമില്ലായിരുന്നു ചെയെയും സംഘത്തെയും തോൽപ്പിച്ചോടിക്കാൻ. എന്നാൽ ആത്മവീര്യം നഷ്ടപ്പെട്ട് അങ്കലാപ്പിലായ ഒരാൾക്കൂട്ടമായി മാറിയ ബാത്തിസ്തയുടെ സൈന്യത്തിൽനിന്നു സൈനികർ രക്ഷപ്പെട്ടുകൊണ്ടിരിക്കയായിരുന്നു. ഈ ട്രെയിനിൽനിന്നുപോലും ഓരോ സ്റ്റേഷനിലും നിർത്തിയ സമയത്ത് ധാരാളം സൈനികർ രക്ഷപ്പെട്ടിരുന്നു. അതിലെ സൈനികരെയെല്ലാം തടവുകാരാക്കിയെങ്കിലും ഓഫീസർമാരെ ആയുധങ്ങൾ കൈവശം വെയ്ക്കാൻ അനുവദിച്ചു. എല്ലാ തടവുകാരോടും പതിവുപോലെ മാന്യമായി ചെ പെരുമാറി. മൊത്തം 400 തടവുകാരെ ബാത്തിസ്തയുടെ നിയന്ത്രണത്തിലുള്ള സ്ഥലത്ത് കൊണ്ടുവിട്ടു. നുനെസ് ജിമനെസിനെ ആയിരുന്നു ചെ ഇവരെ അതിർത്തി കടത്തിവിടാൻ ഏല്പിച്ചത്. നുനെസ് ആ അനുഭവം വിവരിച്ചു: "മറ്റു രണ്ടുപേരും ഞാനും ഉൾപ്പെടെ ഞങ്ങൾ മൂന്നു വിപ്ലവകാരികളെ ഉണ്ടായിരുന്നുള്ളുവെങ്കിലും തങ്ങളെ ചുറ്റിപ്പറ്റി നടന്ന സംഭവങ്ങളാൽ സംഭ്രാന്തരായ അവരിൽ ഒരാൾപോലും രക്ഷപ്പെടാൻ ശ്രമിക്കുന്നതിനെപ്പറ്റി ആലോചിക്കപോലുമുണ്ടായില്ല. വാസ്തവത്തിൽ ആ ചുറ്റുപാടിൽ അത് ആത്മഹത്യാപരമാകുമായിരുന്നു. വഴിനീളെ ഹർഷോന്മാദത്തോടെ ഞങ്ങളെ അഭിനന്ദിച്ചിരുന്ന ജനസഞ്ചയം തടവുകാരുടെ മേൽ ശാപവചനങ്ങൾ ചൊരിയുന്നുണ്ടായിരുന്നു. അവരെ വല്ലപാടും രക്ഷിച്ചെടുക്കാൻ ഞങ്ങൾ പെട്ടപാട് ചില്ലറയായിരുന്നില്ല." പിന്നീട് ആ തീവണ്ടി ക്യൂബൻ വിപ്ലവത്തിന്റെ പ്രതീകങ്ങളിൽ ഒന്നായി. ഇപ്പോൾ ആ ട്രെയിൻ ഒരു സ്മാരക മ്യൂസിയമാണ്.

അടുത്ത യുദ്ധം പ്രധാന പോലീസ് സ്റ്റേഷൻ പിടിച്ചെടുക്കാനായിരുന്നു. പോലീസ് സ്റ്റേഷനോടൊപ്പം കോടതി, ഹോട്ടൽ, പള്ളികൾ തുടങ്ങിയവയിൽ കയറിക്കൂടിയ പട്ടാളക്കാർ വിപ്ലവകാരികളെ ടാങ്കുകൾ ഉപയോഗിച്ചായിരുന്നു പ്രതിരോധിക്കാൻ ശ്രമിച്ചത്. അവിടെ വലിയൊരു സംഘട്ടനം ഉണ്ടായാൽ സാധാരണ നഗരവാസികൾ ഒരുപാട് മരിക്കാനിടയുള്ളതിനാൽ വിപ്ലവകാരികൾ ശങ്കിച്ചുനിന്നു. പക്ഷേ പോഷകസേനയെ ഇറക്കി തങ്ങളെ ഒതുക്കാനായിരുന്നു സൈന്യത്തിന്റെ ലക്ഷ്യമെന്ന് കണ്ടപ്പോൾ ചെ പിന്നെ സമയം

പാഴാക്കിയില്ല. തുടർന്നുണ്ടായ പൊരിഞ്ഞ സംഘട്ടനത്തിൽ നഗരം പുകകൊണ്ടു മൂടി. ജനങ്ങൾ വിപ്ലവകാരികൾക്ക് ഭക്ഷണവും ശത്രുവിന്റെ നീക്കങ്ങളെപ്പറ്റി കൃത്യമായ വിവരവും നല്കി സഹായിച്ചു.

വിപ്ലവസ്മരണകളിൽ ചെ എഴുതി: "പവർ സ്റ്റേഷനും നഗരത്തിന്റെ വടക്കുപടിഞ്ഞാറ് ഭാഗം മുഴുവനും പിടിച്ചെടുക്കാൻ ഞങ്ങൾക്ക് കഴിഞ്ഞു. സാന്താ ക്ലാര മിക്കവാറും വിപ്ലവത്തിന്റെ കരങ്ങളിലായെന്നു ഞങ്ങൾ റേഡിയോവിലൂടെ പ്രഖ്യാപിച്ചു. ലാ വില്ലയിലെ സായുധസൈന്യങ്ങളുടെ കമാൻഡർ-ഇൻ-ചീഫ് എന്ന നിലയിൽ ഞാൻ പുറപ്പെടുവിച്ച വിളംബരത്തിൽ, ക്യാപ്റ്റൻ റോബെർട്ടോ റോഡ്രിഗ്വെസ് മരിച്ച വിവരം ക്യൂബൻ ജനതയെ അറിയിക്കുക ദുഃഖകരമായിരുന്നുവെന്ന് ഞാൻ ഓർമ്മിക്കുന്നു. പ്രായത്തിലും ഉയരത്തിലും ചെറിയവനായ അദ്ദേഹം ആത്മഹത്യാസ്ക്വാഡിന്റെ തലവനെന്ന നിലയിൽ സ്വാതന്ത്ര്യസമര പോരാട്ടത്തിനിടയിൽ ഒരായിരംവട്ടം മരണവുമായി കള്ളനുംപോലീസും കളിച്ചിട്ടുണ്ട്. ആത്മഹത്യാ സ്ക്വാഡ് വിപ്ലവമനോവീര്യത്തിന്റെ ഉത്തമ മാതൃകയാണ്. ഒരുപാടാളുകളിൽനിന്ന് സൂക്ഷ്മമായി തിരഞ്ഞെടുക്കപ്പെട്ട കുറച്ചു വളണ്ടിയർമാർമാത്രം ചേർന്നതാണ് അത്. എന്നാൽ ഒരാൾ മരിച്ചുകഴിയുമ്പോഴെല്ലാം - അത് ഓരോ യുദ്ധത്തിലും സംഭവിക്കാം - പുതിയ ആളെ തിരഞ്ഞെടുക്കുന്നു. അപ്പോൾ തിരഞ്ഞെടുക്കപ്പെടാത്തവരെല്ലാം ദുഃഖിതരാവുകയും കരഞ്ഞുപോവുകപോലും ചെയ്യാറുണ്ട്. പോരാട്ടത്തിലെ അനുഭവംകൊണ്ടും മഹനീയമായ ആദർശംകൊണ്ടും സമ്പന്നരായ ഇവർ യുവസഹജമായ രീതിയിൽ ദുഃഖഭാരത്താൻ കണ്ണീരൊഴുക്കുന്നത് വിചിത്രമത്രേ. അതാകട്ടെ യുദ്ധമുന്നണിയിലും മരണത്തിലും തങ്ങൾക്ക് സ്ഥാനം ലഭിക്കാത്തതിന്റെ പേരിലാണെന്നോർക്കണം." സമൂഹത്തിന്റെ മോചനത്തിനുവേണ്ടി സ്വന്തം ജീവൻ അർപ്പിക്കുന്നതിൽ സന്തോഷിക്കുകയും അതിനുള്ള അവസരം നഷ്ടമാകുമ്പോൾ വ്യസനിക്കുകയും ചെയ്യുന്ന അവസ്ഥയിൽ എത്താൻ കഴിയുന്നത് മനുഷ്യനു സ്വജീവിതംകൊണ്ടു നേടാവുന്ന മഹത്വത്തിന്റെ കൊടുമുടിയാണ്. ചെ ആ മഹത് ശൃംഗത്തിലെത്തിയെന്നു മാത്രമല്ല, അത്തരം മഹത്തരമായ ആത്മാക്കളെ സൃഷ്ടിക്കാൻ കഴിഞ്ഞുവെന്നതും നിസ്സാരമല്ല. ചെയുടെ ഡയറിയും സ്മരണകളും പരിശോധിച്ചാൽ ഇത്തരം ഒരുപാട് സന്ദർഭങ്ങൾ കണ്ടെത്താനാകും.

1959 ജനുവരി ഒന്ന് ആയപ്പോഴേക്കും ബാത്തിസ്റ്റയുടെ സൈനികയൂണിറ്റുകൾ മിക്കവാറും വിപ്ലവകാരികൾക്ക് കീഴടങ്ങിയിരുന്നു. എന്നാൽ മദ്ധ്യക്യൂബയിലെ മുഖ്യ സൈനികകേന്ദ്രമായ ലിയോൺസിയോ വിദാൽ ആർമി ഗാരിസണിലെ 1,000 സൈനികർ മാത്രം കീഴടങ്ങാൻ

വിസമ്മതിച്ചു. അവരുമായി ഒരേറ്റുമുട്ടൽ ഇരുവശത്തും കുറെ ആൾനാശത്തിനിടയുണ്ടാക്കുമെന്നു കണ്ടതിനാൽ ഗുവേര ആ സൈനികരോട് കൂടിയാലോചനയുടെ മാർഗ്ഗം സ്വീകരിച്ചു. ചെ എഴുതി: "അന്നു (ജനുവരി 1) രാവിലെ ക്യാപ്റ്റന്മാരായ അന്റോണിയോ നുനെസ് ജിമെനെസിനെയും അൽഫോൻസോ റോഡ്രിഗ്വെസ് ദെ ലാ വെഗയെയും ഗാരിസന്റെ കീഴടങ്ങലിനുള്ള കൂടിയാലോചനയ്ക്കായി അയച്ചു."

കാന്റില്ലോയുടെ വഞ്ചന

നുനെസും റോഡ്രിഗ്വേസും ചെയുടെ നിർദ്ദേശാനുസരണം ശത്രുപാളയത്തിൽ കൂടിയാലോചനക്കായി ചെന്നപ്പോൾ ബാത്തിസ്റ്റയുടെ ഓഫീസർമാർ സമാധാനത്തിനുള്ള ആഗ്രഹം മറച്ചുവെച്ചില്ല. അവർ അനിശ്ചിതകാലത്തേക്ക് വെടിനിർത്തൽ ആവശ്യപ്പെട്ടെങ്കിലും നിരുപാധികമായി കീഴടങ്ങാനായിരുന്നു ചെയുടെ പ്രതിനിധികൾ നിർദ്ദേശിച്ചത്. അവർ പൂർണ്ണമായും വളയപ്പെട്ടതിനാലും ജനങ്ങൾ വിപ്ലവപക്ഷത്താകയാലും രക്ഷാമാർഗ്ഗമില്ലെന്നും നുനെസ് ഓർമ്മിപ്പിച്ചപ്പോൾ ഹെർണാണ്ടസ് യോജിപ്പു പ്രകടിപ്പിച്ചെങ്കിലും മറ്റു ഓഫീസർമാർ അനിശ്ചതകാല വെടിനിർത്തലിൽ തന്നെ ഉറച്ചുനിന്നു. ആ സമയത്ത് ഹവാനയിലെ ജനറൽ ഹെഡ്ക്വാർട്ടേഴ്സിൽനിന്നുള്ള റേഡിയോ പ്രക്ഷേപണത്തിലൂടെ ബാത്തിസ്റ്റ ഡോമിനിക്കൻ റിപബ്ലിക്കിലേക്ക് ഒളിച്ചോടിയതായും പോകുന്നതിനുമുമ്പ് ജനറൽ കാന്റില്ലോയ്ക്ക് അധികാരം കൈമാറിയതായും വാർത്ത വന്നു. ഉടനെ ഹെർണാണ്ടെസ് റേഡിയോ ട്രാൻസ്മിറ്റ്റിലൂടെ അപ്പോൾ അവിടെനടന്ന കാര്യങ്ങൾ കാന്റില്ലോയെ അറിയിച്ചു. ചെയുടെ പ്രതിനിധികൾ അവിടെ ഉണ്ടെന്ന് അറിഞ്ഞ ജനറൽ കാന്റില്ലോ നുനെസുമായി സംസാരിച്ചു. ഫിദൽ കാസ്ട്രോയുടെ നിർദ്ദേശാനുസരണം സൈന്യത്തിന്റെ കമാൻഡ് ഏറ്റെടുത്ത തനിക്ക് ചെയുടെ അന്ത്യശാസനം അനുസരിക്കേണ്ട കാര്യമില്ല എന്ന് നുനെസിനോട് പറഞ്ഞു. ആ വിവരമറിഞ്ഞ ചെ ഉടനെതന്നെ ഫിദലുമായി ബന്ധപ്പെട്ട് കാന്റില്ലോയുടെ വഞ്ചനാപരമായ നിലപാട് ധരിപ്പിച്ചു. ഫിദൽ ചെ പറഞ്ഞതെല്ലാം ശരിവെച്ചു.

കാസ്ട്രോ സാന്റിയാഗോയിലേക്ക് മുന്നേറിക്കൊണ്ടിരിക്കേ 1958 ഡിസംബർ 28ന് ഓറിയന്തെ ഷുഗർ മില്ലിൽ വെച്ച് ജനറൽ കാന്റില്ലോ വന്നുകണ്ടിരുന്നു. കൂടിയാലോചനയ്ക്കിടയിൽ അവർ എത്തിച്ചേർന്ന കരാർ അനുസരിച്ച് ഫിദൽ 3 ദിവസത്തേക്ക് ആക്രമണം നിർത്തിവെയ്ക്കും. അപ്പോൾ കാന്റില്ലോയ്ക്ക് ഹവാനയിലേക്ക് തിരിച്ചുവരാനും ഡിസംബർ 31ന് ഒരു സൈനിക കലാപം സംഘടിപ്പിക്കാനും സമയം ലഭിക്കും. അന്നേദിവസം അയാൾ ബാത്തിസ്റ്റയെ അറസ്റ്റുചെയ്യുകയും

സൈന്യത്തെ ഫിദലിനെ ഏല്പിക്കയും ചെയ്യുമെന്നായിരുന്നു കരാർവ്യവസ്ഥ. യഥാർത്ഥത്തിൽ കാന്റില്ലോയെ ഈ നാടകത്തിന് അയച്ചതുപോലും ബാത്തിസ്റ്റയായിരുന്നു. അയാൾ നേരെ ഹവാനയിലെത്തി ബാത്തിസ്റ്റയെ കണ്ടു നടന്നതെല്ലാം വെളിപ്പെടുത്തി. ബാത്തിസ്റ്റാ സർക്കാരിലെ മുഴുവൻ കുറ്റവാളികളായ ഓഫീസർമാരെയും ബാത്തിസ്റ്റയെയും രക്ഷപ്പെടാൻ അയാൾ അനുവദിച്ചു. സൈനികന്റെ സത്യസന്ധതയിൽ വിശ്വാസമർപ്പിച്ച ഫിദലിനെ അയാൾ പൂർണ്ണമായും വഞ്ചിച്ചു.

ഡിസംബർ 31ന് രാജ്യംവിട്ട് ഒളിച്ചോടാൻ തീരുമാനിച്ച ബാത്തിസ്റ്റ തന്റെ ജനറൽമാരെ എല്ലാം വിളിച്ചുകൂട്ടി തീരുമാനം അറിയിക്കയും സൈന്യത്തിന്റെ ചുമതല കാന്റില്ലോയ്ക്ക് കൈമാറുകയും ചെയ്തു. പ്രസിഡന്റായി ബാത്തിസ്റ്റ നാമനിർദ്ദേശം ചെയ്തത് ഏറ്റവും പ്രായം ചെന്ന സുപ്രീംകോർട്ട് ജഡ്ജി കാർലോസ് മാന്വെൽ പിയെദ്രയെ ആയിരുന്നു. കുടുംബാംഗങ്ങളും അടുത്ത അനുയായികളും ഉൾപ്പെടെ 124 ആളുകളെയും കൂട്ടി 1959 ജനുവരി 1ന് പുലർച്ചെ 3 മണിക്ക് ഡോമിനിക്കൻ റിപ്പബ്ലിക്കിലേക്ക് ഒരു സൈനികവിമാനത്തിൽ ബാത്തിസ്റ്റ രക്ഷപ്പെട്ടു. അപ്പോൾ രക്ഷപ്പെട്ടില്ലായിരുന്നെങ്കിൽ അനുയായികളോടൊപ്പം വിപ്ലവ കോടതിയുടെ വിചാരണയ്ക്കും വധശിക്ഷയ്ക്കും ബാത്തിസ്റ്റയും വിധേയനായേനെ. വഞ്ചന വ്യക്തമായ ഉടനെ ഫിദൽ കാസ്ട്രോ, കാന്റില്ലോയുടെ സൈനിക അട്ടിമറിയെ അപലപിച്ചും അയാളെ ബാത്തിസ്റ്റയുടെ അനുയായിയും കൂട്ടുപ്രതിയും എന്നു കുറ്റപ്പെടുത്തിയും പുറപ്പെടുവിച്ച പ്രഖ്യാപനത്തിൽ ദേശവ്യാപകമായ ഒരു പണിമുടക്കിന് തൊഴിലാളികളോട് ആഹ്വാനം ചെയ്തു. "വിപ്ലവം വിജയിക്കട്ടെ! സൈനിക അട്ടിമറി തുലയട്ടെ!" എന്നായിരുന്നു അപ്പോൾ ഫിദൽ ഉയർത്തിയ മുദ്രാവാക്യം. ജനങ്ങൾ ഏറ്റുവിളിച്ചതും അതുതന്നെയായിരുന്നു.

ഇതിനിടയിൽ ഉപജാപങ്ങളെല്ലാം മനസ്സിലാക്കിയ നുനെസ് കാന്റില്ലോയ്ക്ക് ചുട്ട മറുപടി കൊടുത്തു. അയാളുടെ സൈനിക ജണ്ടയ്ക്ക് ജനങ്ങളുമായി ബന്ധമില്ലെന്നും അതിന് ഫിദലിന്റെ പിന്തുണയുണ്ടെന്നു അയാൾ അവകാശപ്പെട്ടത് പച്ചക്കള്ളമാണെന്നും തുറന്നടിച്ചു. ബാത്തിസ്റ്റയ്ക്കും കൂട്ടർക്കും രക്ഷ നൽകുന്ന സൈനിക അട്ടിമറിയെ താൻ അപലപിക്കുന്നുവെന്നു ചെയെ ഫിദൽ അറിയിച്ചെന്നും അതുകൊണ്ട് എല്ലാ സർക്കാർ സൈനികരും കീഴടങ്ങിക്കൊള്ളണമെന്നും നുനെസ് കർക്കശമായി പറഞ്ഞു. സർവ്വശക്തനെന്ന് തങ്ങൾ കരുതിയിരുന്ന ബാത്തിസ്റ്റ വിദേശത്ത് അഭയാർത്ഥിയായ വാർത്ത അവിടെയുണ്ടായിരുന്ന ഓഫീസർമാർക്ക് അമ്പരപ്പിക്കുന്ന, അവിശ്വസനീയമായ അനുഭവമായിരുന്നു. 12.30ന് കീഴടങ്ങിയില്ലെങ്കിൽ വെടിവെപ്പാരംഭിക്കും,

അമേരിക്കൻ ഇടപെടൽ ക്ഷണിച്ചുവരുത്താൻ ശ്രമിച്ചതിന് എല്ലാവരും വിചാരണചെയ്യപ്പെടുകയും, ഫയറിംഗ് സ്ക്വാഡിന്റെ മുമ്പിൽ തള്ളപ്പെടുകയും ചെയ്യുമെന്ന് അസന്ദിഗ്ധമായി ചെ അവരോടു പറഞ്ഞു. അതോടെ എല്ലാവരും കീഴടങ്ങുകയും മുൻകൂട്ടി ഉറപ്പുകൊടുത്തപ്രകാരം, ജനങ്ങൾക്കെതിരെ കുറ്റകൃത്യങ്ങളിൽ ഏർപ്പെട്ടവരൊഴികെ, എല്ലാവരെയും വെറുതെ വിടുകയും ചെയ്തു.

ബാത്തിസ്റ്റയെ രക്ഷപ്പെടുത്തി പകരം ജനറൽ കാന്റില്ലോയെയോ കേണൽ ബാർക്വിനെയോ ക്യൂബയുടെ ഭരണാധികാരം ഏല്പിച്ചു നവകൊളോണിയൽ ചൂഷണം തുടരാമെന്നു യുഎസ് വ്യാമോഹിച്ചു. ബാത്തിസ്റ്റയ്ക്കെതിരെ ഗൂഢാലോചന നടത്തിയതിന് പൈൻസ് ദ്വീപിൽ ജയിലിലടയ്ക്കപ്പെട്ട ബാർക്വിൻ പകരം വീട്ടാൻ അവസരം പാർത്തിരിക്കയായിരുന്നു. അദ്ദേഹം കാന്റില്ലോയെ അറസ്റ്റുചെയ്തു വിപ്ലവപക്ഷത്തുചേർന്നതോടെ അമേരിക്കയുടെ അവസാന ഗൂഢാലോചനയും പൊളിഞ്ഞു.

ചെയും ഫിദലും ഹവാനയിലേക്ക്

പുതുവത്സരദിനത്തിൽ രാവിലെ 11.30ന് ഫിദൽ കാസ്ട്രോ വിപ്ലവ റേഡിയോയിലൂടെ എല്ലാ ബാത്തിസ്റ്റസൈനികരോടും കീഴടങ്ങാൻ ആവശ്യപ്പെട്ടു. ചെ ഗുവേരയോടും സിയൻഫ്യൂഗോസിനോടും തങ്ങളുടെ സൈനികവിഭാഗങ്ങളെ ഉടനെ ഹവാനയിലേക്ക് മാർച്ച്ചെയ്യിക്കാനും ആവശ്യപ്പെട്ടു. ലാ കബാന കോട്ടയും ഹാർബറും പിടിച്ചെടുക്കാനും അദ്ദേഹം ചെയോട് ഉത്തരവിട്ടു. ബാത്തിസ്റ്റയുടെ പ്രധാന സൈനികകേന്ദ്രമായ കൊളംബിയ ബാരക്ക് പിടിച്ചെടുക്കാനുള്ള കല്പനയായിരുന്നു സിയൻഫ്യൂഗോസിനു ലഭിച്ചത്.

ചെയും സിയൻഫ്യൂഗോസും സൈനികവിഭാഗങ്ങളുമായി ഹവാനയിലെത്തിയത് ജനുവരി 2നായിരുന്നു. അന്നേദിവസം ഫിദലും സംഘവും ആ തലസ്ഥാനനഗരിയിൽനിന്ന് 870 കി.മീ. തെക്കുകിഴക്ക് സാന്റിയാഗോ ദെ ക്യൂബയിലായിരുന്നു. അവിടെ അദ്ദേഹം ബാക്കിവെച്ചൊരു പണി പൂർത്തിയാക്കുന്നപോലെ സൈന്യത്തോടൊപ്പം നീങ്ങി മൊങ്കാദ ബാരക്ക് പിടിച്ചെടുത്തു. പിന്നെ ദ്വീപിനു കുറുകെ സുദീർഘമായ വിക്ടറി പരേഡ് ആയിരുന്നു. അത് ജനുവരി 3 ന് ആരംഭിച്ച് 5 ദിവസംകൊണ്ടു പൂർത്തിയാക്കി. വഴിയിലുടനീളം വീരനായകന്റെ വിജയഘോഷയാത്ര ജനങ്ങൾ ശരിക്കും ഉത്സവമാക്കി. ജനുവരി 8 ന് അവർ ഹവാനയിലെത്തിയത് ജനലക്ഷങ്ങളുടെ ഉത്സാഹപ്രഹർഷത്തിലേക്കായിരുന്നു. സ്റ്റീർക എഴുതി: "പ്രസിഡന്റിന്റെ കൊട്ടാരത്തിന്റെ

ബാൽക്കണിയിൽനിന്ന് നിരവധി മണിക്കൂറുകളോളം നിർവിഘ്നമായി സംസാരിച്ച് അദ്ദേഹം നൂറായിരങ്ങളുടെ മനംകവർന്നപ്പോൾ മുമ്പെങ്ങുമില്ലാവിധം അദ്ദേഹത്തിന്റെ വശീകരണവൈഭവം പ്രകടമായി." ചെഗുവേരയും സിയൻഫ്യൂഗോസും തങ്ങളുടെ ദൗത്യങ്ങളെല്ലാം നിർവ്വഹിച്ചുകഴിഞ്ഞിരുന്നു.

ചെ ലാ കബാനയിൽ

ലാ കബാന കോട്ട ഫിദലിന്റെ നിർദ്ദേശാനുസരണം ചെയുടെ നേതൃത്വത്തിലുള്ള സൈന്യം പിടിച്ചെടുത്തപ്പോൾ യഥാർത്ഥത്തിൽ സംഭവിച്ചത് ബാത്തിസ്റ്റയുടെ ഏറ്റവും വലിയ സൈനികകേന്ദ്രം യാതൊരു എതിർപ്പുംകൂടാതെ ചെയ്ക്ക് കീഴടങ്ങി എന്നതായിരുന്നു. അന്ന് ചെയുടെ ഒപ്പമുണ്ടായിരുന്ന അലൈദ എഴുതി: "ജനുവരി 3ന് പുലർവേളയിൽ ഞങ്ങൾ ലാ കബാന കോട്ടയിൽ എത്തി. കോട്ടയുടെ മേധാവി (കേണൽ മാനുവൽ വരേല കാസ്ട്രോ) ഞങ്ങളെയും കാത്തുനില്ക്കയായിരുന്നു. 'ശുദ്ധസൈനികർ' എന്നു വിളിക്കപ്പെടുന്ന ഗ്രൂപ്പിൽപ്പെട്ട ആളായിരുന്നു അദ്ദേഹം. അതിൽ രമൺ ഫെർണാണ്ടെസും വിപ്ലവാനുകൂല പക്ഷത്തേക്ക് വന്നസൈനികരും ഉൾപ്പെട്ടിരുന്നു"

ലാ കബാനയിലെ മറ്റിടങ്ങളെ ഒഴിവാക്കി സൈനിക കമാൻഡറുടെ വസതിയിലേക്കായിരുന്നു ചെയും സംഘവും ചെന്നത്. ബാത്തിസ്റ്റയുമായി കുടുംബബന്ധമുള്ള ലെഫ്റ്റനന്റ് ഹെർണാണ്ടസ് മിരാന്റ തുടങ്ങി സമുന്നതപദവി അലങ്കരിച്ചിരുന്നവർ അവിടെയുണ്ടായിരുന്നു. വമ്പന്മാരുൾപ്പെടെയുള്ള ബാത്തിസ്റ്റയുടെ ആളുകൾ വിപ്ലവകാരികളോട് കാണിച്ച വിധേയത്വവും, അവിടെ നടന്നുകൊണ്ടിരുന്നതും, മുമ്പൊക്കെ അചിന്ത്യവുമായിരുന്ന മറ്റു സംഗതികളും ചേർന്നു ഒരു സർറിയലായ അന്തരീക്ഷം സൃഷ്ടിക്കപ്പെട്ടതായി അലൈദയ്ക്ക് അനുഭവപ്പെട്ടു.

ഹെർണാണ്ടസ് മിരാന്റയുടെ വസതിയിൽ ചെ കമാൻഡുപോസ്റ്റു സ്ഥാപിച്ചതോടൊപ്പം അവിടെ ഒരു മുറിയിൽ അദ്ദേഹം ഓഫീസ് പ്രവർത്തിപ്പിച്ച് വരാനിരുന്ന യഥാർത്ഥ വിപ്ലവപ്പോരാട്ടത്തിന് അടിത്തറ ഒരുക്കാൻ ആരംഭിച്ചു. അതിനായി സൂക്ഷ്മമായ പരിപാടികൾ ഒരുക്കുന്നതിന്റെ ഭാഗമായി കുറിപ്പുകൾ ചെ പറഞ്ഞുകൊടുത്ത് എഴുതിച്ചിരുന്നത് അലൈദയെക്കൊണ്ടായിരുന്നു. അവൾ അദ്ദേഹത്തിന്റെ സെക്രട്ടറിയായി പ്രവർത്തിച്ചു. അലൈദ എഴുതി: "ലാ കബാന കോട്ട വിപ്ലവത്തിന്റെ നിർണ്ണായകമായ സെന്ററുകളിലൊന്നായി. ചെ കൂടുതൽ കഴിവുറ്റ, വ്യക്തിപ്രാഭവമുള്ള നേതാക്കളിൽ ഒരാളായി ഉയർന്നുവരാൻ തുടങ്ങി... കുറഞ്ഞ ദിവസങ്ങൾക്കുള്ളിൽ ലാ കബാനയെ ഒരു വലിയ കാർഡർ

സ്കൂൾ ആയി ചെ മാറ്റിയെടുത്തു. സീറാ മെസ്ത്രയിൽ ചെയ്തപോലെ അദ്ദേഹം അവിടെയും ചെറിയ ഫാക്ടറികളും വർക്ക്ഷോപ്പുകളും സ്ഥാപിച്ചു."

ചെയും വിപ്ലവട്രിബ്യൂണലും

ലാ കബാന ചെയുടെ അധീനതയിലായ 1959 ജനുവരിയിൽതന്നെ ബാത്തിസ്റ്റ പക്ഷത്തെ കൊടും ക്രിമിനലുകളെ വിചാരണചെയ്തു ശിക്ഷിക്കാനുള്ള വിപ്ലവ ട്രിബ്യൂണൽ അവിടെ സ്ഥാപിതമായി. ബാത്തിസ്റ്റ നാടുവിട്ടശേഷം ഹവാനയിലെത്തിയ കാസ്ട്രോ തനിക്കവിടെ ലഭിച്ച ജനലക്ഷങ്ങളുടെ ഉത്സാഹഭരിതമായ സ്വീകരണത്തിൽ മതിമറക്കാതെ ഉറച്ച സ്വരത്തിൽ പ്രഖ്യാപിച്ചത്, ആരും നിയമം കൈയിലെടുക്കരുതെന്നായിരുന്നു. ബാത്തിസ്റ്റയുടെ ഒപ്പം നാടുവിടാൻ പറ്റാതിരുന്ന ബാത്തിസ്റ്റാകിങ്കരന്മാർ കൊലപ്പെടുത്തിയ നിരപരാധികളുടെ അടുത്ത ബന്ധുക്കൾക്കും മറ്റും ആ ക്രിമിനലുകളുടെ നേരെ അടക്കാനാകാത്ത രോഷം ഉണ്ടാവുക സ്വാഭാവികമാണ്. പക്ഷേ അതിന്റെ പേരിൽ അവരുടെ വസതികൾ ആക്രമിക്കാനോ അവരെത്തന്നെ തിരഞ്ഞുപിടിച്ച് ആൾക്കൂട്ടക്കൊല നടത്താനോ ആരെയും അനുവദിക്കില്ല. അവരെ നിയമാനുസൃതം വിചാരണ ചെയ്ത് അർഹിക്കുന്ന ശിക്ഷ നല്കുമെന്ന് അദ്ദേഹം ജനങ്ങൾക്ക് ഉറപ്പ നൽകി.

രണ്ടാംലോകയുദ്ധത്തിനുശേഷം ഹിറ്റ്ലറുടെ അനുയായികളെ ശിക്ഷിക്കാൻ രൂപീകരിക്കപ്പെട്ട ന്യൂറംബർഗ് ട്രിബ്യൂണലിന്റെ മാതൃകയിൽ വിപ്ലവട്രിബ്യൂണൽ ക്യൂബയിൽ സ്ഥാപിച്ചത് ലാ കബാനയിലായിരുന്നു. വിപ്ലവസൈന്യത്തിലെ ക്യാപ്റ്റനും അഭിഭാഷകനുമായ മിഗ്വൽ ഏഞ്ജൽ ഡ്യൂക്ക് ദെ ഏസ്റ്റാദ പ്രസിഡന്റായി ഒരു അന്വേഷണ കമ്മീഷൻ നേരത്തെതന്നെ പ്രവർത്തിച്ചുതുടങ്ങിയിരുന്നു. അതിന്റെ തുടർച്ചയായിരുന്നു വിപ്ലവ ട്രിബ്യൂണൽ. ലാ കബാനയിലെ ഗാരിസൺ കമാൻഡർ എന്ന നിലയിൽ ചെ ഏതാനും അപ്പീലുകൾ സ്വീകരിക്കയുണ്ടായി. ചില തടവുകാരുടെ കുടുംബാംഗങ്ങൾ അദ്ദേഹത്തെ നേരിൽകണ്ടു സങ്കടം ബോധിപ്പിക്കയുമുണ്ടായി. ഇക്കാര്യങ്ങളിലെല്ലാം ശരിയായ നടപടിക്രമങ്ങൾ പാലിച്ചുവെന്നും ഒപ്പംതന്നെ മനുഷ്യത്വപരമായ സമീപനം കൈക്കൊണ്ടുവെന്നും ചെയുടെ സെക്രട്ടറിയായി പ്രവർത്തിച്ചിരുന്ന അലൈദയുടെ അനുസ്മരണക്കുറിപ്പിൽ വായിക്കാം.

ഡ്യൂക്ക് ദെ ഏസ്റ്റാദയെ ഉദ്ധരിച്ച് ആൻഡേഴ്സൺ എഴുതി: "ഏകദേശം നൂറ് ദിവസങ്ങൾക്കുള്ളിൽ ഫയറിംഗ് സ്ക്വാഡിനെക്കൊണ്ട് അമ്പത്തഞ്ചോളം വധശിക്ഷകൾ ഞങ്ങൾ നടപ്പാക്കി. അതിന് ഞങ്ങൾ

ഒരുപാട് വിമർശനങ്ങളും കേട്ടു. എന്നാൽ ഒരോ കേസിനും അർഹവും നീതിപൂർവ്വവുമായ പരിഗണന ഞങ്ങൾ കൊടുത്തിരുന്നു. തീരുമാനങ്ങളിൽ ഞങ്ങൾ ലാഘവമനോഭാവത്തോടെ എത്തിയിരുന്നില്ല." ലാ കബാനയിലെ അക്കൗണ്ടന്റും ട്രിബ്യൂണൽ പ്രസിഡന്റുമായിരുന്ന ഒർലാഡോ ബൊറെഗോ പറഞ്ഞു: "ചെ വളരെ ശ്രദ്ധിച്ചിരുന്നു. ഒരു തടവുകാരനെ അടിച്ചതിനൊന്നും ആർക്കും വധശിക്ഷ കൊടുത്തിട്ടില്ല. പക്ഷേ, കടുത്ത പീഡനമോ, കൊലകളോ മരണങ്ങളോ ഉണ്ടയിരുന്നെങ്കിൽ, അപ്പോൾ മാത്രം, അവർ മരണശിക്ഷക്ക് വിധിക്കപ്പെട്ടിരുന്നു.... കേസ് മൊത്തത്തിൽ വിശകലനവിധേയമാക്കിയിരുന്നു. എല്ലാ സാക്ഷികളെയും കണ്ടിരുന്നു. മരണപ്പെട്ടവരുടെയോ പീഡിപ്പിക്കപ്പെട്ടവരുടെയോ ബന്ധുക്കൾ വന്നിരുന്നു. അല്ലെങ്കിൽ പീഡിതൻതന്നെ നേരിട്ട വന്നിരുന്നു."

സത്യാവസ്ഥ ഇതായിരിക്കേ, യുഎസ് ചാരസംഘടനകളും വിപ്ലവവിരോധികളായി അമേരിക്കയിലെ മിയാമിയിൽ ചേക്കേറിയിരുന്ന ക്യൂബൻ പ്രവാസികളും ചെ ഗുവേരയ്ക്കെതിരെ വ്യാപകമായ അസത്യപ്രചാരണം അഴിച്ചുവിട്ടു. മിയാമിയിലെ പ്രവാസികളിൽ ഏറെപ്പേരും ബാത്തിസ്റ്റയുടെ ശിങ്കിടികളായി അത്യാചാരങ്ങളിൽ നേരിട്ട പങ്കെടുത്തവരോ അനുകൂലിക്കയെങ്കിലും ചെയ്തവരോ ആയിരുന്നു. അത്തരക്കാരായിരുന്നു "ലാ കബാനയിലെ കശാപ്പുകാരൻ" എന്ന് വിശേഷിപ്പിച്ച് ചെയുടെ പ്രതിച്ഛായ കളങ്കപ്പെടുത്താൻ പാടുപെട്ടത്. ലോകചരിത്രത്തിലെ സമാനസംഭവങ്ങൾ പരിശോധിച്ചാൽ ഇത്തരം വിമർശനങ്ങൾ അടിസ്ഥാനരഹിതമാണെന്നു കാണാം. വിപ്ലവാനന്തരം വിചാരണകളും കടുത്ത ശിക്ഷകളും അനിവാര്യമായിത്തീരുന്നു. അമേരിക്കയിൽ ജോർജ് വാഷിങ്ടനും ലാറ്റിനമേരിക്കയിൽത്തന്നെ സൈമൺ ബൊളിവാറും ഇത്തരത്തിൽ ദയാരഹിതമായ ഒട്ടേറെ മരണശിക്ഷൾക്ക് മേൽനോട്ടം വഹിക്കേണ്ടിവന്നിരുന്നെങ്കിലും അവരെ ഒരു ചരിത്രഗ്രന്ഥത്തിലും കശാപ്പുകാർ എന്ന് ആരും രേഖപ്പെടുത്തിയിട്ടില്ല.

പതിറ്റാണ്ടുകൾ പിന്നിട്ടാലും ഇത്തരം അസത്യപ്രചാരണം തുടർന്നുകൊണ്ടേയിരിക്കും. 2002ൽ യുഎസിൽ സ്ഥാപിതമായ ഫ്രീ സൊസൈറ്റി പ്രോജക്റ്റിന്റെ പ്രവർത്തനങ്ങളും അതിന്റെ മേധാവി മരിയ സി. വെർലാവ് എഴുതിയ "ചെ ഗുവേരയുടെ വിസ്മരിക്കപ്പെട്ട ഇരകൾ" എന്ന കൊച്ചു പുസ്തകവും ഇതിനുദാഹരണമാണ്. യുഎസ് ആണവബോംബാക്രമണത്തിൽ കത്തിച്ചാമ്പലായ ജപ്പാനിലെ ഹിറോഷിമ സന്ദർശിച്ചശേഷം അദ്ദേഹം ഭാര്യയ്ക്ക് അയച്ച കത്തിലെ വരികളിൽ 'യുദ്ധം എന്ന ശാപം' ആവർത്തിച്ചു കടന്നുവരുന്നു. ഈ

ശാപത്തിൽനിന്ന് മനുഷ്യരാശി മോചനം നേടണമെന്ന് വാദിച്ച വിവേകശാലികളിൽ പ്രമുഖനായിരുന്നു ചെ ഗുവേര. എന്നാൽ യുദ്ധത്തെ ഒരു ബിസിനസ്സായി കൊണ്ടുനടക്കുന്ന മുതലാളിത്തവ്യവസ്ഥിതിയും സാമ്രാജ്യത്വവും നിലനില്ക്കുന്നേടത്തോളം അത് ഒഴിവാക്കുക അസാദ്ധ്യമാണ്. അമേരിക്കയുടെ മിലിറ്ററി ഇൻഡസ്ട്രിയൽ കോംപ്ലെക്സ് നമ്മെ ബോദ്ധ്യപ്പെടുത്തുന്നത് അതാണ്.

പതിനഞ്ച്

ആദ്യ നയതന്ത്രയാത്രകൾ

വിപ്ലവക്യൂബയെ ചേരിചേരിപ്രസ്ഥാനവുമായി അടുപ്പിച്ചതിൽ ചെ ഗുവേരയുടെ പങ്ക് സർവ്വപ്രധാനമായിരുന്നു. ക്യൂബയെ ഒറ്റപ്പെടുത്താൻ എല്ലാ ഹീനമാർഗ്ഗങ്ങളും യുഎസ് സ്വീകരിച്ചതിനാൽ പല രാജ്യങ്ങളും അമേരിക്കയെ ഭയന്ന് ക്യൂബയുമായി അടുക്കാൻ മടിച്ചുനിന്നു. ഈ ഘട്ടത്തിൽ ചേരിചേരാരാജ്യങ്ങളുമായി സൗഹൃദം ഊട്ടിയുറപ്പിക്കേണ്ടതിന്റെ അനിവാര്യതയെപ്പറ്റി ചെ ആയിരുന്നു കാസ്ട്രോയോട് നിർദ്ദേശിച്ചത്. ഏഷ്യയിലെയും ആഫ്രിക്കയിലെയും പ്രമുഖ രാജ്യങ്ങളുമായി നയതന്ത്രബന്ധം സ്ഥാപിക്കുക നല്ലൊരു ആശയമായി കാസ്ട്രോയ്ക്കും തോന്നി. ഉടനെ ആ ചുമതല ചെയെത്തന്നെ ഫിദൽ ഏല്പിച്ചു. അങ്ങനെയായിരുന്നു ജൂലായ് 26 പ്രസ്ഥാനം അധികാരം പിടിച്ചെടുത്ത് വിപ്ലവഭരണകൂടം നിലവിൽ വന്ന് ഏതാനും മാസങ്ങൾക്കുള്ളിൽ ഇന്ത്യയുൾപ്പെടെ 14 ചേരിചേരാരാഷ്ട്രങ്ങൾ ചെ സന്ദർശിക്കാൻ ഇടയായത്.

ഏതെങ്കിലും ശാക്തികച്ചേരിയിൽ പെടാത്ത 29 രാജ്യങ്ങൾ ഇന്തോനീഷ്യയിലെ ബന്ദൂങ്ങിൽ 1955 ഏപ്രിൽ 24 മുതൽ 28വരെ തീയതികളിൽ യോഗം ചേർന്നു കൊളോണിയലിസത്തിനും നിയോകൊളോണിയലിസത്തിനും എതിരായി സംഘടിക്കാൻ ആഹ്വാനം ചെയ്യുകയുണ്ടായി. ബന്ദൂങ്ങിൽ ഒത്തുകൂടിയ 29 രാജ്യങ്ങളിൽ 14 എണ്ണം ചെ സന്ദർശിച്ചു. 1961ൽ ആയിരുന്നു 'നാം' (NAM) എന്ന ചുരുക്കപ്പേരിൽ അറിയപ്പെടുന്ന

ചേരിചേരാപ്രസ്ഥാനത്തിന്റെ (Non-Aligned Movement) ആദ്യസമ്മേളനം യൂഗോസ്ലാവിയിലെ ബെൽഗ്രേഡിൽചേർന്നത്. ചെ-യുടെ യാത്രയിലുളവായ ഉറ്റബന്ധത്തിന്റെ സ്വാഭാവിക പരിണാമം ആയിരിക്കണം ബെൽഗ്രേഡ് സമ്മേളനത്തിൽ ക്യൂബയും ക്ഷണിക്കപ്പെടാനിടയാക്കിയത്. ക്യൂബ നാമിന്റെ സംഘാടകരാജ്യങ്ങളിൽ ഒന്നായത് ചെയുടെ നയതന്ത്രത്തിന്റെ വിജയമായും കാണാം.

ചെയുടെ സന്ദർശനം പ്രധാനമായും ലക്ഷ്യമിട്ടത്, ചേരിചേരാ പ്രസ്ഥാനത്തിൽപ്പെട്ട പ്രധാനരാജ്യങ്ങളിലെ നേതാക്കളുമായുള്ള സുദൃഢബന്ധം ഊട്ടി ഉറപ്പിക്കുക കൂടിയായിരുന്നു. ഇന്ത്യയിലെ ജവഹർലാൽ നെഹ്റു, യൂഗോസ്ലാവിയയിലെ മാർഷൽ ടിറ്റോ, ഇന്തോനീഷ്യയിലെ സുക്കാർണോ, അൾജീരിയയിലെ അഹമ്മദ് ബെൻ ബെല്ല, ഈജിപ്തിലെ നാസർ, ചൈനയിലെ മാവൊ സെ തുങ് എന്നിവർ അക്കാലത്ത് പ്രബലരായ ലോകനേതാക്കളായി അംഗീകരിക്കപ്പെട്ടിരുന്നു. അവരുമായി ചെയുടെ സന്ദർശനത്തോടെ ഉളവായ ബന്ധദാർഢ്യം ലോകവേദികളിൽ, പ്രത്യേകിച്ച് ഐക്യരാഷ്ട്രസഭയിൽ, ക്യൂബയ്ക്ക് അമേരിക്കയുടെ ഒറ്റപ്പെടുത്തൽ നീക്കത്തെ ചെറുക്കാൻ സഹായിച്ചു.

ഭാര്യയായതിനാൽ കൂടെക്കൂട്ടാനാകില്ല

മൂന്നുമാസം നീണ്ടുനിന്ന ആ യാത്ര ചെ ആരംഭിച്ചത് 1959 ജൂൺ 12ന് ആയിരുന്നു. അലൈദയുമായി ചെയുടെ വിവാഹം നടന്നത് ജൂൺ 2നും. വിവാഹം കഴിഞ്ഞ് 10 ദിവസത്തിനുള്ളിൽ വരുന്ന ദീർഘയാത്രയിൽ ഭാര്യയെക്കൂടി കൂടെക്കൂട്ടുന്നതിൽ ഒരപാകതയും ആരും കാണുകയില്ലായിരുന്നു. എന്നാൽ ചെ ഇക്കാര്യത്തിലും തീരെ വ്യത്യസ്തമായി ചിന്തിച്ചു. അവൾ സെക്രട്ടറി മാത്രമായിരുന്നെങ്കിൽ കൂടെക്കൂട്ടാൻ ഒരു തടസ്സവുമില്ലായിരുന്നു, എന്നാൽ അലൈദ ഭാര്യയായി കഴിഞ്ഞതിനാൽ കൂടെക്കൂട്ടുക സാദ്ധ്യമല്ല, തന്റെ ഡെലിഗേഷനിലെ മറ്റംഗങ്ങളാരും ഭാര്യമാരെ കൂടെക്കൂട്ടാത്ത സാഹചര്യത്തിൽ അവളെ കൂടെക്കൊണ്ടുപോകുന്നത് ശരിയല്ല എന്നിങ്ങനെ കർക്കശമായ നിലപാടായിരുന്നു അദ്ദേഹം എടുത്തത്.

ഇത് ഹൃദയഭേദകമായി അലൈദയ്ക്ക് അനുഭവപ്പെട്ടു. കാസ്ട്രോ ഇടപെട്ടിട്ടുപോലും ചെ തന്റെ നിലപാടിൽനിന്നു അണുവിട വ്യതിചലിച്ചില്ല. അലൈദ എഴുതി: “അകന്നിരിക്കുന്ന സമയദൈർഘ്യം പരിഗണിച്ച് അദ്ദേഹത്തിന്റെ സെക്രട്ടറിയായി കൂടെ പോരാമെന്നു ഞാൻ നിർദ്ദേശിക്കയുണ്ടായി. ഈ ആശയത്തെ അദ്ദേഹം ശക്തിയായി നിരാകരിച്ചു. അതിൽനിന്നു ഞാനൊരുപാട് പഠിച്ചു. ഞാൻ അദ്ദേഹത്തിന്റെ

സെക്രട്ടറി എന്നതിനു പുറമെ ഭാര്യകൂടിയാണ്. ഞാൻ അദ്ദേഹത്തിന്റെ കൂടെ പോകയാണെങ്കിൽ അതൊരു പ്രത്യേക ആനുകൂല്യമായി കണക്കാക്കപ്പെടും, പ്രത്യേകിച്ചും മറ്റുള്ളവരുടെ ഭാര്യമാർക്കും കാമുകിമാർക്കും അതു കഴിയാത്തപ്പോൾ എന്നിങ്ങനെ പോകുന്നു അദ്ദേഹത്തിന്റെ വാദഗതി. അദ്ദേഹം പോകുന്നതിനുമുമ്പ് ഞങ്ങൾ ഫിദലിനെ കാണാൻ പോയി. എന്നെ കൂടെ കൊണ്ടുപോകാൻ അദ്ദേഹവും ചെയെ ബോദ്ധ്യപ്പെടുത്താൻ ശ്രമിച്ചു. ചെയെ ഇളക്കാൻ ആർക്കുമായില്ല. ഞാൻ കരയാൻ തുടങ്ങിയത് അദ്ദേഹത്തെ കോപാകുലനാക്കി. അദ്ദേഹത്തെ സംബന്ധിച്ചിടത്തോളം അത് വിഷമംപിടിച്ച സമയമായിരുന്നു. ഞാനത് കൂടുതൽ വഷളാക്കി." മൊറോക്കോയിലോ ജപ്പാനിലോ വെച്ച് അലൈദ കൂടെ ചേരട്ടെയെന്ന ഫിദലിന്റെ നിർദ്ദേശത്തിനും ചെ വഴങ്ങിയില്ല. ആൻഡേഴ്സൻ എഴുതി: "അദ്ദേഹത്തിന്റെ ആത്മനിഷേധപ്രവണത, അതിന്റെ രൂക്ഷത കുറക്കാൻ ശ്രമിച്ചുകൊണ്ടിരുന്ന ഫിദലിനെ ആശയക്കുഴപ്പത്തിലാക്കുയും അമ്പരപ്പിക്കുയും ചെയ്തു. ചെ ജപ്പാനിലായിരുന്നപ്പോൾ ഫിദൽ തന്നെ അദ്ദേഹത്തിന്റെ ഓഫീസിലേക്ക് വിളിപ്പിച്ചത് അലൈദ അനുസ്മരിച്ചു. ചെയുമായി ഒരു അധികദൂര ഫോൺവിളി അദ്ദേഹം ഏർപ്പാടാക്കിയിരുന്നു. അലൈദയെ കൂടെക്കൂട്ടാൻ ഫിദൽ വീണ്ടും നിർദ്ദേശിച്ചു. ചെ വീണ്ടും നിരസിച്ചു. ചെ മൊറോക്കോയിലായിരുന്നപ്പോൾ പിന്നീടും ഫിദൽ വൃഥാശ്രമം നടത്തി."

അലൈദയെ കൂടെക്കൊണ്ടുപോയില്ലെങ്കിലും പോയ സ്ഥലങ്ങളിൽനിന്നെല്ലാം സ്വാനുഭവങ്ങളെക്കുറിച്ച് ആകർഷമായ വരികൾ കുറിച്ച പോസ്റ്റുകാർഡുകൾ ചെ അയച്ചുകൊണ്ടിരുന്നു. ആദ്യത്തേത് ജപ്പാനിൽനിന്ന്, ഹിരോഷിമയിൽ യുഎസ് വർഷിച്ച ആറ്റംബോംബ് രണ്ടുലക്ഷത്തോളം പച്ചമനുഷ്യരെ ചുട്ടുചാമ്പലാക്കിയ ചരിത്രത്തിലെ ഏറ്റവും വലിയ വാർക്രൈമിനെപ്പറ്റിയായിരുന്നു. മൊത്തം 12 ദിവസം ജപ്പാനിൽ ചെയുടെ സംഘം ചെലവിട്ടു. അതിൽ അധികദിവസവും ആ രാജ്യവുമായി ക്യൂബയുടെ വാണിജ്യബന്ധങ്ങൾ മെച്ചപ്പെടുത്താനുള്ള കൂടിയാലോചനകൾക്കായിരുന്നു ചെലവിട്ടത്.

അവസാനമായപ്പോൾ ചെയുടെ കത്തുകളിൽ അലൈദയെ കൂടെ കൊണ്ടുപോകാഞ്ഞതിലുള്ള കുറ്റബോധം തലപൊക്കിയത്, അവർക്കൊരുമിച്ച് മായൻ, ആസ്റ്റെക് സംസ്കൃതികളുടെ കേന്ദ്രമായ മെക്സിക്കോയിൽ സഞ്ചരിക്കാം എന്ന വാഗ്ദാനപ്രകടനത്തിലൂടെ ആയിരുന്നു. ചെ തിരിച്ചെത്തിയാൽ ഇരുവരെയും കാത്തിരിക്കുന്ന ജോലിഭാരം കണക്കിലെടുത്താൽ ചെയുടെ ഈ വാഗ്ദാനം വെറും ഭ്രമകല്പനയായേ അവൾക്ക് അനുഭവപ്പെട്ടുള്ളു.

ചെ മഹാത്മാ ഗാന്ധിയുടെ ഇന്ത്യയിൽ

ഇന്ത്യയുമായുള്ള ബന്ധം ഫിദൽ ഏറെ വിലമതിച്ചിരുന്നു. മാത്രമല്ല മഹാത്മാ ഗാന്ധിയുടെ ഇന്ത്യ ചെയ്ക്കും ഒരു വികാരമായിരുന്നു.

1959 ജൂൺ 12 ന പുറപ്പെട്ട ചെ സ്പെയിനിന്റെ തലസ്ഥാനനഗരിയായ മാഡ്രിഡിൽ മുപ്പത്തിയൊന്നാം ജന്മദിനം ആഘോഷിച്ചു. ജൂൺ 30 രാത്രിയായിരുന്നു ദെൽഹിയിലെ പാലം എയർപോർട്ടിൽ എത്തിയത്. ഒരു ഗണിതശാസ്ത്രജ്ഞനും സാമ്പത്തികശാസ്ത്രജ്ഞനും പാർട്ടി പ്രവർത്തകനും ചെയുടെ അംഗരക്ഷകനും ഉൾപ്പെട്ട സംഘത്തിന് ഊഷ്മളമായ വരവേല്പ് നൽകപ്പെട്ടു.

പിറ്റേന്ന് ജൂലായ് 1-ന് രാവിലെ പ്രധാനമന്ത്രി ജവഹർലാൽ നെഹ്റുവിനെ തീൻമൂർത്തിഭവനിൽ പോയി കണ്ടു, ആ യുവവിപ്ലവകാരി അദ്ദേഹത്തെ ഏറെ ആകർഷിച്ചതായി തോന്നുന്നു. ചെയെ പ്രധാനമന്ത്രി ഉച്ചഭക്ഷണത്തിനു ക്ഷണിച്ചെന്നു മാത്രമല്ല, മകൾ ഇന്ദിര, ചെറുമക്കൾ രാജീവ്, സഞ്ജയ് എന്നിവരുൾപ്പെട്ട മുഴുവൻ കുടുംബാംഗങ്ങളോടൊപ്പമായിരുന്നു ഭക്ഷണം കഴിച്ചത്. ഔപചാരിക സംഭാഷണത്തിൽ ഇരുരാജ്യങ്ങളും തമ്മിൽ നയതന്ത്രബന്ധം സ്ഥാപിക്കാനും വ്യാപാരം വികസിപ്പിക്കാനും ധാരണയായി. നേരത്തെതന്നെ നെഹ്റുവിന്റെ ആരാധകനായിക്കഴിഞ്ഞ ചെയെ അദ്ദേഹത്തിന്റെ വാത്സല്യമസൃണമായ പെരുമാറ്റം ഏറെ ആകർഷിച്ചു. ക്യൂബയിലേക്ക് അയച്ച റിപ്പോർട്ടിൽ ചെ എഴുതി: "വന്ദ്യവയോധികനായ ഒരു പിതാമഹന്റെ സൗഹാർദ്ദപൂർണ്ണമായ അടുപ്പത്തോടെ, എന്നാൽ ക്യൂബൻജനതയുടെ ആത്മസമർപ്പണത്തിലും സമരങ്ങളിലും കുലീനമായ താത്പര്യത്തോടെ, നെഹ്റു ഞങ്ങളെ സ്വീകരിച്ചു." പിറ്റേന്ന് ചെ ചരിത്രപ്രധാനമായ നിരവധി സ്ഥലങ്ങൾ സന്ദർശിക്കുയും ഏതാനും നേതാക്കളെ കാണുകയുമുണ്ടായി. 3ന് പ്രതിരോധമന്ത്രി വി.കെ.കൃഷ്ണമേനോനെയും സന്ദർശിച്ചു. ആസൂത്രണക്കമ്മീഷൻ അംഗങ്ങളുമായി ചർച്ചചെയ്യാനും ചെ സമയം കണ്ടെത്തി. ചെ ദെൽഹിയിൽവെച്ച് കണ്ടു സംസാരിച്ച വിദേശ നയതന്ത്രജ്ഞൻ ഇന്ത്യയിലെ ചിലിയൻ അംബാസഡർ ആയിരുന്നു. പൊതുവെ അന്തർമുഖനായ ചെ അംബാസഡറുടെ വീട്ടിൽ വെച്ച് ഒരു ശീർഷാസന പ്രകടനംപോലും നടത്തി എല്ലാവരെയും രസിപ്പിച്ചു!

ആദ്യത്തെ ഈ ഇന്ത്യാസന്ദർശനംകൊണ്ട് ചെയുടെ ഉദ്ദിഷ്ടലക്ഷ്യമായ നയതന്ത്രപരമായ അടുപ്പത്തിലുപരി ക്യൂബയുടെ സാമ്പത്തികവും സാങ്കേതികവുമായ രംഗങ്ങളിലെ വളർച്ചയ്ക്ക് ആവശ്യമായ അറിവുകൂടി സംഭരിച്ചിരുന്നു. ചെ ക്യൂബയിലേക്ക് അയച്ച റിപ്പോർട്ടിൽ നെഹ്റുവിന്റെ

ഉപദേശങ്ങളുടെ പ്രധാന്യത്തെ പ്രകീർത്തിച്ചു. സാമ്പത്തിക പുരോഗതിയോടും സാങ്കേതിക വികാസത്തോടും ഒപ്പമാണ് യഥാർത്ഥ വികസനം സാദ്ധ്യമാകുന്നതെന്നു ഇന്ത്യാസന്ദർശനം തന്നെ പഠിപ്പിച്ചെന്ന് ചെ എഴുതി. മെഡിസിൻ, കെമിസ്ട്രി, ഫിസിക്സ്, കൃഷി എന്നീ രംഗങ്ങളിലെ ഗവേഷണവും സാങ്കേതിക വളർച്ചയും സാമ്പത്തിക പുരോഗതിക്ക് അത്യാവശ്യമാണെന്ന് ഇന്ത്യാസന്ദർശനത്തോടെ അദ്ദേഹത്തിന് ബോദ്ധ്യമായി.

ദെൽഹിയിൽവെച്ചുതന്നെ ഓൾ ഇന്ത്യാ റേഡിയോയ്ക്കുവേണ്ടി മലയാളിയായ കെ.പി. ഭാനുമതി ചെയെ ഇന്റർവ്യൂചെയ്ത് ചരിത്രത്തിൽ ഇടംനേടി. അഭിമുഖവേളയിൽ ഒട്ടും മയമില്ലാതെ അവർ തുറന്നടിച്ചു ചോദിച്ചു: “താങ്കൾ ഒരു കമ്യൂണിസ്റ്റാണെന്ന് പറയപ്പെടുന്നു. എന്നാൽ കമ്യൂണിസ്റ്റ് വരട്ടുതത്വവാദങ്ങൾ ഒരു ബഹുമുഖമതസമൂഹത്തിൽ അംഗീകരിക്കപ്പെടില്ല.” ഒട്ടും പ്രകോപിതനാകാതെ ശാന്തമായി, തന്നെ കമ്യൂണിസ്റ്റെന്ന് അടയാളപ്പെടുത്താതെ ചെ പറഞ്ഞത്, സമത്വത്തിലും ചൂഷണത്തിൽനിന്നുള്ള സ്വാതന്ത്ര്യത്തിലും വിശ്വസിക്കുന്ന ഒരു സോഷ്യലിസ്റ്റാണ് താൻ എന്നായിരുന്നു. ഇന്ത്യയ്ക്ക് സമാധാനമാർഗ്ഗത്തിലൂടെ സ്വാതന്ത്ര്യം നേടിത്തന്ന ഗാന്ധിജിയെ വാഴ്ത്താനും അദ്ദേഹം മറന്നില്ല.

ചെ തുടങ്ങിവെച്ച ഇന്ത്യാ-ക്യൂബാ സൗഹൃദം കാസ്ട്രോയുടെ രണ്ടു ചരിത്രപ്രസിദ്ധമായ ഇന്ത്യാസന്ദർശനങ്ങളിലൂടെയും (1973, 1983) പ്രധാനമന്ത്രി രാജീവ് ഗാന്ധി (1985), മൻമോഹൻ സിംഗ് (2006) എന്നിവരുടെ ക്യൂബാസന്ദർശനങ്ങളിലൂടെയും വളർന്നു. ഇരുരാജ്യങ്ങളും പ്രകൃതിദുരന്തങ്ങളിലും മറ്റും അന്യോന്യം സഹായിക്കുകയും ലോകവേദികളിൽ പരസ്പരം സഹകരിക്കയും ചെയ്ത് അത് സുദൃഢമാക്കി.

ശ്രീലങ്കയിൽ

ദൗത്യത്തിന്റെ ഭാഗമായി ആഗസ്റ്റ് ആദ്യവാരത്തിൽ ശ്രീലങ്കയിലും ചെ എത്തി. ഇരുരാജ്യങ്ങളും അന്യോന്യം നയതന്ത്രബന്ധം സ്ഥാപിച്ചതിനുപുറമേ, യുഎസ് സമ്മർദ്ദത്താൽ പ്രതിസന്ധി നേരിട്ടിരുന്ന പഞ്ചസാരവ്യാപാരം ശ്രീലങ്കയുമായി അഭിവൃദ്ധിപ്പെടുത്തുകയും ചെയ്തു. ഹൊരാനയിലെ റബർ എസ്റ്റേറ്റ് സന്ദർശിച്ച് റബർ മരങ്ങൾ അവിടെ നട്ടുവളർത്തുന്ന രീതി ചെ ശ്രദ്ധിച്ചു. 1959 ആഗസ്റ്റ് 7ന് അവിടെ നട്ട ഒരു മഹാഗണി മരം ചെയുടെ സന്ദർശനത്തിന്റെ സ്മാരകമായി ഇന്നും നിലനില്ക്കുന്നു.

ഹവാനയിലെ ഗാൽബൻ ലോബോ ട്രേഡിംഗ് കമ്പനിയിൽനിന്നു സ്ഥിരമായി ക്യൂബയിൽനിന്നു പഞ്ചസാര ഇറക്കുമതിചെയ്തിരുന്ന

കൊളംബോയിലെ വ്യവസായി ജെയിംസ് ടി. രത്നത്തെ ചെ സന്ദർ ശിക്കയുണ്ടായി. കമ്പനിയുടമ ജൂലിയോ ലോബോ എന്ന വ്യവസായ പ്രമുഖൻ വിപ്ലവശേഷം ക്യൂബയിൽനിന്ന് ഓടിപ്പോയി ന്യൂയോർക്കിൽ താമസമാക്കി. അതോടെ ക്യൂബൻ പഞ്ചസാര ശ്രീലങ്കയിലേക്ക് (അന്നത്തെ സിലോൺ) കയറ്റിയയയ്ക്കാൻ നിർവ്വാഹമില്ലാതായി. ജെയിംസ് രത്നത്തെക്കൊണ്ട് പഞ്ചസാര ഇറക്കുതി പുനരാരംഭിക്കാൻ അദ്ദേഹത്തിനു കഴിഞ്ഞു. ഇതുപോലെ ക്യൂബയിൽനിന്നു പഞ്ചസാര ഇറക്കുമതിചെയ്തിരുന്ന എല്ലാ രാജ്യങ്ങളും സന്ദർശിച്ച് ചെ ഇതാവർ ത്തിച്ചു. തന്റെ പിതാവിനെ ചെ സന്ദർശിച്ചതിന് സാക്ഷിയായിരുന്ന ജയം രത്നം 57 വർഷത്തിനുശേഷം ഓർമ്മിച്ചെടുത്തു. "ചെ ഗുവേരയും അദ്ദേഹത്തിന്റെ ദ്വിഭാഷിയും 1959ൽ ഹവാനയിലെ ക്യൂബാസുകാ റിൽനിന്നു പഞ്ചസാര ഇറക്കുമതി ചെയ്യുന്നത് തുടരണമെന്നു പ്രേരി പ്പിക്കാൻ എന്റെ പിതാവിനെ സന്ദർശിക്കയുണ്ടായി. വെടിപ്പില്ലാത്ത, താടിവടിക്കാത്ത, യൂണിഫോമിൽ പ്രാതലിന്റെ അംശങ്ങളോടുകൂടിയ ഈ മനുഷനെ കണ്ടതായി ഞാൻ ഓർക്കുന്നു. സുന്ദരിയായ ക്യൂബൻ ദ്വിഭാഷിക്കൊപ്പം ഞങ്ങളുടെ ലിവിംഗ് റൂമിൽ ഇരുന്നിരുന്നത് ഞാൻ ഓർക്കുന്നു. അദ്ദേഹം പ്രസിദ്ധനായത് പില്ക്കാലത്തുമാത്രമാകയാൽ ഞാൻ അദ്ദേഹത്തെ കാര്യമായി ശ്രദ്ധിച്ചില്ല."

അയൂബിന്റെ പാക്കിസ്ഥാനിൽ

1959 ആഗസ്റ്റിൽത്തന്നെ ചെ പാക്കിസ്ഥാനും സന്ദർശിച്ചു. ആഗസ്റ്റ് 10ന് അദ്ദേഹം ആദ്യ സൈനികസ്വേച്ഛാധിപതി അയൂബ് ഖാനോടൊപ്പം ഫോട്ടോ എടുക്കയുമുണ്ടായി. അയൂബ് അമേരിക്കൻ പിന്തുണയോടെ സൈനിക അട്ടിമറിയിലൂടെ അധികാരത്തിലെത്തി യെന്നു മാത്രമല്ല, ഇടതുപക്ഷത്തെ അടിച്ചമർത്തുകയും ചെയ്തിരുന്നു. 1965ൽ ചെ പാക്കിസ്ഥാൻ സന്ദർശിച്ചപ്പോഴും അയൂബ് തന്നെയായി രുന്നു അധികാരത്തിൽ. രസകരമായ കാര്യം 1960കളുടെ അവസാനം അയൂബ് ഭരണത്തിനെതിരെ കലാപം നയിച്ച ഇടതുപക്ഷ വിദ്യാർത്ഥി കലാപകാരികളുടെ വീരനായകൻ ചെ ആയിരുന്നുഎന്നതാണ്.

ചെ അറബുരാജ്യങ്ങളിൽ

ഇസ്രായേൽ എന്ന തെമ്മാടി രാഷ്ട്രത്തെ തങ്ങളുടെ പശ്ചിമേഷ്യ യിലെ ഔട്ട്പോസ്റ്റായി സാമ്രാജ്യത്വം പടച്ചുവിടുകയും രക്തപ്പുഴകളൊ ഴുക്കി നിലനിർത്തുകയും ചെയ്ത ചരിത്രത്തിലെ ഏറ്റവും വലിയ അന്യാ യത്തിനെതിരെ രോഷം പൂണ്ട അറബ് ജനതയ്ക്ക് ചെ ഗുവേര പുതിയ ആശയും ആവേശവും ആയിത്തീർന്നു. അക്കൂട്ടത്തിൽ മൊറോക്കോ

പോലുള്ള ചില രാജ്യങ്ങളിലെ കാലഹരണപ്പെട്ട രാജഭരണം അമേരിക്കയുടെ ചൊൽപ്പടിക്കു നിന്നിരുന്നെങ്കിലും ജനങ്ങൾ എവിടെയും ചെയെ സ്വാഗതം ചെയ്തു. അവർ അദ്ദേഹത്തിന്റെ വീരോചിതമായ ചരിത്രത്തിൽനിന്നു പ്രചോദനമുൾക്കൊണ്ടു.

1959 ജൂലായിൽ ഗുവേര ഈജിപ്തിലെ കെയ്റോവിൽ വെച്ച് പ്രസിഡന്റ് നാസറെ സന്ദർശിച്ചു. അതിനും 7 വർഷം മുമ്പായിരുന്നു നാസർ നയിച്ച വിപ്ലവം ഈജിപ്തിനെ രാജവാഴ്ചയിൽനിന്നു മോചിപ്പിച്ചത്. ബ്രിട്ടീഷ് കോളനിവാഴ്ചയിൽനും ഫ്രീ ഓഫീസേഴ്സ് പ്രസ്ഥാനം ഈജിപ്തിനെ ഒരു റിപബ്ലിക് ഭരണത്തിലേക്കു നയിച്ചു. ബ്രിട്ടീഷ് പാവയായിരുന്ന ഫാറൂക് രാജാവിനെ നാടുകടത്തിയശേഷം വൻതോതിൽ കാർഷികപരിഷ്കാരവും വ്യവസായവല്ക്കരണവും നടപ്പാക്കി അറബ്സോഷ്യലിസം എന്ന മുദ്രാവാക്യത്തിലൂടെ മുഴുവൻ അറബുജനതയേയും നാസർ ആകർഷിച്ചു. ഇസ്രായേലിനെതിരായ പലസ്തീനികളുടെ വിമോചനപ്രസ്ഥാനത്തിനും ഈജിപ്ഷ്യൻ വിപ്ലവം പ്രചോദനമായ സന്ദർഭത്തിലായിരുന്നു ചെയുടെ സന്ദർശനം.

പലസ്തീനിൽനിന്നു ആട്ടിയോടിക്കപ്പെട്ട കുടുംബാംഗവും ഗ്രന്ഥകാരനുമായ 81 കാരൻ സൽമാൻ അബു സിത്ത എഴുതി: "ഗുവേരയുടെ സന്ദർശനത്തിൽ നാസർ അതീവ താത്പര്യമെടുത്തു. അദ്ദേഹം തന്റെ ഓഫിസിൽ ഗുവേരയെ സ്വീകരിച്ചു. അദ്ദേഹത്തെ പൊതുപരിപാടികളിലും ഔദ്യോഗിക പരിപാടികളിലും പങ്കെടുപ്പിച്ചു. സമുദായനേതാക്കൾക്ക് പരിചയപ്പെടുത്തിക്കൊടുക്കുകയും മെഡലുകൾ സമ്മാനിക്കയും ചെയ്തു. നാസറോടും പലസ്തീനികളോടും വിപ്ലവലാറ്റിനമേരിക്കയുടെ ഗാഢബന്ധത്തിന്റെ തുടക്കമായിരുന്നു അത്. ആ ബന്ധം ഇന്നും തുടരുന്നു." ഗുവേരയുടെ സന്ദർശനശേഷമായിരുന്നു ക്യൂബ പലസ്തീൻ വിദ്യാർത്ഥികൾക്ക് സ്കോളർഷിപ്പ് കൊടുക്കയും വിഷമാവസ്ഥയിലായ പലസ്തീനികൾക്ക് പൗരത്വം അനുവദിക്കയും ചെയ്തത്.

ചെയെ സ്വാധീനിച്ച അറബ് ഗറില്ലാനേതാവ്

ഒരു വിപ്ലവകാരിയെന്ന നിലയിൽ ചെ ഗുവേരയുടെ ജീവിതത്തിലെ മുഖ്യസംഭവം മെക്സിക്കോയിൽവെച്ച് 1956ൽ ഫിദൽ കാസ്ട്രോയെ പരിചയപ്പെട്ടതാണല്ലോ. അതുകഴിഞ്ഞാൽ ആ ഗറില്ലായുദ്ധതന്ത്രജ്ഞനെ ഏറ്റവുമധികം സ്വാധീനിച്ച സംഭവങ്ങളിൽ ഒന്നാണ് ബെൻ അബ്ദൽ ക്രിം (1883-1963) എന്ന മൊറോക്കോക്കാരനെ കെയ്റോവിൽവെച്ചു പരിചയപ്പെട്ടത്. ഗറില്ലായുദ്ധതന്ത്രജ്ഞനെന്ന നിലയിൽ അദ്ദേഹം ഹോചിമിനെയും മാവോ സെ തുങ്ങിനെയും ചെ ഗുവേരയെത്തന്നെയും സ്വാധീനിച്ച വ്യക്തിയാണെന്ന യാഥാർത്ഥ്യം അവിശ്വസനീയമായി

തോന്നാം. വാസ്തവത്തിൽ അദ്ദേഹം അപ്പോൾ കെയ്റോവിൽ ഉണ്ടായി രുന്നതാണ് ചെയുടെ സന്ദർശനത്തിന് ചരിത്രപ്രാധാന്യം നൽകിയത്.

ഉത്തര മൊറോക്കോയിലെ റിഫിൽ ബെർബർ ഭാഷകൾ സംസാ രിക്കുന്ന റിഫ് ഗോത്രങ്ങളെ സ്പെയിനിന്റെയും ഫ്രാൻസിന്റെയും കോളനിവാഴ്ചക്കെതിരെ അണിനിരത്തിയായിരുന്നു അബ്ദെൽ ക്രിം ശ്രദ്ധേയനായത്. ക്രിമിന്റെ പിതാവ് ഒരു പണ്ഡിതനെന്ന നിലയിൽ സമൂഹത്തിൽ മാന്യമായ സ്ഥാനം ആർജ്ജിച്ചതിനാൽ മൊറോക്കോ സുൽത്താൻ 1980കളിൽ അദ്ദേഹത്തെ ഇസ്ലാമികന്യായാധിപനാ ക്കി. 1902ൽ സ്പാനിഷ് സൈനികാധികൃതരും തങ്ങളുടെ അധികാരം നിലനിർത്താൻ ഒത്താശ ചെയ്തതിന് സ്ഥാനമാനങ്ങളും പ്രതിമാസ സ്റ്റൈപന്റും അദ്ദേഹത്തിനു നൽകി. അബ്ദെൽ ക്രിമും പിതാവിന്റെ സ്വാധീനംകൊണ്ട് 1910വരെ അദ്ധ്യാപകനും, പത്രാധിപരും ലേഖക നുമെന്ന നിലയിൽ സ്പാനിഷ് സംസ്കൃതിയെ പുകഴ്ത്തിയിരുന്നു. 1910ൽ മെലില്ലയിലെ നാറ്റീവ് അഫയേഴ്സ് ഓഫീസിൽ ദ്വിഭാഷിയായി പ്രവർത്തി ക്കാൻ അവസരം ലഭിച്ചതോടെ സ്പാനിഷ് സൈനികമേധാവികളുമായി അദ്ദേഹം കൂടുതൽ അടുത്തു. ഒന്നാം ലോകയുദ്ധം പൊട്ടിപ്പുറപ്പെട്ട തോടെ അബ്ദെൽ ക്രിമും പിതാവും ജർമ്മൻ പക്ഷപാതികളായി മാറി യതിനാൽ സ്പാനിഷ്സൈനികമേധാവികളുമായി ഇരുവരും അകന്നു. അബ്ദെൽ ക്രിം 1915 സെപ്തംബറിൽ ജയിലിലുമായി. ജയിൽമോചിത നായിട്ടും നിലപാട് മാറ്റാതിരുന്ന ക്രിം 1921 ജൂണിൽ മദ്ധ്യ റിഫിലേക്ക് മുന്നേറിക്കൊണ്ടിരുന്ന സ്പാനിഷ്സൈന്യത്തിനെതിരെ നാട്ടുകാരുടെ ചെറുത്തുനില്പ് വിജയകരമായി സംഘടിപ്പിച്ചു. ഇതോടെ ആരംഭിച്ച റിഫ് യുദ്ധം (1921-1926) ക്രിമിനെ ലോകാരാദ്ധ്യനായ ഗറില്ലാ നേതാവാക്കി. സ്പാനിഷ് സൈന്യത്തെ ഗറില്ലായുദ്ധത്തിൽ പരാജയപ്പെടുത്തി റിഫ് റിപബ്ലിക് സ്ഥാപിച്ച അദ്ദേഹം 1921 മുതൽ 1926വരെ അതിന്റെ പ്രസിഡന്റുമായി. എന്നാൽ പിന്നീട് സ്പെയിനും ഫ്രാൻസും എണ്ണമറ്റ സൈനികരെ അണിനിരത്തി സംയുക്താക്രമണം നടത്തി. മാത്രമല്ല അവർ രാസായുധപ്രയോഗത്തിലൂടെ എല്ലാ അന്താരാഷ്ട്രമര്യാദകളും ലംഘിച്ചു. പരാജയപ്പെട്ട ക്രിം 20 വർഷത്തോളം നാടുകടത്തപ്പെട്ടു. ഒടുവിൽ അദ്ദേഹത്തിന് അഭയം നൽകിയത് ഈജിപ്തായിരുന്നു.

മൊറോക്കൻ എംബസി ഗുവേരയ്ക്കുവേണ്ടി കയ്റോയിൽ ഒരുക്കിയ വിരുന്നുസൽക്കാരത്തിൽ പുതുതായി നിയമിതനായ മൊറോക്കോ പ്രധാനമന്ത്രി അബ്ദുല്ല ഇബ്രാഹിമും അബ്ദെൽ ക്രിമും പങ്കെടുത്തിരു ന്നു. ഇരുവിപ്ലവകാരികളും മണിക്കൂറുകളോളം സ്പാനിഷ് ഭാഷയിൽ സംസാരിച്ചു. അപ്പോൾ അബ്ദുല്ല ഇബ്രാഹിം ചെ ഗുവേരയെ മൊറോക്കോ

സന്ദർശിക്കാൻ ക്ഷണിച്ചു. മൊറോക്കൻ എഴുത്തുകാരൻ മൊഹമ്മദ് ലൗമ തന്റെ ഗ്രന്ഥത്തിൽ ("Years of Resistance Inside the Hurricane") ഈ കൂടിക്കാഴ്ചയെ അനുസ്മരിക്കുന്നു: "അബ്ദല്ല ഇബ്രാഹിം പറഞ്ഞത് ചെയും ബെൻ അബ്ദെൽ ക്രിമും മണിക്കൂറുകളോളം സംസാരിച്ചുവെന്നായിരുന്നു. സ്പാനിഷിൽ സംസാരിച്ച അവർ അന്യോന്യം ശ്രദ്ധിച്ചുകേട്ടു. സംഭാഷണസമയത്ത് ചെ ഗുവേര ബെൻ അബ്ദൽക്രിമിനോടും അദ്ദേഹത്തിന്റെ ഗറില്ലാതന്ത്രങ്ങളോടുമുള്ള ആദരവ് പ്രകടിപ്പിക്കയുണ്ടായി." 1963ൽ അൾജീരിയയും മൊറോക്കോയും തമ്മിൽ അതിർത്തിയെച്ചൊല്ലി യുദ്ധമുണ്ടാകയും ക്യൂബ സോഷ്യലിസ്റ്റ് അൾജീരിയയുടെ പക്ഷം ചേരുകയും ചെയ്തതോടെ ക്യൂബയും മൊറോക്കോയും തമ്മിൽ ചെ കെട്ടിപ്പടുത്ത ബന്ധം ശിഥിലമായി. ചെയും ക്യൂബയും അവിടത്തെ ഇടതുപക്ഷത്തെ ആവേശഭരിതരാക്കുയും രാജഭരണത്തിനെതിരെ പോരാടാൻ പ്രചോദനമാകയും ചെയ്തു. അതിനാൽ മൊറോക്കോ രാജാവ് ചെയെയും കാസ്ട്രോയെയും എന്നും ഭീതിയോടെയും വെറുപ്പോടെയുമായിരുന്നു വീക്ഷിച്ചത്.

അറബുജനതയെ പുളകംകൊള്ളിച്ച ഗാസസന്ദർശനം

നാസറുടെ ക്ഷണം സ്വീകരിച്ചായിരുന്നു 1959 ജൂലായ് അവസാനം ചെ ഗുവേര ഗാസ സന്ദർശിച്ചത്. 1956ൽ ബ്രിട്ടന്റെയും ഫ്രാൻസിന്റെയും സഹകരണത്തോടെ ഗാസയിൽ ഇസ്രായേൽ നടത്തിയ കൂട്ടക്കൊലകളും വംശശുദ്ധീകരണവും നാസർ ലോകശ്രദ്ധയിൽ കൊണ്ടുവന്നിരുന്നു. ഗാസയിൽ ആദ്യമായി ഒരു ഗറില്ലാ നേതാവ് എത്തുന്നത് ചെ ആയിരുന്നു. ആ സന്ദർശനത്തിന്റെ ചരിത്രപ്രാധാന്യം വിലയിരുത്തിക്കൊണ്ട് അബു സിത്ത എഴുതി: "പലസ്തീന്റെ സിയോണിസ്റ്റ് കോളണീകരണത്തെ ഒരു പ്രാദേശിക സംഘട്ടനത്തിൽനിന്നു കൊളോണിയലിസത്തിനെതിരായ ആഗോളസമരമായി മാറ്റിയെടുക്കുന്നതിന്റെ ആദ്യത്തെ അടയാളപ്പെടുത്തലായിരുന്നു 1959ലെ ഗുവേരയുടെ ഗാസാസന്ദർശനം" അദ്ദേഹത്തെ പലസ്തീൻ നേതാക്കൾ ഹൃദ്യമായി സ്വീകരിച്ചു. തങ്ങളുടെ രാജ്യം മോചിപ്പിക്കാനുള്ള സമരം തുടരാൻ അദ്ദേഹം പലസ്തീൻ അഭയാർത്ഥികളോട് ആഹ്വാനം ചെയ്തു. അധിനിവേശത്തിനെതിരെ ചെറുത്തുനില്പല്ലാതെ വേറെ വഴിയില്ലെന്ന് ചെ പറഞ്ഞു. യഹൂദ കുടിയേറ്റക്കാർ അവരുടെ വീടുകളെല്ലാം സ്വന്തമാക്കിക്കഴിഞ്ഞതിനാൽ പലസ്തീനികളുടെ പ്രശ്നം സങ്കീർണ്ണമാണെന്ന് അദ്ദേഹം അംഗീകരിച്ചു. അവകാശങ്ങൾ പുനഃസ്ഥാപിക്കണമെന്ന് ചെ ഖണ്ഡിതമായി പറഞ്ഞു. പലസ്തീൻ പോരാളികൾക്ക് ആയുധങ്ങളും പരിശീലനവും നല്കാൻ ക്യൂബ തയ്യാറാണെന്നും അദ്ദേഹം അവരെ അറിയിച്ചു.

പലസ്തീൻ നേതാവ് മുസ്തഫ അബ്ബ മിദ്ദെയിൻ ഗുവേരയെ ഒരു അഭയാർത്ഥി ക്യാമ്പിൽ കൊണ്ടുപോയി അവിടത്തെ ദാരിദ്ര്യവും കഷ്ടപ്പാടും നേരിട്ട് കാണിച്ചുകൊടുത്തു. എന്നാൽ അതൊന്നുമല്ലായിരുന്നു ചെ ഗുവേര കാണാൻ ആഗ്രഹിച്ചത്. അദ്ദേഹം വെട്ടിത്തുറന്നു ചോദിച്ചു: “നിങ്ങളുടെ രാജ്യം സ്വതന്ത്രമാക്കാൻ എന്തുചെയ്യുന്നുവെന്നു കാണിച്ചു തരൂ. എവിടെ പരിശീലന ക്യാമ്പുകൾ? ആയുധങ്ങൾ നിർമ്മിക്കാനുള്ള ഫാക്ടറികൾ എവിടെ? ആളുകളെ സംഘടിപ്പിക്കുന്ന സെന്ററുകൾ എവിടെ?” ചെ ചോദിച്ചതൊന്നും കാണിച്ചുകൊടുപ്പാൻ മിദ്ദെയിന് കഴിഞ്ഞില്ല. അപ്പോഴൊന്നും ശരിയായ സായുധ ചെറുത്തുനില്പിന്റെ പാതയിലേക്ക് പ്രവേശിക്കാൻ പലസ്തീൻ യുവാക്കൾക്ക് കഴിഞ്ഞിരുന്നില്ല. ഗുവേരയുടെ കൂടെ ഗറില്ലായുദ്ധത്തിൽ വിദഗ്ധനായ ജനറൽ കബ്രേര ഉണ്ടായിരുന്നു. അദ്ദേഹം പലസ്തീൻ അഭയാൽത്ഥി നേതാക്കളെക്കണ്ടു സായുധ ചെറുത്തുനില്പിന് ആവശ്യമായ നിർദ്ദേശങ്ങൾ നല്കി. ഈ സന്ദർശനത്തോടെ ചെ ഗുവേര എന്ന ഗറില്ലാനേതാവ് പലസ്തീൻ യുവാക്കളുടെ മനസ്സിൽ സ്ഥാനം പിടിച്ചു.

14 ഏഷൻ-ആഫ്രിക്കൻ രാജ്യങ്ങൾ സന്ദർശിച്ച ചെ ഗുവേര 1959 സെപ്തംബർ 10ന് ക്യൂബയിൽ തിരിച്ചെത്തി. ഈ യാത്രാനുഭവം ക്യൂബൻ വിപ്ലവം വലിയൊരു ശരിയായിരുന്നുവെന്ന് ചെയെ അസന്ദിഗ്ദ്ധമായി ബോദ്ധ്യപ്പെടുത്തി. ചെയിലെ വിപ്ലവകാരിയെ കുറേക്കൂടി പ്രതിജ്ഞാബദ്ധനാക്കുകയും ചെയ്തു.

പതിനാറ്

വിപ്ലവാനന്തര പുനർനിർമ്മാണത്തിൽ ചെ

ക്യൂബയുടെ വിദേശബന്ധത്തിന് ശക്തമായ അടിത്തറ പാകിയ ചെ ഗുവേര കാർഷികപരിഷ്കരണം, വ്യവസായവത്ക്കരണം, നിരക്ഷരതാ നിർമ്മാർജ്ജനം എന്നീ മേഖലകളിലും നൽകിയ സംഭാവന ക്യൂബൻജനതയ്ക്ക് മറക്കാനാകില്ല. ലാറ്റിനമേരിക്കയിൽ എമ്പാടുമെന്ന പോലെ ക്യൂബയിലും യുഎസ് സംരക്ഷണത്തിൽ നിലനിന്നുപോരുന്ന നിയോകൊളോണിയൽ സമ്പദ്‌വ്യവസ്ഥ പാവപ്പെട്ട കർഷകലക്ഷങ്ങളെ കടുത്ത ചൂഷണത്തിനിരയാക്കിയിരുന്നു. ഭൂമി മുഴുവൻ യുഎസ് കമ്പനികൾ ഉൾപ്പെട്ട ചെറിയൊരു ന്യൂനപക്ഷത്തിന്റെ കൈവശമാകയാൽ പാവപ്പെട്ട കർഷകർ ഭൂരഹിതരായി സമ്പന്നരുടെ അടിമകളായി ജീവിക്കേണ്ടിവന്നു. ക്യൂബൻവിപ്ലവത്തിന്റെ ആവേശകരമായ മുദ്രാവാക്യമായിരുന്നു കൃഷിഭൂമി കൃഷിക്കാരന് എന്നത്. പതിനായിരക്കണക്കിനേക്കർ ഭൂമിയുള്ള ഭൂസ്വാമിമാരിൽനിന്ന് ആവശ്യത്തിൽ കൂടുതലുള്ള ഭൂമി പിടിച്ചെടുത്ത് പാവപ്പെട്ടവർക്ക് വിതരണം ചെയ്യാനുള്ള പരിപാടിക്ക് നേതൃത്വം കൊടുക്കാൻ ഫിദൽ കാസ്ട്രോ ചെയെത്തന്നെയാണ് ഏല്പിച്ചത്. തന്റെ സംഘത്തിലെ മറ്റാരേക്കാളും ഫലപ്രദമായി വിപ്ലവപരിപാടികൾ നടപ്പാക്കാനുള്ള ഇച്ഛാശക്തി ചെ ഗുവേരയ്ക്കാണുള്ളതെന്ന് ഫിദലിന് ഉറപ്പുണ്ടായിരുന്നു. ബാത്തിസ്റ്റയ്ക്കെതിരായ ഗറില്ലായുദ്ധകാലത്ത് ചെ ക്യൂബൻകർഷകരെ ഏറ്റവും അടുത്തറിയുകയും അവരുടെ

നീറുന്ന പ്രശ്നങ്ങൾ ഉൾക്കൊള്ളുകയും ചെയ്തത് ഫിദലിന് നേരിട്ട് അറിയാവുന്നതാണ്. മാത്രമല്ല സീറാ മെസ്ത്രയിൽ പോരാളികൾക്കാവശ്യമായ സാധനങ്ങൾ ഉത്പാദിപ്പിക്കാൻ സ്ഥാപിച്ച ചെറുകിട വ്യവസായസ്ഥാപനങ്ങളുടെ മേൽനോട്ടം സ്തുത്യർഹമായി ചെ നിർവ്വഹിച്ചിരുന്നു.

നയതന്ത്രയാത്ര കഴിഞ്ഞ് തിരിച്ചെത്തിയ ചെ ഗുവേരയെ പുതുതായി രൂപീകരിച്ച കാർഷിക പരിഷ്കരണത്തിനായുള്ള ദേശീയ ഇൻസ്റ്റിറ്റ്യൂട്ടിന്റെ (ഐഎൻആർഎ) തലവനായി ഫിദൽ പ്രഖ്യാപിച്ചു. 1959ലെ കാർഷികപരിഷ്കരണനിയമം നടപ്പാക്കാൻ രൂപീകരിക്കപ്പെട്ട ക്യൂബൻ സർക്കാരിന്റെ ഏജൻസിയായിരുന്നു ഐഎൻആർഎ. അതുതന്നെയായിരുന്നു 1963ലെ കാർഷികപരിഷ്കരണ നിയമവും നടപ്പാക്കിയത്.

നിയോകൊളോണിയലിസത്തിന്റെ അംശങ്ങളെ തുടച്ചുനീക്കുന്നതിന് സമൂലമായ കാർഷികപരിഷ്കാരം അനിവാര്യമായതിനാൽ വലിയ എസ്റ്റേറ്റുകളെല്ലാം സ്റ്റേറ്റ് പിടിച്ചെടുത്തു പാവപ്പെട്ട കർഷകർക്കു വിതരണം ചെയ്തു. പാട്ടക്കാരും കുടിയേറ്റക്കാരും ചെറിയതോതിൽ കരിമ്പുകൃഷിചെയ്യുന്നവരും അക്കൂട്ടത്തിലുണ്ടായിരുന്നു. ഈ ചെറുകിട കരിമ്പുകൃഷിക്കാർ അമേരിക്കൻ കമ്പനികൾ അന്യായമായി തട്ടിയെടുത്ത ലക്ഷക്കണക്കിനേക്കർ ഭൂമിയിൽനിന്ന് പാട്ടത്തിനെടുത്തായിരുന്നു കൃഷിയിറക്കിയിരുന്നത്. അവരുടെ അദ്ധ്വാനത്തിന്റെ വലിയ ഭാഗവും കമ്പനികളുടെ ചൂഷണത്തിനു വിധേയമായിരുന്നു. കാർഷികപരിഷ്കരണത്തിലൂടെ ഭൂമി സ്വന്തമാക്കിയ ഈ പാവപ്പെട്ട കർഷകർ കാർഷികോത്പാദനം വർദ്ധിപ്പിച്ചാൽ രാജ്യത്തിന്റെ വരുമാനത്തിൽ വർദ്ധനവുണ്ടാകും, ആ വർദ്ധനവ് വ്യവസായവളർച്ചയ്ക്ക് ഉപയോഗിക്കാനും സാധിക്കും. കാർഷികപരിഷ്കരണത്തിന്റെയും വ്യവസായവളർച്ചയുടെയും ഈ പാരസ്പര്യത്തിലൂടെ ക്യൂബൻവിപ്ലവത്തിന്റെ ലക്ഷ്യം സാക്ഷാൽക്കരിക്കാനായിരുന്നു ചെയുടെ ശ്രമം.

കുറ്റമറ്റ വ്യവസായവൽക്കരണം

മുമ്പ് പല അവശ്യവസ്തുക്കളും വിദേശങ്ങളിൽനിന്നു ഇറക്കുമതിചെയ്തു വിദേശനാണ്യം നഷ്ടപ്പെടുത്തിയിരുന്നു. അത്തരം വസ്തുക്കൾ ക്യൂബയിൽ നിർമ്മിക്കാൻ ചെ പദ്ധതികൾ ആവിഷ്കരിച്ചു. ആ വഴിക്കു നേടിയ വിദേശനാണ്യവും ക്യൂബയുടെ വ്യവസായവൽക്കരണത്തെ ത്വരിതപ്പെടുത്താൻ ഉപയോഗിക്കപ്പെട്ടു. അലൈദ എഴുതി: “ഈ ഘട്ടത്തിൽ വ്യവസായവൽക്കരണത്തിനുള്ള ആദ്യ പദ്ധതികൾ തയ്യാറാക്കപ്പെട്ടു. ഇറക്കുമതി ചെയ്യുന്നതിനു പകരമായി അമൂല്യമായ ഡോളറുകൾ സംരക്ഷിക്കാൻ കഴിയുന്ന, അടിയന്തരാവശ്യത്തിനുള്ള ഉപഭോഗവസ്തുക്കൾ ഉദ്പാതിപ്പിക്കുന്ന വ്യവസായങ്ങൾ സൃഷ്ടിക്കയായിരുന്നു പ്രധാന ലക്ഷ്യം.”

പെട്രോളിയം, നിക്കൽ, പഞ്ചസാരശുദ്ധീകരണം (ഷുഗർ റിഫൈനിംഗ്), പുകയിലവ്യവസായം തുടങ്ങിയവ ഉൾപ്പെടെ വിപ്ലവ സർക്കാർ ധാരാളം വ്യവസായങ്ങൾ ഏറ്റെടുത്തിരുന്നു. വ്യവസായവകുപ്പിന്റെ മേധാവിയെന്ന നിലയിൽ ഇത്തരം വ്യവസായങ്ങളുടെയെല്ലാം ഉത്തരവാദിത്വം ചെയിൽ വന്നുചേർന്നു. നിക്കലിന്റെ വൻശേഖരം ക്യൂബയിൽ ഉള്ളതിനാൽ ചെ നിക്കൽഖനനത്തിന്റെ പ്രാധാന്യം ഉൾക്കൊണ്ടായിരുന്നു പ്രവർത്തിച്ചത്. ക്യൂബയിൽത്തന്നെ നിക്കൽ ഏറ്റവും അധികം ഉള്ള ഓറിയന്തെ പ്രവിശ്യയിൽ യുഎസ് കമ്പനികൾ സംസ്കരണ പ്ലാന്റുകൾ സ്ഥാപിച്ച് ചൂഷണം തുടർന്നുപോരികയായിരുന്നു. യുഎസ് കമ്പനികളുടെ ചൂഷണത്തിന്റെ ഹീനമുഖം നേരിട്ടു തിരിച്ചറിയാൻ ചെ ഈ ഖനികളിൽ ജോലിചെയ്തിരുന്ന തൊഴിലാളികളിൽ ചിലരെ സന്ദർശിക്കുക പതിവാക്കിയിരുന്നു. അവർ സഹിച്ചിരുന്ന യാതനകൾ നേരിട്ടറിഞ്ഞ് പരിഹരിച്ചതിനാൽ തങ്ങളും മനുഷ്യരാണെന്ന ബോധം അവരിലുളവായി. അലൈദ എഴുതി: "ജീവിതത്തിൽ ആദ്യമായി അവർക്ക് മനുഷ്യജീവികളെന്ന നിലയിലുള്ള പെരുമാറ്റം ലഭിച്ചു. മുമ്പ് അവഗണിക്കപ്പെട്ട ഈ ഖനിത്തൊഴിലാളികളിൽ ചെ വലിയ താത്പര്യമെടുത്തു."

വിപ്ലവസർക്കാർ യുഎസ് കമ്പനികളിൽനിന്ന് ഈ പ്ലാന്റുകൾ പിടിച്ചെടുത്തതിനാൽ പ്ലാന്റുകൾ പ്രവർത്തിക്കാൻ ആവശ്യമായ സാങ്കേതികവിദ്യ കൈമാറാൻ അവർ തയ്യാറായില്ല. തന്നെപ്പോലെ മനസ്സും ശരീരവും ക്യൂബയുടെ വ്യവസായവൽക്കരണത്തിനു സമർപ്പിക്കാൻ തയ്യാറുള്ള ചുരുക്കം സങ്കേതികവിദഗ്ധരെ ഉപയോഗപ്പെടുത്തി ചെ ആ പ്രശ്നം നേരിട്ടതായി അലൈദ രേഖപ്പെടുത്തി. വ്യവസായവകുപ്പിന്റെ ഓഫീസ് മാനേജരായി ജോസ് മാന്വൽ മൻരേസയും, അദ്ദേഹത്തിന്റെ സഹായിയായി ചെയുടെ ഗ്വാട്ടിമാലൻ സുഹൃത്ത് എൽ പടോജയും പ്രവർത്തിച്ചു. ചില ലാറ്റിനമേരിക്കൻ സാമ്പത്തിക ശാസ്ത്രജ്ഞരും വ്യവസായവകുപ്പിൽ ചെയെ സഹായിക്കാൻ തയ്യാറായി വന്നത് യാങ്കികളുടെ അവഗണനയെ മറികടക്കാൻ സഹായിച്ചു. ഫാക്ടറികളുടെ ദേശസാൽക്കരണം, നികുതി പിരിവ് പോലുള്ള സാങ്കേതികജ്ഞാനം ആവശ്യമായ മേഖലകളിൽ ഈ സാമ്പത്തികശാസ്ത്രജ്ഞരുടെ സഹായം ചെയുടെ വ്യവസായ രംഗത്തെ പ്രവർത്തനങ്ങളെ കുറ്റമറ്റതാക്കി.

1959 നവമ്പർ 29ന് ക്യൂബൻ ദേശീയ ബാങ്കിന്റെ പ്രസിഡന്റായപ്പോഴും ഈ സാമ്പത്തികവിദഗ്ധരുടെ സഹായം ചെ ഗുവേരയ്ക്ക് ലഭിച്ചിരുന്നു. അതുകൊണ്ട് രാജ്യത്തിന്റെ ധനപരമായ കാര്യങ്ങൾ വിദഗ്ധമായി കൈകാര്യം ചെയ്യാൻ അദ്ദേഹത്തിന് പ്രയാസമുണ്ടായില്ല.

വിദേശ കോർപറേഷനുകൾക്കു പ്രത്യേക ഗാരണ്ടികളൊന്നും ക്യൂബ നൽകില്ലെന്ന് ഒരു പരസ്യപ്രഖ്യാപനത്തിലൂടെ ചെ നയം വ്യക്തമാക്കി. അതേസമയം അന്ന് നിലനിന്നിരുന്ന സോഷ്യലിസ്റ്റ് രാജ്യങ്ങളുമായി വ്യാപാരപരവും സാമ്പത്തികവുമായ അടുത്ത ബന്ധം സ്ഥാപിക്കുമെന്ന് പ്രഖ്യാപിക്കാനും ചെ മറന്നില്ല. എന്നാൽ ഒരു സിഐഎ ഉദ്യോഗസ്ഥൻ രചിച്ച പുസ്തകത്തിൽ തനിക്ക് വിവരമില്ലാത്ത ഒരു മേഖലയിലേക്ക് അദ്ദേഹം ഇടിച്ചുകയറി എല്ലാം താറുമാറാക്കി എന്നായിരുന്നു എഴുതിപ്പിടിപ്പിച്ചത്!

ഈ ഘട്ടത്തിൽ കാര്യങ്ങൾ നടപ്പിലാക്കാൻ പ്രദർശിപ്പിച്ച അസാധാരണമായ കഴിവും അർപ്പണഭാവവും കണ്ടിട്ടാകാം ചെ ഗുവേരയെ ക്യൂബയുടെ ധനകാര്യമന്ത്രിയായും ഫിദൽ കാസ്ട്രോ നിയമിച്ചു. അങ്ങനെ പരസ്പരബദ്ധമായ മൂന്നു മുഖ്യ അധികാരസ്ഥാപനങ്ങളുടെ തലപ്പത്തെത്തിയ ചെയുടെ പ്രതാപം ഉച്ചാവസ്ഥയിലെത്തി. ഈ ഘട്ടത്തിൽ ക്യൂബയിലെ ബൂർഷ്വാ മാന്യന്മാരെ ഞെട്ടിച്ച രസകരമായ ഒരു സംഭവമുണ്ടായി. ദേശീയ ബാങ്കിന്റെ പ്രസിഡന്റ് എന്ന നിലയിൽ ക്യൂബൻ കറൻസിയിൽ ചെ ഗുവേരയുടെ ഒപ്പു വേണമായിരുന്നു. മുഴുവൻപേരിനു പകരം ക്യൂബൻ സഖാക്കൾ നൽകിയ ഇരട്ടപ്പേരായ “ചെ” എന്ന് അദ്ദേഹം ക്യൂബൻ ബാങ്ക് നോട്ടിൽ ഒപ്പായി രേഖപ്പെടുത്തിയതായിരുന്നു അക്കൂട്ടരെ അങ്കലാപ്പിലാക്കിയത്. പണത്തോടും അത് സമൂഹത്തിൽ സൃഷ്ടിക്കുന്ന ഉച്ചനീചത്വത്തോടും ഉള്ള ചെയുടെ അനിഷ്ടത്തെ സൂചിപ്പിക്കുന്ന പ്രതീകാത്മകകൃത്യമായി ഇത് വ്യാഖ്യാനിക്കപ്പെട്ടിട്ടുണ്ട്.

ദേശീയ ബാങ്കിന്റെ പ്രസിഡന്റുപദവി ചെ ഗുവേരയ്ക്ക് പൂമെത്തയായിരുന്നില്ല എന്ന യാഥാർത്ഥ്യവും കാണേണ്ടതുണ്ട്. അലൈദ അക്കാലത്തെ അനുഭവം ഇങ്ങനെ രേഖപ്പെടുത്തി: “തീർത്തും പുതിയതരം ബാങ്ക് സൃഷ്ടിക്കേണ്ടിവന്നതിനാൽ ദേശീയ ബാങ്കിലെ ചെയുടെ ജോലി വളരെ ക്ലേശപൂർണ്ണമായിരുന്നു. വൻതോതിലുള്ള ശ്രമവും ഗണ്യമായ സമയവും അതിന് ആവശ്യമായിരുന്നു. രാജ്യത്തുനിന്ന് മൂലധനം പറന്നുപോകുന്നത് തടയാൻ, 25 ദശലക്ഷം ഡോളർ സംഭാവന ചെയ്യേണ്ടതുണ്ടായിരുന്ന അന്താരാഷ്ട്ര നാണയ നിധിയുമായി ബന്ധം വിച്ഛേദിക്കൽ ഉൾപ്പെടെ പുതിയ നടപടികൾ ചെ ഉടനെ നിർദ്ദേശിച്ചു.” ദേശീയ ഫണ്ടിന് ചോർച്ചയുണ്ടാക്കിയ മറ്റു ചില ധനകാര്യസ്ഥാപനങ്ങളും ചെ ധീരമായി നിർത്തൽ ചെയ്തു. യുഎസിൽ ക്യൂബ നിക്ഷേപിച്ചിരുന്ന സ്വർണ്ണം മുഴുവനും പിൻവലിക്കാൻ കല്പന പുറപ്പെടുവിച്ചതിനു പുറമേ ക്യൂബയിൽ പ്രവർത്തിച്ചിരുന്ന എല്ലാ യുഎസ് ബാങ്കുകളും അദ്ദേഹം ദേശസാൽക്കരിച്ചു. , ക്യൂബൻബാങ്കുകളും ദേശസാൽക്കരിക്കാൻ ചെ

മടിച്ചില്ല. ഇതെല്ലാം സാദ്ധ്യമായത് സോഷ്യലിസ്റ്റ് രാഷ്ട്രങ്ങളുമായി ആദ്യ കരാർ 1960ൽ ഒപ്പുവെച്ചതിന്റെ ബലത്തിലായിരുന്നുവെന്നും അലൈദ രേഖപ്പെടുത്തി. ഇത്തരം ധീരമായ നടപടികൾക്കൊക്കെ വിദഗ്ധോപ ദേശം അദ്ദേഹത്തിന് ലഭ്യവുമായിരുന്നുതാനും.

സാക്ഷരതാപ്രചാരണത്തിൽ

വിപ്ലവത്തിനു മുമ്പ് ക്യൂബയിലെ സാക്ഷരർ 60-76% മാത്രമായിരുന്നു. വിപ്ലവക്യൂബയിലെ ജീവിത നിലവാരം ഉയരണമെങ്കിൽ സാക്ഷരത യിലും ഉയർച്ച കൂടിയേതീരൂ. ഗുവേര അക്കാര്യത്തിൽ ഫിദലിനൊപ്പം ഉറച്ച നിലപാടെടുത്തു. ചെയുടെ നിർദ്ദേശാനുസരണമായിരുന്നു ക്യൂബൻ സർക്കാർ 1961 "വിദ്യാഭാസ വർഷം" ആയി പ്രഖ്യാപിച്ചത്. ഒരു ലക്ഷം വളണ്ടിയർമാരെ ചേർത്ത് "ലിറ്ററസി ബ്രിഗേഡുകൾ" സംഘടിപ്പിച്ചു. അവരെ നാട്ടിൻപുറത്തേയ്ക്കയച്ച് സ്കൂളുകൾ നിർമ്മിക്കയും പുതിയ അദ്ധ്യാ പകരെ പരിശീലിപ്പിക്കയും ചെയ്തു. നിരക്ഷരത കൂടുതലുള്ള വിഭാഗമായ നാട്ടിൻപുറത്തെ കർഷകരുടെ ഇടയിലായിരുന്നു ബ്രിഗേഡ് കാര്യമായി പ്രവർത്തിച്ചത്. വിപ്ലവത്തിനുമുമ്പ് നഗരവാസികളിൽ 11% മാത്രമായി രുന്നു നിരക്ഷരരെങ്കിൽ നാട്ടിൻപുറത്ത് അത് 41.7% ആയിരുന്നുവെ ന്നോർക്കണം. ആ അസമത്വം ഇല്ലാതാക്കാനായിരുന്നു ചെയുടെ ശ്രമം. ഫലം അദ്ഭുതാവഹമായിരുന്നു. 7,07,212 വയോധികരെ വായിക്കാനും എഴുതാനും പഠിപ്പിച്ചു. ക്യൂബയിലെ സാക്ഷരതാനിലവാരം 96 ശതമാന ത്തിലേക്ക് ഉയർത്തി.

നിരക്ഷരരെ സാക്ഷരരാക്കിയതുകൊണ്ടു മാത്രം ചെ ഗുവേര തൃപ്ത നായില്ല. ഉന്നതവിദ്യാഭ്യാസത്തിന് പാവപ്പെട്ടവർക്ക് അവസരമൊരു ക്കാൻ അദ്ദേഹം ഊന്നൽകൊടുത്തു. ലാ വില്ല സർവ്വകലാശാലയിലെ അദ്ധ്യാപകരോടും വിദ്യാർത്ഥികളോടുമായി ചെ പറഞ്ഞു: "വിദ്യാഭ്യാസം വെള്ള മദ്ധ്യവർഗ്ഗത്തിന്റെ പ്രത്യേക അവകാശമായിരുന്ന കാലം അവസാനിച്ചു." സർവ്വകലാശാല അതിന്റെ കവാടങ്ങൾ തദ്ദേശീയരായ കറുത്തവർക്കായി തുറന്നില്ലെങ്കിൽ അവ തച്ചുടയ്ക്കപ്പെടുമെന്ന മുന്നറിയിപ്പു കൊടുക്കാൻ അദ്ദേഹം മടിച്ചില്ല.

നഗരങ്ങളിൽനിന്നു നാട്ടിൻപുറത്തെത്തിയ ലിറ്ററസി ബ്രിഗേഡി ലുള്ളവർ ഒരേസമയം അദ്ധ്യാപകരും വിദ്യാർത്ഥികളുമായിരുന്നു. അവർ നാട്ടിൻപുറത്തെ കർഷകരുടെ ജീവിതവും പ്രശ്നങ്ങളും പഠിച്ചു. അങ്ങനെ പഠിക്കുന്നവരും പഠിപ്പിക്കുന്നവരും ഒരേസമയം പഠനപ്രക്രിയയിൽ വ്യാപൃതരായി. അവർതമ്മിൽ മുമ്പുണ്ടായിരുന്ന അന്തരം അങ്ങനെ ക്രമേണ ഇല്ലാതാവുക എന്ന വിസ്മയം സംഭവിച്ചു.

പാഠപുസ്തകഭാഗങ്ങളിൽ വിപ്ലവത്തിന്റെ ചരിത്രവും വിപ്ലവസന്ദേശവും ഉൾപ്പെട്ടിരുന്നു. അതുകൊണ്ട് അമേരിക്കൻ പിന്തുണയോടെ വിപ്ലവക്യൂബയെ തകർക്കാൻ പ്രവർത്തിച്ചിരുന്ന ഭീകരപ്രവർത്തകർ ഈ വിദ്യാഭ്യാസപ്രവർത്തകരേയും ലക്ഷ്യമിട്ടിരുന്നു. ഈ അക്ഷരവിരോധികൾ അദ്ധ്യാപകരെയും വിദ്യാർത്ഥികളെയും ക്രൂരമായി പീഡിപ്പിക്കയും കൊലപ്പെടുത്തുകയുമുണ്ടായി.

ഈ സാക്ഷരതാപ്രചാരണത്തിൽ ഏർപ്പെട്ട ക്യൂബൻ അദ്ധ്യാപകർ 15 രാജ്യങ്ങളിൽ സാക്ഷരതാപ്രവർത്തനത്തിൽ ഏർപ്പെട്ടുകയുണ്ടായി. ഇതേ പ്രവർത്തനത്തിന് യുനെസ്കോ നല്കിയ അന്തർദ്ദേശീയ അവാർഡിനും ക്യൂബൻ അദ്ധ്യാപകർ അർഹരായി. കഴിഞ്ഞ അരനൂറ്റാണ്ടോളം ക്യൂബൻ അദ്ധ്യാപകർ ഹെയ്റ്റി, നികരാഗ്വ, മൊസാംബിക് എന്നീ രാജ്യങ്ങളിൽ സാക്ഷരതാരംഗത്ത് സന്നദ്ധപ്രവർത്തനം നടത്തിവരികയാണ്.

പതിനേഴ്

യാങ്കി അട്ടിമറികൾക്കും യുദ്ധത്തിനുമെതിരെ

ചെയുടെ മുൻകൈയോടെ ക്യൂബയിൽ നടന്ന പരിഷ്കരണങ്ങളോരോന്നും യാങ്കികളുടെ നിയോകൊളോണിയലിസ്റ്റ് ചൂഷണശ്രമങ്ങളെ നിഷ്ഫലമാക്കി. യുഎസ് കമ്പനികൾക്ക് പണ്ടേപ്പോലെ ക്യൂബൻജനതയെ ചൂഷണം ചെയ്യാനുള്ള എല്ലാ ഉപാധികളും അത് ഇല്ലാതാക്കി. തിരിച്ചടിയായി അവർ ആദ്യം ചെയ്തത് ഭൂപരിഷ്കരണംമൂലം ഭൂമി നഷ്ടപ്പെട്ടവരെയും മറ്റും കൂട്ടുപിടിച്ച് ഭീകരപ്രവർത്തനം നടത്തി ക്യൂബയെ തകർക്കാൻ ശ്രമിക്കയായിരുന്നു. ക്യൂബൻ പഞ്ചസാര യുഎസിലേക്ക് കയറ്റിയയിച്ചിരുന്നത് മൊത്തമായി നിർത്തൽചെയ്ത് ക്യൂബയെ സാമ്പത്തികമായി പാപ്പരാക്കുകയായിരുന്നു അടുത്ത ലക്ഷ്യം. ആത്മരക്ഷയ്ക്കായി ക്യൂബ പുറം രാജ്യങ്ങളിൽനിന്നു ആയുധം വാങ്ങുന്നതു തടയാൻ അവർ ഉപരോധമേർപ്പെടുത്തി. ഉപരോധത്തെ മറികടന്ന് ഏതെങ്കിലും രാജ്യം ക്യൂബയുമായി ആയുധ ഇടപാടിൽ ഏർപ്പെട്ടാൽ അതിനെ ഭീകരപ്രവർത്തനത്തിലൂടെ തടയുക എന്നതായിരുന്നു യുഎസ് തന്ത്രം. ഇതിനെ ഫലപ്രദമായി തടുക്കാനുള്ള പ്രതിരോധനടപടിക്കു മുൻകൈയെടുത്തത് ചെ ഗുവേരയായിരുന്നു.

കരീബിയനിലെ കമ്യൂണിസ്റ്റുവിരുദ്ധ ലീഗ്

ജൂലായ് 26 പ്രസ്ഥാനത്തിൽ ബാത്തിസ്റ്റവിരോധംകൊണ്ടുമാത്രം ചേക്കേറിയവരുമുണ്ടായിരുന്നു. അവരാരും സാമ്രാജ്യത്വവിരോധം

പങ്കുവെച്ചിരുന്നില്ല. അമേരിക്കൻ കമ്പനികളുടെ ആസ്തികൾ ദേശസാൽക്കരിക്കുന്നതിനും ഭൂപരിഷ്കരണം നടപ്പാക്കുന്നതിനും അവർ എതിരായിരുന്നു. എന്തുവന്നാലും അമേരിക്കയെ പിണക്കാതെ നിർത്തണമെന്നായിരുന്നു അക്കൂട്ടരുടെ നിലപാട്. രണ്ടാംലോകയുദ്ധത്തിനുശേഷം സോവിയറ്റ് ബ്ലോക്കും അമേരിക്കയുടെ നേതൃത്വത്തിൽ പാശ്ചാത്യസാമ്രാജ്യത്വ രാജ്യങ്ങളും തമ്മിൽ രൂപപ്പെട്ട ശീതയുദ്ധത്തിൽ ക്യൂബ അമേരിക്കൻ പക്ഷത്തുതന്നെ നില്ക്കണമെന്നും അവർ ആഗ്രഹിച്ചു. ക്യൂബൻവിപ്ലവത്തിന്റെ സാമ്രാജ്യത്വവിരോധസ്വഭാവം ഉൾക്കൊള്ളാൻ പറ്റാത്ത അവരുമായി ഫിദലിന് ഇടയേണ്ടിവന്നു. അപ്പോഴെല്ലാം ചെ അത്തരക്കാരെ നിലയ്ക്കുനിർത്താൻ ഫിദലിന്റെ വലംകൈയായി പ്രവർത്തിച്ചു.

യുഎസ് പാവകളായ ഏതാനും ലാറ്റിനമേരിക്കൻ രാജ്യങ്ങളിലെ ഭരണാധികാരികളുടെ നേതൃത്വത്തിൽ, ഡോമിനിക്കൻ റിപ്പബ്ലിക് ആസ്ഥാനമായി 'കരീബിയനിലെ കമ്യൂണിസ്റ്റുവിരുദ്ധ ലീഗ്' എന്നൊരു കാസ്ട്രോവിരുദ്ധ ഗ്രൂപ്പുണ്ടാക്കി അട്ടിമറികളും മറ്റും നടത്തിപ്പോന്നു. സ്പെയിൻ, ക്യൂബ, ക്രൊയേഷ്യ, ജെർമനി, ഗ്രീസ് എന്നീ രാജ്യങ്ങളിലെ വലതുപക്ഷ കൂലിപ്പടയാളികൾക്ക് ഡോമിനിക്കൻ റിപബ്ലിക്കിൽ വെച്ചായിരുന്നു ക്യൂബൻവിപ്ലവഭരണത്തിനെതിരെ അട്ടിമറിപ്പണികളിൽ പരിശീലനം നൽകിപ്പോന്നത്. 1959 തുടക്കത്തിൽ 300 ഭീകര സംഘടനകളായിരുന്നു ക്യൂബക്കുള്ളിൽ വിദേശസഹായത്തോടെ പ്രവർത്തിച്ചിരുന്നത്. ഇത്തരം എല്ലാ പ്രതിവിപ്ലവ നീക്കങ്ങളെ ചെറുക്കാനും ചെ അസാമാന്യമായ ഇച്ഛാശക്തിയോടെ പ്രവർത്തിച്ചു.

ആയുധക്കപ്പലിലെ സ്ഫോടനം

യുഎസ് പിന്തുണയോടെ നടക്കുന്ന ഭീകരപ്രവർത്തനങ്ങളെ നേരിടാൻ ക്യൂബൻസൈന്യത്തിന് അത്യാധുനികമായ ആയുധങ്ങൾ ആവശ്യമായിരുന്നു. ലോകത്തിലെ മറ്റെല്ലാ രാജ്യങ്ങളും ക്യൂബയുമായി ആയുധ ഇടപാട് നടത്തുന്നത് യുഎസ് വിലക്കിയിരുന്നു. വിലക്ക് ലംഘിച്ച് ക്യൂബയ്ക്ക് ആയുധം നല്കാൻ തുടക്കത്തിൽ ആരും തയ്യാറായില്ല. ബെൽജിയം മാത്രം 1960 മാർച്ച് 4ന് ലാ കൗബ്രെ എന്ന ഫ്രഞ്ച് കപ്പലിൽ ക്യൂബയിലെ ഹവാന തുറമുഖത്ത് 76 ടൺ ആയുധങ്ങൾ ഇറക്കാൻ ധൈര്യപ്പെട്ടു. അതിനുള്ള ശിക്ഷ കൈയോടെ അവർ അനുഭവിക്കേണ്ടതായും വന്നു. ആയുധങ്ങൾ ഇറക്കിക്കൊണ്ടിരിക്കേ ഉണ്ടായ വൻസ്ഫോടനത്തിൽ നഷ്ടപ്പെട്ടത് 100ഓളം നിരപരാധികളുടെ ജീവനായിരുന്നു. രണ്ടു സ്ഫോടനങ്ങളായിരുന്നു അടുത്തടുത്ത് നടന്നത്. ആദ്യം പകൽ 3.10ന്. അര മണിക്കൂറിനകം രണ്ടാമത്തേതും. ആദ്യത്തേതിനുശേഷം

രക്ഷാപ്രവർത്തനം നടക്കുന്നതിനിടയിൽ രണ്ടാം സ്ഫോടനം സംഭവിച്ചതിനാലായിരുന്നു ഇത്ര വലിയ ആൾനാശം ഉണ്ടായത്.

സ്ഫോടനം നടന്നസമയത്ത് ചെ ഐഎൻആർഎ മീറ്റിംഗിൽ പങ്കെടുക്കയായിരുന്നു. ഫിദലും റൗളും ഒപ്പമുണ്ടായിരുന്നു. സ്ഫോടനം കേട്ടയുടനെ ഐഎൻആർഎയുടെ കമാഡൈയിലെ മേധാവി മെൻഡോസയും മറ്റു പ്രവശ്യാമേധാവികളും ഫിദലിനെയും ചെയെയും സ്ഫോടനസ്ഥലത്തേയ്ക്കു പിന്തുടർന്നു. അവർ സംഭവസ്ഥലത്തിനു തൊട്ടടുത്തെത്തിയപ്പോൾ കൂടുതൽ ഉഗ്രമായ രണ്ടാം സ്ഫോടനം ദിഗന്തങ്ങളെ പിടിച്ചുലച്ചു. ഉടനെ ഫിദലിന്റെ ജീവൻ രക്ഷിക്കാൻ മെൻഡോസയും കൂട്ടരും അദ്ദേഹത്തെ പൊതിഞ്ഞുനിന്നു. ഫിദൽ അവരെ തൊഴിച്ചും തള്ളിയും മാറ്റി തനിക്ക് പ്രത്യേക സംരക്ഷണമൊന്നും വേണ്ടെന്നു പറഞ്ഞെങ്കിലും റൗൾ ഒരു തടവുകാരനെ എന്നപോലെ ജേഷ്ഠനെ അപകടസ്ഥലത്തുനിന്നു പിടിച്ചുകൊണ്ടുപോന്നു. ചെയാകട്ടെ ആളിക്കത്തുന്ന കപ്പലിലേക്ക് ഓടുകയായിരുന്നു. ആൻഡേഴ്സൻ എഴുതി: "പിന്നെ മെൻഡോസയുടെ ശ്രദ്ധ തിരിഞ്ഞത്, എരിഞ്ഞുകൊണ്ടിരുന്ന കപ്പലിലേക്ക് കയറാൻ ശ്രമിച്ചുകൊണ്ടിരുന്ന ചെയിലേക്കായിരുന്നു. അദ്ദേഹം ഉള്ളിടത്തേക്ക് ഞാൻ പെട്ടെന്നെത്തി. കപ്പലിൽ കയറുന്നതിൽനിന്നു ആരോ അദ്ദേഹത്തെ തടഞ്ഞു. ആരാണെന്നെനിക്ക് ഇപ്പോൾ ഓർമ്മയില്ല. "നാശം, എന്നെ തടയരുത്! രണ്ടു സ്ഫോടനങ്ങൾ കഴിഞ്ഞു. പൊട്ടിത്തെറിക്കാനുള്ളതെല്ലാം പൊട്ടിത്തെറിച്ചുകഴിഞ്ഞു. ഞാൻ കപ്പലിലേക്ക് കടക്കട്ടെ." എന്നു ചെ പറയുന്നത് എനിക്കു കേൾക്കാമായിരുന്നു. അദ്ദേഹം കപ്പലിലേക്ക് കടക്കുകയും ചെയ്തു." പിന്നെ ഏതാനും മണിക്കൂർ മുറിവേറ്റ 200ൽ ഏറെ ആളുകളുടെ ശുശ്രൂഷക്കു നേതൃത്വം കൊടുക്കുന്നതിലായിരുന്നു ചെ വ്യാപൃതനായത്.

ചെയുടെ വിഖ്യാതചിത്രത്തിന്റെ കഥ

കൂട്ടക്കൊലയ്ക്ക് ഇരയായവരെ അനുസ്മരിച്ചു നടന്ന ചടങ്ങിൽ ഷാൻ പോൾ സാർത്രും സിമോങ് ദെ ബുവെയും ഉൾപ്പെടെ പല പ്രമുഖരും പങ്കെടുത്തിരുന്നു. പരിപാടിയുടെ ചിത്രങ്ങൾ എടുക്കുന്നതിനിടെ, ക്യൂബൻ വിപ്ലവത്തിന്റെ ഫോട്ടോഗ്രാഫർ എന്നു വിശേഷിപ്പിക്കാവുന്ന ആൽബെർട്ടോ കോർദ ചെ ഗുവേരയുടെ രണ്ടു ഫോട്ടോകൾ എടുക്കയുണ്ടായി. "വിപ്ലവം" എന്ന ക്യൂബൻ പത്രം ചെയുടേതൊഴികെ മറ്റെല്ലാ ഫോട്ടോകളും പരിപാടിയെ സംബന്ധിച്ച റിപ്പോർട്ടിനൊപ്പം പ്രസിദ്ധീകരിച്ചിരുന്നു. ചെയുടെ ഒരു ഫോട്ടോ കോർദ എഡിറ്റുചെയ്തു പ്രിന്റെടുത്തു തന്റെ സ്റ്റുഡിയോയുടെ ചുമരിൽ പിൻചെയ്തുവെച്ചു. അതിന്റെ പ്രിന്റുകൾ ഇടയ്ക്കൊക്കെ സന്ദർശികർക്കു കൊടുക്കുക കോർദ പതിവാക്കിയിരുന്നു.

1967 ഏപ്രിലിൽ അദ്ദേഹം രണ്ടു പ്രിന്റുകൾ ഫെൽട്രിനെല്ലി എന്ന ഇടതുപക്ഷ ഇറ്റാലിയൻ പ്രസാധകനുകൊടുത്തു. അദ്ദേഹം അത് ഒരു പോസ്റ്ററിന്റെ ആയിരക്കണക്കിനു കോപ്പികളിൽ ഉപയോഗിച്ചു. എവിടെയും എപ്പോഴും വിപ്ലവത്തിന്റെ പ്രതീകമായിത്തീർന്ന Guerrillero Heroico (വീരനായകനായ ഗറില്ല പോരാളി) എന്ന വിഖ്യാതമായ ചെയുടെ ഫോട്ടോ അങ്ങനെ ആദ്യമായി വൻതോതിൽ ഉപയോഗിക്കപ്പെട്ടു.

ചെ 1967 ഒക്ടോബറിൽ വധിക്കപ്പെട്ടതോടെ എവിടെയെല്ലാം മനുഷ്യവാസമുണ്ടോ അവിടെയെല്ലാം ഭൂഖണ്ഡങ്ങളെയും മഹാസമുദ്രങ്ങളെയും താണ്ടി ചെയുടെ ചിത്രം മതിലുകളിലും പത്രത്താളുകളിലും കൂറ്റൻ ബോർഡുകളിലും ഗ്രന്ഥങ്ങളിലും പ്രത്യക്ഷപ്പെട്ടു. ഫോട്ടോഗ്രാഫിയെ വിപ്ലവപ്രവർത്തനത്തിന്റെ ഭാഗമായി കരുതിയ കോർദ ചെയുടെ ചിത്രത്തിലൂടെ വിപ്ലവാദർശങ്ങൾ ലോകമെങ്ങും പ്രചരിക്കുന്നതിൽ സംതൃപ്തനായിരുന്നു. പകർപ്പവകാശമില്ലാത്തതിനാൽ ആ ചിത്രം ആർക്കും എവിടെയും ഉപയോഗിക്കാമെന്നായി. എന്നാൽ ചെയുടെ ചിത്രം വോഡ്കയുടെ പരസ്യത്തിനൊപ്പം ഉപയോഗിച്ചപ്പോൾ കോർദ പരസ്യക്കമ്പനിയെ കോടതി കയറ്റുകയും അവരിൽനിന്നു ഒത്തുതീർപ്പ വ്യവസ്ഥപ്രകാരം 50,000 യുഎസ്ഡോളർ ഈടാക്കി ക്യൂബയിലെ ആരോഗ്യപരിപാലന പരിപാടിക്ക് സംഭാവന ചെയ്യുകയുമുണ്ടായി.

ചെ ഗുവേരയ്ക്കെതിരായ വധശ്രമങ്ങൾ

അമേരിക്ക ക്യൂബയ്ക്കെതിരെ ഉപരോധം പ്രഖ്യാപിച്ചതിനെത്തുടർന്നു പാശ്ചാത്യരാജ്യങ്ങൾ മൊത്തത്തിൽ ക്യൂബയുമായി ഉണ്ടായിരുന്ന വ്യാപാരബന്ധം വിച്ഛേദിച്ചു. ആ പ്രതിസന്ധി മറികടക്കാൻ സോഷ്യലിസ്റ്റ് ബ്ലോക്കിൽ പെട്ട രാജ്യങ്ങളുമായി പൊതുവിലും സോവിയറ്റുയൂണിയനുമായി പ്രത്യേകിച്ചും നയതന്ത്ര-വ്യാപാര ബന്ധം സ്ഥാപിക്കാൻ മുൻകൈയെടുത്തത് ചെ ഗുവേര ആയിരുന്നു. ക്യൂബയുടെ പ്രത്യയശാസ്ത്രപരമായ അടിത്തറയായി സോഷ്യലിസം സ്വീകരിക്കാൻ കാരണക്കാരൻ ചെ ആയിരുന്നതിനാൽ എതിർപ്പ മുഴുവൻ അദ്ദേഹത്തിന്റെ നേരെയായി. 1960 അവസാനത്തോടെ അദ്ദേഹം സോവിയറ്റുയൂണിയൻ, ചെക്കോസ്ലോവാകിയ, വടക്കൻ കൊറിയ, ഹംഗറി, കിഴക്കൻ ജർമ്മനി എന്നീ രാജ്യങ്ങൾ സന്ദർശിച്ച സൗഹൃദബന്ധം സ്ഥാപിക്കയും ചില രാജ്യങ്ങളുമായി വ്യാപാരക്കരാറുകളിൽ ഒപ്പുവെയ്ക്കുകയും ചെയ്തു.

ചെയെ വകവരുത്തിയാൽ ക്യൂബയെ കമ്യൂണിസത്തിൽനിന്നു രക്ഷിക്കാം എന്നു തീരുമാനമെടുത്തത് യുഎസ് മാത്രമായിരുന്നില്ല.

ബാത്തിസ്റ്റയ്ക്കെതിരായി നടന്ന വിപ്ലവത്തിൽ ഫിദലിനൊപ്പം പ്രവർത്തിച്ച വലതുപക്ഷ ചിന്താഗതിക്കാരും അക്കൂട്ടത്തിൽ ഉണ്ടായിരുന്നു. അവർ പല പ്രാവശ്യം ചെയെ വധിക്കാൻ ശ്രമിച്ചു. അവരുടെ പരിപാടി മുൻകൂട്ടി മനസ്സിലാക്കിയ ചെ എല്ലാ ശ്രമങ്ങളും പരാജയപ്പെടുത്തി. ഗറില്ലയുദ്ധതന്ത്രജ്ഞനായ ഗുവേരയ്ക്ക് വധശ്രമങ്ങളെ പരാജയപ്പെടുത്തുക താരതമ്യേന നിഷ്പ്രയാസമായിരുന്നു. ഒരിക്കലും ഒരേ മാർഗ്ഗത്തിലൂടെ ഒരേ സമയത്ത് സഞ്ചാരം ഒഴിവാക്കിയും ഓഫീസിൽ ഉള്ളപ്പോഴെല്ലാം കരുതലോടെ ഇരുന്നുമായിരുന്നു ചെ അവരെ നേരിട്ടത്.

ചെയുടെ നേരെ നടന്ന ഒരു വധശ്രമത്തെപ്പറ്റി ആൻഡേഴ്സൻ വിവരിച്ചത് വായിച്ചാൽ അത് ബോദ്ധ്യമാകും. “1961 ഫെബ്രുവരി 24 രാവിലെ മിരാമറിലെ പതിനെട്ടാം തെരുവിലെ വീട്ടിൽനിന്നു ചെ ഇറങ്ങി. അദ്ദേഹത്തിന്റെ കാർ വലത്തോട്ട് തിരിയുകയും സെവന്ത് അവെന്യൂവിലേക്ക് പോകുകയും ചെയ്തു. സാധാരണ അദ്ദേഹം ഇടത്തോട്ട് തിരിഞ്ഞു ഇരുവശവും ചോലമരങ്ങളോടുകൂടിയ ഫിഫ്ത് അവന്യൂവിലേക്ക് പോയി വലത്തോട്ട് തിരിയുകയും സ്റ്റേറ്റ് സുരക്ഷാ ആസ്ഥാനത്തേയും കടന്ന്, അൽമെൻഡാഴ്സ് നദിയുടെ താഴെയുള്ള ടണലിലേക്ക് കടന്ന് മാലക്കോണിനു താഴെ പഴയ ഹവാനയിലെ ദേശീയ ബാങ്കിലെ തന്റെ ഓഫീസിൽ എത്തുകയും പതിവാക്കിയിരുന്നു. എന്നാൽ അന്നേ ദിവസം ചെ പോയത് പ്ലാസ ദെ ലാ റെവല്യൂഷനിലേക്കായിരുന്നു. ... അപ്രഖ്യാപിതമായ ഈ വഴിമാറ്റം അദ്ദേഹത്തിന്റെ ജീവനെ രക്ഷപ്പെടുത്തിയിരിക്കണം.” ചെ പോയി നിമിഷങ്ങൾക്കകം അദ്ദേഹത്തിന്റെ വീടിനുമുമ്പിൽ നാലു താടിക്കാരായ തോക്കുധാരികളും ചെയുടെ അംഗരക്ഷകരും തമ്മിൽ ഉഗ്രമായ ഒരു സായുധസംഘട്ടനം ഉണ്ടായി. ചെ സാധാരണ പോകാറുള്ള ഫിഫ്ത് അവെന്യൂവിലെ ഒരു കുറ്റിക്കാട്ടിൽ ഒളിച്ചിരുന്ന അവർ ആ വഴി കാറിൽവന്ന ചെയുടെ അയൽക്കാരനെ ചെയാണെന്ന് തെറ്റിദ്ധരിച്ചു വെടിവെച്ചുകൊന്നു. തുടർന്നുണ്ടായ സംഘട്ടനത്തിൽ ഒരു താടിക്കാരൻ കൊലയാളി അംഗരക്ഷകരുടെ വെടിയേറ്റുവീണു പിടയുന്ന രംഗം ഒരു ദൃക്സാക്ഷിയെ ഉദ്ധരിച്ച് ആൻഡേഴ്സൻ വിവരിക്കുകയുണ്ടായി.

ചെയെ തന്നെയായിരുന്നു കൊലയാളികൾ ലക്ഷ്യമിട്ടത് എന്നതിനെപ്പറ്റി ഭിന്നാഭിപ്രായങ്ങളും പൊന്തിവന്നു. എന്നാൽ ക്യൂബൻ സർക്കാരിനോ ഗുവേരയ്ക്കോ അക്കാര്യത്തിൽ സംശയമില്ലായിരുന്നു. അതുകൊണ്ട് ചെ പിന്നീട് കൂടുതൽ മുൻകരുതൽ എടുക്കുകയുണ്ടായി. ചെയുടെ ഓഫീസിൽ സന്ദർശകരെ നന്നായി ദേഹപരിശോധന കഴിഞ്ഞേ കടത്തിവിട്ടിരുന്നുള്ളൂ. കാറിൽ തന്റെ സീറ്റിന്റെ തൊട്ടടുത്തുതന്നെ ഒരു സിഗാർ ബോക്സിൽ അദ്ദേഹം കൈബോംബുകൾ സൂക്ഷിച്ചിരുന്നു.

ബേ ഓഫ് പിഗ്സ്.

വാഷിങ്ടന്റെ രഹസ്യാന്വേഷണ വിശകലനമനുസരിച്ച്, ക്യൂബ നാടകീയമായി സോഷ്യലിസ്റ്റ് ബ്ലോക്കിനെ പരിരംഭണം ചെയ്തത് ഏറിയകൂറും ചെയുടെ ശ്രമഫലമായിരുന്നു. ചെ സോഷ്യലിസ്റ്റ് ചേരിയിലെ ഒട്ടേറെ രാജ്യങ്ങളുമായി വാണിജ്യപരവും നയതന്ത്രപരവുമായ ബന്ധങ്ങൾ വികസിപ്പിച്ചെടുത്തത് യുഎസ് രഹസ്യാന്വേഷണ ഏജൻസികൾ അപ്പോഴേ കണ്ടെത്തിയിരുന്നെങ്കിലും, സൈനിക കരാറുകളിൽ ഏർപ്പെട്ടോ എന്നറിയാൻ ആ സന്ദർഭത്തിൽ അവർക്കായില്ല. എങ്കിലും യുഎസ് സ്റ്റേറ്റ് ഡിപാർട്ടുമെന്റിന്റെ ബ്യൂറോ ഓഫ് ഇന്റലിജൻസ് ആന്റ് റിസർച്ച് റിപ്പോർട്ട് ചെയ്തു: “ആ വിഷയം ചർച്ചചെയ്തതായും പുതിയ ആയുധങ്ങളുടെ ഡെലിവറിയെ സംബന്ധിച്ച് തീരുമാനമെടുത്തതായും അനുമാനിക്കാനാകും. ഒരു റിപ്പോർട്ട് അനുസരിച്ച് ആദ്യകാല യാത്രയിൽ ഗുവേര ക്രൂഷ്ചേവിനോട് മിസൈലുകൾ ആവശ്യപ്പെടുകയും, സോവിയറ്റ് പ്രധാനമന്ത്രി നിർദ്ദേയം നിരസിക്കുകയും ചെയ്തു. പകരമായി രണ്ടാം ലോകയുദ്ധകാലത്തെ ഏതാനും ഓട്ടോമാറ്റിക് ആയുധങ്ങൾ നൽകാമെന്നും ഏറ്റു.” പക്ഷേ പിന്നീട് ഉണ്ടായ നാടകീയമായ മാറ്റങ്ങൾ എല്ലാം മാറ്റിമറിച്ചു.

ബാത്തിസ്റ്റയുടെ ഒപ്പംനിന്നു യുഎസ് കമ്പനികളോട് കൂട്ടുചേർന്നു പതിനായിരക്കണക്കിനേക്കർ ഭൂമി സ്വന്തമാക്കിവെച്ച ആളുകൾ വിപ്ലവം വിജയിച്ചപ്പോൾ അമേരിക്കയിൽ ചേക്കേറി. അവർ കരുതിയത് ഏതാനും ആഴ്ചകൾക്കുള്ളിൽ ഫിദലിനെയും ചെ ഗുവേരയെയും പുറന്തള്ളി അമേരിക്ക ഭരണം പിടിച്ചെടുത്തു മറ്റൊരു ബാത്തിസ്റ്റയെക്കൊണ്ട് ഭരണം പുനരാരംഭിക്കുമെന്നും അപ്പോൾ വീരനായകരെപ്പോലെ തങ്ങൾക്കു തിരിച്ചുവരാമെന്നുമായിരുന്നു. അതുനടക്കാത്തതിനാൽ നിരാശരായ കാസ്ട്രോവിരുദ്ധരെ ചേർത്തായിരുന്നു യുഎസ് ചാര സംഘടനയായ സിഐഎ കാസ്ട്രോഭരണത്തെ അട്ടിമറിക്കാൻ ശ്രമിച്ചത്. അവർ ധനസഹായം ചെയ്തും പരിശീലിപ്പിച്ചും എടുത്ത സൈനിക സംഘടനയാണ് ബ്രിഗേഡ് 2506. ഇവർ ഗ്വാട്ടിമാലയിൽ നിന്നും നികരാഗ്വയിൽനിന്നും വിപ്ലവക്യൂബയുടെ നേരെ അഴിച്ചുവിട്ട ആക്രമണമായിരുന്നു ബേ ഓഫ് പിഗ്സ്. ഫിദലിന്റെയും ചെയുടെയും നേതൃത്വത്തിൽ ക്യൂബൻ വിപ്ലവസൈന്യം മൂന്നു ദിവസംകൊണ്ട് ഇവരെ പരാജയപ്പെടുത്തി.

അധികാരത്തിലേറിയ കാസ്ട്രോ സോഷ്യലിസ്റ്റ് രാഷ്ട്രങ്ങളുമായി അടുക്കുന്നതു കണ്ടപ്പോൾ ആ ഭരണത്തെ ഭൂമുഖത്തുനിന്നു തുടച്ചുനീക്കാൻ അന്നത്തെ യുഎസ് പ്രസിഡന്റ് ഐസൻഹോവർ 1960 മാർച്ചിൽ

13.1 ദശലക്ഷം ഡോളർ സിഐഎയ്ക്ക് അനുവദിച്ചു. അന്നത്തെ നിലയ്ക്ക് സാമാന്യം വലിയ ഈ തുക ഉപയോഗിച്ച് ബ്രിഗേഡ് 2506-കാരെ ഗോട്ടിമാലയിൽ വെച്ച് സിഐഎ പരിശീലിപ്പിച്ചു. അപ്പോഴേയ്ക്കും കാലാവധി കഴിഞ്ഞ ഐസൻഹോവർ മാറി പ്രസിഡന്റായി വന്ന യുവാവായ ജോൺ എഫ്. കെന്നഡി 1961 ഏപ്രിൽ 4ന് ക്യൂബൻ ആക്രമണത്തിന് പച്ചക്കൊടി കാട്ടി. യുഎസ് നേരിട്ട് ആക്രമണത്തിൽ ഇടപെടില്ലെന്നും നൽകുന്ന സഹായം രഹസ്യമാക്കിവെയ്ക്കണമെന്നും കെന്നഡി തുടക്കത്തിലേ വ്യക്തമാക്കിയിരുന്നു. ഈ മുൻകരുതൽ സോവിയറ്റ്യൂണിയനുമായി തുറന്നൊരു സംഘട്ടനം ഒഴിവാക്കാനായിരുന്നു .

ആകെ സംഘടിപ്പിക്കപ്പെട്ട 1,400ൽ ഏറെവരുന്ന അർദ്ധസൈനികരെ 5 ബറ്റാലിയനുകളായി തിരിച്ചായിരുന്നു ആക്രമണം. ആദ്യം ഏപ്രിൽ 13ന് ഗ്വാട്ടിമാലയിൽനിന്നു ബോട്ടിൽ വന്നായിരുന്നു ആക്രമിച്ചതെങ്കിലും ഏപ്രിൽ 15ന് നികരാഗ്വയിൽനിന്നു പറന്നുയർന്ന അമേരിക്കയുടെ ബി-26 ബോംബറുകളിലായിരുന്നു സിഐഎ പ്രതീക്ഷയർപ്പിച്ചിരുന്നത്. അവ ബോംബുകൾ വർഷിച്ചത് ക്യൂബൻ യുദ്ധവിമാനങ്ങൾ നിർത്തിയിടാറുള്ള 3 എയർ ഫീൽഡുകളിലായിരുന്നു. ഒറ്റയടിക്ക് ക്യൂബൻ വ്യോമസൈന്യത്തെ നിഷ്ക്രിയമാക്കുകയായിരുന്നു ലക്ഷ്യം. എന്നാൽ ഈ ദുഷ്ടലാക്ക് മുൻകൂട്ടി അറിഞ്ഞ കാസ്ട്രോ എല്ലാ വിമാനങ്ങളും മാറ്റിയതിനാൽ ഒറ്റ വിമാനംപോലും നശിപ്പിക്കാൻ ഈ ആക്രമണത്തിനായില്ല. കെന്നഡി അവകാശപ്പെട്ടപോലെ കൂറുമാറിയ ക്യൂബൻ പൈലറ്റുകളല്ല, അമേരിക്കൻ ബോംബറുകളും അമേരിക്കൻ പൈലറ്റുമാരുമാണ് ആക്രമണത്തിൽ പങ്കെടുത്തതെന്ന് പരസ്യമാക്കപ്പെട്ടു. യുഎസ് പങ്കാളിത്തം അതീവരഹസ്യമായിരിക്കുമെന്ന സിഐഎയുടെ ഉറപ്പ് പൊള്ളയാണെന്ന് ഇതോടെ കെന്നഡി തിരിച്ചറിഞ്ഞു.

ബ്രിഗേഡ് 2506-ൽ പെട്ട 1,400 ക്യൂബൻ പ്രവാസികൾ നികരാഗ്വയിൽനിന്നു ഏപ്രിൽ 16, 17 തീയതികളിൽ ബേ ഓഫ് പിഗ്സിൽ വെച്ച് ക്യൂബൻ വിപ്ലവസൈന്യവുമായി ഏറ്റുമുട്ടി. ഫിദലും ചെയും നേരിട്ട് യുദ്ധം നയിച്ചതിനാൽ ആവേശഭരിതരായ ക്യൂബൻ പോരാളികൾ സ്വന്തം നാടിനെ സംരക്ഷിക്കാൻ രാജ്യദ്രോഹികളെ പരാജയപ്പെടുത്തി. കീഴടങ്ങിയവരെ പത്രസമ്മേളനത്തിൽ ഹാജരാക്കി ആക്രമണത്തിന്റെ പിന്നിൽ പ്രവർത്തിച്ച കെന്നഡിയേയും കൂട്ടരേയും ലോകത്തിനു മുന്നിൽ കാസ്ട്രോ തുറന്നുകാട്ടി. യുദ്ധക്കുറ്റവാളികളെന്ന നിലയിൽ വിചാരണയ്ക്ക് വിധേയരാക്കിയ 14 പേരൊഴികെ ബാക്കി എല്ലാവരേയും അമേരിക്കയ്ക്ക് വിട്ടുകൊടുത്തു. പകരം വാങ്ങിയതാകട്ടെ 25 ദശലക്ഷം ഡോളർ വിലവരുന്ന മരുന്നും ഭക്ഷ്യവസ്തുക്കളും.

ആക്രമണകാരികൾ കരുതിയത് ക്യൂബൻജനത തങ്ങളോടൊപ്പം ചേരുമെന്നായിരുന്നു. ജനങ്ങളുടെ പിന്തുണയില്ലാതെ മറ്റെവിടെനിന്നൊക്കെ എത്ര വലിയ സഹായം ലഭിച്ചാലും ഒരു രാജ്യത്തിന്റെ അധികാരം പിടിച്ചെടുക്കാൻ ആകില്ലെന്നാണ് ബേ ഓഫ് പിഗ്സ് തെളിയിച്ചത്. അവർ ആക്രമണം നടത്തുമ്പോഴാകട്ടെ, ക്യൂബയിലാകെ യുഎസ് സഹായത്തോടെ പ്രവർത്തിച്ചിരുന്ന 300-ഓളം ഭീകരസംഘടനകൾ അട്ടിമറിപ്പണി നടത്തിയിരുന്നു. കൂടാതെ, 1959-മുതൽ 1965-വരെ തുടർച്ചയായി കാസ്ട്രോവിരുദ്ധരുടെ എസ്കാംബ്രേ കലാപം സിഐഎ സഹായത്തോടെ തകൃതിയായി നടന്നുകൊണ്ടിരിക്കേ ആയിരുന്നു ഈ ആക്രമണം. ഇവയെല്ലാം അടിച്ചമർത്തപ്പെട്ടതിനാൽ പകൽപോലെ വ്യക്തമായ വസ്തുത ഇതാണ്: ബേ ഓഫ് പിഗ്സിലെ ആക്രമണവും എസ്കാംബ്രേ കലാപവും 300ഓളം വരുന്ന മറ്റു ഭീകരാക്രമണങ്ങളും ദയനീയമായി പരാജയപ്പെട്ടത് അവയെല്ലാം ജനങ്ങളിൽനിന്ന് ഒറ്റപ്പെട്ടതിനാലാണ്. അല്ലെങ്കിൽ ഫിദലും ചെയും നയിച്ച വിപ്ലവത്തെപ്പോലെ അവയും വിജയിക്കേണ്ടതായിരുന്നില്ലേ?

പതിനെട്ട്

ആണവയുദ്ധഭീഷണിയുടെ നാളുകൾ

തൊണ്ണൂറ് മൈൽ അകലെയുള്ള സൂപർ പവർ ക്യൂബയിലെ സോഷ്യലിസ്റ്റ് പരീക്ഷണം കൈയുംകെട്ടി നോക്കിയിരിക്കയില്ലെന്നു വ്യക്തമായി. അവിടെ ഭീകരപ്രവർത്തനം പ്രോത്സാഹിപ്പിച്ചതുകൊണ്ടു മാത്രം അവർ തൃപ്തിപ്പെടില്ലെന്നു ബേ ഓഫ് പിഗ്സ് ആക്രമണം വ്യക്തമാക്കി. അത് തൽക്കാലം പരാജയപ്പെട്ടെങ്കിലും ഇനിയും കൂടുതൽ ശക്തമായി ആവർത്തിക്കപ്പെട്ടുകൂടെന്നില്ല. അപ്പോൾ ഇതുപോലെ പരസഹായമില്ലാതെ നേരിടാൻ കഴിഞ്ഞെന്നു വരില്ല. അതുകൊണ്ട് മറ്റൊരു വൻശക്തിയുമായി കൂട്ടുകെട്ട് ആവശ്യമാണ്. അവരുടെ സഹായം വേണം. സോവിയറ്റ്യൂണിയനുമായി സൈനികബന്ധങ്ങൾ കെട്ടിപ്പടുത്തതിന്റെ മുഖ്യസൂത്രധാരൻ ചെ ആയിരുന്നു.

ബേ ഓഫ് പിഗ്സ് വിജയത്തോടെ ക്യൂബയിൽ സോവിയറ്റ് മിസ്സൈലുകൾ വരുമെന്നു അമേരിക്കൻ പ്രസിഡന്റ് കെന്നഡിയും പ്രതീക്ഷിക്കാതിരുന്നില്ല. ആൻഡേഴ്സൻ എഴുതി: "സോവിയറ്റ്യൂണിയൻ മേയ് മാസത്തിൽ ഫിദലിന് ലെനിൻ സമാധാന സമ്മാനം നൽകി. ദ്വീപിൽ (ക്യൂബ) മിസ്സൈൽ ബേസുകൾ സ്ഥാപിച്ച് അവരുടെ പിടി മുറുക്കും. ക്രൂഷ്ചേവിന്റെ മറിച്ചുള്ള ഉറപ്പുകളുണ്ടായിട്ടും, അറ്റോർണി ജനറൽ റോബർട്ട് കെന്നഡി ഏപ്രിലിൽ ഈ സാദ്ധ്യതയെപ്പറ്റി മുന്നറിയിപ്പ് ഒരു

മെമ്മോയിൽ തന്റെ സഹോദരനു നൽകി. അദ്ദേഹം സത്വരമായ നടപടിയായിരുന്നു ആവശ്യപ്പെട്ടത്."

രണ്ടാം ലോകയുദ്ധാനന്തരം വളർന്നുവന്ന ശീതയുദ്ധാന്തരീക്ഷത്തിൽ ഏഷ്യയിലും ആഫ്രിക്കയിലും ബ്രിട്ടൻ, ഫ്രാൻസ് തുടങ്ങിയ കൊളോണിയൽ ശക്തികൾ പിൻവാങ്ങിക്കൊണ്ടിരുന്ന ഇടങ്ങളിൽ ചേക്കേറാൻ സോവിയറ്റുയൂണിയനും യുഎസ്സും മത്സരിക്കയായിരുന്നു. ചില രാജ്യങ്ങൾ സ്വാതന്ത്ര്യം നേടി. ബാക്കിയുള്ളവ സ്വാതന്ത്ര്യസമരത്തിന്റെ പാതയിലായിരുന്നു. അവിടങ്ങളിലൊക്കെ അത് നിർദ്ദയം അടിച്ചമർത്താൻ കൊളോണിയൽ ശക്തികളെ വാഷിങ്ടൻ സഹായിച്ചിരുന്നുവെങ്കിൽ മോസ്കോ സ്വാതന്ത്ര്യസമരസേനാനികളുടെ ഒപ്പമായിരുന്നു. പിന്നീട് ഏതാനും വർഷങ്ങൾക്കിടയിൽ എല്ലാ രാജ്യങ്ങളും ലക്ഷക്കണക്കിന് മനുഷ്യജീവനുകൾ ബലികൊടുത്തിട്ടാണെങ്കിലും സ്വാതന്ത്ര്യം നേടിയെടുത്തു.

ചെ ഗുവേരയുടെ സ്വാധീനത്തിൽ അമ്പരന്ന യുഎസ്

ലാറ്റിനമേരിക്കയിലാണെങ്കിൽ സ്പെയിനും പോർച്ചുഗലും ഫ്രാൻസും മറ്റും ഒഴിഞ്ഞുപോയിടത്ത് കയറിപ്പറ്റി ഭൂമിയും പ്രകൃതിവിഭവങ്ങളും കൊള്ളയടിക്കുകയായിരുന്നു യുഎസ്. ക്യൂബയിലെ ജൂലായ് 26 പ്രസ്ഥാനം അനിവാര്യമായും സാമ്രാജ്യത്വവിരുദ്ധപ്രസ്ഥാനമായത് അതുകൊണ്ടാണല്ലോ. ക്യൂബൻ വിപ്ലവം പല രൂപത്തിലും ഭാവത്തിലും ഇതര ലാറ്റിനമേരിക്കൻ രാജ്യങ്ങളിലും ആവർത്തിക്കപ്പെടുമെന്ന ഭയം യുഎസ് ഭരണവർഗ്ഗത്തിനുണ്ടായിരുന്നു. യുഎസ് പ്രസിഡന്റായി അധികാരമേറ്റ ഉടനെ 1961 മാർച്ചിൽ ലാറ്റിനമേരിക്കയ്ക്കുവേണ്ടി ഒരു ദശവത്സരപദ്ധതി കെന്നഡി മുന്നോട്ടുവെച്ചു. അതിനെ നിർവ്വചിച്ചുകൊണ്ട് അദ്ദേഹം പറഞ്ഞ വാക്കുകൾ ആരെയും കോരിത്തരിപ്പിക്കും. എല്ലാവർക്കും അഭിമാനത്തോടും സ്വാതന്ത്ര്യത്തോടും ഉയർന്ന ജീവതനിലവാരത്തോടും കൂടി ജീവിക്കാൻ സാദ്ധ്യമാക്കുന്ന ഒരു മഹത്തായ വിപ്ലവം പുതിയ അമേരിക്കൻ അർദ്ധഗോളത്തിന്റെ നിർമ്മിതി ഉറപ്പാക്കും എന്നായിരുന്നു അദ്ദേഹം ഉദ്ഘോഷിച്ചത്. ആൻഡേഴ്സൻ എഴുതി: "ലാറ്റിനമേരിക്കയിൽ യുഎസ് ആധിപത്യം ഉറപ്പാക്കാൻവേണ്ടി മോഹിപ്പിക്കുന്നതും അഭൂതപൂർവ്വവുമായ 20 ശതകോടി ഡോളറിന്റെ ദശവത്സര എയിഡ് ഡവലപ്മെന്റ് പാക്കേജ് കെന്നഡി തയ്യാറാക്കി. അദ്ദേഹം അതിനെ പുരോഗതിക്കായുള്ള സഖ്യം (Alliance for Progress) എന്നു വിളിച്ചു. ഉറുഗ്വെയിലെ പുണ്ടാ ദെൽ എസ്റ്റെയിൽ വെച്ചുനടന്ന ഒഎഎസ് സമ്മേളനത്തിൽ (1961) ആഗസ്റ്റിൽ അത് പ്രഖ്യാപിക്കപ്പെട്ടു.

കെന്നഡി തന്റെ പ്രതിനിധിയായി അയച്ചത് ട്രഷറി സെക്രട്ടറി ഡൗഗ്ലസ് ഡില്ലനെ ആയിരുന്നു. ഫിദൽ അയച്ചത് ചെയെയും."

ക്യൂബൻ വിപ്ലവത്തിനുശേഷം ചെയുടെ ആദ്യ ലാറ്റിനമേരിക്കൻ സന്ദർശനമാകയാൽ ആ മേഖലയിലെ ജനങ്ങൾ മൊത്തത്തിൽ ആവേശഭരിതരായി. ഉറുഗ്വെയിലെ തൊഴിലാളികളിൽ അതുളവാക്കിയ ആഹ്ലാദത്തെപ്പറ്റി ലവ്രേത്സ്കി എഴുതി: "മൊണ്ടിവിഡിയോക്ക് അടുത്തുള്ള കരാസ്കോ വിമാനത്താവളത്തിൽ ആയിരക്കണക്കിന് തൊഴിലാളികൾ ചെയെ ജയാരവങ്ങളോടെ സ്വീകരിച്ചു. വിമാനത്താവളം മുതൽ പുണ്ടാ ദെൽ എസ്റ്റെവരെയുള്ള റോഡിൽ ആഹ്ലാദഭരിതരായ ഉറുഗ്വെക്കാർ അണിനിരന്നിരുന്നു. ഇത്തരമൊരു സ്വാഗതം ലഭിച്ചത് ഈ സമ്മേളനത്തിൽ പങ്കെടുത്തവരിൽ ചെയ്ക്കു മാത്രമായിരുന്നു. ചെ എന്ന വ്യക്തിയിൽ ക്യൂബൻ വിപ്ലവത്തെ സ്വാഗതം ചെയ്യുകയായിരുന്നു ജനങ്ങൾ." അതേസമയം യുഎസ് ഡെലിഗേറ്റിനേയോ, ഇതര ലാറ്റിനമേരിക്കൻ രാജ്യങ്ങളിൽനിന്നു വന്ന ഡെലിഗേറ്റുകളേയോ ആരും തിരിഞ്ഞുനോക്കിയതേയില്ല. ക്യൂബൻ വിപ്ലവത്തിനുമാത്രം ജനങ്ങൾ പ്രത്യേകം കരുതിവെച്ചതായിരുന്നു അത്.

ചെ ഗുവേര എത്തിയതോടെ സമ്മേളന ഹാളിലെ അന്തരീക്ഷമാകെ ഞെട്ടിയുണർന്നു. അതുവരെ സമ്മേളനത്തിന് എത്തിയ മറ്റു ലാറ്റിനമേരിക്കൻ മന്ത്രിമാരുടെ ചുറ്റും കൂടിയിരുന്ന ഫോട്ടോഗ്രാഫർമാരും പത്രപ്രവർത്തകരും മറ്റെല്ലാവരെയും അവഗണിച്ച് ചെയെ മാത്രം പിന്തുടർന്നു. അദ്ദേഹത്തിനുവേണ്ടി കാതോർത്തു. ഫോട്ടോഗ്രാഫർമാർ അദ്ദേഹത്തിന്റെ ചിത്രമെടുക്കാൻ മത്സരിച്ചു. കൃത്യം ഒരു കൊല്ലം മുമ്പായിരുന്നല്ലോ ആൽബെർട്ടോ കോർദ എടുത്ത ചെയുടെ ചിത്രം ലോകശ്രദ്ധ പിടിച്ചുപറ്റിയത്. അന്നുമുതൽ ഫോട്ടോഗ്രാഫർമാർക്ക് ചെ ഹരമായിരുന്നു.

സമ്മേളനത്തിലെ പ്രതിനിധികളെല്ലാം സ്യൂട്ട് ധരിച്ചായിരുന്നു എത്തിയത്. ചേയാകട്ടെ തന്റെ മുഷിഞ്ഞ ഒലീവ് മിലിറ്ററി യൂനിഫോമായിരുന്നു ധരിച്ചത്. കെന്നഡിയുടെ 'പുരോഗതിയ്ക്കായുള്ള സഖ്യം 'ക്യൂബയെ കൂടുതൽ ഒറ്റപ്പെടുത്താനും മറ്റു ലാറ്റിനമേരിക്കൻ രാജ്യങ്ങളിലേക്ക് യുഎസ് നിയന്ത്രണം വ്യാപിപ്പിക്കാനുമാണെന്ന് തുറന്നടിച്ച ചെ യുഎസ് പ്രതിനിധിയെ അങ്കലാപ്പിലാക്കി. കുത്തകകളെ അടിച്ചുപുറത്താക്കി ഭൂപരിഷ്കരണത്തിലൂടെയും മറ്റും സാമ്പത്തികവും രാഷ്ട്രീയവുമായ സ്വാതന്ത്ര്യം ഉറപ്പുവരുത്തുന്നതാണ് ക്യൂബൻ മാതൃക എന്ന് ചെ വാദിച്ചു. മറ്റു ലാറ്റിനമേരിക്കൻ രാജ്യങ്ങൾക്ക് കൂടുതൽ ആശാവഹമായ ബ്ലൂപ്രിന്റ് ക്യൂബ നൽകുന്നുണ്ട്. പുരോഗതിക്കായുള്ള സഖ്യത്തിലൂടെ യുഎസ്

ലാറ്റിനമേരിക്കയ്ക്ക് പത്തുകൊല്ലംകൊണ്ട് 2.5% വളർച്ചനിരക്ക് വാഗ്ദാനം ചെയ്യുമ്പോൾ ക്യൂബ ഏതാനും കൊല്ലത്തിനുള്ളിൽ 10% വളർച്ചനിരക്ക് നേടുമെന്നും ചെ പ്രഖ്യാപിച്ചു. പുരോഗതിക്കായുള്ള സഖ്യംകൊണ്ട് യുഎസ് യഥാർത്ഥമായ പരിഷ്കരണമല്ല ലക്ഷ്യമിടുന്നതെന്നു ചെ തുറന്നുകാട്ടി: "യുഎസ് വിദഗ്ദ്ധർ കാർഷിക പരിഷ്കാരങ്ങളെ സംബന്ധിച്ച് ഒരിക്കലും സംസാരിക്കില്ല. കൂടുതൽ നല്ല ജലവിതരണം പോലുള്ള ഭദ്രമായ വിഷയം സംസാരിക്കാനാണ് അവർ ഇഷ്ടപ്പെടുക. ചുരുക്കത്തിൽ, കക്കൂസുകളുടെ വിപ്ലവത്തിന് അവർ തയ്യാറാണെന്നു തോന്നുന്നു." അങ്ങനെ ചെയുടെ പരിഹാസം കത്തിക്കയറി.

ഇഷ്ടമുള്ള രാജ്യങ്ങളിലേക്ക് അസംസ്കൃതവസ്തുക്കൾ കയറ്റി അയക്കാനുള്ള സ്വാതന്ത്ര്യം ഈ രാജ്യങ്ങൾക്ക് ഉണ്ടായിരിക്കണം. യുഎസ് സ്വന്തം സാധനങ്ങൾക്ക് നൽകുന്ന സബ്സിഡി നിർത്തലാക്കണം. പുരോഗതിക്കായുള്ള സഖ്യത്തിൽ ചേരാൻ ഇങ്ങനെ കുറെ വ്യവസ്ഥകൾ ചെ മുന്നോട്ടു വെച്ചു. ബേ ഓഫ് പിഗ്സ് ആക്രമണം പോലെ നിരവധി ഭീകരപ്രവർത്തനങ്ങൾ ക്യൂബയ്ക്കെതിരെ യുഎസ് സ്പോൺസർചെയ്തത് ചെ ശക്തമായ ഭാഷയിൽ അപലപിച്ചു. ക്യൂബ അയൽരാജ്യങ്ങൾക്ക് നല്ലതു വരാനേ ആഗ്രഹിച്ചിട്ടുള്ളൂ. മുൻകൂർ വ്യവസ്ഥകൾ അടിച്ചേൽപ്പിച്ചില്ലെങ്കിൽ യുഎസുമായി എപ്പോൾ വേണമെങ്കിലും അഭിപ്രായ വ്യത്യാസങ്ങൾ ഒരു മേശക്കു ചുറ്റുമിരുന്നു ചർച്ചചെയ്യാൻ ക്യൂബ തയ്യാറാണ്. ക്യൂബയെ ആക്രമിക്കില്ലെന്നും, സ്വന്തം അതിർത്തിക്കുള്ളിൽ വ്യത്യസ്തമായിരിക്കാൻ ആ രാജ്യത്തിന് അവകാശമുണ്ടെന്നുമുള്ള ഗാരണ്ടിയാണ് വേണ്ടത്. മാതൃകയ്ക്ക് അതിരുകളില്ലാത്തതിനാൽ ക്യൂബൻ മാതൃക മറ്റുള്ളവർ അനുകരിക്കുന്നത് തങ്ങൾക്കു തടയാനാകില്ലെങ്കിലും, വിപ്ലവമോ അതിനുള്ള ആയുധങ്ങളോ കയറ്റി അയക്കില്ലെന്ന ഗാരണ്ടി നൽകാൻ കഴിയും എന്നും ചെ പറഞ്ഞു. എന്നാൽ അയൽ രാജ്യങ്ങൾ സാമൂഹിക വ്യവസ്ഥിതി മെച്ചപ്പെടുത്തിയില്ലെങ്കിൽ ക്യൂബൻ മാതൃക സ്ഫോടനം സൃഷ്ടിക്കതന്നെ ചെയ്യുമെന്ന മുന്നറിയിപ്പോടെ രണ്ടേകാൽ മണിക്കൂർ നീണ്ട പ്രസംഗം ചെ അവസാനിപ്പിച്ചു. അപ്പോൾ ബഹളമുണ്ടാക്കിയ സിഐഎ സ്പോൺസർ ചെയ്ത കാസ്ട്രോ വിരുദ്ധരെ അവഗണിച്ചു ചെ അക്ഷോഭ്യനായി പുറത്തേയ്ക്കു പോയി.

പുരോഗതിക്കായുള്ള സഖ്യത്തോടുള്ള എതിർപ്പ് ശക്തവും യുക്തിഭദ്രവുമായി അവതരിപ്പിച്ചപ്പോഴും കെന്നഡിയുടെ പേഴ്സണൽ അസിസ്റ്റന്റ് റിച്ചാർഡ് ഗുഡ്വിൻ, അർജന്റൈൻ പ്രസിഡന്റ് ഫ്രൻഡിസി എന്നിവരോട് ചെ ഗൂഢവേര ഒരു കാര്യം വ്യക്തമാക്കി. യുഎസ് വീണ്ടും ആക്രമിച്ചാലല്ലാതെ സോഷ്യലിസ്റ്റു ബ്ലോക്കുമായി സംഖ്യമുണ്ടാക്കില്ലെന്നു ചെ

അവരോട് പറഞ്ഞു. എന്നാൽ സോവിയറ്റ്യൂണിയനുമായി ക്യൂബ പലനിലയിലും ബന്ധപ്പെട്ടുകഴിഞ്ഞിരുന്നുവെന്നു ഏവർക്കും അറിയാമായിരുന്നു.

സോവിയറ്റ്-ക്യൂബൻബന്ധത്തിന്റെ യഥാർത്ഥ പശ്ചാത്തലം

ഫിദലും ചെയും സീറാ മെസ്ത്രയിൽ തമ്പടിച്ച് ബാത്തിസ്തയ്ക്കെതിരായ വിപ്ലവം സംഘടിപ്പിച്ചുകൊണ്ടിരുന്നപ്പോഴൊന്നും സോവിയറ്റ്യൂണിയൻ യാതൊരു താത്പര്യവും ക്യൂബൻ സംഭവവികാസങ്ങളിൽ കാണിച്ചിരുന്നില്ല. വിപ്ലവത്തിൽ ആദ്യമൊന്നും ക്യൂബൻ കമ്യൂണിസ്റ്റുപാർട്ടിക്ക് യാതൊരു പങ്കുമില്ലാതിരുന്നതിനാലായിരുന്നു അങ്ങനെ സംഭവിച്ചത്. കാസ്ട്രോ അധികാരമേറ്റിട്ടും ഒന്നിച്ചിലധാനം വർഷം ക്യൂബയുമായി യാതൊരു ബന്ധവും സോവിയറ്റ്യൂണിയന് ഉണ്ടായിരുന്നില്ല. എന്നാൽ അമേരിക്ക ക്യൂബയെ പലനിലയിലും നിരന്തരം സമ്മർദ്ദത്തിലാക്കയാണെന്ന വാർത്ത എത്തിയതോടെ ക്രൂഷ്ചേവ് നിജസ്ഥിതി അറിയാൻ സോവിയറ്റ് ഡെപ്യൂട്ടി പ്രധാനമന്ത്രി അനസ്താസ് മിക്കോയനെ 1960 ഫെബ്രുവരിയിൽ ക്യൂബയിലേക്ക് അയച്ചു.

മിക്കോയൻ ക്യൂബയിൽനിന്നു തിരിച്ചെത്തി സമർപ്പിച്ച റിപ്പോർട്ടിൽ ക്യൂബയെ സാമ്പത്തികമായും രാഷ്ട്രീയമായും സഹായിക്കണമെന്നായിരുന്നു ശുപാർശ ചെയ്തത്. അപ്പോഴും സൈനികസഹായം എന്ന ആവശ്യം ഉയർന്നുവന്നിരുന്നില്ല. അന്നു കത്തിനിന്ന, അമേരിക്ക പ്രഖ്യാപിച്ച സാമ്പത്തിക ഉപരോധത്തെ മറികടക്കലായിരുന്നു മുഖ്യപ്രശ്നം. അത് ക്രൂഷ്ചേവ് കൈയോടെ ഏറ്റെടുത്തു. ക്യൂബൻ പഞ്ചസാരയ്ക്കു പകരം സോവിയറ്റ് ഇന്ധനം നൽകാമെന്ന ധാരണ ക്യൂബയ്ക്ക് വലിയ ആശ്വാസമായി. പക്ഷേ അമേരിക്കയ്ക്ക് അത് വലിയ ആഘാതമായിരുന്നു. അമേരിക്കൻ അർദ്ധഗോളത്തിലേക്ക് സോവിയറ്റ് പ്രവേശം എന്ന യാഥാർത്ഥ്യം പ്രസിഡന്റ് ഐസൻഹോവർക്ക് അചിന്ത്യമായിരുന്നു.

മൺറോ സിദ്ധാന്തം (Monroe Doctrine) അനുസരിച്ച് യൂറോപ്യൻ രാജ്യങ്ങൾ അമേരിക്കൻ അർദ്ധഗോളത്തിലെ ഏതെങ്കിലും രാജ്യത്തിൽ ഇടപെടാൻ പാടില്ലായിരുന്നു. 1823 ഡിസംബർ 2ന് അക്കാലത്ത് സ്പെയിൻ, പോർച്ചുഗൽ എന്നീ യൂറോപ്യൻ രാജ്യങ്ങളിൽനിന്നു സ്വാതന്ത്ര്യം നേടുകയോ, നേടാനിരിക്കയോ ചെയ്യുന്ന രാജ്യങ്ങളിൽ മേലിൽ യൂറോപ്യൻ രാജ്യങ്ങൾക്ക് ഇടപെടാനുള്ള അവകാശം തടഞ്ഞുകൊണ്ട് യുഎസ് പ്രസിഡന്റ് ജെയിംസ് മൺറോ തന്റെ സിദ്ധാന്തം അവതരിപ്പിച്ചു. ആ സിദ്ധാന്തത്തിന്റെ ലംഘനമെന്നതോ പോകട്ടെ,

ശീതസമരം മൂർദ്ധന്യത്തിലെത്തിയ കാലത്ത് തങ്ങളുടെ പിന്നാംപുറത്തേക്ക് കമ്യൂണിസം ഇരച്ചുകയറിയതായാണ് ഐസൻഹോവർക്ക് തോന്നിയത്. യൂറോപ്പ് പഴയ ലോകവും അമേരിക്ക പുതിയ ലോകവും എന്ന യുഎസ് കാഴ്ചപ്പാട്പ്രകാരം, പഴയ ലോകത്തിന്റെ പുതിയ ലോകത്തിലേക്കുള്ള പ്രവേശം തടയുകയായിരുന്നു യുഎസ് ലക്ഷ്യം. അപ്പോഴായിരുന്നു യുഎസ് ലക്ഷ്യത്തെ അപ്രസക്തമാക്കി സോവിയറ്റുകമ്യൂണിസത്തിന്റെ തള്ളിക്കയറ്റം!

കെന്നഡിയെ നടുക്കിയ സോവിയറ്റ് ന്യൂക്ലിയർമിസൈലുകൾ

പിന്നെയും ഒരു വർഷം കഴിഞ്ഞായിരുന്നു ബേ ഓഫ് പിഗ്സ് ആക്രമണം ക്യൂബ പരാജയപ്പെടുത്തിയതിനെ തുടർന്നു കാസ്ട്രോ ക്യൂബയെ ഒരു സോഷ്യലിസ്റ്റു സ്റ്റേറ്റായി പ്രഖ്യാപിച്ചത്. ഒരു സോഷ്യലിസ്റ്റ് സ്റ്റേറ്റിനെ സാമ്രാജ്യത്വ ആക്രമണങ്ങളിൽനിന്നു രക്ഷിക്കേണ്ട ബാദ്ധ്യത ലോകത്തിലെ ആദ്യ സോഷ്യലിസ്റ്റ് സ്റ്റേറ്റായ സോവിയറ്റു യൂണിയനുണ്ട്. എന്നാൽ ചെ ആയിരുന്നു സോവിയറ്റു ആണവായുധ ബാല്ലിസ്റ്റിക് മിസൈലുകൾ ക്യൂബയിലേക്കു കൊണ്ടുവന്ന സോവിയറ്റു-ക്യൂബൻ ബന്ധത്തിന്റെ യഥാർത്ഥ ശില്പി. ബേ ഓഫ് പിഗ്സ് ആക്രമണം 1961 ഏപ്രിലിൽ ആയിരുന്നുവെങ്കിൽ 1961 ഡിസംബറിൽ ചെ മോസ്കോയിൽവെച്ച് ക്രൂഷ്ചേവുമായി ക്യൂബൻ മണ്ണിൽ സോവിയറ്റു മിസൈലുകൾ സ്ഥാപിക്കാനുള്ള ചർച്ചകൾ സജീവമാക്കിയിരുന്നു. അവസാനവട്ട ചർച്ചകൾക്കുശേഷം 1962 ആഗസ്റ്റ് 30ന് കരാറിൽ ക്യൂബയ്ക്കുവേണ്ടി ഒപ്പിട്ടതും ചെ തന്നെ.

വാസ്തവത്തിൽ ക്യൂബയിൽ ആണവ മിസൈൽ സ്ഥാപിക്കുകയെന്നത് കാസ്ട്രോയുടെ ആവശ്യം എന്നതിനേക്കാൾ ക്രൂഷ്ചേവിന്റേതായിരുന്നു. മോസ്കോയിൽ ആണവാക്രമണം നടത്താവുന്ന വിധം തുർക്കിയിൽ ആണവ മിസൈലുകൾ സ്ഥാപിച്ചുകഴിഞ്ഞ അമേരിക്കയ്ക്ക് അതേ നാണയത്തിൽ തിരിച്ചുകൊടുക്കാൻ പഴുതില്ലാതെ വിഷമിക്കയായിരുന്നു ക്രൂഷ്ചേവ്. അപ്പോഴായിരുന്നു ഈ സുവർണ്ണാവസരം വീണുകിട്ടിയത്. അതുകൊണ്ട് ക്യൂബയുടെ ഇംഗിതം അനുകൂലമാണെന്ന് അറിഞ്ഞപ്പോൾ ക്രൂഷ്ചേവ് സമയം ഒട്ടും പാഴാക്കാതെ ആണവ മിസൈലുകളുമായി റഷ്യൻ കപ്പലുകൾ ക്യൂബയിലെത്തിക്കാൻ തുടങ്ങി. തിരിച്ചടിക്കാൻ കഴിയുന്നതിനുമുമ്പേ, തുർക്കിയിൽനിന്നു ആണവമിസൈലുകൾ പ്രയോഗിച്ചു സോവിയറ്റുയൂണിയനെ നശിപ്പാക്കാനാകുമെന്ന് ഇതുവരെ വിശ്വസിച്ചിരുന്ന അമേരിക്കയുടെ മേൽക്കൈ അവസാനിച്ചിരിക്കുന്നു.

ഇനി വേണമെങ്കിൽ പശ്ചിമ ബെർലിന്റെ കാര്യത്തിൽ വില പേശാനും ക്യൂബയിൽ സ്ഥാപിച്ച മിസ്സൈൽ മതിയാകുമെന്നും ക്രൂഷ്ച്ചേവ് ചിന്തിക്കാതിരുന്നില്ല.

ക്യൂബയിൽ സാം മിസ്സൈലുകൾ സ്ഥാപിച്ചുകൊണ്ടിരിക്കുന്നതിന്റെ ചിത്രങ്ങൾ എടുക്കാൻ ഒക്ടോബർ 14ന് ഒരു യുഎസ് യു-2 വിമാനത്തിന് കഴിഞ്ഞതോടെ കാര്യങ്ങൾ മാറിമറിഞ്ഞു. ഒക്ടോബർ 16 ചൊവ്വാഴ്ച പ്രസിഡന്റ് കെന്നഡിയുടെ ദേശീയ സുരക്ഷാ സഹായി അദ്ദേഹത്തിന്റെ കിടപ്പുമുറിയിൽ പ്രവേശിച്ചായിരുന്നു യു-2 വിമാനം എടുത്ത ഫോട്ടോകൾ കാണിച്ചുകൊടുത്തത്. സോവിയറ്റ് ഭടന്മാർ ധൃതിപിടിച്ച് രഹസ്യമായി ന്യൂക്ലിയർ മിസ്സൈലുകൾ സ്ഥാപിക്കുന്നതു കണ്ട് പ്രസിഡന്റ് നടുങ്ങുക തന്നെചെയ്തു. ഒക്ടോബർ 21 ന് പ്രസിഡന്റ് കെന്നഡി രാജ്യം നേരിട്ട ചരിത്രത്തിലെ ഏറ്റവും വലിയ പ്രതിസന്ധികളിലൊന്നിനെ എങ്ങനെ നേരിടണമെന്നു തന്റെ ഉപദേശകരുമായി കൂടിയോലോചിച്ചു. ക്യൂബയെ ആക്രമിച്ചു പിടിച്ചെടുക്കൽ മുതൽ ക്യൂബക്കെതിരെ ഒരു നാവിക ഉപരോധം (naval blockade) വരെ ആലോചനാവിഷയമായി. ഒക്ടോബർ 22ന് പ്രസിഡന്റ് കെന്നഡി അസന്ദിഗ്ദ്ധമായി പ്രഖ്യാപിച്ചത്, ക്യൂബയിൽനിന്നു ഉണ്ടാകുന്ന ഏത് ന്യൂക്ലിയർ മിസ്സൈൽ ആക്രമണവും സോവിയറ്റാക്രമണമായി കണക്കാക്കി ആ രാജ്യത്തിനുനേരെ കൂടുതൽ ശക്തമായി തിരിച്ചടിക്കുമെന്നായിരുന്നു. ആണവ മിസ്സൈലുകൾ ക്യൂബയിൽനിന്നു ഉടനെ പൊളിച്ചെടുത്ത് മോസ്കോയിലേക്ക് കൊണ്ടുപോകണമെന്നും അദ്ദേഹം ആവശ്യപ്പെട്ടു. അന്നുതന്നെ അദ്ദേഹം ക്യൂബയിലേക്ക് ആണവ മിസ്സൈലുകളുമായി സഞ്ചരിച്ചിരുന്ന സോവിയറ്റുകപ്പലുകളെ ഉപരോധിക്കാനും കല്പന പുറപ്പെടുവിച്ചു.

ആണവയുദ്ധഭീതിയുടെ നിഴലിൽ

ലോകജനത ആണവയുദ്ധഭീതിയുടെ നിഴലിൽ കഴിഞ്ഞ പതിമൂന്നു ദിവസങ്ങൾ! ഒരു മൂന്നാം ലോകയുദ്ധം മുന്നിൽ കണ്ട ദുഃസ്വപ്നപൂരിതമായ ദിനരാത്രങ്ങൾ! ഫിദലിന്റെ ജീവചരിത്രകാരനായ സ്കീർക എഴുതി: "1962 ഒക്ടോബർ 16 വ്യാഴാഴ്ചയ്ക്കും ഒക്ടോബർ 28 ഞായറാഴ്ചയ്ക്കും ഇടയിൽ അടുത്ത 13 ദിവസക്കാലം പ്രതിരോധസെക്രട്ടറി റോബർട്ട് മക്നമാരയെ ഉദ്ധരിച്ചു പറഞ്ഞാൽ, "ആണവയുഗത്തിന്റെ പ്രാരംഭശേഷം വിനാശകരമായ യുദ്ധത്തിന്റെ അതിഭയങ്കരമായ ആപത്ത് ലോകം നേരിട്ടു."

വിലക്കു ലംഘിച്ചു സോവിയറ്റ് കപ്പലുകൾ ക്യൂബയിലേക്ക് കടക്കുകയാണെങ്കിൽ അതെങ്ങനെ തടയുമെന്നായിരുന്നു പ്രസിഡന്റ് കെന്നഡിയും അദ്ദേഹത്തിന്റെ ഉപദേശകരും തലപുകഞ്ഞ്

ആലോചിച്ചത്. ഉപദേശകരിൽ പ്രധാനികൾ മക്നമാരയും റോബർട്ട് കെന്നഡിയും തന്നെ. അമേരിക്കയുടെ കൈവശം റഷ്യയ്ക്കുള്ളതിനേക്കാൾ ഇരട്ടി ആണവായുധങ്ങളുണ്ടെങ്കിലും ഒരു ന്യൂക്ലിയർ യുദ്ധം ഇരു രാജ്യങ്ങളിലെയും ജനസംഖ്യയിൽ നല്ലൊരു ഭാഗത്തെ ഭൂമുഖത്തുനിന്നു തുടച്ചുനീക്കും. ആ പേടിപ്പെടുത്തുന്ന യാഥാർത്ഥ്യത്തെ തിരിച്ചുംമറിച്ചും ചർച്ചാവിധേയമാക്കിക്കൊണ്ടിരിക്കേ, ഒക്ടോബർ 25ന് ക്രൂഷ്ചേവ് 14 സോവിയറ്റുകപ്പലുകൾ തിരിച്ചയച്ചു.

ഒക്ടോബർ 26-27 തിയ്യതികളിൽ ക്യൂബൻ മിസ്സൈൽ പ്രതിസന്ധി മൂർദ്ധന്യത്തിലെത്തി നില്ക്കേ ആയിരുന്നു മിസ്സൈലുകൾ സോപാധികമായി പിൻവലിക്കാൻ തയ്യാറാണെന്നു ക്രൂഷ്ചെവ് കെന്നഡിയെ അറിയിച്ചത്. പകരമായി ക്യൂബയെ ഒരിക്കലും യുഎസ് നേരിട്ടോ മൂന്നാംകക്ഷി മുഖേനയോ ആക്രമിക്കില്ലെന്ന ഉറപ്പായിരുന്നു സോവിയറ്റ് പ്രധാനമന്ത്രി പ്രധാനമായി ആവശ്യപ്പെട്ടത്. കൂടാതെ, തുർക്കിയിൽ യുഎസ് സ്ഥാപിച്ചിട്ടുള്ള ന്യൂക്ലിയർ മിസ്സൈലുകൾ അമേരിക്ക പിൻവലിക്കണമെന്ന ആവശ്യവും ക്രൂഷ്ചേവ് മുന്നോട്ടുവെച്ചു. കെന്നഡിയുടെ ഉപദേശകവൃന്ദത്തിനു രണ്ടാമത്തെ ആവശ്യത്തോട് യോജിക്കാനായില്ല. ഏറെ നേരത്തെ ചർച്ചയ്ക്കുശേഷം കെന്നഡി അവരെക്കൊണ്ട് സമ്മതിപ്പിച്ചത്, ആദ്യത്തെ ഉറപ്പു മാത്രം പരസ്യമായി അംഗീകരിച്ചാൽ മതിയെന്നും രണ്ടാമത്തേത് ലോകത്തെ അറിയിക്കേണ്ടെന്നുമായിരുന്നു. അങ്ങനെ അനാക്രമണസന്ധിക്കുപകരം മിസ്സൈലുകൾ സോവിയറ്റുയൂണിയനെക്കൊണ്ടു ക്യൂബയിൽനിന്നു നീക്കം ചെയ്യിക്കുന്നതിൽ വിജയച്ചെന്നു പെരുമ്പറ മുഴക്കാൻ അമേരിക്കയ്ക്കു കഴിഞ്ഞു. എന്നാൽ 5 മാസത്തിനുള്ളിൽ തുർക്കിയിൽനിന്നു അമേരിക്കയുടെ ആണവമിസ്സൈലുകൾകൂടി നീക്കംചെയ്യുമെന്ന ഉറപ്പോടെ ഒരു മൂന്നാം ലോകയുദ്ധത്തിൽനിന്നു ക്രൂഷ്ചേവിന്റേയും കെന്നഡിയുടേയും വിവേകം ലോകത്തെ രക്ഷിച്ചെന്നു പറയാം. ക്രൂഷ്ചേവ് തന്റെ ബൃഹത്തായ ആത്മകഥയുടെ മൂന്നാം വാല്യത്തിൽ കെന്നഡിയുടെ ബുദ്ധിയെയും വിവേകത്തെയും വാനോളം പുകഴ്ത്തിയിട്ടുണ്ട്. ലോകത്തെ വിനാശത്തിൽനിന്നു രക്ഷിക്കാൻ ഇത്തരം ഘട്ടങ്ങളിൽ ഒരു വശത്തുള്ള വിവേകം മാത്രം പോരാ, മറുകക്ഷിക്കും അതുണ്ടായിരിക്കണം. അദ്ദേഹം എഴുതി: "ഒരു യുദ്ധം പൊട്ടിപ്പുറപ്പെടുന്നത് തടയാൻ, മറുപക്ഷത്തും ബുദ്ധിമാനായ മറുകക്ഷി ഉണ്ടായിരിക്കണം. മുതലാളിത്തലോകത്തിന്റെ പ്രതിനിധി എന്ന നിലയിൽ, ജോൺ കെന്നഡിയെ കൃത്യമായും അത്തരമൊരു മറുകക്ഷിയായി ഞാൻ കണക്കാക്കുന്നു." (Memoirs of Nikita Khrushchev, Vol. 3)

വൻശക്തിമേധാവികൾ തമ്മിൽ നടന്ന കൂടിയാലോചനകളിൽ ഒരു ഘട്ടത്തിലും തന്നെ പങ്കെടുപ്പിക്കാതിരുന്നത് ഫിദൽ കാസ്ട്രോയെ രോഷാകുലനാക്കി. പിന്നീടൊരിക്കലും സോവിയറ്റ്യൂണിയനെ വിശ്വാസത്തിലെടുക്കാൻ അദ്ദേഹം തയ്യാറായില്ല. ശീതയുദ്ധാന്തരീക്ഷത്തിൽ ക്യൂബയുടെ നിലനില്പിന് ആ ബന്ധം ആവശ്യമാണെന്ന തോന്നിയതുകൊണ്ട് തന്ത്രപരമായ അടുപ്പം അവസാനംവരെ നിലനിർത്തിയെന്നമാത്രം. രണ്ടു വൻശക്തികളും തങ്ങളുടെ ആഗോളതന്ത്രത്തിൽ ക്യൂബയെ പണയവസ്തുവായി കരുതിയാണ പെരുമാറിയതെന്നായിരുന്ന ചെ ഗുവേരയുടെ പ്രതികരണം. പിന്നീടിങ്ങോട്ട് ചെ അമേരിക്കയെ എന്നപോലെ സൊവിയറ്റ്യൂണിയനെയും ശക്തിയായി വിമർശിക്കാൻ മടിച്ചില്ല.

പത്തൊമ്പത്

ലാറ്റിനമേരിക്കയിൽ ഗറില്ലാസമരങ്ങളുടെ തുർച്ച

മോട്ടോർസൈക്കിൾ യാത്രകളിലെ ഉള്ളിൽത്തട്ടിയ അനുഭവം തന്നെ വിപ്ലവകാരിയാക്കിയപ്പോൾ ലാറ്റിനമേരിക്കയുടെ മൊത്തം മോചനമായിരുന്നു ചെ സ്വപ്നം കണ്ടത്. അല്ലാതെ ക്യൂബയെന്ന ഒരു രാജ്യത്തിലെ വിമോചനപ്പോരാട്ടത്തിൽ തളച്ചിടപ്പെടാനായിരുന്നില്ല. ഈ അസ്വസ്ഥതയായിരുന്നു ചെ ഗുവേരയിലെ വിപ്ലവകാരിയുടെ ശ്രദ്ധയെ ജന്മനാടായ അർജന്റീനയിലേക്കും മറ്റു ലാറ്റിനമേരിക്കൻ രാജ്യങ്ങളിലേക്കും തിരിച്ചുവിട്ടത്.

ജന്മനാട്ടിലേക്ക് ചെയുടെ രഹസ്യയാത്ര

1961 ആഗസ്റ്റിൽ ഉറുഗ്വെയിലെ പുണ്ടാ ദെൽ എസ്റ്റെയിൽ കെന്നഡി ഒഎഎസ് സമ്മേളനത്തിൽ 'പുരോഗതിക്കായുള്ള സഖ്യം' ക്യൂബയെ ഒറ്റപ്പെടുത്താൻ അവതരിപ്പിക്കയുണ്ടായല്ലോ. അത് പൊള്ളയാണെന്നു സമർത്ഥിച്ച ചെയുടെ പ്രസംഗം കഴിഞ്ഞയുടനെ അർജന്റൈൻ പ്രസിഡന്റ് അർതുറൊ ഫ്രോന്ദിസി, വിശദമായി സംസാരിക്കാനായിരിക്കണം, അദ്ദേഹത്തെ അർജന്റീനയിലേക്ക് ക്ഷണിച്ചു.

രാഷ്ട്രീയജീവിതത്തിന്റെ തുടക്കത്തിൽ പുരോഗമനവാദിയായിരുന്ന ഫ്രോന്ദിസി പ്രസിഡന്റായപ്പോൾ അവിടത്തെ യുഎസ് അനുകൂല സൈന്യത്തിന്റെയും യുഎസിന്റെതന്നെയും സമ്മർദ്ദത്തിനു വഴങ്ങി

വിപ്ലവക്യൂബയുമായി ബന്ധം വിച്ഛേദിക്കയും കമ്യൂണിസ്റ്റുപാർട്ടിയെ നിരോധിക്കയുമുണ്ടായി. എന്നാൽ അദ്ദേഹത്തെ വിശ്വാസത്തിലെടുക്കാൻ അമേരിക്കയോ അർജന്റൈൻ സൈന്യമോ തയ്യാറായില്ല. ഫ്രോന്ദിസിയെ അപ്പോഴും ഇടതുപക്ഷക്കാരനായി അവർ കരുതുകയും എങ്ങനെയും പുകച്ചുപുറത്തുചാടിക്കാൻ അവസരം പാർത്തിരിക്കയുമായിരുന്നു. ഏറെ രസകരമായ കാര്യം അദ്ദേഹം ചെയെ അർജന്റീനയിലേക്ക് ക്ഷണിച്ചതുപോലും ക്യൂബയുടെ സോവിയറ്റ് ബ്ലോക്കുമായി വികസിച്ചുകൊണ്ടിരുന്ന ബന്ധം ഉപേക്ഷിക്കണമെന്നു ഉപദേശിക്കാനായിരുന്നു.

അതീവ രഹസ്യമായിട്ടായിരുന്നു ചെ ജന്മനാട്ടിലെത്തി പ്രസിഡന്റ് ഫ്രോന്ദിസിയെ സന്ദർശിച്ചത്. ഏതാനും മണിക്കൂറുകൾ മാത്രമായിരുന്നു അദ്ദേഹം അവിടെ തങ്ങിയതും. പിതൃസഹോദരി ബിയാട്രിസിനെ കാണണമെന്നേ അദ്ദേഹം ആഗ്രഹിച്ചുള്ളൂ. മറ്റു കുടുംബാംഗങ്ങളെയും സുഹൃത്തുക്കളെയും കാണാൻ ചെ നിന്നില്ല. തന്റെ സാന്നിദ്ധ്യംകൊണ്ട് ഫ്രോന്ദിസിക്ക് ബുദ്ധിമുട്ടുണ്ടാക്കാൻ ചെ ഇഷ്ടപ്പെട്ടില്ല. എന്നിട്ടും ചെ തിരിച്ചുപോയതോടെ ഒരു കലാപാന്തരീക്ഷം അവിടെ സംജാതമായി. അദ്ദേഹത്തിന്റെ പിതൃസഹോദരന്റെ വീടിന്റെ മുന്നിലും മറ്റു പലയിടത്തും പൊട്ടിത്തെറികളുണ്ടായി. ചെയെ പിടികൂടാൻ ലഭിച്ച സുവർണ്ണാവസരം പാഴായിപ്പോയതിൽ സൈനികമേധാവി രോഷാകുലനായി. ഉടനെ നടന്ന പട്ടാള അട്ടിമറിയിൽ ഫ്രോന്ദിസിയുടെ പ്രസിഡന്റ്പദവിയും നഷ്ടപ്പെട്ടു.

ഗറില്ലാസമരം അർജന്റീനയിൽ

ജന്മനാടായ അർജന്റീന ഒരു വിപ്ലവത്തിന് ദാഹിക്കയാണെന്നു ചെയ്ക്ക് തോന്നിത്തുടങ്ങിയിട്ട് നാളേറെയായി. ഫ്രോന്ദിസിഭരണം അട്ടിമറിക്കപ്പെട്ടതോടെ ഇനി വൈകിച്ചുകൂടെന്ന വിചാരം അദ്ദേഹത്തിന്റെ മനസ്സിൽ ശക്തമായി. അതു തുടങ്ങാൻ പറ്റിയ സ്ഥലവും ചെ തിരഞ്ഞെടുത്തു. ബൊളീവിയൻ അതിർത്തിക്കടുത്ത് സാൾട്ടയ്ക്കു സമീപം അർജന്റീനയിലെ വടക്കൻ കാടുകളായിരുന്നു വിപ്ലവസംഘത്തിന് തമ്പടിച്ച് പ്രവർത്തനം തുടങ്ങാൻ ചെ കണ്ടെത്തിയത്. 1950ലെ മോട്ടോർസൈക്കിൾ യാത്രയിൽ അദ്ദേഹം അവിടെ പോയിട്ടുമുണ്ടായിരുന്നു. ക്യൂബയിലെ ഉത്തരവാദിത്വങ്ങൾ ഏറെയായതിനാൽ നേരിട്ട് അവിടെ പോയി വിപ്ലവം സംഘടിപ്പിക അസാദ്ധ്യമാണ്. അതുകൊണ്ട് ഗറില്ലായുദ്ധപരിശീലനത്തിനുവേണ്ടി അർജന്റീനക്കാരെ റിക്രൂട്ട് ചെയ്യാൻ ആൽബെർട്ടോ ഗ്രനാഡോയോട് ചെ അഭ്യർത്ഥിച്ചു. രണ്ടാം

മോട്ടോർസൈക്കിൾ യാത്രയിൽ സഹയാത്രികനായിരുന്ന ഗ്രനാഡോ കുറച്ചുകാലമായി ക്യൂബയിലുണ്ടായിരുന്നു.

1962 ആയപ്പോഴേക്കും കലാപം സംഘടിപ്പിയ്ക്കാൻ പറ്റിയ ആളെ ഗ്രനാഡോ കണ്ടെത്തി. അർജന്റൈൻ പെയിന്റർ സിറോ റോബെർടോ ബസ്റ്റോസ് (1932-2017). ഗ്രനാഡോ വന്ന അവസരത്തിൽത്തന്നെ ഒരു വിപ്ലവ സന്നദ്ധപ്രവർത്തകനെന്ന നിലയിൽ ബസ്റ്റോസ് ക്യൂബയിലെത്തിയിരുന്നു. ഒറിയന്തയിലെ നാട്ടിൻപുറത്ത് ഒരു സിറാമിക്സ് ഫാക്ടറി നടത്തിയും സാന്റിയാഗോ സർവ്വകലാശാലയിൽ പെയിന്റിംഗ് പഠിപ്പിച്ചും കഴിഞ്ഞുകൂട്ടുകയായിരുന്നു. എന്നാൽ അദ്ദേഹത്തിന്റെ യഥാർത്ഥ താത്പര്യം ക്യൂബൻ മാതൃകയിൽ ഗറില്ലാസമരത്തിലൂടെ അർജന്റീനയെ യുഎസ് ദാസ്യത്തിൽനിന്നു മോചിപ്പിക്കണമെന്നായിരുന്നു. ഇത് അറിഞ്ഞ ഉടനെ ഗ്രനാഡോ 1962ൽ ചെയ്ക്ക് അദ്ദേഹത്തെ പരിചയപ്പെടുത്തി. വിപ്ലവത്തിനുവേണ്ടി എല്ലാം ഉപേക്ഷിക്കാൻ തയ്യാറാണെന്നു ചെയുടെ ചോദ്യത്തിന് ഉത്തരമായി അദ്ദേഹം പറഞ്ഞു.

ഇതിനിടയിൽ അർജന്റീനയിലെത്തി ഗറില്ലാ സൈന്യത്തിലേക്ക് ഏതാനും പേരെ റിക്രൂട്ടുചെയ്തു ക്യൂബയിലെത്തിച്ച പരിശീലനം നൽകാൻ ഗ്രാനാഡോയ്ക്ക് കഴിഞ്ഞു. ഇക്കൂട്ടത്തിലൊന്നും പെടാത്ത ഒരാളെ ആയിരുന്നു ചെ അർജന്റീനയിൽ പോരാടാനുള്ള ഗറില്ലാസംഘത്തിന്റെ നായകനായി തിരഞ്ഞെടുത്തത്. സീറാ മെസ്ത്രയിൽ ബാത്തിസ്റ്റയ്ക്കെതിരായ യുദ്ധം നടത്തിക്കൊണ്ടിരിക്കെ ഒരു അർജന്റീനിയൻ പത്രപ്രവർത്തകനായി ചെയെ ഇന്റർവ്യൂ ചെയ്യാൻ ജോർജെ ജോസ് റികാർഡോ മാസെത്തി ബ്ലാങ്കോ ബന്ധപ്പെട്ടിരുന്നു. വിപ്ലവത്തിനുശേഷം പ്രെസ്സ ലാറ്റിന എന്ന ക്യൂബൻ ന്യൂസ് ഏജൻസിയുടെ സ്ഥാപകനും ഡയറക്ടറുമായതും ചെയുടെ കമ്യൂണിസ്റ്റല്ലാത്ത ഈ സുഹൃത്തായിരുന്നു. സീറാ മെസ്ത്രയിൽ പ്രവർത്തിക്കാൻ ഏറ്റവുമധികം അവസരം ലഭിച്ച അദ്ദേഹത്തിന് പത്രപ്രവർത്തകൻ എന്ന നിലയിൽ ഫിദലിന്റെയും ചെയുടെയും ഏറ്റവുമധികം അഭിമുഖം ലോകശ്രദ്ധയിൽ കൊണ്ടുവരാൻ കഴിഞ്ഞു. ചെയുമായി വളർന്ന വ്യക്തിബന്ധമായിരുന്നു മാസെത്തിയെ അർജന്റൈൻ ഗറില്ലാസംഘത്തിന്റെ തലപ്പത്തെത്തിച്ചതും.

ക്യൂബൻ വിപ്ലവത്തെ സംബന്ധിച്ച "പോരാടിയവരും നിലവിളിച്ചവരും" എന്ന കൃതിയിലൂടെ മുമ്പേ പരിചിതനാകയാൽ മാസെത്തിയെ പരിചയപ്പെട്ടപ്പോൾ ബസ്റ്റോസ് സന്തോഷം പ്രകടിപ്പിച്ചു. ചെയ്ക്ക് തല്ക്കാലം ക്യൂബ വിടാൻ പറ്റാത്തതുകൊണ്ടുമാത്രം അദ്ദേഹത്തിന്റെ പ്രോജക്ട് ആയ അർജന്റൈൻ വിപ്ലവത്തിന്റെ ആദ്യ ഘട്ടം മാസെത്തി നയിക്കുന്നു. ചെ എത്തിക്കഴിഞ്ഞാൽ ശരിയായ യുദ്ധം ആരംഭിക്കുമെന്നും

അദ്ദേഹം വിശദീകരിച്ചു. എല്ലാം ഉപേക്ഷിച്ച് ചെയുടെ പ്രോജക്ടിൽ ചേരാൻ തയ്യാറാണോ എന്ന മാസെത്തിയുടെ ചോദ്യത്തിന് അതെ എന്ന് ബസ്റ്റോസ് മറുപടി നൽകി. തൽക്കാലം ഭാര്യയെ വീട്ടിൽ വിട്ട് ബസ്റ്റോസ് അർജന്റീനയിലേക്ക് പോകും. ഗറില്ലകൾ വിമോചിത മേഖല സ്ഥാപിച്ചുകഴിഞ്ഞാൽ ഭാര്യയും സൈനികപരിശീലനം നേടി കൂടെ ചേരും. ഇതായിരുന്നു എല്ലാം ഉപേക്ഷിക്കാൻ തയ്യാറാ ണെന്ന് ചെയോടും മാസെത്തിയോടും സമ്മതിച്ചപ്പോൾ ബസ്റ്റോസ് പദ്ധതിയിട്ടത്.

ഹവാനയിലെ ഗറില്ലാപരിശീലനം

അങ്ങനെ സംഘടിപ്പിക്കപ്പെട്ട ക്യൂബക്കാരും അർജന്റീനക്കാരു മായ ഏതാനും പോരാളികൾക്ക് ഹവാനയിൽവെച്ചുതന്നെ സൈനി കപരിശീലനം നൽകി. സ്പാനിഷ് ആഭ്യന്തരയുദ്ധനായകനായ ഹിസ്പാനോ-സോവിയറ്റ് ജനറൽ അഞ്ജലിതോ ആയിരുന്നു പരിശീ ലകൻ.

അഞ്ജലിതോയുടെ സഹായി എന്ന നിലയിൽ ക്യൂബക്കാരൻ മാനുവൽ പാനൈറോ ലാസാദയും ഗറില്ലകളെ പരിശീലിപ്പിച്ചു. വിദ്യാർത്ഥിയായി രുന്നപ്പോൾ പാനൈറോ ബാത്തിസ്റ്റയ്ക്കെതിരെ നടന്ന സമരങ്ങളിലെ നിരന്തരസാന്നിദ്ധ്യമാകയാൽ വീട്ടുകാർ പഠിപ്പ് തുടരാൻ ന്യൂയോർക്കി ലേക്കയച്ചു. അവിടെയും വംശീയവും സാമൂഹികവുമായ അന്യായങ്ങൾ ക്കെതിരെ പോരാടാതിരിക്കാൻ അദ്ദേഹത്തിനു കഴിഞ്ഞില്ല. മാത്രമല്ല, സ്വരാജ്യത്തിന് തന്റെ സാന്നിദ്ധ്യം ആവശ്യമാണെന്നു തോന്നിയതി നാൽ ക്യൂബയിൽ തിരിച്ചെത്തി. ഫിദലിന്റെ വലംകൈയായി പ്രവർത്തി ച്ച പാനൈറോ ജൂലായ് 26 പ്രസ്ഥാനത്തിന്റെ തുടക്കംമുതൽ പോരാ ട്ടത്തിൽ തന്നെയായിരുന്നു. ഫിദൽ അധികാരത്തിലെത്തിയപ്പോൾ വലിയ പദവികളിൽ ഇരുന്നെങ്കിലും ലാറ്റിനമേരിക്കൻ വിപ്ലവത്തിനു വേണ്ടി പ്രവർത്തിക്കാൻ ഉണ്ടായ ആവേശമായിരുന്നു ഗറില്ലകളുടെ പരിശീലനത്തിൽ മുഴുകാൻ ഇടയാക്കിയത്.

വളരെ കഠിനമായ പരിശീലനമായിരുന്നു അർജന്റീനയിൽ വിപ്ലവം സംഘടിപ്പിക്കാൻ ജീവിതം ഉഴിഞ്ഞുവെച്ചവർക്ക് ഹവാനയിലെ സുരക്ഷി തഭവനത്തിൽ നല്കിയത്. ഇടയ്ക്കിടെ ചെ അവിടെ വന്നുംപോയുമിരുന്നു. അവരോട് അദ്ദേഹം പറഞ്ഞു: “ഈ നിമിഷംമുതൽ നിങ്ങൾ മരിച്ചുകഴി ഞ്ഞതായി സ്വയം കരുതുക. ഇതിൽ പങ്കെടുക്കുമ്പോൾ സുനിശ്ചിതമായ കാര്യം മരണം മാത്രമാണ്. നിങ്ങളിൽ ചിലർ അതിജീവിച്ചേക്കാം. ഇനിയുള്ള നിങ്ങളുടെ ജീവിതം കടമെടുത്ത കാലമായി എല്ലാവരും

കരുതണം." ക്യൂബൻ വിപ്ലവകാലത്ത് താനും ഫിദലും മറ്റും ചെയ്തതിൽ കൂടുതലൊന്നുമായിരുന്നില്ല ചെ അവരോട് ആവശ്യപ്പെട്ടത്. വൈകാതെ അർജന്റീനയിൽ എത്തി യുദ്ധം താൻ നയിക്കുമെന്നും ചെ വ്യക്തമാക്കി. ഇത് ചെയുടെ നടക്കാതെപോയ യഥാർത്ഥ മോഹം തന്നെയായിരുന്നു.

കമാൻഡർ സെഗുണ്ടോ

ചെയും മാസെത്തിയും കൂടിയാലോചിച്ചായിരുന്നു ജനകീയ ഗറില്ലാ സൈന്യം (EGP) രൂപീകരിച്ച് അർജന്റീനയിൽ പോരാടാൻ തീരുമാനമെടുത്തത്. ഓരോരുത്തർക്കും ഗൂഢനാമങ്ങൾ നൽകിയ കൂട്ടത്തിൽ മാസെത്തിയുടെത് കമാൻഡർ സെഗുണ്ടോ എന്നായിരുന്നു. ഏറെപ്പേരും അർജന്റീനക്കാരും ബാക്കി ക്യൂബക്കാരും ചേർന്ന സൈന്യം ചെറിയൊരു സംഘം മാത്രമായിരുന്നു. ഒരു രാജ്യത്തിന്റെ സുഘടിതമായ സൈന്യത്തെ പരാജയപ്പെടുത്തി അധികാരം പിടിച്ചെടുക്കാൻ ഇത്ര കുറച്ച് ആളുകൾ മതിയോ? മതി എന്നേ ചെ ഗുവേര തന്റെ ക്യൂബൻ സമരാനുഭവത്തെ മുൻനിർത്തി പറയുകയുള്ളു. നിലവിലുള്ള മർദ്ദനഭരണത്തിനെതിരെ ജനരോഷം തിളച്ചുമറിയുമ്പോൾ വിപ്ലവം ആരംഭിക്കാൻ വലിയ ജനപിന്തുണയുടെ ആവശ്യമില്ല. ചെറിയൊരു സംഘം (മുന്നണിപ്പട) തുടങ്ങിവെച്ചാൽ ആ സമരം പിന്നീട് ജനപിന്തുണ സൃഷ്ടിച്ചുകൊള്ളും എന്നായിരുന്നു ക്യൂബൻ വിപ്ലവത്തിൽനിന്നു ചെ പഠിച്ച പാഠം.

ക്യൂബയിൽവെച്ച് ഗറില്ലകൾക്ക് നൽകിയ കടുത്ത പരിശീലനങ്ങൾക്കുശേഷം ചെക്കോസ്ലോവാക്യ, അൾജീരിയ എന്നീ രാജ്യങ്ങളിലും അവർക്ക് കൂടുതൽ ശാസ്ത്രീയമായ പരിശീലനം ലഭിച്ചു. അർജന്റീനയുടെ അതിർത്തിയിലെ ബൊളീവിയൻ കാടുകളിലും അവർ കുറച്ചുനാൾ ചെലവിട്ടു. 1963 ജൂലായിൽ അവർ അർജന്റീനയിലേക്ക് കടന്നു. ഉത്തര അർജന്റീനയിലെ സാൾട്ട പ്രവിശ്യയിലെ ഒറാനിലെ വനപ്രദേശം ഗറില്ലകൾ താവളമാക്കി. ഇതിനിടയിൽ ചെ ഗുവേരയുടെ നിർദ്ദേശങ്ങൾ ലഭിക്കാതെ പോയത് ഗറില്ലാസംഘത്തിന്റെ ധാർമ്മിക നിലവാരത്തെ തകർത്തു. നിരവധി മാസങ്ങൾ പല രാജ്യങ്ങളിലും അർജന്റീനയിലുമായി അവർ ചെയുടെ നിർദ്ദേശങ്ങൾക്കുവേണ്ടി കാത്തിരുന്നു മടുത്തു. ഇതിനിടയിൽ ബേ ഓഫ് പിഗ്സ് ആക്രമണത്തിലും ക്യൂബയ്ക്കെതിരെ മറ്റു ഭീകരാക്രമണങ്ങളിലും കുടുങ്ങിക്കിടന്നതിനാലായിരുന്നു ചെയ്ക്ക് ഗറില്ലകളുടെ കാര്യം ശ്രദ്ധിക്കാൻ കഴിയാതെപോയത്.

1964 മാർച്ച് 6ന് കമാൻഡർ സെഗുണ്ടോ അർജന്റൈൻ സർക്കാരിനെതിരെ ഗറില്ലാസമരം ആരംഭിച്ചു. എന്നാൽ ഒരു ഗറില്ലായുദ്ധത്തിൽ

നിർബ്ബന്ധമായും അനുഷ്ഠിക്കണമെന്ന ചെ പറഞ്ഞിട്ടുള്ളതൊന്നും പാലിക്കാതെയായിരുന്ന ആ തുടക്കം. സ്ഥിരമായ ചലനക്ഷമത, ജാഗ്രത തുടങ്ങിയ ഗറില്ലാസിദ്ധാന്തത്തിലെ അടിസ്ഥാന നിയമങ്ങൾ കാറ്റിൽപ്പറത്തിയായിരുന്നു അവരുടെ നീക്കങ്ങൾ ഓരോന്നും. ഇതിനിടയിൽ കമാൻഡർ സെഗുണ്ടോ സമനില തെറ്റിയപോലെ അച്ചടക്കമെന്ന ആയുധത്തിന്റെ മൂർച്ച അനുയായികളിൽ ദയാരഹിതമായി പരീക്ഷിച്ചു. സംഘം വിട്ടുപോകുന്നവർ ഒറ്റുകാരായി മാറുകയും പരിപാടിയാകെ തകരുകയും ചെയ്യും. അതിനാൽ വിട്ടുപോകാൻ ചിന്തിക്കുന്നതുപോലും മരണശിക്ഷ അർഹിക്കുന്ന കുറ്റമായി. അങ്ങനെ രണ്ടുപേർക്കെതിരെ വധശിക്ഷ വിധിച്ചു നടപ്പാക്കിക്കഴിഞ്ഞിരുന്നു.

ഗറില്ലകൾ സെഗുണ്ടോയുടെ നേതൃത്വത്തിൽ കലാപം ആരംഭിച്ചത്, പ്രസിഡന്റ് ഇല്ലിയയ്ക്ക് 1963 ജൂലായ് 9ന് ഒരു തുറന്ന കത്ത് പ്രസിദ്ധീകരിച്ചുകൊണ്ടായിരുന്നു. ഗറില്ലകൾ പ്രതീക്ഷിച്ചപോലെ അത് മാദ്ധ്യമങ്ങളിലോ പൊതുജനങ്ങൾക്കിടയിലോ പ്രത്യേക ശ്രദ്ധയൊന്നും പിടിച്ചുപറ്റിയില്ല. അതേസമയം ഒരു കൂട്ടർ അതിലെ ഓരോ അക്ഷരവും ക്ഷമാപൂർവ്വം വായിക്കുകയും ആവശ്യമായ എല്ലാ നടപടികളും മുൻകൂട്ടി എടുക്കുകയും ചെയ്തു. അർജന്റൈൻ ദേശീയ സൈന്യവും അതിർത്തി സുരക്ഷാസേനയുമായിരുന്നു അത്. ഒരു ഗറില്ലായുദ്ധത്തിൽ സംഭവിക്കാൻ പാടില്ലാത്തതായിരുന്നു അത്. കലാപത്തിന്റെ ആദ്യ ആഘാതം സൃഷ്ടിക്കുന്ന നടുക്കത്തിന്റെ തരംഗങ്ങളായിരിക്കണം അതിന്റെ ആരംഭം ഭരണവർഗ്ഗത്തെ അറിയിക്കേണ്ടത്. അതിനുപകരം സൈന്യം അവർക്കുവേണ്ടി വലവിരിച്ചതിനു ശേഷം വേണ്ടിവന്നു ഗറില്ലകളുടെ ആക്രമണം.

ഗറില്ലകൾ സൈന്യവുമായി ആദ്യം ഏറ്റുമുട്ടിയത് 1964 മാർച്ച് ആരംഭത്തിലായിരുന്നു. അപ്പോഴേക്കും അവർ അർജന്റീനയിൽ പ്രവേശിച്ചിട്ട് 5 മാസങ്ങൾ പിന്നിട്ടിരുന്നു. ഗറില്ലകൾക്ക് ഏറ്റവും ആധുനികമായ ആയുധങ്ങൾക്ക് ഒരു പഞ്ഞവുമുണ്ടായിരുന്നില്ല. എന്നാൽ അത് പ്രയോഗിക്കുന്നതിൽ അവർ വലിയ തോതിൽ പിടിപ്പുകേടുകാണിച്ചു. ആദ്യ ഏറ്റുമുട്ടലിൽ അർജന്റൈൻ സൈന്യം ലാ ടോമയിലെ ഗറില്ലാക്യാമ്പ് കീഴടക്കി. അഞ്ച് ഗറില്ലകളെ അറസ്റ്റുചെയ്യുകയും അവരുടെ ആയുധങ്ങളും മറ്റും പിടിച്ചെടുക്കുകയും ചെയ്തു. രക്ഷപ്പെട്ട മറ്റു ഗറില്ലകൾ ഒത്തുചേരുകയും തങ്ങൾക്കേറ്റ തിരിച്ചടിയെപ്പറ്റി ചർച്ചചെയ്യുകയുമുണ്ടായി. അപ്പോഴത്തെ സാഹചര്യം കണക്കിലെടുത്ത് സമരം അവസാനിപ്പിക്കാമെന്ന മറ്റുള്ളവരുടെ അഭിപ്രായം കമാൻഡർ സെഗുണ്ടോ (മാസെത്തി) തള്ളിക്കളഞ്ഞു. അവശേഷിച്ചവരിൽ ഒരു ഗ്രൂപ്പിനോട് ഭക്ഷണം ശേഖരിക്കാൻ മാസെത്തി കല്പന കൊടുത്തു. എന്നാൽ ഭക്ഷണം തേടി വലഞ്ഞ

അവരിൽ രണ്ടുപേർ പട്ടിണികൊണ്ടുതന്നെ മരിച്ചു. ബാക്കി രണ്ടുപേർ മലയിടുക്കിലേക്ക് വീണു. പിന്നെയുമൊരാൾ യുദ്ധത്തിലേറ്റ മുറിവിനു ആവശ്യമായ ശുശ്രൂഷ ലഭിക്കാഞ്ഞതിനാലായിരുന്നു മരണമടഞ്ഞത്.

കമാൻഡർ സെഗുണ്ടോയുടെ സ്ഥിതി പരമ ദയനീയമായിരുന്നു. അദ്ദേഹത്തെ 1964 ഏപ്രിൽ 21നു ശേഷം കണ്ടവരായി ആരുമില്ല. യഥാർത്ഥ സ്ഥിതി ആർക്കും അറിയില്ലെങ്കിലും അദ്ദേഹം പട്ടിണി കൊണ്ട് അവശനായി മരിച്ചിരിക്കാം എന്നു കരുതപ്പെട്ടു. കൃത്യമായ വിവരം ശേഖരിക്കാൻ ആർക്കും കഴിഞ്ഞില്ല. അക്കൂട്ടത്തിൽ മരിക്കാതെ രക്ഷപ്പെട്ടവരിൽ ഒരാൾ പിൽക്കാലത്ത് പറഞ്ഞു: "വളരെ മോശമായ സൈനികനേതൃത്വമാണ് ആ വിനാശത്തിനു കാരണമെന്നു എനിക്കു തോന്നുന്നു. രാഷ്ട്രീയ കാഴ്ചപ്പാടിലാകട്ടെ തന്ത്രപരമായ പരാജയവും. എന്നാലും ആദ്യം വരുന്നത് സൈനിക പരാജയം തന്നെ. പിന്നെയേ രാഷ്ട്രീയമായ തെറ്റ് എന്നു പറയാനാകൂ." 1960ൽ മാസെത്തിയുടെ ഒപ്പം ക്യൂബയിലെത്തിയ അർജന്റൈൻ എഴുത്തുകാരൻ റൊഡോൾഫ് വാൽഷിന്റെ (1927-1977) അഭിപ്രായംകൂടി പരിശോധിക്കാം. അദ്ദേഹം എഴുതി: "മാസെത്തി ഒരിക്കലും തിരിച്ചുവന്നില്ല. അദ്ദേഹം വനത്തിൽ, മഴയിൽ, കാലത്തിൽ അലിഞ്ഞില്ലാതായി. അവിടെ ഏതോ അജ്ഞാത സ്ഥലത്ത് കമാൻഡർ സെഗുണ്ടോയുടെ മൃതശരീരം തന്റെ തുരുമ്പുപിടിച്ച റൈഫിൾ മുറുകെപ്പിടിച്ചുകിടന്നു." വാൽഷും മനുഷ്യാവകാശ പ്രവർത്ത നങ്ങൾക്കിടയിൽ പിൽക്കാലത്ത് കൊല്ലപ്പെട്ടു.

പടോജോയുടെ ദുരന്തം

ക്യൂബയിലെ ഉത്തരവാദിത്വങ്ങളിൽനിന്നു ഒഴിയാതെ ഒന്നും നടക്കു കയില്ലെന്ന് ഏഴുവർഷത്തെ ക്യൂബൻജീവിതം ചെയെ പഠിപ്പിച്ചു. വിദൂരനിയന്ത്രണംകൊണ്ട് ഒരു വിപ്ലവം വിജയിപ്പിക്കാനാവില്ലെന്നു ജന്മദേശമായ അർജന്റീന തന്നെ പഠിപ്പിച്ചു. ആ തീരുമാനം വലിയ വില ഈടാക്കിക്കഴിഞ്ഞല്ലോ. അതുപോലെ ദുഃഖകരമായ ഒരദ്ധ്യായമാണ് ഗോട്ടിമാലയിൽ വിപ്ലവം സംഘടിപ്പിക്കാൻ പോയ ഏറ്റവും അടുത്ത സഖാക്കളിൽ ഒരാളായ ഗോട്ടിമാലക്കാരൻ പടോജോ (ജൂലിയോ റോബെർട്ടോ കാസെരെസ്) യുടെ ദുരന്തം. 1961 ഡിസംബറിലായിരുന്നു പടോജോ ജന്മനാട്ടിൽ ഗറില്ലാസമരത്തിനുവേണ്ടി ക്യൂബ വിട്ടത്. 1958 മുതൽ ക്യൂബയിൽ വിപ്ലവകാലത്തും ഭരണത്തിലും ചെയെ സഹായിച്ചു കൊണ്ട് കൂടെ ഉണ്ടായിരുന്നു. എംആർ-13 എന്ന ചുരുക്കപ്പേരിൽ അറി യപ്പെടുന്ന നവമ്പർ 13 വിപ്ലവപ്രസ്ഥാനം ഗോട്ടിമാലൻ പ്രസിഡന്റിന്റെ രഹസ്യപ്പോലീസ് തലവനെ വധിച്ച കോലാഹലത്തിലേക്കായിരുന്നു

ആ യുവാവ് എത്തിപ്പെട്ടത്. ഗോട്ടിമാലയിലെ കമ്യൂണിസ്റ്റ് പാർട്ടിയുടെ പിന്തുണ ഉണ്ടായിരുന്ന ഒരു ഗറില്ലാസംഘം സ്വന്തമായി രൂപീകരിച്ചായിരുന്നു പടോജോ രണാങ്കണത്തിലിറങ്ങിയത്.

പടോജോ ക്യൂബ വിട്ട് നാല് മാസം കഴിഞ്ഞേയുള്ളൂ. 1962 മാർച്ചിൽ വ്യസനകരമായ ആ വാർത്ത ചെയെ തേടിയെത്തി. പടോജോ എന്ന പോരാളി പടക്കളത്തിൽ മരിച്ചുവീണു. സമരഭൂമിയിലേക്ക് പോകുന്ന വഴി മെക്സിക്കോയിൽ വെച്ച് ഇരുവരുടെയും സുഹൃത്തായ എഴുത്തുകാരി മിർന തോറെസ് റിവാസിനെ അദ്ദേഹം ഏല്പിച്ച നോട്ട് പുസ്തകം ഏതാനും മാസം കഴിഞ്ഞപ്പോൾ ചെയ്ക്ക് ലഭിച്ചു. ക്യൂബയിലുള്ള കാമുകിക്കുവേണ്ടി ഒരു കവിതയും ആ നോട്ടുബുക്കിൽ പടോജോ കുറിച്ചിട്ടിരുന്നു. ഒരു വിപ്ലവകാരിയെന്ന നിലയിൽ പടോജോയുടെ അതുല്യമായ സംഭാവനകളെ വാഴ്ത്തിക്കൊണ്ട് ചെ എഴുതിയ കുറിപ്പ് ആഗസ്റ്റിൽ പ്രസിദ്ധീകരിക്കപ്പെട്ടു. ആൻഡേഴ്സൻ എഴുതി: "അദ്ദേഹം പടോജോയുടെ ജീവിതത്തെയും ഇരുവരും തമ്മിലുണ്ടായിരുന്ന അടുപ്പത്തെയും പറ്റി ഒരു ലഘുവിവരണം നൽകി. തങ്ങൾ മെക്സിക്കോയിൽ കറങ്ങിനടക്കുന്ന ഫോട്ടോഗ്രാഫർമാരെന്ന നിലയിൽ എങ്ങനെ പ്രവർത്തിക്കുകയും ജീവിക്കയും ചെയ്തുവെന്നും, ഗ്രാന്മയാത്രയിൽ പങ്കെടുപ്പാൻ ആഗ്രഹിച്ചിരുന്ന പടോജോ എങ്ങനെ ഉപക്ഷിക്കപ്പെട്ടുവെന്നും, പിന്നെ ജയിച്ചുമുന്നേറിയ ക്യൂബൻ വിപ്ലത്തെ സഹായിക്കാൻ എങ്ങനെ അദ്ദേഹം എത്തിയെന്നും വിവരിച്ചിരുന്നു."

റികാർഡോ ഗാദിയ

ക്യൂബയിൽ വിപ്ലവസർക്കാർ വന്നതിനുശേഷം മൂന്നു വർഷത്തിനുള്ളിൽ ആ രാജ്യത്തെ ലാറ്റിനമേരിക്കൻ വിപ്ലവത്തിന്റെ കേന്ദ്രമാക്കിമാറ്റുക എന്ന സ്വപ്നം സാക്ഷാൽക്കരിക്കാൻ ചെയ്ക്ക് കഴിഞ്ഞു. ആൻഡേഴ്സൻ എഴുതി: "അമേരിക്കൻ സമ്മർദ്ദം ക്യൂബയിൽനിന്നു തിരിച്ചുവിടാൻ ഗറില്ലാഭീഷണിയുടെ വ്യാപനം സഹായിച്ചു. ഒപ്പംതന്നെ അത് അമേരിക്കയെക്കൊണ്ട് പ്രാദേശികമായ ഒതുക്കിനിർത്തൽ നയത്തിന് വലിയ വില കൊടുപ്പിച്ചു. സർക്കാരിന്റെ ഗറില്ലാപ്രവർത്തന പരിപാടിക്ക് ഫിദലിന്റെ പിന്തുണയുണ്ടായിരുന്നു. 1962 ജനുവരിയിൽ ഒഎഎസിൽനിന്നു ക്യൂബയെ പുറന്തള്ളിയതിനോട് പ്രതികരിച്ചുകൊണ്ട് ലാറ്റിനമേരിക്കയിൽ വിപ്ലവത്തിന്റെ 'അനിവാര്യത' വിളംബരം ചെയ്യുന്ന രണ്ടാം ഹവാന പ്രഖ്യാപനം ഫിദൽ പുറപ്പെടുവിച്ചു. പരിഭ്രാന്തരായ ലാറ്റിനമേരിക്കൻ സർക്കാരുകൾ തങ്ങളുടെ രാജ്യങ്ങൾക്കെതിരായ യുദ്ധപ്രഖ്യാപനമായി ഇതിനെ കണക്കാക്കി."

അക്കാലത്ത് ലാറ്റിനമേരിക്കൻ വിദ്യാർത്ഥികളെ വിപ്ലവ സ്കോളർഷിപ്പ് നൽകി ക്യൂബയിലേക്ക് ക്ഷണിച്ചിരുന്നു. അങ്ങനെ എത്തിയ വിവിധ ലാറ്റിനമേരിക്കൻ രാജ്യങ്ങളിൽനിന്നുള്ള വിദ്യാർത്ഥികളെ റിക്രൂട്ട് ചെയ്ത് സംഘടിപ്പിക്കാൻ ഒരു പ്രചാരണപരിപാടി ചെയുടെ നിർദ്ദേശപ്രകാരം നടത്തി. ആ ക്ഷണം സ്വീകരിച്ച് ക്യൂബയിൽ എത്തിയവരിൽ ഒരാളായ റികാർദോ ഗാദിയ ചെയുടെ ആദ്യ ഭാര്യ ഹിൽദ ഗാദിയയുടെ ഇളയ സഹോദരനായിരുന്നു. പെറുവിൽ ഹൈസ്കൂൾ വിദ്യാഭ്യാസം പൂർത്തിയാക്കിയ റികാർദോ അർജന്റീനയിലെ വിഖ്യാതമായ ലാ പ്ലാത സർവ്വകലാശാലയിൽ ജേണലിസവും പഠിച്ചു. അമേരിക്കൻ പോപ്പുലർ റെവല്യൂഷണറി അലയൻസ് (APRA) എന്ന വിപ്ലവ പാർട്ടിയിൽ അദ്ദേഹം അംഗമായിരുന്നു. ലാറ്റിനമേരിക്കൻ വിപ്ലവത്തിന് ക്യൂബ നല്ല മാതൃകയായി റികാർദോയും സഹപാഠികളും കണ്ടു. അർജന്റീനയിൽ വിദ്യാർത്ഥിയായിരുന്നപ്പോൾ ഒഴിവുസമയങ്ങളിൽ ജൂലായ് 26 സഹായസമിതിയിൽ ചെയുടെ പിതാവിനൊപ്പം പ്രവർത്തിച്ചു.

താൻ ആരാധിച്ചിരുന്ന വിപ്ലവ ക്യൂബയിൽ സഹോദരി ഹിൽദയുടെ കൂടി സഹായത്തോടെ റിക്കാർദോ 1960ൽ എത്തിച്ചേർന്നു. പക്ഷേ അർജന്റീനയിൽ പഠിച്ച ഇഷ്ടവിഷയമായ ജേണലിസം തുടരാനായില്ല. ഹവാനസർവ്വകാലാശാലയിൽ അദ്ദേഹം സാമ്പത്തികശാസ്ത്രം പഠിക്കാനാരംഭിച്ചു. ബേ ഓഫ് പിഗ്സ് ആക്രമണകാലത്ത് റികാർദോയും സഹപാഠികളും യുദ്ധമുന്നണിയിലേക്ക് പോകാൻ തയ്യാറായെങ്കിലും ഹവാനയിലെ സർക്കാർകെട്ടിടങ്ങൾ സംരക്ഷിക്കുന്ന ചുമതലയേ അവർക്ക് വഹിക്കേണ്ടിവന്നുള്ളു.

1962 തുടക്കത്തിൽ ബൊളീവിയ, വെനസ്വേല, അർജന്റീന, ഉറുഗ്വേ, നിക്വരാഗ്വ, ഗ്വാട്ടിമാല, കൊളംബിയ തുടങ്ങിയ ലാറ്റിനമേരിക്കൻ രാജ്യങ്ങളിൽനിന്നുള്ള വിദ്യാർത്ഥികൾകൂടി എത്തിച്ചേർന്നു. പഠിപ്പിൽ മാത്രം ശ്രദ്ധിക്കാനാഗ്രഹിക്കുന്നവരും റിക്കാർദോയെ പോലെ ക്യൂബൻ മാതൃകയിൽ ജന്മനാട്ടിൽ വിപ്ലവം സംഘടിപ്പിക്കാനാഗ്രഹിക്കുന്നവരും എന്നിങ്ങനെ രണ്ടു തട്ടിലായിരുന്നു അവർ. പെറുവിലെ ജനാധിപത്യസംവിധാനത്തിൽ ഉണ്ടായ വിള്ളലായിരുന്നു റിക്കാർദോയെ വിപ്ലവപാത തിരഞ്ഞെടുക്കാൻ പ്രേരിപ്പിച്ചത്. 1962 മാർച്ചിൽ നടന്ന സൈനിക അട്ടിമറി അപ്പോൾ നടന്ന തിരഞ്ഞെടുപ്പുഫലത്തെയും അട്ടിമറിച്ചു. ക്യൂബൻ മാതൃക പരീക്ഷിക്കാനാഗ്രഹിക്കുന്നവർക്ക് അതുപോലൊരു സുവർണ്ണാവസരം പിന്നെ ലഭിച്ചെന്നുവരില്ല. റിക്കാർദോയും സഹപാഠികളും ഗറില്ലാ പരിശീലനത്തിനു പോയത് സാക്ഷാൽ സീറ മെസ്ത്രയിലായിരുന്നു. ക്യൂബൻ വിപ്ലവത്തിലെ പ്രമുഖ പോരാളികളായിരുന്നു അവരെ

പരിശീലിപ്പിച്ചത്. ആൻഡേഴ്സൻ എഴുതി: "ഫിദൽ അവരോട് സംസാരിക്കയും അവരെ ഉപദേശിക്കയും ചെയ്തു. "പക്ഷേ ചെ ആയിരുന്നു", ഗാദിയ പറഞ്ഞു, "അനിഷേദ്ധ്യനായ വിപ്ലവ മാർഗ്ഗദർശി. എല്ലാ നേതാക്കളേക്കാളും, ചെ ആയിരുന്ന ഒരു ലാറ്റിനമേരിക്കക്കാരൻ എന്ന നിലയിൽ ഏറ്റവും വ്യക്തിപ്രഭാവമുള്ള, സൂക്ഷ്മസംവേദനക്ഷമതയുള്ള, പങ്കാളിത്തമുള്ള ആൾ. അദ്ദേഹം ഞങ്ങളെ മനസ്സിലാക്കി, ഞങ്ങളുടെ പ്രയാസങ്ങൾ അറിഞ്ഞു, ഞങ്ങളുടെ പ്രശ്നങ്ങളേറെയും മറികടക്കാൻ സഹായിച്ചു."

എംഐആർ

ആപ്ര (APRA) എന്ന വിപ്ലവപ്രസ്ഥാനം അതിന്റെ ഇടതുപക്ഷ സ്വഭാവം നഷ്ടപ്പെടുത്തിയ 1960കളിൽ ആയിരുന്നു ഹെക്ടർ കോർദറോയുടെ നേതൃത്വത്തിൽ എംഐആർ (Revolutionary Left Movement) രൂപീകരിച്ചത്. റിക്കാർദോയും സഖാക്കളും അതിൽ അംഗങ്ങളായി. അവരുടെ മുഖ്യ പ്രചോദനം ക്യൂബൻ വിപ്ലവവും ഫിദലും ചെ ഗുവേരയുമായിരുന്നു. പ്രസിഡന്റ് ഫെർണാന്ദോ ബെലൗന്ദെയുടെ ഭരണകാലത്ത് (1963-1968) കാർഷികമേഖല തകർച്ചയെ നേരിട്ടുകൊണ്ടിരുന്നപ്പോൾ സർക്കാരോ വ്യവസ്ഥാപിത രാഷ്ട്രീയ പാർട്ടികളോ പ്രശ്നപരിഹാരത്തിന് ശക്തരായില്ല. 1964ൽ ജന്മികളും കർഷകരും തമ്മിൽ നടന്ന ഹിംസാത്മകമായ ഏറ്റുമുട്ടൽ എംഐആറിന് അനുകൂല സാഹചര്യമൊരുക്കി. 1965ൽ എംഐആർ ഗറില്ലായുദ്ധം ആരംഭിച്ചപ്പോൾ മുഖ്യ സംഘാടകരിൽ ഒരാൾ റിക്കാർദോ ഗാദിയ ആയിരുന്നു. പ്രശ്നബാധിത മേഖലകളിൽ മാത്രം കാർഷിക പരിഷ്കാരം നടപ്പാക്കി സർക്കാർ കർഷകരെ പിന്തിരിപ്പിച്ചു. മറ്റു ചില ഗറില്ലാസംഘടനകൾ എംഐആറുമായി സഹകരിച്ചുമില്ല. 1965 അവസാനത്തോടെ നടന്ന ഏറ്റുമുട്ടലിൽ സർക്കാർ സൈന്യം ഗറില്ലകളെ മാരകമായ പ്രഹരമേല്പിച്ച് പരാജയപ്പെടുത്തി.

എംഐആറിന്റെ പരാജയം വിജയമായി മാറുന്ന രസകരമായ പ്രക്രിയയ്ക്ക് പെറുവിയൻ രാഷ്ട്രീയം പിന്നീട് സാക്ഷിയായി. സൈനികർക്കിടയിലെ യുവാക്കൾ അടിച്ചമർത്തപ്പെട്ട ഗറില്ലകളുടെ നിസ്വാർത്ഥതയാലും ത്യാഗത്താലും ആകൃഷ്ടരായി. മാത്രമല്ല, ഗറില്ലകളെ അടിച്ചമർത്തുന്നതിനിടയിൽ പെറുവിലെ സാധാരണക്കാരുടെ പരമദയനീയമായ ജീവിത സാഹചര്യങ്ങൾ കണ്ട് സൈനിക ഓഫീസർമാർ ഏറെപ്പേരും സാമൂഹിക യാഥാർത്ഥ്യങ്ങളെപ്പറ്റി ചിന്തിക്കാൻ നിർബന്ധിതരായി. അവയാണ് കലാപങ്ങൾ കത്തിപ്പടരാൻ ഇന്ധനമാകുന്നതെന്നും

അവർ തിരിച്ചറിഞ്ഞു. ഈ അസമത്വവും ദാരിദ്ര്യവും ദേശഭദ്രതയ്ക്ക് ഏറ്റവും വലിയ ഭീഷണിയാണെന്നും അവർ കണ്ടെത്തി. ചുരുക്കത്തിൽ എംഐആർ യുദ്ധത്തിൽ പരാജയപ്പെട്ടെങ്കിലും, തങ്ങളുടെ ആദർശങ്ങളുടെ വിത്ത് എതിരാളികളിൽ നല്ലൊരു വിഭാഗത്തിന്റെ ഹൃദയങ്ങളിൽ വിതയ്ക്കുന്നതിൽ വിജയിച്ചു. അത് മുളച്ചു വളർന്നായിരുന്നു 1968 ഒക്ടോബർ 3ന് പെറുവിൽ ഒരു സാമ്രാജ്യത്വവിരുദ്ധ സൈനിക അട്ടിമറിയായി മാറിയത്. അട്ടിമറി നേതാവ് ജ്വാൻ വെലാസ്കോ അൽവരാദോ (1910-1977) ഇന്റർനാഷണൽ പെട്രോളിയം എന്ന യുഎസ് കമ്പനിയെ പെറുവിൽനിന്ന് പുറത്താക്കുകയും, താൻ ഒരു ദേശീയവാദിയും സോഷ്യലിസ്റ്റും ആണെന്നു പ്രഖ്യാപിക്കുകയും ചെയ്തു.

സൈനിക ഇടപെടലായിരുന്നുവെങ്കിലും ഒരു തുള്ളി രക്തംപോലും ചിന്താതെ സാമൂഹികനീതി ഉറപ്പാക്കുന്ന പരിപാടികൾ പെറുവിന്റെ രാഷ്ട്രീയ സാഹചര്യം അനുവദിക്കുന്ന വിധത്തിൽ അൽവരാദോ നടപ്പാക്കി. ഇത് ക്യൂബയിൽ ഫിദലും ചെയും നടപ്പാക്കിയ വിപ്ലവപരിപാടികൾക്കു തുല്യമായിരുന്നു. യുഎസും സിഐഎയും ക്യൂബയിലെന്നപോലെ പെറുവിൽ നിരന്തരം ഇടപെടുകയും അട്ടിമറികൾക്ക് സഹായം നൽകുകയും ചെയ്തു. തോമസ് സി. റൈറ്റ് ആ ഭരണകാലത്തെ ഇങ്ങനെ വിലയിരുത്തി: “1975ൽ വെലാസ്കോ അധികാരത്തിൽനിന്നു നിഷ്കാസിതനായപ്പോഴേക്കും, ക്യൂബൻ വിപ്ലവത്തിനുശേഷം മറ്റേതൊരു ലാറ്റിനമേരിക്കൻ രാജ്യത്തേക്കാൾ കൂടുതൽ മാറ്റങ്ങൾക്ക് പെറു വിധേയമായി. സാദ്ധ്യമായ ഏക അപവാദം അലൻഡെയുടെ കീഴിലെ ചിലി ആയിരുന്നു. പിന്നീടുണ്ടായ സർക്കാരുകൾ വെലാസ്കോയുടെ മിക്ക പരിഷ്കരണങ്ങളെയും ദുർബലപ്പെടുത്തിയപ്പോൾ, ഭൂപരിഷ്കരണം ഉൾപ്പെടെ വെലാസ്കോയുടെ എഴുവർഷത്തെ ഭരണത്തെ അടയാളപ്പെടുത്തിക്കൊണ്ടു നിലനിന്നു. പെറുവിന്റെ ആധുനിക ചരിത്രത്തിലെ ഒരു പ്രധാനപ്പെട്ട പുതിയ ഘട്ടം എന്ന നിലയിലായിരുന്നു അത്” (Latin America in the era of the Cuban revolution). അതിനുമുമ്പ് ഒരു പതിറ്റാണ്ടുകാലം ക്യൂബ ആവർത്തിക്കാൻ ലാറ്റിനമേരിക്കയിൽ നടന്ന ശ്രമങ്ങളുടെ പരാജയം കണക്കിലെടുക്കുമ്പോഴാണ് പെറുവിയൻ സൈനികഭരണം മാറ്റത്തിനുള്ള പുതിയ പ്രതീക്ഷ നൽകുന്നതെന്നും അദ്ദേഹം സൂചിപ്പിക്കുന്നു.

ഇരുപത്

യുഎൻ-അൾജിയേഴ്സ് പ്രസംഗങ്ങളും പുതിയ മനുഷ്യനെപ്പറ്റിയുള്ള ചിന്തകളും

1964 ഡിസംബർ 11ന് ഐക്യരാഷ്ട്രസഭയിൽ ക്യൂബൻ ഡെലിഗേഷന്റെ നായകനെന്ന നിലയിൽ ചെ ഗുവേര ചെയ്ത പ്രസംഗം ക്യൂബയുടെ വിദേശബന്ധങ്ങളിൽ സംഭവിച്ചുകൊണ്ടിരുന്ന അഴിച്ചുപണികളുടെ പ്രതിഫലനമായിരുന്നു. ശത്രുക്കളും മിത്രങ്ങളും ഒരേപോലെ അനന്യത കല്പിച്ച ആ പ്രസംഗം പുറത്തെ അസാധാരണമായ പ്രക്ഷുബ്ധതയ്ക്കിടയിലും കത്തിക്കയറി. ക്യൂബൻ പ്രവാസികൾ ചെ-വിരുദ്ധമുദ്രാവാക്യങ്ങളുയർത്തി പുറത്തു പ്രതിഷേധപ്രകടനം നടത്തുകയായിരുന്നു. അകത്ത് "പിതൃഭൂമി അല്ലെങ്കിൽ മരണം" (Patria o muerte) എന്ന് പ്രസംഗത്തിന്റെ അന്ത്യവാക്യം ചെയുടെ ശബ്ദത്തിൽ മുഴങ്ങിയപ്പോൾ "വിജയം നമ്മുടേത്" എന്ന് ഗാലറിയിലുള്ളവർ ഉച്ചത്തിൽ വിളിച്ചുപറഞ്ഞു സ്വാഗതം ചെയ്തു. അല്പനേരത്തെയ്ക്ക് ചെയുടെ വാക്കുകൾ പുറത്തെ ഒരു വൻസ്ഫോടനത്തിന്റെ ഇടിമുഴക്കത്തിൽ മുങ്ങിപ്പോയി. അമേരിക്കയിൽ ചേക്കേറിയ കാസ്ട്രോവിരുദ്ധരായ ക്യൂബക്കാർ ചെയുടെ പ്രസംഗം തടസ്സപ്പെടുത്താൻ സിഐഎ പിന്തുണയോടെ

നടത്തിയ ഹീനശ്രമമായിരുന്നു തലനാരിഴയ്ക്ക് പാളിപ്പോയത്. അക്കാലത്തെ റോക്കറ്റ് ലോഞ്ചറിന്റെ സാങ്കേതിക പരിമിതികൊണ്ടാകാം 39 നിലയുള്ള യുഎൻ കെട്ടിടത്തിൽനിന്ന് 200 വാര അകലെ നദിയിലായിരുന്ന അവർ തൊടുത്തുവിട്ട റോക്കറ്റ് പതിച്ചത്. ചെ സഹജമായ അക്ഷോഭ്യതയോടെ പ്രസംഗം തുടർന്നു.

വിപ്ലവകാരിയായ രാജ്യതന്ത്രജ്ഞൻ

പുതുതായി സ്വാതന്ത്ര്യം നേടി യുഎൻ അംഗങ്ങളായ മൂന്നു രാജ്യങ്ങളുടെ പ്രതിനിധികളെ പ്രസംഗാരംഭത്തിൽ സ്വാഗതം ചെയ്ത് ചെ തന്റെ പ്രധാന പ്രമേയം അവതരിപ്പിച്ചു. "സാമ്രാജ്യത്വത്തിനും കൊളോണിയലിസത്തിനും നവകൊളോണിയലിസത്തിനും എതിരെ സമരം ചെയ്യുന്ന ചേരിചേരാരാജ്യങ്ങളുടെ സംഘത്തിൽ ഈ രാജ്യങ്ങൾ (സാമ്പിയ, മലാവി, മാൾട്ട) ചേരുമെന്ന" പ്രതീക്ഷ അദ്ദേഹം പ്രകടിപ്പിച്ചു. അതുപോലെ യുഎൻ പ്രസിഡന്റായ ഘാനക്കാരൻ അലെക്സ് ക്വയ്സൺ-സാക്കിയെ അനുമോദിക്കുന്ന കൂട്ടത്തിൽ ചെ ദർശിച്ചത്, ഈയിടെവരെ സാമ്രാജ്യത്വത്തിന്റെ കൊളോണിയൽ സമ്പ്രദായത്തിനു വിധേയരായിരുന്നവരുടെ മാറ്റൊലിക്കൊള്ളുന്ന വിജയങ്ങളുടെ നവചരിത്രഘട്ടത്തിന്റെ പ്രതിഫലനമായിരുന്നു. "ഈ മീറ്റിംഗിനെ ലോകത്തിന്റെ ഗുരുതരമായ പ്രശ്നങ്ങൾ പരിഹരിക്കുന്നതിനു പകരം അർത്ഥശൂന്യമായ പ്രസംഗങ്ങൾകൊണ്ടുള്ള കായികാഭ്യാസപ്രകടനം ആക്കാനാണ് സാമ്രാജ്യത്വം ആഗ്രഹിക്കുന്നത്." എന്ന മുന്നറിയിപ്പ് നൽകാനും ചെ വിസ്മരിച്ചില്ല.

1960കളുടെ ആദ്യ പകുതിയിലെ ലോകരാഷ്ട്രീയം മുഴുവൻ ചെ ആ യുഎൻ പ്രസംഗത്തിൽ വിശകലനവിധേയമാക്കി. അങ്ങനെ അദ്ദേഹം ലോകനിലവാരത്തിലുള്ള വിപ്ലവകാരിയായ രാജ്യതന്ത്രജ്ഞനാണ് താനെന്ന് തെളിയിച്ചു. ഏഷ്യയിലെയും ആഫ്രിക്കയിലെയും ലാറ്റിനമേരിക്കയിലെയും പുതുതായി സ്വാതന്ത്ര്യം നേടിയ രാജ്യങ്ങളിലെല്ലാം സാമ്രാജ്യത്വം നവകൊളോണിയലിസ്റ്റ് ഇടപെടലുകൾ നടത്തിയിരുന്നു. സ്വാതന്ത്ര്യസമരം നടക്കുന്നിടത്തെല്ലാം അതടിച്ചമർത്താൻ യുഎസ് സഹായഹസ്തവുമായി എത്തിയിരുന്നു. ഈ അന്യായത്തിനെതിരായ സിംഹഗർജ്ജനമായിരുന്നു ചെയുടെ ആ യുഎൻ പ്രസംഗം. വിയറ്റ്നാം, കമ്പോഡിയ, ലാവോസ്, സൈപ്രസ്, പ്യൂർട്ടോ റിക്കോ, പാനമാ, ബ്രിട്ടീഷ് ഗയാന, കോംഗൊ, ദക്ഷിണ റൊഡേഷ്യ, തെക്കുപടിഞ്ഞാറൻ ആഫ്രിക്ക, ഫ്രഞ്ച് സൊമാലിലാൻഡ്, പലസ്തീൻ, ഏഡൻ, ഒമാൻ തുടങ്ങി എല്ലാ രാജ്യങ്ങളിലെയും സ്വാതന്ത്ര്യസമരസേനാനികളോട് അദ്ദേഹം ഐക്യദാർഢ്യം പ്രഖ്യാപിച്ചു. കൂടാതെ, അവിടങ്ങളിലെ സാമ്രാജ്യത്വ

അജൻഡയുടെ നഗ്നത ചരിത്രത്തിന്റെയും പ്രത്യയശാസ്ത്രത്തിന്റെയും സഹായത്തോടെ അദ്ദേഹം ലോകത്തിന്റെ മുന്നിൽ തുറന്നുകാട്ടി.

ഐക്യരാഷ്ട്രസഭയെയും അദ്ദേഹം വെറുതെ വിട്ടില്ല. ദക്ഷിണാഫ്രിക്കയിലെ മൃഗീയമായ അപാർത്തീഡ് നയത്തെ അവസാനിപ്പിക്കാൻ യുഎൻ ഒന്നും ചെയ്യുകയുണ്ടായില്ല. ഐക്യരാഷ്ട്രസഭയ്ക്ക് ഇതവസാനിപ്പിക്കാൻ ഒന്നും ചെയ്യാനാവില്ലേ എന്ന് ലോകവേദിയോട് ചെ വെട്ടിത്തുറന്നു ചോദിച്ചു.

ചൈനീസ് ജനതയാൽ തിരസ്കൃതനായ ചിയാംഗ് കയ്-ഷെക്കിനെ ചൈനീസ് ജനതയുടെ പ്രതിനിധിയായി പതിറ്റാണ്ടുകളോളം നിലനിർത്തിയ യാങ്കികളുടെ അസംബന്ധനാടകവും ചെ ലോകശ്രദ്ധയിൽ കൊണ്ടുവന്നു. ആ അന്യായം ലോകത്തിന്റെ മുഴുവൻ പ്രശ്നമായി അദ്ദേഹം അതിശക്തമായ ഭാഷയിൽ അവതരിപ്പിച്ചു. ചെ ദൃഢസ്വരത്തിൽ പ്രഖ്യാപിച്ചു: "ഇരു ചൈനകൾ" എന്ന ഉപജാപം നാം ശക്തിയായി നിരാകരിക്കേണ്ടതുണ്ട്. തൈവാനിലെ ചിയാംഗ് കയ്-ഷെക് ഗാങ്ങിനെ ഐക്യരാഷ്ട്രസഭയിൽ നിലനിർത്താനാകില്ല. കൈയേറ്റക്കാരനെ വലിച്ചെറിഞ്ഞ് ചൈനീസ് ജനതയുടെ നിയമാനുസൃതമായ പ്രതിനിധിയുടെ പ്രതിഷ്ഠാപനമാണ് എടുക്കേണ്ട നടപടിയെന്ന് ഞങ്ങൾ ആവർത്തിക്കുന്നു."

തങ്ങളുടെ രാജ്യത്തെ കറുത്ത വർഗ്ഗക്കാരെ കൊല്ലുകയും കൊലയാളികളെ സംരക്ഷിക്കുകയും ചെയ്യുന്ന യുഎസ് നയത്തെയും ചെ അതിരൂക്ഷമായ ഭാഷയിൽ ലോകവേദിയിൽ വിമർശിച്ചു: "തൊലിയുടെ നിറം കറുപ്പായതിനാൽ സ്വന്തം കുഞ്ഞുങ്ങളെ കൊല്ലുകയും ദിവസവും അവരോട് വിവേചനം കാണിക്കുകയും ചെയ്യുന്നവർ, കറുത്തവരുടെ കൊലയാളികളെ വെറുതെ വിടുകയും സ്വതന്ത്രരായിരിക്കാൻ അനുവദിക്കുകയും സംരക്ഷിക്കുകയും ചെയ്യുന്നവർ, മാത്രമല്ല, സ്വതന്ത്ര മനുഷ്യരെന്ന നിലയിൽ തങ്ങളുടെ നിയമാനുസൃതമായ അവകാശങ്ങൾ ആവശ്യപ്പെട്ടുന്നതുകൊണ്ട് കറുത്തവരെ ശിക്ഷിക്കുന്നവർ-ഇങ്ങനെയെല്ലാം ചെയ്യുന്നവർക്ക് എങ്ങനെയാണ് സ്വയം സ്വാതന്ത്ര്യത്തിന്റെ സംരക്ഷകർ എന്നു വിളിക്കാനാകും?"

സമാധാനത്തിന് വലിയ വില ആവശ്യപ്പെടുന്നവർ

വ്യത്യസ്ത സാമ്പത്തിക-സാമൂഹിക വ്യവസ്ഥകൾ പിന്തുടരുന്ന രാജ്യങ്ങൾ തമ്മിലുണ്ടാകേണ്ട സമാധാനപരമായ സഹവർത്തിത്വത്തെ പറ്റി ചെ പറഞ്ഞു: "ഈ രംഗത്ത് ലോകത്ത് ഒരുപാട് പുരോഗതി ഉണ്ടായിട്ടുണ്ട്. എന്നാൽ സാമ്രാജ്യത്വം, പ്രത്യേകിച്ച് യുഎസ് സാമ്രാജ്യത്വം,

ലോകത്തെ വിശ്വസിപ്പിക്കാൻ ശ്രമിച്ചിട്ടുള്ളത് സമാധാനപരമായ സഹവർത്തിത്വം ഭൂമിയിലെ വൻശക്തികളുടെ പ്രത്യേകമായ അവകാശമാണെന്നാണ്." യുഎസ് സാമ്രാജ്യത്വത്തിന് കീഴടങ്ങാൻ കൂട്ടാക്കാതിരുന്ന കമ്പോഡിയ, ലാവോസ്, വിയറ്റ്നാം തുടങ്ങിയ രാജ്യങ്ങളുടെ ഉദാഹരണം ചെ ലോകവേദിയിൽ തുറന്നുകാട്ടി. യാങ്കികൾ അവിടങ്ങളിൽ സമാനതകൾ ഇല്ലാത്ത കൂട്ടക്കൊലകൾ നടത്തി. അവർക്കൊന്നും സമാധാനപരമായ സഹവർത്തിത്വത്തിന് അവകാശമില്ല.

സോഷ്യലിസ്റ്റ് ബ്ലോക്കിന്റെ സഹായത്തോടെ ക്യൂബ സോഷ്യലിസം കെട്ടിപ്പടുക്കുകയാണെന്ന് ചെ വ്യക്തമാക്കി. അതേസമയം ക്യൂബ ചേരിചേരാപ്രസ്ഥാനത്തിലും പ്രവർത്തിക്കുന്നു. കാരണം, മൂന്നാം ലോക രാജ്യങ്ങളെല്ലാം ദേശീയ പരമാധികാരം സംരക്ഷിക്കാൻ സാമ്രാജ്യത്വത്തോട് പൊരുതിക്കൊണ്ടിരിക്കയാണ്. അദ്ദേഹം പറഞ്ഞു: "ഞങ്ങൾ സമാധാനം ആഗ്രഹിക്കുന്നു. ഞങ്ങളുടെ ജനതയ്ക്ക് കൂടുതൽ നല്ല ജീവിതം കെട്ടിപ്പടുക്കാൻ ആഗ്രഹിക്കുന്നു. അതുകൊണ്ട് യാങ്കികൾ സൃഷ്ടിക്കുന്ന പ്രകോപനങ്ങളിൽനിന്നു കഴിയുന്നത്ര ഞങ്ങൾ ഒഴിഞ്ഞുമാറുന്നു. പക്ഷേ അവരെ ഭരിക്കുന്നവരുടെ മനോഭാവം ഞങ്ങൾക്കറിയാം. ആ സമാധാനത്തിന് വലിയ വില അവർ ആവശ്യപ്പെടുന്നു."

മറ്റുരാജ്യങ്ങളുടെ ആഭ്യന്തരപ്രശ്നങ്ങളിൽ ക്യൂബ ഇടപെടുന്നുവെന്ന ആരോപണം ചെ നിഷേധിച്ചു. എന്നാൽ സ്വാതന്ത്ര്യത്തിനുവേണ്ടി പോരാടുന്ന ജനതയോടുള്ള ക്യൂബയുടെ അനുഭാവം അദ്ദേഹം മറച്ചുവെച്ചില്ല. യുഎൻ ചാർട്ടറിൽ പ്രഖ്യാപിക്കപ്പെട്ടിട്ടുള്ള പൂർണ്ണമായ പരമാധികാരത്തിനുള്ള ഓരോ ജനതയുടെയും അവകാശസമരത്തോടുള്ള ക്യൂബയുടെ ഐക്യദാർഢ്യവും ലോകത്തോട് വ്യക്തമായും സംശയരഹിതമായും വെളിപ്പെടുത്തിയിട്ടുള്ളതാണെന്നും ചെ ലോകവേദിയെ ഓർമ്മിപ്പിച്ചു.

തന്റെ നേരെ രണ്ടു വധശ്രമങ്ങൾ നടന്ന വിവരം പ്രസംഗം കഴിഞ്ഞിട്ടായിരുന്നു ചെ മറ്റുള്ളവർ പറഞ്ഞറിഞ്ഞത്. രണ്ടും ക്യൂബൻ പ്രവാസികളിൽ നിന്നായിരുന്നു. ആദ്യത്തേത് അദ്ദേഹം യുഎൻ കോംപ്ലെക്സിലേക്ക് വരുന്നവഴി ബാരിക്കേടുകൾ തകർത്ത് മോളി ഗോൺസാലെസ് എന്ന സ്ത്രീ എഴിഞ്ചു നീളമുള്ള ഒരു നായാട്ടു കത്തികൊണ്ട് അദ്ദേഹത്തെ വകവരുത്താനായിരുന്നു പ്ലാൻ. രണ്ടാമത്തേത് അദ്ദേഹം പ്രസംഗിച്ചുകൊണ്ടു നില്ക്കുമ്പോൾ ഗ്വില്ലെർമോ നോവോ എന്നൊരാൾ റോക്കറ്റ് തൊടുത്തത്. രണ്ടു സംഭവത്തെയും പറ്റി സഹജമായ നർമ്മത്തോടെ ചെ പറഞ്ഞു: "ഒരു സ്ത്രീയാൽ കത്തികൊണ്ട് വധിക്കപ്പെടുന്നതാണ് ഒരു പുരുഷനാൽ തോക്കുകൊണ്ടെന്നതിനേക്കാൾ നല്ലത്."

മാൽക്കം എക്സ്

ചെ ഗുവേരയുടെ ഈ യുഎൻ പ്രസംഗം ചരിത്രത്തിൽ ശാശ്വത സ്ഥാനം നേടിയെന്ന മാത്രമല്ല, അതിനുവേണ്ടി അദ്ദേഹം നടത്തിയ ന്യൂയോർക്ക് സന്ദർശനവും പലതുകൊണ്ടും ശ്രദ്ധേയമായി. വളരെ വിഖ്യാതരായ വ്യക്തികളെ മാത്രം പങ്കെടുപ്പിക്കാറുള്ള "രാഷ്ട്രത്തെ അഭിമുഖീകരിക്കുക" എന്ന സിബിഎസ് സൺഡെ ന്യൂസ് പരിപാടിയിലേക്ക് ചെ ക്ഷണിക്കപ്പെട്ടു. കൂടാതെ, കറുത്തവർഗ്ഗക്കാരുടെ മനുഷ്യാവകാശങ്ങൾ വംശീയതയുടെ പേരിൽ ചവിട്ടിമെതിക്കുന്നതിനെതിരെ രണാങ്കണത്തിലിറങ്ങിയ മാൽക്കം എക്സ് എന്ന വിഖ്യാതനായ ആക്ടിവിസ്റ്റ് ഹാർലെമിൽ നടക്കാനിരുന്ന ഒരു പ്രധാനപ്പെട്ട റാലിയിൽ തന്നോടൊപ്പം പങ്കെടുപ്പാൻ ചെയെ ക്ഷണിച്ചു. നിർഭാഗ്യവശാൽ ചെയ്ക്ക് അതിൽ എത്തിച്ചേരാൻ കഴിഞ്ഞില്ല. അപ്പോൾ പരിപാടിയിൽ വായിക്കണമെന്ന അഭ്യർത്ഥനയോടെ ചെ മാൽക്കം എക്സിന് ഒരു കത്തയച്ചു. അത് വായിക്കുന്നതിനുമുമ്പ് അദ്ദേഹം, താൻ അങ്ങേയറ്റം ആരാധിക്കുന്ന വ്യക്തിയും, ഏറ്റവും വലിയ വിപ്ലവകാരികളിലൊരാളുമാണ് ചെ എന്ന് സദസ്സിന് പരിചയപ്പെടുത്തി.

ക്യൂബയുടെ വിദേശനയത്തിന്റെയും വിദേശബന്ധങ്ങളുടെയും വിലയിരുത്തലും വിജ്ഞാപനവുമായി ചെയുടെ യുഎൻ പ്രസംഗത്തെ കാണാവുന്നതാണ്. തുടക്കംമുതൽ വിപ്ലവക്യൂബയുടെ വിദേശബന്ധത്തിന്, പ്രത്യേകിച്ചും മൂന്നാംലോകരാജ്യങ്ങളുമായി വികസിച്ച അഭേദ്യബന്ധത്തിന് അടിത്തറയൊരുക്കിയത് ചെ ആയിരുന്നു. പിന്നീട് സോഷ്യലിസ്റ്റ രാജ്യങ്ങളുമായി, പ്രത്യേകിച്ച് സോവിയറ്റ്യൂണിയനുമായി അടിയുറച്ച ബന്ധവും ചെയുടെ സംഭാവനയായിരുന്നു. ഈ വിദേശനയത്തിന്റെ എല്ലാ അർത്ഥതലങ്ങളെയും പ്രത്യയശാസ്ത്രത്തെയും വിശദീകരിക്കാൻ ചെ യുഎൻ വേദിയെ മാതൃകാപരമായി ഉപയോഗിച്ചു.

ആൾജിയേഴ്സ് പ്രസംഗവും പുതിയ മനുഷ്യനെപ്പറ്റിയുള്ള ചിന്തകളും

യുഎന്നിൽ പ്രസംഗിച്ചശേഷം ചെ ഗുവേര ന്യൂയോർക്കിൽനിന്നു നേരെ ക്യൂബയിലേക്ക് തിരിച്ചുപോവുകയുണ്ടായില്ല. മൂന്നു മാസം നീണ്ട ഒരു ദീർഘയാത്രയുടെ തുടക്കമെന്ന നിലയിൽ 1964 ഡിസംബർ 17ന് അദ്ദേഹം അൾജിയേഴ്സിലേക്കായിരുന്നു പോയത്. അവിടെനിന്നു ചൈനയിലേക്കും തിരിച്ചു വീണ്ടും ആഫ്രിക്കയിലേക്കും ചെ പോയി. ആഫ്രിക്കയിലേക്ക് വരുന്നതിനിടെ പാരീസിലും അയർലാൻഡിലും പ്രാഗിലും ഇറങ്ങുകയുണ്ടായി. ആൻഡേഴ്സൻ എഴുതി: "ഔദ്യോഗികമായി

ചെ ആഫ്രിക്കയിലെ ഉയർന്നുവരുന്ന രാഷ്ട്രങ്ങളിലെ ഫിദലിന്റെ സഞ്ചരിക്കുന്ന ഗുഡ്‌വിൽ അംബാസഡർ ആയിരുന്നു. എന്നാൽ അദ്ദേഹം തന്റെ അടുത്ത ധീരകൃത്യത്തിന്റെ രംഗമാകാനിരിക്കുന്ന ഭൂഖണ്ഡവുമായി സ്വയം പരിചയപ്പെട്ടുകൂടിയായിരുന്നു. പാശ്ചാത്യർക്കെതിരെയുള്ള മൂന്നു വൻകരകളുടെ സഖ്യമെന്ന സ്വപ്നത്തിന്റെ സാക്ഷാൽക്കാരമാണ് ആഫ്രിക്ക എന്ന് ചെ കരുതി."

മൂന്നു വൻകരകളുടെ സഖ്യമെന്ന സ്വപ്നം

ആൾജിയേഴ്സിൽ ബെൻ ബെല്ല ചെയെ ഹൃദ്യമായി സ്വീകരിച്ചു. ഇരുവരുംകൂടി ആഫ്രിക്കയിൽ രാഷ്ട്രീയസാഹചര്യം വസ്തുനിഷ്ഠമായി വിശകലനം ചെയ്തു. അവിടെവെച്ചുതന്നെ കോംഗോയിലെയും പോർച്ചുഗീസ് കോളണികളായ അംഗോള, മൊസാംബിക്, ഗിനി-ബിസ്സാവ് എന്നിവടങ്ങളിലെയും വിമോചനസമരനായകരുമായി കണ്ടുസംസാരിച്ചു. അപ്പോൾത്തന്നെ കോംഗോ സമരം നേരിടേണ്ടിവരുന്ന വെല്ലുവിളികളെപ്പറ്റി അദ്ദേഹം ചിന്തിച്ചു. കോംഗോയിൽ ഒരു കേന്ദ്രനേതൃത്വത്തിന്റെ അഭാവമാണ് മുഖ്യവെല്ലുവെളിയെന്നു അദ്ദേഹം കണ്ടെത്തിയതായി ജോർജ് സി. കസ്റ്റനദ പറയുന്നു. രണ്ടാമത്തേത് ചൈനയും യുഎസ്എസ്ആറും തമ്മിൽ ആരംഭിച്ച സംഘർഷമാണ്. ഒരു കൂട്ടരെ ചൈനയും മറ്റൊരു കൂട്ടരെ റഷ്യയും സാഹായിക്കുന്നത് കൂടുതൽ സങ്കീർണ്ണമായ വെല്ലുവിളിയായിരുന്നു. ചെ ആഫ്രിക്കൻ നേതാക്കളോട് നിർദ്ദേശിച്ചത്, സോവിയറ്റ്-ചൈനീസ് സഹായങ്ങൾ എത്തിപ്പെടാത്തിടം നോക്കി പോരായ്മകൾ നികത്താനാണ് വിമോചനപ്രസ്ഥാനത്തിന്റെ മൊത്തം വിജയം ആഗ്രഹിക്കുന്നവർ ചെയ്യേണ്ടതെന്നായിരുന്നു. ഡിസംബർ 26ന് അൾജീരിയയിൽനിന്ന് ചെ മാലിയിലേക്ക് പോയി. മാലിയുടെ തലസ്ഥാനമായ ബമാകൊയിൽ ചെയുടെ സന്ദർശനം വലിയ ചലനമുണ്ടാക്കിയില്ല. സംയുക്ത കമ്യൂണിക്കെയിൽ ഒപ്പുവെയ്ക്കാൻ ഒരു സീനിയർ മന്ത്രിപോലുമുണ്ടായിരുന്നില്ല.

ജനുവരി ഒന്നിന് ചെ ഫ്രഞ്ച് കോളണിയായിരുന്ന ബ്രസവില്ലെ തലസ്ഥാനമായ കോംഗോയിലെത്തി. ഫ്രാൻസിൽനിന്നു 1960ൽ സ്വാതന്ത്ര്യം നേടിയ ആ രാജ്യം അൽഫോൻസെ മസ്സാംബ-ഡിബാറ്റിന്റെ നേതൃത്വത്തിൽ 1963ൽ ഒരു സോഷ്യലിസ്റ്റ് രാജ്യമായി പ്രഖ്യാപിക്കപ്പെട്ടിരുന്നു. അവിടത്തെ ഇരുപത് ചെറുപ്പക്കാർക്ക് ക്യൂബയിൽ സൈനിക പരിശീലനം നൽകുമെന്നു ചെ ഉറപ്പുകൊടുത്തു. ഇതിന്റെ അയൽ രാജ്യമാണ് ബെൽജിയൻ കോളണിയായിരുന്ന കിൻഷാസ തലസ്ഥാനമായുള്ള ഡമൊക്രാറ്റിക് റിപബ്ലിക് ഓഫ് കോംഗോ.

അമേരിക്കയുടെ നവകോളണീകരണത്തിനു വിധേയമായി മൊബുട്ടു വിന്റെ സ്വേച്ഛാധിപത്യത്തിൻ കീഴിലായിരുന്ന അവിടേക്കായിരുന്നു മാസങ്ങൾ പിന്നിടുമ്പോൾ ചെ ആഫ്രിക്കൻ വിമോചനത്തിനായി എത്തേണ്ടത്. സ്വാഭാവികമായും അയൽരാജ്യങ്ങളുടെ പിന്തുണ ഉറപ്പാ ക്കേണ്ടതും അവയുടെ സൈനികശേഷി വർദ്ധിപ്പിക്കേണ്ടതും സ്വന്തം ദൗത്യത്തിന്റെ വിജയം ഉറപ്പാക്കാൻ ആവശ്യമായിരുന്നു. ഏതാനും മാസങ്ങൾക്കുശേഷം ക്യൂബയിൽനിന്നെത്തിയ സൈനികരായിരുന്നു അവിടെ പ്രസിഡന്റിന്റെ അംഗരക്ഷകരായി പ്രവർത്തിച്ചത്. ചെ ഗുവേര കോംഗോ-കിൻഷാസയിലെത്തിയത് 1965 ഏപ്രിലിലായിരുന്നു. അവിടെനിന്നു 7 മാസങ്ങൾക്കുശേഷം ചെ പിൻവാങ്ങിയപ്പോൾ കൂടെയു ണ്ടായിരുന്ന കുറെ ക്യൂബൻ പോരാളികൾ കോംഗൊ-ബ്രസവില്ലെയിലെ പ്രസിഡന്റിന്റെ അംഗരക്ഷകരുടെ യൂണിറ്റിൽ ചേർന്നു കുറേക്കാലംകൂടി പ്രവർത്തിക്കുകയുണ്ടായി.

1965 ജനുവരി 7നും 14നും ഇടയിലായിരുന്നു ചെയുടെ ഗിനി സന്ദർ ശനം. ഗിനിയുടെ ആദ്യ പ്രസിഡന്റും ഫ്രഞ്ചുകോളണിവാഴ്ചയ്ക്കെതിരെ നടന്ന വിമോചനസമരത്തിലെ മുഖ്യ പോരാളിയുമായിരുന്ന അഹമദ് സെകു തുറെ (1922-1984) ക്യൂബൻ വിപ്ലവത്തിന്റെ ഉറച്ച അനുഭാവിയായി രുന്നു. അവിടെ അദ്ദേഹത്തിന് ഉജ്ജ്വല സ്വീകരണം ലഭിച്ചു. അവിടെനി ന്നു ഘാനയിലെത്തിയ ചെയെ പ്രസിഡന്റ് ക്വാമെ എൻക്രൂമ (1902-1972) ഹൃദ്യമായി സ്വീകരിച്ചു. പാൻ-ആഫ്രിക്കനിസത്തിനും ഏകീകൃത ആഫ്രി ക്കയ്ക്കും വേണ്ടി നിലകൊണ്ട എൻക്രൂമ 1947ഓടെ അന്ന് ഗോൾഡ് കോസ്റ്റ് എന്ന ബ്രിട്ടീഷ് കോളനിയായിരുന്ന ഘാനയിൽ രാജ്യത്തെ കോളണിവാഴ്ചയിൽനിന്നു മോചിപ്പിക്കാൻ പണിമുടക്കുകളും ബോയ്ക്കോട്ടുകളും ആരംഭിച്ചു. അദ്ദേഹം രൂപീകരിച്ച കൺവെൻഷൻ പീപ്പിൾസ് പാർട്ടി (സിസിപി) ജനങ്ങളെ വിപുലമായി അണിനിരത്തി നിരന്തര സമരങ്ങളിലൂടെ 1957ൽ രാജ്യത്തെ വിദേശവാഴ്ചയിൽനിന്നു മോചിപ്പിച്ചു. ആദ്യം പ്രധാനമന്ത്രിയും 1960-66 കാലത്ത് പ്രസിഡന്റുമായി. ഒരു സോഷ്യലിസ്റ്റും മാർക്സിസ്റ്റുമായിരുന്ന അദ്ദേഹത്തിന് ചെയുമായി വിയോജിക്കാൻ ഏറെയൊന്നും ഉണ്ടായിരുന്നില്ല. ആഫ്രിക്കൻ വിമോ ചനപ്രസ്ഥാനങ്ങളെ പിന്തുണയ്ക്കാനും സാമ്രാജ്യത്വത്തിനെതിരായ സമരത്തിൽ ഏകോപിക്കാനും ആഹ്വാനം ചെയ്ത ചെയെ എൻക്രൂമ മറ്റാരെക്കാളും ആവേശത്തോടെ സ്വീകരിച്ചു.

ഈ മൂന്നു മാസങ്ങൾക്കുള്ളിൽ അൾജീരിയയും ഘാനയും ഒരിക്കൽ ക്കൂടി സന്ദർശിച്ചായിരുന്നു ആ യാത്ര അദ്ദേഹം അവസാനിപ്പിച്ചത്. റിച്ചാർഡ് ഹാരി എഴുതി: "ആഫ്രിക്കയിലെയും മിഡിൽ ഈസ്റ്റിലെയും

ഏഷ്യയിലെയും പുതുതായി സ്വാതന്ത്ര്യം നേടിയ മൂന്നാം ലോകരാജ്യങ്ങളുമായി ക്യൂബ ഉറച്ച ബന്ധം സ്ഥാപിക്കണമെന്നും മൂന്നാം ലോകത്തിൽ ഇപ്പോഴും കോളണിഭരണം ഉള്ള ഭാഗങ്ങളിൽ മുഴുവൻ ദേശീയ സ്വാതന്ത്ര്യസമരത്തെയും സോഷ്യലിസ്റ്റ് വിപ്ലവത്തെയും തുണയ്ക്കണമെന്നും ചെയ്ക്ക് ശക്തമായി തോന്നിയിരുന്നു. ഈ ആശയമാണ് 1965 തുടക്കത്തിൽ ആഫ്രിക്കയിലും ഏഷ്യയിലുമെമ്പാടും വിപുലമായി സഞ്ചരിക്കാൻ അദ്ദേഹത്തെ പ്രചോദിപ്പിച്ചത്.” ചരിത്രപുരുഷന്മാരെന്നു വിശേഷിപ്പിക്കാവുന്ന ഘാനയിലെ ക്വാമെ ൻക്രൂമ, അൾജീരിയയിലെ ബെൻ ബെല്ല, അംഗോളയിലെ അഗസ്റ്റിനോ നെറ്റോ, കോംഗൊ-ബ്രസ്സാവില്ലെയിലെ അൽഫോൻസെ മസ്സാംബ-ഡിബാറ്റ് എന്നീ ആഫ്രിക്കൻ നേതാക്കളുമായി ചെ ഗുവാര ബന്ധപ്പെടാൻ ഇടയായതായിരുന്നു ഈ യാത്രയുടെ സവിശേഷത. ചെയുടെ ആഫ്രിക്കയിലെ സാന്നിദ്ധ്യവും യാത്രകളും ആ വൻകരയുടെ ചരിത്രഗതിയെ മൊത്തത്തിൽ സ്വാധീനിച്ചിട്ടുണ്ടെങ്കിലും അംഗോളയിൽ അത് വളരെ പ്രകടമായിരുന്നു.

ചെ ഗുവേരയുമായി കണ്ടുമുട്ടിയപ്പോൾ അഗസ്റ്റിനോ നെറ്റോ പോർച്ചുഗീസ് കോളണിവാഴ്ചയ്ക്കെതിരെ അംഗോളയിൽ സ്വാതന്ത്ര്യസമരം നയിച്ചുകൊണ്ടിരിക്കയായിരുന്നു. അംഗോളയുടെ മോചനത്തിനായുള്ള ജനകീയപ്രസ്ഥാനം (MPLA) എന്ന സംഘടനയായിരുന്നു 1961 മുതൽ 1974 വരെ നെറ്റോയുടെ നേതൃത്വത്തിൽ സായുധസമരം നടത്തിയത്. അംഗോളൻ കമ്യൂണിസ്റ്റുപാർട്ടിയും പിഎൽയുഎ (Party of the United Struggle for Africans in Angola) എന്ന മറ്റൊരു സാമ്രാജ്യത്വവിരുദ്ധ പാർട്ടിയും ലയിച്ചായിരുന്നു എംപിഎൽഎ രൂപീകരിക്കപ്പെട്ടത്. പോർച്ചുഗീസുഭാഷയിൽ ഒരു കവികൂടി ആയിരുന്ന നെറ്റോ അംഗോളയുടെ സ്വാതന്ത്ര്യത്തിനുവേണ്ടി നടന്ന സുദീർഘമായ പോരാട്ടങ്ങൾക്കിടയിൽ പല പ്രവാശ്യം ജയിലിൽ അടയ്ക്കപ്പെട്ടിട്ടുണ്ട്.

1962ൽ നെറ്റോ യുഎസ് പ്രസിഡന്റ് ജോൺ കെന്നഡിയോടു സഹായം അഭ്യർത്ഥിച്ചെങ്കിലും ലഭിക്കയുണ്ടായില്ല. അതേസമയം കെന്നഡി സഹായഹസ്തം നീട്ടിയത് അംഗോളൻ സ്വാതന്ത്ര്യസമരം അടിച്ചമർത്താൻ പോർച്ചുഗലിനും ദക്ഷിണാഫ്രിക്കയ്ക്കും ആയിരുന്നു. എന്നും എവിടെയും അവർ അതുതന്നെയാണല്ലോ ചെയ്തുപോന്നത്. നെറ്റോ 1965 ആദ്യമായിരുന്നു ചെ ഗുവേരയെ കണ്ടുമുട്ടിയത്. അംഗോളൻ പോരാളികളെ ഗറില്ലായുദ്ധമുറ പരിശീലിപ്പിക്കാൻ ക്യൂബൻ ഇൻസ്ട്രക്ടർമാരെ അയച്ചുകൊടുക്കാമെന്നു ചെ അപ്പോൾത്തന്നെ ഉറപ്പുകൊടുത്തു. സീറാ മെസ്ത്രയിലും മറ്റും ഗറില്ലായുദ്ധത്തിൽ പങ്കെടുത്ത് കറതീർന്ന ക്യൂബക്കാരെയായിരുന്നു ചെ അയച്ചുകൊടുത്തത്. അത് അംഗോളയിൽ

2002വരെ നീണ്ടുനിന്ന ക്യൂബൻ സൈനികസാന്നിദ്ധ്യത്തിനായിരുന്നു തുടക്കം കുറിച്ചത്. നെറ്റോ പല പ്രാവശ്യം ക്യൂബ സന്ദർശിച്ചു. അദ്ദേഹവും ഫിദലുമായി സൗഹൃദം വളർന്നു. 1974ൽ പോർച്ചുഗലിൽനിന്നു അംഗോള സ്വതന്ത്രമായപ്പോൾ അധികാരത്തിനുവേണ്ടി മറ്റുചില സംഘടനകൾ സാമ്രാജ്യത്വരാജ്യങ്ങളുടെ പിന്തുണയോടെ എംപിഎൽഎയുമായി മത്സരത്തിലേർപ്പെട്ടപ്പോഴും ക്യൂബ ആ സംഘടനയെ സഹായിച്ചു. നെറ്റോ 1979ൽ കാൻസർ ബാധിച്ചു മരിച്ചപ്പോൾ പകരം അംഗോളയുടെ പ്രസിഡന്റായി വന്ന ജോസ് എഡ്വാർഡോ സാന്റോസും അതേ നയം പിന്തുടർന്നു. പിന്നെയും കാൽനൂറ്റാണ്ടോളം നീണ്ടുനിന്ന ആഭ്യന്തര സമരത്തിലും ലക്ഷക്കണക്കിനു സൈനികരെ അയച്ചു സാമ്രാജ്യത്വത്തിന്റെ കടന്നുകയറ്റത്തെ തട്ടുത്തുനിർത്താൻ ക്യൂബ അംഗോളയെ സഹായിച്ചു.

ആൾജിയേഴ്സ്പ്രസംഗവും സോഷ്യലിസ്റ്റ്കാഴ്ചപ്പാടും

കോളോണിയൽവിരുദ്ധവും സാമ്രാജ്യത്വവിരുദ്ധവുമായ പ്രസ്ഥാനങ്ങൾക്ക് ലോകവ്യാപകമായ ഐക്യവും പ്രവർത്തനപരിപാടിയും ഉണ്ടായിരിക്കണമെന്നു ചെ ഗുവേര ആഗ്രഹിച്ചു. കോംഗോയിലോ വിയറ്റ്നാമിലോ, മറ്റെവിടെയോ ആയാലും സാമ്രാജ്യത്വവാദികളുടെയും നിയോകൊളോണിയലിസ്റ്റുകളുടെയും ആക്രമണങ്ങളെ ചെറുക്കേണ്ടത് മാനവസമൂഹത്തിന്റെ പൊതുവായ ആവശ്യമാണെന്ന വിശാലമായ കാഴ്ചപ്പാടായിരുന്നു ചെയുടേത്. അൾജീരിയയിൽ 1965 ഫെബ്രുവരി 24ന് ചേർന്ന ആഫ്രോ-ഏഷ്യൻ സോളിഡാരിറ്റിയുടെ രണ്ടാമത്തെ സാമ്പത്തിക സെമിനാറിൽ ചെയ്ത പ്രസംഗം അദ്ദേഹത്തിന്റെ സാർവ്വദേശീയ സോഷ്യലിസ്റ്റ് കാഴ്ചപ്പാടിന്റെ പ്രതിഫലനമായിരുന്നു. ആ കാഴ്ചപ്പാടിൽനിന്നു അകന്നതിനാൽ തങ്ങളുടെ സാർവ്വദേശീയമായ കടമ നിർവ്വഹിക്കുന്നതിൽ പരാജയപ്പെട്ടതിന് കമ്യൂണിസ്റ്റ് രാഷ്ട്രങ്ങളായ സോവിയറ്റുയൂണിയനെയും ചൈനയെയും ചെ വിമർശിക്കയുണ്ടായി.

“ലാറ്റിനമേരിക്കൻ ജനതയ്ക്കുവേണ്ടി സംസാരിക്കാനാണ് ക്യൂബ ഈ സമ്മേളനത്തിൽ എത്തിയത്. മറ്റു സന്ദർഭങ്ങളിൽ ഊന്നിപ്പറഞ്ഞിട്ടുള്ളപോലെ ക്യൂബ സംസാരിക്കുന്നത് ഒരു അവികസിത രാജ്യമെന്നനിലയിലും സോഷ്യലിസം കെട്ടിപ്പടുക്കുന്ന രാജ്യമെന്ന നിലയിലുംകൂടിയാണ്” ഇങ്ങനെ പ്രസംഗം തുടങ്ങുന്നതുപോലും ക്യൂബ സംസാരിക്കുന്നത് ക്യൂബയ്ക്കുവേണ്ടിമാത്രമല്ല, എല്ലാ ലാറ്റിനമേരിക്കൻ രാജ്യങ്ങൾക്കും വേണ്ടിയാണെന്ന് വ്യക്തമാക്കിക്കൊണ്ടായിരുന്നു. തുടർന്നുള്ള വരികളിൽ മൂന്നു വൻകരകളിലെയും ജനങ്ങളുടെ പൊതുശത്രുവിനെ ഉറപ്പുവരുത്തിയശേഷം മുന്നോട്ടുപോകുന്നു. “ഏഷ്യയിലെയും

ആഫ്രിക്കയിലെയും ജനങ്ങളുടെ വൃത്തത്തിൽ ഞങ്ങളുടെ ഡെലിഗേഷ ന്റെ അഭിപ്രായം പ്രകടിപ്പിക്കാൻ അനുവാദം ലഭിച്ചത് യാദൃച്ഛികമല്ല. ഭാവിയിലേക്കുള്ള നമ്മുടെ മുന്നേറ്റത്തിൽ പൊതുവായൊരു അഭി ലാഷം-സാമ്രാജ്യത്വത്തിന്റെ പരാജയം- നമ്മെ കൂട്ടിയിണക്കുന്നു. ഒരേ ശത്രുവിനെതിരായ സമരത്തിന്റെ പൊതുവായ ഭൂതകാലം വഴിയിൽ നമ്മെ യോജിപ്പിക്കുന്നു." മൂന്നാംലോകരാജ്യങ്ങളിൽ ഉൾപ്പെട്ട ചേരി ചേരാരാജ്യങ്ങൾക്കിടയിൽ ഒരു സാമ്രാജ്യത്വവിരുദ്ധ മുന്നണിക്കുവേണ്ടി യായിരുന്നു ആ പ്രസംഗത്തിൽ ഉടനീളം അദ്ദേഹം ആഹ്വാനം ചെയ്തത്. ഒരു സാർവ്വദേശീയ സോഷ്യലിസ്റ്റ് വിപ്ലവകാരിയായിക്കഴിഞ്ഞ ചെ പ്രഖ്യാപിച്ചു: "ലോകത്തിന്റെ ഏതുഭാഗത്തു സംഭവിക്കുന്നതിനോടും നമുക്ക് ഉദാസീനരായിരിക്കാനാവില്ല. സാമ്രാജ്യത്വത്തിനെതിരായ ഏതു രാജ്യത്തിന്റെ വിജയവും നമ്മുടെ വിജയമാണ്. അതുപോലെ ഏതു രാജ്യത്തിന്റെ പരാജയവും നമ്മുടെ പരാജയമാണ്."

സാമ്രാജ്യത്വചൂഷണത്തിൽ സാമ്രാജ്യത്വരാജ്യങ്ങളുടെ ഒപ്പം നിന്നു മൂന്നാം ലോകരാജ്യങ്ങളെ ചൂഷണചെയ്യുന്ന സോഷ്യലിസ്റ്റ് രാജ്യങ്ങൾ ക്കെതിരെ മൊത്തത്തിലും സോവിയറ്റ്യൂണിയനെതിരെ പ്രത്യേകിച്ചും ചെ തന്റെ പ്രസംഗത്തിൽ നിശിതമായ വിമർശനശരങ്ങൾ തൊടുത്തു വിട്ടു. ഇതിനുപകരം മൂന്നാംലോകത്തിലെ കൊളോണിയൽ രാജ്യങ്ങ ളിലെയും നിയോകൊളോണിയൽ രാജ്യങ്ങളിലെയും വിപ്ലവങ്ങളെ കൈയയച്ചു സഹായിക്കാൻ അദ്ദേഹം സോഷ്യലിസ്റ്റു രാജ്യങ്ങളെ ആഹ്വാനം ചെയ്തു. കൊച്ചു ക്യൂബ ഈ അന്താരാഷ്ട്ര ഉത്തരവാദിത്വം നിറവേറ്റി കാണിച്ചുകൊടുത്തിട്ടായിരുന്നു ചെ സോഷ്യലിസ്റ്റ് വൻശ ക്തികളോട് ഇപ്രകാരം പറഞ്ഞതെന്നും കാണേണ്ടതുണ്ട്. 8 വർഷം നീണ്ട വിപ്ലവസമരത്തിനുശേഷം ഫ്രാൻസിൽനിന്നു സ്വാതന്ത്ര്യം പിടി ച്ചുവാങ്ങിയ അൾജീരിയയെ 1963ൽ മൊറോക്കൊ യുഎസ് സഹായ ത്തോടെ ആക്രമിക്കയുണ്ടായി. അപ്പോൾ അൾജീരിയയുടെ അഭ്യർത്ഥ നപ്രകാരം ക്യൂബൻ വിപ്ലവയുദ്ധത്തിലെ ഒരു മുതിർന്ന പോരാളിയായ എഫിജെനിയോ അമെയ്ജെയ്റാസിന്റെ നേതൃത്വത്തിൽ ക്യൂബൻസൈ ന്യം ആക്രമണം പ്രതിരോധിക്കാൻ ദൃഢനിശ്ചയത്തോടെ എത്തിച്ചേർന്നു. ക്യൂബൻസൈന്യത്തിന്റെ സാന്നിദ്ധ്യം ശത്രുവിനെ ആക്രമണത്തിൽനി ന്നു പിന്തിരിപ്പിച്ചു.

മുതലാളിത്തത്തോട് സമാധാനപരമായ സഹവർത്തിത്വം എന്ന സോവിയറ്റ് നിലപാട് ചെ പൂർണ്ണമായും നിരാകരിച്ചു. മുതലാളിത്ത ത്തിൽനിന്നു സോഷ്യലിസത്തിലേക്കുള്ള പരിവർത്തനത്തിന് വർഗ്ഗ സമരത്തിന്റെ പാതയെ അവഗണിച്ചു വർഗ്ഗസഹകരണത്തിന്റെ പാത

സ്വീകരിച്ച സോവിയറ്റ് സമീപിനത്തെയും ചെ വിമർശിച്ചു. ചെയുടെ പ്രസംഗം സമ്മേളനത്തിലെ സോവിയറ്റനിരീക്ഷകരെ രോഷാകുലരാക്കിയതിൽ അദ്ഭുതമില്ല.

ഇരുപത്തിയൊന്നാം നൂറ്റാണ്ടിലെ മനുഷ്യൻ

"സോഷ്യലിസം ആന്റ് മാൻ ഇൻ ക്യൂബ" എന്ന പ്രബന്ധം ചെ ഗുവേര രചിച്ചത് 1965 തുടക്കത്തിൽ ആഫ്രിക്കയിലൂടെ നടത്തിയ ഈ സഞ്ചാരവേളയിലായിരുന്നു എന്നത് കൗതുകകരമാണ്. മൂന്നു മാസത്തെ നയതന്ത്രയാത്ര കഴിഞ്ഞു 1965 മാർച്ച് 14ന് അദ്ദേഹം ക്യൂബയിൽ തിരിച്ചെത്തി. അതിനു രണ്ടു ദിവസം മുമ്പ് "മാർച്ച" എന്ന ഉറുഗ്വെ മാസികയിൽ അതു പ്രസിദ്ധീകരിച്ചുകഴിഞ്ഞിരുന്നു. പ്രമുഖ ആഫ്രിക്കൻ രാജ്യങ്ങൾക്കുപുറമെ ന്യൂയോർക്കും സോവയറ്റുയൂണിയനും ചൈനയും ഹ്രസ്വമായി സന്ദർശിക്കാനും ഈ യാത്ര അദ്ദേഹം ഉപയോഗപ്പെടുത്തി.

ഈ ദീർഘയാത്രയിലെ ബദ്ധപ്പാടുകൾക്കിടയിലായിരുന്നു ദാർശനികമായ മാനങ്ങളുള്ള ആ പ്രബന്ധരചന അദ്ദേഹം പൂർത്തിയാക്കിയത്. ഇരുപത്തൊന്നാം നൂറ്റാണ്ടിലെ മനുഷ്യനെ ഉപദർശിച്ച ചെ ഒരു പുതിയ സോഷ്യലിസ്റ്റ് മനുഷ്യനെ ഈ പ്രബന്ധത്തിലൂടെ അവതരിപ്പിച്ചു. അത് ചെയുടെ കമ്യൂണിസ്റ്റ് മാനിഫെസ്റ്റോ ആയി കാണുന്നവരുണ്ട്. അപ്പോൾ ഇരുപതാം നൂറ്റാണ്ട് പകുതിമാത്രം കടന്നുപോയിട്ടേ ഉണ്ടായിരുന്നുള്ളു. വിപ്ലവബാഹ്യമായ ഒരു ജീവിതമില്ലെന്നും വിപ്ലവം നയിക്കുന്നവർക്ക് ഉണ്ടായിരിക്കേണ്ടത് വലിയൊരളവിൽ മനുഷ്യത്വവും നീതിബോധവും സത്യസന്ധതയുമാണെന്നുമായിരുന്നു ചെ അതിൽ വ്യക്തമാക്കിയത്.

ഇരുപത്തൊന്ന്

ചെ ലുമുംബയുടെ ചോരപുരണ്ട മണ്ണിലേക്ക്

1960ൽ പതിനേഴ് ആഫ്രിക്കൻ രാജ്യങ്ങൾ യൂറോപ്യൻ കോളണിവാഴ്ചയിൽനിന്ന സ്വാതന്ത്ര്യം നേടി. ബെൽജിയം, പോർച്ചുഗൽ, ബ്രിട്ടൻ, ഫ്രാൻസ് തുടങ്ങിയ രാജ്യങ്ങളുടെ കോളനിവാഴ്ച അവസാനിച്ച രാജ്യങ്ങളിൽ നവകോളനിവാഴ്ചയുടെുള്ള തത്രപ്പാടിലായിരുന്നു അമേരിക്ക. കോളണിവാഴ്ച അവസാനിക്കാത്ത അൾജീരിയ പോലുള്ള രാജ്യങ്ങളിൽ സ്വാതന്ത്ര്യത്തിനുവേണ്ടി സായുധകലാപങ്ങൾ നടന്നുകൊണ്ടിരുന്നു. അത്തരം രാജ്യങ്ങളിൽ യുഎസ് സഹായിച്ചു പോന്നത് കൊളോണിയൽ ശക്തികളെയായിരുന്നു. ബെൽജിയൻ കോളണിയായിരുന്ന കോംഗൊ ചെയുടെ പ്രത്യേക ശ്രദ്ധ പിടിച്ചുപറ്റി. ബൽജിയം വീണ്ടും പിടിമുറുക്കാൻ നടത്തിയ ഹീന ശ്രമത്തെ യുഎസ് സഹായിച്ചതായിരുന്നു കാരണം. യാങ്കി സാമ്രാജ്യം സായുധമായി ഇടപെടുന്നിടത്തെല്ലാം വിയറ്റ്നാമുകൾ സൃഷ്ടിക്കണമെന്നായിരുന്നല്ലോ ചെയുടെ നിലപാട്. മാത്രമല്ല 1964ൽ കോംഗോ വിപ്ലവകാരികൾ ക്യൂബയുടെ സഹായം തേടുകയും ചെയ്തിരുന്നു. സാമ്രാജ്യത്വ ഇടപെടൽ മൂലം 1961ൽ കൊലചെയ്യപ്പെട്ട പാട്രീസ് ലുമുംബയുടെ അനുയായികളായിരുന്നു അവർ.

ബൽജിയത്തിൽനിന്നു 1960 ജൂൺ 10ന് സ്വാതന്ത്ര്യം നേടിയ കോംഗോയിൽ ആദ്യത്തെ പൊതുതിരഞ്ഞെടുപ്പിൽ വിജയിച്ച് ലുമുംബ പ്രധാനമന്ത്രിയായി. ജോസഫ് കസാവുബു പ്രസിഡന്റും. ലുമുംബയുടെ പാർട്ടിയായ എംഎൻസി (Mouvement National Congolais) ദേശീയ ഐക്യത്തെയും ഉത്തരവാദിത്വത്തെയും സംബന്ധിച്ച ബോധത്തോടൊപ്പം കോംഗോയുടെ മോചനമെന്ന ലക്ഷ്യം അനുയായികളിൽ ഉത്തേജിപ്പിക്കാനും ശ്രദ്ധിച്ചിരുന്നു. കോംഗോയിലെ ബെൽജിയൻ വാഴ്ചയെപ്പറ്റി സൂക്ഷ്മപഠനം നടത്തിയ റെന്റൻ, സെഡോൺ, സീലിംഗ എന്നിവർ എഴുതി: "ആഫ്രിക്കയെ കൊളോണിയൽ ഭൂതകാലത്തിൽനിന്നു മോചിപ്പിക്കാൻ സ്വാതന്ത്ര്യം പോരാതെവരുമെന്നു ലുമുംബ അറിഞ്ഞു. ഈ വൻകര യൂറോപ്പിന്റെ സാമ്പത്തിക കോളണിയായിരിക്കുന്നതും അവസാനിപ്പിക്കണം. ഒരു സ്വതന്ത്ര കോംഗോ ബെൽജിയത്തെ അനുസരിക്കാൻ നിർബന്ധിതമാകരുത്. അത് ആരായേണ്ടത് സ്വന്തം വികസനപാതയാണ്. കോംഗോളീസ് ജനത എല്ലാ പ്രതിബന്ധങ്ങളെയും തരണംചെയ്യുമെന്നും, ഒരു നീതിനിഷ്ഠമായ സമൂഹം കെട്ടിപ്പടുക്കുമെന്നും അദ്ദേഹം കരുതി. ... എന്നാൽ തുടക്കംമുതലേ പ്രബലശക്തികൾ അദ്ദേഹത്തിനെതിരെ അണിനിരന്നു." (The Congo: Plunder and Resistance)

ചരിത്രകാരൻ ഡേവിഡ് വാൻ റെയ്ബ്രൗക് ഒന്നാം റിപ്പബ്ലിക് കാലത്തെ പ്രമുഖ വ്യക്തികളായി എടുത്തു പറയുന്നത് ജോസഫ് കസാവുബു, ലുമുംബ, ടിഷോംബെ, മൊബുട്ടു എന്നിവരെയാണ്. ഇക്കൂട്ടത്തിൽ അപ്രധാനി മൊബുട്ടു ആയിരുന്നു. അദ്ദേഹം ലുമുംബയുടെ ഏറ്റവും വിശ്വസ്തനായ പ്രൈവറ്റ് സെക്രട്ടറി മാത്രമായിരുന്നു. മറ്റു മൂവർക്കും ഉണ്ടായിരുന്നപോലെ ഏതെങ്കിലും നഗരങ്ങളിലെ ജനങ്ങളുടെയോ പ്രധാന ഗോത്രത്തിന്റെയോ പിന്തുണ മൊബുട്ടുവിനുണ്ടായിരുന്നില്ല. അക്കൂട്ടത്തിൽ പ്രായവും (29 വയസ്സ്) കുറവായിരുന്നു. ലുമുംബ (35), ടിഷോംബെ (40), കസാവുബു (45) എന്നിവരെല്ലാം മൊബുട്ടുവിനേക്കാൾ പ്രായക്കൂടുതലുള്ളവരായിരുന്നു.

വെറും അഞ്ചു കൊല്ലത്തിനുശേഷം അദ്ഭുതങ്ങൾ സംഭവിച്ചു. റെയ്ബ്രൗക് എഴുതി: "അദ്ദേഹം (മൊബുട്ടു) മദ്ധ്യാഫ്രിക്കയിൽ ഏറ്റവും സ്വാധീനമുള്ള വ്യക്തികളിലൊരാളും ലോകത്തിലെ ധനാഢ്യരിലൊരാളുമായിവളർന്നു." (മാഫിയ തലവനായിത്തീർന്ന ബാലദൂതന്റെ ക്ലാസിക് കഥ CONGO: The Epic History of a People) 1960 ജൂണിൽ സർവ്വാരാദ്ധ്യനും ഏറ്റവും സ്വാധീനമുള്ള വ്യക്തിയും ലുമുംബയായിരുന്നു. പെട്ടെന്ന് അദ്ദേഹം ആരുമല്ലാതായി. അതെങ്ങനെ സംഭവിച്ചു?

റെയ്ബ്രൗക് ആധികാരികമായി എഴുതി: "കോംഗോ സ്വതന്ത്രമാണ്. വളരെ ശരി. എന്നാൽ സാമ്പത്തിക കാര്യങ്ങൾ നോക്കിനടത്തുന്നത് ബെൽജിയൻകാരാണെന്നു മാത്രമല്ല, സൈനിക സംവിധാനത്തിന്മേലുള്ള പൂർണ്ണമായ പിടിയും അവർക്കായിരുന്നു." ഇരുപത്തയ്യായിരത്തോളം കോംഗോ സൈനികരെ നിയന്ത്രിച്ചിരുന്നത് ബെൽജിയൻ കമാൻഡർ ജനറൽ ജാൻസ്സെൻസിന്റെ കീഴിലുള്ള ആയിരം യൂറോപ്യൻ ഓഫീസർമാരും. ബെൽജിയൻ കമാൻഡറാകട്ടെ, പ്രധാനമന്ത്രി ലുമുംബയ്ക്ക് യാതൊരു പ്രാധാന്യവും കൊടുത്തിരുന്നുമില്ല.

കോംഗോ സൈനികരുടെ ഇടയിൽ മുമ്പേതന്നെ അടിമത്തത്തിനെതിരെ കലാപജ്വരം ബാധിച്ചിരുന്നു. സ്വാതന്ത്ര്യത്തോടെ ശമ്പളവർദ്ധനവും യൂറോപ്യന്മാർക്കുമാത്രം ലഭിച്ചിരുന്ന ഓഫീസർ ഗ്രേഡിലേക്കുള്ള പ്രൊമോഷനും സൈനികർ ശക്തമായി ആവശ്യപ്പെട്ടു. ഈ ആവശ്യങ്ങൾ ഉന്നയിക്കപ്പെട്ടശേഷം പൊട്ടിപ്പുറപ്പെട്ട സൈനിക കലാപം സൈന്യത്തെ ഒരു താന്തോന്നികളുടെ ആൾക്കൂട്ടമാക്കി. രാജ്യത്തിന്റെ ഭരണവും സാമ്പത്തികസ്ഥിതിയും താറുമാറാക്കി. രാജ്യത്തെ വിഭജിക്കയും, ബെൽജിയത്തിന്റെ സൈനികാക്രമണം ക്ഷണിച്ചുവരുത്തുകയും, ലോകസമാധാനത്തിനു ഭീഷണിയാകത്തക്കവിധം ലോകശക്തികളെ ഇടപെടുവിക്കയും ചെയ്തു.

ലുമുംബ പ്രധാനമന്ത്രിയായപ്പോൾ എല്ലാം നേരെയാകുമെന്നു പ്രതീക്ഷിച്ച സൈനികർ നിജസ്ഥിതി മനസ്സിലാക്കിക്കഴിഞ്ഞപ്പോൾ ലുമുംബയെ അവഗണിച്ചു സ്വന്തംനിലയിൽ വെള്ളക്കാരെ ആട്ടിയോടിക്കാൻ തുടങ്ങിയത് സൈനികകാലാപമായി വളർന്നു. യൂറോപ്യൻ സ്ത്രീകൾ ബലാത്സംഗത്തിനിരയാവുന്നതിനും അന്യോന്യം നടന്ന സംഘട്ടനങ്ങളിൽ ആൾനാശത്തിനും ഇടയാക്കി. ഉടനെ ലുമുംബ ജനറൽ ജാൻസ്സെൻസിനെ മാറ്റി വിക്ടർ ലുൻഡുലയെ സായുധസേനയുടെ ചീഫ് കമാൻഡറും ജോസഫ് മൊബുട്ടുവിനെ ചീഫ് ഓഫ് സ്റ്റാഫും ആയി നിയമിച്ചു.

ഒന്നുംരണ്ടും ലോകയുദ്ധങ്ങളിൽ ചരിത്രവിജയം നേടിയ കൊളോണിയൽ സൈന്യം ഒറ്റ ആഴ്ചകൊണ്ട് ഒരു അനിയന്ത്രിതമായ ആൾക്കൂട്ടമായി മാറി. മാത്രമല്ല രാജ്യത്തിന്റെ മൊത്തം നിയന്ത്രണം ലുൻഡുലയുടെയും മൊബുട്ടുവിന്റെയും കരങ്ങളിലുമായി. മൊബുട്ടു തന്റെ വിശ്വസ്തനാണെന്ന ഉറച്ചവിശ്വാസമുള്ള ലുമുംബയ്ക്ക് യാതൊരു അങ്കലാപ്പും ഉണ്ടായില്ല. റെയ്ബ്രൗക് എഴുതി: "മൊബുട്ടു ബെൽജിയത്തിന്റെയും അമേരിക്കൻ രഹസ്യാന്വേഷണ വിഭാഗത്തിന്റെയും കൂടി വിശ്വസ്തനാണെന്ന സംശയം അംഗീകരിക്കാൻ ലുമുംബ വിസമ്മതിച്ചു. സ്വന്തം

ജീവൻ തന്നെ വിലയായി കൊടുക്കേണ്ടിവന്ന വിസമ്മതമായിരുന്നു അത്."

കോംഗോ പ്രതിസന്ധിയുടെ ആരംഭം കുറിച്ച സൈനിക കലാപം അടിച്ചമർത്താൻ സഹായിക്കണമെന്ന് അമേരിക്കയോടും ഐക്യരാഷ്ട്രസഭയോടും ലുമുംബ അഭ്യർത്ഥിച്ചു. ഇരുകൂട്ടരും അഭ്യർത്ഥന തള്ളിയതിനാൽ ലുമുംബ സോവിയറ്റ്യൂണിയനെ സമീപിച്ചു. അതോടെ ശീതയുദ്ധത്തിന്റെ കരിനിഴൽ വ്യാപിച്ച അന്തരീക്ഷത്തിൽ അമേരിക്കൻ പിന്തുണയോടെ സൈനികമേധാവി മൊബുട്ടു ലുമുംബയെ തടവിലാക്കി ക്രൂരമായി പീഡിപ്പിക്കയും 1961 ജനുവരി 17ന് വധിക്കയും ചെയ്തു.

ലുമുംബയെ ശാരീരികമായി ഇല്ലാതാക്കിയെങ്കിലും കോംഗോ ദേശീയതയും പാൻ-ആഫ്രിക്കനിസവും ജനങ്ങളുടെ ഇടയിൽ കൂടുതൽ കരുത്താർജ്ജിക്കയാണുണ്ടായത്. അദ്ദേഹത്തിന്റെ അനുയായികൾ ഒരിക്കലും തോൽവി അംഗീകരിച്ചില്ല. യുഎസ് ആയുധങ്ങളുടെയും സൈനികരുടെയും സഹായത്തോടെ ഒരു സ്വേച്ഛാധിപത്യഭരണം മൊബുട്ടു മൂന്നു പതിറ്റാണ്ടിലേറെ തുടർന്നുപോന്നു. എന്നാൽ ലുമുംബയുടെ ആദർശങ്ങളാൽ പ്രചോദിതരായ കലാപകാരികൾ മൊബുട്ടുവിന്റെ തുടക്കകാലംമുതലേ ആ മണ്ണിൽ ഉണ്ടായിരുന്നു. അവിടേയ്ക്കായിരുന്നു ചെഗുവേരയും ക്യൂബൻ പടയാളികളും അവരെ സഹായിക്കാനെത്തിയത്.

ചെ-ഫിദൽബന്ധത്തെപ്പറ്റി കിംവദന്തികൾ

ചെ രഹസ്യമായി കോംഗോയിലേക്ക് പോന്നതോടെ ക്യൂബയിൽ അദ്ദേഹത്തെ വധിക്കയോ തടവിലിടുകയോ ചെയ്തുവെന്നു സാമ്രാജ്യത്വാനുകൂലികൾ വ്യാപകമായി പ്രചരിപ്പിച്ചു. കോംഗൊ യാത്രയ്ക്കിടയിൽ എപ്പോൾ വേണമെങ്കിലും പിടിക്കപ്പെടാൻ ഇടയുള്ളതിനാൽ ഗുവേരയുടെ നിജസ്ഥിതി രഹസ്യമായി സൂക്ഷിക്കേണ്ടത് ഫിദലിന്റെ ആവശ്യമായിരുന്നു. ആൻഡേഴ്സൻ എഴുതി: "റിപ്പോർട്ടുകളിൽ ചിലത് ക്യൂബൻ രഹസ്യാന്വേഷണവിഭാഗം നല്കിയ തെറ്റായ വിവരങ്ങളായിരുന്നു. മറ്റുള്ളവ കാസ്ട്രോ ഭരണത്തെപ്പറ്റി സംശയം ജനിപ്പിക്കാൻ സിഐഎ പ്രചരിപ്പിച്ചവയുമായിരുന്നു." സോവിയറ്റ്യൂണിയനിൽ പോലും ചെ-ഫിദൽ സംഘർഷത്തെപ്പറ്റി തെറ്റായ കാര്യങ്ങൾ പ്രചരിപ്പിക്കപ്പെട്ടിരുന്നു. പക്ഷേ മിക്കോയൻ അനുസ്മരിച്ചു: "എനിക്ക് ഇരുവരെയും നന്നായി അറിയാം. ചെയ്ക്ക് ഒട്ടും അമിതാഗ്രഹങ്ങളില്ലെന്നും എനിക്കറിയാം. ... ഫിദലുമായി മത്സരിക്കുന്നതിനെപ്പറ്റി അദ്ദേഹം ചിന്തിച്ചിട്ടുപോലും ഉണ്ടാകില്ല. ആ ഭാഷ്യം പരിഹാസ്യമാണ്. ഞാനത് വിശ്വസിക്കില്ല. എന്നാൽ നമ്മുടെ ആളുകൾ സ്റ്റാലിനെയും ട്രോട്സ്കിയെയും

പറ്റിയും, പിന്നെ ക്രൂഷ്ച്ചേവിനെയും ബ്രഷ്നേവിനെയും പറ്റിയും ചിന്തിച്ചിട്ടുണ്ടാകണം. അവരെപ്പോഴും ശണ്ഠകൂട്ടുകയായിരുന്നല്ലോ. ക്യൂബയിലും അങ്ങനെ ആയിരിക്കുമെന്ന് അവർ കരുതി." (ലവ്രേത്സ്കിയുടെ ഗ്രന്ഥത്തിൽനിന്ന്)

ചെയുടെ അൾജിയേഴ്സ് പ്രസംഗം കുറച്ചു കടന്നുപോയെന്നല്ലാതെ അത് പാടെ തെറ്റാണെന്ന അഭിപ്രായം ഫിദലിന് ഇല്ലായിരുന്നു. എന്നാൽ സോവിയറ്റ് സഹായം സ്വീകരിക്കാൻ നിർബന്ധിതമായ സാഹചര്യത്തിൽ ആ പ്രസംഗം മോസ്കോ-ഹവാന ബന്ധത്തിൽ ബുദ്ധിമുട്ടുകളുണ്ടാക്കും എന്നല്ലാതെ അഭിപ്രായ വ്യത്യാസങ്ങൾ ചെയും ഫിദലും തമ്മിൽ ഉണ്ടായി എന്നു പോലും പറയാനാകില്ല. കോംഗോയിലേക്ക് ചെ വെറുംകൈയോടെ ആയിരുന്നില്ല പോയത്. ക്യൂബൻ വിപ്ലവത്തിലും പിന്നീടുണ്ടായ പ്രതിരോധയുദ്ധങ്ങളിലും പങ്കെടുത്തു കറതീർന്ന നൂറിലേറെ പോരാളികളെ അദ്ദേഹത്തിന്റെ കൂടെ അയച്ചത് ഫിദൽ ആയിരുന്നു.

താൻ ക്യൂബയുടെ കാര്യങ്ങളിൽ തളച്ചിടപ്പെടുന്നതിൽ ചെ അതൃപ്തി പ്രകടിപ്പിക്കാൻ തുടങ്ങിയിട്ട് കാലമേറെയായിരുന്നു. ലാറ്റിനമേരിക്കയിൽ വിപ്ലവം നയിക്കാനായിരുന്നു അദ്ദേഹത്തിന്റെ ഹൃദയം ദാഹിച്ചിരുന്നത്. എന്നാൽ അപ്പോൾ വിപ്ലവത്തിനു പാകമായ സാഹചര്യം ആഫ്രിക്കയിലായിരുന്നു. കോഗോയിൽ ലുമുംബവധത്തിനു ശേഷം ഇടതുപക്ഷസ്വാഭാവമുള്ള കലാപകാരികൾ സഹായത്തിനു ക്യൂബയെ സമീപിച്ച സമയമായതിനാലായിരുന്നു ഫിദൽ ചെയോട് അങ്ങോട്ടു പോകാൻ നിർദ്ദേശിച്ചത്. അത് ചെയ്ക്കും സമ്മതമായ നിർദ്ദേശമായിരുന്നുതാനും. ആ നിർദ്ദേശത്തെയാണ് ശിക്ഷാനടപടിയെന്നു വ്യാഖ്യാനിച്ചത്!. തികഞ്ഞ ആവേശത്തോടെയായിരുന്നു ചെ അതു സ്വീകരിച്ചത്. താൻ മാർച്ച 15ന് ആഫ്രിക്കൻ രാജ്യങ്ങളിലെ സന്ദർശനം കഴിഞ്ഞു തിരിച്ചെത്തിയതേയുള്ളൂ. അതുകൊണ്ട് അവിടെ അനുഭവപ്പെട്ട വിപ്ലവാവേശം മനസ്സിൽ ഊഷ്മളമായി സൂക്ഷിച്ചിരിക്കയാണല്ലോ. ചെയുടെ കോംഗോയാത്രയെപ്പറ്റി അലൈദ എഴുതി: "അദ്ദേഹം ആദ്യം ആഫ്രിക്കയിലെ കോംഗോയിൽ പോകാനായിരുന്നു തീരുമാനിച്ചത്. ആഫ്രിക്കയിലെ രാഷ്ട്രീയ സംഭവവികാസങ്ങൾ അടുത്തറിഞ്ഞുകൊണ്ടിരുന്ന അദ്ദേഹം അവിടെ ആവശ്യമായത്ര കാലം തങ്ങാൻ പ്ലാനിട്ടു. പിന്നെ വൻകരയുടെ മോചനമെന്ന ചിരകാലസ്വപ്നം സാക്ഷാത്ക്കരിക്കാൻ ലാറ്റിനമേരിക്കയിലേക്ക് തിരിച്ചുവരും."

പില്ക്കാലത്ത് ചെയുടെ കോംഗോ ഡയറി പുസ്തകമായി പ്രസിദ്ധീകരിച്ചപ്പോൾ ഭാര്യ അലൈദ മാർച്ച് ആമുഖത്തിൽ എഴുതിയത്,

കോംഗോയിൽ ഒരു വിമോചനപ്രസ്ഥാനം ശക്തിപ്പെടുത്താനും, ആഫ്രിക്കയുടെതന്നെ അന്തിമമായ മോചനത്തിനുള്ള സമരം തുടരാൻ തയ്യാറായ ഏറ്റവും നല്ല ആളുകളെ ചേർത്തൊരു ഐക്യമുന്നണി കൈവരിക്കാനും ചെയും അദ്ദേഹം നയിക്കുന്ന സംഘവും ലക്ഷ്യമിട്ടിരുന്നുവെന്നായിരുന്നു. ഇത് പെട്ടെന്നൊരു ദിവസം തീരുമാനിച്ചതായിരുന്നില്ല. 1961ൽ സിഐഎയും ബെൽജിയവും ചേർന്നു ലുമുംബയെ നിഷ്ഠൂരമായി കൊലചെയ്ത വിവരം വളരെ അകലെ ക്യൂബയിലിരുന്നു കേട്ടറിഞ്ഞ ചെ അതിനെതിരെ രോഷം കൊണ്ടിരുന്നു. കോംഗോയിലേക്ക് പുറപ്പെടുന്നതിന് മാസങ്ങൾക്ക് മുമ്പ് 1964 ഡിസംബർ 11ന് ഐക്യരാഷ്ട്രസഭയിൽ ചെയ്ത പ്രസംഗത്തിലും ആ രോഷം ചെയിൽ കത്തിനിന്നിരുന്നു. അപ്പോൾ അദ്ദേഹം ലുമുംബവധത്തെ വിശേഷിപ്പിച്ചത്, "ശിക്ഷിക്കപ്പെടുകയില്ലെന്ന ഉറപ്പോടെയും ധിക്കാരപൂർവ്വമായ മനുഷ്യവിദ്വേഷത്തോടെയും ജനങ്ങളുടെ അവകാശങ്ങളെ എങ്ങനെ ചവിട്ടിമെതിക്കാമെന്നു പ്രകടിപ്പിക്കുന്ന ലോകചരിത്രത്തിലെ ഏക സംഭവം" എന്നായിരുന്നു.

എല്ലാം ഉപേക്ഷിച്ച് വിപ്ലവത്തിലേക്ക്

ക്യൂബൻ ജനത അവസാനമായി ചെയെ നേരിൽ കണ്ടതും മാർച്ച് 15നു മാത്രം. കോംഗോയിലേക്ക് തിരിച്ചുപോകാൻ അന്നുതന്നെ തീരുമാനിച്ചതിനാൽ ഒരു പൊതുപരിപാടിയിലും അദ്ദേഹം പിന്നീട് പങ്കെടുത്തിട്ടില്ല. ആ തീരുമാനത്തിന്റെ ഗൗരവസ്വഭാവത്തപ്പറ്റി ആൻഡേഴ്സൻ എഴുതി: "ചെയുടെ കുഞ്ഞുങ്ങൾ തങ്ങളുടെ പിതാവെന്ന നിലയിൽ വീണ്ടുമൊരിക്കലും അദ്ദേഹത്തെ കണ്ടിട്ടില്ല. ഏറ്റവും ഇളയ കുഞ്ഞിനു അദ്ദേഹത്തെ സംബന്ധിച്ച് യാതൊരു ഓർമ്മയുമില്ല. ഏണസ്റ്റോ എന്നു അലൈദ പേരുവിളിച്ച ഒടുവിലത്തെ ആൺകുഞ്ഞ് പിറന്ന ഫെബ്രുവരി 24ന് ചെ അകലെ ആയിരുന്നു." അലൈദ അങ്ങേയറ്റം അസ്വസ്ഥയായിരുന്നു. പോകരുതെന്നു അവൾ പറഞ്ഞെങ്കിലും ചെയുടെ തീരുമാനം അചഞ്ചലമായിരുന്നു. നാം വിചാരിക്കുക, ഈ മനുഷ്യന് സ്വന്തം കുഞ്ഞുങ്ങളോടുപോലും യാതൊരു മൃദുലവികാരങ്ങളുമില്ലെന്നായിരിക്കും. എന്നാൽ ചെയെപോലെ കുഞ്ഞുങ്ങളെ സ്നേഹിക്കയും ലാളിക്കയും ചെയ്യുന്നവർ ഏറെ കാണുകയില്ല. അതുപോലെ അലൈദയെയും വളരെ ആഴത്തിൽ ചെ സ്നേഹിച്ചിരുന്നു. പക്ഷേ സർവ്വോപരി വിപ്ലവത്തെ അദ്ദേഹം എത്രയോ മുമ്പേ പ്രണയിച്ചുപോയി.

1965 ഏപ്രിൽ 1ന് പുലർച്ചെ ചെ കഴിഞ്ഞ എട്ടു വർഷമായി താമസിച്ചിരുന്ന സ്വന്തം വീടു വിട്ടു. അലൈദയും കുഞ്ഞുങ്ങളും പകർന്നു നൽകിയ

സന്തോഷത്തിന അതിരുകളില്ലായിരുന്നു. ഫിദൽ കഴിഞ്ഞാൽ ഏറ്റവും വലിയ പദവികളായിരുന്നു ചെ വഹിച്ചിരുന്നത്. എന്നിട്ടും വളരെ എളിയ ജീവിതം നയിച്ചു. തൊഴിലാളികളോടും കർഷകരോടും ഒപ്പം നിന്നു പണിയെടുത്തു. ഭാവിയിലെ സോഷ്യലിസ്റ്റ് മനുഷ്യൻ എങ്ങനെ ആയിരിക്കണമെന്നു സ്വയം കാണിച്ചുകൊടുത്തു. വീടുവിട്ടിറങ്ങുമ്പോൾ ചെ ഗാംഭീര്യം തോന്നിക്കുന്ന, ക്ലീനായി ഷേവു ചെയ്ത, കണ്ണട ധരിച്ച റമൊൺ ബെനിറ്റെസ് ആയിക്കഴിഞ്ഞിരുന്നു.

ചെ മറ്റൊന്നുകൂടി ചെയ്തു. താൻ അഭിമാനപൂർവ്വം സ്വീകരിച്ചിരുന്ന ക്യൂബൻ പൗരത്വവും മറ്റെല്ലാ സ്ഥാനമാനങ്ങളും അദ്ദേഹം എന്നെന്നേക്കുമായി ഉപേക്ഷിച്ചു. ക്യൂബയിൽനിന്നു വിടവാങ്ങിക്കൊണ്ട് ഫിദലിന് എഴുതിയ മരണപത്രത്തിന്റെ സ്വഭാവമുള്ള കത്തിൽ ചെ എഴുതി: “ഇവിടെ ക്യൂബൻ വിപ്ലവത്തോട് എന്നെ ബന്ധിച്ചിരുന്ന കടമകളത്രയും ഞാൻ ചെയ്തുതീർത്തു എന്നെനിക്കു തോന്നുന്നു. താങ്കളോടും സഖാക്കളോടും ഇപ്പോൾ എന്റേതു കൂടിയായ താങ്കളുടെ ജനങ്ങളോടും ഞാൻ വിട ചൊല്ലുന്നു. പാർട്ടിനേതൃത്വത്തിലുള്ള എന്റെ പദവികളും, മന്ത്രിയെന്ന നിലയിൽ എന്റെ തസ്തികയും, കമാൻഡർ എന്ന നിലയിൽ എന്റെ റാങ്കും, എന്റെ ക്യൂബൻ പൗരത്വവും ഞാൻ ഔപചാരികമായി ഉപേക്ഷിക്കുന്നു. ക്യൂബയുമായി എന്നെ നിയമപരമായി ബന്ധിപ്പിക്കുന്ന ഒന്നുംതന്നെ ഇനിയില്ല.”

ഫിദലിനു മാത്രമല്ല, മാതാപിതാക്കൾക്കും ഭാര്യയ്ക്കും കുട്ടികൾക്കും ഇതുപോലെ ഹൃദയസ്പർശിയായ കത്തുകൾ എഴുതി. കുട്ടികൾക്കു മരണശേഷം കൊടുപ്പാനേല്പിച്ച കത്തിൽ ചെ എഴുതി: “ഒരു ദിവസം ഈ എഴുത്ത് നിങ്ങൾ വായിക്കേണ്ടി വരുന്നുവെങ്കിൽ കാരണം ഞാൻ നിങ്ങളോടൊപ്പം ഇല്ലാത്തതുകൊണ്ടായിരിക്കും. നിങ്ങൾക്ക് മിക്കവാറും എന്നെ ഓർമ്മയുണ്ടാവില്ല. നന്നെ കൊച്ചുങ്ങൾക്കു ഒട്ടും ഓർമ്മ കാണില്ല. നിങ്ങളുടെ പിതാവ് തന്റെ വിശ്വാസങ്ങൾക്കനുസരിച്ചു ജീവിച്ചയാളാണ്. തന്റെ ദൃഢവിശ്വാസങ്ങളോട് തീർച്ചയായും വിശ്വസ്തനുമായിരുന്നു.”

വിക്ടർ ഡ്രെകെ

ഏറ്റവും അടുത്ത സഖാവും താൻസാനിയയിലെ ക്യൂബൻ അംബാസഡറുമായ പാബ്ലോ റിവാൽത പോലും തിരിച്ചറിയാതിരുന്നതിനാൽ തന്റെ വേഷംമാറൽ വിജയകരമായെന്നു ചെ ഗുവേരയ്ക്ക് ഉറപ്പായി. മോസ്കോ, കയ്റോ എന്നീ നഗരങ്ങളിലൂടെ വളഞ്ഞവഴി ബോധപൂർവ്വം സ്വീകരിച്ചായിരുന്നു ചെ കോംഗോയിലേക്ക് യാത്രചെയ്തത്. പപി എന്ന ചുരുക്കപ്പേരിൽ അറിയപ്പെടുന്ന ജോസ് മരിയ മാർട്ടിനെസ് തമായോ,

വിക്ടർ ഡ്രെകെ എന്നിവർ അദ്ദേഹത്തിന്റെ ഒപ്പമുണ്ടായിരുന്നു. പപി ഗ്വാട്ടിമാലയിലെയും അർജന്റീനയിലെയും ദൗത്യങ്ങളിൽ ഉൾപ്പെട്ടിരുന്നു. അർജന്റീനയിലെ ദുരന്തത്തിൽ ജീവനോടെ രക്ഷപ്പെട്ട ചുരുക്കം ആളുകളിൽ ഒരാളാണ് പപി. ക്യൂബൻ അന്താരാഷ്ട്ര ബ്രിഗേഡിന്റെ കമാൻഡർ എന്ന നിലയിലായിരുന്നു ഡ്രെകെയുടെ വരവ്.

1965 ഏപ്രിൽ 19ന് താൻസാനിയൻ തലസ്ഥാനമായ ദാർ എസ് സലാമിൽ ചെയും കൂട്ടരുമെത്തി. കോംഗോയിലേക്ക് തിരിച്ച ക്യൂബൻ സൈന്യത്തിൽ ചെ കഴിഞ്ഞാൽ ഏറ്റവും പ്രധാന വക്തി ക്യൂബൻ കമ്മ്യൂണിസ്റ്റ് പാർട്ടി നേതാവും വിപ്ലവകാരിയുമായ വിക്ടർ ഡ്രെകെ (1939) എന്ന ആഫ്രിക്കൻ വംശജനായിരുന്നു. 1952-54 കാലത്തെ വിദ്യാർത്ഥിപ്രക്ഷോഭങ്ങളിൽ പങ്കെടുക്കയും 1955 മുതൽ ഫിദലിന്റെ ജൂലായ് 26 പ്രസ്ഥാനത്തിൽ പ്രവർത്തിക്കയും ചെയ്തു. പിന്നീടങ്ങോട്ട് എല്ലാ വിപ്ലവസമരങ്ങളിലും യുദ്ധങ്ങളിലും പങ്കെടുത്തിരുന്നു. ലുമുംബയുടെ അനുയായി ലോറന്റ് കബിലയുടെ ആളുകൾക്ക് ഗറില്ലായുദ്ധത്തിൽ പരിശീലനം നല്കി അവരെ യുദ്ധസജ്ജരാക്കുകയായിരുന്നു ചെയുടെയും ഡ്രെകെയുടെയും ദൗത്യം.

പൂർവ്വ കോംഗോയിൽ സിംബ വിപ്ലവകാരികൾ സോവിയറ്റ്-ചെനീസ് സഹായത്തോടെ യുഎസ്, ബെൽജിയം, ദക്ഷിണാഫ്രിക്ക എന്നീ ശക്തികൾ താങ്ങിനിർത്തിയ കോംഗോ സർക്കാരിനുമേൽ നിർണ്ണായക വിജയങ്ങൾ നേടി മൂന്നിലൊന്നോളം ഭൂഭാഗത്തിൽ ആധിപത്യം സ്ഥാപിച്ച അവസ്ഥ 1964വരെ ഉണ്ടായിരുന്നു. എന്നാൽ ചെയും സംഘവും എത്തിച്ചേർന്ന 1965ൽ വിപ്ലവകാരികളുടെ നിയന്ത്രണത്തിൽ കാര്യമായ സ്ഥലങ്ങളൊന്നും ഉണ്ടായിരുന്നില്ല.

ചൽമെസ്സോ

ക്യൂബക്കാരനായ ഡ്രെകെ പോലെതന്നെ കോംഗോക്കാരനായ ഗോഡിഫ്രോയ്ഡ് ചൽമെസ്സോയും കോംഗോ ദൗത്യവേളയിൽ തുല്യപ്രാധാന്യത്തോടെ ചെയുടെ ഒപ്പമുണ്ടായിരുന്നു. കോംഗോ ഡയറിയിൽ ഇരുവരും ആവർത്തിച്ച് പരാമർശിക്കപ്പെട്ടിട്ടുണ്ട്. അരനൂറ്റാണ്ടിനുശേഷം കിൻഷാസയിലെ ഒരു ഹോട്ടലിലെ ടെറസ്സിലിരുന്നു ചൽമെസ്സോ അനുസ്മരിച്ചു: “ചെ വിനീതനായിരുന്നു. ഞങ്ങളുടെ കലാപനേതാക്കളുടെ മേൽക്കോയ്മ അദ്ദേഹം സ്വീകരിച്ചു.” പൂർവ്വ കോംഗോയിലെ സിംബനേതാവ് അപ്പോൾ ലോറന്റ് കബില ആയിരുന്നു. അന്ന് അധികാരം നേടാൻ കഴിഞ്ഞില്ലെങ്കിലും 32 വർഷത്തിനുശേഷം കബില മൊബുട്ടുവിൽനിന്നു അധികാരം പിടിച്ചെടുത്തു.

5 കൊല്ലത്തെ ഭരണത്തിനിടെ സ്വന്തം അംഗരക്ഷകൻ അദ്ദേഹത്തെ വധിച്ചെങ്കിലും അദ്ദേഹത്തിന്റെ മകൻ ജോസഫ് കബിലയ്ക്ക് പെട്ടെന്നു തന്നെ അധികാരത്തിലെത്താൻ കഴിഞ്ഞു.

കോംഗോയിലേക്ക് ചെയെ പ്രവേശിപ്പിക്കുന്നതിന്റെ എല്ലാ ഉത്തര വാദിത്വവും ചൽമെസ്സോയ്ക്കായിരുന്നു. അദ്ദേഹം സംഘടിപ്പിച്ചെടുത്ത ഒരു ബോട്ടിൽ ക്യൂബയിൽനിന്നുള്ള പോരാളികളിൽ ആദ്യ ബാച്ചിൽപെട്ട ഒരു ഡസൻ ക്യൂബക്കാർ താങ്കനിക്ക നദി മുറിച്ചുകടന്നു. കോംഗോക്കാർ തങ്ങളുടെ വരവ് സഖാക്കളെ പാട്ടുപാടി അറിയിച്ചപ്പോൾ ക്യൂബക്കാർ ഞെട്ടിപ്പോയി. കാരണം, ചെ ഗുവേരയ്ക്കുവേണ്ടി സിഐഎ ലോകം മുഴുവൻ വല വീശി നില്ക്കുന്ന സമയമായിരുന്നു അത്. കോംഗോയിലും അവർ അദ്ദേഹത്തിനുവേണ്ടി തിരച്ചിലിൽ ആയിരുന്നു. തന്റെ സ്വത്വം ഇവരിൽനിന്നു മറച്ചുവെച്ചതിൽ ചെയ്ക്ക് കുറ്റബോധമുണ്ടായി. പിന്നെ ആ രഹസ്യം അദ്ദേഹം കാത്തുസൂക്ഷിച്ചില്ല. പിറ്റേന്നുതന്നെ ചൽമെസ്സോ യോട് ചെ പറഞ്ഞു: "ഞാൻ ചെ ആണ്" ചൽമെസ്സോ അപ്പോൾ തന്നെ കീഴടക്കിയ ആശ്ചര്യതരംഗം വ്യക്തമായി ഓർക്കുന്നു. "പിന്നീട് എന്നോട് താൻസാനിയയിലേക്ക് മടങ്ങാൻ ചെ ആവശ്യപ്പെട്ടു. തന്റെ സാന്നിദ്ധ്യം കബിലയെ അറിയിക്കാനായിരുന്നു അത്"

ഒന്നിനും കൊള്ളാത്ത കോംഗൊകലാപകാരികൾ

കോംഗൊയിൽ എത്തിയതുമുതൽ അവിടത്തുകാരുടെ ഒരു ഗറില്ലാ സംഘം രൂപീകരിക്കാൻ ചെ ശ്രമിച്ചു. പെട്ടെന്നുതന്നെ അതെളുപ്പമല്ലെന്നു അദ്ദേഹത്തിനു ബോദ്ധ്യപ്പെട്ടു. വെടിവെയ്ക്കാൻപോലും അവർക്കറിയില്ല എന്നതാണ് അവരുടെ പ്രധാന പോരായ്മയെന്നു ചെ ഡയറിയിൽ കുറിച്ചു. ഫൈറ്റിംഗ് സ്പിരിറ്റ് ഇല്ലായ്മയും കിഗോമ പട്ടണത്തിന്റെ ഹീനമായ സ്വാധീനവും അവരെ ബാധിച്ചിരുന്നതായും അദ്ദേഹം രേഖപ്പെടുത്തി. താൻസാനിയൻ അതിർത്തിയായ കിഗോമയിൽ ചാരായ ഷാപ്പുകളും വേശ്യാലയങ്ങളും നിറയെ ഉണ്ടായിരുന്നു. ചെ കോംഗോ ഡയറിയിൽ കുറിച്ചു: "ആ ഗറില്ലാസൈനികരുടെ പ്രബലമായ സവിശേഷതയാണ് അച്ചടക്കരാഹിത്യവും ആത്മസമർപ്പണമില്ലായ്മയും. സ്വാഭാവികമായും, ഈ സൈനികരെ വെച്ചുകൊണ്ട് ഒരു യുദ്ധം ജയിക്കാൻ ഒരാൾക്കുമാവില്ല."

വലിയ വിപ്ലവാവേശത്തോടെ കോംഗോയിലെത്തിയ ക്യൂബക്കാർ ഒന്നും ചെയ്യാനില്ലെന്നുവന്നപ്പോൾ നിഷ്ക്രിയരായി. കോഗോ നേതാക്കളിൽനിന്നു യുദ്ധം ചെയ്യാനുള്ള കല്പനയ്ക്കുവേണ്ടി കാത്തിരുന്നു അവർ മടുത്തു. പലർക്കും മലേറിയയും വയറ്റിളക്കവും ബാധിച്ചു. വല്ലപ്പോഴും

യുദ്ധത്തിനുള്ള കല്പന വന്നാലാകട്ടെ, കോംഗോക്കാരും റുവാണ്ടക്കാരും മിക്കവാറും അവരുടെ തോക്കുകൾ വലിച്ചെറിഞ്ഞു ഓടി രക്ഷപ്പെടും. ഭാരമുള്ള വസ്തുക്കൾ കൊണ്ടുനടക്കാനും ട്രഞ്ചുകൾ കുഴിക്കാനും അവർ കൂട്ടാക്കിയില്ല. ഭൂമിയിൽ കുഴിയുണ്ടാക്കുക മരിച്ചവർക്കുവേണ്ടിയാണെന്ന അന്ധവിശ്വാസവും അവരെ ബലമായി സ്വാധീനിച്ചിരുന്നു. "അന്ധവിശ്വാസികളായ", "മടിയന്മാരായ" എന്നീ രണ്ടു വിശേഷണങ്ങൾ അവരെ പറ്റി ചെ ഡയറിക്കുറിപ്പിൽ ഉടനീളം ഉപയോഗിച്ചുകാണുന്നു. കലാപകാരികളുടെ കൈവശമുണ്ടായിരുന്ന ചുരുക്കം പ്രദേശങ്ങളാകട്ടെ ഒന്നൊന്നായി ശത്രു പിടിച്ചെടുക്കാനും തുടങ്ങിയിരുന്നു.

ചെയെ സംബന്ധിച്ചിടത്തോളം അചിന്ത്യമായ കാര്യമാണ് കോംഗോ നേതാക്കൾ, പ്രത്യേകിച്ചും ലോറന്റ് കബില, യുദ്ധക്കളത്തിൽ നിന്നു വിട്ടുനിന്നത്. രണ്ടര മാസത്തോളം കാത്തിരുന്ന ശേഷമായിരുന്നു കബില ഒന്നു മുഖം കാണിച്ചതുപോലും. നാലുദിവസം കഴിഞ്ഞ് സ്ഥലം വിടുകയും ചെയ്തു. ഉടനെ തിരിച്ചെത്താമെന്ന വാക്കുകൊടുത്തതല്ലാതെ പിന്നെ കക്ഷിയുടെ പൊടിപോലും പടക്കളത്തിലൊരിടത്തും കണ്ടിട്ടില്ല. ഗ്രവേര ആകട്ടെ, കൊംഗോയിൽ പരിചയപ്പെട്ട നേതാക്കളിൽ തന്നെ ആകർഷിച്ച ഏക നേതാവെന്നു തുടക്കത്തിൽ അഭിപ്രായപ്പെട്ടതുപോലും കബിലയെപ്പറ്റി മാത്രമായിരുന്നു. എന്നിട്ടിപ്പോൾ അദ്ദേഹത്തിന്റെ മദ്യത്തോടും മദിരാക്ഷികളോടുമുള്ള അമിത താത്പര്യത്തെപ്പറ്റി ചെയ്ക്ക് വിമർശിക്കേണ്ടിവന്നു. ഡേവിഡ് സെഡോണും മറ്റും എഴുതി: "ഗ്രവേരയുടെ അഭിപ്രായത്തിൽ കബില എപ്പോഴും ക്യാമ്പിൽ വരാമെന്നു വാക്കുകൊടുക്കും. ഒടുവിൽ മാസങ്ങൾക്കുശേഷം വിസ്കി കെയ്സുകളുമായി വരുമ്പോഴാകട്ടെ, അദ്ദേഹം കോംഗോളീസ് പടയാളികളെ നിരത്തിനിർത്തി അവരെക്കൊണ്ട് തന്റെ പേര് സ്തുതിഗീതംപോലെ പറയിപ്പിക്കും. എന്നാൽ വീണ്ടും താൻസാനിയയിലേക്കുതന്നെ തിരിച്ചുപോകും." (The congo: Plunder and Resistance)

അമ്മയുടെ ചരമവാർത്ത

കോംഗോയിൽ വെച്ച് ചെയ്ക്ക് ഏറ്റ ഏറ്റവും വലിയ പ്രഹരം അമ്മയുടെ ചരമവാർത്തയായിരുന്നു. 1965 മേയ് 19ന് സിലിയ അന്തരിച്ചു. മൂന്നു ദിവസം കഴിഞ്ഞപ്പോൾ ആ വാർത്തയുമായി അപ്പോൾ ക്യൂബയിൽ മന്ത്രിയായിരുന്ന ഒസ്മാനി സിയൻഫ്യൂഗോസ് കോംഗോയിൽ ചെയുടെ ബേസ് ക്യാമ്പിൽ എത്തി. അമ്പത്തെട്ടാം വയസ്സിൽ ക്യാൻസർ ബാധിച്ചായിരുന്നു മരണം. അന്ത്യകാലത്ത് ഒരു കൊച്ചു അപ്പാർട്ടുമെന്റിൽ ഒറ്റയ്ക്കായിരുന്നു. തൊട്ടടുത്ത് മകളും മറ്റൊരു

അപ്പാർട്ടുമെന്റിലുണ്ടായിരുന്നു. ആ വാർത്ത താങ്ങാനുള്ള കരുത്ത് പടക്കളത്തിൽ ബുള്ളറ്റു മഴയെ അക്ഷോഭ്യനായി നേരിടാറുള്ള ചെയ്ക്ക് ഉണ്ടായിരുന്നില്ല. ചൽമെസ്സോ ആ രംഗം വിവരിച്ചു: "വാർത്ത കേട്ടു അദ്ദേഹം എഴുന്നേറ്റു. എന്നിട്ട് നിശ്ശബ്ദം നടന്നുപോയി. അദ്ദേഹത്തിന്റെ ബൂട്ടിന്റെ ഹീലുകൾ കൂട്ടിയടിക്കുന്നുണ്ടായിരുന്നു. എന്തെങ്കിലും തന്നെ വിഷമിപ്പിക്കുമ്പോഴൊക്കെ അദ്ദേഹം ഇങ്ങനെ ചെയ്യാറുണ്ടായിരുന്നു."

രോഗം അവർ ആരെയും അറിയിച്ചിരുന്നില്ല. മേയ് 10ന് രോഗം മൂർച്ഛിച്ചപ്പോൾ അവരെ ബ്യൂനോസ് അയേഴ്സിലെ ഒരു ക്ലിനിക്കിൽ പ്രവേശിപ്പിച്ചു. പുത്രഭാര്യ മരിയ എലെനയ്ക്കുപുറമെ, സുഹൃത്തുക്കൾ റിക്കാർദോ റോജോയും ജൂലിയ കോസ്റ്റലേനയും ഊഴംവെച്ച് അവരുടെ അരികെ നിന്നു. ഏറെക്കാലമായി വേർപിരിഞ്ഞു ജീവിക്കയായിരുന്നുവെങ്കിലും ഭർത്താവ് ഏണസ്റ്റോ കുതിച്ചെത്തി സിലിയയുടെ ജീവൻ എങ്ങനെയും രക്ഷിക്കാനുള്ള തത്രപ്പാടിൽ സോവിയറ്റ് എംബസിയെപ്പോലും സമീപിച്ചു. ആൻഡേഴ്സൻ എഴുതി: "അദ്ദേഹത്തിന്റെ സാന്നിദ്ധ്യം ആ അന്ത്യദിനങ്ങളിൽ സീലിയയെ സമാശ്വസിപ്പിച്ചിട്ടുണ്ടാകണം. തന്റെ ജീവിതത്തിലെ ആദ്യ പുരുഷനും ഒരേയൊരു പുരുഷനും അദ്ദേഹമായിരുന്നു എന്നു അവർ മരിയ എലേനയോട് സ്വകാര്യമായി പറഞ്ഞു. എന്തൊക്കെയാണെങ്കിലും താനിപ്പോഴും അദ്ദേഹത്തെ സ്നേഹിക്കുന്നു. എന്നാൽ ചെ എന്ന ഭൂതം അതിന്റെ ഭാരം ഇപ്പോഴും അടിച്ചേൽപ്പിക്കയാണ്. ഒരു പ്രമുഖ കമ്യൂണിസ്റ്റിന്റെ മാതാവ് തങ്ങളുടെ സൗകര്യങ്ങൾ ഉപയോഗപ്പെടുത്തുന്നതിനെച്ചൊല്ലി ക്ലിനിക്കിന്റെ മാനേജർമാർ അസന്തുഷ്ടി വ്യക്തമാക്കിയപ്പോൾ, കുടുംബം അവരെ മറ്റൊരു ക്ലിനിക്കിലേക്ക് മാറ്റി."

സിലിയയുടെ ഹൃദയം തപിച്ചത് ഒരു മുഖം കാണാനായിരുന്നു. മേയ് 16ന് മരണാസന്നയായ അവരെ സമാധാനിപ്പിക്കാൻ മറ്റു മാർഗ്ഗമില്ലാതെ, റോജോ ഹവാനയിലേക്ക് അലൈദയെ വിളിച്ചു. ചെ എവിടെയുണ്ടെന്നു പറയാൻ അവർക്കായില്ല. മേയ് 18ന് അലൈദ ഹവാനയിൽനിന്നു സിലിയയെ വിളിച്ചു സംസാരിച്ചു. അപ്പോഴേക്കും മരണാസന്നമായ അബോധാവസ്ഥയിലേക്കു പതിച്ചുകൊണ്ടിരുന്ന അവർ ഒരു വൈദ്യുതാഘാതത്താലെന്നപോലെ ചാടിയെഴുന്നേറ്റ് അലൈദയുമായി പ്രത്യാശാരഹിതമായി ഒച്ചയിട്ടു സംസാരിച്ചു. മകനെപ്പറ്റി സിലിയ പുതുതായി ഒന്നുമറിഞ്ഞില്ല. അടുത്ത ദിവസം ഈ ലോകത്തോട് വിട ചൊല്ലിയ അവരുടെ ശവമഞ്ചത്തിൽ ചെയുടെ ഫ്രെയിം ചെയ്ത ഒരു ഫോട്ടോ മാത്രം വെച്ചിരുന്നു. മരിയ എലെന പറഞ്ഞത്, താൻ സിലിയയുടെ മറ്റു കുട്ടികൾക്കുവേണ്ടി ദുഃഖിക്കുന്നുവെന്നായിരുന്നു. "മറ്റു

കുട്ടികളാരും അവിടെ ഇല്ല എന്നപോലെയായിരുന്നു സീലിയ പെരുമാറിയത്. അവർക്ക് ഒരു കുട്ടി മാത്രം, ചെ മാത്രം ഉണ്ടായിരുന്നുള്ളൂ എന്നപോലെയായിരുന്നു." അത് ശരിയായിരുന്നു. സിലിയയും ആദ്യപുത്രനും തമ്മിലുണ്ടായിരുന്ന ബന്ധം അത്രമേൽ ദൃഢമായിരുന്നു. ചെയുടെ കാര്യം വരുമ്പോൾ മറ്റെല്ലാവരും എപ്പോഴും അവഗണിക്കപ്പെട്ടിരുന്നു.

"ചെയുടെ കോംഗോ ഇതിഹാസം"

ചെയുടെ കോംഗോ വാസത്തിന്റെ ഒടുവിലത്തെ മൂന്നുമാസം ചൽമെസ്സോ അദ്ദേഹത്തോടൊപ്പം ജീവിച്ചെന്നു പറയാം. ചെയുടെ ഒപ്പം ഒരേ കുടിലിൽ ചൽമെസ്സോയും ഉറങ്ങിയിരുന്നു. മറ്റു രണ്ടു ക്യൂബക്കാരും ഒപ്പമുണ്ടായിരുന്നു. തന്റെ ഡയറിയിൽ പല വട്ടം ചെ അദ്ദേഹത്തെപ്പറ്റി കുറിച്ചു. ചെ എഴുതിയിരുന്നത് ചമലെസോ എന്നും ഇരട്ടപ്പേരായ "ട്രെമെൻഡോ പുണ്ടോ" എന്നുമായിരുന്നു. പിന്നീട് അദ്ദേഹത്തിന് ചെയെ പിരിയാൻ കഴിഞ്ഞിട്ടില്ല. ഗറില്ലകളുടെ സൈനികനേതൃത്വം ചൽമെസ്സോയോട് ഏറ്റെടുക്കാൻ ചെ നിർദ്ദേശിച്ചു. പക്ഷേ, കബിലയോടുണ്ടായിരുന്ന കൂറുമൂലം അദ്ദേഹം അതിനു തയ്യാറായില്ല. ചെയുടെ നിർദ്ദേശം നിരസിക്കേണ്ടിവന്നതിനെപ്പറ്റി ചൽമെസ്സോ പറഞ്ഞു: "എന്നോടുള്ള അദ്ദേഹത്തിന്റെ പെരുമാറ്റത്തിൽ ഒരു മാറ്റവും ഉണ്ടായില്ല. അദ്ദേഹം അടുപ്പത്തോടെതന്നെ പെരുമാറി. എപ്പോഴും എല്ലാവരെയും മനസ്സിലാക്കാൻ ശ്രമിച്ചുകൊണ്ടിരുന്ന ഒരാളായിരുന്നു അദ്ദേഹം. എനിക്കറിയാം ഞാനദ്ദേഹത്തെ നിരാശപ്പെടുത്തിയെന്ന്."

1965 ജൂൺ അവസാനത്തോടെ അഞ്ച് ക്യൂബക്കാർ യുദ്ധത്തിൽ മരിച്ചിരുന്നു. മാത്രമല്ല, ചെ ഗുവേര കോംഗോയിലുണ്ടെന്ന സൂക്ഷ്മ വിവരം സിഐഎയ്ക്കു ലഭിച്ചുകഴിഞ്ഞു. പോരാളികളുടെ മനോവീര്യം അങ്ങേയറ്റം നഷ്ടപ്പെട്ടു. ചെയെയും ക്യൂബൻ സൈനികരെയും സംബന്ധിച്ചിടത്തോളം സാഹചര്യം ഏറെ അപായകരം. അദ്ദേഹത്തോട് കോംഗോ വിടാൻ ഫിദൽ നേരിട്ടാവശ്യപ്പെട്ടു. ആ വിശ്വവിപ്ലവകാരിയുടെ അഭിമാനബോധം സാഹചര്യങ്ങൾക്ക് എളുപ്പം കീഴടങ്ങുന്നതല്ല. നവമ്പറിൽ കോംഗോ നേതാക്കൾതന്നെ ക്യൂബക്കാരോട് രാജ്യം വിടാൻ ആവശ്യപ്പെടുന്നതുവരെ കാര്യങ്ങളെത്തി. നവമ്പർ 21ന് ചെയും സഖാക്കളും മനസ്സില്ലാമനസ്സോടെ താൻസാനിയയിലേക്കുള്ള ബോട്ടിൽ കയറി. ഒപ്പം ചൽമെസ്സോയും ഉണ്ടായിരുന്നു. കോംഗോക്കാരനായ ചൽമെസ്സോ ഇങ്ങനെ ചെയോടൊപ്പം ബോട്ടിൽ കയറിയതിന് സമാനമായ സംഭവം കഷ്ടിച്ച് ഒരു പതിറ്റാണ്ടുമുമ്പ് ചെ കാസ്ട്രോ സംഘത്തോടൊപ്പം ഗ്രാന്മയിൽ കയറിയതാണ്.

അടുത്ത മാസത്തെ ഡയറി ചെ ആരംഭിച്ചതിങ്ങനെ: "ഇത് ഒരു പരാജയത്തിന്റെ കഥയാണ്." പക്ഷേ ചൽമെസ്സോ അതങ്ങനെ കാണാൻ ഇഷ്ടപ്പെട്ടില്ല: "ചെയുടെ കോംഗോ ഇതിഹാസം ആഫ്രിക്കയിലെ വിമോചന യുദ്ധങ്ങൾക്ക് സിദ്ധാന്തം ചമച്ചു." അങ്ങനെയായിരുന്നു ആ കോംഗോ വിപ്ലവകാരി ചെയുടെ കോംഗോ പരാജയത്തെ നിർവ്വചിച്ചത്. അന്നു ചെയെ അനുഗമിച്ച കോംഗോക്കാരൻ അടുത്ത 32 വർഷം ക്യൂബയിൽ പല വേഷങ്ങളിൽ നിറഞ്ഞുനിന്നു. ആദ്യം ഒരു പത്രപ്രവർത്തകൻ എന്ന നിലയിൽ പ്രെസ്സ ലാറ്റിന ന്യൂസ് ഏജൻസിയുടെ ലേഖകനായി ഹെയ്ത്തിയിലും യുഎസിലും പ്രവർത്തിച്ചു. 32 വർഷത്തിനുശേഷം മൊബുട്ടുവിൽനിന്നു കബില അധികാരം പിടിച്ചെടുത്തപ്പോൾ ജന്മനാട്ടിൽ തിരിച്ചെത്തി പ്രതിരോധമന്ത്രി, അംഗോളയിലെ കോംഗോ അംബാസഡർ എന്നീ പദവികളിലൊക്കെ പ്രവർത്തിച്ചു. എന്നാൽ അങ്ങകലെ മറ്റൊരു ഭൂഖണ്ഡത്തിൽനിന്നു തന്റെ രാജ്യത്തെ മോചിപ്പിക്കാനെത്തിയ ചെയെ അദ്ദേഹം ഒരു കാലത്തും മറന്നില്ല. ക്യൂബയും കോംഗോയുമായി സൗഹൃദം എന്നും പച്ചപിടിച്ചുനില്ക്കുന്നത് ചെയുടെ വിപ്ലവകാരിയായ ഈ കോംഗോ സഖാവിലൂടെയാണ്.

അവിശ്വസനീയമായ ജീവിതവിജയം

ഫ്രെഡ്ഡി ഇലംഗ 1965ൽ കോംഗോയിലെ ഫിസി ബരാക പർവ്വതപ്രാന്തത്തിലെ പതിനഞ്ചുകാരനായ പത്രവില്പനക്കാരനായിരുന്നു. ഒപ്പംതന്നെ ലുമുംബയുടെ ഘാതകരുടെ ഭരണത്തിനെതിരായ ഗറില്ലയൂണിറ്റിലെ അംഗവുമായിരുന്നു. നാട്ടുഭാഷയായ സ്വാഹിലിയും ഫ്രഞ്ചും വശമായിരുന്ന അവന് ചെഗുവേരയുടെ ദ്വിഭാഷിയും സ്വാഹിലി പഠിപ്പിക്കുന്ന അദ്ധ്യാപകനും ആയി പ്രവർത്തിക്കാൻ കഴിഞ്ഞതോടെ അവന്റെ ജീവിതം ആകെ മാറി. വംശവിദ്വേഷികളായ പീഡകരായി മാത്രം വെള്ളക്കാരെ അറിയുന്ന അവൻ തുടക്കത്തിൽ ചെയെയും അക്കൂട്ടത്തിൽ പെടുത്തിയതിൽ പെട്ടെന്നുതന്നെ പശ്ചാത്തപിക്കേണ്ടിവന്നു. ചെയുടെ പെരുമാറ്റത്തിൽ വെള്ളക്കാരനോ കറുത്തവനോ എന്ന വ്യത്യാസം തെല്ലുപോലുമുണ്ടായിരുന്നില്ല. ഒരു വെള്ളക്കാരൻ കറുത്തവരോട് ബഹുമാനത്തോടെ പെരുമാറുന്നത് ഫ്രെഡ്ഡി ആദ്യമായി കണ്ടത് അപ്പോഴായിരുന്നു. അത് അവനെ അമ്പരപ്പിച്ചു. അതിന്റെ സ്വാഭാവികതയിൽ അവൻ ആഹ്ലാദിച്ചു, ആഹ്ലാദം ആരാധനയായി.

കോംഗോയിലെ 7 മാസത്തെ പ്രവർത്തനം അവസാനിച്ചപ്പോൾ ചെ ഫ്രെഡ്ഡിയെ ക്യൂബയിലേക്കയച്ചു. അവൻ അവിടെ സ്കൂളിൽ ചേർന്നു പഠിച്ചു. പിന്നെ യൂണിവേഴ്സിറ്റിയിൽ മെഡിസിൻ പഠിക്കയും ബ്രെയിൻ

സർജനായിത്തീരുകയുമുണ്ടായി. ഒരു ക്യൂബക്കാരിയെ വിവാഹം കഴിച്ച ഫ്രെഡ്ഡി അവിശ്വസനീയമായ ജീവിതവിജയം നേടി. തുടക്കത്തിൽ ക്യൂബൻവാസം താല്ക്കാലികമെന്നു കരുതിയ ഫ്രെഡ്ഡി കോംഗോയിലേക്ക് തിരിച്ചുപോവുകയുണ്ടായില്ല. 40 വർഷം കടന്നുപോയതറിഞ്ഞുമില്ല. ആ കാലയളവിൽ സ്വന്തം കുടുംബവുമായും സ്വദേശവുമായും ഉണ്ടായിരുന്ന ബന്ധങ്ങളെല്ലാം അറ്റുപോയി. 2003ൽ ജന്മസ്ഥലമായ ബുകാവുവിൽ നിന്നു ഒരു ഫോൺവിളി ഡോ.ഫ്രെഡ്ഡിയെ തേടിയെത്തി. അങ്ങനെ സ്വന്തം കുടുംബം അവസാനം ഫ്രെഡ്ഡിയെ കണ്ടെത്തി.

2005 നവമ്പർ 29ന് ഫ്രെഡ്ഡി ഇല്ലംഗ അന്തരിച്ചപ്പോൾ ദ ഗാർഡിയൻ ഉൾപ്പെടെ പ്രമുഖ പാശ്ചാത്യ പത്രങ്ങൾ വിശദമായ ചരമക്കുറിപ്പുകളോടെ അതു റിപ്പോർട്ട് ചെയ്തതിൽനിന്നു ആ ജീവിതത്തിനു നൽകപ്പെട്ട ആഗോള പ്രാധാന്യം ഊഹിക്കാവുന്നതേയുള്ളൂ. ചെയുമായി ഉണ്ടായ അടുപ്പവും, അത് പ്രവാസത്തിലേക്കു നയിച്ചതും തുടർന്നുണ്ടായ നാടകീയമായ ഗതിമാറ്റവും ആ ജീവിതത്തെ ശ്രദ്ധേയമാക്കി. ന്യൂയോർക്കിലെ ബറൂച്ച് കോളേജിലെ നരവംശശാസ്ത്ര പ്രൊഫസറും ഗ്രന്ഥകാരിയുമായ ഡോ. കത്രിൻ ഹാൻസിംഗ് സംവിധാനം ചെയ്ത, 24 മിനിറ്റ് ദൈർഘ്യമുള്ള FREDDY ILLANGA: CHE'S SWAHILI TRANSLATOR എന്നൊരു സ്പാനിഷ് ഡോക്യുമെന്ററി ഫിലിം ഇംഗ്ലീഷ് സബ് ടൈറ്റിലുകളോടെ 2009ൽ നിർമ്മിക്കപ്പെട്ടത് യൂട്യൂബിൽ ഇപ്പോഴും ലഭ്യമാണ്. ഇതിൽ കുടിയേറ്റവും പ്രവാസജീവിതവും കുടുംബബന്ധങ്ങളുടെ ശൈഥില്യവും മറ്റും മനുഷ്യജീവിതത്തിൽ ഉളവാക്കുന്ന വിഹ്വലതകൾ ഫ്രെഡ്ഡിയുടെ ജീവിതത്തിലെ നാടകീയ സംഭവങ്ങളോട് ഇഴചേർത്തു അവതരിപ്പിക്കപ്പെടുന്നുണ്ട്.

ഇരുപത്തിരണ്ട്

വീണ്ടും ക്യൂബയിലേക്ക്

1965 നവമ്പർ 25ന് ജനറൽ ജോസഫ് മൊബ്യൂട്ടു ഒരു സൈനിക അട്ടിമറിയിലൂടെ പ്രസിഡന്റ് കസാവുബുവിനെ പുറന്തള്ളി കോംഗൊയുടെ പ്രസിഡന്റായി. നാലു ദിവസം മുമ്പേ ചെ ഗുവേര കോംഗോ വിട്ടിരുന്നു. പിന്മാറ്റം ചെയെ സംബന്ധിച്ചിടത്തോളം അതീവ വേദനാജനകമായിരുന്നു. എല്ലാവരും ഏകസ്വരത്തിൽ ആവർത്തിച്ചപ്പോൾ അവസാനം അദ്ദേഹം പിന്മാറാൻതന്നെ തീരുമാനിച്ചു. പക്ഷേ ചെ ഗുവേരയുടെ വിപ്ലവപ്രവർത്തനം ചലിപ്പിച്ചുവിട്ട തരംഗങ്ങൾ പതിറ്റാണ്ടുകളോളം ആഫ്രിക്കൻ വൻകരയെ മാറ്റിമറിച്ചുകൊണ്ടിരുന്നു. തിരിച്ച് പുനർവിചാരത്തിന്റെ വിത്ത് ആഫ്രിക്കയും ചെയിൽ വിതച്ചു. ചെ നേരെ പോയത് താൻസാനിയയിലെ ദാർ എസ്-സലാമിലെക്കായിരുന്നു.

തന്റെ മരണശേഷം പുറത്തുവിടാനായി ഫിദലിനെ ഏല്പിച്ചിരുന്ന വിടവാങ്ങൽ സന്ദേശം ക്യൂബയിൽ പ്രസിദ്ധീകരിക്കപ്പെട്ടെന്ന് അറിഞ്ഞതിനാലായിരുന്നു ചെ അവിടേക്ക് പോകാതിരുന്നത്. ക്യൂബൻ സർക്കാരിലെ പദവികൾ മാത്രമല്ല, ക്യൂബൻ പൗരത്വവും ഉപേക്ഷിക്കയാണെന്ന് രേഖപ്പെടുത്തിയ സന്ദേശം തന്റെ മരണശേഷം പ്രസിദ്ധീകരിക്കാനായിരുന്നു ഫിദലിനെ ഏല്പിച്ചത്. അത് വായിച്ചുകഴിഞ്ഞ ക്യൂബക്കാർക്ക് തന്നെ ഒരു വിദേശിയായേ കാണാനാകൂ എന്ന യാഥാർത്ഥ്യം ഇനി നേരിടാൻ ചെ അശക്തനാണ്. സീറാ മെസ്ത്രയിൽ ഫിദലിനൊപ്പം പ്രവർത്തിച്ചപ്പോൾ താൻ വിദേശിതന്നെ ആയിരുന്നല്ലോ.

ദാർ എസ്-സലാമിലെ ഏകാന്തജീവിതം

ദാർ എസ്-സലാമിൽ മാസങ്ങളോളം ക്യൂബൻ എംബസിയിൽ താമസിച്ച് ചെ ഗ്രന്ഥരചന നടത്തിയത് പുറംലോകം അറിഞ്ഞതേയില്ല. സ്വാതന്ത്ര്യസമരനായകനും സാമ്രാജ്യത്വവിരോധിയുമായിരുന്ന ജൂലിയസ് നൈരേരെ 1964 ഒക്ടോബർമുതൽ അവിടെ പ്രസിഡന്റായതിനാൽ ക്യൂബൻ എംബസിക്ക് എല്ലാ പ്രവർത്തനസ്വാതന്ത്ര്യവും അനുണ്ടായിരുന്നു. ദാർ എസ്-സലാമിലേക്ക് പുറപ്പെട്ടതുമുതൽ ചെ ജീവിതത്തിൽ ആദ്യമായി മറ്റുള്ളവരുടെ നിയന്ത്രണത്തിലാവുക എന്ന അസുഖകരമായ അവസ്ഥയുണ്ടായി. ക്യൂബയിൽ സംഭവിച്ചതുപോലെ ഇനി ഒരു മൂന്നാംലോകരാജ്യത്തിലും ഉണ്ടാകാൻ പാടില്ലെന്ന ദൃഢനിശ്ചയത്തിലായിരുന്ന അമേരിക്ക. അതുകൊണ്ട് ചെ ഗുവേര കോംഗോയിൽ ഉണ്ടെന്ന് അറിഞ്ഞ നിമിഷംമുതൽ അദ്ദേഹത്തിനുവേണ്ടി സിഐഎ വലവീശിക്കഴിഞ്ഞിരുന്നു. തൽക്ഷണം ഇക്കാര്യം അറിഞ്ഞ ക്യൂബയുടെ രഹസ്യാന്വേഷണവിഭാഗം അദ്ദേഹത്തിന്റെ സുരക്ഷയ്ക്ക് ആവശ്യമായതെല്ലാം ചെയ്തതിന്റെ ഫലമായിരുന്നു ചെ മറ്റുള്ളവരുടെ ചൊല്പടിക്ക് നില്ക്കേണ്ടിവന്നതും.

ആഫ്രിക്കയിലും ലാറ്റിനമേരിക്കയിലും മറ്റും നയതന്ത്രപ്രവർത്തനങ്ങളുടെ മറവിൽ ഫലപ്രദമായി പ്രവർത്തിച്ചിരുന്ന ക്യൂബയുടെ രഹസ്യാന്വേഷണ ഏജൻസികളുടെയും ഗറില്ലാ-സഹായ ശൃംഖലയുടെയും ആഫ്രോ-ഏഷ്യാ വിഭാഗം മേധാവിയായിരുന്നു യൂളിസ് എസ്റ്റാഡ. ലോകം മുഴുവൻ ക്യൂബയുടെ രഹസ്യാന്വേഷണപ്രവർത്തനവും ഗറില്ലാ സമരങ്ങൾക്ക് നൽകിവന്നിരുന്ന സഹായവും നയതന്ത്രപ്രവർത്തനങ്ങളുടെ മറവിൽ ഏകോപിപ്പിച്ചതാകട്ടെ ബർബറോജ പിനൈറോ ആയിരുന്നു. ക്യൂബയ്ക്കും താൻസാനിയയ്ക്കും ഇടയിൽ നിരന്തരം സഞ്ചരിച്ചായിരുന്ന യൂളീസ് ചെയ്ക്ക് കൊംഗോയിൽ പ്രവർത്തിക്കാൻ ആവശ്യമായ ആളും ആയുധവും രഹസ്യാന്വേഷണവിവരങ്ങളും എത്തിച്ചിരുന്നത്. കോംഗോയിലെ പരാജയശേഷം ചെയുടെയും ക്യൂബൻ ഗറില്ലകളുടെയും പിന്മാറ്റം അതീവ രഹസ്യമായി ആസൂത്രണം ചെയ്തതും യൂളീസായരുന്നു. ചെയുടെ ഭാവി നീക്കങ്ങളെല്ലാം ഏകോപിപ്പിച്ചതും അദ്ദേഹംതന്നെ.

ദാർ എസ്-സലാമിലെ ക്യൂബൻ എംബസിയുടെ മുകൾത്തട്ടിൽ പുറംലോകവുമായി യാതൊരു ബന്ധവുമില്ലാതെയായിരുന്നു ചെ വായനയിലും എഴുത്തിലും മുഴുകിയത്. അതേ നിലയിൽ കമ്യൂണിക്കേഷൻ മുറിയിൽ ഉണ്ടായിരുന്നത് ചെയുടെ ക്യൂബക്കാരൻ ടൈപ്പിസ്റ്റ് കോൾമൻ ഫെറർ ആയിരുന്നു. എന്നാൽ മറ്റാരും അവരെ കണ്ടിരുന്നില്ല. കോംഗോയിലെ എഴുമാസക്കാലത്ത് ചെ എഴുതിയ കുറിപ്പുകൾ

ക്ഷമാപൂർവ്വം വായിച്ച്, ഫിദൽ ഉൾപ്പെടെയുള്ള നേതാക്കൾക്കുവേണ്ടി യുള്ള റിപ്പോർട്ട് എന്ന നിലയിൽ സുദീർഘമായ കൈയെഴുത്തുപ്രതി ഫെറർ തയ്യാറാക്കി. തന്റെ ദൗത്യപരാജയമായിരുന്നു പ്രധാന വിഷയം. ആഫ്രിക്കയിലെ വിമോചനപ്രസ്ഥാനങ്ങളെയും ഇടതുപക്ഷപ്രസ്ഥാന ങ്ങളെയും സഹായിക്കാനുള്ള സാദ്ധ്യതകളെപ്പറ്റിയും സുദീർഘമായി ത്തന്നെ അതിൽ പ്രതിപാദിക്കപ്പെട്ടിരുന്നു.

"തത്ത്വശാസ്ത്രപരമായ കുറിപ്പുകൾ", "സാമ്പത്തികശാസ്ത്രപരമായ കുറിപ്പുകൾ" എന്നീ പഠനഗ്രന്ഥങ്ങൾ തുടങ്ങിവെയ്ക്കാനും ഈ ഏകാന്തജീ വിതം ചെയെ സഹായിച്ചു. ആദ്യത്തേത് ഏറെക്കാലത്തിനുശേഷം 2012 ജൂൺ 14ന് ഗ്രന്ഥരൂപത്തിൽ പ്രസിദ്ധീകരിക്കപ്പെട്ടു. ചെ പലപ്പോഴായി എഴുതിയ, അതുവരെ ഗ്രന്ഥരൂപത്തിൽ വരാത്ത തത്ത്വചിന്താപര മായ കുറിപ്പുകളെല്ലാം അതിൽ ഉൾപ്പെട്ടിരുന്നു. 1965മുതൽ 1967വരെ കോംഗോ, താൻസാനിയ, ചെക്കോസ്ലോവാകിയ, ബോളീവിയ എന്നിവിടങ്ങളിൽ വെച്ച് കുറിച്ചവയായിരുന്നു അവ. 400 പേജു വരുന്ന ഇതിന്റെ ആരംഭത്തിലെ ഏതാനും പേജുകൾ മാത്രമായിരുന്നു ദാർ എസ് സലാമിൽ വെച്ചു രചിച്ചത്. സ്റ്റാലിന്റെ കാലം മുതൽ സോഷ്യലി സ്റ്റ് ബൈബിളായി പരിഗണിക്കപ്പെട്ടിരുന്ന സോവിയറ്റ് മാന്വൽ ഓഫ് പൊളിറ്റിക്കൽ ഇക്കോണമിയെ നിശിതമായി വിമർശിച്ചെഴുതിയതാ യിരുന്നു രണ്ടാമത്തേത്. Critical Notes on Political Economy എന്ന ശീർഷകത്തിൽ 2007ൽ മാത്രമാണ് ഹവാനയിലെ ചെ ഗുവേര പഠനകേന്ദ്രത്തിന്റെ സഹകരണത്തോടെ ഇംഗ്ലീഷ് പതിപ്പ് പുറത്തി റങ്ങിയത്. സ്പാനിഷ് പതിപ്പുപോലും അതിന്റെ തലേവർഷം 2006-ലേ വെളിച്ചംകണ്ടുള്ളു.

ഏകാന്തതയുടെ അന്ത്യം

1966 ജനുവരിയിൽ അപ്രതീക്ഷിതമായി അലൈദ താൻസാനിയയി ലെത്തി. ജീവചരിത്രകാരന്മാർ പലവിധത്തിലാണ് അലൈദ വന്നെത്തി യതെങ്ങനെയെന്നു വിവരിച്ചുകാണുന്നത്. ചെ ആവശ്യപ്പെട്ടതനുസരിച്ച് ഫിദൽ അവളെ അയച്ചെന്ന് ഒരു കൂട്ടരും, ചെ ഒരിക്കലും ആവശ്യപ്പെട്ടി ട്ടില്ലെന്നും അല്ലാതെതന്നെ ഫിദൽ ചെയ്തതാണെന്നു മറ്റൊരു വിഭാഗം ജീവചരിത്രകാരന്മാരും രേഖപ്പെടുത്തിക്കാണുന്നതിനാൽ അലൈദ സ്മരണയിൽ രേഖപ്പെടുത്തിയതിനെ അവലംബിക്കാം. സീറ മെസ്ത്രയിൽ വെച്ച് നടന്ന ഒരു ബിരുദദാനചടങ്ങിലേക്ക് ഫിദൽ അലൈദയെയും ക്ഷണിച്ചിരുന്നു. അവിടെവെച്ച് ക്യൂബൻ സൈനികമേധാവി കോംഗോ യിൽനിന്നു ചെ പിന്മാറിയ വിവരം ഫിദലിനെ അറിയിക്കാനും ചെയുടെ ഫിദലിനുള്ള കത്ത് കൈമാറാനും എത്തിയിരുന്നു. താൻസാനിയയിൽ

ഇരുന്ന കോംഗോ ഡയറിക്കുറിപ്പുകളെ അവലംബിച്ച തയ്യാറാക്കിയ ആ കത്ത്, അഥവാ, റിപ്പോർട്ട് ആയിരുന്ന പില്ക്കാലത്ത് Congo Diary: Episodes of the Revolutionary War in the Congo എന്ന പേരിൽ പുസ്തകമായി പ്രസിദ്ധീകരിക്കപ്പെട്ടത്. അലൈദ എഴുതി: “കോംഗോയിൽനിന്ന ക്യൂബക്കാർ പിൻവാങ്ങിയെന്ന് അറിഞ്ഞയുടനെ ചെയെ പോയിക്കാണാൻ ഫിദൽ എനിക്ക് അനുമതി നല്കി. മുൻകാലങ്ങളിലെന്ന പോലെ അദ്ദേഹം ഞങ്ങൾക്കിടയിൽ ഇടനിലക്കാരനായി പ്രവർത്തിച്ചു. എന്റെ തീവ്രമായ പ്രതീക്ഷ ചെ വിസമ്മതിക്കയില്ല എന്നായിരുന്നു. ഇപ്രാവശ്യം അദ്ദേഹം വിസമ്മതിക്കാതിരുന്നതിൽ എന്റെ മനസ്സു നിറഞ്ഞു.”

താൻസാനിയയിൽ ചെയുടെ അരികിലെത്തിയതിനെപ്പറ്റി അലൈദ എഴുതി: “എനിക്ക് മിക്കവാറും തിരിച്ചറിയാൻ പറ്റാത്ത മറ്റൊരു കഥാപാത്രമായി മാറിക്കഴിഞ്ഞ ചെ എന്നെ കാത്ത് അവിടെയുണ്ടായിരുന്നു. ക്യൂബയിൽ വെച്ച് എപ്പോഴും ധരിക്കാറുള്ള ഒലിവ് ഗ്രീൻ യൂണിഫോം അണിയാതെ അദ്ദേഹം ക്ലീൻ ഷേവ് ചെയ്തിരുന്നു. കഠിനമായി പരിഭ്രമിച്ച, സന്ദേഹപൂരിതയായ ഞാനും വേഷപ്രച്ഛന്നയായിരുന്നു. എന്നാൽ ഞാൻ അദ്ദേഹത്തെ തിരിച്ചറിഞ്ഞയുടനെ എല്ലാം അപ്രത്യക്ഷമായി. ഞങ്ങൾ വീണ്ടും ഒന്നായി.”

ആറ് ആഴ്ചകളോളം ഇരുവരും മുറിയിൽ അടച്ചിട്ടിരുന്നു. താൻസാനിയയിലെ ക്യൂബൻ അംബാസഡർ പാബ്ലോ റിവാൽത മാത്രമേ ഈ കാലയളവിൽ അവരെ സന്ദർശിച്ചിരുന്നുള്ളൂ. അവർക്കു ഭക്ഷണമെത്തിക്കാനും മറ്റെന്താവശ്യത്തിനും അംബാസഡർതന്നെ വന്നും പോയുമിരുന്നു. ചെയുടെ സുരക്ഷയായിരുന്നു പ്രധാനം. അറിവിന്റെ വിവിധ തലങ്ങളെ അലൈദയ്ക്ക് പരിചയപ്പെടുത്തിക്കൊടുത്ത നല്ലൊരു അദ്ധ്യാപകനായി ചെ അക്കാലത്ത് പ്രവർത്തിച്ചു. ദിവസവും പ്രാതലിനുശേഷം ചെയുടെ നിർദ്ദേശാനുസരണം അലൈദ വായനയിൽ മുഴുകിയിരുന്നു. അവർക്കുവേണ്ടി വിശിഷ്ടഗ്രന്ഥങ്ങളും ഗൃഹപാഠങ്ങളും ഉൾപ്പെട്ട ഒരു പാഠ്യപദ്ധതിതന്നെ ചെ ഉണ്ടാക്കി. അലൈദയെ ഫ്രഞ്ചു പഠിപ്പിക്കാനും ശ്രമം നടന്നിരുന്നു. കൂടാതെ കുട്ടികൾക്കുവേണ്ടിയുള്ള കഥകൾ ചെതന്നെ വായിച്ചു റെക്കോഡ് ചെയ്തത് പില്ക്കാലത്ത് ഏറെ വിലമതിക്കപ്പെട്ടു. ഗ്വാട്ടിമാലയിലെ വിമോചനപ്രസ്ഥാനത്തെ വിശകലനം ചെയ്യുന്ന ഫിദലിനുള്ള ഒരു കത്തും അലൈദയെ ഏല്പിച്ചു. താൻ ലോകത്തെവിടെ പോരാട്ടങ്ങളെ നയിച്ചിരുന്നതും ക്യൂബൻ വിപ്ലവത്തിന്റെ പ്രതിനിധി എന്ന നിലയിലായിരുന്നുവെന്ന് അതിൽ വ്യക്തമാക്കി. ആ വിപ്ലവത്തിൽനിന്നു ഉയർന്നുവന്ന “മാതൃഭൂമി അഥവാ മരണം” എന്ന പോർവിളി എവിടെയും ചെ മുഴക്കി.

കോംഗോ സ്മരണകൾ ഫിദലിനയച്ച റിപ്പോർട്ടിന്റെ രൂപത്തിൽ അലൈദ വരുന്നതിനുമുമ്പേ എഴുതിയിരുന്നല്ലോ. കൈയെഴുത്തുപ്രതി വായിച്ച ഫിദലും മറ്റും മൂന്നു പതിറ്റാണ്ടുകളോളം അത് പുറത്തുവിട്ടില്ല. അലൈദതന്നെയായിരുന്നു പിന്നീട് ബ്രിട്ടീഷ് ചരിത്രകാരൻ റിച്ചാർഡ് ഗോട്ടിന്റെ അവതാരികയോടെ The African Dream: The Diaries of the Revolutionary War in the Congo എന്ന പേരിലുള്ള ഗ്രന്ഥവും ബൊളീവിയൻ ഡയറിയും ഇംഗ്ലീഷിൽ പ്രസിദ്ധീകരിച്ചത്. ചുറ്റും തോക്കുകൾ ഗർജ്ജിക്കുമ്പോഴും ചെ എഴുതിക്കൂട്ടിയ അനുഭവങ്ങളാണ് അദ്ദേഹത്തിന്റെ കോംഗോയിലെയും ബൊളീവിയയിലെയും അനുഭവങ്ങൾ പകർത്തിയ ഡയറികൾ.

പ്രാഗിൽ

താൻസാനിയയിൽനിന്നും പ്രാഗിലേക്ക് രഹസ്യമായി പോകുമ്പോഴും ക്യൂബയിലേക്ക് പോകാൻ ചെ തീരുമാനിച്ചിരുന്നില്ല. പ്രാഗിൽ അദ്ദേഹത്തിനു തന്റെ ദൗത്യത്തിന്റെ രഹസ്യാത്മകതയ്ക്ക് ഇണങ്ങുംമട്ടിൽ ഒരു സുരക്ഷിതഭവനംതന്നെ ലഭിച്ചു. അത്തരം ഏതാനും ഭവനങ്ങൾ ക്യൂബക്കാർക്കു സതന്ത്രമായി ഉപയോഗിക്കാൻവേണ്ടി ചെക് സർക്കാർ നീക്കിവെച്ചിട്ടുണ്ട് എന്നല്ലാതെ ചെ ഗുവേരയാണ് പുതിയ താമസക്കാരനെന്നു അവിടെ ഉണ്ടായിരുന്ന ആർക്കുമറിയില്ലായിരുന്നു. അവിടെയും ഏതാനും ആഴ്ച ചെയോടൊപ്പം ജീവിക്കാൻ അലൈദയ്ക്കു സൗകര്യം ഒരുക്കപ്പെട്ടിരുന്നു. അങ്ങനെ വിവാഹജീവിതത്തിൽ അവർക്കു അപൂർവ്വമായി വീണുകിട്ടിയ ദിനങ്ങളായിരുന്നു ദാർ എസ് സലാമിലും പ്രാഗിലും ലഭിച്ചത്. വിപ്ലവാനന്തര ക്യൂബയിൽ ദിവസവും പതിനെട്ട് മണിക്കൂറിൽക്കൂടുതൽ ജോലിചെയ്തിരുന്ന ചെയ്ക്ക് സ്വസ്ഥമായ കുടുംബജീവിതം ഇല്ലായിരുന്നു. ഏതാനും ആഴ്ചകളെങ്കിലും ജീവിക്കാൻ അവർക്ക് ആഫ്രിക്കയിലും യൂറോപ്പിലും വരേണ്ടിവന്നു.

ഫിദലുമായി സന്ദേശം കൈമാറാൻ യൂളിസ് എസ്റ്റാഡ ഇടയ്ക്കിടെ ഹവാനയിൽനിന്നു പ്രാഗിൽ വന്നുംപോയുമിരുന്നു. സന്ദേശങ്ങളിൽ ഫിദൽ നിരന്തരം ആവശ്യപ്പെട്ടിരുന്നത് ചെ തിരിച്ച് ക്യൂബയിൽ ചെല്ലണമെന്നായിരുന്നു. മോസ്കോയുമായി ക്യൂബയുടെ ബന്ധം നിലനിർത്താൻ താൻ ചെല്ലുന്നത് ഒരു തടസ്സമാകുമോ എന്ന ആശങ്ക ചെയ്ക്കുണ്ടായിരുന്നു. ക്യൂബയുടെ വിപ്ലവപ്രതിച്ഛായയുടെ പ്രചാരണത്തിനാണെങ്കിൽ താൻ വിദേശത്ത് ഉണ്ടാകുന്നതാണ് നല്ലതെന്ന തോന്നലും ഉണ്ടായിരുന്നു.

ട്രൈകോണ്ടിനെന്റൽ സമ്മേളനം

1966 ജനുവരിയിൽ ആദ്യത്തെ ട്രൈകോണ്ടിനെന്റൽ സമ്മേളനം ഹവാനയിൽ ചേർന്നത് ചെയിൽ പ്രതീക്ഷകളുണർത്തി. ഏഷ്യ, ആഫ്രിക്ക, ലാറ്റിനമേരിക്ക എന്നീ മൂന്ന വൻകരളിലെ സാമ്രാജ്യത്വവിരുദ്ധരുടെ സമ്മേളനത്തിൽ 82 രാജ്യങ്ങളിൽനിന്നായി 500-ലേറെ പ്രതിനിധികളായിരുന്നു പങ്കെടുത്തത്. അക്കൂട്ടത്തിൽ ദേശീയവിമോചനപ്രസ്ഥാനങ്ങളുടെയും ഗറില്ലാസംഘടനകളുടെയും പുതുതായി കൊളോണിയലിസ്റ്റ് അടിമത്തം വലിച്ചെറിഞ്ഞ രാജ്യങ്ങളുടെയും പ്രതിനിധികളുണ്ടായിരുന്നു. 1955-ലെ ബന്ദുങ്സമ്മേളനത്തെ അപേക്ഷിച്ച് കൂടുതൽ വിപ്ലവകരവും മുതലാളിത്തത്തിന് കൂടുതൽ വെല്ലുവിളി ഉയർത്തുന്നതുമായിരുന്നു ഹവാനസമ്മേളനം. സാമ്രാജ്യത്വത്തെയും കൊളോണിയിലിസത്തെയും നവകൊളോണിയലിസത്തെയും കലവറയില്ലാതെ അപലപിച്ച ഈ സമ്മേളനം അമേരിക്കയ്ക്കെതിരെ അന്നത്തെ വിയറ്റ്നാംസമരത്തോട് ഐക്യദാർഢ്യം പ്രഖ്യാപിക്കയുമുണ്ടായി. ചെയെ ഏറെ സന്തോഷിപ്പിച്ചിട്ടുണ്ടാവുക, ഫിദൽ ഈ കോൺഫ്രൻസിൽ ചൈനയുടെയും സോവിയറ്റ്യൂണിയന്റെയും നിലപാടുകളിൽനിന്നു വ്യത്യസ്തമായി വിപ്ലവകാഴ്ചപ്പാടോടെ സംസാരിച്ചതായിരിക്കണം. ആൻഡേഴ്സൻ എഴുതി: “ഫിദലിനും ചെയ്ക്കും ഇടയിലെ അകൽച്ചയെ പറ്റി തുടർന്നുപോരുന്ന കിംവദന്തി ലഘൂകരിക്കാനും, ചെയ്ക്ക് പുതിയ സമരരംഗത്തിൽ പ്രവേശിക്കാൻ അവസരം സൃഷ്ടിക്കാനും ഉള്ള ഒരു പ്ലാറ്റ്ഫോം ട്രൈകോണ്ടിനെന്റൽ കോൺഫ്രൻസ് നൽകി.”

അന്ന് ലാറ്റിനമേരിക്കയിൽ മൊത്തത്തിൽ ഉണ്ടായ വിപ്ലവമുന്നേറ്റങ്ങൾ ട്രൈകോണ്ടിനെന്റൽ കോൺഫ്രൻസിൽ പ്രതിഫലിച്ചിട്ടുണ്ടാകണം. കോൺഫ്രൻസിലെ നടപടികളും പ്രഖ്യാപനങ്ങളും വിപ്ലവപ്രസ്ഥാനങ്ങളെ തീർച്ചയായും പ്രചോദിപ്പിച്ചു. പെറു, കൊളംബിയ, വെനുസ്വേല, ഗ്വാട്ടിമാല, ബൊളീവിയ തുടങ്ങിയ രാജ്യങ്ങളിലെല്ലാം വിപ്ലവമുന്നേറ്റങ്ങളുണ്ടായി. ചെറിയൊരു നോട്ടപ്പിശകുകൊണ്ട് അവിടങ്ങളിലെവിടെയെങ്കിലും ക്യൂബ ആവർത്തിക്കപ്പെടാതിരിക്കാൻ അമേരിക്കയും സിഐഎയും എല്ലായിടത്തും ഉണർന്നു പ്രവർത്തിച്ചിരുന്നു. കൊളംബിയയിൽ 1966 ഫെബ്രുവരിയിൽ വിമോചനദൈവശാസ്ത്രജ്ഞനും കത്തോലിക്കാ പുരോഹിതനുമായ കമിലോ തോറസ് (1927-1966) പടക്കളത്തിലിറങ്ങിയ ആദ്യദിവസംതന്നെ വധിക്കപ്പെട്ടു. 1966 മാർച്ചിൽ ഗ്വാട്ടിമാലൻ കമ്യൂണിസ്റ്റ് പാർട്ടിയുടെ ഒരു രഹസ്യയോഗത്തിൽ ആക്രമണം നടത്തിയ സുരക്ഷാസൈന്യം 26 സമുന്നതനേതാക്കളെ ഒറ്റയടിക്കു കശാപ്പുചെയ്തു. പെറുവിലും സമാന സംഭവങ്ങൾ ആവർത്തിച്ചു.

ബൊളീവിയയിലേക്കുള്ള തയ്യാറെടുപ്പുകൾ

കോംഗോയിൽനിന്നു മടങ്ങേണ്ടിവന്ന സാഹചര്യവും ഹവാനസമ്മേളനം ചലിപ്പിച്ചുവിട്ട മൂന്നാംലോകരാജ്യങ്ങളിലെ വിമോചനപ്രസ്ഥാനങ്ങളും ലാറ്റിനമേരിക്കയിലെ കലാപബാധിതമായ അന്തരീക്ഷവുമെല്ലാം വീണ്ടും വിപ്ലവപ്രവർത്തനത്തിന് ഇറങ്ങാനുള്ള ചെയുടെ തീരുമാനത്തെ ഒന്നുകൂടി ശക്തിപ്പെടുത്തി. അതിന് ക്യൂബയിൽ വന്ന് ഗറില്ലകളെ സ്വന്തം മേൽനോട്ടത്തിൽ പരിശീലിപ്പിക്കമാത്രമേ വഴിയുള്ളൂ. ആ ലക്ഷ്യത്തോടെയായിരുന്നു ചെ രഹസ്യമായി ക്യൂബയിൽ 1966 ജൂലായ് 21-ന് തിരിച്ചെത്തിയത്. ക്യൂബയിൽ അദ്ദേഹം ലാറ്റിനമേരിക്കൻ ദൗത്യത്തിനുള്ള പോരാളികളെ ഒരു രഹസ്യകേന്ദ്രത്തിൽ പരിശീലിപ്പിക്കുന്നതിൽ മുഴുകി. മാസങ്ങൾ അങ്ങനെ കടന്നുപോയത് അറിഞ്ഞില്ല. പരിശീലനത്തിൽ ഏർപ്പെട്ടവരിൽ ഏറെയും തന്റെ മുൻ സഖാക്കളായിരുന്നു. അതിനിടയിൽ ബൊളീവിയയിലേക്ക് വിശ്വസ്തരായ അനുയായികളെ വിട്ട് രാഷ്ട്രീയാന്തരീക്ഷം വിപ്ലവത്തിനു പാകമായെന്നു ഉറപ്പുവരുത്തിയിരുന്നു. ക്യൂബൻ സർക്കാരിന്റെ രഹസ്യാന്വേഷണവിഭാഗവും അക്കാര്യം ഉറപ്പുവരുത്തി.

ചെ ഗുവേര സ്വന്തം രാജ്യമായ അർജന്റീനയെ ഒരു ഗറില്ല-ഫോകൊ ആക്കണമെന്നു വളരെയേറെ ആഗ്രഹിച്ചിരുന്നു. എന്നാൽ ക്യൂബൻ കാര്യങ്ങളിൽ മുഴുകിപ്പോയതിനാൽ വിദൂരനിയന്ത്രണത്തിലൂടെ 1964-ൽ അർജന്റൈൻ വിപ്ലവത്തിനു ശ്രമിച്ച കനത്ത തിരിച്ചടി നേരിട്ടതിനാൽ 1966-ൽ അതൊരു അടഞ്ഞ അദ്ധ്യായമായിക്കഴിഞ്ഞിരുന്നു. ഗോട്ടിമാലയിലും പെറുവിലും സമാനമായ അനുഭവങ്ങളിലൂടെ കടന്നുപോന്ന ചെ വെനസ്വേല, ബ്രസീൽ, കൊളംബിയ തുടങ്ങിയ മറ്റു ചില ലാറ്റിനമേരിക്കൻ രാജ്യങ്ങളെക്കൂടി പരിഗണിച്ചായിരുന്നു ഒടുവിൽ ബൊളീവിയ തിരഞ്ഞെടുത്തത്. ബൊളീവിയയുടെ കാര്യത്തിൽ അനുകൂല ഘടകങ്ങൾ ഏറെയായിരുന്നു. ലാറ്റിനമേരിക്കൻ രാജ്യങ്ങളുടെ ഇടയിൽ അതിന്റെ സ്ഥാനം തന്ത്രപരമായിരുന്നു. വൻകരയുടെ മദ്ധ്യത്തിൽ സ്ഥിചെയ്യുന്ന അത് അർജന്റീന, ബ്രസീൽ, ചിലി, പരാഗ്വെ, പെറു എന്നീ രാജ്യങ്ങളുമായി അതിർത്തി പങ്കിടുന്നു. അതുകൊണ്ട് ബൊളീവിയയിൽ നടക്കുന്ന സമരത്തിന്റെ പടഹധ്വനി അയൽരാജ്യങ്ങളിൽ മുഴങ്ങാതിരിക്കില്ല. അങ്ങനെ ലാറ്റിനമേരിക്കയുടെ ഹൃദയമായി കണക്കാക്കപ്പെടുന്ന ബൊളീവിയയിൽ രൂപപ്പെടുന്ന ഗറില്ല-ഫോകൊ വൻകരയിലെ ഇതര രാജ്യങ്ങളിലേക്ക് വ്യാപിക്കുമെന്നും അത് സാമ്രാജ്യത്വത്തെ പരാജയപ്പെടുത്തുമെന്നും ചെ കണക്കുകൂട്ടി.

1966 ആയപ്പോഴേയ്ക്കും ബൊളീവിയയുടെ പ്രസിഡന്റ് പദവിയിലെത്തിയ ബാറിയെന്തോസ് എംഎൻആറിന്റെ (റെവലൂഷണറി നാഷണലിസ്റ്റ് മൂവ്മെന്റ്) വിപ്ലവപാരമ്പര്യം മുഴുവൻ കാറ്റിൽപ്പറത്തി വാഷിങ്ടന്റെ ഉറ്റ ചങ്ങാതിയായി. മുൻപ്രസിഡന്റ് പാസ് എസ്റ്റെൻസോറോയുടെ വിശ്വസ്തനെന്ന നാട്യത്തിൽ ദീർഘകാലമായി സിഐഎയുടെ മാസപ്പടി വാങ്ങിക്കൊണ്ടിരുന്ന അദ്ദേഹം പല ജനപ്രിയ പരിപാടികൾ കൊണ്ട് ജനങ്ങളെ സന്തോഷിപ്പിക്കാൻ ശ്രമിക്കുന്നതിനിടയിലും ഖനിത്തൊഴിലാളികളെ നിഷ്ഠുരമായി അടിച്ചമർത്തി. മർദ്ദനനടപടികളുടെ പാരമ്യത്തിലായിരുന്നു 1967 ജൂൺ 24ന് കുപ്രസിദ്ധമായ സാൻ ജ്വാൻ മൈനിംഗ് കൂട്ടക്കൊലയിലൂടെ വൃദ്ധരും സ്ത്രീകളും കുട്ടികളുമുൾപ്പെടെ നിരവധിപേരെ കശാപ്പുചെയ്തത്.

1953-ൽ കലിക ഫെറ്ററുമൊത്ത് ചെ ബൊളീവിയ സന്ദർശിച്ചപ്പോൾ ബൊളീവിയൻ വിപ്ലവത്തിന് ഒരു കൊല്ലമേ പ്രായമായിരുന്നുള്ളൂ. ലാറ്റിനമേരിക്കയിലെ സംഘടിത തൊഴിലാളിവർഗ്ഗപ്രസ്ഥാനത്തിന്റെ ചരിത്രകാരനായ റോബർട്ട് ജെ അലക്സാണ്ടർ എഴുതിയിരുന്നു: "ബൊളീവിയൻ ദേശീയവിപ്ലവം 1952 ഏപ്രിൽ 9-ന് ആരംഭിച്ചു. അത് രാജ്യത്തിലേക്ക് സാമ്പത്തികവും സാമൂഹികവും രാഷ്ട്രീയവുമായ ആഴമേറിയ മാറ്റങ്ങൾ എത്തിക്കുകയും ബൊളീവിയൻ തൊഴിലാളിപ്രസ്ഥാനത്തിന്റെ ചരിത്രത്തിൽ പുതിയ അദ്ധ്യായം തുറന്നിടുകയും ചെയ്തു." (A history of organized labor in Bolivia)

അന്ന് ലാ പാസിലെ തെരുവുകളിൽ സാധാരണ ജനങ്ങളും സായുധരായ കർഷകരും തൊഴിലാളികളും വിപ്ലവഗാനങ്ങൾ ആലപിച്ചു നീങ്ങുന്നത് ചെ ആവേശത്തോടെ വീക്ഷിച്ചിരുന്നു. റിച്ചാർഡ് ഹാരിസ് എഴുതി: "വിപ്ലവപ്രസ്ഥാനം തുടങ്ങിവെയ്ക്കാനുള്ള ഇടമായി ബൊളീവയയെ തിരഞ്ഞെടുത്തപ്പോൾ, ഈ സായുധ കർഷകരെയും തൊഴിലാളികളെയും പറ്റി 1966-ൽ അദ്ദേഹം ഉറപ്പായും ചിന്തിച്ചിരിക്കണം. യാങ്കി ഡോളറും യുഎസ് സൈനിക ഉപദേഷ്ടാക്കളും സിഐഎയും ദുഷിപ്പിച്ച അവസരവാദികളായ രാഷ്ട്രീയക്കാരും സൈനിക ജനറൽമാരും അക്കാലത്തെ വിപ്ലവത്തെ വഞ്ചിച്ചുവെന്ന് അദ്ദേഹം ഉറച്ചു വിശ്വസിച്ചിരുന്നു."

ബൊളീവിയൻ കമ്യൂണിസ്റ്റ്പാർട്ടിയുടെ നിലപാടുമാറ്റങ്ങൾ

ബൊളീവിയൻ കമ്യൂണിസ്റ്റ്പാർട്ടി ചെയ്ക്ക് പിന്തുണ പ്രഖ്യാപിച്ചിരുന്നു. എന്നാൽ സോവിയറ്റ്-ചൈനീസ് പാർട്ടികൾ തമ്മിൽ രൂപപ്പെട്ടുവന്ന

ഭിന്നത മുറുകിയതോടെ കാര്യങ്ങൾ വഷളായി. അതിനിടയിൽ ബൊളീവിയൻ കമ്യൂണിസ്റ്റ് പാർട്ടിയിലെ കുറെ യുവാക്കൾ ചെയുടെ ഗറില്ലസംഘത്തിൽ ചേരാൻ ക്യൂബയിൽ സായുധ പരിശീലനത്തിൽ ഏർപ്പെട്ടുകഴിഞ്ഞിരുന്നു. പാർട്ടിയുടെ സെക്രട്ടറി ജനറലായിരുന്ന മരിയോ മൊഞ്ചെ മൊലിന പോലും ആദ്യം അക്കൂട്ടത്തിലുണ്ടായിരുന്നു. എന്നാൽ ബൊളീവിയൻ പാർട്ടി പിളർന്ന് സോവിയറ്റ് അനുകൂല വിഭാഗത്തിന്റെ നേതാവായപ്പോൾ അദ്ദേഹം ക്യൂബയിൽവെച്ച് പരിശീലിപ്പിക്കപ്പെട്ട അനുയായികളൊടൊപ്പം ചെയെ കൈവിട്ടു. അതേസമയം കമ്യൂണിസ്റ്റ് പാർട്ടിയിലെ മറ്റൊരു നേതാവ് ഓസ്കാർ സമോറ മെദിനസെലി രൂപീകരിച്ച ചൈനീസ് അനുകൂല കമ്യൂണിസ്റ്റ് പാർട്ടി ഓഫ് ബൊളീവിയ (മാർക്സിസ്റ്റ്-ലെനിനിസ്റ്റ്) ചെയ്ക്ക് പിന്തുണ തുടർന്നു.

മൊഞ്ചെയുടെ ഈ മാറ്റം പെട്ടെന്നൊരു ദിവസംകൊണ്ട് ഉണ്ടായതല്ല. ഹവാനയിൽ 1966 ജനുവരി 3-ന് ആരംഭിച്ച ട്രൈകോണ്ടിനെന്റൽ കോൺഫ്രൻസിലേക്ക് 1965 സെപ്തംബറിൽതന്നെ ബൊളീവിയൻ കമ്യൂണിസ്റ്റ് പാർട്ടിക്ക് ക്യൂബൻ സർക്കാരിൽനിന്നു ക്ഷണം ലഭിച്ചിരുന്നു. അതനുസരിച്ച് ഹവാനയിലെത്തിയ മൊഞ്ചെ കണ്ടത് ഓസ്കാർ സമോറയ്ക്ക് തന്നേക്കാൾ പ്രാധാന്യം ലഭിക്കുന്നതായിട്ടായിരുന്നു. അദ്ദേഹം നയിച്ചിരുന്നതാകട്ടെ തന്റേതിനേക്കാൾ വലിയൊരു പ്രതിനിധിസംഘത്തെയും. ക്യൂബക്കാരുടെ ചൈനീസ് അനുകൂലമനോഭാവം തിരിച്ചറിയാൻ മൊഞ്ചെയ്ക്കും കൂട്ടർക്കും ഇതിലേറെയൊന്നും വേണ്ടിവന്നില്ല. എങ്കിലും ക്യൂബക്കാരുടെ ബൊളീവിയൻ പരിപാടിക്ക് താൻ കൊടുത്തിരുന്ന പിന്തുണ ക്യൂബൻ സർക്കാർ പ്രതിനിധിളോട് അദ്ദേഹം ആവർത്തിച്ചു. അതിനുള്ള സായുധപരിശീലന കേന്ദ്രത്തിലേക്ക് ക്ഷണിക്കപ്പെട്ട മൊഞ്ചെ അവിടെ പാർട്ടിയുടെ അനുവാദം വാങ്ങാതെതന്നെ ബൊളീവിയൻ കമ്യൂണിസ്റ്റുപാർട്ടിയിലെ ഏതാനും യുവജനനേതാക്കൾ പരിശീലനത്തിലേർപ്പെട്ടിരിക്കുന്നതായി കണ്ടു. ഏറെയും ഇരുപത്തഞ്ചുകാരായ യുവാക്കളൊടൊപ്പം മുപ്പത്തഞ്ചുകാരനായ മൊഞ്ചെയും ആ കഠിന പരിശീലനത്തിൽ പങ്കെടുത്തു. വാസ്തവത്തിൽ മൊഞ്ചെ സായുധപരിശീലനത്തിൽ പങ്കെടുത്തതുപോലും പരിശീലനം നടത്തിയിരുന്ന ബൊളീയൻ യുവാക്കളെ ചെയുടെ ഒപ്പം ചേരുന്നതു തടയാനായിരുന്നുവെന്നു ഒട്ടേറെ തെളിവുകളോടെ ആൻഡേഴ്സൻ രേഖപ്പെടുത്തി. സമരത്തിന്റെ നേതൃത്വം തനിക്കാണെങ്കിൽ വിപ്ലവത്തോട് സഹകരിക്കാമെന്നു മൊഞ്ചെ പിന്നീട് ചെയോട് പറയുന്നുമുണ്ട്.

ചെയുടെ ഗെറില്ലാസംഘം

25 ക്യൂബക്കാർക്കുപുറമെ, 29 ബൊളീവിയക്കാരും 3 പെറുവിയന്മാരും ഒരു അർജന്റൈൻ-ജർമൻകാരിയും (താനിയ) ഒരു അർജന്റൈൻ-ക്യൂബക്കാരനും (ചെ) ചേർന്നാൽ ചെയുടെ ബൊളീവിയയിലെ സൈന്യമായി. ഈ ക്യൂബക്കാരായ 25 പേരിൽ 22 പോരാളികളും പിന്നീട് ഗറില്ലായുദ്ധത്തിൽ വീരമൃത്യുവരിച്ചു. ഒരാളൊഴികെ എല്ലാവരും പ്രായത്തിൽ മുപ്പതോ അതിൽ താഴെയോ പ്രായത്തിലുള്ളവരും കുടുംബങ്ങളും കുഞ്ഞുങ്ങളും ഉള്ളവരുമായിരുന്നു. ഒരാൾ മാത്രമായിരുന്നു നാൽപ്പത്തിരണ്ടുകാരനായി ഉണ്ടായിരുന്നത്. ചെ ക്യൂബക്കാരായ 25 പേരെ തിരഞ്ഞെടുത്തത് എങ്ങനെയെന്നു ആൻഡേഴ്സൻ വിവരിക്കുന്നതു നോക്കൂ: "ഒരു വ്യത്യസ്തമായ ഗ്രൂപ്പിനെ ആയിരുന്നു ചെ തിരഞ്ഞെടുത്തത്. കോംഗൊയിൽ അദ്ദേഹത്തിന്റെ ഒപ്പമുണ്ടായിരുന്നവരായിരുന്നു കുറച്ചുപേർ. മറ്റുള്ളവർ സീറായുദ്ധത്തിൽ ഒപ്പമുണ്ടായിരുന്നവരും അദ്ദേഹത്തിന്റെ അംഗരക്ഷകസംഘത്തിലെ അംഗങ്ങളുമായിരുന്നു. ക്യൂബയുടെ വ്യത്യസ്ത ഭാഗങ്ങളിൽനിന്നു വിമാനത്തിൽ കയറ്റി അവരെ ഹവാനയിൽ റൗൾ കാസ്ട്രോയുടെ ഓഫീസിൽ എത്തിച്ചു. കുറച്ചുകാലമായി കാണാതിരുന്ന പഴയ ചങ്ങാതികളെ അവിടെ അവർ തിരിച്ചറിഞ്ഞു. എന്തിനാണ് തങ്ങളെ അവിടെ കൊണ്ടുവന്നതെന്ന് ആർക്കുമറിയില്ലായിരുന്നു. ഒരു സാർവ്വദേശീയ ദൗത്യത്തിനായി തിരഞ്ഞെടുക്കപ്പെട്ട ബഹുമതിക്ക് അവർ അർഹരായിക്കഴിഞ്ഞു എന്ന വിവരം റൗൾ കാസ്ട്രോ അവസാനം പറഞ്ഞു. അതൊരു സ്വപ്നസാക്ഷാൽക്കാരമായിരുന്നു അവരിൽ ഏറെപ്പേർക്കും. ഒരു സാർവ്വദേശീയ വിപ്ലവകാരി ആകുകയെന്നത് സൈനികസേവനം നടത്തിക്കൊണ്ടിരുന്ന ക്യൂബക്കാർക്കെല്ലാം സർവ്വോന്നതമായ അഭിലാഷങ്ങളിലൊന്നായിരുന്നു."

വാസ്തവത്തിൽ ക്യൂബയുടെ വിമോചനയുദ്ധത്തിൽ പങ്കെടുത്തവർ അസാധാരണമായ യാതനകളിലൂടെ കടന്നുപോയവരാണ്. ദിവസങ്ങളോളം പട്ടിണി കിടന്നും വിശ്രമരഹിതമായും മുന്നേറിയ അവർക്ക് ചരിത്രത്തിൽ കേട്ടുകേൾവിയില്ലാത്ത ഭരണകൂടഭീകരതയ്ക്ക് ഇരയാകേണ്ടിവന്നിട്ടുമുണ്ട്. എന്നിട്ടും ക്യൂബൻ ചരിത്രത്തിലെ നിർണ്ണായകഘട്ടത്തിലൂടെ കടന്നുപോരാൻ അസാധാരണ ഭാഗ്യം തനിക്കുണ്ടായെന്നാണ് ക്യാപ്റ്റൻ ജീസസ് സുവാരെസ് ഗയോൾ ചെയോടൊപ്പം ബൊളീവിയയിലേക്ക് പോകുന്നതിനുമുമ്പ് മകനുള്ള കത്തിൽ എഴുതിയത്. മാനവചരിത്രത്തിലെ അതിമഹത്തായ യുഗസൃഷ്ടിയിലാണ് ക്യൂബൻജനത ഏർപ്പെട്ടതെന്നും ഏറ്റവും പ്രതികൂലസാഹചര്യത്തിൽ വിപ്ലവം വിജയിപ്പിച്ചെന്നും തുടർന്നെഴുതി. സാമ്രാജ്യത്വചൂഷണത്തിനു വിധേയരായി

വീർപ്പുമുട്ടിക്കഴിയുന്ന മറ്റു ജനകോടികൾക്ക് മോചനമാർഗ്ഗം കാണിച്ചു കൊടുക്കാനും ക്യൂബൻ വിപ്ലവത്തിനു കഴിഞ്ഞു. അയൽരാജ്യങ്ങളിൽ പലതിലും ചൂഷണവും പട്ടിണിമരണവും സഹിച്ചുകൊണ്ടു കഴിയുന്നവർക്ക് ഉയർത്തെഴുന്നേൽക്കാനുള്ള മാതൃകയായി ക്യൂബ വളർന്നു. "അതുകൊണ്ടാണ് ക്യൂബൻ വിപ്ലവകാരിയുടെ കടമ സ്വന്തം അതിർത്തിക്കപ്പുറത്തേക്കും ഇപ്പോഴും ചൂഷണം നിലനില്ക്കുന്നിടത്തേക്കും സാമ്രാജ്യത്വം ജനങ്ങളുടെ രക്തം ഊറ്റിയെടുക്കുന്നിടത്തേക്കും വ്യാപിക്കുന്നത്." ഇത്തരമൊരു അവബോധമാണ് തന്നെ സ്വന്തം രാജ്യത്തെയും പ്രിയപ്പെട്ടവരെയും വിട്ട് മറ്റു രാജ്യങ്ങളിലെ സാമ്രാജ്യത്വചൂഷണത്തിനെതിരെ പോരാടാൻ പ്രേരിപ്പിക്കുന്നത്.

ഫിദലിന്റെ പ്രാരംഭഘട്ടത്തിലെ ഗറില്ലാസൈന്യത്തേക്കാൾ അംഗസംഖ്യയിൽ ഈ 59 ഗറില്ലകൾ മുന്നിലായിരുന്നു. മെക്സിക്കോയിൽനിന്നു ഗ്രാന്മയിൽ പുറപ്പെട്ടത് 82 പോരാളികൾ ആയിരുന്നുവെങ്കിലും സീറാ മെസ്ത്രയിൽ എത്താൻ കഴിഞ്ഞത് 16 പേർക്കു മാത്രമായിരുന്നല്ലോ. ബാക്കിയെല്ലാവരും മാർഗ്ഗമദ്ധ്യേ ബാത്തിസ്റ്റയുടെ സൈന്യത്തിന്റെ ആക്രമണത്തിൽ വധിക്കപ്പെട്ടു. പക്ഷേ പ്രധാനവ്യത്യാസം ക്യൂബയിലെ കർഷകരും തൊഴിലാളികളും മറ്റു ജനവിഭാഗങ്ങളിൽ വലിയൊരു ഭാഗവും ഗറില്ലകളെ സഹായിക്കുന്നവരായിരുന്നു എന്നതാണ്. എന്നാൽ ബൊളീവിയയിലെ അവസ്ഥ അതായിരുന്നില്ല.

ചെയും അദ്ദേഹത്തിന്റെ ഗറില്ലസംഘവും പെട്ടെന്നൊരു ദിവസം ബൊളീവയയിൽ ചെന്നു കയറുകയല്ല ഉണ്ടായത്. ക്യൂബയിൽ ഒഴിവാക്കാൻ പറ്റാത്ത ഭരണകാര്യങ്ങളിൽ മുഴുകിയിരിക്കേത്തന്നെ ബൊളീവിയയിൽ വേണ്ടത്ര മുൻകരുതലും തയ്യാറെടുപ്പും ചെ എടുപ്പിച്ചിരുന്നു. അദ്ദേഹത്തിന്റെ സഹായി പപി എന്ന ഗൂഢനാമമുള്ള ജോസ് മരിയ മാർടിനെസ് തമായോ 1966 മാർച്ചിൽ ബൊളീവിയയിൽ എത്തി രഹസ്യവിവരശേഖരണവും പ്രാഥമികമായ തയ്യാറെടുപ്പും തുടങ്ങിയിരുന്നു. പോമ്പോ എന്ന ഗൂഢനാമം സ്വീകരിച്ച ക്യാപ്റ്റൻ ഹാരി വില്ലെഗസ് തമായോ, ചെയുടെ അംഗരക്ഷകനായിരുന്ന തൂമ എന്നറിയപ്പെട്ട കാർലോസ് ക്യൂല്ലോ എന്നിവരും ജൂലായിൽ ബൊളീവിയയിൽ എത്തി. പോമ്പോ ചെയുടെ വരവിനു മുന്നോടിയായി പെറുവിയൻ ദേശീയ വിമോചന സൈന്യത്തിലെ അംഗങ്ങളുൾപ്പെടെ പലരുമായി കൂടിയാലോചനകൾ നടത്തിയിരുന്നു.

താനിയ എന്ന തമാര ബുങ്കെ

1961 മുതൽതന്നെ ക്യൂബൻ വിപ്ലവസർക്കാരിനോടും ചെ ഗുവേരയോടും സഹകരിച്ചു പ്രവർത്തിച്ചുപോന്ന താനിയ എന്ന ഗൂഢനാമത്തിൽ

വിഖ്യാതയായ തമാര ബുങ്കെ (1937-1967) ബൊളീവിയയിലെ ഗറില്ലാ യുദ്ധത്തിൽ ആദ്യന്തം നിറഞ്ഞുനിന്നിരുന്നു. എറിക് ബുങ്കെ, നാദിയ ബിദർ എന്നീ ജർമ്മൻ ദമ്പതികളുടെ മകളായി അർജന്റീയിൽ താനിയ ജനിച്ചു. 1930-കളിൽ ഹിറ്റ്ലറുടെ കമ്യൂണിസ്റ്റ് വേട്ടയിൽനിന്നു രക്ഷപ്പെടാനായിരുന്നു ആ കമ്യൂണിസ്റ്റ് ദമ്പതികൾ അർജന്റീനയിൽ അഭയം തേടിയത്. അങ്ങനെ താനിയ അർജന്റൈൻ ജർമ്മൻ വനിതയുമായി. രണ്ടാം ലോകയുദ്ധാനന്തരം ഹിറ്റ്ലർഭരണം അവസാനിച്ചപ്പോൾ അവർ ജർമ്മനിയിലേക്ക് തിരിച്ചുപോകയും ചെയ്തു. 1960ൽ അന്നത്തെ കിഴക്കൻ ജർമ്മനി സന്ദർശിച്ച ചെയുടെ ദ്വിഭാഷിയായി താനിയ പ്രവർത്തിച്ചു. അന്നേ സാമ്രാജ്യത്വവിരുദ്ധവിപ്ലവത്തിന്റെ സാർവ്വദേശീയ പ്രതീകമായി ഉയർന്നുകഴിഞ്ഞിരുന്ന ചെയോട് വീരാരാധനയായിരുന്നു അവൾക്കുണ്ടായിരുന്നത്.

1961 മേയ് 12ന് ക്യൂബയിലേക്ക് ചേക്കേറിയ അവളുടെ പ്രാഗത്ഭ്യവും അച്ചടക്കവും സേവനമനോഭാവവും കണ്ടറിഞ്ഞ ക്യൂബക്കാർ അവിടെ പുതിയ വ്യവസ്ഥിതി കെട്ടിപ്പടുക്കുന്നതിന്റെ ഭാഗമായി രൂപപ്പെട്ട എല്ലാ പ്രവർത്തനപദ്ധതികളിലും അവളെ ഉൾപ്പെടുത്തി. ക്യൂബൻവിപ്ലവം അവളെ സംബന്ധിച്ചിടത്തോളം വെറുമൊരു ചരിത്രസംഭവം മാത്രമായിരുന്നില്ല. അത് അവളുടെ ജീവിതത്തെയാകെ മാറ്റിമറിച്ചു. ഒരു വിപ്ലവകാരിയായി ജീവിക്കാൻ അവളെ പ്രചോദിപ്പിച്ചതും മാനവസമൂഹത്തിന്റെ മോചനത്തിന് ജീവിതം സമർപ്പിക്കാൻ പ്രേരിപ്പിച്ചതും ആ മഹത്തായ വിപ്ലവമായിരുന്നു. ഒരു ഗറില്ലയും ഒളിപ്രവർത്തകയുമാകുക അവളുടെ വലിയ സ്വപ്നമായി. ക്യൂബൻ സഖാക്കൾ ആ സ്വപ്നം സന്തോഷപൂർവ്വം സാക്ഷാൽക്കരിച്ചു. അപ്പോഴായിരുന്നു അവൾക്ക് താനിയ എന്ന ഗൂഢനാമം ലഭിച്ചത്.

ഒടുവിൽ ചെയുടെ ബൊളീവിയൻ പോരാട്ടത്തിനുവേണ്ടി പരിശീലനത്തിനായി താനിയ തിരഞ്ഞെടുക്കപ്പെട്ടു. ഒരു കൊല്ലത്തോളം നീണ്ടുനിന്ന കഠിനമായ പരിശീലനമായിരുന്നു നല്കപ്പെട്ടത്. കൂടാതെ, രഹസ്യ കോഡുകൾ, സ്ക്രിപ്റ്റ്, റേഡിയോ സിഗ്നലുകൾ, ഒളിപ്രവർത്തനത്തിനുള്ള പ്രത്യേക നിയമങ്ങൾ എന്നിവയും സിലബസ്സിൽ ഉൾപ്പെട്ടിരുന്നു. ബെനിഗ്നോ എന്നറിയപ്പെട്ട ദാനിയൽ അലാർകൻ റമിരെസ് (1939-2016) ആയിരുന്നു താനിയയുടെ സൈനികപരിശീലകൻ. ബൊളീവിയയിൽ ചെയൊടൊപ്പമുണ്ടായിരുന്ന 25 ക്യൂബക്കാരിൽ ജീവനോടെ രക്ഷപ്പെട്ട മൂന്നു ക്യൂബക്കാരിൽ ഒരുവനായ ബെനിഗ്നോ ബാത്തിസ്റ്റയ്ക്കെതിരായ പോരാട്ടത്തിലും കോംഗോയിലും ചെയുടെ ഒപ്പമുണ്ടായിരുന്നു. ആരെയും തളർത്തുന്ന കഠിന പരിശീലനം ഒരു

യുവതിക്കു കൊടുത്തുകൊണ്ടിരുന്നപ്പോൾ അലിവുതോന്നി ആർത്തവ കാലം വരുമ്പോൾ മാസത്തിൽ മൂന്നോ നാലോ ദിവസം ഒഴിവാക്കാം എന്നു ബെനിഗ്നോ നിർദ്ദേശിച്ചു. അതിന് താനിയയുടെ ചിരിച്ചുകൊണ്ടുള്ള മറുപടി, ആർത്തവകാലമായതിനാൽ വെടിവെയ്ക്കരുത് എന്നു ശത്രുസൈനികരോട് പറയാനാകില്ലല്ലോ എന്നായിരുന്നു.

1964 മാർച്ചിൽ പരിശീലനം അവസാനിച്ചപ്പോൾ ചെ മണിക്കൂറുകളോളം ഒരു ഗറില്ല നേരിടേണ്ടിവരുന്ന യാതനകൾ ഓരോന്നായി വിവരിച്ചു തീരുമാനത്തിൽ ഉറച്ചുനില്ക്കുയാണോ എന്ന ചോദ്യം ആവർത്തിച്ചു. താനിയ അചഞ്ചലയായിരുന്നു. അപ്പോൾ മാത്രമായിരുന്നു അദ്ദേഹം അവളുടെ ദൗത്യം ബൊളീവിയയിലായിരിക്കും എന്നറിയിച്ചത്. ഒരുപാട് സമയം ലാറ്റിനമേരിക്കയിലെ രാഷ്ട്രീയത്തെയും അപ്പോൾ സംഭവിച്ചുകൊണ്ടിരുന്ന വിപ്ലവമുന്നേറ്റങ്ങളെയും പറ്റി ചെ സംസാരിച്ചു. ബൊളീവിയിലെ സൈന്യത്തിലും സർക്കാരിലുമുള്ള ഉന്നതരുമായി അടുപ്പമുണ്ടാക്കുകയും നാട്ടിൻപുറങ്ങളിലെ ജീവിതം മനസ്സിലാക്കയും ചെയ്യണമെന്നും അദ്ദേഹം ആവശ്യപ്പെട്ടു. ബൊളീവിയയിലെ ഖനിത്തൊഴിലാളികൾ, കൃഷിക്കാർ, വ്യവസായത്തൊഴിലാളികൾ എന്നീ വിഭാഗങ്ങൾ ചൂഷണവിധേയമാകുന്ന രീതി കൃത്യമായി മനസ്സിലാക്കുകയും അവരുമായി ബന്ധം സ്ഥാപിക്കയും വേണം. ഒടുവിൽ നിർദ്ദേശവുമായി ഹവാനയിൽനിന്നു എത്തുന്ന ദൂതനെ കാത്തിരിക്കണം. അയാൾ നല്കുന്ന നിർദ്ദേശമനുസരിച്ചല്ലാതെ ഒന്നും ചെയ്യാൻ പാടില്ല. അയാൾ എത്ര വൈകിയാലും കാത്തിരിക്കണം. അതിനുമുമ്പ് ആരുമായും ബന്ധപ്പെടുകയോ ആരോടെങ്കിലും സാഹായമാവശ്യപ്പെടുകയോ പാടില്ല. ആരോടും, എത്ര വിശ്വസ്തനാണെന്ന് തോന്നുന്ന ആളോടുപോലും താൻ ആരാണെന്ന് വെളിപ്പെടുത്താൻ പാടില്ല. ഈ കർശനനിർദ്ദേശങ്ങൾ നല്കിയായിരുന്നു ചെ താനിയയെ ബൊളീവിയയിലേക്ക് ഗൂഢമായി അയച്ചത്.

1964 മാർച്ചിനും 1966 നവമ്പറിനും ഇടയിലെ രണ്ടരവർഷത്തിലേറെ കാലം താനിയ വെറുതെ ഇരിക്കയായിരുന്നില്ല. അവൾ ലാപാസിലെത്തി തന്റെ ദൗത്യത്തിൽ മുഴുകാൻ 1964 നവമ്പർവരെ സമയമെടുത്തു. വാസ്തവത്തിൽ ഏപ്രിലിൽ ക്യൂബ വിട്ട താനിയ കള്ള പാസ്പോർട്ടും ലോറാ ഗുട്ടിറെസ് ബോയർ എന്ന വ്യാജനാമവും ഉപയോഗിച്ചു പെറുവിലും മറ്റും കറങ്ങിയായിരുന്നു ബൊളീവിയൻ തലസ്ഥാനത്തെത്തിയത്. നിരവധി യൂറോപ്യൻ ഭാഷകളിൽ തട്ടുംതടവുമില്ലാത സംസാരിക്കാൻ കഴിയുന്ന സുന്ദരിയും അവിവാഹിതയും ആയ ആ വെള്ളക്കാരിക്ക് ബൊളീവിയൻ സർക്കാരിന്റെ അകത്തളങ്ങളിൽ

പ്രവേശനം എളുപ്പമായിരുന്നു. രണ്ടുമാസത്തിനുള്ളിൽ ബൊളീവിയയിൽ ഔദ്യോഗികവസതിയും ജോലിചെയ്യാനുള്ള അനുമതിയും വിദ്യാഭ്യാസമന്ത്രാലയത്തിനു കീഴിലെ ഫോക്‌ലോർ ഗവേണസമിതിയിൽ ജോലിയും താനിയ കരസ്ഥമാക്കി. പ്രസിഡന്റ് ബാറിയെന്തോസിന്റെ പ്രസ് സെക്രട്ടറി ഗോൺസാലൊ ലോപെസ് മുനോസിന്റെ വിശ്വാസം ആർജ്ജിച്ച താനിയ അദ്ദേഹം എഡിറ്റു ചെയ്തിരുന്ന വാരികയുടെ സെയിൽസ് റെപ്രസന്റ്റീവ് ആയി. ബൊളീവിയൻ പൗരത്വം നേടിയെടുക്കാൻ 1965 അവസാനത്തോടെ ഒരു എഞ്ചിനീയറിംഗ് വിദ്യാർത്ഥിയെ വിവാഹം കഴിക്കാനും അവൾ മടിച്ചില്ല. അയാളുടെ സാന്നിദ്ധ്യം ശേഷമുള്ള രഹസ്യപ്രവർത്തനങ്ങൾക്ക് തടസ്സമാകയാൽ ഉടനെ നവവരനെ വിദേശപഠനത്തിനും വിട്ടു.

ഇതിനിടയിൽ പുതുതായി രൂപീകരിക്കപ്പെട്ട ക്യൂബൻ കമ്യൂണിസ്റ്റു പാർട്ടി താനിയയെ ഒരു അംഗമാക്കിയതുൾപ്പെടെ പല രഹസ്യ വിവരങ്ങളും ഹവാനയിൽനിന്നു ഗൂഢമായി എത്തിയവർ അറിയിച്ചു. ബൊളീവിയയിൽനിന്ന് വിദേശയാത്രകൾക്ക് തടസ്സമില്ലാത്ത താനിയയെ അർജന്റീന, പെറു തുടങ്ങിയ അയൽരാജ്യങ്ങളിൽ രഹസ്യവിവരങ്ങൾ കൈമാറുന്നതിന്റെ ഭാഗമായി സന്ദർശനം നടത്താൻ പല പ്രവാശ്യം ചെ ഉപയോഗപ്പെടുത്തുകയുണ്ടായി. എന്നാൽ അവളുടെ രഹസ്യം പുറത്താകാതിരിക്കാൻ ചെ അങ്ങേയറ്റം ശ്രദ്ധിച്ചിരുന്നു. വളരെ അത്യാവശ്യ കാര്യങ്ങൾക്കേ താനിയയുമായി ബന്ധപ്പെടാവൂ എന്ന് എല്ലാ അനുയായികൾക്കും അദ്ദേഹം കർശനമായ മുന്നറിയിപ്പ നൽകി. താനിയയോടും ഇക്കാര്യത്തിൽ ചെ കർശനമായിത്തന്നെ പെരുമാറി.

അവസാനത്തെ വിടവാങ്ങൽ

എല്ലാം ശരിയായ ശേഷമായിരുന്നു നവമ്പറിൽ ചെ നേരിട്ട് എത്തിയത്. വളരെ അടുത്ത ഒന്നോരണ്ടോ വ്യക്തികളായിരുന്നു ചെയുടെ വരവിനെപ്പറ്റി അറിഞ്ഞിരുന്നത്. ഫിദൽ, അലൈദ, ട്രെയിനിംഗ് ക്യാമ്പിലെ അംഗങ്ങൾ എന്നിവർക്കു പുറമെ ചെ ഗുവേര ക്യൂബയിലുണ്ടെന്ന് അറിഞ്ഞിരുന്നത് ഒർലാന്റോ ബൊറെഗോയെപ്പോലെ ചുരുക്കം ഉന്നതർ മാത്രമായിരുന്നു. ക്യൂബൻവിപ്ലവത്തിൽ ചെയ്ക്കൊപ്പം വീരോചിതമായി അടരായിടിയ ബൊറെഗോ കോംഗോയിലേക്കും ബൊളീവിയിലേക്കുമുള്ള ഗറില്ലാസംഘത്തിൽ ചേരാൻ ആഗ്രഹം പ്രകടിപ്പിച്ചിരുന്നു. ആഫ്രിക്കയിലേക്ക് പോകാനാകാതിരുന്നത് പഞ്ചസാരവ്യവസായവകുപ്പ മന്ത്രിയെന്ന നിലയിൽ ബൊറെഗോയ്ക്ക് ക്യൂബയിൽത്തന്നെ പിടിപ്പതു ജോലിയുണ്ടായിരുന്നതിനാലായിരുന്നു. വിപ്ലവം വിജയകരമായി

പുരോഗമിക്കുന്ന ഘട്ടത്തിൽ പങ്കെടുപ്പിക്കാമെന്നു പറഞ്ഞായിരുന്നു ബൊളീവിയിലേക്കുള്ള ബൊറെഗോയുടെ അഭ്യർത്ഥന ചെ നിരസിച്ചത്. ചെയുടെ കൃതികളുടെ പരിശോധകനും എഡിറ്ററുമെന്ന നിലയിൽ പില്ക്കാലത്ത് തന്റെ നേതാവിനെ സംബന്ധിച്ച ഓർമ്മകൾ അദ്ദേഹം നിലനിർത്തി.

ചെയുടെ ബൊളീവിയൻ യാത്ര അടുത്തുവരുന്തോറും ചെയൊടൊപ്പം കഴിയുന്നത്ര സമയം ചെലവിടാൻ അലൈദയെപ്പോലെ ബൊറെഗോയും ശ്രമിച്ചു. പിനാർ ദെൽ റിയോയിൽ ചെ അജ്ഞാതവാസം ചെയ്തിരുന്ന വീട്ടിൽ ഇരുവരും പതിവു സന്ദർശകരായിരുന്നു. അലൈദ വാരാന്ത്യങ്ങളിൽ ഭർത്താവിനൊപ്പം താമസിക്കുകയും പരിശീലനം ചെയ്തിരുന്നവർ ഉൾപ്പെടെ അവിടെ ഉണ്ടായിരുന്നവർക്കെല്ലാം ഭക്ഷണം ഒരുക്കുകയും ചെയ്തു. ഇതിനിടെ മുപ്പത്തെട്ടുകാരനായ ചെയെ അമ്പത്തെട്ടുകാരനാക്കി മാറ്റുന്ന ക്യൂബൻ രഹസ്യാന്വേഷണ വിഭാഗക്കാരുടെ ഇന്ദ്രജാലത്തിനും ബൊറെഗോ സാക്ഷ്യം വഹിച്ചു. വേഷപ്പകർച്ച പൂർത്തിയായപ്പോൾ ഫിദൽ ഏതാനും ക്യൂബൻ മന്ത്രിമാർക്ക് ചെയെ പരിചയപ്പെടുത്തിയത് അവിടെ സന്ദർശനത്തിന് എത്തിയ ഒരു വിദേശസുഹൃത്ത് എന്നു പറഞ്ഞായിരുന്നു. ഒറ്റയാളും അത് ചെയാണെന്ന് കണ്ടുപിടിച്ചേയില്ല!

അലൈദയോടും കുഞ്ഞുങ്ങളോടും വിട ചൊല്ലാൻ ചെ നടത്തിയ കൂടിക്കാഴ്ചകൾ എല്ലാവരുടെയും കണ്ണുകളെ ഈറനാക്കി. കുട്ടികളോട് “രമൺ അമ്മാവൻ” എന്നായിരുന്നു അലൈദ അവരുടെ ഏറ്റവും പ്രിയപ്പെട്ട പപ്പയെ പരിചയപ്പെടുത്തിയത്. അവർക്കാർക്കും അദ്ദേഹത്തെ തിരിച്ചറിയാനായില്ല. കുഞ്ഞുങ്ങളെ വാരിയെടുക്കാനല്ലാതെ ഒരു പിതാവിന്റെ ഊഷ്മളമായ സ്നേഹപ്രകടനം നടത്താനാകാതെ അദ്ദേഹം തപ്തഹൃദയനായി. ആൻഡേഴ്സൻ എഴുതി: “സമയം അവസാനം സമാഗതമായി. ദക്ഷിണ അമേരിക്കയെ മോചിപ്പിക്കാനുള്ള പ്രവർത്തനം തുടങ്ങുകയായി. അദ്ദേഹം രാജ്യംവിടുന്നതിനുമുമ്പത്തെ രാത്രി ചെയുടെ വിടവാങ്ങൽ വിരുന്നിൽ പങ്കെടുത്തവർക്കെല്ലാം സന്ദർഭത്തിന്റെ ഗൗരവം മനസ്സിലായി... സീറായിലെ കടന്നുപോയ കാലങ്ങളെയും നിമിഷങ്ങളെയും പറ്റി ഓർമ്മിപ്പിച്ച് ചെയ്യ് പ്രോത്സാഹനവും ഉപദേശവും കൊടുത്തുകൊണ്ട് ഫിദൽ സംസാരിച്ചുകൊണ്ടേയിരുന്നപ്പോൾ ഓരോരുത്തരും ഭക്ഷണം മറന്ന് അതിൽ ആമഗ്നരായി. അവിടെ സന്നിഹിതരായിരുന്ന ഗറില്ലകളിലൊരാളായ ബെനിഗ്നോ സമയം കടന്നുപോയ വിവരം അറിയിച്ചു. എയർപോർട്ടിലേക്ക് പോകേണ്ട സമയമായെന്നറിഞ്ഞ ചെ ചാടിയെഴുന്നേറ്റു.”

ഇരുപത്തിമൂന്ന്

ചെ ബൊളീവിയയിൽ

1966 നവമ്പർ 3ന് വിമാനമാർഗ്ഗം ചെ ഗുവേര ലാ പാസിലെത്തി. ക്യൂബയിൽനിന്നു മാഡ്രിലേക്കും അവിടെനിന്നു സാവോ പോളോയിലേക്കും പോയശേഷം അവിടെനിന്നു നേരെ ബൊളീവിയയിലേക്കു വന്നു. സ്വന്തം മക്കൾക്കോ ഭാര്യയ്ക്കുപോലുമോ തിരിച്ചറിയാനാകാത്തവിധം വേഷപ്രച്ഛന്നനായി ഒഎഎസിന്റെ ഉറുഗ്വേയൻ ഉദ്യോഗസ്ഥൻ എന്ന ഭാവത്തിൽ അഡോൾഫൊ മെന ഗോൺസാലസ് എന്ന ഗൂഢനാമത്തിൽ ഉറുഗ്വേയൻ പാസ്പോർട്ട് ഉപയോഗിച്ചായിരുന്നു യാത്ര.

ചെ ലാ പാസിൽ എത്തിയപ്പോൾ പപി, പോമ്പോ, തൂമ തുടങ്ങിയ സഹായികൾ അവിടെ കാത്തുനിന്നിരുന്നു. ഹോട്ടൽ കോപകബനയുടെ മൂന്നാം നിലയിലെ സ്യൂട്ടിലായിരുന്നു അദ്ദേഹം താമസിച്ചത്. മുൻനിർദ്ദേശപ്രകാരം പ്രസിഡന്റിന്റെ പ്രസ് സെക്രട്ടറി ഗോൺസാലൊ ലോപെസ് മുനോസിന്റെ ഒരു പരിചയപ്പെടുത്തൽ കത്ത് ചെയ്യ്ക്ക് (അല്ല, അഡോൾഫൊ മെനയ്ക്ക്) വേണ്ടി താനിയ സംഘടിപ്പിച്ചുകഴിഞ്ഞിരുന്നു. ആ കത്ത് ദേശീയ അധികൃതരുടെയും സ്വകാര്യവ്യക്തികളുടെയും സ്ഥാപനങ്ങളുടെയും പൂർണ്ണമായ സഹകരണം അഡോൾഫൊ മെനയ്ക്ക് വേണ്ടി ആധികാരികമായി ആവശ്യപ്പെട്ടിരുന്നു. ഈ കത്തു വെച്ചുകൊണ്ട് ഗോൺസാലസും ഒപ്പമുണ്ടായിരുന്ന അന്റോണിയോ ഗാറിഡോയും ബൊളീവിയയിൽ എവിടെയും സഞ്ചരിച്ചു.

രണ്ടു ദിവസത്തിനുശേഷം അദ്ദേഹം പരിവാരസമേതം നങ്കാഹുവാസുവിലേക്ക് കാർയാത്ര ചെയ്തു. 1966 ആഗസ്റ്റോടെതന്നെ ബൊളീവിയയിൽ ഗറില്ലാപ്രവർത്തനത്തിന് താവളമാക്കാൻ പറ്റിയ സ്ഥലമെന്ന നിലയിൽ നങ്കാഹുവാസു ചെയുടെ വിശ്വസ്ത അനുയായികൾ സ്വന്തമാക്കിയിരുന്നു. ബൊളീവിയയുടെ തെക്കുകിഴക്കു ഭാഗത്തെ വനപ്രദേശത്ത് 3,700 ഏക്രയോളം വരുന്ന ആ ഭൂപ്രദേശത്തിലൂടെ നങ്കാഹുവാസു നദി ഒഴുകുന്നു. സാന്താ ക്രൂസിലേക്ക് കഷ്ടിച്ച് 150 മൈൽ ദൂരമുണ്ടാകും. അർജന്റൈൻ അതിർത്തിയിലേക്കും അത്രതന്നെ വരും. പരാഗ്വയുടെ അതിർത്തിയും ഏറെ അകലെയല്ല. ക്യൂബൻ സംഘാംഗങ്ങളായ ലോറോയും കൊകോയും ആഗസ്റ്റ് 26ന് ആ സ്ഥലം ഗറില്ലാബേസിനുവേണ്ടി വാങ്ങിച്ചു. ഈ വനപ്രദേശത്തിന്റെ സവിശേഷത മനുഷ്യവാസത്തിന് ചേരാത്ത കാലവസ്ഥയും ഭൂപ്രകൃതിയും ആയതിനാൽ ചുറ്റുപാടിൽ ജനവാസം പേരിനേയുള്ളൂ എന്നതായിരുന്നു.

ബൊളീവിയൻ ഡയറി

നവമ്പർ7ന് നങ്കാഹുവാസുവിൽ എത്തിയ ചെ തന്റെ "ബൊളീവിയൻ ഡയറി" തുടങ്ങിവെച്ചു: "ഇന്ന് ഒരു പുതിയഘട്ടം ആരംഭിക്കുന്നു. ഞങ്ങൾ രാത്രിയിൽ ഫാമിൽ എത്തി. യാത്ര സുഖകരമായിരുന്നു. സൗകര്യപൂർവ്വം വേഷം മാറി പച്ചക്കോയും ഞാനും കൊച്ചബാംബയിൽ എത്തിയശേഷം ആവശ്യമുള്ളവരുമായി ബന്ധപ്പെട്ടു. പിന്നെ ഞങ്ങൾ ജീപ്പിൽ രണ്ടു ദിവസം രണ്ടു വണ്ടിയിൽ യാത്ര നടത്തി." അങ്ങനെ ബൊളീവിയൻ മണ്ണിൽ കാലുകുത്തി നാലു ദിവസത്തിനുള്ളിൽ ആരംഭിച്ച ഡയറിയെഴുത്ത് വധിക്കപ്പെടുന്നതിന് രണ്ടു ദിവസം മുമ്പുവരെ, അല്ലെങ്കിൽ പിടിക്കപ്പെടുന്നതിന്റെ തലേന്നുവരെ, അദ്ദേഹം തുടർന്നു. വിട്ടുപോയത് ആകെ 20 ദിവസം മാത്രം. നവമ്പറിലും ഡിസംബറിലും ഒറ്റ ദിവസംപോലും വിട്ടുപോകാതെ എഴുത്തു തുടർന്നു. വധിക്കപ്പെട്ട ഒക്ടോബറിൽ മുടങ്ങാതെ എഴുതിയെന്നു പറായാം. 8ന് ബൊളീവിയൻ സൈന്യം വളഞ്ഞിട്ടാക്രമിച്ചപ്പോൾ മുറിവേറ്റ ചെ പിടിക്കപ്പെട്ടു. 9ന് ഉച്ചയോടെ അദ്ദേഹത്തെ പോയിന്റ് ബ്ലാങ്കിൽ വെടിവെച്ചു കൊല്ലുകയായിരുന്നു.

ബൊളീയൻ ഡയറി ഒരു അമൂല്യരേഖയാണെന്ന് ചെയുടെ ജീവിതം പഠിക്കാൻ ശ്രമിച്ചവരെല്ലാം ഏകസ്വരത്തിൽ പറയുന്നു. അത് മറ്റാരേക്കാളും അടുത്തുനിന്നു കണ്ടും അനുഭവിച്ചും അറിഞ്ഞ ഫിദൽ കാസ്ട്രോ എഴുതി: "ഓരോ ദിവസത്തെയും സംഭവങ്ങൾ വിശദമായി വിശകലനം ചെയ്യുന്നതിനിടയിൽ ഡയറി രേഖപ്പെടുത്തുന്നത്, പോരായ്മകളും വിമർശനാത്മകവുമായ വിലയിരുത്തലുകളുമാണ്. വിപ്ലവകരമായ ഗറില്ലാസമരത്തിന്റെ ഭാഗവും, അതിന്റെ വികാസത്തിൽ അനിവാര്യമായ പരസ്പരം

കുറ്റപ്പെടുത്തലുകളും അതിലുണ്ട്." ഒരു സഹോദരനെപ്പോലെയും ആർദ്ര ഹൃദയനായും പെരുമാറുന്ന ചെ ചിലപ്പോഴൊക്കെ കഠിനഹൃദയനായും തോന്നാറുണ്ട്. എന്നാൽ മറ്റുള്ളവരോടെന്നതിനേക്കാൾ തന്നോടുതന്നെ കഠിനമായി പെരുമാറുന്ന ചെയെ ഡയറിയുടെ താളുകളിൽ കാണാം.

ചെയും ബൊളീവിയൻ കമ്യൂണിസ്റ്റുകാരും

കുറഞ്ഞത് 20 ബൊളീവിയക്കാരെങ്കിലും ഗറില്ലാസംഘത്തോടൊപ്പം ഉണ്ടായിരിക്കണമെന്നു ചെ ആഗ്രഹിച്ചു. എന്നാൽ താൻ സങ്കേതത്തിലെത്തി ഒരുമാസമായിട്ടും അത് പൂർത്തിയായില്ലെന്നു നവമ്പർ അവസാനം ചെ ഡയറിയിൽ കുറിച്ചു. ഇതിനു പ്രധാന കാരണം ബൊളീവിയൻ കമ്യൂണിസ്റ്റുപാർട്ടി നേതാവ് മൊഞ്ചെ ഒരിക്കലും പറഞ്ഞ വ്യവസ്ഥകളിൽ ഉറച്ചുനില്ക്കാതിരുന്നതാണ്. ക്യൂബയിലെത്തി ചെയോടും ഫിദലിനോടും അദ്ദേഹം മുമ്പ് ചർച്ചകൾ നടത്തുകയും പിന്തുണ പ്രഖ്യാപിക്കയും ഉണ്ടായി. ബൊളീവിയയിൽ തന്റെ ക്യാമ്പ് സന്ദർശിക്കാൻ മൊഞ്ചെയെ ചെ ക്ഷണിക്കയുണ്ടായി. അവിടെ വെച്ചും പല പ്രാവശ്യം അദ്ദേഹത്തോട് കമ്യൂണിസ്റ്റ് പാർട്ടി വിപ്ലവത്തോട് സഹകരിക്കണമെന്ന് അഭ്യർത്ഥിച്ചിരുന്നു. ഒടുവിൽ മൊഞ്ചെ വെട്ടിത്തുറന്നു പറഞ്ഞത്, പ്രസ്ഥാനത്തിന്റെ നേതൃത്വം തന്നെ ഏല്പിക്കാമെങ്കിൽ സഹകരിക്കാമെന്ന ബാലിശമായ അവകാശവാദമായിരുന്നു. സോവിയറ്റ്-ചൈനീസ് പക്ഷങ്ങൾ പിടിച്ചു ബൊളീവിയൻ കമ്യൂണിസ്റ്റ്പാർട്ടി പിളർന്ന ഘട്ടമായിരുന്നു അത്. സോവിറ്റ് പക്ഷം പിടിച്ച കമ്യൂണിസ്റ്റുപാർട്ടിയുടെ സെക്രട്ടറിജനറലായിരുന്ന മൊഞ്ചെ ഗറില്ലകളുടെ നേതൃത്വം ലഭിക്കയാണെങ്കിൽ ആ പാർട്ടി വിടാൻപോലും തയ്യാറാണെന്നു ചെയെ അറിയിക്കയുണ്ടായി. ഗറില്ലായുദ്ധത്തിൽ യാതൊരു മുൻപരിചയവുമില്ലാത്ത ഒരാൾ ഈ ആവശ്യം ഉന്നയിച്ചതിനെപ്പറ്റി ബൊളീവയൻ ഡയറിയുടെ അവതാരികയിൽ ഫിദൽ കാസ്ട്രോ ആശ്ചര്യപ്പെടുന്നുണ്ട്.

ചെ പദവികളുടെ പിന്നാലെ ഒരിക്കലും പോയിട്ടില്ല. മൊഞ്ചെ ഗറില്ലായുദ്ധം നയിക്കാൻ തന്നേക്കാൾ സമർത്ഥനാണെന്ന് ബോദ്ധ്യപ്പെട്ടിരുന്നെങ്കിൽ ആ നിമിഷം ചെ സന്തോഷപൂർവ്വം നേതൃത്വം അദ്ദേഹത്തെ ഏല്പിക്കുമായിരുന്നു. ഫിദൽ എഴുതി: "പദവികളിലും നേതൃത്വത്തിലും ബഹുമതികളിലും താത്പര്യമില്ലാത്ത ആളായിരുന്നു ചെ. എന്നാൽ എതാണ്ട് എല്ലാ ലാറ്റിനമേരിക്കൻ രാജ്യങ്ങളിലെയും സാമ്പത്തികവും രാഷ്ട്രീയവും സാമൂഹികവും ആയ സാഹചര്യം കണക്കിലെടുത്താൽ അവിടത്തെ ജനങ്ങളുടെ മോചനത്തിനാവശ്യമായ അടിസ്ഥാനപരമായ പ്രവർത്തനരീതി വിപ്ലവകരമായ ഗറില്ല യുദ്ധമാണെന്ന് അദ്ദേഹം വിശ്വസിച്ചിരുന്നു." ആ യുദ്ധം സംഘടിതമായ ഗറില്ല യൂണിറ്റുകൾ

നടത്തേണ്ടതാണ്. അല്ലാതെ നഗരങ്ങളിലെ ഓഫീസുകളിലെ ബ്യൂറോക്രാറ്റുകൾ നയിക്കേണ്ടതല്ല. അതുകൊണ്ടായിരുന്നു മൊഞ്ചെയെപ്പോലെ അനുഭവശൂന്യരായ പാർട്ടിനേതാക്കളെ നേതൃത്വത്തിന്റെ അയൽപക്കത്തുപോലും ചെ അടുപ്പിക്കാതിരുന്നത്. അല്ലാതെ നേതൃത്വം കൈവിട്ടുപോകുമല്ലോ എന്ന അങ്കലാപ്പുകൊണ്ടായിരുന്നില്ല.

ഖനിത്തൊഴിലാളികളുടെ നേതാവ് മോയ്സസ് ഗുവേരയെയും ക്യാമ്പ് സന്ദർശിക്കാൻ ചെ ക്ഷണിക്കയുണ്ടായി. മോയ്സസ് ഗുവേര ചെയുടെ പ്രസ്ഥാനത്തിൽ രണ്ടുവട്ടം ആലോചിക്കാതെ ചേരുകയും ഗറില്ലായുദ്ധത്തിൽ ധീരമായി പങ്കെടുക്കയും ചെയ്തു. ഫിദൽ എഴുതി: "ചെ ബോളീവിയയിൽ എത്തുന്നതിനു വളരെ മുമ്പേ ചെയ്യാനാഗ്രഹിച്ചിരുന്നപോലെ, മോയ്സസ് ഗുവേര അറച്ചുനില്ക്കാതെ ചെയോടൊപ്പം ചേർന്നു. അദ്ദേഹത്തെ പിന്തുണക്കുകയും വിപ്ലവലക്ഷ്യത്തിനായി വീരോചിതമായി സ്വന്തം ജീവൻ നല്കുകയും ചെയ്തു. "

ഒളിപ്പോരാളികളുടെ മുന്നേറ്റം

നങ്കാഹ്വാസുവിൽ ചെയുടെ സങ്കേതത്തിന്റെ അയൽപക്കക്കാരൻ തുടക്കത്തിലേ അവർ കള്ളക്കടത്തുകാരാണെന്ന സംശയമുള്ളയാളായിരുന്നു. ജനുവരി അവസാനത്തോടെ അയാളുടെ ഒറ്റുകൊണ്ടായിരിക്കണം ചില സൈനികർ ചെ ഇല്ലാതിരുന്ന ഘട്ടത്തിൽ ക്യാമ്പു പരിശോധിച്ചു. ബൊളീവിയക്കാരൻ ബിഗോത്തെസിനെ അവർ ചോദ്യം ചെയ്തു. അയാളുടെ കൈവശം കണ്ട ഒരു പിസ്റ്റൽ പിടിച്ചെടുക്കുകയുമുണ്ടായി. അവരെല്ലാം ഇനിമേൽ നിരീക്ഷണത്തിലായിരിക്കുമെന്നു മുന്നറിയിപ്പും നൽകി. കള്ളക്കടത്തുകാരാണ് ചെയും കൂട്ടരുമെന്ന അയൽക്കാരന്റെ സംശയം ബലപ്പെട്ടു. ഈ വിവരമറിഞ്ഞ ചെ അയാളെ നിരീക്ഷിക്കാൻ ഏർപ്പാടാക്കി. ഏതായാലും കള്ളക്കടത്തുകാരാണെന്ന അയല്ക്കാരന്റെ സംശയവും അത് സൈനികരിലേക്ക് പകർന്നതും ഗറില്ലകളുടെ മുന്നേറ്റത്തിന് തുടക്കത്തിൽ സഹായകമായിരുന്നിരിക്കണം.

തന്റെ സംഘം യുദ്ധസന്നദ്ധമായാൽ വടക്കോട്ട് നീങ്ങി ബൊളീവിയയിലെ മൂന്ന് പ്രമുഖ നഗരങ്ങൾ പിടിച്ചെടുക്കാനായിരുന്നു ചെ പദ്ധതി തയ്യാറാക്കിയത്. മദ്ധ്യബൊളീവയയിൽ ആൻഡിസ് പർവ്വതനിരകളുടെ താഴ്വരയിൽ നാലാമത്തെ പ്രമുഖ നഗരമായ കൊച്ചബാംബ ആയിരുന്നു ഒന്ന്. രാജ്യത്തിന്റെ കിഴക്കു ഭാഗത്ത് പറായ് നദിയുടെ തീരത്ത് സ്ഥിതിചെയ്യുന്ന ഏറ്റവും വലിയ നഗരമായ സാന്ത ക്രൂസ് ആയിരുന്നു രണ്ടാമത്തേത്. മൂന്നാമത്, രാജ്യത്തിന്റ ദക്ഷിണ മദ്ധ്യഭാഗത്തുള്ള ഭരണഘടനാപരമായി ബൊളീവിയയുടെ തലസ്ഥാനമായ സുക്രെ ആയിരുന്നു.

ഈ മൂന്നു നഗരങ്ങളും പിടിച്ചെടുത്താൽ ഉത്തര അർജന്റീനയിൽനിന്നു സാന്ത ക്രൂസിലേക്കുള്ള തീവണ്ടിപ്പാതയും, സാന്താക്രൂസിൽനിന്നു കമീരിയിലേക്കു പോകുന്ന യുഎസ് ഉടമസ്ഥതയിലുള്ള ഗൾഫ് ഓയിൽ കമ്പനിയുടെ എണ്ണക്കുഴലും നിയന്ത്രണത്തിലാക്കാൻ ഗറില്ലകൾക്കു കഴിയും.

1967 മാർച്ച് -മേയ് കാലയളവിൽ ചെയുടെ സായുധസംഘം റോന്തുചുറ്റിക്കൊണ്ടിരുന്ന സർക്കാർസൈന്യത്തെ പതിയിരുന്നാക്രമിച്ച് ചില വിജയങ്ങൾ നേടുകയുണ്ടായി. ആദ്യ പതിയിരുന്നാക്രണം മാർച്ച് 23ന് നടന്നു. അതിന്റെ ഫലം ഇരുവിഭാഗത്തെയും വിസ്മയഭരിതരാക്കി. ഗെറില്ലകൾക്ക് ഇത്രമാത്രം പ്രഹരശേഷിയുണ്ടെന്ന് സർക്കാരോ, തങ്ങൾക്ക് ഇത്ര വലിയ വിജയം കൈവരിക്കാൻ കഴിയുമെന്ന് ഗറില്ലകളോ പ്രതീക്ഷിച്ചിട്ടില്ല. തന്റെ സംഘം ഒരു സൈനികയുണിറ്റിനെ പതിയിരുന്നാക്രമിച്ച വിവരം ചെ അന്നേദിവസം ഡയറിയിൽ കുറിച്ചിട്ടുണ്ട്. രാവിലെ 3ന് കൊകോ ഓടിവന്നു തങ്ങൾ ഒരു സൈനികയൂണിറ്റിനെ പതിയിരുന്ന് ആക്രമിച്ച് 7 സൈനികരെ വധിക്കുകയും 21 പേരെ തടവുകാരാക്കുകയും ചെയ്തതായി റിപ്പോർട്ടുചെയ്തു. നാല് തടവുകാർക്ക് മുറിവേറ്റിരുന്നു. മൂന്നു മോർട്ടാറുകൾ, 16 കാർബൈനുകൾ, 2 ബസൂക്കകൾ , 3 ഉസി സബ്മെഷിൻ ഗണ്ണുകൾ എന്നീ ആയുധങ്ങൾ പിടിച്ചെടുത്തിട്ടുമുണ്ടായിരുന്നു. സൈന്യത്തിന്റെ ഓപ്പറേഷനൽ പ്ലാനുകൾ അടങ്ങിയ രേഖയും പിടിച്ചെടുത്തു.

ഇന്തി പെരെദോ എന്ന ബൊളീവിയക്കാരനായ ഗറില്ലയെക്കൊണ്ട് തടവിലാക്കപ്പെട്ട ഒരു മേജറെയും ക്യാപ്റ്റനെയും ചെ ചോദ്യം ചെയ്യിച്ചു. അവർ തത്തപറയുന്നപോലെ എല്ലാം തുറന്നടിച്ചുവെന്ന് ചെ രേഖപ്പെടുത്തി. രാഷ്ട്രീയമായ ബോധവത്ക്കരണം നൽകിയശേഷം അവരെ മോചിപ്പിക്കാൻ ചെ നിർദ്ദേശിച്ചു. മേജറും ക്യാപ്റ്റനും അവർക്ക് അറിയാവുന്ന എല്ലാ സൈനിക രഹസ്യങ്ങളും തുറന്നുപറഞ്ഞ് അങ്ങേയറ്റം സഹകരിച്ചു. ഗറില്ലകൾക്കൊപ്പം ചേരാൻ മേജറോട് ആവശ്യപ്പെട്ടപ്പോൾ നിഷേധിച്ചെങ്കിലും സൈന്യത്തിൽനിന്നു രാജിവെയ്ക്കാം എന്നു ഉറപ്പുകൊടുത്തു. ക്യാപ്റ്റനാകട്ടെ ഗറില്ലകളുടെ ഒരനുഭാവിയായിരുന്നു. ബൊളീവിയൻ കമ്യൂണിസ്റ്റ് പാർട്ടിയുടെ നിർദ്ദേശാനുസരണമാണ് താൻ സൈന്യത്തിൽ ചേർന്നതെന്നും, തന്റെ സഹോദരൻ ഇപ്പോഴും ക്യൂബയിൽ വിദ്യാർത്ഥിയാണെന്നും അയാൾ വെളിപ്പെടുത്തി. കൂടാതെ ഗറില്ലകളോട് സഹകരിക്കാൻ തയ്യാറുള്ള മറ്റു രണ്ടു സൈനിക ഓഫീസർമാരുടെ പേരുവിവരംകൂടി അയാൾ നൽകി.

അടുത്ത ദിവസം സൈനികസാന്നിദ്ധ്യമൊന്നും ഉണ്ടായില്ല. ചില യുദ്ധവിമാനങ്ങൾ വട്ടമിട്ടുപറന്ന ബോംബു വർഷിച്ചു തിരിച്ചുപോയി. ഇങ്ങനെ യുദ്ധം ഒരു യാഥാർത്ഥ്യമായപ്പോൾ മോയ്സസ് ഗുവേരയുടെക്കൂടെ വന്ന ബൊളീവിയക്കാർ പേടി പ്രകടിപ്പിക്കാൻ തുടങ്ങി. അത് ചെയെ ക്ഷുഭിതനാക്കി. ഓഫീസർമാരായ തടവുകാരെ ഒരിക്കൽക്കൂടി ചോദ്യം ചെയ്യാൻ അദ്ദേഹം ഇന്തിയോടാവശ്യപ്പെട്ടു. പിന്നീട് എല്ലാവരെയും വിട്ടയച്ചു. സാധാരണ സൈനികരെ യൂണിഫോം അഴിച്ചെടുത്തായിരുന്നു വിട്ടയച്ചതെങ്കിലും ഓഫിസർമാരെ യൂണിഫോമോടുകൂടിത്തന്നെ മോചിപ്പിച്ചു.

വിജയത്തെ അപ്രസക്തമാക്കിയ പാളിച്ചകൾ

വിജയത്തെപ്പറ്റി ചെ ഡയറിയിൽ വാചാലനായേയില്ല. അത് കുറഞ്ഞ വാക്കുകളിൽ ഒതുക്കി. കാരണം ഇപ്പോൾ തുടങ്ങിവെച്ച യുദ്ധത്തിന് ഗറില്ലാ യൂണിറ്റ് തയ്യാറായിക്കഴിഞ്ഞിരുന്നില്ല. ഇനിയും ഒട്ടേറെ തയ്യാറെടുപ്പുകൾക്കു ശേഷമേ യുദ്ധം തുടങ്ങാൻ ചെ നിശ്ചയിച്ചിരുന്നുള്ളൂ. ആക്രമണം ഗംഭീര വിജയമായിരുന്നിട്ടും അദ്ദേഹം ആഹ്ലാദിക്കാതിരുന്നത് അതുകൊണ്ടായിരുന്നു. എന്നാൽ ഈ സംഘട്ടനത്തോടെ യുദ്ധത്തിന്റെ ആദ്യ വെടിയൊച്ച മുഴങ്ങിക്കഴിഞ്ഞിരുന്നു. ചെയുടെ പദ്ധതിയനുസരിച്ച് ഉത്തര അർജന്റീനയിലെയും പെറുവിലെയും ഗറില്ലാ ബേയ്സുകൾ പ്രവർത്തനക്ഷമമാകുന്ന 1967 അവസാനംവരെ നങ്കാഹുവാസുവിൽ പിടിച്ചുനില്ക്കണമായിരുന്നു. അദ്ദേഹം അവിടെ എത്തിയത് 1966 നവമ്പർ ആദ്യം. 6 മാസം പഴുതടച്ച തയ്യാറെടുപ്പുകൾക്കായിരുന്നു ചെ നീക്കിവെച്ചത്. താനിയയുടെ ചാരവേലയിലൂടെ സർക്കാരിന്റെ എല്ലാ രഹസ്യങ്ങളും മനസ്സിലാക്കി ആക്രമണപദ്ധതികൾ അതിസൂക്ഷ്മമായി ആസൂത്രണംചെയ്ത് തന്റെ പോരാളികളെ പല സംഘങ്ങളായി തിരിക്കാനായിരുന്നു അദ്ദേഹത്തിന്റെ പ്ലാൻ.

1967 മേയിൽ ഒരേസമയം പല പോയിന്റുകളിൽ പ്രഹരിക്കുക. എല്ലാ പ്രഹരങ്ങളും നങ്കാഹുവാസുവിന് വടക്കായിരിക്കുകയും വേണം. ആക്രമണങ്ങളെ നേരിടാനായി ബൊളീവിയൻ സൈന്യം വിവിധ ഭാഗങ്ങളിലേക്കായി വിഭജിക്കപ്പെട്ടുമ്പോൾ ഗറില്ലകൾ നങ്കാഹുവാസുനദിയുടെ താഴ്വരയിലെ അവരുടെ ബേസിലേക്ക് മടങ്ങണം. അവരെ പിന്തുടർന്നു പിടിപ്പുകെട്ട സൈനികർ നങ്കാഹുവാസിൽ എത്തിയാൽ പിന്നെ അവർ തിരിച്ചുപോകില്ലെന്നു ചെയ്ക്ക് ഉറപ്പായിരുന്നു. ഒളിപ്പോരാളികൾ വിജയിച്ചുകയറിയാൽ പിന്നെ ബൊളീവിയയിലെ കർഷകരും ഖനിത്തൊഴിലാളികളും അവർക്കൊപ്പം ചേരുമെന്നും ചെ പ്രതീക്ഷിച്ചിരുന്നു.

പക്ഷേ എല്ലാം ഒളിപ്പോരാളികൾ നേടിയ ഈ അകാല വിജയം അവതാളത്തിലാക്കി.

ഇപ്പോഴത്തെ നിലയ്ക്ക് തന്റെ ആളുകളുടെ ഭക്ഷണം പ്രശ്നമാകാൻ പോകയാണ്. സൈനികരിൽനിന്ന് ആയുധങ്ങളല്ലാതെ ഭക്ഷ്യവസ്തുക്കളൊന്നും പിടിച്ചെടുക്കാനായില്ല. ഭക്ഷണസാധനങ്ങൾ ഗറില്ലകൾക്ക് ലഭിക്കാതിരിക്കാൻ സൈന്യം കർശന നടപടികളെടുക്കുമെന്നതും ഉറപ്പായിരുന്നു. ഗറില്ലകളുടെ റേഡിയോ ട്രാൻസ്മിറ്ററിന്റെ പ്രവർത്തനം ശരിയല്ലാതായത് അതിലേറെ അസ്വസ്ഥത ഉളവാക്കി. ഇങ്ങോട്ടുള്ള പ്രക്ഷേപണങ്ങളും സന്ദേശങ്ങളും ലഭിക്കുന്നുണ്ട്. അങ്ങോട്ട് അയയ്ക്കാനാകുന്നില്ല.

ചെയുടെ ആ ചെറിയ സൈന്യത്തിൽപ്പോലും സങ്കുചിത ദേശീയതയുടെ പേരിൽ ക്യൂബക്കാരും ബൊളീവിയക്കാരും തമ്മിൽ ഭിന്നത ഉയർന്നു. അദ്ദേഹത്തിന്റെ മഹത്തായ ആദർശങ്ങൾക്ക് യോജിക്കാത്ത സങ്കുചിത ദേശീയവീക്ഷണം ചിലർ പ്രകടിപ്പിച്ചു. മറ്റുചിലർ വേണ്ടത്ര വിപ്ലവവീര്യം പ്രകടിപ്പിച്ചുമില്ല. ബോംബാക്രണസമയത്തും മറ്റും അവർ ഭയത്തിനടിമപ്പെടുന്നതായി കണ്ടു. ചെ എല്ലാം വസ്തുനിഷ്ഠമായി വിലയിരുത്തി. ശിക്ഷ വേണ്ടവർക്കു ശിക്ഷയും വിമർശനം വേണ്ടവർക്ക് അതും നല്കി. അസാമാന്യമായ കരുത്തും മനഃസ്ഥൈര്യവും പ്രകടിപ്പിച്ചവരെ വേണ്ടവിധം പ്രോത്സാഹിപ്പിച്ചു തന്റെ ആളുകളെ അച്ചടക്കമുള്ള യോദ്ധാക്കളുടെ സംഘമാക്കാൻ ചെ ശ്രദ്ധിച്ചു.

തന്റെ കൊച്ചു സൈന്യത്തെ ചെ നാഷണൽ ലിബറേഷൻ ആർമി ഓഫ് ബൊളീവിയ (ഇഎൻഎൽ) എന്നു വിളിച്ചു. ക്യൂബയുടെ പിന്തുണയോടെ പെറുവിലും കൊളംബിയയിലും പ്രവർത്തിച്ചുകൊണ്ടിരുന്ന വിമോചന സൈന്യങ്ങൾക്കും സമാനമായ പേരുകളായിരുന്നു നൽകപ്പെട്ടത്. ബൊളീവിയയിൽ ഒരു ഗറില്ലാ-ഫോകൊ കെട്ടിപ്പടുത്തുകഴിഞ്ഞാൽ ഇഎൻഎൽ അത് പെറുവിലേക്കും ബൊളീവിയയിലേക്കും എത്തിച്ചുകൊള്ളും. അങ്ങനെ ലാറ്റിനമേരിക്കയിൽ കൂടുതൽ വിയറ്റ്നാമുകൾ സൃഷ്ടിച്ചാൽ യാങ്കി ഇംപീരിയലിസത്തിന് വിയറ്റ്നാമിൽനിന്നു പിൻവാങ്ങേണ്ടിവരുമെന്ന് ചെ കണ്ടെത്തി. ചെ എപ്പോഴും സാർവ്വദേശീയമായ കാഴ്ചപ്പാടോടെ ചിന്തിച്ചു.

മാർച്ച് 27ന് ചെ ഡയറിയിൽ എഴുതി: "ഇന്ന് ബാറിയെന്തോസിന്റെ പത്രസമ്മേളനം ഉൾപ്പെടെ പത്രപ്രസ്താവനകളുടെ ഒരു സ്ഫോടനം സൃഷ്ടിച്ചുകൊണ്ട് പ്രക്ഷേപണപ്രവാഹം അന്തരീക്ഷവായുവിൽ അലയടിച്ചു. ഞങ്ങൾ കണക്കാക്കിയതിലും ഒരു മരണം ഔദ്യോഗിക റിപ്പോർട്ടിൽ കൂടുതലായിരുന്നു. മുറിവേറ്റവരെ പിന്നീട് വെടിവെച്ചുകൊന്നു എന്നായിരുന്നു

അതിൽ പറഞ്ഞിരുന്നത്. ഞങ്ങളുടെ 15 പേർ മരിച്ചെന്നും നാലാളുകൾ തടവുകാരായെന്നും, അതിൽ രണ്ടുപേർ വിദേശികൾ ആയിരുന്നുവെന്നും അവർ പറഞ്ഞു. സ്വയം വെടിവെച്ചുമരിച്ച ഒരു വിദേശി ഗറില്ലസൈന്യത്തിന്റെ രൂപീകരണത്തെപ്പറ്റി വിശദീകരിച്ചെന്നും അവർ പറഞ്ഞു. ഒളിച്ചോട്ടക്കാരനോ തടവുകാരനോ സംസാരിച്ചുവെന്ന് ഉറപ്പാണ്. എന്നാൽ അവർ സംസാരിച്ചത് എത്രത്തോളമെന്നോ എങ്ങനെയൊക്കെയെന്നോ കൃത്യമായി ഞങ്ങൾക്കറിയില്ല. താനിയയെ തിരിച്ചറിഞ്ഞതായി സൂചനയുണ്ടെന്നു തോന്നുന്നു. അതിന്റെ അർത്ഥം രണ്ടുകൊല്ലത്തെ ഉത്തമവും ക്ഷമാപൂർവ്വവുമായ പ്രവർത്തനം നഷ്ടപ്പെട്ടെന്നാണ്."

ഡയറിയുടെ ഈ ഭാഗം വെളിപ്പെടുത്തുന്ന വസ്തുത താനിയയുടെ സേവനത്തിന് പകരം വെയ്ക്കാൻ മറ്റൊന്നുമില്ല എന്നാണ്. താനിയയുടെ രഹസ്യം ബൊളീവിയൻ സർക്കാർ അറിഞ്ഞതായിരുന്നു ചെയുടെ പ്രസ്ഥാനത്തിന് വളരെയേറെ വിനാശകരമായത്. കമീരിയിൽ ഒരു ബൊളീവിയൻ കമ്യൂണിസ്റ്റിന്റെ വസതിയിൽ നിർത്തിയിട്ടിരുന്ന താനിയയുടെ ജീപ്പിൽ അവളുടെ അഡ്രസ് ബുക്ക് ഉണ്ടായിരുന്നു. അയാൾ പിടിക്കപ്പെട്ടപ്പോൾ സൈന്യത്തിന്റെ കൈവശമെത്തിയ ജീപ്പും അഡ്രസ് ബുക്കും അവൾ ലോറ ഗുട്ടിറെസ് ആണെന്നു സർക്കാർ വൃത്തങ്ങൾ ഞെട്ടലോടെ തിരിച്ചറിഞ്ഞു. ഗുട്ടിറെസ് ആണെന്ന ഭാവത്തിൽ രഹസ്യവിവരങ്ങൾ ചോർത്താനുള്ള സൗകര്യം അതോടെ എന്നെന്നേക്കുമായി ഇല്ലാതായി. താനിയ ഇനി ഗറില്ലകൾക്കൊപ്പം കാട്ടിൽ മറ്റൊരു ഗറില്ലയായി കഴിയുകയേ നിവൃത്തിയുള്ളു.

താനിയ ബൊളീവിയയിൽ ചാരവേല നടത്താൻ ചെ ഗുവേര ഏർപ്പെടുത്തിയ ഏജന്റ് മാത്രമല്ല, പൂർവ്വജർമ്മനിയുടെയും സോവിയറ്റ് കെജിബിയുടെയും കൂടി ഏജന്റായിരുന്നുവെന്ന ആരോപണമുണ്ട്. ചെയുടെയും കാസ്ട്രോയുടെയും സാഹസിക നീക്കങ്ങളെപ്പറ്റി ചാരവേല നടത്താനായിരുന്നു അവൾ ക്യൂബയിലെത്തിയതെന്ന അവിശ്വസനീയമായ വസ്തുതകൾ ഡാനിയൽ ജെയിംസ് എന്ന ചെയുടെ ജീവചരിത്രകാരനും ന്യൂയോർക്ക് ടൈംസ് ലേഖകൻ ബെഞ്ചമിൻ വെല്ലെസ്സും മറ്റു ചിലരും ഉന്നയിക്കയുണ്ടായി. വെല്ലെസ് ഹവാന-മോസ്കോ ഭിന്നതയെപ്പറ്റി 1968 ജൂലായിൽ പ്രസിദ്ധീകരിച്ച ലേഖനങ്ങളിൽ താനിയയെ 1961ൽ ക്യൂബയിലേക്കയച്ചത് ഈസ്റ്റ് ജർമ്മൻ ഇന്റലിജൻസ് സർവീസ് ആണെന്ന അജ്ഞാത കേന്ദ്രങ്ങളെ ഉദ്ധരിച്ചു വെളിപ്പെടുത്തി. ലാറ്റിനമേരിക്കൻ രാജ്യങ്ങളിൽ ഹിംസാത്മകവിപ്ലവത്തിനുള്ള കാസ്ട്രോയുടെ പദ്ധതികളെപ്പറ്റി ചാരവേല നടത്താനും, ഗറില്ലാസമരത്തിന് ഒരുങ്ങിപ്പുറപ്പെട്ട ചെ ഗുവേരയെ തടയാനുമായിരുന്നുവത്രേ താനിയ എത്തിയത്. അതുകൊണ്ട്

ചെ ബൊളീവിയൻ പരിപാടിയെപ്പറ്റി ചിന്തിക്കുന്നതിനുമുമ്പേ അവളെ പൂർവ്വജർമ്മനി ബൊളീവിയയിലെത്തിച്ചുവെന്നും അവർ എഴുതിപ്പിടിപ്പിച്ചു. അവൾ താനാരെന്ന് കൃത്യമായി വെളിപ്പെടുത്തുന്ന രേഖകളോടെ ജീപ്പ് ബോധപൂർവ്വം ഉപേക്ഷിച്ചതാണെന്നും അവർ വാദിച്ചു. എന്നാൽ ചെയൊടൊപ്പം താനും വധിക്കപ്പെടുന്ന അവസ്ഥ താനിയ സ്വയം സൃഷ്ടിക്കുമോ എന്ന ചോദ്യത്തിനു ഇക്കൂട്ടർക്ക് ഉചിതമായ ഉത്തരമില്ല. ചേ ആസൂത്രിതമായി താനിയയെ തനിക്കുമുമ്പേ ബൊളീവിയയിലേക്ക് അയച്ച യഥാർത്ഥ സാഹചര്യം മുകളിൽ പരിശോധിച്ചല്ലോ.

സർക്കാർ പ്രചാരണം പച്ചക്കള്ളമായിരുന്നു. ആദ്യ ഏറ്റുമുട്ടലിൽ ഒറ്റ ഗറില്ലയെയും സൈന്യത്തിന് പിടിക്കാനായില്ല. എന്നിട്ടും തങ്ങളുടെ കുറെപ്പേരെ നഷ്ടപ്പെട്ടതിലെ അങ്കലാപ്പ് മറച്ചുവെയ്ക്കാനായിരുന്നു 15 ഗറില്ലകളെ കൊന്നുവെന്നും നാലാളുകളെ തടവുകാരാക്കി എന്നും അസത്യം പ്രചരിപ്പിച്ചത്. ഗറില്ലകൾ തടവുകാരെ മുഴുവൻ കശാപ്പുചെയ്തെന്ന കള്ളപ്രചരണവും ഔദ്യോഗിക പ്രക്ഷേപണം നടത്തി. അങ്ങനെ ജനങ്ങളിൽ ഭീതി പരത്താനും അവരെ വിപ്ലവകാരികൾക്ക് എതിരാക്കാനുമുള്ള ബോധപൂർവ്വമായ ശ്രമം നടന്നു. ഇതെല്ലാം നിഷേധിച്ച് ഗറില്ലകളുടെ ആദ്യ പ്രസ്താവന ഇറക്കാൻ ചെ ആലോചിച്ചു. സൈന്യത്തിന്റെ അവകാശവാദങ്ങളെയും കള്ളപ്രചാരണങ്ങളെയും നിരാകരിക്കാനും ഗറില്ലകളുടെ സാന്നിദ്ധ്യം പ്രഖ്യാപിക്കാനും അത് ഉപകരിക്കും. പക്ഷേ അവരുടെ പ്രക്ഷേപണങ്ങളിൽനിന്നു വ്യക്തമായത് തന്റെ സങ്കേതം അവർ കണ്ടുപിടിച്ചെന്നായിരുന്നു. ബൊളീവിയൻ സർക്കാരിന് ഒരു മറുപടി പ്രസിദ്ധീകരിക്കുന്നതിനേക്കാൾ ചെയുടെ അടിയന്തര ചുമതല മറ്റൊരു സങ്കേതം ഉടനെ കണ്ടുപിടിക്കലായിരുന്നു. അതുകൊണ്ട് നങ്കാഹുവാസുവിൽനിന്നു ഉടനെ എല്ലാം എടുത്തു മറ്റൊരിടത്തേക്ക് പോകാൻ ചെ അനുയായികൾക്ക് കല്പന കൊടുത്തു.

മാർച്ചുമാസത്തിലെ മാസാന്ത്യ വിലയിരുത്തലിൽ ചെ എഴുതി: “സാഹചര്യം കൊള്ളാവുന്നതല്ല. എന്നാൽ ഗറില്ലകൾ ഇപ്പോൾ ഒരു പുതിയ പരീക്ഷണ ഘട്ടം ആരംഭിച്ചിരിക്കയാണ്. ഒരിക്കൽ മറികടന്നാൽ അത് വലിയ നേട്ടമായിരിക്കും.” അതൊരിക്കലും പൂർണ്ണമായി മറികടക്കാൻ ഗറില്ലകൾക്ക് ആയില്ലെന്നായിരുന്നു പിന്നീട് നടന്ന സംഭവങ്ങൾ തെളിയിച്ചത്. സൈന്യത്തിന്റെ കണ്ണിൽ പെടാതെ എവിടെയെങ്കിലും ഒരു സ്ഥിരമായ ഒളിയിടം അന്വേഷിച്ചു അവർ നീങ്ങേണ്ടിവന്നു. എന്നാൽ ഇത് മനസ്സിലാക്കാൻ ബൊളീയൻ സർക്കാരിനോ രഹസ്യവിവരങ്ങൾ ചോർത്താൻ അതിവൈദഗ്ധ്യം പ്രകടിപ്പിച്ചുപോരാറുള്ള സിഐഎയ്ക്കോ അവസാനംവരെ കഴിഞ്ഞില്ല.

ഏപ്രിൽ 10ന് 2 സൈനികവിഭാഗങ്ങളെ ഗറില്ലകൾ പതിയിരുന്നു ആക്രമിച്ചു. ആദ്യത്തേതിൽ മരിച്ചവർ 3ഉം, മുറിവേറ്റവർ നിരവധി സൈനികരും തടവിലാക്കപ്പെട്ടവർ ഒരു കമാൻഡർ ഉൾപ്പെടെ 6 പേരുമായിരുന്നു. രണ്ടാമത്തേതിൽ മരിച്ചവർ 7, മുറിവേറ്റവർ 5, തടവുകാർ 24 എന്നിങ്ങനെയായിരുന്നു. ഒറ്റ ദിവസംകൊണ്ട് 10 സൈനികരെ വധിക്കാനും ഒരു മേജർ ഉൾപ്പെടെ 30 പേരെ തടവുകാരാക്കാനും കഴിഞ്ഞത് ചെയെ പോലും ആശ്ചര്യപ്പെടുത്തിയിരിക്കണം. "സീറാ മെസ്ത്രയിൽപ്പോലും ഇത്ര വിജയകരമായ സംഖ്യകൾ അപൂർവ്വ സംഭവമായിരുന്നു." എന്നു ലവ്രേത്സ്കി എഴുതി. എന്നാൽ ഗറില്ലകളുടെ കൂട്ടത്തിൽ ജീസസ് സുവാരെസ് ഗായോൾ (റുബിയോ) വധിക്കപ്പെട്ടത് ചെയ്ക്ക് വലിയ ആഘാതമായി. വിജയത്തിന്റെ എല്ലാ ആഹ്ലാദവും ഏറ്റവും സമർത്ഥനായ ക്യൂബൻ പോരാളിയുടെ മരണം ചോർത്തിക്കളഞ്ഞു.

മേജർ റൂബിൻ സാഞ്ചെസ് ഉൾപ്പെട്ട തടവുകാരെ മോചിപ്പിച്ചത്, സമരം സ്വേച്ഛാധിപത്യസർക്കാരിനെതിരെ ബൊളീവിയൻജനതയുടെ മോചനത്തിനാണെന്ന് അവർക്ക് വിശദീകരിച്ചുകൊടുത്തശേഷമായിരുന്നു. ചെ ബൊളീവിയൻ ജനതയ്ക്കായുള്ള തന്റെ ഒന്നാമത്തെ വിജ്ഞാപനം മേജർ റൂബിനെ ഏല്പിച്ചു. ദേശീയ വിമോചന സൈന്യം (ഇഎൻഎൽ) പോരാട്ടം ആരംഭിച്ചതായി ചെ അതിൽ പ്രഖ്യാപിച്ചു. അതുവരെ നടന്ന യുദ്ധത്തിൽ യഥാർത്ഥത്തിൽ നടന്നതെല്ലാം ജനങ്ങളെ അദ്ദേഹം അറിയിച്ചു. വധിക്കപ്പെട്ടവരും തടവിലാക്കപ്പെട്ടവരുമായ സൈനികരുടെ പേരുവിവരം കൃത്യമായി കൊടുത്തിരുന്നു. അങ്ങനെ സർക്കാരിന്റെ കള്ള പ്രചാരണങ്ങളെ വിജ്ഞാപനം തുറന്നുകാട്ടി.

കുറച്ചു ദിവസങ്ങൾക്കുശേഷം ജോർജെ വാസ്ക്വെസ് അപ്രത്യക്ഷനായി. വാസ്തവത്തിൽ 1967 ഏപ്രിൽ 22ന് തടവിലായ അദ്ദേഹത്തെ മുറിവേറ്റതിനാൽ ആസ്പത്രിയിൽ പ്രവേശിപ്പിച്ചിരുന്നു. സൈന്യം അവിടെനിന്നു തട്ടിക്കൊണ്ടുപോയി അതിക്രൂരമായി പീഡിപ്പിച്ചു കൊലപ്പെടുത്തിയശേഷം അദ്ദേഹത്തെ അവർ ഹെലികോപ്റ്ററിൽനിന്നു ബൊളീവിയൻ വനത്തിലേക്ക് വലിച്ചെറിഞ്ഞു. ഇമ്മട്ടിൽ അപ്രത്യക്ഷരായ 6 ഒളിപ്പോരാളികളിൽ ഒരാൾ മാത്രമായിരുന്നു ജോർജെ. 1960കളിലും 70കളിലും ലാറ്റിനമേരിക്കയിലെ സ്വേച്ഛാധിപത്യസർക്കാരുകൾ ഇത്തരം പൈശാചികകൃത്യങ്ങൾ പരക്കെ വിപ്ലവകാരികളുടെ ഉന്മൂലനത്തിന് ചെയ്തുപോന്നിരുന്നു.

ഇരുപത്തിനാല്

കൊഴിഞ്ഞുപോക്കും പ്രതീക്ഷിക്കാത്ത വിജയവും

ഏപ്രിൽ മുതൽ തിരിച്ചടികളേറ്റും ചിലർ വിട്ടുപോയും ഗറില്ലാ സംഘം ശോഷിച്ചുവന്നെങ്കിലും അവിശ്വസനീയമായൊരു വിജയം ശത്രുവിന് ചെയുടെ ശക്തിയെപ്പറ്റി തെറ്റിദ്ധാരണയുണ്ടാക്കി. ശരിയായ പരിശീലനമില്ലാതെ ഒളിപ്പോരിൽ പങ്കെടുത്ത ചില ബൊളീവിയക്കാർക്കുപുറമെ, മുമ്പ് അർജന്റീനയിൽ ഒളിപ്പോർ സംഘത്തിന്റെ കൂടെ ഉണ്ടായിരുന്നുവെങ്കിലും ശക്തമായി ഏറ്റുമുട്ടലിലൊന്നും പങ്കെടുത്തു പരിചയമില്ലാത്ത സീറോ ബെസ്തോസ് എന്ന അർജന്റൈൻ ചിത്രകാരനായിരുന്നു വിട്ടുപോയവരിൽ ഒരാൾ. ഫ്രഞ്ച് ബുദ്ധിജീവി റെജി ദെബ്രെ ആയിരുന്നു മറ്റൊരാൾ. ഗറില്ലാ യുദ്ധത്തെപ്പറ്റി യാതൊരു അനുഭവവുമില്ലാതെ ആ വിഷയത്തെപ്പറ്റി ഗ്രന്ഥരചന നടത്തി ചെ ഗുവേരയ്ക്ക് സമശീർഷനാണെന്നു സ്വയം കരുതി ബൊളീവിയയിൽ എത്തിയതായിരുന്നു ദെബ്രെ. ഇരുവരും യുദ്ധം ഒരു യഥാർത്ഥ്യമായപ്പോൾ എങ്ങനെയെങ്കിലും രക്ഷപ്പെടാൻ കാണിച്ചുകൂട്ടിയ തത്രപ്പാടുകൾ അപഹാസ്യതയുടെ തലത്തിലെത്തുന്നുണ്ട്.

ദെബ്രെയും ബസ്തോസും

ചെ എത്തുന്നതിനുമുമ്പേ ബൊളീവിയയിലെത്തിയ സീറോ ബസ്തോസും റജി ദെബ്രെയും ചെയുടെ സംഘം സൈനികരാൽ

വളയപ്പെട്ടുകയും ഇടച്ചനീക്കപ്പെട്ടുമെന്ന് ഉറപ്പാകയും ചെയ്ത ഘട്ടത്തി ലായിരുന്ന തിരിച്ചപോകാൻ അങ്കലാപ്പ് പ്രകടിപ്പിച്ചത്. ലവ്രേത്സ്കി എഴുതി: "യൂണിറ്റിൽ ദെബ്രെയുടെയും അർജന്റീനക്കാരൻ ബെസ്തോസി ന്റെയും സന്നിദ്ധ്യത്തെപ്പറ്റി ചെ വളരെ അസ്വസ്ഥനായിരുന്നു. ഇരുവരും ഗറില്ലാ ജീവിതത്തിനു പറ്റിയവരല്ല. കഴിയുന്നത്ര പെട്ടെന്ന് "സ്വാതന്ത്ര്യം നേടാൻ" ഉള്ള ആഗ്രഹം അവർ മറച്ചവെച്ചമില്ല. എന്നാൽ അവർക്ക് സുരക്ഷിതമായ രക്ഷാമാർഗ്ഗം നൽകുക എളുപ്പമായിരുന്നില്ല." ഏപ്രിൽ 3ന് മൂന്നു നിർദ്ദേശങ്ങൾ ചെ അവരുടെ മുമ്പിൽ വെച്ചു. 1. അവർക്ക് ഗറില്ലകളോടൊപ്പം കഴിയാം. 2. സ്വന്തം നിലയിൽ രക്ഷപ്പെടാം 3. സംഘത്തോടൊപ്പം സഞ്ചരിച്ച് രക്ഷാമാർഗ്ഗം തെളിഞ്ഞുവരുന്ന ആദ്യസന്ദർഭം ഉപയോഗിച്ച് രക്ഷപ്പെടാം. സ്വാഭാവികമായും അവർ മൂന്നാമത്തെ നിർദ്ദേശമനുസരിച്ച് മൂന്നാഴ്ചയോളം ഗറില്ലകളുടെ ഒപ്പം പിടിച്ചുനിന്നു. അതിനിടയിൽ സൈന്യവുമായി കൂടുതൽ സംഘട്ടന ങ്ങൾ ഉണ്ടായി. തുടർച്ചയായി സഞ്ചരിച്ചുകൊണ്ടിരിക്കുക എന്ന തന്ത്രം ചെ സ്വീകരിച്ചതിനാൽ സൈന്യത്തിന് ഗറില്ലകളെ പിടികൂടാനായില്ല.

റജി ദെബ്രെ ക്യൂബൻവിപ്ലവത്തിന്റെ ആരാധകനെന്ന നിലയിൽ 1960കളുടെ തുടക്കത്തിലേ ക്യൂബയിലെത്തി ഹവാന സർവ്വകലാശാ ലയിൽ അദ്ധ്യാപകനായി പ്രവർത്തിച്ചു. ഫിദൽ ഉൾപ്പെടെ മിക്ക വിപ്ലവനേതാക്കളുമായി സംസാരിച്ചും വിപ്ലവത്തെ സംബന്ധിച്ച, മറ്റാരും കാണാത്ത നിരവധി രേഖകൾ പരിശോധിച്ചുമായിരുന്നു ഗറി ല്ലായുദ്ധത്തെപ്പറ്റി പ്രതിപാദിക്കുന്ന അദ്ദേഹത്തിന്റെ 'വിപ്ലവത്തിലെ വിപ്ലവം' (Revolution in the Revolution?) എന്ന പുസ്തകം രചിച്ചത്. 1963-1964 കാലയളവിൽ ബൊളീവിയയിൽ അദ്ദേഹം വ്യാപകമായി സന്ദർശനം നടത്തി. അന്ന് ഇത് അപ്രകാശിതമായിരുന്നുവെങ്കിലും, അന്താരാഷ്ട്രപ്രസിദ്ധമായ മാഗസിനുകളിൽ വന്ന ലേഖനങ്ങളിലൂടെ ദെബ്രെയുടെ സാമ്രാജ്യത്വവിരുദ്ധമനോഭാവവും വിപ്ലവാഭിമുഖ്യവും പരക്കേ അറിയപ്പെട്ടിരുന്നതിനാൽ സ്വന്തം പേര് മറച്ചുവെയ്ക്കാതെ നടത്തിയ ആ സഞ്ചാരം പില്ക്കാലത്ത് അദ്ദേഹത്തെ പിടികൂടാനും ചെയെ കണ്ടെത്താനും സിഐഎയെ സഹായിച്ചു. 1967ൽ ബൊളീവി യയിൽ വെച്ച് അദ്ദേഹം ആ പുസ്തകം ചെയെ കാണിച്ചു. ചെയുടെ ഗറി ല്ലായുദ്ധം എന്ന പുസ്തകത്തിന് പൂരകമായിട്ടായിരുന്നു 'വിപ്ലവത്തിലെ വിപ്ലവം' രചിക്കപ്പെട്ടതെങ്കിലും ചെയെ ആ കൃതിയോ ദെബ്രെയോ തെല്ലും ആകർഷിച്ചില്ല.

ഇതിനിടയിൽ മുയൂപമ്പ എന്ന ഗ്രാമത്തിനു ചുറ്റും ഒരു പുതിയ സമരമുഖം ആരംഭിച്ച് ചെ ശത്രുവിനെ സംഭ്രമിപ്പിച്ചു. ആ വഴിക്ക്

ബസ്റ്റോസിനെയും ദെബ്രെയെയും രക്ഷപ്പെടുത്താനായേക്കാമെന്നും ചെ പ്രതീക്ഷിച്ചു. ബൊളീവിയൻ ജനതയ്ക്കായുള്ള തന്റെ രണ്ടാമത്തെ വിജ്ഞാപനം ദെബ്രെവശം കൊടുത്തയയ്ക്കാൻ അദ്ദേഹം ബദ്ധപ്പെട്ട് തയ്യാറാക്കി. അതുപോലെ ബൊളീവിയയിലെ അപ്പോഴത്തെ രാഷ്ട്രീയ സാഹചര്യം ഗൂഢഭാഷയിൽ വിവരിച്ച ഫിദലിനുള്ള ഒരു സന്ദേശവും ദെബ്രെവശം കൊടുത്തയയ്ക്കാൻ തയ്യാറാക്കി. അടിയന്തരമായി ഒരു റേഡിയോ എത്തിക്കാനും ക്യൂബയിൽ പരിശീലനം കഴിഞ്ഞ കുറെപ്പേരെ വിട്ട ഒരു പുതിയ സമരമുഖം ബൊളീവിയയുടെ മറ്റെവിടെയെങ്കിലും ആരംഭിച്ച് സൈന്യത്തിന്റെ ശ്രദ്ധ തിരിച്ചുവിടാനും ചെ ഫിദലിനോടാവശ്യപ്പെട്ടു.

ഏപ്രിൽ 19ന് ചെയുടെ സംഘത്തിൽനിന്ന് മുമ്പേപുറപ്പെട്ടവർ ഒറ്റുകാരായ ചില നാട്ടുകാരെ പിടികൂടിയ കൂട്ടത്തിൽ ജോർജ് ആൻഡ്രൂ റോത്ത് എന്ന ഒരു ആംഗ്ലോ-ചിലിയൻ റിപ്പോർട്ടറും ഉണ്ടായിരുന്നു. കലാപനേതാവുമായി ഒരു അഭിമുഖം നടത്താനായിരുന്നു തന്റെ വരവെന്ന് റോത്ത് പറഞ്ഞു. റോത്തിന്റെ പാസ്പോർട്ടിൽ ചില്ലറ പൊരുത്തക്കേടുകൾ ചെ കണ്ടെത്താതിരുന്നില്ല. ഏപ്രിൽ 20ന് മുയൂപമ്പയിൽ എത്തിയപ്പോൾ സൈന്യത്തിന്റെ സാന്നിദ്ധ്യം അവർക്ക് അനുഭവപ്പെട്ടു. ഈ പത്രപ്രവർത്തകനെ മറയാക്കി അവിടെനിന്ന് രക്ഷപ്പെടാൻ ദെബ്രെ ആഗ്രഹിച്ചു. ഇതിനെ മുങ്ങിച്ചാകാൻ പോകുന്നവൻ കച്ചിത്തുരുമ്പിൽ കയറിപ്പിടിക്കുന്നതുപോലെയെന്ന് ചെ ഡയറിയിൽ രേഖപ്പെടുത്തി.

തങ്ങളും പത്രപ്രവർത്തകരാണെന്ന ഭാവത്തിൽ റോത്തിന്റെ ഒപ്പം ദെബ്രെയും ബെസ്റ്റോസും ഗ്രാമത്തിലേക്ക് കടന്നു. തൽക്ഷണം മൂവരും അറസ്റ്റുചെയ്യപ്പെട്ടു. ഈ അറസ്റ്റ് വാർത്ത കേട്ട ചെ അതീവ അസ്വസ്ഥനായി. തന്റെയും സംഘത്തിന്റെയും രഹസ്യങ്ങൾ സിഐഎ അറിയുമല്ലോ എന്നതിലുപരി ദെബ്രെവശം ഫിദലിനുള്ള സന്ദേശം ഇനി എത്തുകയില്ലല്ലോ എന്നതായിരുന്നു അദ്ദേഹത്തെ വിഷമിപ്പിച്ചത്. ഫിദൽ അതനുസരിച്ച് ചെയ്യുമായിരുന്ന അടിയന്തര നടപടികളായിരുന്നു ചെയുടെ ഭാവിപരിപാടികളുടെ അടിത്തറ ആകുമായിരുന്നത്. എന്നാൽ ഇക്കാര്യത്തിൽ ഇരുവരും കഴിയുന്നതെല്ലാം ജയിലിൽവെച്ച് ചെയ്തു. ജയിലിൽ വന്നുകണ്ട വെനുസ്വേലൻ കാമുകി എലിസെബെത്ത് ബർഗോസ് വഴി ദെബ്രെ ക്യൂബൻ രഹസ്യ സർവ്വീസിനെ ചെ പറഞ്ഞ കാര്യങ്ങൾ അറിയിക്കാൻ ഏർപ്പാടുചെയ്തു. ബെസ്റ്റോസും അതുപോലെ ഒരു പുതിയ റേഡിയോ എക്യുപ്മെന്റ് എത്തിക്കാനും ഒരു രണ്ടാം ഗെറില്ലാ-ഫോകൊ ബൊളീവിയയിൽ സൃഷ്ടിച്ച് സൈന്യത്തിന്റെ ശ്രദ്ധ തിരിച്ചുവിടാനും ഭാര്യ അന്ന മറിയയോട് എങ്ങനെയെങ്കിലും ഫിദലിനെ

അറിയിക്കാൻ ഏർപ്പാടു ചെയ്തു. അന്ന മറിയ വിശദമായൊരു കത്ത് ഹവാനയിലേക്ക് അയയ്ക്കുകയും ചെയ്തിരുന്നു. പല കാരണങ്ങളാൽ ചെ പിടയ്ക്കപ്പെടുന്നതുവരെ അതവിടെ എത്തിയില്ല. ദെബ്രെയുടെ കാമുകിക്കും അതുവരെ ഒന്നും ചെയ്യാനായില്ല.

ബൊളീവിയൻ സൈനിക മേധാവികളും സിഐഎ ഓഫീസർമാരും ദേബ്രെയെയും ബസ്റ്റോസിനെയും നന്നായൊന്നു പെരുമാറിയശേഷം ചോദ്യം ചെയ്തപ്പോൾ എല്ലാം വെളിപ്പെടുത്തി. ഇരുവരും ചെയുടെ ഒളിസ്ഥലത്തെയും സംഘത്തെയും പറ്റി കൃത്യമായ വിവരങ്ങൾ പറഞ്ഞുകൊടുത്തു. സ്റ്റ്വാർട്ട് എ കല്ലെൻ എഴുതി: "ഇഎൽഎന്നിനെപ്പറ്റി അറിയാവുന്ന എല്ലാ കാര്യങ്ങളും ഫ്രഞ്ചുകാരൻ നിർബ്ബന്ധിക്കാതെതന്നെ സിഐഎ ഏജന്റുകളോട് പറഞ്ഞുകൊടുത്തു. പടയാളികളെയും പടനീക്കങ്ങളെയും ഭാവി ആക്രമണ പരിപാടികളെയും സംബന്ധിച്ച് എല്ലാ വിവരവും അയാൾ നൽകി." (Che Guevara: You Win or Die) ദെബ്രെയെ ചോദ്യം ചെയ്ത സിഐഎ ഏജന്റ് റോഡ്രിഗ്വെസ് വെളിപ്പെടുത്തിയതും കല്ലെൻ ഇങ്ങനെ ഉദ്ധരിച്ചു: "ദെബ്രെയുടെ സാക്ഷ്യമായിരുന്നു തന്ത്രത്തിൽ ഒഴിഞ്ഞുമാറിയിരുന്ന ഗുവേരയെ പിടികൂടാൻ ഏകാഗ്രമായ ശ്രമം വേണമെന്നു സിഐഎ ഏജൻസിയെ ബോദ്ധ്യപ്പെടുത്തിയത്. ദെബ്രെ നൽകിയ വിവരങ്ങൾ ഞങ്ങളുടെ എതിരാളികളെ സംബന്ധിച്ച അമൂല്യമായ സൂചനകളായിരുന്നു" ചിത്രകാരൻകൂടിയായ ബസ്റ്റോസ് ചെയുടെ ഒരു ചിത്രം വരച്ചു കാണിച്ചു. കൂടാതെ ഗറില്ല ക്യാമ്പിലേക്കും അവർ ഒളിച്ചു താമസിച്ചിരുന്ന ഗുഹയിലേക്കും ഉള്ള വഴിയും വരച്ചുകാണിച്ചു. അങ്ങനെ ചെയെ ഒറ്റുകൊടുത്ത വഞ്ചകർ എന്ന അപഖ്യാതി ഇരുവർക്കും ഉണ്ടായി."

ജനറൽ ബാറിയെന്തോസിന്റെ സർക്കാർ ഇരുവർക്കും 30 കൊല്ലം വീതം ജയിൽശിക്ഷ നൽകി. സാർവ്വദേശീയ പ്രശസ്തിയുള്ള ചിന്തകനും ഗ്രന്ഥകാരനും എന്ന നിലയിൽ ദെബ്രെയുടെ മോചനം സാർത്ര്, റസ്സൽ തുടങ്ങിയ ലോകപ്രശസ്തരായ തത്ത്വചിന്തകരും, ഫ്രഞ്ച് പ്രസിഡന്റ് ഡി ഗോളയെപ്പോലുള്ള ലോകനേതാക്കളും നിരന്തരം ആവശ്യപ്പെട്ടിരുന്നു. ഇരുവരുടെയും ശിക്ഷ പത്തിലൊന്നായി ചുരുങ്ങിയതിനു കാരണം ഇതൊന്നുമായിരുന്നില്ല. മൂന്നു കൊല്ലം കഴിഞ്ഞപ്പോൾ 1970 ഒക്ടോബർ 7ന് ഒരു ഇടതുചായ്‌വുള്ള സർക്കാർ ബൊളീവിയയിൽ ജനറൽ ജ്വാൻ ജോസ് തോറെസ്സിന്റെ നേതൃത്വത്തിൽ അധികാരത്തിൽ വന്നതതായിരുന്നു.

സമായ്പ്പറ്റയിലെ വിജയവും ശത്രുവിന്റെ അങ്കലാപ്പും

1967 ജൂലായ് 7ന് സമായ്പ്പറ്റ എന്ന പട്ടണം പിടിച്ചെടുത്ത ചെ പ്ര കടിപ്പിച്ച വിപദിധൈര്യവും പ്രാഗലത്ഭ്യവും ഗറില്ലാ സമരചരിത്രത്തിൽ ത്തന്നെ അപൂർവ്വമാണ്. ഹെൻറി ബട്ടർഫീൽഡ് റ്യാൻ സമായ്പ്പറ്റ കീഴടക്കിയതിനെപ്പറ്റി എഴുതി: “അവരുടെ നൈപുണിയെപ്പറ്റി നിരീക്ഷ കർക്ക് മതിപ്പുതോന്നാതിരിക്കാൻ പറ്റാത്തത്ര ഉത്സാഹത്തോടെയും ഏകോപനത്തോടെയുമായിരുന്നു ഗറില്ലകൾ അത് നടപ്പാക്കിയത്”

ഒരു തടിയറപ്പുമില്ലിൽനിന്ന് സമായ്പ്പറ്റയിലേക്ക് പോകുന്ന റോഡ് ചെ ബ്ലോക്കുചെയ്തു. എന്നിട്ട് വിദ്യാർത്ഥികളെ കയറ്റിവന്ന ഒരു ബസ്സും ആ വഴി വന്ന ഒരു ട്രക്കും പിടിച്ചെടുത്തു. വിദ്യാർത്ഥികളെ ബന്ദികളാക്കി വെച്ചുകൊണ്ട് മില്ലിൽനിന്ന് അദ്ദേഹം ഫോൺചെയ്ത് ആവശ്യപ്പെട്ടത് സമായ്പ്പറ്റയിലെ സൈനികരോടും മറ്റും പോലീസ് ഔട്ട്പോസ്റ്റിൽ ഒത്തുചേരാനായിരുന്നു. സമായ്പ്പറ്റയിലെത്തിയ ഗറില്ലകൾ അവിടെയു ണ്ടായിരുന്ന രണ്ടു സൈനികരെയും ഒരു ലെഫ്റ്റനന്റിനെയും മറ്റു പ്രധാന ഉദ്യോഗസ്ഥരെയും ബന്ദികളാക്കി. എന്നാൽ കടകളിൽനിന്നു ഗറില്ലകൾ മരുന്നും ഭക്ഷണസാധനങ്ങളും, ജീവനുവേണ്ടി യാചിച്ചുനിന്നിരുന്ന കടയു ടമകളെ ആശ്ചര്യപ്പെടുത്തിക്കൊണ്ട്, നിർബ്ബന്ധപൂർവ്വം വിലകൊടുത്താ യിരുന്നു ശേഖരിച്ചത്. അവിടെ സ്കൂൾഹൗസിൽ താൽക്കാലികമായി തട്ടിക്കൂട്ടിയ ബാരക്കിൽ കിടന്നുറങ്ങുകയായിരുന്ന 15 സൈനികരെക്കൂടി ബന്ദികളാക്കി. പ്രതിരോധിക്കാൻ നോക്കിയ ഒരു സൈനികന്റെ ചോര മാത്രമേ അവർക്ക് ചിന്തേണ്ടിവന്നുള്ളൂ. സൈനികരുടെ ആയുധങ്ങളും വസ്ത്രങ്ങളും മറ്റും ശേഖരിച്ചശേഷം 10 പേരെ തടവുകാരാക്കി. കുറച്ചങ്ങു ചെന്നപ്പോൾ തടവുകാരെ മോചിപ്പിച്ചു. അവർ പിന്തുടരാതിരിക്കാൻ എല്ലാവരെയും നഗ്നരാക്കിയായിരുന്നു മോചിപ്പിച്ചത്. വീണ്ടും മില്ലിൽ തിരിച്ചെത്തി എല്ലാ ബന്ദികളെയും മോചിപ്പിക്കുയും പിടിച്ചെടുത്ത വാഹ നങ്ങൾ തിരിച്ചുകൊടുക്കുയും ചെയ്തശേഷം ഗറില്ലകൾ അപ്രത്യക്ഷരായി.

ഗറില്ലകളോട് അവിടെയുണ്ടായിരുന്ന സർക്കാർ സൈന്യം യാതൊരു എതിർപ്പിനും നില്ക്കാതെ കീഴടങ്ങിയ സംഭവമായിരുന്നു ബാരിയെന്തോസിന്റെ സംരക്ഷകരായ അമേരിക്കയുടെ കണ്ണു തുറ പ്പിച്ചത്. പിന്നീട് യുഎസ് സ്പെഷൽ ഫോഴ്സിന്റെ പരിശീലനം സിദ്ധിച്ച ബൊളീവിയൻ റേഞ്ചർമാരെ ഇറക്കിയതോടെ കാര്യങ്ങൾ ആകെ മാറിമറിഞ്ഞു. എന്നാലും സമായ്പ്പറ്റ സംഭവം അമേരിക്കയുടെ ആത്മ വിശ്വാസത്തെ ഉലച്ചുവെന്നു ബട്ടർഫീൽഡ് റ്യാൻ നിരീക്ഷിച്ചു. അതിന്റെ

സ്വാധീനം ലാ പാസിലെ അമേരിക്കൻ എംബസിമുതൽ വൈറ്റ്ഹൗസ് വരെ കാണാമായിരുന്നു. അരനൂറ്റാണ്ടിനുശേഷം അവരുടെ അന്നത്തെ അങ്കലാപ്പിനെയും, ആശ്രയമില്ലാതെ അലഞ്ഞ പത്തിരുപതു ആളുകൾക്കെതിരെ അവരെടുത്ത മുൻകരുതലുകളെയും പറ്റി വായിക്കുമ്പോൾ ഒരു അരസികൻപോലും ചിരിച്ചുപോകും.

അമേരിക്കയുടെ എതിരാളികളുടെ രഹസ്യവിവരങ്ങൾ ചോർത്തിയെടുക്കുന്നതിൽ അതിവിദഗ്ധരെന്ന് കുപ്രസിദ്ധരായ സിഐഎയുടെ നിസ്സഹായാവസ്ഥയാണ് ഏറെ രസകരം. റ്യാൻ എഴുതി: “സിഐഎ റിപ്പോർട്ടിലെ ഏറ്റവും ശ്രദ്ധേയമായ ഭാഗം ഗറില്ലാസമരം വിജയിക്കയായിരുന്നുവെന്ന ആഗസ്റ്റ് ആദ്യത്തിലെ അതിന്റെ ധാരണയാണ്. സെക്കന്റ് റേഞ്ച് ബറ്റാലിയൻ കാര്യങ്ങൾ മാറ്റിമറിക്കുമെന്നു അതു പറയുന്നുണ്ടെങ്കിലും, അതിന്റെ ഒടുവിലത്തെ വാക്യം പ്രസ്താവിച്ചു: നേരെ മറിച്ച്, ഗറില്ലകൾ ബൊളീവിയയിൽ വിജയം തുടർന്നാൽ, അവരുടെ അനുഭവങ്ങളും മുറകളും മറ്റു ലാറ്റിനമേരിക്കൻ രാജ്യങ്ങളിൽ അന്ധമായി അനുകരിക്കപ്പെടുമെന്ന് ഉറപ്പാണ്. ഭക്ഷണം, മരുന്ന് എന്നിവയ്ക്ക് വേണ്ടിയുള്ള ഒഴിവാക്കാൻ പറ്റാത്ത ആവശ്യത്തിൽനിന്ന് ഉളവായതെങ്കിലും, സമായ്പ്പറ്റയിൽ അരങ്ങേറിയ ആക്രമണത്തിന്റെ ഫലം ഞെട്ടിപ്പിക്കുന്നതാണ്.”

ഇങ്ങനെയൊരു റിപ്പോർട്ട് മാർച്ചുമാസത്തിൽ ഗറില്ലകൾ ജയിച്ചുകൊണ്ടിരിക്കേ സിഐഎ അയച്ചിരുന്നുവെങ്കിൽ അതിന് യാഥാർത്ഥ്യത്തോട് കുറേക്കൂടി അടുപ്പമുണ്ടാകുമായിരുന്നു. ആകെ 59 ആളുകളെ വെച്ചുകൊണ്ടായിരുന്നല്ലോ ചെ തുടങ്ങിയതുപോലും. അവർ നടത്തിയ ഓരോ ആക്രമണത്തിലും ഒന്നോ രണ്ടോ ഗറില്ലകളെ മരിച്ചിരുന്നുള്ളുവെങ്കിലും മാസങ്ങളോളം ആക്രമണങ്ങൾ നീണ്ടുപോകുമ്പോൾ അംഗസംഖ്യ എവിടെയെത്തുമെന്ന് ഊഹിക്കാവുന്നതേയുള്ളു. കൂടാതെ ഓടിപ്പോകുന്നവർ വേറെയും. സിഐഎ റിപ്പോർട്ടു തയ്യാറാക്കിയ സമയത്ത് ചെയുടെ സംഘം മൂന്നിൽ ഒന്നായി ചുരുങ്ങിക്കഴിഞ്ഞിരുന്നു. കഷ്ടിച്ച് 20 ആളുകളെ വെച്ചുകൊണ്ടായിരുന്നു അദ്ദേഹം നിലനില്പിനുവേണ്ടി തത്രപ്പെട്ടിരുന്നത്. അപ്പോഴായിരുന്നു ചെയുടെ സംഘത്തിൽ 100 ഗറില്ലകളുണ്ടെന്ന് സിഐഎ റിപ്പോർട്ടുചെയ്തത്. ഈ പുകിലൊക്കെ ഉന്നതകേന്ദ്രങ്ങളിൽ സമായ്പ്പറ്റ അക്രമണത്തെപ്പറ്റി നടന്നുവെന്ന് ചെ അറിഞ്ഞതേയില്ല. ഇനി അറിഞ്ഞാലും അദ്ദേഹത്തിന് ആ ഘട്ടത്തിൽ കാര്യമായൊന്നും ചെയ്യാനില്ലായിരുന്നു. കാരണം, ചെയുടെ വിധി അതിനെത്രയോ മുമ്പേ നിർണ്ണയിക്കപ്പെട്ടിരുന്നു.

ഇരുപത്തിയഞ്ച്

ഒരു കൂട്ടക്കൊലയും രഹസ്യം ചോർത്തിയ സിഐഎയും

താനിയയുടെ അതിവിദഗ്ധമായി നടന്ന ചാരപ്രവർത്തനം 1967 മാർച്ചിൽ വെളിപ്പെട്ടത് ചെയുടെ ബൊളീവിയൻ ദൗത്യം പരാജയത്തിലേക്ക് കൂപ്പുകുത്താൻ കാരണമായി. ഏപ്രിൽ 16ന് ചെ ഡയറിയിൽ കുറിച്ചത്, ഒളിപ്പോർസംഘം മുന്നേറിക്കൊണ്ടിരുന്നപ്പോൾ താനിയയും അലെജാൻഡ്രോയും പിന്നിലായെന്നും, ഇരുവർക്കും ശക്തമായ പനി ബാധിച്ചെന്നു കണ്ടെത്തിയെന്നുമായിരുന്നു. പിറ്റേന്നു ചെ തന്റെ സംഘത്തെ രണ്ടായി പകുത്തു പനിപിടിച്ച താനിയ ഉൾപ്പെടെയുള്ളവരെ ജോക്വിനെ (മേജർ ജുവാൻ വിറ്റാലിയോ അകുന) ഏല്പിച്ചു. ജോക്വിന് ചെ കൊടുത്ത കല്പന, പ്രധാന സംഘത്തിൽനിന്നു ശ്രദ്ധ തിരിച്ചുവിടാൻ ചെറിയ തോതിൽ സൈനിക ഇടപെടൽ നടത്താമെങ്കിലും സൈന്യവുമായി നേരിട്ടുള്ള ഏറ്റുമുട്ടൽ ഒഴിവാക്കി അവിടെത്തന്നെ ഉണ്ടായിരിക്കണമെന്നും മൂന്നു ദിവസത്തിനുള്ളിൽ വന്നുകാണാമെന്നുമായിരുന്നു. എന്നാൽ അന്ന് പിരിഞ്ഞതിനുശേഷം ഇരുകൂട്ടർക്കും പിന്നീടൊരിക്കലും തമ്മിൽ കാണാൻ കഴിഞ്ഞില്ല. ഇത്തരം കൃത്യമായ ഏകോപനത്തിൽ സംഭവിച്ച വീഴ്ചയും അന്തിമ പരാജയത്തിന്റെ ഒരു കാരണമാണ്.

ബൊളീയൻ പോരാളി ഇന്തി പെരോദൊ എഴുതി: "മൂന്നു മാസത്തെ സൈനികപ്രവർത്തനം എന്നാൽ ഞങ്ങളെ സംബന്ധിച്ചിടത്തോളം അസാധാരണമായ മുന്നേറ്റം എന്നായിരുന്നു." (My campaign with Che) എന്നാൽ അവിടന്നങ്ങോട്ട് ആരംഭിച്ച തിരിച്ചടികൾ അടിക്കടി വർദ്ധിച്ചു. ആയിരക്കണക്കിന് സൈനികരാൽ വളയപ്പെട്ട ചെയുടെയും കൂട്ടരുടെയും നീക്കം ഒരിക്കലും ലക്ഷ്യം കണ്ടില്ല. മൂന്നു ദിവസം കഴിഞ്ഞു കാണാമെന്നു പറഞ്ഞു പിരിഞ്ഞ ജോക്വിനെയും സംഘത്തെയും എത്ര പാടുപെട്ടിട്ടും അവർ പിന്നീടൊരിക്കലും കണ്ടുമുട്ടുകയുണ്ടായില്ല. ഏപ്രിലിലെ മാസാന്ത്യ അവലോകനത്തിൽ ചെ എഴുതി: "ഞങ്ങൾക്ക് ജോക്വിനുമായി ബന്ധപ്പെടാൻ ഇനിയും കഴിഞ്ഞില്ല." അപ്പോഴേക്കും പരാജയപ്പെടാൻ പോകുന്നതിന്റെ പ്രധാന കാരണം ചെ കണ്ടെത്തിക്കഴിഞ്ഞു. ഏപ്രിൽ 17ന് അദ്ദേഹം ഡയറിയിൽ എഴുതി: "ഞങ്ങൾ കണ്ടുമുട്ടിയ കർഷകരിൽ സൈമൺ എന്ന ഒരേയൊരാൾ മാത്രമായിരുന്നു ഞങ്ങളെ സഹായിക്കാമെന്നേറ്റത്. അയാൾപോലും തീർത്തും ഭയചകിതനായിരുന്നു."

ഒറ്റുകൊടുക്കപ്പെട്ട താനിയയും സംഘവും

മേയ് മുതൽ ജോക്വിനെയും സഹചാരികളെയും സംബന്ധിച്ചിടത്തോളം സാഹചര്യം ഏറെ വഷളായി. ചെയോട് ഏറ്റിരുന്നപോലെ സൈന്യം വളഞ്ഞപ്പോഴും അതേ സ്ഥലത്തുതന്നെ മാറിയും മറഞ്ഞും അവർ പിടിച്ചുനിന്നിരുന്നു. അതിനിടയിൽ ആടിനിന്നിരുന്ന ഒരാൾ വിട്ടുപോയി സൈന്യത്തിന്റെ ഒറ്റുകാരനായി. അപ്പോഴും സ്ഥലം മാറി നിന്നതല്ലാതെ, ചെയുടെ സംഘവുമായി ചേരാനാഗ്രഹിച്ചതിനാൽ ജോക്വിൻ അവിടം വിട്ടുപോയില്ല.

ജോക്വിൻ അല്ലെങ്കിൽ വിലോ എന്നൊക്കെ വിളിക്കപ്പെടുന്ന ജ്വാൻ വിറ്റാലിയോ അകുന നുനെസ് (ജനുവരി 27, 1935-ആഗസ്റ്റ് 31, 1967) ബൊളീവിയയിൽ ചെയുടെ ഒളിപ്പോർസംഘത്തിലെ ഏറ്റവും തലമുതിർന്ന (42 വയസ്) ആംഗമായിരുന്നു. ക്യൂബയിലെ സീറാ മെസ്ത്രയിൽ ഒരു ദരിദ്ര കർഷകകുടുംബത്തിൽ പിറന്ന അദ്ദേഹം ക്യൂബൻവിപ്ലവ മുന്നേറ്റത്തിൽ ആകൃഷ്ടനായി 1957ൽ വിപ്ലവകാരികളെ അന്വേഷിച്ചുചെന്ന് അവരുടെ കൂടെ ചേരുകയാണുണ്ടായത്. വിപ്ലവസൈന്യം ആദ്യവെടി പൊട്ടിച്ച 1957 മേയിലെ എൽ ഉവേരോ ബാരക്സ് ആക്രമണം മുതൽ ചെ ഉൾപ്പെട്ട എല്ലാ യുദ്ധങ്ങളിലും ജോക്വിൻ പങ്കെടുത്തു. അങ്ങനെ മരണത്തിന്റെ നൂൽപ്പാലത്തിലൂടെ ചെയോടൊപ്പം ഒരു പതിറ്റാണ്ട് സഞ്ചരിച്ചു. അതിനിടയിൽ ക്യൂബൻ വിപ്ലവസർക്കാരിൽ ഉന്നതപദവികൾ

ഏറെ ലഭിച്ചു. എല്ലാം ഉപേക്ഷിച്ച് തീർത്തും അനിശ്ചിതമായ ഭാവിയിലേക്ക് സ്വയം എടുത്തെറിയുകയായിരുന്നു. നേതാവിനേക്കാൾ ഒരു മാസം മുമ്പേ ജോക്വിന്റെ വിപ്ലവയാത്ര എന്നെന്നേക്കുമായി അവസാനിച്ചു.

റിയോ ഗ്രാന്ദേ നദിയുടെ ആളുകൾക്ക് ഇറങ്ങിപ്പോകാവുന്ന ആഴം കുറഞ്ഞ ഭാഗത്ത് ഒന്നര മീറ്ററോളം ചെടികൾ വളർന്നു നില്ക്കുന്നു. അവിടം പതിയിരുന്നാക്രമണത്തിന് പറ്റിയ ഇടമായി കണ്ടെത്തിയത് ബൊളീയൻ സൈന്യത്തിന്റെ എട്ടാം ഡിവിഷനിലെ ക്യാപ്റ്റൻ മരിയോ വർഗ്ഗാസ് സാലിനാസ് ആയിരുന്നു. യുഎസ് നൽകിയ അത്യാധുനികമായ ആയുധങ്ങളുമായി 41 സൈനികർ ഒപ്പമുണ്ടായിരുന്നു. കൂടാതെ ആയിരക്കണക്കിന് സൈനികർ മേഖലയാകെ വളഞ്ഞിരുന്നു. യുഎസ് നയതന്ത്രജ്ഞനും ചരിത്രകാരനുമായ ഹെൻറി ബട്ടർഫീൽഡ് റ്യാൻ ചെയുടെ പതനത്തെപ്പറ്റി വിപുലമായ ഗവേഷണത്തിനുശേഷം രചിച്ച കൃതിയിൽ എഴുതി: “ആഗസ്റ്റ് 31ന് ജോക്വിനും അദ്ദേഹത്തിന്റെ സംഘത്തിലെ ഒമ്പതു മറ്റു ഗെറില്ലകളും സൈന്യത്തിന്റെ ഒരു പതിയിരുന്നാക്രണത്തിലേക്ക് നടന്നു നീങ്ങിയപ്പോൾ ഗുവേര സമരത്തിലെ ഏറെ മോശപ്പെട്ട പരാജയങ്ങളിലൊന്നു അനുഭവിച്ചു. സാസികുരി നദിയുടെ സമീപം താമസിച്ചിരുന്ന ഹൊനൊരാതോ റോജാസ് എന്നു പേരായ ഒരു കർഷകൻ അവരെ വിനാശത്തിലേക്ക് അയച്ചു.” (The Fall of Che Guevara)

അവിടെ ഒളിപ്പോരാളികൾക്ക് വഴികാട്ടിയായിരുന്ന റോജാസ് ഒറ്റുകാരനായിരുന്നു. ചെ തുടക്കംമുതലേ അയാളെ സംശയദൃഷ്ടിയോടെ വീക്ഷിച്ചിരുന്നു. അയാൾ അവരെ നദിക്കരയിലേക്ക് നയിച്ചു. എല്ലാവരും ഇറങ്ങുകയും ഒരാൾ (ബ്രോലിയോ) മറുകരയിലെത്തുകയും ചെയ്തതോടെ വെടി തുടങ്ങിയപ്പോഴായിരുന്നു ചതി മനസ്സിലായത്. മോയ്സസിനെയും അലജാൻഡ്രോയെയും വെടിയുണ്ടകൾകൊണ്ട് മൂടി. ബ്രോലിയോക്ക് മുറിവേറ്റിട്ടും തന്റെ മെഷിൻ ഗൺ പ്രയോഗിക്കാനായി. എന്നാൽ ഒരു സൈനികന്റെ ബുള്ളറ്റ് അദ്ദേഹത്തെ എന്നെന്നേക്കുമായി നിശ്ശബ്ദനാക്കി. താനിയ തോക്കിന്റെ കാഞ്ചി വലിക്കാൻ തുടങ്ങുന്നതിനു തൊട്ടുമുമ്പേ ശത്രുവിന്റെ ബുള്ളറ്റ് അവളെ വീഴ്ത്തിക്കഴിഞ്ഞിരുന്നു. ഒഴുക്കിൽ പെട്ട ആ ശരീരം അകലേക്ക് ഒലിച്ചുപോയി. എൽ നെഗ്രോ നീന്തിച്ചെന്ന് താനിയയെ രക്ഷപ്പെടുത്താൻ ശ്രമിച്ചെങ്കിലും മരിച്ചുകഴിഞ്ഞെന്നു മനസ്സിലാക്കിയപ്പോൾ കരയ്ക്കടുപ്പിച്ചു. അയാൾ ഒഴുക്കിലൂടെ അകലേക്ക് പോയി രക്ഷപ്പെടാൻ ശ്രമിച്ചു. എന്നാൽ ദിവസങ്ങൾക്കുശേഷം സൈന്യം അദ്ദേഹത്തെ കണ്ടെത്തി വെടിവെച്ചുകൊന്നു. ജോക്വിൻ നദിയിൽനിന്നു രക്ഷപ്പെട്ടെങ്കിലും ഇരുഭാഗങ്ങളിൽനിന്നു

പാഞ്ഞെത്തിയ വെടിയുണ്ടകൾ അദ്ദേഹത്തെയും വീഴ്ത്തി. ജോക്വിന്റെ മൃതശരീരം ബ്രോലിയോ, മോയ്സസ്, അലെജാൻഡ്രോ, വാൾട്ടർ എന്നിവരുടേതുമായി സൈനികർ അട്ടിയിട്ടുവെച്ചതായി കണ്ടുവെന്ന് ദൃക്സാക്ഷികൾ പറയുകയുണ്ടായി. താനിയയുടെ അഴകിയ മൃതശരീരം നദിക്കരയിൽനിന്നു ഒരാഴ്ചയ്ക്കുശേഷമായിരുന്നു കണ്ടെടുത്തത്.

ബ്രോലിയോ (ഇസ്രായേൽ റെയ്സ്, ക്യൂബ), വാൾട്ടർ (വാൾട്ടർ ആരാൻസിബ, ബൊളീവിയ), മോയ്സസ് (മോയ്സസ് ഗുവേര, ബൊളീവിയ), എൽ നെഗ്രോ (റെസ്റ്റിതുതോ ജോസ് കബ്രേര, പെറു), പോളോ (അപ്പോളിനർ അക്വിനോ, ബൊളീവിയ), ഏണസ്റ്റോ (ഫ്രെഡ്ഡി മയന്യൂര, ബൊളീവിയ), അലെജാൻഡ്രോ (ഗുസ്താവോ മച്ചിൻ, ക്യൂബ), പാകൊ (ജോസ് കാസ്റ്റില്ലോ ഷാവേസ്) എന്നിവരായിരുന്നു ജോക്വിനും താനിയയ്ക്കും പുറമേ നദിയിൽ ഇറങ്ങിയവർ. ഇക്കൂട്ടത്തിൽ പാകൊ മാത്ര മായിരുന്നു ജീവനോടെ രക്ഷപ്പെട്ടത്. അങ്ങനെ ചെ തന്ത്രപരമായി രൂപീകരിച്ച ഒരു ഗറില്ലാ യൂണിറ്റ് എന്നെന്നേക്കുമായി തുടച്ചുനീക്കപ്പെട്ടു.

പാകോയും റോഡ്രിഗ്വെസും

ജോസ് കാസ്റ്റില്ലോ ഷാവേസിനെ സൈനികർ പിന്നീട് പിടികൂടി. അയാൾ മോയ്സസ് ഗുവേര റിക്രൂട്ട് ചെയ്ത യഥാർത്ഥ വിപ്ലവാഭിമുഖ്യ മില്ലാത്ത ബൊളീവിയക്കാരിൽ പെട്ടവനായിരുന്നു. സ്റ്റാർട്ട് കല്ലെൻ അതിങ്ങനെ വിശദീകരിച്ചു: "ഇഎൽഎന്നിനെ സംബന്ധിച്ചിടത്തോളം ആഗസ്റ്റ് അവസാന ദിവസം വ്യക്തമാക്കിയത് അന്ത്യത്തിന്റെ ആരം ഭമായിരുന്നു. ബൊളീവിയൻ ഭടന്മാർ പതിയിരുന്നാക്രമിക്കയും 10 ഇഎൽഎൻ പോരാളികളെ കശാപ്പ ചെയ്യുകയുമുണ്ടായി. ശേഷിച്ച ഏക വ്യക്തിയായ ജോസ് കാസ്റ്റില്ലോ ഷാവേസ് ഒരു ബൊളീവി യനായിരുന്നു. സൈനികർ അയാളെ റോഡ്രിഗ്വെസിന് കൈമാറി. അദ്ദേഹം അയാളെ ഓരോ ദിവസവും നിരവധി മണിക്കൂറുകളോളം രണ്ടാഴ്ചയിലേറെക്കാലം ചോദ്യംചെയ്തു."

ചെയെ പിടികൂടികൂടാൻ പ്രത്യേകം നിയോഗിക്കപ്പെട്ട സിഐഎ ഏജന്റ് എന്ന നിലയിൽ റോഡ്രിഗ്വെസ് അയാളെ രഹസ്യവിവരങ്ങളുടെ ഒരു അക്ഷയഖനി എന്ന നിലയിൽ വളരെ തന്ത്രപരമായി കൈകാര്യം ചെയ്തു. അടിക്കയോ വെരട്ടുകയോ ചെയ്യുന്നതിനുപകരം റോഡ്രിഗ്വെസ് അയാൾക്ക് വിദഗ്ദ്ധ ചികിത്സയും നല്ല ഭക്ഷണവും മറ്റും നൽകി പാട്ടി ലാക്കി. സിഐഎ ഏജന്റ് ചെയെയും സംഘത്തെയും സംബന്ധിച്ച യഥാർത്ഥ വിവരങ്ങളെല്ലാം കാസ്റ്റില്ലോയിൽനിന്നു ചോർത്തിയെടു ത്തു. സംഘത്തിന്റെ ധനസ്ഥിതി, യുദ്ധരംഗത്തെ ആസൂത്രണരീതി,

അവശേഷിച്ച ഓരോ ഗറില്ലയുടെയും പേരും ദേശവും എന്നിവയെല്ലാം കൃത്യമായി സിഐഎക്കാരൻ അറിഞ്ഞു. പിന്നീട് കണിശമായി ചെയുടെ നീക്കങ്ങളെ മുൻകൂട്ടി അറിയാനും എളുപ്പത്തിൽ പിടികൂടാനും ആ വിവരങ്ങൾ അയാൾ ഉപയോഗപ്പെടുത്തി.

ചെയെ പിടികൂടാൻ നടത്തപ്പെട്ട തയ്യാറെടുപ്പുകളെയും, പിടികൂടിയശേഷം നടത്തപ്പെട്ട കൊലയെയും സംബന്ധിച്ച്, മിച്ച് വെയ്സ്, കെവിൻ മൗറെർ എന്നീ അമേരിക്കൻ ഗ്രന്ഥകാരന്മാർ, അനുഭവസ്ഥരുമായി നടത്തിയ അഭിമുഖങ്ങളെയും മൗലികമായ രേഖകളെയും അടിസ്ഥാനപ്പെടുത്തി എഴുതിയതാണ് 2013ൽ പ്രസിദ്ധീകരിക്കപ്പെട്ട Hunting Che എന്ന ഗ്രന്ഥം. ഏറ്റവുമൊടുവിലെഴുതപ്പെട്ട ഗ്രന്ഥങ്ങളിൽ ഒന്നാകയാൽ ഒരുപാട് പുതിയ വിവരങ്ങൾ ഇതുൾക്കൊള്ളുന്നു. പാകൊ എന്ന കാസ്റ്റല്ലോയെ പാട്ടിലാക്കാൻ റോഡ്രിഗ്വെസ് നടത്തുന്ന സംഭാഷണം ഈ ഗ്രന്ഥത്തിൽ കുറച്ചുകൂടി യാഥാർത്ഥ്യത്തോട് അടുത്തുനില്ക്കുന്നു. വെയ്സും മൗറെറും എഴുതി: "ദിനംപ്രതി ഇരുവരും മണിക്കൂറുകളോളം സംസാരിച്ചിരുന്നു. ഒരു ചെറിയ മേശയുടെ ഓരോ വശത്തായി ഇരുന്ന റോഡ്രിഗ്വെസും പാകോയും തങ്ങളുടെ കഥകൾ പങ്കുവെച്ചു.

റോഡ്രിഗ്വെസ് ക്യൂബയെപ്പറ്റി സംസാരിച്ചു. എങ്ങനെയാണ് കാസ്ട്രോ അസമത്വമുണ്ടാക്കി ധാരാളം ക്യൂബക്കാരെ വിദേശങ്ങളിലേക്ക് ആട്ടിയോടിച്ചു രാജ്യം നശിപ്പിച്ചതെന്ന് അദ്ദേഹം പാകോയോട് പറഞ്ഞു." കാസ്ട്രോ അധികാരത്തിൽ വന്നപ്പോൾ പതിനായിരക്കണക്കിന് ഏക്കർ ഭൂസ്വത്തുണ്ടായിരുന്ന സ്വന്തം കുടുംബത്തിലെ സഹോദരങ്ങളിൽ ചിലർ രാജ്യംവിടുകയുണ്ടായി. പിന്നെ ബാത്തിസ്റ്റയുടെ കൂടെനിന്നു ജനങ്ങളെ കൂട്ടക്കൊല ചെയ്തവരും നാടുവിട്ടിരുന്നു. റോഡ്രിഗ്വെസ് ഇതിൽ ഏതു വിഭാഗത്തിൽ പെടുമെന്നറിയില്ല. താൻ രാജ്യം വിടാൻ ഇടയായ സാഹചര്യം അയാൾ വിവരിച്ചു: "നിങ്ങളുടെ കമ്യൂണിസം ഞങ്ങളുടെ രാജ്യം നശിപ്പിച്ചു. അത് ഞങ്ങളുടേതുപോലുള്ള കുടുംബങ്ങളെ നശിപ്പിച്ചു. കുടുംബത്തിൽനിന്നു വളരെ അകലേക്ക് ഞങ്ങളെ ആട്ടിയോടിച്ചു." പാകോ എല്ലാം സശ്രദ്ധം കേട്ടു.

സ്വന്തം കഥ പാകോ പറഞ്ഞപ്പോൾ തീവ്രമായ ശ്രദ്ധയോടെ റോഡ്രിഗ്വെസും കേട്ടുകൊണ്ടിരുന്നു. താൻ കടുത്ത കമ്യൂണിസ്റ്റൊന്നുമല്ല. 1937ൽ ജനിച്ച താൻ 1958 മുതൽ കമ്യൂണിസ്റ്റ് പാർട്ടി മീറ്റിംഗുകളിൽ പോയിത്തുടങ്ങി. കമ്യൂണിസ്റ്റ് നേതാവായ അമ്മാവൻ മോയ്സസ് ഗുവേര മോസ്കോയിലും ഹാവാനയിലും അയച്ച് തനിക്ക് ഒരു വിപ്ലവ വിദ്യാഭ്യാസം തരികയുണ്ടായി. വിദ്യാഭാസത്തിലായിരുന്ന തനിക്കു

താത്പര്യം. അല്ലാതെ യുദ്ധം ചെയ്യുന്നതിലായിരുന്നില്ല. താത്പര്യമില്ലാത്ത തന്നെ അവർ ആയുധമണിയിക്കയായിരുന്നു. തോക്കും തോൾസഞ്ചിയും വെടിയുണ്ടകളും തന്ന് തന്നെ അവരോടൊപ്പം കാടുകളിലും മലയിടുക്കുകളിലും പട്ടിണിയും കഷ്ടപ്പാടും സഹിച്ചു സഞ്ചരിക്കാൻ നിർബന്ധിതനാക്കി. ചെ ഗുവേരയാണ് രമൺ എന്ന് മനസ്സിലാക്കാൻ പെട്ടെന്നു കഴിഞ്ഞു. ആദ്യം വലിയ ആരാധനയായിരുന്നു. എന്നാൽ കർക്കശമായ പരിശീലനവും കഠിനമായ യാത്രകളും നിർബന്ധമായും വേണ്ടിവന്നപ്പോൾ അതിന് മങ്ങലേറ്റു. എങ്കിലും സീറാ മെസ്ത്രയിൽ അവർ നേടിയ വിജയത്തെപ്പറ്റി പാകോയ്ക്ക് ആരാധനയായിരുന്നു. മൊത്തത്തിൽ കമ്യൂണിസത്തെയും അയാൾ ആരാധിച്ചിരുന്നു. റോഡ്രിഗ്വെസ് ക്ഷമാപൂർവ്വം എല്ലാം കേൾക്കയും രക്ഷകനാണെന്ന തോന്നൽ ഉളവാക്കുകയും ചെയ്തു. പാകോയുടെ കുടുംബത്തെപ്പറ്റി ചോദിക്കയും മാതാപിതാക്കൾക്ക് സന്ദേശം എത്തിക്കാൻ പേനയും കടലാസ്സും കൊടുത്തു കത്തെഴുതിക്കയും ചെയ്തു. പെട്ടെന്നുതന്നെ ഗറില്ലാസൈന്യത്തിന്റെ ദൈനംദിന ചര്യകളെപ്പറ്റി സ്വാഭാവികമായി സംസാരിക്കാനുള്ള അടുപ്പം അവർ തമ്മിലുണ്ടായി. അങ്ങനെ സിഐഎക്കാരൻ പാവം പാകോയിൽനിന്നു ഖനനം ചെയ്തെടുത്ത അമൂല്യമായ വിവരം ചെയെയും സംഘത്തെയും വലയിലാക്കാൻ ഉപയോഗപ്പെടുത്തി.

താനിയ ഉൾപ്പെട്ട സംഘം കൂട്ടക്കൊലയ്ക്കിരയായപ്പോൾ രക്ഷപ്പെട്ട ഏക വ്യക്തിയാണല്ലോ പാകോ. ആ സംഘത്തിൽ കൃത്യമായി ഡയറി എഴുതിയിരുന്ന ബ്രൗലിയോ വധിക്കപ്പെടുന്നതിനുമുമ്പ് ആ ഡയറി പാകോയ്ക്ക് ലഭിച്ചു. അത് അയാൾ റോഡ്രിഗ്വെസിന് കൈമാറി. അതിലെ വരികളിലൂടെ കണ്ണോടിക്കുന്തോറും ചെയുടെ സംഘത്തെപ്പറ്റി ഇതുവരെ വെച്ചുപുലർത്തിയ ധാരണകൾ അട്ടിമറിക്കപ്പെട്ടു. ഗറില്ലായുദ്ധം സംഘടിപ്പിക്കപ്പെട്ടത് വളരെ വികലമായിട്ടായിരുന്നു. ആ വൈകല്യം ആസൂത്രണത്തിലും അംഗങ്ങളെ ചേർക്കുന്നതിലും ഉണ്ടായിരുന്നു. തന്റെ യൂണിറ്റിലെ പോരാളികൾ ദുർബലരും വിശന്നുവലഞ്ഞവരുമായിരുന്നു എന്ന് ബ്രൗലിയോയുടെ ഡയറി വെളിപ്പെടുത്തി. സാമഗ്രികൾ വിരളവും അവയുടെ ഗുണനിലവാരം മോശവുമായിരുന്നു. റോഡ്രിഗ്വെസിനെ അദ്ഭുതസ്തംഭനാക്കിയത് ബ്രൗലിയോയുടെയും ചെയുടെയും യൂണിറ്റുകൾ തമ്മിൽ യാതൊരു ആശയവിനിമയസാദ്ധ്യതയും ഇല്ലാതെ മാസങ്ങളോളം അന്യോന്യം തിരഞ്ഞ് കാടുകളും മലകളും കയറിയിറങ്ങിയതും ഒടുവിൽ തുടച്ചുനീക്കപ്പെട്ടതുമായിരുന്നു.

ഇതാണോ ലോകം ഭയപ്പെട്ട ചെയുടെ യഥാർത്ഥസ്ഥിതി? ലാ പാസിൽ ഏതു നിമിഷവും നൂറുകണക്കിന് സുശിക്ഷിതരായ

ഗെറില്ലകളുടെ ആക്രമണം ഭയപ്പെട്ടുകഴിയുന്ന ബൊളീവിയൻ ഹൈക്കമാന്റിനെപ്പറ്റി ഓർത്തു റോഡ്രിഗ്വെസിന് ചിരിക്കാതിരിക്കാനായില്ല. ഇനി ചെ ഒന്നുമല്ല. എന്നാൽ വല്ലാത്ത അവിശ്വസനീയത. ഡയറിയിലെ ഉള്ളടക്കവും പാകോ തട്ടുംതടവുമില്ലാതെ പറഞ്ഞുകൊണ്ടിരിക്കുന്നതും ഒത്തുപോകുന്നു. ഡയറിയിലെ ചില ഭാഗങ്ങളിലെ അവ്യക്തത പാകോയുടെ വിവരണം പൂരിപ്പിച്ചു. ബൊളീവിയൻ സൈന്യത്തിന് അങ്ങനെ കണിശമായ വിവരങ്ങൾ കിട്ടിയതിന്റെ പിൻബലത്തിലായിരുന്നു സെപ്തംബർ മാസത്തിൽ അവരുടെ ഓരോ നീക്കവും വിജയത്തിൽനിന്നു വിജയത്തിലേക്ക് നയിക്കപ്പെട്ടത്. "രക്ഷപ്പെടാനുള്ള സാദ്ധ്യതകൾ വിദൂരം" ചെ ഡയറിയിൽ കുറിക്കുന്നതുവരെ കാര്യങ്ങൾ എത്തിപ്പെട്ടു.

ജോക്വിനെയും സംഘത്തെയും ഇല്ലാതാക്കിയ ആഗസ്റ്റ് അവസാനംവരെ ഗറില്ലകളിൽനിന്നു സർക്കാർസൈന്യത്തിന് നിരന്തരം പ്രഹരങ്ങളേറ്റിരുന്നു. ലദ്രേബ്സ്കി എഴുതി: "ഗറില്ലകൾ ശരിക്കും അജയ്യരാണെന്ന, ലക്ഷ്യത്തിലെത്താനുള്ള, അല്ലെങ്കിൽ, ബാറിയെന്തോസിനെ പുറന്തള്ളാനെങ്കിലുമുള്ള നല്ല സാദ്ധ്യത അവർക്ക് ഉണ്ടായിരുന്നുവെന്ന, തോന്നൽ വളർന്നിരുന്നു. അത് അദ്ദേഹത്തിന്റെ രാഷ്ട്രീയ എതിരാളികൾക്കും ഗറില്ലകൾക്കുതന്നെയും ഒരുപോലെ സഹായകമായേക്കാം." ആദ്യമാസങ്ങളിൽ ബൊളീവിയയിലെ പൊതുജനാഭിപ്രായവും മുൻ പ്രസിഡന്റ് ഉൾപ്പെടെ ബാറിയെന്തോസിനെ പുറന്തള്ളി അധികാരം കൈക്കലാക്കാൻ ആഗ്രഹിച്ച രാഷ്ട്രീയ നേതാക്കളും ചെയെ സ്വാഗതം ചെയ്യുകയും ഒളിപ്പോർ വിജയിച്ചേക്കുമെന്നു വിശ്വസിക്കയും ചെയ്തിരുന്നുവെന്ന് പാസ് എസ്റ്റെൻസോറോ, ബൊളീവിയൻ സേനാനായകൻ ജനറൽ ഒവാൻഡോ തടങ്ങിയവരുടെ പ്രാരംഭത്തിലെ പ്രസ്താവനകൾ വ്യക്തമാക്കുന്നു. ആദ്യമാസങ്ങളിൽ ഗറില്ലകൾ നേടിയ ശ്രദ്ധേയമായ വിജയങ്ങളും പിന്നീട് ആഗസ്റ്റ് വരെ തുടർച്ചയായി സൈന്യത്തെ പ്രഹരിക്കാൻ കഴിഞ്ഞതുമായിരിക്കാം അക്കൂട്ടരെ പ്രചോദിപ്പിച്ചിരിക്കുക.

ഊർജ്ജം സംഭരിച്ച ബാറിയെന്തോസ്

അതേസമയം ബാറിയെന്തോസ് ശ്രദ്ധാപൂർവ്വം കരുക്കൾ നീക്കി. ഒരേ സമയം തന്റെ കൂടെയുള്ള ശത്രുക്കളെയും ഗറില്ലകളെയും ബൊളീവിയൻ പൊതുസമൂഹത്തിലെ സമരോത്സുകരെയും നേരിടാനുള്ള ഊർജ്ജം അദ്ദേഹം സംഭരിച്ചുകൊണ്ടിരുന്നു. പണിമുടക്കിയ തൊഴിലാളികളെയും സമരരംഗത്തുണ്ടായിരുന്ന സർവ്വകലാശാലാ വിദ്യാർത്ഥികളെയും അദ്ദേഹം നിർദ്ദയം അടിച്ചമർത്തി. എസ്റ്റെൻസോറോ

പ്രസിന്റായിരുന്നപ്പോൾ ആയുധമണിയിച്ചിരുന്ന ഖനിത്തൊഴിലാളികൾ ചെയുടെ സംഘത്തൊടൊപ്പം ചേരുക എന്ന ഭീഷണി നിലനിന്നിരുന്നു. അത് സാക്ഷാൽക്കരിക്കുന്നതിനുമുമ്പേ അവരെ നിരായുധീകരിക്കുന്നതിലും 80 പേരെ കൂട്ടക്കൊലചെയ്ത് അടിച്ചമർത്തുന്നതിലും ബാരിയെന്തോസ് വിജയിച്ചു. അപ്പോഴും ഗറില്ലകൾ എണ്ണത്തിലും പ്രഹരശേഷിയിലും നാമമാത്രമായിട്ടും അതറിയാതെ ഉഴലുന്ന ബാറിയെന്തോസിനെയും സിഐഎയിലെയും യുഎസ് എംബസിയിലെയും ഉദ്യോഗസ്ഥരെയും കാണാം. ആഗസ്റ്റ് അവസാനംവരെ ഈ സന്നിദ്ധാവസ്ഥ നിലനിന്നിരുന്നു.

പിന്നീട് പാകോയിൽനിന്നു റോഡ്രിഗ്വെസ് ചോർത്തിയെടുത്ത ചെയുടെയും സംഘത്തിന്റെയും അപ്പോഴത്തെ ദയനീയാവസ്ഥ വെളിപ്പെട്ടപ്പോൾ ആഗസ്റ്റുവരെ നിലനിന്ന സന്നിദ്ധാവസ്ഥയ്ക്ക് യാഥാർത്ഥ്യവുമായി വിദൂരബന്ധം പോലുമില്ലെന്ന് വ്യക്തമായി. അതോടെ ഗറില്ലാഭീഷണി ബൊളീവിയൻ മണ്ണിൽനിന്ന് എന്നെന്നെയ്ക്കുമായി പിഴുതുമാറ്റാമെന്നു ബാറിയെന്തോസിന് ഉറപ്പായി.

ഇരുപത്തിയാറ്

അന്തിമമായ ഏറ്റമുട്ടൽ

ഇനിയൊരു ക്യൂബ ഉണ്ടാകരുതെന്ന നിശ്ചയദാർഢ്യത്തോടെ അമേരിക്ക സ്പെഷൽ ഫോഴ്സസ് ഓഫീസർ മേജർ റാൽഫ് "പപ്പി" ഷെൽട്ടന്റെ നേതൃത്വത്തിൽ 16 യുഎസ് സൈനികരെ അയച്ച കിഴക്കൻ ബൊളീവിയയിൽ 1967 ഏപ്രിലിൽ ഒരു ട്രെയിനിംഗ് ക്യാമ്പ് ആരംഭിച്ചു. 600 ബൊളീവിയൻ സൈനികരുടെ ഒരു ബറ്റാലിയനെ ഗറില്ലാ യുദ്ധത്തെ നേരിടാനുള്ള ടെക്നിക്കുകൾ പഠിപ്പിച്ചു. കഷ്ടിച്ച് ആറുമാസത്തെ പരിശീലനം പൂർത്തിയാക്കിയ ഈ ബറ്റാലിയനെ ആയിരുന്നു സെപ്റ്റംബർ മദ്ധ്യത്തോടെ ചെയെയും കൂട്ടരെയും നേരിടാൻ ബൊളീവിയൻ സൈന്യം ഇറക്കിയത്.

സർക്കാർ ചെയുടെ സാന്നിദ്ധ്യം കണ്ടെത്തിയ മാർച്ച് 23 ന ശേഷവും ഗറില്ലകൾക്ക് ആക്രമണങ്ങൾ നടത്തി ഒഴിഞ്ഞുപോകുന്ന തന്ത്രം തുടർന്നുപോകാൻ കഴിഞ്ഞു. അതോടൊപ്പം തുടർച്ചയായി അവർക്ക് തിരിച്ചടികളും നേരിടേണ്ടിവന്നു. ചെറിയ സംഘമാകയാൽ ഓരോ പോരാളി നഷ്ടപ്പെടുമ്പോഴും ശോഷണം ശരിക്കും അനുഭവപ്പെട്ടു. കഠിനമായ ആസ്ത്മയുടെ ആക്രമണം ഇടയ്ക്കിടെ ഉണ്ടാകുന്നതിനെ ചെ തടഞ്ഞു നിർത്തിയിരുന്നത് തുടർച്ചയായി മരുന്നു കഴിച്ചുകൊണ്ടായിരുന്നു. പുറംലോകത്തേയ്ക്കുള്ള ഗറില്ലകളുടെ എല്ലാ വഴികളും സർക്കാർ അടച്ചതിനാൽ മരുന്നു കിട്ടാതെ ചെ രോഗാക്രമണത്താൽ ശരിക്കും വലഞ്ഞു. സമായ്പ്പാറ്റയിൽനിന്നു ഗറില്ലകൾ കുറെ മരുന്നുകൾ സംഭരിച്ചെങ്കിലും

അക്കൂട്ടത്തിൽ ചെയുടെ ആവശ്യത്തിനുള്ളവ ഉണ്ടായിരുന്നില്ല. രോഗാക്രമണത്തെ മനക്കരുത്തുകൊണ്ട് ചെറുത്തുകൊണ്ടായിരുന്ന അദ്ദേഹം യുദ്ധം നയിച്ചത്. അതുകൊണ്ട് അന്തിമമായ ഏറ്റുമുട്ടൽ നടന്ന ഒക്ടോബർ ആദ്യം അദ്ദേഹം ശാരീരികമായി തീർത്തും അവശനായിരുന്നു.

സെപ്റ്റംബറിലെ നഷ്ടങ്ങൾ

ആഗസ്റ്റ് അവസാനം ജോക്വിന്റെ നേതൃത്വത്തിൽ പ്രവർത്തിച്ച സംഘത്തെ ഉന്മൂലനംചെയ്യാനായതോടെ, ഗറില്ലകളുടെ എണ്ണത്തെയും പ്രഹരശേഷിയെയും സംബന്ധിച്ച ശരിയായ ധാരണ ലഭിച്ചിരുന്നു. സെപ്റ്റംബർ മദ്ധ്യമായപ്പോഴേക്കും അവരെ സൈന്യം വളഞ്ഞുകഴിഞ്ഞു. സാന്താ ക്രൂസ് നഗരത്തിൽനിന്ന് 130 കി.മീ. തെക്കുപടിഞ്ഞാറ് ലാ ഹിഗ്വേര എന്ന കുഗ്രാമത്തിലായിരുന്നു ചെയും കൂട്ടരും. സൈന്യവുമായി ഉണ്ടായ ചില്ലറ സംഘട്ടനങ്ങളുടെ ഫലം പ്രസിഡന്റ് ബാരിയെന്തോസിനെ സന്തോഷിപ്പിക്കുന്നതായിരുന്നു. മാർച്ച്മാസത്തിൽ ഗറില്ലകളുടെ ആദ്യ പതിയിരുന്നാക്രമണത്തിൽ സർക്കാർസൈനികർ മാത്രമാണ് മരിച്ചുവീണത്. അതിനു നേർവിപരീതമായി ഗറില്ലകൾ മാത്രം മരിക്കയോ പിടിക്കപ്പെടുകയോ മുറിവേല്ക്കുകയോ ചെയ്യുന്ന അവസ്ഥ ഉണ്ടായി. മേജർ റാൽഫ് ഷെൽട്ടന്റെ നേതൃത്വത്തിൽ പരിശീലനം സിദ്ധിച്ച പുതിയ റെജിമെന്റിന്റെ ആദ്യ യൂണിറ്റ് സെപ്റ്റംബർ 27ന് പുലർച്ചെ ലാ ഹിഗ്വേരയിലേക്ക് നീങ്ങിയതോടെ ചെയുടെ പരാജയം ഉറപ്പായി.

സെപ്റ്റംബറിലെ നഷ്ടങ്ങൾ ചെയെയും ഹതാശനാക്കിയെന്ന് ഡയറിക്കുറിപ്പുകൾ സ്പഷ്ടമാക്കുന്നു. മാസാന്ത്യാവലോകനത്തിൽ അദ്ദേഹം എഴുതി: “വീണ്ടെടുപ്പിന്റെ ഒരു മാസമാകേണ്ടതായിരുന്നു. മിക്കവാറും അങ്ങനെ ആയിരുന്നുതാനും. എന്നാൽ മിഗ്വലും കൊകോയും ജൂലിയോയും വധിക്കപ്പെട്ട ആക്രമണം എല്ലാം നശിപ്പിച്ചുകളഞ്ഞു. അത് ഞങ്ങളെ ആപത്ക്കരമായ അവസ്ഥയിലേക്ക് തള്ളിവിട്ടു....” ബൊളീവിയക്കാരനായ കൊകോ ക്യൂബയിലും വിയറ്റ്നാമിലും പരിശീലനം സിദ്ധിച്ച വളരെ ആത്മാർത്ഥതയുള്ള സഖാവായിരുന്നു. 1958 മുതൽ ക്യൂബൻ വിപ്ലവത്തിൽ തന്നോടൊപ്പം നിന്നു പൊരുതിയ ക്യൂബൻ സഖാവ് മിഗ്വലിന്റെയും ബൊളീവിയൻ ഡോക്ടർ ജൂലിയോയുടെയും മരണവും ചെയെ വല്ലാതെ ഉലച്ചു.

സെപ്റ്റംബറിലെ ഡയറിക്കുറിപ്പിലെ ഓരോ വരിയും ശ്വാസമടക്കിപ്പിടിച്ചേ വായിക്കാനാവൂ. തകർച്ചയിൽനിന്ന് തകർച്ചയിലേക്ക് ആർക്കും തടുക്കാനാകാത്തവിധം ലോകംകണ്ട ഏറ്റവും മഹാനായ

വിപ്ലവകാരിയും സംഘവും നീങ്ങുന്നത് പരിതാപകരമായിരുന്നു. അവരുടെ രക്ഷാമാർഗ്ഗങ്ങളെല്ലാം അടഞ്ഞുകഴിഞ്ഞുവെന്നു അറിഞ്ഞു കൊണ്ടുള്ള വായനയിൽ പ്രത്യേകിച്ചും. പകൽ സൈനികരുടെ കണ്ണിൽപ്പെടാതെ ഒളിച്ചിരിക്കാൻ ഇത്തിരി ഇടം തേടി, രാത്രിയിൽ അവർ ദാഹാർത്തരായി അലഞ്ഞു. കുടിക്കാൻ ഒരു തുള്ളി വെള്ളം കിട്ടാതെ സ്വന്തം മൂത്രമെടുത്തു ദാഹം ശമിപ്പിച്ചതുമൂലം വയറ്റിളക്കം ബാധിച്ചവരുണ്ട്. കാടുകളും മലയിടുക്കുകളും മാറിമാറി അവർ സഞ്ചരിച്ചു. പകൽ പറ്റിയ ഇടത്ത് സൈന്യത്തിന്റെ കണ്ണിൽപ്പെടാതെ ഒളിച്ചിരിക്കും. വിജയപ്രതീക്ഷ പോകട്ടെ, രക്ഷപ്പെടാൻ യാതൊരു പഴുതുമില്ലാത്ത അവസ്ഥ.

വെയ്സും മൗറെറും എഴുതി: "സെപ്തംബർ അവസാന ആഴ്ച ഗ്രീൻ ബെറെറ്റ്സിന്റെ പരിശീലനം കഴിഞ്ഞുവരുന്ന ബൊളീവിയൻ റേഞ്ചർ മാർ കെട്ടും മാറാപ്പുമായി കരിമ്പിൻതണ്ട് കൊണ്ടുപോകാറുള്ള തുറന്ന ട്രക്കിൽ തിങ്ങിക്കൂടിനിന്നു സാന്താ ക്രൂസിൽനിന്നു വല്ലെഗ്രാൻഡെയി ലേക്കുള്ള പൊളിഞ്ഞ റോഡിലൂടെ എൺപതു കി.മീ. യാത്രചെയ്തു. ആറായിരത്തോളം ആളുകൾ താമസിക്കുന്ന ഒരു മാർക്കറ്റ് ടൗൺ ആയിരുന്നു അത്." വല്ലെഗ്രാൻഡെയിലെ തുറസ്സായ മാർക്കറ്റിൽ കൃഷിക്കാർ തങ്ങളുടെ ഉല്പന്നങ്ങളുമായി പതിവായി എത്തിയിരുന്നു. ചെയുടെ സാന്നിദ്ധ്യം വിദേശപത്രലേഖകരെയും ബൊളീവിയൻ സൈന്യത്തെയും അവിടെ എത്തിച്ചിരിക്കയാണ്. ചെയും കൂട്ടരും അടുത്തെവിടെയോ ഉണ്ടെന്നു നാട്ടുകാർ അറിഞ്ഞു. ആ ട്രക്കിലെ പട്ടാളക്കാരെ അവർ കൈവീശി സ്വാഗതം ചെയ്തു. തിരിഞ്ഞോടുന്ന ഗറില്ലകളുടെ നേരെ പുതുതായി ലഭിച്ച പരിശീലനവും ആയുധങ്ങളും പ്രയോഗിക്കാൻ സൈനികർ വ്യഗ്രത പൂണ്ടു.

ബി കമ്പനിയുടെ കമാൻഡർ ക്യാപ്റ്റൻ ഗാരി പ്രാദോ സൽമനും ഗറില്ലകൾ തീർത്തും പ്രതിരോധത്തിലാണ് എന്ന് അറിഞ്ഞതോടെ ഏറെ സന്തോഷത്തിലായിരുന്നു. അദ്ദേഹത്തെപ്പറ്റി വെയ്സും മൗറെറും എഴുതി: "ഈ നിമിഷത്തിനുവേണ്ടി തന്റെ ആയുഷ്കാലം മുഴുവൻ അദ്ദേഹം തയ്യാറെടുത്തുകൊണ്ടിരിക്കയായിരുന്നു. ചാകൊ യുദ്ധത്തെപ്പറ്റി പിതാവ് പറഞ്ഞുകൊടുത്ത കഥകൾ കേട്ടും, നിഷ്ഠുരമായ യുദ്ധങ്ങളെയും ആക്രമ ണങ്ങളെയും ആൾനാശങ്ങളെയും പറ്റി അറിഞ്ഞുമായിരുന്നു അദ്ദേഹം വളർന്നുവന്നത്. ആ തോറ്റ യുദ്ധത്തിൽപ്പോലും വിജയങ്ങളുണ്ടായിരു ന്നു. ഈ യുദ്ധം, ഇന്ന് ഗാരി പ്രാദോയുടെ യുദ്ധമായിരുന്നു. അദ്ദേഹം തോൽക്കാൻ പോകുന്നില്ല." ചെയെ വളഞ്ഞ പല യൂണിറ്റുകളുണ്ടായി രുന്നു. സൈനിക റാങ്കിൽ ഉയർന്ന പലരും ചെയെ പിടിക്കണമെന്ന

വാശിയോടെ പ്രവർത്തിച്ചിരുന്നു. എന്നാൽ ചെയെ പിടിക്കയെന്ന ചരിത്രനിയോഗം പ്രാദോയിൽ അർപ്പിതമായിരുന്നു.

വധിക്കപ്പെട്ട മൂന്നു ഗറില്ലകൾ ചെ ഗുവേരയുടെ വളരെ അടുത്ത വരും പ്രധാനപ്പെട്ടവരുമാണെന്ന് അറിഞ്ഞുകഴിഞ്ഞു. അതുകൊണ്ട് ചെയുടെ ശേഷിച്ച സംഘം ലാ ഹിഗ്വേരയ്ക്കടുത്തു കാണും. ജീവിതത്തിലെ പ്രധാന ദൗത്യമായി എല്ലാവരും ഇതേറ്റെടുക്കണം എന്ന് പ്രാദോ സൈനികരോട് പറഞ്ഞു. ഇതുകേട്ട് ഭയപ്പെട്ട പലരും കീഴോട്ടുനോക്കിനിന്നു. പ്രാദോയും ഉത്കണ്ഠാകുലനായിരുന്നെങ്കിലും പുറമേക്ക് ധീരത പ്രകടിപ്പിച്ചു. ഷെൽട്ടൻ പരിശീലനവേളയിൽ കൊടുത്ത ഉപദേശം പ്രാദോ പ്രാവർത്തികമാക്കി. നേതാവ് ആത്മവിശ്വാസം പ്രകടിപ്പിച്ചാൽ അനുയായികളും ആത്മവിശ്വാസത്തോടെ പിന്തുടരും. പുകാറയിൽ റോഡ് അവസാനിച്ചു. ഇനിയങ്ങോട്ട് ആയുധങ്ങളും വസ്ത്ര ങ്ങളും ഭക്ഷണവും വെള്ളവും മാറാപ്പ്സഞ്ചിയിലാക്കി ഓരോരുത്തരും ചുമക്കണം. ഇക്കാര്യത്തിൽ ഇനിയങ്ങോട്ട് ഗറില്ലകളും റേഞ്ചർമാരും തമ്മിൽ വ്യത്യാസമില്ല. എന്നാൽ സാധനങ്ങൾ തീരുന്ന മുറക്ക് ലഭിക്കാനുള്ള സംവിധാനം സൈനികർക്കുള്ളപ്പോൾ, ഗറില്ലകൾ പട്ടിണിയും രോഗാക്രമണവുമായി പലായനത്തിലായിരുന്നു.

കുറച്ചുദൂരമെത്തിയപ്പോഴേയ്ക്കും കാട്ടിൽനിന്നു കീറിപ്പറഞ്ഞ വസ്ത്രം ധരിച്ചൊരാൾ വീർപ്പുമുട്ടലോടെ ഓടിയെത്തി അവരുടെ മുന്നിൽനിന്നു. ചെയുടെ പടയാളികളിൽ ഒരാളായ കമ്പ എന്നു പേരായ താൻ കീഴട ങ്ങുന്നുവെന്നു പ്രയാസപ്പെട്ടു പറഞ്ഞൊപ്പിച്ചു. നീണ്ടുവളർന്ന മുടിയിലും താടിയിലും അഴുക്കുപുരണ്ട വികൃതമായ ഒരു രൂപം. ബുദ്ധിമാനായ പ്രാദോ അയാളെ ശരിയായി ഉപയോഗിച്ചു. ആ വികൃതവും ദയനീയ വുമായ രൂപത്തെ ചൂണ്ടിക്കാട്ടി അദ്ദേഹം സ്വന്തം സൈനികരോട് ചോദിച്ചത്, ഇത്തരം ചാവാറായ കുറച്ചാളുകൾ ചേർന്ന ചെയുടെ ഗറി ല്ലകളെ അവർ ഇനിയും ഭയപ്പെടുമോ എന്നായിരുന്നു. ഇതുപറയുമ്പോഴും പ്രാദോയുടെ ഉള്ളിൽ ഒരമ്പരപ്പ് അവശേഷിക്കാതിരുന്നില്ല. ചെയുടെ എല്ലാ സൈനികരും ഇയ്യാളെപ്പോലെ ആയിരുന്നെങ്കിൽ ഒന്നും പേടി ക്കാനില്ല. പക്ഷേ എല്ലാവരും ഇതുപോലെ ആയിരിക്കുമെന്നും എത്ര ആളുകൾ ഉണ്ടായിരിക്കുമെന്നും ആർക്കുമറിയില്ല. എന്നാലും അനുയാ യികൾക്ക് ധൈര്യം പകരാൻ അദ്ദേഹം അതേ നിലപാട് തുടർന്നു.

കമ്പയെ വല്ലെഗ്രാൻഡെയിലേക്ക് കൊണ്ടുപോയി. അവിടെ ബറ്റാ ലിയൻ കമാൻഡർ മേജർ മിഗ്വെൽ അയോരോവയും ബറ്റാലിയൻ രഹസ്യാന്വേഷണവിഭാഗം ഓഫീസർ ക്യാപ്റ്റൻ റൗൾ ലോപെസ് ലെയ്റ്റനും അയാളെ ചോദ്യംചെയ്തു. അയാൾ ശരിക്കും ബെനി എന്ന

ബൊളീവിയൻ വില്ലേജിൽനിന്നുള്ള ഒർലാന്റോ ജിമെനെസ് ബസാൻ ആണ്. 1962ൽ ക്യൂബയിൽ പരിശീലനം കഴിച്ച് ചെയുടെ സംഘത്തിൽ ചേർന്നതായിരുന്നു. ലാ ഹിഗ്വേരയ്ക്കടുത്തുള്ള മലയടിവാരങ്ങളിൽ ദിവസങ്ങളോളം ഒന്നും കഴിക്കാതെ കറങ്ങുകയായിരുന്നു. ഉടനെ എന്തെങ്കിലും ഭക്ഷിച്ചില്ലെങ്കിൽ മരിച്ചുപോകുമെന്ന് അയാൾ പറഞ്ഞു. പിന്നീട് സർക്കാർ അയാളെ വിചാരണചെയ്ത് 30 വർഷത്തേക്ക് ജയിലിലടച്ചെങ്കിലും ഭരണം മാറിയപ്പോൾ 1970-ൽ ജയിൽമോചിതനായി.

പ്രസിഡന്റ് ബാരിയന്തോസിന്റെ സന്തോഷത്തിന് അതിരുകളില്ലായിരുന്നു. തന്റെ കരുനീക്കങ്ങളെല്ലാം വിജയിച്ചുകഴിഞ്ഞു. ചെ ഒരു എലിക്കെണിയിൽ പെട്ടപോലെ ആയിക്കഴിഞ്ഞു. ഇനി എപ്പോൾ വേണമെങ്കിലും പിടികൂടാവുന്നതേയുള്ളൂ. എന്നാൽ ഒരു മാസം മുമ്പത്തെ അവസ്ഥയെന്തായിരുന്നു? വെയ്സും മൗററും എഴുതി: "വെറും ഒരു മാസം മുന്നേ എല്ലാവരും ബാരിയെന്തോസിന്റെ പതനം പ്രവചിക്കയായിരുന്നു. അദ്ദേഹത്തിന്റെ ജനറൽമാരിൽ ആർക്കാണ് ആദ്യം ക്ഷമ നശിച്ച് അധികാരം പിടിച്ചെടുക്കുക എന്നതിനെപ്പറ്റി അവർ വാതുവെപ്പ് നടത്തുകയായിരുന്നു."

രണ്ടാഴ്ചയോളം കൊടുംകാട്ടിൽ അലഞ്ഞിട്ടും ഗറില്ലകളെ കണ്ടെത്താൻ പ്രാദോവിനും സൈനികർക്കും കഴിഞ്ഞില്ല. അവർ ചുമന്നു കൊണ്ടുവന്നിരുന്ന ഭക്ഷണസാധനങ്ങൾ അവസാനിച്ചപ്പോൾ മാറാപ്പിന്റെ ഭാരം കുറഞ്ഞതിൽ ആശ്വാസമായെങ്കിലും വിശപ്പിന്റെ ആക്രമണം അറിയാൻ തുടങ്ങി. കാട്ടിൽ കിട്ടുന്നതൊക്കെ ഭക്ഷിക്കാൻ ഗറില്ലകളെപ്പോലെ നിർബന്ധിതരായെങ്കിലും ഉടനെ വിവരമറിഞ്ഞ സൈനിക മേധാവികൾ സപ്ലൈ എത്തിച്ചുകൊടുത്തു. എന്നാൽ ഓരോ ദിവസവും റിയോ ഗ്രാൻഡെ നദിയുടെ തീരത്തിലൂടെ ഗറില്ലകളെ തിരിഞ്ഞുനടന്ന് രാത്രിയാകുന്നതോടെ പരിക്ഷീണരായി. ഇപ്പോഴത്തെ നിലയ്ക്ക് ചെയുടെ ആളുകൾ പരിക്ഷീണരാണ്. അവർക്ക് പുതിയ റിക്രൂട്ടുകൾ എത്തിച്ചേരാനുള്ള വഴികളെല്ലാം തടഞ്ഞിട്ടുമുണ്ട്. എന്നാലും മറ്റേതെങ്കിലും വഴിക്ക് അത് ലഭിച്ചുകൂടായ്കയില്ലെന്നും പ്രാദോ ചിന്തിച്ച് ഉത്കണ്ഠാകുലനായി.

ഒക്ടോബർ 6ലെ ചെയുടെ ഡയറിക്കുറിപ്പ് വായിച്ചാൽ കാര്യമായ സംഭവങ്ങളില്ലാതെ ആ ദിനം കടന്നുപോകുന്നതായി തോന്നും. വെള്ളം ലഭ്യമായ ഒരു മലയിടുക്കിൽ മേൽക്കുരപോലെ ഉയർന്നുനിന്ന ഒരു വലിയ പാറയുടെ ചുവട്ടിൽ പാചകം ചെയ്തും ഭക്ഷണം കഴിച്ചും ഒരു ദിവസം മുഴവൻ ചെലവിട്ടു. അവിടെ കൊച്ചരുവിയുടെ തീരത്തിലൂടെ പോഷകനദിവരെ അതിരാവിലെ സഞ്ചരിച്ച് തങ്ങൾക്ക് പറ്റിയ പാത കണ്ടുപിടിക്കാൻ ശ്രമിക്കവേ ചിലിയൻ റേഡിയോ റിപ്പോർട്ടു ചെയ്തത്

ഗറില്ലകളെ പിടികൂടാൻ 1,800 സൈനികർ അവിടെ തിരച്ചിൽ ആരംഭിച്ചുകഴിഞ്ഞുവെന്നായിരുന്നു.

ഒക്ടോബർ 7ന് ചെ ഡയറി തുടങ്ങുന്നത് ഗറില്ലാ സൈന്യം 11 മാസം പൂർത്തിയാക്കിത് അനുസ്മരിച്ചായിരുന്നു. ഏതാനും മാസത്തിനുള്ളിൽ വിഖ്യാതമാകാൻ പോകുന്ന ബൊളീവിയൻ ഡയറിയുടെ അവസാനത്തെ കുറിപ്പാണ് ഇനി അവശേഷിക്കുന്നത്. അന്തിമയുദ്ധത്തിന് ഇനി ഒരു ദിവസമേ ഉള്ളൂ. ഉച്ചയ്ക്ക് 12.30വരെ ഒരു പ്രശ്നവുമില്ലാതെ ആ മലയിടുക്കിൽ ചെയും സംഘവും കഴിഞ്ഞു. അപ്പോൾ ആടുകളുമായെത്തിയ വൃദ്ധയെ അവർക്ക് തടവുകാരിയാക്കേണ്ടിവന്നു. എത്ര നിർബന്ധിച്ചിട്ടും സൈനികരെപ്പറ്റി ഒന്നും വിട്ടുപറയാൻ അവർ തയ്യാറായില്ല. എങ്കിലും അവിടെനിന്നു അടുത്ത അറിയപ്പെടുന്ന സ്ഥലങ്ങളിലേക്കുള്ള വഴി പറഞ്ഞുകൊടുത്തപ്പോൾ വൃദ്ധയെ മോചിപ്പിച്ചു. വൈകുന്നേരം 5.30ന് മൂന്നു പേർ ചെയുടെ നിർദ്ദേശാനുസരണം വൃദ്ധയുടെ വീട്ടിലെത്തി. അവരുടെ ഒരു മകൾ കിടപ്പിലായിരുന്നു. മറ്റൊരു മകൾ പൊക്കം കുറഞ്ഞവളും. ചെയുടെ ആളുകൾ വൃദ്ധയ്ക്ക് 50 പെസോ കൊടുത്തു തങ്ങളെ കണ്ട വിവരം സൈനികരെ അറിയിക്കരുതെന്നു പറഞ്ഞു. പക്ഷേ വൃദ്ധ പറഞ്ഞ വാക്ക് പാലിക്കുമെന്ന് ചെയ്ക്ക് ഉറപ്പുണ്ടായിരുന്നില്ല. രാത്രിയിലെ ക്ഷീണിപ്പിച്ച തുടർച്ചയായ നടത്തത്തെപ്പറ്റി വിവരിച്ചശേഷം ചെ ഡയറിയിൽ അവസാന വാക്യങ്ങൾ കുറിച്ചു: “വളയപ്പെട്ടുകഴിഞ്ഞ 37 ഗറില്ലകളുടെ രക്ഷപ്പെടൽ തടയാൻ സെറാനോയിൽ 250 ആളുകളുടെ സാന്നിദ്ധ്യത്തെപ്പറ്റി ഒരു വിചിത്രമായ റിപ്പോർട്ട് സൈന്യം പുറപ്പെടുവിച്ചു. അസെറോ-ഓറോ നദികൾക്കിടയിലാകാം ഞങ്ങളുടെ അഭയസ്ഥാനം. റിപ്പോർട്ട് ശ്രദ്ധ തിരിച്ചുവിടാനാണെന്നു തോന്നുന്നു.” അപ്പോഴും ഗറില്ലകളുടെ സംഖ്യ 37 എന്നായിരുന്നു സൈന്യത്തിന്റെ ധാരണ.

ചെ പിടിക്കപ്പെടുന്നു

1967 ഒക്ടോബർ 8 ഞായറാഴ്ച ഏണസ്റ്റോ ചെ ഗുവേരയുടെ 17 അംഗ ഗറില്ലാസംഘവും ക്യാപ്റ്റൻ ഗാരി പ്രാദോ സൽമന്റെ നേതൃത്വത്തിൽ യുഎസ് പരിശീലനം സിദ്ധിച്ച ബൊളീവിയൻ റേഞ്ചർമാരുടെ സംഘവും തമ്മിൽ അന്തിമയുദ്ധം നടന്നു. മറ്റു സൈനികസംഘങ്ങളും ഗറില്ലകളെ വളയാൻ ഉണ്ടായിരുന്നു. ചുറോ മലയിടുക്കിൽ 17 ഗറില്ലകൾ ഉള്ളതായി അറിയിപ്പുകിട്ടിയശേഷമായിരുന്നു സൈനികർ ഗറില്ലകളെ നേരിട്ടത്.

കഴിഞ്ഞ രണ്ടാഴ്ചയായി ചെയെ തേടി അലഞ്ഞുതിരിഞ്ഞ സൈനികർക്ക് 1967 ഒക്ടോബർ 8 ഉം ഒരു സാധാരണ ദിവസംപോലെ അനുഭവപ്പെട്ടു. എൽ ചുരോ മലയിടുക്കിൽ പ്രഭാതം പൊട്ടിവിടർന്നപ്പോൾ

യാതൊരു പ്രത്യേകതയും അവർക്ക് കാണാനായില്ല. ചെ ഗ്വേരയെ പിടികൂടുകയെന്ന ചരിത്രത്തിൽ ശാശ്വതസ്ഥാനം നേടിയ കൃത്യത്തിൽ അവർ ഏർപ്പെടാൻ പോകുന്നതിന്റെ യാതൊരു സൂചനയും ആ പ്രഭാതം അവർക്ക് നൽകിയില്ല. വെയ്സും മൗറെറും എഴുതി: "സെക്കന്റ് ലെഫ്റ്റനന്റ് കാർലോസ് പെരസിനെ ലാ ഹിഗ്വേരയിലെ കുന്നിൻമുകൾ ഗ്രാമത്തിലെ കാവൽപ്പുരയിൽ രാവിലെ ഏകദേശം 6.30ന് ഒരു കർഷകൻ ചെന്നുകണ്ടു. എ കമ്പനിയുടെ ഒന്നാം വിഭാഗത്തിലെ കമാൻഡർ ആയിരുന്നു പെരസ്. പെഡ്രോ പെന ഒരു കർഷകനും. ആ ഏരിയയിലെ ഒട്ടുമിക്ക കർഷകരെപ്പോലെ അയാൾ ഏതെങ്കിലും അപരിചിതർ ആ വഴിക്കു വരുന്നുണ്ടോ എന്നു ശ്രദ്ധിച്ചിരുന്നു. ആ കർഷകൻ റേഡിയോ റിപ്പോർട്ട് കേൾക്കുകയും ബൊളീവിയൻ സൈനികരെ കാണുകയും ചെയ്തിരുന്നു. അയാൾ പാരിതോഷികത്തെപ്പറ്റിയും കേട്ടിരുന്നു." എൽ ചുരോ മലയിടുക്കിലൂടെ ഒഴുകുന്ന അരുവിയുടെ സമീപം ഉരുളക്കിഴങ്ങുവയലിൽ അർദ്ധരാത്രിക്കുശേഷം വെള്ളം നനച്ചുകൊണ്ടിരുന്നപ്പോഴായിരുന്നു പതിനേഴോളം ആളുകളുടെ സംഘം നദിക്കരയിലൂടെ പോകുന്നത് അയാൾ കണ്ടത്. അരുവിയുടെ അറ്റത്ത് അവർ തമ്പടിച്ച വിവരമായിരുന്നു അയാൾക്ക് അറിയിക്കാനുണ്ടായിരുന്നത്. ഈ വിവരം സെക്കന്റ് ലെഫ്റ്റനന്റ് എഡ്വാർഡോ ഹ്വേർത്തയെ അറിയിച്ചശേഷം പെരെസ് ബി കമ്പനി കമാൻഡർ പ്രാദോയെ വിളിച്ചറിയിച്ചു. ചിരകാലമായി ഈ വിളി പ്രതീക്ഷിരുന്ന പോലെ അദ്ദേഹം സർവ്വസന്നാഹങ്ങളോടെ തന്റെ യൂണിറ്റിനെ കളത്തിലിറക്കി. പ്രാദോയും സംഘവും എൽ ചുരോ മലയിടുക്കിന്റെ സമീപമെത്തി പെരെസും ഹ്വേർത്തയുമായി ബന്ധപ്പെടുകയും ഓപറേഷന്റെ കമാൻഡ് ഏറ്റെടുക്കുകയും ചെയ്തു. എൽ ചുരോയുടെ ഭൂമിശാസ്ത്രം ശരിക്കും മനസ്സിലാക്കിയ പ്രാദോ അത് മറ്റു രണ്ടു മലയിടുക്കുകളുമായി സന്ധിക്കുന്ന സ്ഥലത്ത് ഗറില്ലകളുടെ രക്ഷാമാർഗ്ഗങ്ങളെല്ലാം തടഞ്ഞു. ഒരു ഭാഗത്തു പെരസിന്റെ ആളുകളെയും മറുഭാഗത്ത് സാർജന്റ് ഹ്വാൻകയുടെ സംഘത്തെയും നിർത്തി. ആക്രമണം ആരംഭിച്ചാൽ ഗറില്ലകൾ രക്ഷപ്പെടാൻ ഇടയുള്ള ഭാഗത്ത് പ്രാദോ കമാൻഡ് പോസ്റ്റും സ്ഥാപിച്ചു. പെട്ടെന്നുതന്നെ എൽ ചുരോയുടെ വടക്കെ അറ്റത്തുനിന്നു വെടിവെപ്പുണ്ടായി. പെരെസിന്റെ രണ്ടാളുകളായിരുന്നു വെടിയേറ്റു വീണത്. ഉടനെ പ്രാദോ പ്രവർത്തനം ത്വരിതപ്പെടുത്താൻ ഹ്വാൻകയ്ക്ക് കല്പന കൊടുത്തു. വെടിയൊച്ചയാൽ അന്തരീക്ഷം മുഖരിതമായി. ഗറില്ലകൾ എണ്ണത്തിൽ കുറവാണെങ്കിലും അവർ സായുധരാണെന്നും ആക്രണസജ്ജരാണെന്നും വ്യക്തമായി. അവർ മലയിടുക്കിലെ

സസ്യങ്ങൾക്കിടയിലേക്ക് വലിഞ്ഞു. എന്നാൽ അവർക്ക് രക്ഷാമാർഗ്ഗങ്ങളില്ല. അവർ കെണിയിൽ അകപ്പെട്ടുകഴിഞ്ഞു.

പ്രാദോ സൈനിക ആസ്ഥാനത്തേക്ക് യുദ്ധരംഗത്തെ സാഹചര്യം വിവരിച്ചുകൊണ്ട് റേഡിയോ സന്ദേശമയച്ചു. ഗറില്ലകളുമായി വെടിവെപ്പുണ്ടായെന്നും പരുക്കേറ്റവരെയും മറ്റും ഒഴിപ്പിക്കാൻ ഉടൻ ഒരു ഹെലികോപ്റ്റർ അയയ്ക്കണമെന്നും ആവശ്യപ്പെട്ടു. കമാൻഡർമാർ കാത്തിരുന്ന വാർത്തയായിരുന്നു അത്. ഗറില്ലകൾ രക്ഷപ്പെടാൻ പാടില്ലെന്ന നിർബന്ധമുള്ളതിനാൽ അവർ ഉടനെ മെഷിൻ ഗണ്ണുകളും ബോംബുകളുമായി ഒരു യുദ്ധവിമാനംതന്നെ അയച്ചു. മലയിടുക്കിനു മുകളിൽ വട്ടമിട്ട വിമാനത്തിൽനിന്ന് എവിടെയാണ് ബോംബിടേണ്ടതെന്ന ചോദ്യം വന്നു. അപ്പോൾ ബോംബിട്ടാൽ ഗറില്ലകൾക്കൊപ്പം റേഞ്ചർമാരും മരിക്കും. അതുകൊണ്ട് വ്യോമാക്രമണം ഈ ഘട്ടത്തിൽ പ്രായോഗികമല്ല. പ്രാദോ വിമാനം തിരിച്ചയച്ചു. ഉടനെ ഹെലികോപ്റ്റർ എത്തിയെങ്കിലും അതിനുനേരെയും ഗറില്ലകളുടെ ആക്രമണമുണ്ടായേക്കാം. അവരുടെ കൈവശം ഏതുതരം ആയുധങ്ങളാണ് ഉള്ളതെന്ന് ഒരു നിശ്ചയവുമില്ല. ഇതിനിടയിൽ ഹ്വാൻകയും കൂട്ടരും ഗറില്ലകളെ തേടിയിറങ്ങി. വെടിയുണ്ടകളെ കൂസാതെ അവർ വെടിയുതിർത്തും ഗ്രെനേഡ് എറിഞ്ഞും മുന്നേറി. അദ്ദേഹത്തിന്റെ ആളുകളിൽ ഒരാൾ മരിക്കയും രണ്ടുപേർക്ക് പരിക്കേല്ക്കുകയുമുണ്ടായി. രണ്ടു ഗറില്ലകളും വധിക്കപ്പെട്ടു.

ചില ഗറില്ലകൾ മറ പറ്റാൻ ഓടിനീങ്ങുന്നതു കണ്ട ക്യാപ്റ്റൻ പ്രാദോ ഒരു സാർജന്റിനോടും കൂടെയുണ്ടായിരുന്ന സൈനികരോടും അവരെ പിന്തുടരാൻ ആജ്ഞാപിച്ചു. സാർജന്റ് ഉതിർത്ത ആദ്യ വെടി കുറ്റിക്കാടിന്റെ മറ പറ്റാൻ നീങ്ങിയ ഗറില്ലയുടെ കറുത്ത തൊപ്പി തെറിപ്പിച്ചു. കാലിൽ തറച്ച രണ്ടു ബുള്ളറ്റുകൾ അയാളെ വീഴ്ത്തി. വെടിയേറ്റു വീണ ഗറില്ല സാക്ഷാൽ ചെ ഗുവേര ആയിരുന്നു. ചെ വീണ സ്ഥലത്തേക്ക് സൈനികർ തുരുതുരാ വെടിവെച്ചപ്പോൾ സ്വന്തം ജീവനെ അവഗണിച്ച് വില്ലി ഓടിയടുത്തു ചെയെ വെടിയേൽക്കാത്ത സ്ഥാനത്തേക്ക് മാറ്റിക്കിടത്തി. അല്ലായിരുന്നുവെങ്കിൽ ബുള്ളറ്റുമഴയിൽപ്പെട്ടു ചെ ആ നിമിഷംതന്നെ മരിക്കുമായിരുന്നു. അപ്പോൾ ചെയുടെ ജീവൻ രക്ഷിക്കാൻ വില്ലി സ്വന്തം ജീവൻ ഉപേക്ഷിക്കാൻ തയ്യാറായി. സൈമൺ ക്യൂബ എന്ന ബൊളീവിയക്കാരനായിരുന്നു വില്ലി. ബൊളീവിയക്കാരിൽ ഏറെപ്പോരും സായുധപരിശീലനമില്ലാത്തവരും ഭീരുക്കളും കാലുമാറ്റക്കാരുമാകയാൽ, വില്ലിയെ താൻ സംശയത്തിന്റെ നിഴലിൽ നിർത്തിയതിൽ അപ്പോൾ ചെ പശ്ചാത്തപിച്ചിരിക്കണം.

ചെയും വില്ലിയും ഇഴഞ്ഞുനീങ്ങി എത്തിപ്പെട്ടത് 4 റേഞ്ചർമാരുടെ മുന്നിലേക്കായിരുന്നു. ഉടനെ അവർ ചെയോടും വില്ലിയോടും കീഴട ങ്ങാൻ ആവശ്യപ്പെട്ടു. ചെ കീഴടങ്ങിയില്ലെന്നു മാത്രമല്ല അവരുടെ നേരെ നിറയൊഴിക്കയാണുണ്ടായത്. റേഞ്ചർമാർ തിരിച്ചുവെടിവെച്ചപ്പോൾ വലത്തു കൈത്തണ്ടയിൽ വെടിയേറ്റതുകൂടാതെ അദ്ദേഹത്തിന്റെ തോക്കിൻകുഴലിൽ തട്ടിയ ഒരു ബുള്ളറ്റ് ചെയെ ഫലത്തിൽ നിരായു ധനാക്കി. ഉടനെ ചെ ഇരുകൈകളും ഉയർത്തി വിളിച്ചുപറഞ്ഞു: "വെടി വെയ്ക്കരുത്! ഞാൻ ചെ ഗുവേരയാണ്. മരിച്ചിട്ടെന്നതിനേക്കാൾ ഞാൻ ജീവനോടെ ഇരിക്കുന്നതാണ് നിങ്ങൾക്ക് കൂടുതൽ ഗുണം." അല്പമകലെ വില്ലിയും തോക്കു താഴെവെച്ച് കീഴടങ്ങി.

മരണത്തെ ധീരമായി നേരിട്ട ചെ

ചെ പറഞ്ഞതായി ഏറെ ജീവചരിത്രങ്ങളിലൂടെ വ്യാപകമായി പ്രചരിപ്പിക്കപ്പെട്ട ഈ വാക്കുകൾ അദ്ദേഹം മരണഭയത്തിനു കീഴട ങ്ങിയതായി സൂചിപ്പിക്കുന്നു. ലക്ഷ്യസാക്ഷാൽക്കാരത്തിനായി ജീവൻ നല്കാൻ സദാസന്നദ്ധനായ ഒരു വിപ്ലവകാരിയായിട്ടായിരുന്നു ആ പ്രത്യേക നിമിഷംവരെ ചെ ജീവിച്ചത്. അദ്ദേഹം അവസാനം ജീവ നുവേണ്ടി യാചിക്കുക അസംഭവ്യമാണ്. ഈ സംഭവത്തെപ്പറ്റി റ്യാൻ എഴുതി: "അദ്ദേഹം യഥാർത്ഥത്തിൽ അങ്ങനെ പറഞ്ഞോ ഇല്ലയോ എന്ന് അറിയാൻ മാർഗ്ഗമൊന്നുമില്ല. ഇത്തരം കടുത്ത ചുറ്റുപാടിൽ വളരെ അപ്രസക്തമായ കാര്യങ്ങൾ ഒരാൾ പറഞ്ഞേക്കാം. എന്നാൽ തീർച്ച യായും ജീവിതത്തിൽ ഉടനീളം മരണത്തെ തേടിയിട്ടെന്ന പോലെ അപായത്തെയും മരണത്തെയും വരിച്ച ഒരാളിൽനിന്നു ആ പ്രസ്താവന വരുന്നത് വിചിത്രമായി തോന്നുന്നു. സ്വരക്ഷയെ സംബന്ധിച്ച അദ്ദേ ഹത്തിന്റെ അവഗണന, ദീർഘകാലം അപായകരമായി ജീവിക്കയും അനിതരസാധാരണമാംവിധം അപായങ്ങളെ അതിജീവിക്കയും ചെയ്ത കാസ്ട്രോയെപ്പോലും വിഷമിപ്പിച്ചിട്ടുണ്ട്." പിന്നീട് വെടിവെച്ച് കൊല്ലപ്പെ ട്ടുന്നതുവരെയുള്ള മണിക്കൂറുകളിൽ തന്നെ ചോദ്യം ചെയ്യാൻ ശ്രമിച്ച ആരോടും ചെ സഹകരിക്കില്ലെന്ന ഉറച്ചനിലപാട് സ്വീകരിച്ചതായി കാണുന്നതിനാൽ ജീവനുവേണ്ടി ചെ യാചിക്കുന്ന ആ ഉദ്ധരണി ആരുടേയോ ഭാവനാസൃഷ്ടി ആകാനാണ് സാദ്ധ്യത.

പിടികൂടപ്പെട്ട സന്ദർഭത്തിൽ ചെ പറഞ്ഞ വാക്കുകൾ ഉദ്ധരിച്ചവ രുടെ ശ്രദ്ധയില്ലായ്മയാകാം പ്രശ്നമായത്. വെയ്സ്, മൗറെർ എന്നിവ രുടെ ഗ്രന്ഥത്തിൽ ആ സംഭാഷണം ഇപ്രകാരമായിരുന്നു: "നിങ്ങളി പ്പോൾ എന്നെ വധിക്കാൻ പോകുന്നില്ലെന്നു ഞാൻ കരുതുന്നു. ഞാൻ

ഉദ്ദേശിച്ചത്, മരിച്ച എന്നെക്കാൾ നിങ്ങൾക്ക് ഏറെ നല്ലത് ജീവനോടെയുള്ള ഞാനായിരിക്കും എന്നാണ്. ഞങ്ങളെപ്പോഴും തടവുകാരുടെ മുറിവുണക്കാറാണുള്ളത്" ചെയെ പിടികൂടിയ ക്യാപ്റ്റൻ പ്രാദോ അപ്പോൾ ആ വാക്കുകളിലെ ധിക്കാരത്തെപ്പറ്റിയാണ് ചിന്തിച്ചത്. അതിൽ യാചനാഭാവം തെല്ലുമുണ്ടായിരുന്നില്ല. തുടർന്നു ഗ്രന്ഥകാരന്മാർ എഴുതി: "തന്റെ ജീവിതത്തിലെ ഏറ്റവും മോശമായ നിമിഷത്തിൽപ്പോലും ചെ വിചാരിച്ചത്, താൻ ഇതിനെല്ലാം അതീതനാണെന്നും, എങ്ങനെയെങ്കിലും യാതൊരു പ്രത്യാഘാതവുമില്ലാതെ കടന്നുകളയാൻ സാധിക്കുമെന്നുമായിരുന്നു." വധിക്കപ്പെട്ടുമോ ജീവിച്ചിരിക്കുമോ എന്ന സാധാരണ മനുഷ്യജീവിയെ ബാധിക്കുന്ന മരണംഭയം ഒരിക്കലും ചെയെ കാർന്നുതിന്നുകയില്ലെന്ന് ഉറപ്പിക്കാൻ ഈ ഭാഗം ധാരാളം മതി. അതേസമയം അവിടെനിന്നു കടന്നുകളയാൻ കഴിഞ്ഞേക്കുമെന്ന പ്രതീക്ഷ അദ്ദേഹത്തിന് ഒരിക്കലും ഉണ്ടാകാനിടയില്ല. അതിനെപ്പറ്റി യാതൊരു വേവലാതിയും അദ്ദേഹത്തിനുണ്ടായില്ല എന്നു പറയുകയാവും ശരി.

അവിശ്വസനീയത

കാവലിന് സൈനികരെ നിർത്തി ചെയെയും വില്ലിയെയും കമാൻഡ് പോസ്റ്റിൽ വിട്ടിട്ട്, ക്യാപ്റ്റൻ പ്രാദോ ഡിവിഷണൽ ഹെഡ്ക്വാർട്ടേഴ്സിലേക്ക് റേഡിയോബന്ധം സ്ഥാപിച്ചശേഷം വിളിച്ചുപറഞ്ഞു: "ഹല്ലോ, സതുർനോ, ഞങ്ങൾക്ക് പാപ്പയെ കിട്ടി." സതുർനോ എട്ടാം ബൊളീവിയൻ ആർമി ഡിവിഷന്റെ കമാൻഡന്റ് കേണൽ സെന്റെനോയുടെയും "പാപ്പ" ചെയുടെയും ബൊളീവിയൻ സൈനികർ ഉപയോഗിച്ചുപോന്ന ഗൂഢനാമങ്ങളായിരുന്നു. സെന്റെനോയ്ക്ക് ആ വാർത്ത വിശ്വസിക്കാനായില്ല. സന്ദേശം സ്ഥിരീകരിച്ചശേഷമേ അതു വിശ്വസിക്കാനും ആഹ്ലാദിക്കാനും സൈനികർ തയ്യാറായുള്ളു. ബൊളീവിയൻ സൈന്യത്തിലെ ഉന്നത ശ്രേണിയിൽ പെട്ടവർക്കാർക്കും ചെ പിടിക്കപ്പെട്ടത് വിശ്വസിക്കാനായില്ല. എല്ലാ വലിയ ഓഫീസർമാരും ആ വലിയ വേട്ടക്കാരോടൊപ്പം ഓടി എന്തെങ്കിലും പങ്ക് വഹിച്ച് പ്രൊമോഷന് അർഹരാകാൻ ആഗ്രഹിച്ചവരായിരുന്നു.

സിഐഎ ഏജന്റ് റോഡ്രിഗ്വെസിന് പ്രാദോയുടെ റേഡിയോ സന്ദേശം അതിരാവിലെ ലഭിച്ചപ്പോൾ അതുൾക്കൊള്ളാനായില്ല. വെയ്സും മൗറെറും എഴുതി: "വികാരവിക്ഷോഭം ഒരു തിരമാല കണക്കെ അദ്ദേഹത്തിൽ വന്നുപതിച്ചു. ഇത്ര കുറച്ചു സമയത്തിനുള്ളിൽ ഇങ്ങനെ പരിചയസമ്പന്നനായ ഗറില്ലയെ ഒരു കൂട്ടം ഗ്രീൻ റേഞ്ചർമാർക്ക്

പിടിക്കാൻ കഴിഞ്ഞുവെന്ന് ആദ്യം റോഡ്രിഗ്വെസിന് വിശ്വസിക്കാനായില്ല. അത് പിശകോ തമാശയോ ആകാം." ഹെഡ്ക്വാർട്ടേഴ്സിലെത്തിയപ്പോൾ അവിടെ ബൊളീവിയൻ ഓഫീസർമാരും അതേപോലെ വിക്ഷോഭബാധിതരായി കണ്ടു. പ്രാദോതന്നെയാണോ ചെയെ പിടിച്ചതെന്നായി പിന്നെ എല്ലാവരെയും കുഴക്കിയ ചിന്ത. ആശയക്കുഴപ്പം തീർക്കാനായിരിക്കണം റോഡ്രിഗ്വെസും ഡിവിഷന്റെ ഓപറേഷൻസ് മാനേജർ മേജർ സെറേറ്റും ഒരു വിമാനത്തിൽ രാവിലെതന്നെ ലാ ഹിഗ്വേരയിൽ എത്തി.

ആഹ്ലാദം പങ്കിടുന്നവർക്കാർക്കും ഇല്ലാത്ത ഒരു ഉത്കണ്ഠ പ്രാദോയെ പിടികൂടി. അവിടെ അലഞ്ഞുനടക്കാനിടയുള്ള ഗറില്ലകൾ അവരുടെ പ്രിയനേതാവിനെ മോചിപ്പിക്കാൻ എന്തു സാഹസത്തിനും ഒരുങ്ങിയേക്കാം. ഇതിനിടയിൽത്തന്നെ ചില്ലറ സംഘട്ടനങ്ങൾ നടന്നതുമാണ്. മറ്റുള്ളവർ ആഘോഷിക്കുന്നതിനിടയിൽ അദ്ദേഹത്തിന് തടവുകാരെ ഭദ്രമായി ലാ ഹിഗ്വേരയിൽ എത്തിക്കണം. സൈനികരിൽ മുറിവേറ്റവരെയും മരിച്ചവരെയും സ്ട്രെച്ചറിൽ എടുത്തും, മരിച്ച ഗറില്ലകളുടെ ശരീരങ്ങൾ വലിച്ചിഴച്ചും റേഞ്ചർമാർ ലാ ഹിഗ്വേരയിലേക്ക് നീങ്ങി. ചെയെയും വില്ലിയെയും നടത്തിച്ചു. വഴിയിൽ തിങ്ങിക്കൂടിയ ജനങ്ങൾ അതുത്സവമാക്കി.

തന്റെ സംഘത്തെ രണ്ടായി ചെ തിരിച്ചിരുന്നതിനാൽ ഇന്തി പെരെദോയുടെ നേതൃത്വത്തിൽ അക്കൂട്ടർക്ക് രക്ഷപ്പെടാനായി. ഇരുട്ടുന്നതുവരെ അവർക്ക് മലയിടുക്കിൽ മറ്റൊരിടത്ത് ഒളിച്ചിരിക്കാൻ കഴിഞ്ഞു. രാത്രിയുടെ മറവിൽ അവർ അവിടെനിന്നു രക്ഷപ്പെട്ടു. ഈ സംഘത്തിലെ പകുതിയോളം പേരെ ഏതാനും ആഴ്ചകൾക്കുള്ളിൽ വധിക്കുന്നതിൽ സൈന്യം വിജയിച്ചു. ശേഷിച്ചവരിൽ 3 ക്യൂബക്കാർ ചിലിയിലേക്ക് കടന്നു. 3 ബൊളീവിയക്കാർ അവിടെത്തന്നെ ഒളിവിൽ പോയി. ഇന്തിയും അക്കൂട്ടത്തിലുണ്ടായിരുന്നു.

ഇരുപത്തേഴ്

ചെ വധിക്കപ്പെടുന്നു

ഒരു കളപ്പുരപോലെ തോന്നിച്ചിരുന്ന ഒറ്റമുറിയുള്ള സ്കൂൾപ്പുര രണ്ടായി പകുത്ത് രണ്ടു ക്ലാസുമുറിയാക്കിയതിൽ ഒന്നിൽ ചെയെയും മറ്റേതിൽ വില്ലിയെയും സൂക്ഷിച്ചു. മുന്നു കട്ടിയേറിയ മരവാതിലുള്ള അത് ഓട് മേഞ്ഞതെങ്കിലും മഴ പെയ്താൽ ചോരുമായിരുന്നു. ഒരു മരബെഞ്ചും കുറച്ചു കസേരകളുമുള്ള മുറിയുടെ തറ ചെളി നിറഞ്ഞതായിരുന്നു. സായുധരായ ഗാർഡുകൾ അതിനുചുറ്റും കാവൽനിന്നു.

ജനറൽ പ്രാദോ ഡിവിഷൻ ആസ്ഥാനത്തേക്ക് റിപ്പോർട്ട് തയ്യാറാക്കി അയച്ചു. അതിലെ പ്രസക്തഭാഗം ചെയുടെ മാറാപ്പുസഞ്ചിയിൽ ഉണ്ടായിരുന്ന വസ്തുവകകളുടെ ഒരു പൂർണ്ണ ലിസ്റ്റായിരുന്നു.

1. ചെയുടെ ഡയറി ഉൾക്കൊള്ളുന്ന രണ്ടു നോട്ടുബുക്കുകൾ (ഒന്നാമത്തേതിൽ 1966 നവമ്പർ-ഡിസംബർ മാസങ്ങളിലെയും രണ്ടാമത്തേതിൽ 1967 ജനുവരിമുതൽ ഒക്ടോബർവരെയും)
2. വിലാസങ്ങളും നിർദ്ദേശങ്ങളും ഉള്ള ഒരു നോട്ടുബുക്ക്
3. അയച്ചതും കൈപ്പറ്റിയതുമായ സന്ദേശങ്ങളുടെ കൈയെഴുത്തുപ്രതിയോടുകൂടിയ രണ്ടു നോട്ടുബുക്കുകൾ
4. രണ്ടു ചെറിയ കോഡ്ബുക്കുകൾ
5. ചെ പുതുക്കിയ വിവിധ പ്രദേശങ്ങളുടെ ഇരുപതു മാപ്പുകൾ

6. സോഷ്യലിസത്തെ സംബന്ധിച്ച രണ്ടു ഗ്രന്ഥങ്ങൾ
7. കേടായിപ്പോയ ഒരു എം-1 യന്ത്രത്തോക്ക്
8. ഒരു ക്ലിപ്പുള്ള ഒരു 9-എംഎം പിസ്റ്റൽ
9. 35-എംഎം ഫിലിമിന്റെ പന്ത്രണ്ട് ഡവലപ്പ് ചെയ്യാത്ത റോളുകൾ
10. പണം (ബൊളീവയൻ പെസോയും യുഎസ് ഡോളറും) നിറച്ച രണ്ടു ചെറിയ ബാഗുകൾ

ചോദ്യംചെയ്യലിന് വഴങ്ങാത്ത ചെ

ചെയെ പിടികൂടിയെന്നു ച്യൂറോ മലയിടുക്കിൽനിന്നു അറിയിപ്പു കിട്ടിയ ഉടനെ അവിടെയെത്തിയ സെലിച്ച് അദ്ദേഹത്തിന്റെ രഹസ്യറിപ്പോർട്ടിൽ രേഖപ്പെടുത്തിയിട്ടുണ്ട്. വിചാരിച്ചപോലയല്ല ബൊളീവിയൻ സൈന്യം അല്ലേ എന്ന ചോദ്യത്തിന് ചെയുടെ മറുപടി, മുറിവേല്ക്കുകയും, ഒരു ബുള്ളറ്റ് തോക്കിൻകുഴ തകർക്കുയും ചെയ്ത സാഹചര്യത്തിൽ കീഴടങ്ങുകയല്ലാതെ വഴിയില്ലായിരുന്നു എന്നായിരുന്നു. പിന്നീട് സ്കൂൾപ്പുരയിൽ എത്തിയശേഷം സെലിച്ചിന് ചെയുമായി മുക്കാൽ മണിക്കൂറോളം സംസാരിക്കാൻ അവസരമുണ്ടായി. താങ്കൾ ഒരു ക്യൂബക്കാരനാണോ അല്ലെങ്കിൽ അർജന്റീനക്കാരനാണോ എന്ന സെലിച്ചിന്റെ ചോദ്യത്തോട് പ്രതികരിച്ചപ്പോഴായിരുന്നു സാർവ്വദേശീയ വിപ്ലവകാരിയായ സാക്ഷാൽ ചെ ഗുവേര പുറത്തുവന്നത്. “ഞാൻ ക്യൂബനും അർജന്റൈനും ബൊളീവിയനും പെറുവിയനും ഇക്വഡോറിയനും ഒക്കെയാണ്. മനസ്സിലായോ?” താൻ പറഞ്ഞതിലെ രാഷ്ട്രീയം അതിന്റെ പൂർണ്ണമായ അർത്ഥതലങ്ങൾ ഉൾക്കൊള്ളാൻ വെറും ഒരു പട്ടാളക്കാരന് ആവില്ല എന്നു ചെയ്ക്ക് അറിയാം. അതുകൊണ്ടായിരുന്നു “മനസ്സിലോയോ?” എന്നു ചോദിച്ചത്.

ക്യാപ്റ്റൻ പ്രാദോ, കേണൽ സെന്റേനോ, സിഐഎ ഏജന്റും ക്യൂബൻ പ്രവാസിയുമായ ഫെലിക്സ് റോഡ്രിഗ്വെസ് തുടങ്ങിയ നാലഞ്ച് പേർ ചെയെ ചോദ്യം ചെയ്തു. എല്ലാവരെയും അദ്ദേഹം പ്രകടമായ നിസ്സംഗതയോടെ അവഗണിച്ചു. അദ്ദേഹം സംസാരിച്ച യുവാക്കളായ ഓഫീസർമാരിലൊരാൾ എന്തിനെപ്പറ്റിയാണ് ചെ ചിന്തിക്കുന്നതെന്നു ചോദിക്കയുണ്ടായി. കേട്ടപാടേ അദ്ദേഹം അതവഗണിച്ചു. ഒരു ഓഫീസർ മറ്റൊരു ഓഫീസറോട് പരിഹാസപൂർവ്വം പറഞ്ഞു: “അയാൾ കഴുതയുടെ അമരത്വത്തെപ്പറ്റിയായിരിക്കണം ചിന്തിക്കുന്നത്.” ഉടനെ വന്നു ചെയുടെ മറുപടി. “അല്ല, ഞാൻ വിപ്ലവത്തിന്റെ അമരത്വത്തെപ്പറ്റിയാണ് ചിന്തിക്കുന്നത്.”

അധികാരഗർവ്വോടെ ചോദ്യം ചെയ്തവരെ തികഞ്ഞ പുച്ഛത്തോടെ അവഗണിച്ചെങ്കിലും മര്യാദയോടെ സംസാരിച്ചവരോട് ചെ പ്രതികരിച്ചിരുന്നു. ഈ മനോഭാവം ഉപയോഗിച്ച് ക്യാപ്റ്റൻ പ്രാദോയും ലെഫ്. കേണൽ സെലിച്ചും സിഐഎ ഏജന്റ് റോഡ്രിഗ്വെസും ചെയുമായി സംഭാഷണത്തിൽ ഏർപ്പെട്ടു. സെലിച്ചും റോഡ്രിഗ്വെസും അത് രേഖപ്പെടുത്തിക്കൊണ്ടുന്നു. ഒരുപാട് വിഖ്യാതരായ പത്രലേഖകരും ഗ്രന്ഥകാരന്മാരും ചെയുമായി നടത്തിയ അഭിമുഖങ്ങൾ ചരിത്രത്തിൽ ഇടംനേടിയിട്ടുണ്ട്. എന്നാൽ റോഡ്രിഗ്വെസിന്റെ അഭിമുഖം പ്രധാനമാകുന്നത് ചെയുടെ ജീവിതത്തിലെ അവസാനനിമിഷത്തിലെ അഭിമുഖമെന്ന നിലയിലായിരുന്നു. വധിക്കപ്പെടുന്നതിന് ഏതാനും നിമിഷം മുമ്പുവരെ ചെയുമായി സംസാരിക്കാൻ സാധിച്ച ഏക വ്യക്തി ഈ സിഐഎ ഏജന്റായിരുന്നു. ചെയുടെ അവസാനത്തെ ഫോട്ടോയും റോഡ്രിഗ്വെസിന്റെകൂടെ എടുത്തതായിരുന്നു. ഈ അഭിമുഖം ഒരു മെമ്മോറാണ്ടമാക്കി റോഡ്രിഗ്വെസ് സിഐഎ ആസ്ഥാനത്തേക്കയച്ചു. അവിടെനിന്ന് അത് വൈറ്റ്ഹൈസിലുമെത്തി. കാസ്ട്രോയെ എന്നപോലെ ചെ ഗുവാരയെയും സിഐഎ അനുനിമിഷം ശ്രദ്ധാകേന്ദ്രങ്ങളാക്കിയിരുന്നു. 1964 മാർച്ച്-ഏപ്രിൽ മാസങ്ങൾവരെ ചെയെകുറിച്ചുള്ള വിവരങ്ങളുണ്ടായിരുന്നുള്ളൂ.. പിന്നീട് ചെ മരിച്ചെന്ന വിശ്വാസത്തിലായിരുന്നു സിഐഎയും യുഎസ് പ്രസിഡന്റും. എന്നാൽ 1966 ഏപ്രിലിൽ ബൊളീവിയൻ പ്രസിഡന്റ് ബാരിയെന്തോസിൽനിന്ന് യുഎസ് പ്രസിഡന്റിന് ചെയുടെ ഗറില്ലാ സംഘത്തെ നേരിടാൻ സഹായാഭ്യർത്ഥന ലഭിച്ചപ്പോഴായിരുന്നു യുഎസ് ഭരണകൂടം ഞെട്ടിയത്.

പിടികൂടപ്പെട്ടശേഷം ചെയുമായി ക്യാപ്റ്റൻ ഗാരി പ്രാദോ സൽമൻ നടത്തിയ സംഭാഷണങ്ങൾ പതിറ്റാണ്ടുകൾക്കുശേഷം ചില അഭിമുഖങ്ങളിൽ വെളിപ്പെടുത്തി. പ്രാദോയുടെ അഭിമുഖം ചില ഗ്രന്ഥകാരന്മാരും പത്രലേഖകരും ഉപയോഗപ്പെടുത്തുകയുണ്ടായി. കൂടാതെ അദ്ദേഹം ചെയെപ്പറ്റി ഒരു പുസ്തകവും പ്രസിദ്ധീകരിച്ചു. പ്രാദോ മാത്രമല്ല മിത്രമായോ ശത്രുവായോ ചെയുമായി ബന്ധപ്പെടാനിടയായ ഒട്ടുമിക്ക ആളുകളും, അനുഭവം പങ്കുവെച്ച് അദ്ദേഹത്തെപ്പറ്റി ഗ്രന്ഥരചന നടത്തി പ്രസിദ്ധരായിട്ടുണ്ട്.

ക്യാപ്റ്റൻ പ്രാദോ ആയിരിക്കണം തടവിലാക്കപ്പെട്ട ചെയുമായി ആദ്യമായി സംഭാഷണം നടത്തിയ സൈനിക ഓഫീസർ. ചെയെ പിടികൂടി കാവലേർപ്പെടുത്തി ഉറങ്ങാൻപോന്ന പ്രാദോ ഒരുപോള കണ്ണടയ്ക്കാനാകാതെ വെളുപ്പിന് മൂന്നു മണിക്ക് എഴുന്നേറ്റുചെന്നു ചെയുമായി സംസാരിക്കാൻ തുടങ്ങി. ഇരുവരും ഓരോ വാക്കും

ഉച്ചരിച്ചത് പരസ്പരബഹുമാനത്തോടെയായിരുന്നു. "ഉറങ്ങാനായില്ലേ, ക്യാപ്റ്റൻ?" എന്ന ചെയുടെ ചോദ്യത്തിന് "എല്ലാ സംഭവങ്ങൾക്കും ശേഷം അതെളുപ്പമായില്ല. താങ്കളോ? താങ്കളും ഉറങ്ങുകയായിരുന്നില്ല." എന്നു പ്രാദോ പറഞ്ഞപ്പോൾ നല്ല ഉറക്കം എന്തുപോലെയായിരിക്കുമെന്നുപോലും മറന്നുപോയെന്നായിരുന്നു ചെയുടെ മറുപടി. അങ്ങനെ ഔപചാരികതകൾക്കിടയിൽ തന്നെ സർക്കാർ എന്തുചെയ്യാനാണ് ഉദ്ദേശിക്കുന്നതെന്ന് ചെ ചോദിച്ചു. വധിക്കുമോ വിചാരണ ചെയ്യുമോ എന്നറിയാനായിരിക്കണം ചെയുടെ ശ്രമം. കൃത്യമായ മറുപടി അപ്പോൾ പ്രാദോയ്ക്ക് പറയാനാകില്ല എന്നു വ്യക്തമായിരുന്നു. "താങ്കൾ അസാധാരണനാണ്, ക്യാപ്റ്റൻ" എന്ന ചെയുടെ ഹൃദയം തുറന്ന പ്രശംസയോടെയായിരുന്നു ആ സംഭാഷണം അവസാനിച്ചത്. സന്തോഷാധിക്യത്താൽ മറുപടി പറയാൻ വാക്കുകൾക്കുവേണ്ടി പ്രാദോ ക്ലേശിക്കുന്നുപോലുമുണ്ട്. "കമാൻഡർ" എന്നു ബഹുമാനപൂർവ്വമായിരുന്നു പ്രാദോ ചെയെ സംബോധന ചെയ്തതും.

റോഡ്രിഗ്വെസ് സ്കൂൾപ്പുരയിൽ പ്രവേശച്ചയുടനെ ചെ കർക്കശമായി പറഞ്ഞത്, തന്നെ ചോദ്യം ചെയ്യാൻ പാടില്ല എന്നായിരുന്നു. സംസാരിക്കാൻ മാത്രമാണ് വരുന്നതെന്ന് ബൊളീവിയൻ സൈനിക ഓഫീസറുടെ വേഷം ധരിച്ച സിഐഎക്കാരൻ പറഞ്ഞപ്പോഴായിരുന്നു ചെ വഴങ്ങിയത്. പരാജയം ചെ സമ്മതിച്ചെങ്കിലും ബൊളീവിയൻ കമ്യൂണിസ്റ്റുകാരുടെ സങ്കുചിതമനസ്ഥിതിയാണ് അതിലേക്ക് നയിച്ചതെന്നും സൂചിപ്പിച്ചു. പ്രത്യേക സൈനികനീക്കങ്ങളെപ്പറ്റി വിവരം ശേഖരിക്കാൻ റോഡ്രിഗ്വെസ് ശ്രമിച്ചപ്പോൾ ചെ മറുപടി പറയാൻ വിസമ്മതിച്ചു. പ്രത്യേകിച്ചും ഫിദലിനെപ്പറ്റി മോശമായി സംസാരിക്കാനും ചെ വഴങ്ങിയില്ല. റോഡ്രിഗ്വെസിന്റെ അനുനയശ്രമങ്ങളെല്ലാം പാഴ്വേലയായി. ക്യൂബയെപ്പറ്റി സാമാന്യത്തിലേറെ വിവരമുണ്ടെന്നു കണ്ടപ്പോൾ അയാൾ ക്യൂബക്കാരനാണെന്നു ചെ ഊഹിച്ചു. ശരിയാണ്, താൻ സിഐഎ പരിശീലനം ലഭിച്ച കാസ്ട്രോവിരുദ്ധ 2506 ബ്രിഗേഡിലെ അംഗമാണെന്ന റോഡ്രിഗ്വെസിന്റെ വെളിപ്പെടുത്തലിന് ചെ യുടെ പ്രതികരണം "ഹാ" എന്നു മാത്രമായിരുന്നു.

യുദ്ധക്കുറ്റവാളികൾ

ആ സമയം ലാ പാസിൽ പ്രസിഡന്റ് ബാരിയന്തോസും കൂട്ടരും ചെ പിടിക്കപ്പെട്ടതിൽ അമിതാഹ്ലാദത്തിലായിരുന്നെങ്കിലും അദ്ദേഹത്തെ എന്തുചെയ്യണം എന്നതിനെപ്പറ്റി ഗാഢമായി ആലോചിക്കയായിരുന്നു. ഒടുവിൽ കൊലചെയ്യുകയാണ് എല്ലാംകൊണ്ടും സുരക്ഷിതം എന്ന നിഗമനത്തിലെത്തി. വധശിക്ഷ നിരോധിക്കപ്പെട്ട രാജ്യമാണ്

ബൊളീവിയ. അതുകൊണ്ട് ചെയെ നിയമത്തിന്റെ മുമ്പിൽ കൊണ്ടു വന്നാൽ ജയിലിൽ ഇടാനേ കഴിയൂ. ഇല്ലാതാക്കാനാവില്ല. മാത്രമല്ല കാസ്ട്രോ ചെയ്തപോലെ ആശയപ്രചാരണത്തിനുള്ള വേദിയായി ചെ കോടതിയെ അങ്ങേയറ്റം ഉപയോഗിക്കും എന്നുറപ്പാണ്. ജയിലിൽ ഇട്ടാൽ, ദേബ്രെയുടെ കാര്യത്തിൽ സംഭവിച്ചപോലെ, ലോകംമുഴുവൻ അദ്ദേഹത്തിന്റെ മോചനത്തിനായി ശബ്ദമുയർത്തും. അതുകൊണ്ട് വെടിവെച്ചുകൊലപ്പെടുത്തിയ ശേഷം സംഘട്ടനത്തിൽ മരിച്ചു എന്നു പുറംലോകത്തോട് പറഞ്ഞുനില്ക്കാമെന്നു അവർ തീരുമാനിച്ചു.

ഈ തീരുമാനത്തിന്റെ അടിസ്ഥാനത്തിൽ അവർ തെറ്റിദ്ധാരണാജനകമായ റിപ്പോർട്ടുകൾ ചമച്ചു. ഒക്ടോബർ 9 രാവിലെ 10 മണിക്ക് ചെ മരിച്ചെന്നും മറ്റൊരു അറിയിപ്പുവരെ വാർത്ത തടഞ്ഞുവെച്ചിരിക്കയാണെന്നും പുറംലോകത്തോട് പറഞ്ഞ് ജനറൽ ബാരിയെന്തോസ് അതു തുടങ്ങിവെച്ചു. റ്യാൻ എഴുതി: "ഗുവേര അപ്പോഴും മറ്റൊരു മൂന്നു മണിക്കൂർ ജീവിച്ചിരുന്നതിനാൽ ആ സമയം പ്രധാനമാണ്. അതുകൊണ്ടായിരിക്കണം ബാരിയെന്തോസ് പത്രക്കാരോട് വാർത്ത പുറത്തുവിടരുതെന്നു ആവശ്യപ്പെട്ടതും. ഒരു മണിക്കൂർ കഴിഞ്ഞ് ഒരു എംബസി കേബിൾ വാഷിങ്ടണിലേക്ക് പോയത് ആ വാർത്ത റിപ്പോർട്ടുചെയ്തുകൊണ്ടായിരുന്നെങ്കിലും കൂടുതൽ സ്ഥിരീകരണമോ വിശദവിവരങ്ങളോ അതിലില്ലായിരുന്നു. വാഷിങ്ടണിലെ ഔദ്യോഗിക നൂലാമാലകളിലൂടെ ആ സന്ദേശം അതിന്റെ പണികളെല്ലാം ഒപ്പിച്ചെടുത്തു. ലാ പാസ് സമയം വൈകുന്നേരം 5-നു ശേഷം അല്പസമയത്തിനുള്ളിൽ അത് പ്രസിഡന്റ് ജോൺസന്റെ ഓഫീസിലെത്തി. അപ്പോഴേക്കും അത് സത്യമായിക്കഴിഞ്ഞു." രാത്രി 10 മണിക്ക് എംബസി വാഷിങ്ടണിലേക്ക് അയച്ച മറ്റൊരു കേബിൾ അറിയിച്ചത് മുറിവേറ്റതിനാൽ ആ ദിവസം ചെ മരണമടഞ്ഞെന്നായിരുന്നു. രാവിലെ 10 മണിക്കായാലും ഉച്ചയ്ക്ക് 1.10ന് ആയാലും അന്നേദിവസം എന്ന പ്രയോഗം രാത്രി 10ന് സത്യമാകുമല്ലോ.

ബാരിയെന്തോസ് പടുത്തുയർത്തിയ നുണകളുടെ ചീട്ടുകൊട്ടാരം താങ്ങിനിർത്തേണ്ട ഭാരം സൈനികർക്കാണല്ലോ. ചൂരോ മലയിടുക്കിലെ യുദ്ധത്തിൽ ചെ മരിച്ചെന്ന് കേണൽ സെന്റെനോയും ഒരു പ്രസ്താവനയിൽ സ്ഥിരീകരിച്ചു. വല്ലെഗ്രാൻഡെയിൽ വെച്ച് പത്രസമ്മേളനത്തിൽ അതാവർത്തിച്ചപ്പോൾ ഒരു മേമ്പൊടി ചേർക്കാനും അദ്ദേഹം മറന്നില്ല. "ഞാൻ ചെ ഗുവേരയാണ്. ഞാൻ പരാജയപ്പെട്ടു." എന്ന് ചെ പറഞ്ഞതായി വ്യാപകമായ പ്രചാരംസിദ്ധിച്ച ചെയുടെ വാക്കുകളും ആ സൈനികൻ ഉദ്ധരിച്ചു. "ഏറ്റവും സംശയകരമായ ഉദ്ധരണി" എന്നു

അഭിപ്രായപ്പെട്ടായിരുന്ന റ്യാൻ ഇത് ചോദ്യംചെയ്തത്. അപ്പോഴുണ്ടായ അബോധാവസ്ഥയിൽനിന്ന് ചെ ഒരിക്കലും സുഖംപ്രാപിക്കയുണ്ടായില്ല എന്നു തട്ടിവിടാനും കേണൽ മറന്നില്ല. സൈനികത്തലവൻ ഉൾപ്പെടെ എല്ലാ സൈനിക മേധാവികളും പരസ്യമായി ഈ പച്ചക്കള്ളം ആവർത്തിച്ചപ്പോൾത്തന്നെ സ്വകാര്യസംഭാഷണങ്ങളിൽ അവർ സത്യം തുറന്നു പറയാനും മടിച്ചില്ല.

ബൊളീവിയൻ സൈനികർ ഒരു കൊള്ളസംഘത്തെപ്പോലെ പെരുമാറി. ചെയുടെ തോൾസഞ്ചിയിലുണ്ടായിരുന്ന പണം, തോക്ക്, പാർക്കർ പേന, വാച്ച്, തൊപ്പി തുടങ്ങിയവ കൊള്ളമുതൽ എന്നപോലെ അവർ പങ്കിട്ടെടുത്തു. സെലിച്ച് ചെയുടെ ലെതർ ബ്രീഫ് കെയ്സും വാച്ചുകളിൽ ഒരെണ്ണവും എടുത്തു. ചെയുടെ കൊലയാളി മരിയോ ടെറാൻ അദ്ദേഹം ദീർഘകാലമായി ഉപയോഗിച്ചിരുന്ന പൈപ്പ് കൈവശപ്പെടുത്തി. ചെ വെടിയേറ്റുവീണ ഉടനെ സിഐഎ ഏജന്റ് റോഡ്രിഗ്വെസ് റോളെക്സ് വാച്ച് കൈയിൽനിന്നു ഊരിയെടുത്തു. ചെയുടെ സഞ്ചിയിൽ ഉണ്ടായിരുന്ന അനേകായിരം അമേരിക്കൻ ഡോളറും ഒരുപാട് ബൊളീവിയൻ പെസോയും ജൂനിയർ ഓഫീസർമാർക്കും സൈനികർക്കുമായി വിതരണം ചെയ്യപ്പെട്ടു.

ചെയെ ജീവനോടെ പാനമയിലേക്ക് കൊണ്ടുപോയി വിശദമായി ചോദ്യം ചെയ്ത്, അദ്ദേഹത്തിന്റെ എല്ലാ രഹസ്യപദ്ധതികളും ചോർത്തിയെടുക്കണമെന്നായിരുന്നു സിഐഎ ആഗ്രഹിച്ചതെന്നു റോഡ്രിഗ്വെസ് വ്യക്തമാക്കുന്നുണ്ട്. പ്രസിഡന്റിന്റെ കല്പന അവഗണിച്ച് ചെയുടെ വധം ഒഴിവാക്കാൻ ആകില്ലെന്ന് കേണൽ സെന്റേനോ അനായ നിർബന്ധം പിടിച്ചു. ഈ ആഖ്യാനപ്രകാരം, രാവിലെ 11 മണിക്ക് സ്ഥലം വിട്ട സെന്റേനോ അനായ ഉച്ചകഴിഞ്ഞു 2 മണിക്ക് താൻ തിരിച്ചെത്തുമ്പോൾ ചെ വധിക്കപ്പെട്ടിരിക്കണമെന്നു കല്പിച്ചവത്രേ. "വേണമെങ്കിൽ നിങ്ങൾക്ക് അത് സ്വയം ചെയ്യാം. നിങ്ങളുടെ രാജ്യത്തിന്(ക്യൂബ) ഒരുപാട് വിനാശം വരുത്തിയ ആളാണ് അയാളെന്ന് എനിക്കറിയാം." എന്നുകൂടി പറഞ്ഞു. ഇതിനിടയിൽ സ്കൂൾപ്പുരയിൽനിന്നു ഒരു വെടിമുഴക്കം കേട്ട റോഡ്രിഗ്വെസ് ആദ്യം പോയത് ചെയെ ഇട്ടിരുന്ന മുറിയിലേക്കായിരുന്നു. അദ്ദേഹത്തിന് ഒന്നും സംഭവിച്ചിട്ടില്ല. ഉടനെ അടുത്ത മുറിയിലേക്ക് ചെന്നപ്പോൾ വെടിയേറ്റ് വില്ലി മേശയിലേക്ക് വീണുകിടക്കുന്നുണ്ടായിരുന്നു. തോക്കുമായി തൊട്ടടുത്തുനിന്നിരുന്ന സൈനികൻ പറഞ്ഞത്, "അവൻ രക്ഷപ്പെടാൻ ശ്രമിച്ചു" എന്നായിരുന്നു.

റോഡ്രിഗ്വെസ് ചെയുമായി പുറത്തുപോയി ഒന്നിച്ച് ഒരു ഫോട്ടോ എടുത്തശേഷം തിരിച്ചുവന്നു സംഭാഷണത്തിലേർപ്പെട്ടിരിക്കേ വീണ്ടും

വെടിപോട്ടി. അപ്പോൾ വധിക്കപ്പെട്ടത്, ചെയൊടൊപ്പം പിടിക്കപ്പെട്ട ജ്വവാൻ പാബ്ലോ ചാംഗ് (1930-1965) ആയിരുന്നു. പെറുവിലെ ലിമായിൽ ജനിച്ച ചാംഗ് സർവ്വകലാശാലാ വിദ്യാർത്ഥി ആയിരിക്കെ സ്വേച്ഛാധികാരത്തിനെതിരെ കലാപങ്ങളിൽ പങ്കെടുത്തതിന് 18 വയസ്സുള്ളപ്പോൾ അർജന്റീനയിലേക്ക് നാടുകടത്തപ്പെട്ടു. അവിടെയും പ്രക്ഷോഭക്കൊടുങ്കാറ്റുകളിൽനിന്ന് ഒഴിഞ്ഞുമാറാനാകാതെ വന്നപ്പോൾ നില്ക്കള്ളിയില്ലാതെ നാട്ടിൽ തിരിച്ചെത്തി. പെറുവിയൻ കമ്യൂണിസ്റ്റ പാർട്ടിയിലും മറ്റും സമുന്നത സ്ഥാനങ്ങൾ വഹിച്ചു. 1953ൽ മെക്സിക്കോയിൽ പ്രവാസിയായെത്തി. ചെയുമായി അവിടെ വെച്ചുണ്ടായ ബന്ധം ബൊളീവിയൻ ദൗത്യസംഘത്തിലെ അംഗമാകുന്നതുവരെ പല ഘട്ടങ്ങളിലൂടെ വളർന്നു. മുറിവേറ്റ ചാംഗിനെ ഒക്ടോബർ 9 രാവിലെയായിരുന്നു സ്കൂൾപ്പുരയിലെത്തിച്ചത്. വെടിയൊച്ച കേട്ട ചെ സംഭാഷണം നിർത്തി. എന്നാൽ മുഖത്ത് വിഷാദം നിഴലിച്ചതല്ലാതെ അതിനെപ്പറ്റി ഒന്നും പറയുകയുണ്ടായില്ല.

ഉച്ചയ്ക്ക് 1.10 നായിരുന്നു ചെ വധിക്കപ്പെട്ടത്. എന്നാൽ 1 മണിക്ക് മാത്രമായിരുന്നു വധിക്കപ്പെടാൻ പോകയാണെന്ന വിവരം റോഡ്രിഗ്വെസ് ചെയെ അറിയിച്ചത്. അതൊഴിവാക്കാൻ കഴിയുന്നതെല്ലാം ചെയ്തെന്നു കൂട്ടിച്ചേർക്കാനും മറന്നില്ല. അപ്പോൾ നൈമിഷികമായി ആ മുഖം വിളറിവെളുത്തെന്നും, താൻ ജീവനോടെ പിടിക്കപ്പെടാൻ പാടില്ലായിരുന്നുവെന്നു ചെ പറഞ്ഞുവെന്നും റോഡ്രിഗ്വെസ് രേഖപ്പെടുത്തി. എന്തെങ്കിലും ആവശ്യപ്പെടാനുണ്ടോ എന്ന ചോദിച്ചപ്പോൾ ചെ പറഞ്ഞു: “അമേരിക്കയിൽ വിജയകരമായ വിപ്ലവം അദ്ദേഹത്തിന് ഉടനെ കാണാനാകുമെന്ന് ഫിദലിനോടു പറയുക. പുനർവിവാഹം ചെയ്യണമെന്നും സന്തോഷവതിയായിരിക്കാൻ ശ്രമിക്കണമെന്നും എന്റെ ഭാര്യയോടും പറയുക.” വികാരം മുറ്റിനിന്ന ആ നിമിഷത്തിൽ റോഡ്രിഗ്വെസ് തന്റെ എതിരാളിയെ ആലിംഗനം ചെയ്തു. അദ്ദേഹം അനുസ്മരണയിൽ എഴുതി: “എന്നെ സംബന്ധിച്ചിടത്തോളം അത് ഭയങ്കരമായ വികാരനിർഭരമായ നിമിഷമായിരുന്നു. ഇനിയൊരിക്കലും ഞാൻ അദ്ദേഹത്തെ വെറുക്കില്ല. അദ്ദേഹത്തിന്റെ പരീക്ഷണഘട്ടം വന്നെത്തി. അദ്ദേഹം ഒരു മനുഷ്യനെപ്പോലെ പെരുമാറി. മരണത്തെ അദ്ദേഹം ധീരമായും ഉദാത്തമായും നേരിട്ടു.”

പുറത്തു തോക്കുമായി കാത്തുനിന്ന സാർജന്റ് മരിയോ ടെറാനോട് മുഖത്തു വെടിവെയ്ക്കരുതെന്നും, ഒരു ഏറ്റുമുട്ടലിൽ വധിക്കപ്പെട്ടപോലെ കഴുത്തിനു കീഴോട്ടുമാത്രം നിറയൊഴിക്കുക എന്നും നിർദ്ദേശം നൽകി റോഡ്രിഗ്വെസ് പുറത്തേക്കുപോയി. ടെറാൻ ആവേശപൂർവ്വം താൻ

ഏറ്റെടുത്ത കൃത്യനിർവ്വഹണത്തിന് ചെയെ സൂക്ഷിച്ച മുറിയിൽ പ്രവേശിച്ചു. അപ്പോൾ ചെ അയാളെ നോക്കി പറഞ്ഞതായി പുറംലോകം ആവർത്തിച്ചുകൊണ്ടിരിക്കുന്ന വാക്കുകൾ ഇവയാണ്: "എന്നെ കൊല്ലാനാണ് നീ വന്നതെന്ന് എനിക്കറിയാം. ഭീരു. വെയ്ക്കു വെടി. ഒരു മനുഷ്യനെ കൊല്ലാൻ പോകുക മാത്രമാണ് നീ." അയാൾ ഒന്നു ശങ്കിച്ചുനിന്നു. പിന്നെ തോക്കു ചൂണ്ടി കാഞ്ചിവലിച്ചു. ബുള്ളറ്റുകൾ കൈത്തണ്ടയിലും കാലിലും തുളച്ചുകയറി. പിന്നീടുള്ള ചെയുടെ അന്ത്യനിമിഷങ്ങൾ ആൻഡേഴ്സൻ ഇങ്ങനെ രേഖപ്പെടുത്തി: "ഉറക്കെ കരയുന്നത് ഒഴിവാക്കാൻ കണങ്കൈകളിലൊന്നിൽ കടിച്ചു ചെ നിലത്തുവീണു വേദനകൊണ്ടു പുളഞ്ഞപ്പോൾ ടെറാൻ മറ്റൊരു വെടികൂടി പൊട്ടിച്ചു. മാരകമായ ബുള്ളറ്റ് ചെയുടെ നെഞ്ചിൽ തുളച്ചുകയറി ശ്വാസകോശങ്ങളെ ചോരയിൽ കുതിർത്തു."

ചെയെ ജീവനോടെ പിടികൂടി വിചാരണകൂടാതെ വെടിവെച്ചുകൊന്നത് ചോദ്യം ചെയ്യപ്പെട്ടിട്ടുണ്ട്. "ചെയെ കൊന്നതാര്?" എന്ന കൃതി രചിച്ച അമേരിക്കൻ ഗ്രന്ഥകാരന്മാരായ റാറ്റ്നറും സ്മിത്തും എഴുതി: "അത് കൊലപാതകമായിരുന്നു. ഗറില്ലാ യുദ്ധം ഉൾപ്പെടെ യുദ്ധത്തെ സംബന്ധിച്ച നിയമങ്ങൾ അനുസരിച്ച് ഒരു തടവുകാരനെ കൊല്ലുന്നത് കൊലപാതകമാണ്. യുദ്ധക്കുറ്റവുമാണ്. യഥാർത്ഥത്തിൽ വെടിവെച്ച ആളുമല്ല യുദ്ധക്കുറ്റവാളി. കൊലപാതകത്തെ അനുകൂലിക്കയോ തടയുന്നതിൽ പരാജയപ്പെടുകയോ ചെയ്യുന്ന, ഉത്തരവു പുറപ്പെടുവിക്കുന്ന മുകളിലുള്ളവരും കുറ്റവാളികൾതന്നെ." അന്നത്തെ യുഎസ് പ്രസിഡന്റ് ജോൺസൺവരെ ചെയെ കൊന്ന യുദ്ധക്കുറ്റവാളികളുടെ കൂട്ടത്തിൽ പെടുമെന്നാണ് ഈ യുഎസ് ഗ്രന്ഥകാരന്മാരുടെ സമർത്ഥനം ചെന്നെത്തുന്നത്. ആ ഗ്രന്ഥകാരന്മാർ ഇത്രകൂടി പറഞ്ഞു: "ഏതു സാഹചര്യത്തിലായാലും, ... ചെയെ പിടികൂടിയത് സിഐഎ അറിഞ്ഞിരുന്നു. അതിന്റെ ഏജന്റ് സംഭവസ്ഥലത്തുതന്നെ ഉണ്ടായിരുന്നു. മാത്രമല്ല, ചെ ഇല്ലാതാകണമെന്നു ആഗ്രഹിക്കാൻ യുഎസ് സർക്കാരിന് കാരണങ്ങളുണ്ടായിരുന്നു. ചെ പ്രതീക്ഷിക്കയും ലക്ഷ്യമിടുകയും ചെയ്തപോലെ, ബൊളീവിയയിലെ ഒരു വിപ്ലവം തൊട്ടടുത്തുള്ള ആൻഡിയൻ രാജ്യങ്ങളിൽ വിപ്ലവങ്ങൾക്ക് തീക്കൊളുത്തുമായിരുന്നു." സിഐഎ ഏജന്റ് റോഡ്രിഗ്വെസ് പാനമയിലേക്ക് കൊണ്ടുപോകാൻ വധം ഒഴിവാക്കണമെന്നും മറ്റും ബൊളീവിയൻ സൈനിക ഓഫീസറോട് അഭ്യർത്ഥിക്കുന്നതും മറ്റും വെറും നാടകമായിരുന്നുവെന്നു വ്യക്തം. ചെയെ വധിക്കരുതെന്നു യുഎസ് ഭരണവർഗ്ഗം ശരിക്കും ആഗ്രഹിച്ചിരുന്നുവെങ്കിൽ ഇത്തരം നാടകങ്ങളുടെ യാതൊരു ആവശ്യവുമുണ്ടായിരുന്നില്ല. അവരുടെ അംബാസഡർവഴി വാഷിങ്ടണിൽനിന്നു ബാറിയെന്തോസിന് ഒരു സന്ദേശമെത്തിച്ചാൽ ആ നിമിഷം നടക്കുമായിരുന്ന കാര്യമായിരുന്നു അത്.

പുറംലോകത്തോട് ഏറ്റുമുട്ടലിൽ വധിക്കപ്പെട്ടുവെന്നായിരുന്നല്ലോ പ്രസിഡന്റ് ബാരിയന്തോസ് പറഞ്ഞത്. വെടിവെപ്പെല്ലാം കഴിഞ്ഞപ്പോൾ ചെയുടെ ശരീരത്തിൽത്തന്നെ 9 മുറിവുകളുണ്ടായിരുന്നു. മറ്റു രണ്ടു പേരെക്കൂടി വധിക്കാൻ അതിലേറെ ബുള്ളറ്റുകൾ ഉപയോഗിച്ചുകാണും. വെടിയുടെ ആ പൂരം കഴിഞ്ഞപ്പോൾ ഒരു പൂരപ്പറമ്പിലേക്കെന്നപോലെ ആളുകൾ ആ ജീർണ്ണിച്ച സ്കൂളിനു ചുറ്റും തടിച്ചുകൂടി. ആ ചെറിയ പട്ടണത്തിലെ ആളുകൾക്ക് കാര്യങ്ങളെല്ലാം പിടികിട്ടി. ഒരു കൊല്ലത്തോളം തകൃതിയായി ആഘോഷിച്ചുവരുന്ന ഗറില്ലാനായാട്ടിന് അവരും സാക്ഷികളായിരുന്നല്ലോ.

മൃതദേഹം പൊതുദർശനത്തിന്

ബൊളീവിയൻ സൈനിക ഓഫീസർമാരും സിഐഎ ഏജന്റ് റോഡ്രിഗ്വെസും ഒരു ഹെലികോപ്റ്ററിൽ ചെയുടെ മൃതശരീരം വല്ലെഗ്രാൻഡെയിലെ സൈനിക ആസ്ഥാനത്തിലെത്തിച്ചു. ഹെലികോപ്റ്റർ കുറച്ചകലെ നിർത്തി ചെയുടെ മൃതശരീരം പെട്ടെന്ന് ആംബുലൻസിൽ കയറ്റി സെനർ ദെ മാൾട്ട ഹോസ്പിറ്റലിൽ എത്തിച്ചതിനാൽ അവിടെ കൂടിനിന്ന പത്ര റിപ്പോർട്ടർമാരും സാധാരണ സൈനികരും ജനങ്ങളും നിരാശരാകേണ്ടിവന്നു. ആസ്പത്രിയിൽനിന്നു കുറച്ചകലെ അലക്കാനുള്ള ഒരു താല്ക്കാലിക ഷെഡ്ഡിലായിരുന്നു മൃതദേഹം സൂക്ഷിച്ചത്. ഉദ്യോഗസ്ഥർ ആ ശരീരത്തിലെ രക്തം കഴുകിക്കളകയും വിരലടയാളം എടുക്കുകയും ചെയ്തു. ഈ സമയത്ത് ധാരാളം ആളുകൾ ഷെഡ്ഡിനുചുറ്റും കൂടിയിരുന്നു. ബൊളീവിയൻ സൈനികമേധാവി ജനറൽ ആൽഫ്രെഡോ ഓവാൻഡോ മറ്റുചില ഉന്നത ഉദ്യോഗസ്ഥന്മാർക്കൊപ്പം ഗറില്ലാനേതാവിന്റെ ശരീരം കാണാനെത്തി.

ഉദ്യോഗസ്ഥരും ഡോക്ടർമാരും ഔപചാരികതകളെല്ലാം പൂർത്തിയാക്കുന്നതിൽ വ്യാപൃതരായി. ജനറൽ ആൽഫ്രെഡോ ഒവാൻഡോ ചെയുടെ തല വെട്ടിയെടുത്ത് തെളിവായി സൂക്ഷിക്കുക എന്നു നിർദ്ദേശിച്ചു. അത് വളരെ കാടത്തമായിരിക്കുമെന്നു വാദിച്ച ഫെലിക്സ് റോഡ്രിഗ്വെസ് ഒരു വിരൽ വെട്ടിയെടുത്താൽ മതിയെന്ന നിർദ്ദേശം മുന്നോട്ടുവെച്ചു. ഒടുവിൽ ചെയുടെ കൈകൾ മുറിച്ചെടുക്കാൻ തീരുമാനമായി. ഒക്ടോബർ 10ന് ചെയുടെ വിരലടയാളം എടുക്കയും കൈകൾ മുറിച്ചെടുത്തു സൂക്ഷിക്കയും ചെയ്തു. അർജന്റൈൻ പോലീസിലെ ഫൊറൻസിക് വിദഗ്ധർ എത്തി, ബ്യൂനോസ് അയേഴ്സിലെ ഫയലിൽ സൂക്ഷിച്ച ഏണസ്റ്റോ ഗുവേര ദെ ലാ സെർനയുടെ വിരലടയാളവുമായി ഒത്തുനോക്കി രണ്ടും ഒരാളുടേതാണെന്ന് ഉറപ്പുവരുത്തി.

ആദ്യം പത്രപ്രവർത്തകരെയും പിന്നീട് പൊതുജനങ്ങളെയും മൃതശരീരം സൂക്ഷിച്ചിരുന്ന ഷെഡ്ഡിലേക്ക് കടത്തിവിട്ടു. അക്കൂട്ടത്തിലെ മുപ്പതോളം പത്രപ്രവർത്തകരുടെ മുഖത്ത് ഒരു അവിശ്വസനീയഭാവം പ്രകടമായിരുന്നു. ഡാനിയൽ ജോൺസ് എഴുതി: "രണ്ടുദിവസമായി ലോകപ്രശസ്ത ഗറില്ലാനേതാവ് ഏണസ്റ്റോ ചെ ഗുവേര വധിക്കപ്പെട്ട വാർത്ത ലോകം മുഴുവൻ വ്യാപിച്ചിരുന്നു. എന്നാൽ അതാര് വിശ്വസിക്കാനാണ്? മുമ്പ് എത്രയോ വട്ടം ചെ വധിക്കപ്പെട്ടെന്ന പ്രഖ്യാപനം തലക്കെട്ടുകളിൽ വന്നിട്ടുണ്ട്; എന്നിട്ടും എല്ലായ്പ്പോഴും ജീവിതത്തിലേക്ക് ആശ്ചര്യകരമായി 'തിരിച്ചെത്തി'യില്ലേ?" ആ അവിശ്വസനീയത വായിച്ചെടുത്ത ജനറൽ ഒവാൻഡോ, ഒക്ടോബർ 8ന് ഉണ്ടായ ഏറ്റുമുട്ടലിൽ മാരകമായ മുറിവുകളോടെ പിടികൂടി കൊണ്ടുവരുന്നതിനിടയിൽ വഴിമദ്ധ്യേ ചെ മരണപ്പെട്ടെന്ന് പത്രക്കാരോട് വിവരിക്കയുണ്ടായി.

സൈനികരും കർഷകരും ഉൾപ്പെട്ട ജനങ്ങളുടെ നീണ്ട നിര രാത്രിമുഴുവനും ഉണ്ടായിരുന്നു. ഉദ്യോഗസ്ഥന്മാർ അദ്ദേഹത്തിന്റെ ജാക്കറ്റ് നീക്കം ചെയ്തതിനാൽ അരയ്ക്ക് മേല്പോട്ട് നഗ്നമായിരുന്നു. റിച്ചാഡ് ഹാരിസ് എഴുതി: "അദ്ദേഹത്തിന്റെ നെഞ്ചിലും വശങ്ങളിലും ഉണ്ടായിരുന്ന ബുള്ളറ്റേറ്റുണ്ടായ മുറിവുകൾ മിക്കവാറും അസ്പഷ്ടമായിരുന്നു. ആരെയും ആശ്ചര്യപ്പെടുത്തുന്നവിധം അദ്ദേഹത്തിന് ജീവനുള്ളതായി തോന്നിച്ചു. അദ്ദേഹത്തിന്റെ കണ്ണുകൾ വിടർന്നതും തേജോമയവും ആയിരുന്നു എന്നുമാത്രമല്ല, മനസ്സിനെ അലോസരപ്പെടുത്തുന്ന ഒരു പുഞ്ചിരി ആ ചുണ്ടുകളിൽ തങ്ങിനിന്നിരുന്നു. ഈ ആകർഷകവും പ്രശാന്തവുമായ മുഖഭാവത്തോടുകൂടിയ ചിത്രങ്ങൾ പത്രങ്ങളിലൂടെ ലോകം മുഴുവൻ പ്രചരിച്ചു."

അവിടെ കൂടിനിന്ന എല്ലാവരെയും വിസ്മയിപ്പിച്ചത് ആ മുഖത്തിന് ക്രൂശിതനായ യേശുദേവന്റേതുമായി ഉണ്ടായിരുന്ന അദ്ഭുതാവഹമായ സാദൃശ്യമായിരുന്നു. ക്രിസ്ത്യാനികൾക്ക് ഏറ്റവും പരിപാവനമായ ആ രൂപത്തിനുമുമ്പിൽ പ്രദേശവാസികളായ സ്ത്രീകൾ കണ്ണീരോടെ കൈകൂപ്പി. ആ തലയിലെ മുടി മറ്റാരും കാണാതെ മുറിച്ചെടുത്ത് അവർ സൂക്ഷിച്ചു. അക്കൂട്ടത്തിൽ ഒരു സ്ത്രീ പില്ക്കാലത്ത് ഓർമിച്ചു: "ഞാൻ ആസ്പത്രിയിൽ ആദ്യമെത്തിയവരിൽ ഒരാളാണ്. ... എന്നെ ഏറെ ആശ്ചര്യപ്പെടുത്തിയത് അനശ്വരതയിലേക്ക് തുറന്നുപിടിച്ച കണ്ണുകളോടെയുള്ള അദ്ദേഹത്തിന്റെ ഭാവമായിരുന്നു. ആ അനുഭവം എന്നെ ആഴത്തിൽ സ്പർശിച്ചു. ഞാൻ കണ്ടുകൊണ്ടിരുന്ന ആൾ ലോകത്തിനു നന്മ ചെയ്യാനും നീതി പുലരാനും ആഗ്രഹിച്ചു. സ്ത്രീപുരുഷസമത്വത്തോടുകൂടിയ കൂടുതൽ നല്ലൊരു ലാറ്റിനമേരിക്ക അദ്ദേഹം സ്വപ്നം കണ്ടു. അദ്ദേഹത്തെ അവർ കൊന്നു."

പിന്നെ എന്തു സംഭവിച്ചു?

24 മണിക്കൂർ പ്രദർശനത്തിനുവെച്ചശേഷം ഒക്ടോബർ 11 പുലർച്ചെ മുതൽ ആ മൃതശരീരത്തിനു എന്തുസംഭവിച്ചുവെന്ന് ലോകം അറിഞ്ഞില്ല. അത് മറവുചെയ്തു എന്ന സൈനികമേധാവിയുടെ പ്രസ്താവന വന്നതല്ലാതെ, എവിടെ, എങ്ങനെ എന്നൊന്നും ആർക്കും അറിയാനായില്ല. ഇക്കാര്യത്തിൽ സർക്കാർ പരസ്പരവിരുദ്ധമായ പ്രസ്താവനകളായിരുന്നു പുറപ്പെടുവിച്ചത്. ഒരു സുരക്ഷിതസ്ഥാനത്ത് അത് മറവുചെയ്യപ്പെട്ടെന്നായിരുന്നു ഒരു പ്രസ്താവന. സൈനികമേധാവി ഒവാൻഡോ പിന്നീട് പറഞ്ഞത് അത് സംസ്കരിക്കപ്പെട്ടെന്നായിരുന്നു.

ബൊളീവിയൻ അധികൃതർ ചെയുടെ ശരീരം എന്തുചെയ്തുവെന്ന് കൃത്യമായി പറയാതിരുന്നതിനാൽ ജനങ്ങൾ ഊഹാപോഹങ്ങളെ ആശ്രയിച്ചു. അത് ഒരു രഹസ്യസ്ഥലത്ത് മറവുചെയ്യപ്പെട്ടെന്ന് ചിലർ വിശ്വസിച്ചു. മറ്റുചിലർ കരുതിയത് സിഐഎ അത് അമേരിക്കയിലേക്ക് കടത്തിക്കൊണ്ടുപോയെന്നായിരുന്നു. മൂന്നു പതിറ്റാണ്ടിനുശേഷം വല്ലെഗ്രാൻഡെയിലെ എയർപോർട്ടിനടുത്ത് അടയാളപ്പെടുത്താത്ത ഒരു കുഴിയിൽ മറ്റു ആറുപേരോടൊപ്പം അവശിഷ്ടം കുഴിച്ചിട്ടപ്പെടുകയായിരുന്നല്ലോ. 1997 ജൂലായിൽ അവിടെ അതു കണ്ടെത്താൻ ക്യൂബക്കാരും അർജന്റീനക്കാരും ഉൾപ്പെട്ട വിദഗ്ധസംഘത്തിന്റെ രണ്ടു വർഷത്തെ കഠിനമായ അന്വേഷണം വേണ്ടിവന്നു. ഏഴുപേരുടെ കൂട്ടത്തിൽ ചെയുടേത് തിരിച്ചറിയാൻ പല അടയാളങ്ങളും സഹായിച്ചുവെങ്കിലും കൈകൾ വെട്ടിയെടുക്കപ്പെട്ടതായിരുന്നു സുനിശ്ചിതമായ അടയാളം.

ഇരുപത്തെട്ട്

ചെയുടെ വധത്തിനു ശേഷം

ക്യൂബൻ ജനതയിലും ഉറ്റവരിലും അനുയായികളിലും ആരാധകരിലും ആ വേർപാട് സൃഷ്ടിച്ച വിഹ്വലതകളുടെയും വിസ്ഫോടനങ്ങളുടെയും ആഴവുംപരപ്പും വിവരണാതീതമാണ്. ചെവധത്തിന്റെ ആറാം ദിനം ഒക്ടോബർ 15ന് ഫിദൽ ടെലിവിഷനിലൂടെ രാഷ്ട്രത്തെ അഭിസംബോധനചെയ്തു സംസാരിച്ചപ്പോഴായിരുന്നു ക്യൂബക്കാർ കൃത്യമായി ചെ വധിക്കപ്പെട്ടെന്ന വ്യസനകരമായ യാഥാർത്ഥ്യവുമായി പൊരുത്തപ്പെടാൻ നിർബന്ധിതരായത്. ഇതിനുമുമ്പ് എത്രയോ പ്രാവശ്യം ചെ വധിക്കപ്പെട്ടെന്ന വാർത്ത കേട്ട് ചിരിച്ച തള്ളിക്കളഞ്ഞവരാണവർ. ക്യൂബൻ വിപ്ലവകാലത്ത് ഫിദലും ചെയും വധിക്കപ്പെട്ടെന്നു ബാത്തിസ്റ്റയുടെ കിങ്കരന്മാർ പ്രചരിപ്പിച്ചത് എത്ര വട്ടമായിരുന്നു? പക്ഷേ, ഇപ്പോൾ അങ്ങനെയല്ല. ഫിദൽ തനിക്കേറ്റവും പ്രിയപ്പെട്ട ചെ മരിച്ചെന്നു പറയുമ്പോൾ ഇനി പ്രതീക്ഷിക്കാനൊന്നുമില്ല. ഓരോ ക്യൂബക്കാരനും വിതുമ്പിക്കരഞ്ഞു. യാങ്കികളിൽനിന്നും അവരുടെ ചട്ടുകമായ ബാത്തിസ്റ്റയിൽനിന്നും തങ്ങളെ മോചിപ്പിക്കാൻ എത്രപ്രാവശ്യം ചെ മരണത്തെ നേരിട്ടു!

മൂന്നു ദിവസത്തെ ദേശീയ ദുഃഖാചരണം പ്രഖ്യാപിക്കപ്പെട്ടു. ചെയുടെ അവസാന പോരാട്ടദിനമായ ഒക്ടോബർ 8 വീരഗറില്ലാദിനം എന്ന് അറിയപ്പെടുമെന്നും ഫിദൽ പ്രഖ്യാപിച്ചു. ഹവാനയിലെ വിപ്ലവചത്വരത്തിൽ ഒക്ടോബർ 18ന് രാത്രിയിൽ ഫിദൽ സംസാരിച്ചത് ചെയെ അനുസ്മരിക്കാൻ മാത്രമായി ഒത്തുകൂടിയ പത്തുലക്ഷത്തോളം വരുന്ന ജനക്കൂട്ടത്തോടായിരുന്നു. ഇരുവശത്തും ക്യൂബൻ പതാകകളോടെ ചെയുടെ

വലിയൊരു ഫോട്ടോഗ്രാഫിനരികെ നിന്ന ഫിദൽ പ്രിയസഖാവിനെ ഓർമ്മിച്ച് ധാരാളം സംഭവങ്ങൾ ഈറൻകണ്ണുകളോടെ വിവരിച്ചു. ചെയുടെ ധൈഷണികവും രാഷ്ട്രീയവും സൈനികവുമായ കഴിവുകളെ വാഴ്ത്തിക്കൊണ്ടു ഫിദൽ പറഞ്ഞു: "നമ്മുടെ വിപ്ലവകാരികളും പോരാളികളും ജനങ്ങളും എങ്ങനെ ഇരിക്കണമെന്ന് നമ്മോടു ചോദിച്ചാൽ നിസ്സംശയം പറയാം: അവർ ചെയെപ്പോലെ ആയിരിക്കണം! ഭാവിതലമുറകളിലെ ആളുകൾ എങ്ങനെ ആയിരിക്കണമെന്നു പറയേണ്ടിവന്നാലും, നാം പറയും: അവർ ചെയെപ്പോലെ ആയിരിക്കണം! നമ്മുടെ കുഞ്ഞുങ്ങളെ എങ്ങനെ വിദ്യാഭ്യാസം ചെയ്യിക്കാൻ അഭിലഷിക്കുന്നുവെന്നു ചോദിച്ചാൽ നാം നിസ്സംശയം പറയണം: നമ്മുടെ കുഞ്ഞുങ്ങളെ ചെയുടെ ആദർശത്തിൽ വിദ്യാഭ്യാസം ചെയ്യിക്കാൻ ആഗ്രഹിക്കുന്നു!"

അന്ന് ആ സന്ദർഭം നൽകിയ ആവേശത്തിൽ ഫിദൽ പറഞ്ഞ കാര്യങ്ങൾ വിസ്മൃതിയിൽ മറയുകയാണ് സാധാരണ പതിവ്. പക്ഷേ ക്യൂബൻജനത അന്ന് ഫിദൽ പറഞ്ഞ ആവേശത്തിൽ തലമുറകളിലൂടെ ചെയുടെ സ്മരണ നിലനിർത്തുന്നു. പുതിയ തലമുറ ഇന്നും ചെയെപ്പറ്റി പഠിക്കുന്നു. ഓരോ സ്കൂളിലും ചെയുടെ വലിയ ചിത്രമുണ്ട്. അദ്ദേഹത്തിന്റെ മൊഴികൾ അവർ ഹൃദിസ്ഥമാക്കുന്നു. "നാം ചെയെപ്പോലാകും" ("Seremos como el Che") എന്ന സ്പാനിഷ് ഗാനം പല പ്രധാന സന്ദർഭങ്ങളിലും ആലപിക്കപ്പെടുന്നു. തലമുറകളായി ക്യൂബൻകുട്ടികൾ പഠിക്കുന്ന വാക്യങ്ങൾ നോക്കൂ: "വിപ്ലവമാണ് സർവ്വപ്രധാനമെന്നു ഓർമ്മിക്കുക. തനിയെ നമുക്ക് ഒന്നിനുമാവില്ല. ലോകത്തിന്റെ ഏതു ഭാഗത്തും നടക്കുന്ന ഏത് അന്യായത്തിനെതിരെയും അഗാധമായി പരിതപിക്കാനുള്ള കഴിവാണ് സർവ്വോപരി ഉണ്ടായിരിക്കേണ്ടത്. ഒരു വിപ്ലവകാരിക്ക് ഉണ്ടായിരിക്കേണ്ട മഹത്തരമായ ഗുണം അതാണ്." ചെ സ്വന്തം കുഞ്ഞുങ്ങളോട് വിടപറഞ്ഞുകൊണ്ട് എഴുതിയ കത്തിലെ പ്രസക്തഭാഗങ്ങളാണിത്.

ബൊളീവിയയിലേക്കു ഗറില്ലായുദ്ധത്തിനുപോയ ഇരുപത്തഞ്ചോളം ക്യൂബക്കാർ എല്ലാവരുംതന്നെ വിപ്ലവസർക്കാരിൽ എഴു വർഷത്തോളം സമുന്നതപദവികളിൽ ഇരുന്നവരും സന്തുഷ്ട കുടുംബജീവിതത്തിൽ മുഴുകിയവരുമായിരുന്നു. ഓരോരുത്തരും സ്വന്തം കുഞ്ഞുങ്ങളെയും ഭാര്യയെയും ആഴത്തിൽ സ്നേഹിച്ചിരുന്നവരുമായിരുന്നു. എന്നാൽ വിപ്ലവമെന്ന സാർവ്വദേശീയ കടമ നിർവ്വഹിക്കാൻ അവസരം ലഭിച്ചപ്പോൾ മറ്റെല്ലാം ഉപേക്ഷിച്ച് ജീവിതം സമർപ്പിച്ചു. അത്തരമൊരു സാർവ്വദേശീയബോധം വളർത്തിയെടുക്കാൻ ക്യൂബൻ കുട്ടികൾക്ക് ചെയെപ്പോലെ ഒരു അത്യുത്തമ മാതൃക വേറെയില്ല. ഹാരിസ് എഴുതി:

“അദ്ദേഹത്തിന്റെ വിപ്ലവാദർശങ്ങളും വ്യക്തിപരമായ മാതൃകയും ക്യൂബക്കാരിൽ നിരവധി തലമുറകളുടെ സാമൂഹികചേതനയുടെ ഭാഗമായിട്ടുണ്ട്. ഇരുപത്തിയൊന്നാം നൂറ്റാണ്ടിലെ സോഷ്യലിസ്റ്റിന്റെ ക്യൂബൻ മാതൃകയായി അദ്ദേഹം നിലകൊള്ളുന്നു.” 1965ൽ ആഫ്രിക്കൻയാത്രയ്ക്കിടയിൽ ചെ രചിച്ച ‘സോഷ്യലിസവും മനുഷ്യനും’ എന്ന വിഖ്യാതമായ പ്രബന്ധത്തിൽ ആ പുതിയ മനുഷ്യന്റെ സവിശേഷതകൾ എന്തൊക്കെയാണെന്നു പ്രതിപാദിക്കപ്പെട്ടിട്ടുണ്ട്.

മുതലാളിത്തരാജ്യങ്ങളിൽ ചെയുടെ വീരോചിതമായമായ രൂപത്തെ വിപണനതന്ത്രത്തിന്റെ ഭാഗമായി മദ്യക്കുപ്പികളിൽവരെ ദുരുപയോഗപ്പെടുത്തിക്കാണുന്നു. ഒരു വിപ്ലവനായകന്റെ സാർവ്വദേശീയ പ്രസക്തിയുള്ള കാലാതിവർത്തിയായ ആശയങ്ങൾ ചോർത്തിക്കളഞ്ഞ് അദ്ദേഹത്തിന്റെ രൂപപരമായ ആകർഷണീയതയെ വില്പനച്ചരക്കാക്കി മാറ്റുമ്പോൾ ഉത്പാദിപ്പിക്കപ്പെടുക ഒരു ഹാസ്യരൂപമാണ്. അത് വിപ്ലവവിരോധികളായ സാമ്രാജ്യത്വവാദികൾ അവതരിപ്പിച്ചുപോരാറുള്ള ‘ഉന്മാദിയായ കൊലയാളി’ എന്ന ബിംബത്തിൽനിന്നു വ്യത്യസ്തമല്ല. ഭാവിയിലെ മനുഷ്യവർഗ്ഗത്തിന്റെ നന്മയ്ക്കുവേണ്ടി ആത്മാഹുതിചെയ്ത ഉദാത്തമാതൃകയായി ചെയെ കാണുന്നവർക്ക് അത് അംഗീകരിക്കാനാകില്ല.

ഭൗതികാവശിഷ്ടം ഹവാനയിൽ

വാസ്തവത്തിൽ ബാറിയെന്തോസും കൂട്ടരും ചെയുടെ മൃതശരീരത്തിന് സംസ്കാരം നിഷേധിച്ചത്, സംസ്കരിക്കപ്പെട്ട ഇടം ആരാധകർ പുണ്യസ്ഥലമാക്കുമെന്ന ഭയംമൂലമായിരുന്നല്ലോ. ചെയുടെ ബൃഹത്തായ ജീവചരിത്രം രചിക്കാൻ ജോൺ ലീ ആൻഡേഴ്സൻ നടത്തിയ സാഹസികയാത്രകളായിരുന്നു ക്യൂബക്കാരെ ചെയുടെ ഭൗതികാവശിഷ്ടം കണ്ടെടുക്കാൻ സഹായിച്ചത്. ബൊളീവിയയിൽ ചെയുമായി ബന്ധപ്പെട്ട ആളുകളും സ്ഥലങ്ങളും പരിചയപ്പെടാൻ എത്തിയതായിരുന്നു അദ്ദേഹം. താനിയ ഉൾപ്പെട്ട ചെയുടെ ഗറില്ലാസംഘത്തെ ഉന്മൂലനംചെയ്ത മറിയോ വർഗാസ് സാലിനാസുമായി ദീർഘഭാഷണത്തിലേർപ്പെടാൻ കഴിഞ്ഞതായിരുന്നു ആ രഹസ്യസ്ഥലം കണ്ടെത്താൻ അദ്ദേഹത്തെ സഹായിച്ചത്. ആൻഡേഴ്സൻ എഴുതി: “യഥാർത്ഥത്തിൽ ഒരു സത്യസന്ധമായ മറുപടി പ്രതീക്ഷിക്കാതെയാണെങ്കിലും, വർഗാസ് സാലിനാസിന്റെ നിഷ്കളങ്കത ചെയുടെ മൃതദേഹത്തെപ്പറ്റി ചോദിക്കാൻ എന്നെ പ്രേരിപ്പിച്ചു. ഭൂതകാലത്തെപ്പറ്റി തുറന്നു സംസാരിക്കാൻ ആഗ്രഹിക്കുന്നുവെന്ന് അദ്ദേഹം പറഞ്ഞപ്പോൾ ഞാൻ സ്തബ്ധനായി.... രാത്രിയിൽ ശവം

കുഴിച്ചുമൂടാനുള്ള വർഗാസ് സാലിനാസ് ഉൾപ്പെട്ട സംഘം ചെയുടെയും അദ്ദേഹത്തിന്റെ സഖാക്കളുടെയും മൃതദേഹങ്ങൾ ഒരു കൂട്ടശവക്കുഴിയിലേക്ക് വലിച്ചെറിഞ്ഞു. വല്ലെഗ്രാൻഡെയിലെ വൃത്തിഹീനമായ എയർസ്ട്രിപ്പിലെ ആ ശവക്കുഴി ബുൾഡോസർകൊണ്ടു നിരപ്പാക്കി.”

ലോകപ്രശസ്തനായ ആ യുഎസ് പത്രപ്രവർത്തകനോട് മനസ്സു തുറന്നപ്പോൾ വരാനിടയുള്ള വിപത്തിനെപ്പറ്റി ആ മുൻ സൈനികജനറൽ ചിന്തിച്ചതേയില്ല. ആൻഡേഴ്സൻ ഉടനെ തനിക്ക് ലഭിച്ച ഉദ്വേഗജനകമായ വിവരത്തെ സംബന്ധിച്ച് ഒരു മുതിർന്ന പത്രപ്രവർത്തകന്റെ സഹജമായ ആവേശത്തോടെ ന്യൂയോർക്ക് ടൈംസിൽ പ്രസിദ്ധീകരിച്ച ലേഖനം വർഗാസ് സലിനാസിനെ തീർത്തും വെട്ടിലാക്കി. വാർത്ത സൃഷ്ടിച്ച കോളിളക്കത്തിൽനിന്നു രക്ഷപ്പെടാൻ സാലിനാസിന് ഒളിവിൽ പോകേണ്ടിവന്നു. ഒളിവിലിരുന്നു അദ്ദേഹം ഇറക്കിയ പ്രസ്താവനയിൽ എല്ലാം ആൻഡേഴന്റെ ഭാവനാസൃഷ്ടിയാണെന്നും താനൊരു വെളിപ്പെടുത്തലും നടത്തിയിട്ടില്ലെന്നും ശക്തിയായി വാദിച്ചു. അഭിമുഖം പൂർണ്ണമായും റെക്കാഡുചെയ്ത ടേപ് കൈവശമുണ്ടെന്ന ആൻഡേഴ്സന്റെ പ്രഖ്യാപനം വന്നതോടെ പ്രസ്താവന പിൻവലിച്ച് ഒളിവിൽ തുടരാനേ മുൻ ജനറലിനു കഴിഞ്ഞുള്ളു. ഇത്രത്തോളം എത്തിയപ്പോൾ അപ്പോഴത്തെ ബൊളീവയൻ പ്രസിഡന്റ് സാഞ്ചെസ് ദെ ലൊസാഡ മൂന്നു പതിറ്റാണ്ടുകളോളം ചുമന്ന ഔദ്യോഗിക രഹസ്യങ്ങളുടെ ഭാരം ഇറക്കിവെച്ചു മൃതദേഹങ്ങൾ കണ്ടുപിടിക്കാൻ ഒരു കമ്മീഷന്റെ രൂപീകരണത്തിന് കല്പന പുറപ്പെടുവിച്ചു. സാലിനാസിന്റെ ചതിയിൽ രോഷാകുലരായെങ്കിലും പ്രസിഡന്റിന്റെ കല്പന അനുസരിക്കാൻതന്നെ ബൊളീവിയൻ സൈനിക മേധാവികൾ തയ്യാറായി. അവർ സാലിനാസിനെയും കൂട്ടി ഏതാനും പത്രലേഖകരോടൊപ്പം വല്ലെഗ്രാൻഡെ വിമാനത്താവളത്തിലെത്തി ശവക്കുഴി കണ്ടുപിടിക്കാൻ തിരച്ചിൽ തുടങ്ങി. എന്നാൽ സാലിനാസിന് സ്ഥലം കണ്ടുപിടിക്കാനായില്ല. പതിറ്റാണ്ടുകൾ മൂന്നു കഴിഞ്ഞതിനാൽ കുഴി അവിടെ കൃത്യമായി എവിടെയായിരിക്കുമെന്നു എത്ര തിരഞ്ഞിട്ടും കണ്ടുപിടിക്കാനായില്ല.

പിന്നെയും 16 മാസക്കാലത്തെ തുടർച്ചയായ തിരച്ചിലിലായിരുന്നു 1997 ജൂലായിൽ ഒരു ക്യൂബൻ-അർജന്റൈൻ ടീമിന് ചെയുടെ അസ്ഥികൂടം കണ്ടെത്താനായത്. വർഗാസ് സാലിനാസ് പറഞ്ഞ ഇടത്തുതന്നെ അതുണ്ടായിരുന്നു. വല്ലെഗ്രാൻഡെ എയർസ്ട്രിപ്പിന്റെ അടിയിൽ കുഴിച്ച കുഴിയുടെ അടിഭാഗത്ത് മറ്റു ആറുപേരുടേതിന്റെയൊപ്പം ചെയുടെ അസ്ഥികൂടമുണ്ടായിരുന്നു. ചെയെ മാത്രം പ്രത്യേക ശ്രദ്ധയോടെ മുഖം മേല്പോട്ടാക്കി നിവർത്തിക്കിടത്തിയതായി കണ്ടു.

ചെയുടെയും കൂട്ടരുടെയും ഭൗതികാവശിഷ്ടം പുറത്തെടുത്ത് ഒരു ശവപ്പെട്ടിയിലാക്കി സംഘം ക്യൂബയിലേക്ക് കൊണ്ടുപോയി. ഫിദൽ കാസ്ട്രോയും റൗൾ കാസ്ട്രോയും പങ്കെടുത്ത വൈകാരികത മുറ്റിനിന്ന ചടങ്ങിലായിരുന്നു അവ ഹവാനയിൽ സ്വീകരിക്കപ്പെട്ടത്. പിന്നെയും മൂന്നു മാസം കഴിഞ്ഞ് 1997 ഒക്ടോബർ 10-നായിരുന്നു ഒരാഴ്ച നീണ്ടുനിന്ന ഔദ്യോഗിക ദുഃഖാചരണം തുടങ്ങിയത്. ചെയുടെയും സഖാക്കളുടെയും ശവപേടകങ്ങൾ ഹവാനയിലെ വിപ്ലവചത്വരത്തിലെ ക്യൂബൻവിപ്ലവനായകൻ ജോസ് മാർട്ടിയുടെ സ്മാരകത്തിനുമുന്നിൽ പൊതുദർശനത്തിനുവെച്ചു. തുടർന്നു രണ്ടര ലക്ഷത്തോളം ആളുകൾ ദിവസങ്ങളായി മണിക്കൂറുകളോളം അണിയായി കാത്തുനിന്നായിരുന്നു ചെയ്ക്ക് സ്നേഹാദരം അർപ്പിച്ചത്. കുട്ടികൾ ആ പേടകങ്ങളിൽ വെച്ചുപോയത് ചെ വായിച്ചറിയാൻ അവർ എഴുതിയ കത്തുകളായിരുന്നു. വിലപിച്ചുകൊണ്ടിരുന്ന സ്ത്രീപുരുഷന്മാർ കവിതകൾ വായിക്കയും വിപ്ലവഗാനങ്ങൾ ആലപിക്കയും ചെയ്തു. പിന്നീട് പതാകയിൽ പൊതിഞ്ഞ പേടകങ്ങൾ വാഹനഘോഷയാത്രയായി സാന്താ ക്ലാര നഗരത്തിലേക്ക് നീങ്ങി. ചെയുടെ നേതൃത്വത്തിൽ സാന്ത ക്ലാര പിടിച്ചെടുത്തത് ക്യൂബൻ വിപ്ലവത്തിന്റെ അന്തിമവിജയത്തിൽ നിർണ്ണായകമായിരുന്നു. നാലുപതിറ്റാണ്ടുകൾക്കുശേഷം അതേ സ്ഥലത്ത് ചേയ്ക്കും സഖാക്കൾക്കും വേണ്ടി പടുത്തുയർത്തപ്പെട്ട സ്മാരകമണ്ഡപത്തിൽ അവരുടെ ഭൗതികാവശിഷ്ടങ്ങൾ മറവുചെയ്ത് ക്യൂബൻജനത തങ്ങളുടെ വീരനായകനായ ഗറില്ലയെ ആദരിച്ചു.

അലൈെദയും കുട്ടികളും

ചെയുടെ പ്രിയപ്പെട്ടവരായിരുന്ന കുടുംബാംഗങ്ങൾക്കും സഹപ്രവർത്തകർക്കും ആ ഞെട്ടലിൽനിന്നും മുക്തിനേടാൻ സ്വാഭാവികമായും സമയമെടുത്തു. നേരിട്ട് അന്വേഷിച്ചുമാത്രം വിവരിച്ച ജോൺ ലീ ആൻഡേഴ്സൺ ചെയുടെ ഭാര്യ അലൈെദ മാർച്ചും സഹപ്രവർത്തകൻ ഫിദൽ കാസ്ട്രോയും മറ്റും ആ സംഭവം നേരിട്ടതെങ്ങനെയെന്നു കൃത്യമായി രേഖപ്പെടുത്തി. ചെ പിടിക്കപ്പെട്ട ഒക്ടോബർ 8നുതന്നെ ഒരു ദുഃസ്വപ്നം കണ്ടിട്ടെന്നപോലെ അലൈെദ മാർച്ച് ഞെട്ടിയുണർന്നു. എന്തോ ആപത്ത് അദ്ദേഹത്തിനു സംഭവിച്ചെന്നു തോന്നി. ഏതാനും ദിവസങ്ങളായി ഫിദലിൽനിന്നു കിട്ടിയ വിവരങ്ങൾ സുഖകരമായിരുന്നില്ല. മരണം സ്ഥിരീകരിക്കപ്പെട്ടതോടെ അവർ ആകെ തകർന്നു. ആ അനുഭവം അലൈെദ ഓർമ്മക്കുറിപ്പിൽ ഇങ്ങനെ വിവരിച്ചു: "ആ ഭീതിദമായ വാർത്ത ഫിദൽ പറഞ്ഞു ഞാൻ അറിഞ്ഞു. ബൊളീവിയയിൽനിന്നുള്ള വാർത്ത ശരിയാണോ എന്നു ഉറപ്പുവരുത്താൻ അദ്ദേഹം

കാത്തു." ചെയുടെ അസാന്നിദ്ധ്യത്തിൽ ഏകാന്തത ഒഴിവാക്കാൻ അദ്ദേഹത്തിന്റെതന്നെ നിർദ്ദേശാനുസരണം അലൈദ സർവ്വകലാശാലയിലെ ചരിത്രവിഭാഗത്തിൽ ചേർന്നിരുന്നു. പഠനത്തിന്റെ ഭാഗമായി ഏറെ അകലെ ഗവേഷണസംബന്ധിയായ ജോലികളിൽ മുഴുകിയിരിക്കയായിരുന്നു. അലൈദയെ അടിയന്തരമായി ആളെ വിട്ടു കൊണ്ടുവന്നു. ഹവാനയിൽ കാത്തുനിന്ന ഫിദൽ അവരെയും കുട്ടികളെയും സ്വന്തം വീട്ടിലേക്ക് കൊണ്ടുപോയി ഒരാഴ്ചയിലേറെക്കാലം സമാശ്വസിപ്പിച്ചു. പിന്നീട് അവരെയും കുട്ടികളെയും മിക്കവാറും അജ്ഞാതവാസത്തിനു പറ്റിയ മറ്റൊരു വീട്ടിൽ താമസിപ്പിച്ചു. അക്കാലത്തെ അനുഭവത്തെപ്പറ്റിയും അലൈദ എഴുതി: "ഫിദൽ ഓരോ ദിവസവും ഞങ്ങളെ സന്ദർശിച്ചു. ആ ദിവസങ്ങളിൽ അദ്ദേഹം ഞങ്ങളോട് കാണിച്ച ദയയും അർപ്പണമനോഭാവവും എനിക്കൊരിക്കലും മറക്കാനാവില്ല. അത്രയേറെ സമയം അദ്ദേഹം ഞങ്ങൾക്കായി നൽകുകയും ഞങ്ങളുടെ വേദന ലഘൂകരിക്കാൻ സഹായിക്കുകയും ചെയ്തു."

ഒർലാന്ദോ ബൊറേഗോ എന്ന അനുയായിയെ ചെയുടെ വേർപാട് അനേകം മാസങ്ങൾ നീണ്ടുനിന്ന വൈകാരിക പ്രതിസന്ധിയായി ബാധിച്ചു. സ്വന്തം പിതാവിന്റെ മരണംപോലും അദ്ദേഹത്തെ ഇത്രമാത്രം ഉലച്ചില്ല. വാർത്ത എത്തിയപാടേ ആകെ തകർന്ന അലൈദയെയും കുട്ടികളെയും സമാശ്വസിപ്പിക്കാൻ പൂർണ്ണമായും മുഴുകിയതിനാൽ സ്വന്തം തകർച്ചയെപ്പറ്റി അപ്പോൾ അദ്ദേഹം ബോധവാനായില്ല. എന്നാൽ പിന്നീട് അദ്ദേഹത്തിന്റെ സമനില തെറ്റിയപോലെയായി. ചെ ഇല്ലാതായി എന്ന യാഥാർത്ഥ്യവുമായി പൊരുത്തപ്പെടാൻ സമയം ഏറെയെടുത്തു. തന്റെ പല കൃതികളും ചെ ബൊറേഗോയെ ഏല്പിച്ചിരുന്നു. കോംഗോയിലും ബൊളീവിയയിലും ചെയുടെ ഒപ്പം പോകാൻ ബൊറെഗോ അതിയായി ആഗ്രഹിച്ചിട്ടും ചെ പല ഒഴികഴിവും പറഞ്ഞ് ഒഴിവാക്കി. താൻ മരിച്ചാലും ആശയങ്ങളിലൂടെ ജീവിക്കാൻ ചെ ആഗ്രഹിച്ചിരുന്നുവെന്നുവേണം കരുതാൻ. അതിന് ബൊറെഗോ തന്നോടൊപ്പം മരിച്ചാൽ പറ്റില്ല എന്നു ചെ വിചാരിച്ചിരിക്കണം.

അലൈദയ്ക്ക് ചെ അയച്ച അന്ത്യസന്ദേശത്തിൽ, അവർ പുനർവിവാഹം ചെയ്യണമെന്ന് ആത്മാർത്ഥമായി ആവശ്യപ്പെട്ടിരുന്നു. എന്നാൽ ഏതാനും വർഷം വിധവയായിത്തന്നെ അലൈദ ജീവിച്ചു. പിന്നീട് ചെയുടെ അന്ത്യാഭിലാഷം പൂർത്തീകരിക്കാനെന്നോണം വിദേശമന്ത്രാലയത്തിലെ ഒരു ഉദ്യോഗസ്ഥനെ വിവാഹം ചെയ്തു. നിർഭാഗ്യ വശാൽ ചെയോട് കടുത്ത അസൂയ വളർന്നതിനാൽ അയാൾ അലൈദയോടും കുട്ടികളോടും മോശമായി പെരുമാറി. അങ്ങനെ ചെ പ്രതീക്ഷിച്ച

സൗഖ്യം പുനർവിവാഹത്തിൽനിന്ന അലൈദെയ്ക്ക് ലഭിച്ചില്ല,. ആദ്യമൊക്കെ ക്യൂബൻ കമ്യൂണിസ്റ്റ് പാർട്ടിയിൽ അവർ സജീവമായിരുന്നെങ്കിലും പില്ക്കാലത്ത് പൊതുജീവിതത്തിൽനിന്ന് അവർ പിൻവാങ്ങി. ചെയുടെ പേരിൽ ഒരു ഗവേഷണകേന്ദ്രം സ്ഥാപിച്ച് ചെയുടെ പൈതൃകം നിലനിർത്താനുള്ള പ്രവർത്തനങ്ങളിൽ മുഴുകി.

ഫിദലിന്റെ പ്രത്യേക സംരക്ഷണയിൽ വളർന്ന ചെയുടെ കുട്ടികളിൽ ആൺമക്കൾ, ഏണസ്റ്റോയും കാമിലോയും 5 വർഷം മോസ്കോയിൽ ചെലവിട്ടു. ഹവാനയിൽ തിരിച്ചെത്തിയ കാമിലോ കുറച്ചുകാലം ക്യൂബൻ ഫിഷറീസ് മന്ത്രാലയത്തിൽ ജോലിചെയ്തു. പിന്നീട് അദ്ദേഹം ഹാർലെ ഡേവിഡ്സൺ മോട്ടോർസൈക്കിളുകൾ റിപ്പയർചെയ്യുന്നതിലും ഓടിക്കുന്നതിലും മുഴുകി. അല്യൂഷ എന്ന മകൾ അല്ലെർജിയിൽ സ്പെഷ്യാലിറ്റിയോടെ ഡോക്ടറായി. 1980കളിൽ നിക്വരാഗ്വെയിലും അംഗോളയിലും വിപ്ലവസർക്കാരുകളെ ഇല്ലാതാക്കാൻ യാങ്കിസാമ്രാജ്യത്വം നടത്തിയ സൈനിക ഇടപെടലുകൾക്കെതിരെ ക്യൂബ സൈനികരെ അയച്ചിരുന്നു. ഡോക്ടർമാരുടെ സേവനം അനിവാര്യമായ അവിടങ്ങളിൽ സന്നദ്ധ പ്രവർത്തകയായി അല്യൂഷ സേവനമനുഷ്ഠിച്ചു. അമ്മയുടെ വിലക്കുകൾ കൂസാതെ പിതാവിന്റെ വിപ്ലവാദർശങ്ങൾക്കിണങ്ങുംപടി അവൾ പ്രവർത്തിച്ചു. ചെയോടൊപ്പം ബൊളീവിയയിലെ യുദ്ധഭൂമിയിൽ മരിച്ചുവീണ ഒരു ഗറില്ലയുടെ മകനെ അല്യൂഷ വിവാഹംകഴിച്ചു. ആൻഡേഴ്സൺ എഴുതി: “പിതാവുമായി ശ്രദ്ധേയമായ സാദൃശ്യമുള്ള അല്യൂഷയ്ക്ക് അദ്ദേഹത്തിന്റെ തുളച്ചുകയറുന്ന കണ്ണുകളും മൂർച്ചയേറിയ നാവും ലഭിച്ചിട്ടുണ്ട്. ക്ഷിപ്രഫലിതവും നർമ്മബോധവും ഇല്ലായിരിക്കാം. കുടുംബത്തിന്റെ വക്താവും പിതാവിന്റെ പാരമ്പര്യത്തിന്റെ സംരക്ഷകയുമായി അവൾ ഉയർന്നുവന്നു. പൊതുജീവിതത്തിൽനിന്നു അമ്മയുടെ പിൻവാങ്ങലോടെ ആർജ്ജിച്ച കടമയായിരുന്നു അത്. ഒടുവിൽ സഹോദരൻ കാമിലോയും ഈ കർത്തവ്യനിർവ്വഹണത്തിൽ അവളോടൊപ്പം ചേർന്നു. ഇരുവരും പൊതുപരിപാടികൾക്കായി ഇടയ്ക്കിടെ വിദേശയാത്രചെയ്തു. പിതാവിനെപ്പറ്റി സംസാരിക്കുമെന്ന പ്രതീക്ഷയോടെയായിരുന്നു അവർ ക്ഷണിക്കപ്പെട്ടത്.” ചെയുടെ മകൾ സിലിയ ഒരു മറൈൻ ബയോളജിസ്റ്റായി. ഹവാനയിലെ സീക്വേറിയത്തിൽ ഡോൾഫിനുകളോടും കടൽസിംഹങ്ങളോടുമൊപ്പം അവൾ ജോലിചെയ്തു.

ഹിൽദ ഗാദിയയും കുടുംബവും

ഗ്വാട്ടിമാലയിൽവെച്ച് പരിചയപ്പെടുകയും മെക്സിക്കോയിൽവെച്ച് വിവാഹബന്ധത്തിലേർപ്പെടുകയും ചെയ്ത ചെയുടെ ആദ്യഭാര്യ ഹിൽദ ഗാദിയ 1974ൽ കാൻസർ ബാധിച്ചായിരുന്നു മരിച്ചത്. മകൾ

ഹിൽദിത്ത അമ്മയുടെ മരണശേഷം യൂറോപ്പിലേക്ക് പോയി. ഇറ്റലിയിലും മറ്റു യൂറോപ്യൻ രാജ്യങ്ങളിലും ചില്ലറ ജോലികളിലേർപ്പെട്ട് ഒരു ഹിപ്പിയുടെ ജീവിതം അവൾ നയിച്ചു. പിന്നീട് ഹിൽദിത്ത താൻ ജനിച്ച മെക്സിക്കോയിലെത്തി. അവിടെ വെച്ചായിരുന്നു ജീവിതസഖാവിനെ കണ്ടെത്തിയത്. മെക്സിക്കോ സർക്കാരിനെതിരെ ഒളിയുദ്ധത്തിലേർപ്പെട്ട ആൽബെർട്ടോയെ അവൾ വിവാഹം ചെയ്തു. പിന്നീട് അവർ ക്യൂബയിലെത്തിയത് ഫിദലിനു തലവേദനയായി. ക്യൂബൻവിപ്ലവം കഴിഞ്ഞയുടനെ യാങ്കികളുടെ തിട്ടൂരങ്ങളെ അവഗണിച്ച് ആദ്യം ക്യൂബയെ അംഗീകരിച്ച ലാറ്റിനമേരിക്കൻ രാജ്യമായിരുന്നു മെക്സിക്കോ. അപ്പോഴും അവരുമായി നല്ല ബന്ധം പുലർത്തിയിരുന്നു. ചെയുടെ മകളെ അലോസരപ്പെടുത്തിയെന്ന ദുഷ്പേരുണ്ടാക്കാൻ ഫിദൽ ഇഷ്ടപ്പെട്ടമില്ല. തന്ത്രപരമായി ആൽബെർട്ടോയോടു മാത്രം രാജ്യംവിടാൻ ഫിദൽ ആവശ്യപ്പെട്ടു. എന്നാൽ ഭർത്താവിന്റെകൂടെ ഹിൽദിത്തയും ക്യൂബ വിട്ടു. ഏറേക്കാലമൊന്നും അവർ ഒന്നിച്ചു ജീവിക്കുയുണ്ടായില്ല. ഒടുവിൽ വിവാഹമോചിതയായി ഹിൽദിത്ത രണ്ടു ആൺമക്കളോടൊപ്പം ക്യൂബയിലെത്തി. ഹവാനയിലെ ലാ കാസാ ദേ ലാസ് അമേരിക്കാസ് (La Casa de las Americas) എന്ന സ്ഥാപനത്തിൽ ആർക്കൈവിസ്റ്റും ഗവേഷകയുമായി ജോലിചെയ്തു. പിതാവിന്റെ കൃതികളുടെ ഒരു സമ്പൂർണ്ണ ഗ്രന്ഥസൂചിയുടെ നിർമ്മാണത്തിൽ ഹിൽദിത്ത വ്യാപൃതയായി.

ഹിൽദിത്ത അന്ത്യംവരെ ക്യൂബൻവിപ്ലവത്തോടും ഫിദൽ അമ്മാവനോടും കൂറുപുലർത്തിയിരുന്നു. എന്നാൽ എല്ലാം വെട്ടിത്തുറന്നുപറയുന്ന ശീലക്കാരിയായതിനാൽ ഭരണത്തിലെ ചില പിഴവുകൾ മാദ്ധ്യമങ്ങളുടെ മുമ്പിലും മറച്ചുവെച്ചില്ല. അത് ഫിദലിന് അലോസരമുണ്ടാക്കാതിരുന്നില്ല. മൂത്തമകൻ കാനെക് സാഞ്ചെസ് ഗ്വേര (1974-2015) പതിനെട്ടാം വയസ്സിലും വിദേശപത്രലേഖകരോട് കൂടുതൽ രൂക്ഷമായി ഫിദൽവിരുദ്ധ പ്രസ്താവനകൾ പുറപ്പെടുവിച്ചിരുന്നു. 1995 ആഗസ്റ്റിൽ ക്യാൻസർ ബാധിച്ച് 39-ാം വയസ്സിൽ, പിതാവ് മരിച്ച അതേ പ്രായത്തിൽത്തന്നെ, ഹിൽദിത്ത അന്തരിച്ചു. വലിയ പുഷ്പചക്രങ്ങൾ കൊടുത്തയച്ചതല്ലാതെ ഫിദലോ റൗളോ ശവസംസ്കാരച്ചടങ്ങിൽ നേരിട്ടുപങ്കെടുത്തില്ല.

അമ്മ മരിച്ച് ഒരു കൊല്ലംകൂടിക്കഴിഞ്ഞപ്പോൾ സാഞ്ചെസ് ഗ്വേര 1974 മേയ് 22ന് തനിക്ക് ജന്മം നൽകിയ ഹവാനനഗരത്തോട് എന്നെന്നേയ്ക്കുമായി വിടചൊല്ലി. ആ ഇരുപത്തിരണ്ടുകാരൻ പോയത് മെക്സിക്കോയിലെ തന്റെ ബന്ധുക്കളുടെ അടുത്തേയ്ക്കായിരുന്നു. എഴുത്തുകാരനും ഗായകനും ഫോട്ടോഗ്രാഫറും ഗ്രാഫിക് ഡിസൈനറുമായ സാഞ്ചെസ് ഗ്വേര ഒരു അരാജകവാദിയുടെ ജീവിതം നയിച്ചു. 2004ൽ

“പ്രോസെസ്സോ” എന്ന മെക്സിക്കൻ വാരികയിൽ കാസ്ട്രോയ്ക്കെതിരെ അദ്ദേഹം ആഞ്ഞടിച്ചു. അന്ത്യംവരെ ക്യൂബൻ ലിബർട്ടേറിയൻ പ്രസ്ഥാനത്തിൽ സജീവമായി പ്രവർത്തിച്ചിരുന്നു. ഹൃദയശസ്ത്രക്രിയയെത്തുടർന്നു 2015 ജനുവരി 21ന് കാനെക് സാഞ്ചെസ് ഗുവേര മെക്സിക്കോനഗരത്തിൽ നാല്പത്തൊന്നാം വയസ്സിൽ അന്തരിച്ചു. അങ്ങനെ ചെ ഗുവേരയുടെ മൂത്തപൗത്രൻ അമ്മയെയാക്കാളും മുത്തച്ഛനെക്കാളും കഷ്ടിച്ച് രണ്ടുകൊല്ലംകൂടി ജീവിച്ചു.

പിതാവും സഹോദരങ്ങളും

1967 ഒക്ടോബർ 11 രാവിലെതന്നെ അനുജൻ റോബർട്ടോ ചെയുടെ മൃതശരീരം അർജന്റീനയിലേക്ക് കൊണ്ടുപോകാനായി ബൊളീവിയയിൽ എത്തി. പക്ഷേ ഒരു നോക്കുകാണാൻപോലും അനുവാദം ലഭിച്ചില്ല. അർജന്റീനയിൽ പ്രതീക്ഷയോടെ കാത്തിരുന്ന സഹോദരങ്ങളുടെ അടുത്തേയ്ക്ക് റോബർട്ടോ നിരവധി സന്ദേഹങ്ങളും പേറിയായിരുന്നു തിരിച്ചെത്തിയത്. ബൊളീവിയൻ അധികൃതർ പറഞ്ഞ കാര്യങ്ങളുടെ നിജസ്ഥിതി അറിയാൻ അദ്ദേഹം ക്യൂബയിൽ പോയി ഫിദൽ കാസ്ട്രോയെ കണ്ടു. ചെയെ ജീവനോടെ പിടികൂടിയശേഷം വെടിവെച്ചുകൊല്ലുകയായിരുന്നുവെന്ന വിവരം ഫിദലിൽനിന്നായിരുന്നു റോബർട്ടോ കൃത്യമായി അറിഞ്ഞത്.

തുടർന്നു അർജന്റീനയിലെ യുഎസ് നിയന്ത്രിത സ്വേച്ഛാധിപത്യ സൈനിക ഭരണകൂടം ഗുവേര കുടുംബത്തെ നിരന്തരം വേട്ടയാടുകയുണ്ടായി. ആ രാജ്യത്തിന്റെ ചരിത്രത്തിൽ ‘ഡേർട്ടി വാർ’ എന്നറിയപ്പെട്ട ഭരണകൂട ഭീകരത ഇടതുപക്ഷപ്രസ്ഥാനങ്ങൾക്കെതിരെ ആഞ്ഞടിച്ച കാലമായിരുന്നു അത്. 30,000ത്തോളം ഇടതുപക്ഷ അനുഭാവികൾ കശാപ്പുചെയ്യപ്പെട്ട സാഹചര്യത്തിൽ നിഷ്ക്രിയരായിരിക്കാൻ ചെസഹോദരന്മാർക്കായില്ല. റോബർട്ടോ കാഴ്ചയിൽ ചെയുമായി നല്ല സാദൃശ്യമുണ്ടായിരുന്നെങ്കിലും ജീവിതരീതി തീർത്തും വ്യത്യസ്തമായിരുന്നു. ചെയെപ്പോലെ അലഞ്ഞുനടക്കയും പട്ടിണിയും കഷ്ടപ്പാടുകളും സഹിക്കയും ചെയ്യുന്ന പ്രകൃതക്കാരനായിരുന്നില്ല. അഭിഭാഷകനായി ശാന്തമായി ജീവിക്കയായിരുന്നു. പക്ഷേ ചെ വധിക്കപ്പെടുകയും രാജ്യത്ത് അക്രമവും അനീതിയും നടമാടുകയും ചെയ്തപ്പോൾ അദ്ദേഹവും ഇളയ അനുജൻ ജ്വാൻ മാർട്ടിനും ഗുവാരിസ്റ്റ് ഗറില്ലാ പ്രസ്ഥാനത്തിൽ സജീവമായി പങ്കെടുത്ത് ക്യൂബയിലും യൂറോപ്പിലും മാറിമാറി സഞ്ചരിച്ചു. ജ്വാൻ മാർട്ടിൽ തിരിച്ചുവന്നു ഗറില്ലാസംഘത്തിൽചേർന്നു ഒളിവിൽ പ്രവർത്തനത്തിനിടയിൽ പിടിക്കപ്പെടുകയും 9 വർഷം ഇരുമ്പഴിക്കുള്ളിൽ കഴിയേണ്ടിവരികയും ചെയ്തു.

ചെയുടെ സഹോദരി സീലിയ അക്കാലത്ത് ലണ്ടനിൽ സഹോദരന്റെ മോചനത്തിനുവേണ്ടി ആംനെസ്റ്റി ഇന്റർനാഷനലുമായി സഹകരിച്ചു പ്രവർത്തിച്ചു. ഡേർട്ടി വാർ സൃഷ്ടിച്ച കാളരാത്രികൾ അവസാനിച്ചതോടെ ചെയുടെ സഹോദരങ്ങൾ അർജന്റീനയിൽ തിരിച്ചെത്തി. റോബർട്ടോ ഇടതുപക്ഷ തൊഴിലാളി യൂണിയനുകൾക്കുവേണ്ടി കേസു നടത്തുന്ന വക്കീലായി. ജ്വാൻ മാർട്ടിൻ ബ്യൂനോസ് അയേഴ്സിൽ ഒരു പുസ്തകശാലയും ഒടുവിൽ ഒരു റസ്റ്റാറന്റും തുടങ്ങി. സഹോദരി സീലിയ ലണ്ടനിൽനിന്നു തിരിച്ചെത്തി ബ്യൂനോസ് അയേഴ്സിൽ ശാന്തമായ ജീവിതം നയിച്ചു.

ചെയുടെ പിതാവ് അക്കാലത്ത് ഹവാനയിലേക്കായിരുന്നു രക്ഷപ്പെട്ടത്. തന്നെക്കാൾ 30 വയസ്സ് കുറഞ്ഞ രണ്ടാം ഭാര്യ അന മരിയ എന്ന ചിത്രകാരിയും ഒപ്പമുണ്ടായിരുന്നു. ക്യൂബയിലെ സൗഹൃദാന്തരീക്ഷത്തിൽ ശാന്തമായ ഒരു കുടുംബജീവിതത്തിന് അവർക്ക് അവസരം ലഭിച്ചു. ആൺമക്കളിൽ ഒരാൾക്ക് ചെ ബൊളീവിയയിൽ ഉപയോഗിച്ച ഗൂഢനാമമായ രമൺ എന്നു പേരുമിട്ടു. 1987ൽ എൺപത്തേഴാം വയസ്സിൽ മരിക്കുന്നതുവരെ പിതാവ് ഏണസ്റ്റോ ശാന്തമായ ജീവിതം നയിച്ചു. ചെയെപ്പറ്റിയുള്ള സ്മരണകൾ എഴുതി പ്രസിദ്ധീകരിച്ചും, ചെയുടെ ജീവചരിത്രം എഴുതാൻ സമീപിച്ചവരെ സഹായിച്ചും, പത്രപ്രവർത്തകർക്ക് ചെയെ സംബന്ധിച്ച് അഭിമുഖം നൽകിയുമായിരുന്നു അദ്ദേഹം അന്ത്യകാലം ചെലവഴിച്ചത്. ഭാര്യ അന മരിയയും ചെയുടെ അർദ്ധസഹോദരങ്ങളായ കുട്ടികളും ക്യൂബയിൽതന്നെ ശേഷിച്ചകാലം ജീവിച്ചു.

ബൊളീവിയൻ ഡയറി സൃഷ്ടിച്ച കോളിളക്കങ്ങൾ

ചെയുടെ ബൊളീവിയൻ ഡയറി പെട്ടെന്നുതന്നെ ലോകശ്രദ്ധ പിടിച്ചുപറ്റി. അതിന്റെ കച്ചവടമൂല്യം അറിയാവുന്ന പലരും കനത്ത പ്രതിഫലം നൽകി അത് പ്രസിദ്ധീകരിക്കാൻ തയ്യാറായി. ലോകപ്രശസ്തരായ പ്രസാധകരുടെ പ്രതിനിധികളെല്ലാം ലാ പാസിലെത്തി ഡയറിയുടെ പകർപ്പവകാശത്തിനുവേണ്ടി കടിപിടികൂടിയത് ബൊളീവിയൻ അധികൃതരുടെ മുന്നിലായിരുന്നു. എന്നാൽ ഹവാനയിൽ ഫിദലിന്റെ കയ്യിൽ ഡയറി എത്തിയതോടെ കച്ചവടക്കാർക്ക് പിൻവാങ്ങേണ്ടിവന്നു.

വിസ്മയകരമായത് അതിന്റെ പ്രചാരമായിരുന്നു. ഇത്ര കുറഞ്ഞ കാലയളവിൽ മറ്റൊരു ഗ്രന്ഥവും ബൊളീവയൻ ഡയറി കൈവരിച്ച പ്രചാരം നേടിയിരിക്കാൻ ഇടയില്ല. റിച്ചാർഡ് ഹാരിസ് എഴുതി: “ഞാൻ ലാ പാസിലെത്തി അല്പ ദിവസം കഴിഞ്ഞായിരുന്നു 1968 ജൂലായ് 1ന് ചെയുടെ ഡയറി ഹവാനയിൽ പരസ്യമാക്കിയത്. കുറച്ചു

ദിവസങ്ങൾക്കുള്ളിൽ ഇടതുപക്ഷ പ്രസാധകർ അത് ചിലിയിലും മെക്സിക്കോയിലും ഫ്രാൻസിലും ഇറ്റലിയിലും പശ്ചിമ ജർമ്മനിയിലും യുഎസിലും വിതരണം ചെയ്യും." ഫിദൽ അത് 'റാമ്പാർട്ട്സ്' എന്ന അമേരിക്കയിലെ ന്യൂ ലെഫ്റ്റ് മാസികയ്ക്ക് അയച്ചുകൊടുത്തു. റാമ്പാർട്ട്സ് 1968 ജൂലായ് ലക്കം ഫിദലിന്റെ ശ്രദ്ധേയമായ അവതാരികയോടെ ബൊളീവയൻ ഡയറി മാത്രമായി പ്രസിദ്ധീകരിച്ചു. അതോടെ ആ മാഗസിൻതന്നെ ദേശീയശ്രദ്ധയിൽ വന്നു. പല ദേശീയ പത്രങ്ങളും ഡയറിയിലെ പ്രസക്ത ഭാഗങ്ങൾ ഉദ്ധരിച്ചുചേർത്തു. ന്യൂയോർക്ക് ടൈംസ് ഒന്നാം പേജ് ഡയറിക്കുവേണ്ടി നീക്കിവെച്ചു. ഒരു ഉൾപ്പേജും ഡയറിയിലെ ഉദ്ധരണികൾകൊണ്ട് നിറച്ചു. ബാന്റം ബുക്ക്സ് അത് പുസ്തകമായും പ്രസിദ്ധീകരിപ്പിച്ചു. ക്യൂബൻ ബുക്ക് ഇൻസ്റ്റിറ്റ്യൂട്ട് പുസ്തകരൂപത്തിൽ അച്ചടിച്ച് അത് സൗജന്യമായി വിതരണം ചെയ്തു. വെർദെ ഒലിവ, ബൊഹെമിയ എന്നീ ക്യൂബൻ മാഗസിനുകളും ഡയറി പൂർണ്ണമായും പ്രസിദ്ധീകരിച്ചു. അങ്ങനെ ബൊളീവിയൻ ഡയറിയുടെ ലക്ഷക്കണക്കിന് കോപ്പികളായിരുന്നു പല രൂപത്തിൽ ഏതാനും ആഴ്ചകൾക്കുള്ളിൽ ക്യൂബയിൽ മാത്രം വിതരണം ചെയ്യപ്പെട്ടത്. ലാ പാസിൽപ്പോലും ഒരു ലക്ഷം കോപ്പി പെട്ടെന്നു വിറ്റഴിച്ചു.

കാസ്ട്രോയ്ക്ക് ആധികാരികമായ കോപ്പിതന്നെ ലഭിച്ചു. ആരത് എത്തിച്ചതെന്ന ആലോചനയിൽ സംശയത്തിന്റെ ചൂണ്ടുവിരൽ പലരിലേക്കും നീണ്ടു. സിഐഎയിലേക്കുപോലും സംശയങ്ങൾ നീണ്ടു. ഒരു ഡബിൾ ഏജന്റ് അതു ചെയ്തിരിക്കാം. ഈ നിഗൂഢത 1968 ജൂലായ് 19വരെ നീണ്ടുപോയി. അത് നീങ്ങിയപ്പോഴാകട്ടെ ലാ പാസ് ആകെ ഞെട്ടി. അന്നേദിവസം ബൊളീവിയൻ ആഭ്യന്തരമന്ത്രി അന്റോണിയോ അർഗ്യൂദാസ് പ്രഖ്യാപിച്ചു. "ഞാനാണ് ഡയറി കാസ്ട്രോയ്ക്ക് അയച്ചുകൊടുത്തത്." തലേ ദിവസം അയൽരാജ്യമായ ചിലിയിലേക്ക് ഓടിപ്പോയശേഷമായിരുന്നു അദ്ദേഹം ബൊളീവിയക്കാരെ മൊത്തത്തിൽ അദ്ഭുതസ്തബ്ധരാക്കിയത്. അർഗ്യൂദാസ് ആഭ്യന്തരമന്ത്രിയായിരുന്നെങ്കിലും ഫലത്തിൽ അദ്ദേഹം പ്രധാനമന്ത്രിതന്നെ ആയിരുന്നു. പ്രധാനമന്ത്രിയുടെ അത്രതന്നെ അധികാരമുണ്ടായിരുന്ന ഒരാൾ അതെല്ലാം ഉപേക്ഷിച്ച് രാജ്യം വിട്ടോടാൻ മാത്രം കാരണങ്ങളെന്താണ്? അഭ്യൂഹങ്ങൾ നിരവധിയാണ്. പക്ഷേ ഒന്നും സാമാന്യ യുക്തിക്ക് യോജിച്ചതല്ല. ഈ വിഷയം വിശദമായ പരിശോധനയ്ക്ക് വിധേയനാക്കിയ ഹെൻറി ബട്ടർഫീൽഡ് റ്യാൻ നടത്തുന്ന ഒരു അഭ്യൂഹം കൂടുതൽ യുക്തിസഹമായി തോന്നുന്നു. ഡയറി ക്യൂബയിൽ എത്തിക്കുന്നതിനു പിന്നിൽ പ്രവർത്തിച്ചത് ആരായിരുന്നെന്ന് പ്രസിഡന്റ് ബാരിയെന്തോസ് അറിഞ്ഞുകഴിഞ്ഞപ്പോൾ പിടിക്കപ്പെടുന്നതിനുമുമ്പ് അർഗ്യൂദാസ് ചിലിയിലേക്ക് രക്ഷപ്പെട്ടു

എന്നായിരുന്നു ആ ആഖ്യാനം. എന്നാൽ പിന്നീട് അർഗ്യുദാസ് പല രീതിയിൽ കാരണങ്ങൾ മാറ്റിപ്പറഞ്ഞതിനാൽ തന്റെ ഗ്രന്ഥത്തിന്റെ നിരവധി പുറങ്ങൾ പരസ്പരവിരുദ്ധമെന്നുപോലും തോന്നുന്ന കാരണങ്ങളിലേക്ക് സഞ്ചരിക്കാനായി അദ്ദേഹത്തിന് നീക്കിവെയ്ക്കേണ്ടിവന്നു.

എല്ലാവരെയും വീണ്ടും അദ്ഭുതസ്തബ്ധരാക്കി അദ്ദേഹം ആഗസ്റ്റ് 17ന് ലാ പാസിൽ തിരിച്ചെത്തി താൻ ചെയ്ത തെറ്റിന് ശിക്ഷ ഏറ്റുവാങ്ങാൻ തയ്യാറായി. ഇതുവരെ സിഐഎയ്ക്കും ബൊളീവിയൻ സർക്കാരിനും വേണ്ടി ചെയ്തുപോയ കുറ്റം ഏറ്റുപറഞ്ഞ് മനസ്സാക്ഷിയുടെ ഭാരം ഒഴിവാക്കാൻ ആഗ്രഹിക്കുന്നുവെന്നു പറയാനും അദ്ദേഹം മറന്നില്ല. കോടതിയിൽ അർഗ്യുദാസ് വാദിച്ചത്, ഡയറിയുടെ കോപ്പി സിഐഎ ഏജന്റ് നൽകിയതാകയാൽ അതിലെ ഉള്ളടക്കം ഒരു ബൊളീവിയൻ സ്റ്റേറ്റ് രഹസ്യമാകില്ല എന്നായിരുന്നു. അതിനാൽ അത് കൈമാറിയത് കുറ്റകരമല്ല എന്ന വാദവും അദ്ദേഹം മുന്നോട്ടുവെച്ചു. കോടതി അർഗ്യുദാസിനെ ജ്യാമ്യത്തിൽ വിട്ടയച്ചു. വീടിനുനേരെ ബോംബാക്രമണവും തെരുവിൽവെച്ച് അദർഗ്യുദാസിനുനേരെ വെടിവെപ്പും ഉണ്ടായി. 1970ൽ അദ്ദേഹം മെക്സിക്കോയിൽ അഭയം തേടി.

ചെയുടെ ലക്ഷ്യങ്ങളിൽ ചിലതെല്ലാം ഡയറി നേടിയെന്നും വ്യാഖ്യാനിക്കപ്പെട്ടിട്ടുണ്ട്. ഗുരുതരമായ ദേശവിരുദ്ധ പ്രവർത്തനങ്ങളിൽ ഏർപ്പെട്ട അർഗ്യുദാസ് പ്രസിഡന്റിന്റെ വലംകൈയായി അറിയപ്പെട്ടിരുന്നു. പ്രതിപക്ഷം സർക്കാരിന്റെ രാജിക്കായി മുറവിളികൂട്ടി. ബൊളീവിയ വലിയൊരു രാഷ്ട്രീയ പ്രതിസന്ധിയെ നേരിട്ടു. ജൂലായ് 20ന് മൂന്ന് പ്രതിപക്ഷ പാർട്ടികൾ സംയുക്തമായി ലാ പാസിൽ നടത്തിയ പ്രകടനം പോലീസുമായി ഏറ്റുമുട്ടി. സിവിൽ ഗാർഡിലെ ഒരു ക്യാപ്റ്റൻ ഉൾപ്പെടെ രണ്ടുപേർ മരിച്ചു. അഞ്ചുപേർക്ക് പരിക്കേറ്റു. 50 പ്രതിപക്ഷനേതാക്കൾ അറസ്റ്റു ചെയ്യപ്പെട്ടു. പ്രസിഡന്റ് ദേശീയ അടിയന്തരാവസ്ഥ പ്രഖ്യാപിച്ചു. പ്രതിഷേധസൂചകമായി മന്ത്രിമാർ രാജിവെച്ചപ്പോൾ പകരം സൈനിക മേധാവികളെ നിയമിച്ച് ബാരിയെന്തോസ് തിരിച്ചടിച്ചു. കർഷകരുടെയും സൈനികരുടെയും പിന്തുണ ഉറപ്പുവരുത്തി രാഷ്ട്രീയ പ്രതിസന്ധി മറികടക്കാൻ ബാരിയെന്തോസ് ശ്രമിച്ചിട്ടും സർക്കാരിനെ തകർച്ചയിൽനിന്ന് രക്ഷിക്കാനായില്ല. ചെ വധിക്കപ്പെട്ട് ഒന്നര വർഷത്തിനുള്ളിൽ 1969 ഏപ്രിൽ 27ന് ഒരു ഹെലികോപ്റ്റർ അപകടത്തിൽ ബാരിയെന്തോസ് മരണമടഞ്ഞു. പകരം വന്ന സർക്കാർ നയിച്ചത് ബാരിയെന്തോസിന്റെ ഒപ്പംനിന്നിരുന്ന ആളായിരുന്നെങ്കിലും ഇടതുപക്ഷനയങ്ങൾ പിന്തുടരാൻ നിർബന്ധിതനായി. ചെ ബാക്കിവെച്ചുപോയ കാര്യങ്ങൾ അദ്ദേഹത്തിന്റെ ഡയറി പൂർത്തിയാക്കിയെന്നു പറയാം.

REFERENCES

BOOKS

- Anderson, John Lee. Che Guevara. A Revolutionary Life. New York: Grove Press, 1997.
- Castaneda, Jorge G. Companero. The Life and Death of Che Guevara. New York: Alfred A. Knopf, 1997.
- Castro, Fidel. Che. A Memoir. New York: Ocean Press, 2005.
- Debray, Regis. Revolution in the Revolution. 1st edition. New York: Grove Press, 1967.
- scalante, Fabian. The Secret War: CIA CovertOperations Against Cuba 1959-1962. New York: Ocean Press, 1995.
- Farcau, Bruce. The Chaco War: Bolivia and Paraguay, 1932–1935. Westport, CT: Praeger Publishers, 1996.
- Fontova, Humberto. Exposing the Real Che Guevara: And the Useful Idiots Who Idolize Him. Reprint edition. New York: Sentinel Trade, 2008.
- Gotkowitz, Laura. A Revolution for Our Rights: Indigenous Struggles for Land and Justice in Bolivia, 1880–1952. Durham, NC: Duke University Press, 2008.
- Guevara, Che. The Bolivian Diary of Ernesto Che Guevara. 1st edition. New York: Pathfinder Press, 1994.

- ------ Guerrilla Warfare. 3rd edition. Wilmington, DE: Scholarly Resources, Inc., 1997.
- ------The Motorcycle Diaries: Notes on a Latin American Journey. Sal Val, 2003.
- Harris, Richard. Death of a Revolutionary. Che Guevara's Last Mission. New York: W. W. Norton & Company Ltd., 2007.
- John, Sandor S. Bolivia's Radical Tradition: Permanent Revolution in the Andes. Tucson, AZ: University of Arizona Press, 2012.
- Klein, Herbert S. A Concise History of Bolivia. 2nd edition. Cambridge University Press, 2011.
- Rasenberge, Jim. The Brilliant Disaster: JFK, Castro, and America's Doomed Invasion of Cuba's Bay of Pigs. Reprint edition. New York: Scribner, 2012.
- Rodríguez, Félix, and John Weisman. Shadow Warrior: The CIA Hero of a Hundred Unknown Battles. 1st edition. New York: Simon & Schuster, 1989.
- Ryan, Butterfield Henry. The Fall of Che Guevara: A Story of Soldiers, Spies and Diplomats. New York: Oxford University Press, 1998.
- Salmon, Gary Prado. The Defeat of Che Guevara. Military Response to Guerrilla Challenge in Bolivia. Westport, CT: Praeger Publishers, 1990.
- Villoldo, Gustavo. Che Guevara. The End of a Myth. Rodes Printing, 1999.

ARCHIVES AND DOCUMENTS

- After Action Report of MTT BL-404-67x.
- Anti-Government Activity in Bolivia. CIA report, August 21, 1964.
- Bolivian Demonstrations Most Serious in Fourteen Years. CIA report, October 30, 1964.
- Bolivian Government Imposes Strict Control Over Opposition. CIA report, September 25, 1964.
- Bolivian Junta Leader Prepares to Be Elected President.

CIA report, January 15, 1965.

- Bolivian Junta Moves to Win Public Support. CIA report, November 20, 1964.
- Bolivian Junta Still In Control. CIA report, November 13, 1964.
- Bolivian Power Struggle Threatens New Violence. CIA report, March 26, 1965.
- Castro's Excesses Alienating Other Latin American Countries. CIA report, November 19, 1959.
- Increasing Difficulties of the Bolivian Government. CIA report, May 14, 1965.
- Kornbluh, Peter. The Death of Che Guevara

അനുബന്ധം

ന്യൂയോർക്ക് ടൈംസ് അഭിമുഖം

ഫിദൽ കാസ്ട്രോയെ പ്രശസ്തിയുടെയും അംഗീകാരത്തിന്റെയും കൊടുമുടിയിലെത്തിച്ചത് 1957 ഫെബ്രുവരി 24ലെ ന്യൂയോർക്ക് ടൈംസ് പ്രസിദ്ധീകരിച്ച ഹെർബർട്ട് മാത്യൂസുമായി നടത്തിയ അഭിമുഖമായിരുന്നു. ന്യൂയോർക്ക് ടൈംസിന്റെ പരിചയസമ്പന്നനായ യുദ്ധലേഖകനായിരുന്നു ഹെർബെർട്ട് ലയണൽ മാത്യൂസ് (1900-1970). 1956 ഡിസംബർ 5ന് കാസ്ട്രോ വധിക്കപ്പെട്ടെന്ന് ലോകവ്യാപകമായി പ്രചരിച്ചിരുന്നു. പിന്നീട് ഫിദൽ തന്റെ സാന്നിദ്ധ്യം ബാത്തിസ്തയെ ശക്തമായി പല സന്ദർഭങ്ങളിലും അറിയിച്ചെങ്കിലും മാത്യൂസ് നടത്തിയ അഭിമുഖം പ്രസിദ്ധീകരിച്ചപ്പോഴായിരുന്നു കാസ്ട്രോ ജീവിച്ചിരിക്കുന്നുവെന്നും സീറാ മെസ്ത്ര പർവ്വതത്തിൽ ഇരുന്ന് ബാത്തിസ്തയ്ക്കെതിരെ ഒളിയുദ്ധം നയിക്കയാണെന്നും ലോകം അറിഞ്ഞത്. "ഫിദൽ കാസ്ട്രോ ഇപ്പോഴും ജീവിച്ചിരിപ്പുണ്ട്, ഇപ്പോഴും ക്യൂബയിൽത്തന്നെ. ഇത് ആദ്യത്തെ അസന്ദിഗ്ധമായ വാർത്തയാണ്. പത്രപ്രവർത്തകരുടെ കാര്യംപോകട്ടെ, ഈ എഴുത്തുകാരനല്ലാതെ പുറംലോകവുമായി ബന്ധപ്പെട്ട ആരും കാസ്ട്രോയെ കണ്ടിട്ടില്ല. ഹവാനയിൽ, വിവരശേഖരണത്തിനു സർവ്വ ഉപാധികളുമുള്ള യുഎസ് എംബസിയിൽപോലും ഫിദൽ കാസ്ട്രോ യഥാർത്ഥത്തിൽ സീറാ മെസ്ത്രയിൽ ഉണ്ടെന്ന് ഈ റിപ്പോർട്ട് പ്രസിദ്ധീകരിക്കുന്നതുവരെ ആർക്കും അറിയില്ല.'' എന്ന് മാത്യൂസ് തന്റെ റിപ്പോർട്ടിൽ സാഭിമാനം എഴുതി.

ഇത്തരം ഘട്ടങ്ങളിൽ പത്രപ്രവർത്തകർക്ക് ഉണ്ടാകാറുള്ള അമിതാവേശംകൊണ്ടായിരിക്കണം ഹവാനയിൽ ആരും ഇക്കാര്യം അറിഞ്ഞിട്ടില്ലെന്ന് എഴുതിയത്. ഒരുമാസംമുമ്പ് നടന്ന ലാ പ്ലാത്ത ആക്രമണത്തിലൂടെ കാസ്ട്രോ ബാത്തിസ്റ്റയെ താൻ സീറായിൽ ഉണ്ടെന്ന് നിസ്സംശയം അറിയിച്ചതാണല്ലോ. അത് സ്വേച്ഛാധിപതി മൂടിവെച്ചതിനാലായിരിക്കണം മാത്യൂസ് ഇപ്രകാരം എഴുതിയത്. ഫിദലിനെ കാണുന്ന ആദ്യ പത്രപ്രവർത്തകൻ എന്ന ചരിത്രത്തിലെ തന്റെ സ്ഥാനം വാക്കുകളിലൂടെ അദ്ദേഹം ഉറപ്പിക്കുയായിരുന്നു ഇവിടെ. കൂടാതെ, താൻ മറ്റാളുകൾക്ക് അപ്രാപ്യമായ കാസ്ട്രോസങ്കേതത്തിൽ എത്തിപ്പെടാൻ സഹിച്ച ത്യാഗങ്ങളെപ്പറ്റി മാത്യൂസ് വാചാലനായി: "എനിക്ക് സീറാ മെസ്ട്രയിൽ തുളച്ചുകയറി ഫിദൽ കാസ്ട്രോയെ കാണാൻ അവസരമൊരുക്കാൻ ഹവാനയിലെയും ഓറിയന്റെ പ്രവിശ്യയിലെയും ഡസൻകണക്കിന് സ്ത്രീപുരുഷന്മാർ ഭയാനകമായ അപായസാദ്ധ്യതയെയാണ് നേരിട്ടത്. ഈ ലേഖനങ്ങളിൽ അങ്ങേയറ്റത്തെ ശ്രദ്ധയോടെ തീർച്ചയായും അവരെ സംരക്ഷിക്കേണ്ടതുണ്ട്. കാരണം അവരെ പിടികൂടാൻ കഴിഞ്ഞാൽ സാധാരണപീഡനമുറകൾക്കുശേഷം അവരുടെ ജീവനുകൾ തുലഞ്ഞതുതന്നെ. അതുകൊണ്ട് ഇവിടെ ഒരാളുടെ പേരും പറയുന്നില്ല. സ്ഥലങ്ങൾ മറച്ചുവെയ്ക്കുകയാണ്. സീറാ മെസ്ട്രയിലേക്ക് അങ്ങോട്ടുമിങ്ങോട്ടുമുള്ള സങ്കീർണ്ണവും അപകടകരവുമായ നടപ്പാതയുടെ വിശദാംശങ്ങൾ ഒഴിവാക്കേണ്ടതുണ്ട്."

യുഎസിൽ നല്ല പ്രചാരമുള്ള ഏതെങ്കിലും പത്രത്തിന്റെ ലേഖകനുമായി അഭിമുഖത്തിന് കാസ്ട്രോ താത്പര്യം അറിയിച്ചത് ഹവാനയിലെ ടൈംസ് ലേഖിക റൂബി ഫിലിപ്പിനെ (1898-1985) ആയിരുന്നു. മാത്യൂസാകട്ടെ ക്യൂബയിലേക്ക് ഒരു യാത്രയ്ക്ക് പ്ലാൻചെയ്തുകൊണ്ടിരിക്കയായിരുന്നു. അതറിയാവുന്ന റൂബി ഉടനെ ന്യൂയോർക്കിലേക്ക് മാത്യൂസിനെ അയയ്ക്കാൻ ആവശ്യപ്പെട്ടു കേബിൾ അയച്ചു. ആ അവസരം അതിന്റെ ചരിത്രപ്രാധാന്യം ഉൾക്കൊണ്ടതിനാലാകാം ഉടനെ മാത്യൂസ് ഏറ്റെടുത്തു. ബാത്തിസ്റ്റയുടെ റൂറൽ ഗാർഡുകളുടെ കണ്ണുവെട്ടിച്ചും മലകയറ്റത്തിലെ പ്രയാസങ്ങളെ തരണംചെയ്തും ആ അമ്പത്തേഴുകാരൻ ഫെബ്രുവരി 17 പുലർച്ചെ സീറാ മെസ്ട്രയിലെ കാസ്ട്രോയുടെ ഒളിസങ്കേതത്തിലെത്തി. സൈന്യത്തിന്റെ ചെക്പോയിന്റുകളിൽ സംശയം തോന്നാതിരിക്കാൻ ഒരു ധനാഢ്യനായ ഷുഗർ പ്ലാന്റർ ആണെന്ന് ഭാവിച്ചായിരുന്നു വനമേഖലയിലേക്ക് കടന്നത്. ഭാര്യയെക്കൂടി കൂടെക്കൂട്ടിയിരുന്നതിനാൽ തീർത്തും സംശയാതീതനായി അദ്ദേഹം സീറാ മെസ്ട്രവരെ സഞ്ചരിച്ചു. അതിനുമുമ്പ് ഇംഗ്ലീഷുകാരിയായ ഭാര്യ നാൻസിയെ ഒരു ക്യൂബൻ കുടുംബത്തിൽ വിട്ടിരുന്നു.

അമേരിക്കൻ പത്രപ്രവർത്തകൻ എത്തിയെന്ന് കാസ്ട്രോയെ അറിയിച്ചപ്പോൾ മറ്റൊരു ക്യാമ്പിലെ മീറ്റിംഗിൽ താൻ സംസാരിച്ചുകൊണ്ടിരിക്കയാണെന്നും കഴിയുന്നത്ര വേഗത്തിൽ അതവസാനിപ്പിച്ച് എത്താമെന്നും പറയാൻ കാസ്ട്രോ ആവശ്യപ്പെട്ടു. വിപ്ലവകാരികളുടെ സൈന്യത്തിൽ ആകെ 18 പേരേയുള്ളുവെന്ന് പത്രപ്രവർത്തകൻ അറിയരുതെന്ന് അദ്ദേഹം ആഗ്രഹിച്ചു. അവിടെ തിരക്കേറിയ ഒരു ഗറില്ല കമാൻഡ് പോസ്റ്റിന്റെ പ്രതീതി ജനിപ്പിക്കണമെന്നും അദ്ദേഹം റൗളിനോടും മറ്റും നിർദ്ദേശിച്ചു.

മാത്യൂസിന്റെ സമീപനത്തെപ്പറ്റി താദ് സുൽക് എഴുതി: "പണ്ഡിതനും മിതഭാഷിയുമായ അദ്ദേഹം ഉള്ളിൽ ഒരു കാല്പനികനാണ്. സ്പെയിനിലെ ഫാസിസ്റ്റുകളായ ദേശീയവാദികൾ റിപ്പബ്ലിക്കിനെ പരാജയപ്പെടുത്തിയത് അദ്ദേഹം നേരിട്ടുകാണുകയുണ്ടായി. അത് അദ്ദേഹത്തിന് ഒരു വൈകാരികവിക്ഷോഭമായിരുന്നു. അതിൽനിന്നു അദ്ദേഹം ഇതുവരെ ഒരിക്കലും മുക്തനായിട്ടുമില്ല. അദ്ദേഹം പിന്നീട് എഴുതി: "സീറാ മെസ്ത്രയിലെ കാടുകളിൽ ഒരു മണി മുഴങ്ങി.'' ടൈംസ് എഡിറ്റോറിയൽ പേജിലെ ലാറ്റിനമേരിക്കൻ ജനാധിപത്യത്തിന്റെ ഒരു ചാമ്പ്യനാണ് മാത്യൂസ്. അമേരിക്കൻ ഭൂഖണ്ഡത്തിലെ അവസരോചിതമായ ഏറ്റവും പുതിയ പ്രേരണയായി അദ്ദേഹം കാസ്ട്രോവിപ്ലവത്തിന്റെ ആവിർഭാവത്തെ വീക്ഷിച്ചു. ഫിദൽ കാസ്ട്രോയിലും അദ്ദേഹത്തിന്റെ പ്രസ്ഥാനത്തിലും സ്പാനിഷ് ദുരന്തത്തിന്റെ കുറ്റവിമുക്തിയായിരുന്നു മാത്യൂസ് ദർശിച്ചത്.''

തന്റെ പ്രിയപ്പെട്ട ടെലസ്കോപിക് റൈഫിളുമായി നില്ക്കുന്ന കാസ്ട്രോയുടെ ഫോട്ടോസഹിതം ന്യൂയോർക്ക് ടൈംസിലെ മുൻപേജ് വാർത്ത സൃഷ്ടിച്ച ഹീറോ ഇമേജ് ബാത്തിസ്റ്റഭരണകൂടത്തെ വിറകൊള്ളിച്ചു. ഇതിൽ വിറളിപൂണ്ട ബാത്തിസ്റ്റയുടെ പ്രതിരോധമന്ത്രി ഇങ്ങനെയൊരു അഭിമുഖമേ നടന്നിട്ടില്ല എന്ന് പറഞ്ഞുകൊണ്ട് രംഗത്തെത്തി. മാത്രമല്ല, അഭിമുഖം നടന്നിട്ടുണ്ടെങ്കിൽ മാത്യൂസും കാസ്ട്രോയും ഒന്നിച്ച് സീറായിൽ ഇരിക്കുന്ന ഫോട്ടോ പ്രസിദ്ധീകരിക്കാൻ ടൈംസ് ലേഖകനെ വെല്ലുവിളിക്കാനുള്ള ബുദ്ധിശൂന്യതയും അദ്ദേഹം പ്രകടിപ്പിച്ചു. അത് ഫിദലിന് കൂടുതൽ പബ്ലിസിറ്റി കിട്ടാൻ കാരണമായി. ഉടനെ ടൈംസ് ഫിദലും മാത്യൂസും സീറായിൽ ഒന്നിച്ചിരിക്കുന്ന ഒരു ചിത്രം ഫിദലിന്റെ സ്വാധീനത്തെയും ശക്തിയെയും വാഴ്ത്തുന്ന ലേഖനസഹിതം പ്രസിദ്ധീകരിച്ചു. "അദ്ദേഹത്തിന്റെ വ്യക്തിത്വം അപ്രതിരോദ്ധ്യമാണ്. അനുയായികൾ അദ്ദേഹത്തെ ഗാഢമായി സ്നേഹിക്കുന്നുവെന്നും ദ്വീപിലെമ്പാടുമുള്ള ക്യൂബയിലെ യുവാക്കളുടെ ഭാവനയെ അദ്ദേഹം എന്തുകൊണ്ട്

പിടിച്ചെടുത്തുവെന്നും കാണാൻ വിഷമമില്ല.'' ഇങ്ങനെ പോകുന്നു ആ ലേഖനത്തിലെ കാസ്ട്രോസ്തുതികൾ.

ഏറെ രസകരമായ കാര്യം മാത്യൂസ് സീറാ മെസ്ത്രയിൽ ഫിദലിനെ കണ്ടുമുട്ടുമ്പോൾ കാസ്ട്രോ സഹോദരന്മാരെക്കൂടാതെ 18 പോരാളികൾ മാത്രമാണ് ഉണ്ടായിരുന്നതെന്ന വസ്തുതയാണ്. ഫിദലിന്റെ നിർദ്ദേശാനുസരണം, അഭിമുഖം നടക്കുമ്പോൾ ആ 18 പേരെ വെച്ചുകൊണ്ട് റൗൾ കാസ്ട്രോ വലിയൊരു വിപ്ലവസൈന്യത്തിന്റെ പരിശീലനം അവിടെ നടക്കുന്ന പ്രതീതി സൃഷ്ടിക്കുയുണ്ടായി. മാത്രല്ല, വിയർപ്പിൽ മുങ്ങിയ ഒരാൾ പാടുപെട്ട് മലകയറിവന്ന് ഫിദലിനെ ഒരു സന്ദേശമേല്പിച്ചു തിരിച്ചുപോയി. അദ്ദേഹം അത് സഗൗരവം പരിശോധിച്ചു വേണ്ട നിർദ്ദേശങ്ങളും കൊടുത്തു. അങ്ങനെ യുഎസ് പിന്തുണയുള്ള ഒരു രാജ്യത്തിന്റെ 40,000 സൈനികരെ നേരിടുന്ന ഗറില്ലാനേതാവിന്റെ സമസ്ത ഗൗരവത്തോടെയും ഫിദൽ കാസ്ട്രോയെ ഒരു ഐതിഹാസിക ബിംബമായി അവതരിപ്പിച്ചുകൊണ്ട് ഹെർബർട്ട് മാത്യൂസ് ലോകത്തിലെ ഏറ്റവും പ്രചാരമേറിയവയിലൊന്നായ തന്റെ പത്രത്തിൽ എഴുതി: "ഫിദൽ കാസ്ട്രോയും അദ്ദേഹത്തിന്റെ ജൂലായ് 26 പ്രസ്ഥാനവും ഭരണവ്യവസ്ഥയോടുള്ള ഈ എതിർപ്പിന്റെ ജ്വലിക്കുന്ന പ്രതീകമാണ്. സർവ്വകലാശാലാവിദ്യാർത്ഥികളുടെ എതിർപ്പിൽനിന്ന് വ്യതിരിക്തമായ ഈ സംഘടന എല്ലാതരത്തിലുമുള്ള യുവാക്കളെക്കൊണ്ടാണ് രൂപപ്പെട്ടിട്ടുള്ളത്. സ്വയം സോഷ്യലിസ്റ്റിക് എന്ന് വിളിക്കുന്ന ഒരു വിപ്ലവസംഘടനയാണത്. ലാറ്റിനമേരിക്കയിൽ പൊതുവെ യാങ്കിവിരുദ്ധമെന്ന് അർത്ഥം വരുന്ന ദേശീയവാദപരംകൂടിയാണത്.'' യുഎസിന്റെ ക്യൂബൻനയത്തിൽ പുനർവിചിന്തനത്തിന് വഴിയൊരുക്കുന്ന പരാമർശങ്ങളും മാത്യൂസിന്റേതായി ഉണ്ടായിരുന്നു. "അത് റാഡിക്കലും ജനാധിപത്യപരവും കമ്യൂണിസ്റ്റുവിരുദ്ധവുമാണ്. അതിന്റെ ശക്തിയുടെ യഥാർത്ഥ കാതൽ അത് പോരാടുന്നത് പ്രസിഡന്റ് ബാത്തിസ്തയുടെ സൈനികസ്വേച്ഛാധിപത്യത്തിനെതിരെ ആണെന്നുള്ളതാണ്.''

ചെറിയ രണ്ട് ഏറ്റുമുട്ടലുകളിൽ ഒളിയുദ്ധമുറയനുസരിച്ച് ചില്ലറ വിജയമേ യഥാർത്ഥത്തിൽ അതുവരെ കാസ്ട്രോ നേടിയിരുന്നുള്ളൂ. അതുപോലെ സീറാ മെസ്ത്രയിലെ ആ സങ്കേതംമാത്രമേ അദ്ദേഹത്തിന്റെ കീഴിൽ ഉണ്ടായിരുന്നുള്ളൂ. പക്ഷേ മാത്യൂസിന്റെ മുന്നിൽ നടത്തിയ നാടകത്തിലൂടെ വലിയൊരു ഗറില്ലാസംഘത്തിന്റെ തലവനാണ് താനെന്നും ക്യൂബയിലെ ഒട്ടേറെ ഭാഗങ്ങൾ തന്റെ നിയന്ത്രണത്തിലാണെന്നും അദ്ദേഹത്തെ വിശ്വസിപ്പിക്കാൻ ഫിദലിനു സാധിച്ചു. എന്നാൽ അദ്ദേഹം അപ്പോൾ നടത്തിയത് നാടകമായിരുന്നെങ്കിലും അതിന്

യാഥാർത്ഥ്യവുമായുള്ള അകലം വളരെ കുറച്ചേ ഉണ്ടായിരുന്നുള്ളൂ. മാത്യൂസിനെ കാണുന്നതിന് തൊട്ടുമുമ്പുള്ള രാത്രിയിൽ ഫിദൽ, പ്രസ്ഥാനത്തിന്റെ നാഷണൽ ഡയറക്ടേറ്റിലെ അംഗങ്ങളുമായി ചർച്ചചെയ്ത് ക്യൂബയിലെമ്പാടും തന്റെ ഗറില്ലാസ്ക്വാഡുകൾ രൂപീകരിക്കാനുള്ള തന്ത്രങ്ങൾ ആവിഷ്കരിക്കയായിരുന്നല്ലോ. ഈ പശ്ചാത്തലത്തിലാകണം മാത്യൂസിന്റെ അടിസ്ഥാന നിഗമനങ്ങൾ അങ്ങേയറ്റം യാഥാർത്ഥ്യബോധത്തോടെ ആയത്. നോക്കൂ: "ബാത്തിസ്റ്റയ്ക്ക് കാസ്ട്രോകലാപം അടിച്ചമർത്താമെന്ന് പ്രതീക്ഷിക്കാനാവില്ലെന്നാണ് കാര്യങ്ങൾ വീക്ഷിച്ചാൽ തോന്നുക. ഒരു സേനാവ്യൂഹം യുവവിപ്ലവനായകനെയും അദ്ദേഹത്തിന്റെ സ്റ്റാഫിനെയും തുടച്ചുനീക്കുമെന്നാണ് അദ്ദേഹത്തിന്റെ ഏക പ്രതീക്ഷ. ഇതൊരിക്കലും സംഭവിക്കാൻ സാദ്ധ്യതയില്ല." മാത്യൂസിന്റെ ഈ വാക്കുകളിലെ പ്രവചനസ്വഭാവം ശ്രദ്ധേയമാണല്ലോ.

മിയാമിയിലെ കാസ്ട്രോവിരുദ്ധരായ ക്യൂബൻപ്രവാസികൾക്ക് കാസ്ട്രോ വഞ്ചകനാണ്. അദ്ദേഹം മരിച്ചപ്പോൾ മിയാമി ഹെറാൾഡ് പ്രസിദ്ധീകരിച്ച ചരമക്കുറിപ്പുകളിൽ അദ്ദേഹത്തിന്റെ വഞ്ചനകൾ എണ്ണിയെണ്ണിപ്പറഞ്ഞിരുന്നു. കാസ്ട്രോ ഇല്ലാത്ത സൈനികബലം ഉണ്ടെന്ന് ഭാവിച്ചും താൻ കമ്യൂണിസ്റ്റ് വിരോധിയാണെന്നു പറഞ്ഞും അമേരിക്കൻ ലേഖകൻ ഹെർബെർട്ട് മാത്യൂസിനെ വഞ്ചിക്കയായിരുന്നുവെന്ന് അവർ എഴുതി. ക്യൂബൻ വിപ്ലവം വിജയിച്ച് ബാത്തിസ്റ്റ പുറന്തള്ളപ്പെട്ട് ആറുമാസം കഴിഞ്ഞപ്പോൾ മാത്യൂസ് തന്റെ നിഗമനങ്ങൾ സഫലമായതിൽ സന്തോഷിച്ച് വീണ്ടുമൊരു ലേഖനം 1959 ജൂലായ് 16ലെ ടൈംസിൽ പ്രസിദ്ധീകരിച്ചു. അതിലും അദ്ദേഹം ആവർത്തിച്ചു: "മന്ത്രിസഭയിൽ ചുവപ്പന്മാരാരും ഇല്ല. സർക്കാരിന്റേയോ സൈന്യത്തിന്റേയോ നയങ്ങളെ സ്വാധീനിക്കാൻ കഴിവുറ്റവരെന്ന അർത്ഥത്തിൽ സർക്കാരിലോ സൈന്യത്തിലോ ഉയർന്ന പദവിയിൽ ആരുമില്ല. പരിഗണനാർഹമായ ഏക അധികാരം പ്രധാനമന്ത്രി കാസ്ട്രോയുടെ കരങ്ങളിലാണ്. അദ്ദേഹം കമ്യൂണിസ്റ്റല്ലെന്നുമാത്രമല്ല, തീർച്ചയായും ഒരു കമ്യൂണിസ്റ്റ് വിരുദ്ധനാണ്. എങ്കിലും ഇപ്പോഴത്തെ ചുറ്റുപാടിൽ ചുവപ്പന്മാരെ ആക്രമിക്കയോ നശിപ്പിക്കയോ ചെയ്യുന്നത് ആശാസ്യമാണെന്ന് അദ്ദേഹം കരുതുന്നില്ല..."

1959ൽ തുടർന്നും മാത്യൂസ് ക്യൂബ ഇടയ്ക്കിടെ സന്ദർശിക്കയും ക്യൂബൻ വിപ്ലവത്തിനോ ഭരണത്തിനോ കമ്യൂണിസവുമായി യാതൊരു ബന്ധവുമില്ലെന്ന് തന്റെ ലേഖനങ്ങളിൽ ആവർത്തിക്കുകയും ചെയ്തു. എന്നാൽ 1960ൽ താൻ കമ്യൂണിസ്റ്റാണെന്നും ക്യൂബ ഒരു കമ്യൂണിസ്റ്റ് സ്റ്റേറ്റാണെന്നും കാസ്ട്രോ പരസ്യമായി പ്രഖ്യാപിച്ചു. അപ്പോഴും ക്യൂബൻ

വിപ്ലവത്തിന് കമ്യൂണിസവുമായി ബന്ധമില്ലായിരുന്നുവെന്നും അധികാരമേറ്റെടുത്തപ്പോൾ കാസ്ട്രോ കമ്യൂണിസ്റ്റായിരുന്നില്ലെന്നും എഴുതി മാത്യൂസ് പിടിച്ചുനില്ക്കാൻ വിഫലശ്രമം നടത്തി. പക്ഷേ ക്യൂബയിലും യുഎസിലുമുള്ള വിമർശകർ കുറ്റപ്പെടുത്തിയത്, ക്യൂബയിൽ കമ്യൂണിസത്തെ അധികാരത്തിലെത്തിച്ചതിൽ മാത്യൂസിന് പങ്കുണ്ടെന്നുമാത്രമല്ല, കാസ്ട്രോ കമ്യൂണിസ്റ്റായിരുന്നുവെന്ന് മനസ്സിലാക്കിയിട്ടും അദ്ദേഹം ഇങ്ങനെയെല്ലാം എഴുതിക്കൂട്ടി എന്നായിരുന്നു. സ്പാനിഷ് ആഭ്യന്തരസമരത്തിൽ കമ്യൂണിസ്റ്റുകാർ നിലയുറപ്പിച്ചിരുന്ന അതേ റിപ്പബ്ലിക്കൻപക്ഷത്തെ വികാരതീവ്രതയോടെ പിന്തുണച്ച വ്യക്തിയായ മാത്യൂസിനെ സംബന്ധിച്ച ഈ ആരോപണം ശരിയായിക്കൂടായ്കയില്ല.

1986 മുതൽ 22 വർഷക്കാലം ന്യൂയോർക്ക് ടൈംസിൽ പ്രവർത്തിച്ച പത്രപ്രവർത്തകനും ഗ്രന്ഥകാരനുമായ ആന്റണി ദിപോൽമ (1952ൽ ജനനം) ഹെർബർട്ട് മാത്യൂസിന്റെ ജീവചരിത്രം, "ദ മേൻ ഹൂ ഇൻവെന്റഡ് ഫിദൽ കാസ്ട്രോ'' 2006ൽ പ്രസിദ്ധീകരിച്ചു. ഹെർബെർട്ട് മാത്യൂസിന്റെ ചരിത്രത്തിലെ സ്ഥാനം ഫിദൽ കാസ്ട്രോയെ കണ്ടുപിടിച്ച ഗ്രന്ഥകാരൻ എന്ന ധ്വനി ഈ പുസ്തകത്തിന്റെ ശീർഷകത്തിനുണ്ട്. ഉള്ളിലേക്ക് കടന്നാലും മാത്യൂസിന്റെ ജീവിതത്തേക്കാൾ കാസ്ട്രോയുടെ ജീവിതമാണ് പ്രതിപാദിക്കപ്പെട്ടതായി കാണുന്നത്. ഉദാഹരണമായി ഒരു അദ്ധ്യായം ഇങ്ങനെ തുടങ്ങുന്നു: "കാസ്ട്രോ അഭിമുഖം മാത്യൂസിന്റെ ഔദ്യോഗികജീവിതത്തെ പുനരുജ്ജീവിപ്പിച്ചു. സ്പാനിഷ് ആഭ്യന്തരയുദ്ധത്തെ സംബന്ധിച്ച അദ്ദേഹത്തിന്റെ വിവാദപൂർണമായ റിപ്പോർട്ടുകളേക്കാൾ ഏറെ കുപ്രസിദ്ധി അത് അദ്ദേഹത്തിന് നേടിക്കൊടുത്തു.'' അദ്ദേഹത്തിന്റെ പ്രായവും ആരോഗ്യവും സീറാ മെസ്ത്രയാത്രപോലുള്ള സാഹസങ്ങൾക്ക് വലിയ വില ഈടാക്കി. കൊച്ചുന്നാളിൽ ക്ഷയരോഗബാധയുണ്ടായിരുന്നതിനാൽ ആദ്യ ക്യൂബ യാത്രയ്ക്ക് മുമ്പ് 1956 നവംബറിൽ ഒരു ചെക്കപ്പ് നടത്തിച്ചു. എക്സ്റേയിൽ കുഴപ്പമൊന്നും കണ്ടില്ല. ഈർപ്പമുള്ള സീറായിൽ ദീർഘമായ രാത്രികൾ ഫിദലിനുവേണ്ടി നടത്തിയ കാത്തിരിപ്പ് ഏറെക്കാലമായി അപ്രത്യക്ഷമായിരുന്ന ക്ഷയരോഗത്തെ വീണ്ടും ക്ഷണിച്ചുവരുത്തി. ദിവസവും 27 ഗുളികകളായിരുന്നു ഡോക്ടർ രോഗത്തെ പിടിച്ചുനിർത്താൻ നിർദ്ദേശിച്ചത്. പക്ഷേ മാത്യൂസിന് ഒട്ടും പശ്ചാത്താപമില്ല.

"ക്യൂബൻ സ്റ്റോറികൾ എനിക്ക് ടിബി നല്കിയെങ്കിൽ'', അദ്ദേഹം എഴുതി, "അതെനിക്ക് വിലപ്പെട്ടതാണെന്നാണ് പറയാനുള്ളത്. ഞാനത് ആവർത്തിക്കും.'' കാസ്ട്രോയുടെ വിപ്ലവത്തിന്റെ നിരവധി സന്ദർഭങ്ങൾ ഈ ഗ്രന്ഥത്തിൽ നിറഞ്ഞുനില്ക്കുന്നു. ഇത് വായിച്ചാൽ

മൊത്തത്തിൽ നമുക്ക് തോന്നുക, ഹെർബെർട്ട് മാത്യൂസിന്റെ അതുവരെയുള്ള പത്രപ്രവർത്തകജീവിതം സീറാ മെസ്ത്രയിലെ സ്കൂപ്പിനുവേണ്ടിയുള്ള തയ്യാറെടുപ്പാണെന്നാണ്. അതുപോലെ അതിനുശേഷവും മാത്യൂസിന് പൂർണമായി അതിൽനിന്ന് മുക്തിയില്ലെന്നും തോന്നിപ്പോകും. ഒരുപക്ഷേ ആ മഹാനായ പത്രപ്രവർത്തകന്റെ വിജയമോ പരാജയമോ ഈ പ്രതിച്ഛായ ആയിരിക്കാം.

1959-ൽ ചെഗുവേര ഇന്ത്യ സന്ദർശിക്കുന്നു

• 1953 ജൂൺ 30-ന് ചെയും സുഹൃത്തുക്കളും ദില്ലി പാലം വിമാനത്താവളത്തിലിറങ്ങുന്നു.

• ചെയെ നെഹ്രു സ്വീകരിക്കുന്നു

• ദില്ലിയിലെ പിലാനയിൽ ഗ്രാമീണർ ചെയ്ത് നൽകിയ സ്വീകരണം

• പിലാനയിലെ സ്കൂൾ സന്ദർശനം.

• വി.കെ. കൃഷ്ണമേനോനുമൊത്ത്.

• ആൾ ഇൻഡ്യ റേഡിയോവിൽ മലയാളിയായ കെ.പി. ഭാനുമതി ചെയെ ഇന്റർവ്യൂ ചെയ്യുന്നു.

• പിലാനയിലെ സ്കൂൾ സന്ദർശനം.

• ചെ ഇന്ത്യൻ കാർഷിക ഗവേഷണ കൗൺസിലിൽ.

• അബു എബ്രഹാം വരച്ച വിശ്രുതമായ കാരിക്കേച്ചർ

സൂചിക

തയ്യാറാക്കിയത്: ഡോ കെ ഷ് ഹുസൈൻ

www.ingramcontent.com/pod-product-compliance
Lightning Source LLC
LaVergne TN
LVHW090300051026
849518LV00005B/1593